સ્વચ્છતાના સમાજશાસ્ત્રનું સ્વરૂપ

"SOCIOLOGY OF SANITATION
TEXT BOOK SERIES"

under the aegis of

Sulabh International Centre for Action Sociology

in close collaboration with

Sulabh International Social Service Organisation

સ્વચ્છતાના સમાજશાસ્ત્રનું સ્વરૂપ

ડૉ.અનીલ એસ.વાઘેલા

સ્વચ્છતાના સમાજશાસ્ત્રનું સ્વરૂપ

ISBN: : 978-93-5128-113-9

કીમત ; ₹ 900/-

ભારતમાં સન ૨૦૧૫માં પ્રકાશિત

કલ્યાણપબ્લિકેશ્ન્સ

સી -30 સત્યવતી નગર

દિલ્લી ૧૧૦૦૫૨

Phone: 9212142040

ઈમેઈલ ; **kalpaz@hotmail.com**

ટાંકણ;રાજેન્દ્ર વશિષ્ટ .દિલ્લી

મુદ્રણ ;જી .પ્રિન્ટ પ્રોસેસ,દિલ્લી

વિષયસૂચી

Dedicated to

Dr. Bindeshwar Pathak, Sociologist,Social Reformer and Founder, Sulabh Sanitation Movement, who gave the theory of "Sociology of Sanitation" to be included in the universal domain of Sociology, for teaching and research in the Universities of India, and across the globe. It will not only enlarge the scope of sociology, but will also be helpful in solving the problems of society in relation to sanitation, social deprivation, water, public health, hygiene, poverty, gender equality, welfare of children and empowering knowledge for sustainable development. This will strengthen sociological quest for knowledge on sanitation.

Dr. Pathak has given his entire life to the cause of sanitation, and in emancipation of scavengers with dignity and mainstreaming them. He has invented "Sulabh Shauchalya" as a tool of social change, which has revolutionised the field of sanitation.

Dr. Pathak has propounded the theory of Sociology of Sanitation, which is as follows:

"Sociology of Sanitation is a scientific study to solve the problems of society in relation to sanitation, social deprivation, water, public health, hygiene, ecology, environment, poverty, gender equality, welfare of children and empowering people for sustainable development and attainment of philosophical and spiritual knowledge."

Truly, he is founder and father of Sociology of Sanitation.

પ્રસ્તાવના

સદીઓથી કહેવાયું છે કે 'સ્વચ્છતા ત્યાં પ્રભુતા'.આ સ્વચ્છતાનું મહત્વ દરેક સ્વરૂપે, દરેક સમયે, દરેક સ્થળે પરિસ્થિતિ મુજબ રહ્યું છે તેની વ્યાપકતા નિરંતર વધી રહી છે જે અંગે કોઈ વિરોધ કરી શકે તેમ નથી. સ્વચ્છતા સાથે સમાજનો નાતો સદીઓથી છે તેમજ પરસ્પરાવલંબન પણ ધરાવે છે એકબીજાના પૂરક પણ છે માટે સ્વચ્છતાના સમાજશાસ્ત્રનો વિચાર સૌ પ્રથમ ડો . બિનદેશ્વર પાઠકને આવ્યો માટે આ શાસ્ત્ર ના કાર્યક્ષેત્રમાં સમગ્ર સમાજના વિભિન્ન પાસાઓને સમાવ્યા છે. આ શાસ્ત્ર સમાજશાસ્ત્રની એક શાખા હોવાથી વિજ્ઞાનની લાક્ષણીકતા ધરાવે છે આથી તેનું મહત્વ અનેકગણું વધી જાય છે. સ્વચ્છતાને અનેકશાસ્ત્રો એ પોતાનું વિષયવસ્તુનું એક અંગ બનાવ્યું છે. તેથી અન્ય સામાજિક વિજ્ઞાનો પણ તેની સાથે સંબંધ ધરાવે છે.

સ્વચ્છતાનું સમાજશાસ્ત્ર એક નવું ઉભરતું વિજ્ઞાન છે. તેને વિજ્ઞાન એટલા માટે કહેવામાં આવે છે કે તેની સંશોધન અભ્યાસ કરવાની રીતો વૈજ્ઞાનિક છે. વિભિન્ન પ્રયુક્તિઓં અને પદ્ધતિની મદદથી નાવીન્યતા ધરાવતા અભ્યાસો કરી રહ્યું છે. સ્વચ્છતાએ સમાજ સાથે જોડાયેલ બાબત છે આથી સાર્વજનિક સ્થળો, પોતાના ઘરો સમૂહો અને સમુદાયોમાં કચરો નિકાલ સ્વાસ્થ્ય વાતાવરણ સંબંધી અનેક બાબતો સાથે સફાઈકર્મીઓની ભૂમિકાઓ અને તેનું મહત્વ દર્શાવવાનો પ્રયાસ છે. સ્વચ્છતાને વિભિન્ન પરીપ્રેક્ષ્ય અને અભિમુખતાથી દર્શાવી એક નવીન પ્રયાસ પ્રસ્તુત છે. પ્રાચીન મધ્ય અને વર્તમાન સમયમાં સ્વચ્છતા અને સફાઇકર્મીનું સ્થાન અને તેની વિપત્તિ અને

બદલાવ અંગેની કાનૂની વિપત્તિનું વર્ણન પણ અહી દર્શાવવાનો પ્રયાસ રહ્યો છે.

સમગ્ર વિશ્વ અને ભારતમાં શૌચાલય પ્રત્યેની આવશ્યકતા અને જરૂરિયાત તરફ ધ્યાન દોરનાર સુલભ ઇન્ટરનેશનલ સોશિયલ સર્વીસીસ સંખ્યા અને તેના સંસ્થાપક ડો. પાઠક અને તેના સહયોગીઓ શૌચાલય સંબંધી ઈતિહાસ સામાજિક પરિવર્તનનું માધ્યમ, આરોગ્યનું એક પાસું સામાજિકતા કાનૂની સ્થિતિ તેના ફાયદાઓ પર્યાવરણીય અને સ્વાસ્થ્યના પ્રશ્નો વગેરે મુદ્દાઓને જોડવાના પ્રયાસ કર્યા છે. અહીં પર્યાવરણીય સ્વચ્છતા સાથે પીવાના પાણી તેનો ઉપયોગ અને નિયંત્રણ પર પણ ચર્ચા કરી છે. સ્વચ્છતા અંગે રાજ્ય સરકાર અને કેન્દ્ર સરકાર દ્વારા કેટલું ધ્યાન અપાય છે, કેવા કાયદાઓ અને આદેશો થયા છે. તે અંગેની વિવિધ યોજનાઓ અને કાર્યક્રમોની અમલવારી અને મર્યાદાઓનો પણ નિર્દેશ કરવામાં આવ્યો છે.

ભારતમાં સ્વચ્છતા અંગેના વિવિધ થયેલા આંદોલનો અને તેનું સંચાલન કરનાર અનેક મહાનુભાવો અને સ્વૈચ્છિક સંખ્યાઓની રાજ્યો અને કેન્દ્ર સરકારની ભૂમિકા તેમજ વિશેષ ધ્યાન આકર્ષિત કરનાર સુલભ આંદોલન અને તેના વિવિધ કાર્યક્રમોની ઝાંખી એટલા માટે કરી છે કે તેની શ્રેષ્ઠ ભૂમિકા અદ્વિતીય છે. શૌચાલય તેમજ તે અંગેની જનજાગૃતિનું મહાઅભિયાને તો વિશ્વનું ધ્યાન ખેંચ્યું છે. જેને સંબંધિત મુદ્દાઓ અને પ્રવૃતિનો ઉલ્લેખ થયો છે.

પ્રવર્તમાન સમયમાં જ્યારે સ્વચ્છતા અને સફાઈ અંગે રાષ્ટ્રીય કક્ષાએ અભિગમ બદલાય રહ્યો છે ત્યારે 'સ્વચ્છતાનું સમાજશાસ્ત્ર' વિષયક સર્વગ્રાહી, તલસ્પર્શી, ઉન્ડાણપૂર્વકની ચર્ચા આવરી લેતું પ્રસ્તુત પુસ્તક વાચકોને તે દિશામાં સંમોહન તો કરશે જ, સાથોસાથ પર્યાવરણ, જળ, વાયુના શુદ્ધીકરણ ને પણ વધુ ઉચાયે લઇ જશે એવી શ્રદ્ધા અસ્થાને નથી.

પ્રાચીન સભ્યતા (સંસ્કૃતિ) સાથે વણાયેલી આપની સ્વચ્છતા અંગેની સમાજ આ પુસ્તકના માધ્યમ થકી જો વિસ્તરશે તો સહુથી વધુ આનંદ લેખકને તથા સ્વચ્છતાના સમાજશાસ્ત્રની અડીખમ હિમાયત કરીને પોતાની

વાત સામાન્ય લોકો સુધી લઇ જવામાં જેનો સિંહફાળો છે તે સુલભ ઇન્ટરનેશનલ નામના બિનસરકારી સંગઠન અને તેના સ્થાપક શ્રી બિન્દેશ્વર પાઠકને થશે.

અંતમાં, હવે જ્યારે આપના દેશના પ્રધાનમંત્રી શ્રી (પંતપ્રધાન શ્રી) એ મહાત્મા ગાંધી જયંતીના દિવસે શરુ કરેલ 'સફાઈ અભિયાન' નું જન આંદોલન સમાજશાસ્ત્રમાં પ્રસ્તુત પુસ્તક સાર્થક સહાયક સિદ્ધ થશે તો લેખકની મહેનત યોગ્ય દિશામાં થયાની અનુભૂતિ થશે.

સ્વચ્છતા સાથે માત્ર ભારત જ નથી જોડાયું પરંતુ દેશ વિદેશોમાં પણ સ્વચ્છતા અંગેની નીતિઓ, કાર્યક્રમો અને યોજનાઓ થઇ છે. ભારતના સંદર્ભ માં પણ અને રાજ્યો એ અદ્વિતીય ભૂમિકા ભજવી કાયદાઓ દ્વારા સ્વચ્છતાને મહત્વ આપ્યું છે. યુનો જેવી આંતરરાષ્ટ્રીય સંસ્થાએ પણ અનેક નીતિ અને કાનૂનો બનાવી વિવિધ દેશોને નાણાંઓની ફાળવણી કરી આજે પણ મહત્વ આપે છે. વિશ્વકક્ષાના કાર્યક્રમો આપીને વિશ્વને પર્યાવરણ સંબંધી સ્વચ્છતા લાવવાના પ્રયાસોની ચર્ચા પણ અહી પ્રસ્તુત છે.

આજે એકવીસમી સદીની શરૂઆતમાં ભારતમાં આજે પ્રવર્તમાન સરકાર અને વડાપ્રધાન સાથે સમગ્ર ભારતના લોકોને એક નવો સ્વચ્છતા અંગે નો અભિગમ અને જનાંદોલન સ્વીકૃત બનતું જાય છે. લોકો સ્વચ્છતા અંગે સભાન બનતા જાય છે. એ જ દર્શાવે છે કે સ્વચ્છતાનું મહત્વ ઘણું છે.

મારા ગુરુવર્ય ડો.વિધુતભાઈ જોષીનો સ્નેહ મારા આ કાર્યની પુર્ણાહુતી કરવામાં હમેશા પ્રેરિત રહ્યા છે

પ્રસ્તુત લેખનમાં મુખ્ય પ્રેરણા સ્તોત્ર સુલભ ઈન્ટરનેશનલ સોસીયલ સર્વિસીસના સંસ્થાપકશ્રી ડો. બિંદેશ્વર પાઠક સાહેબશ્રીનો હું આભારી છું કે જેઓંના માર્ગદર્શન અને સહયોગ વગર આ કાર્ય સંપ્પન થયું ન હોત સ્વછતા ના સમાજશાસ્ત્ર જ સંયોજકશ્રી ડો,નીલ રત્નજીનો પણ હું આભારી છું કે જેઓએ મારા આ કાર્યમાં દરેક સમયએ ઉત્સાહ વધાર્યો તેઓંનો પણ હું આભાર વ્યક્ત કરું છું,

પ્રસ્તુત પુસ્તકમાં લેવામાં આવેલ સંદર્ભ ગ્રંથોના લેખકો તથા સહયોગી મિત્રો શ્રી રાધિકા જોશી, પ્રકાશ ખેરાળા, જતિન શેઠ, વિપુલ રામાની, રજનીકાંત નાથાની, ભાર્ગવભાઈ જાની, ડો. જનક જોશી, મારા કુટુંબીજનો તેમજ વિશેષ પ્રેરક તરીકે કામ કરનાર ડો. નીલરતનજી સાહેબ અને કોલેજ પરિવારનો હૃદયપૂર્વક આભાર માનું છું.

ડો.અનીલ એસ.વાઘેલા

યુનિટ-૧

સ્વચ્છતાના સમાજશાસ્ત્રનો પરિચય

૧ પરિચય

માનવ જીવનમાં 'સ્વચ્છતા' એ પાયાની બાબત છે. સ્વચ્છતાને બે રીતે જોઈ શકાય ૧.આંતરિક અને ૨. બાહ્ય. આંતરિક સ્વચ્છતાંમાં હૃદય, મન અને મગજમાં શુદ્ધ અને સાત્વિક વિચારો, ધર્મ અને આધ્યાત્મિકતાની પ્રભુત્વતા પૂર્ણ વિચારસરણી તેમજ વર્તનપ્રણાલીકાનો સમાવેશ કરી શકાય. જયારે બાહ્ય સ્વચ્છતામા સમુદાયિક આરોગ્ય, શિક્ષણ, પર્યાવરણ, સારી સામાજિક-આર્થિક સ્થિતિ વગેરે જેવી બાબતોનો સમાવેશ થાય છે. જો આંતરિક સ્વચ્છતા હશે તોજ બાહ્ય સ્વચ્છતા લાવી શકાશે. આમ આંતરિક સ્વચ્છતા એ બાહ્ય સ્વચ્છતા માટેની પૂર્વશરત છે. જો સમાજે સુખી અને સમૃદ્ધ બનવું હોય તો તેણે 'સ્વચ્છતા' પર ભાર મૂકવો જ રહ્યો, માટે જ કહેવાયું છે; 'સ્વચ્છતા આવે સમૃદ્ધિ લાવે, સ્વચ્છતા આવે સુખાકારી લાવે'.

નબળું આરોગ્ય અને સ્વચ્છતા દેશના લોકોના આરોગ્ય પર વિપરીત અસર કરે છે ભારત હજુ સ્વચ્છતાની બાબતમાં બીજા દેશો કરતા ઘણો પાછળ છે. દેશના મોટા ભાગના શહેરમાં અતિશય ભીડ, અયોગ્ય પાણી પુરવઠો, અયોગ્ય રીતે મળમૂત્ર નિકાલ અને ગટર યોજના, ગંદુ પાણી, ધનકચરાનો યોગ્ય નિકાલની અપૂરતી સુવિધા, શૌચાલયનો અભાવ,

ઝુપડપટ્ટી, ગંદા વસવાટ, પ્રદૂષણ યુક્ત હવા, નદી, તળાવ વગેરે જોવા મળે છે.

વ્યક્તિગત અને સામુહિકજીવનની સ્વચ્છતા અંગેની જવાબદારીએ વ્યક્તિ, સમુદાય અને રાજ્ય એમ ત્રણેયની સયુંકત છે. સ્વચ્છતા એ જાહેર આરોગ્યનું પ્રથમ ધ્યેય છે. પરંતુ આ વ્યવસ્થા ભારતમાં ખુબજ નબળી છે. સ્વચ્છતાનાં કારણો માં વિકાસની ખામી, નીતિના ઘડતરમાં ખામી, નીતિ અને કાયદાઓના અમલીકરણમાં ખામી, ટેકનોલોજીનો અભાવ, લક્ષાંકોનો અભાવ, તબીબી સેવા ખામીયુક્ત, ગરીબી અને બિનતંદુરસ્તી વગેરે જેવા પરિબળો સ્વચ્છતાને નુકશાન પહોચાડે છે. આ સ્વચ્છતાની ખામી સમજવામાં સ્વચ્છતાનું સમાજશાસ્ત્ર ઉપયોગી બને છે.

સ્વચ્છતાનું સમાજશાસ્ત્ર ૧૯૪૦ નાં સમય દરમિયાન અમેરિકામાં થયો તે તબીબી સમાજશાસ્ત્રની એક પેટા શાખા તરીકે ગણવામાં આવે છે આરોગ્ય અને માંદગી પાછળ સામાજિક કારણો જવાબદાર ગણવામાં આવતા પશ્ચિમી સમાજમાં સ્વચ્છતા અને આરોગ્યને સુધારવા આ શાસ્ત્ર ને પ્રેરણા આપી અને સ્વચ્છતા અને સમાજશાસ્ત્રને ઘનિષ્ઠ સંબંધ છે એવું પ્રતિપાદિત કર્યું. સારું સ્વાસ્થ્ય હોવું એ સારા કામ માટેની પૂર્વશરત છે. માટે સમાજના લોકોની તંદુરસ્તી સારી રહે તો દેશ અને સમાજ વિકાસ કરી શકશે આથી સમાજ સાથે તંદુરસ્તી અને સ્વચ્છતા જોડાયેલી છે.

સ્વચ્છતાની નીતિના મુખ્ય ઉદેશ્યો સ્વચ્છ પર્યાવરણ પુરુ પાડવું, એક રોગમાંથી નવાં ઊભાં થતા રોગોને અટકાવવા, આરોગ્યનું રક્ષણ કરવું અને તેને પ્રોત્સાહન આપવું વગેરે છે. ટકાઉ સ્વચ્છતા માટે સમાજના લોકો સ્વચ્છતાને આત્મસાત કરી જીવનશૈલીનો ભાગ બનાવે તો શક્ય બનશે.

૨ સ્વચ્છતાનું સમાજશાસ્ત્ર – અર્થ અને વ્યાખ્યા

- **અર્થ**

સ્વચ્છતા શબ્દ લેટીન ભાષાનાં 'Sanitas' ઉપરથી ઉતારી આવ્યો જેનો અર્થ આરોગ્ય થાય છે અને તેના પરથી 'Sanitation' સ્વચ્છતા જાળવણી અર્થ

બન્યો જેમાં પીવાના પાણીનો પુરવઠો, કચરાનો સંગ્રહ, માનવ કચરાનો સુરક્ષિત નિકાલ અને તેને લગતી કામગીરીનો સમાવેશ થાય છે જેથી રોગો અટકાવી શકાય. સ્વચ્છતાએ જાહેર આરોગ્ય નીતિનું કેન્દ્રબિંદુ છે આથી આરોગ્ય કરતા સ્વચ્છતા વધુ મહત્વની બને છે.

માનવી સમાજમાં રહે છે. માનવને પોતાના સમાજને જાણવાની અને સમજવાની હંમેશા ઉત્સુકતા રહી છે. તે પોતાની રીતે સમજવાની કોશિશ કરતો રહ્યો છે, કારણ કે માનવ પાસે સમાજનો વ્યવસ્થિત અને વૈજ્ઞાનિક રીતે અભ્યાસ કરવાની સૂઝ ન હતી. સોળમી સદીમાં માનવીની આસપાસના કુદરતના વિવિધ પાસનું ચોકસાઈપૂર્ણ જ્ઞાન મેળવવાનો પ્રારંભ થયો. આ વિશે થયેલા અભ્યાસોએ સમાજનો વ્યવસ્થિત અભ્યાસ કરવાની પ્રેરણા આપી. માનવ સમાજનો તેમજ માનવીના સામાજિક સંબંધોનો વ્યવસ્થિત અભ્યાસ કરવો જોઈએ એવી વિચારસરણી આ સદી દરમ્યાન જોવા મળી હતી. જેને આપણે આધુનિક સમાજશાસ્ત્ર કહીએ છીએ તેનો ઉદભવ ઓગણીસમી સદીના પૂર્વાર્ધમાં ફ્રાન્સમાં થયો હતો. સમાજશાસ્ત્ર એક અલગ વિજ્ઞાન છે એ અંગે ફ્રાન્ચના વિદ્વાન ઑગસ્ટ કૉન્તેએ સૌપ્રથમવાર સમાજને સમજવા માટેનો નવો અને વૈજ્ઞાનિક દૃષ્ટિકોણ રજુ કર્યો માટે તેને સમાજશાસ્ત્રના પિતા તરીકે માનવામાં આવે છે તેમણે ઈ.સ.૧૮૩૨ માં તેમના પુસ્તક 'Positive philosophy' માં સમાજશાસ્ત્ર શબ્દનો સૌપ્રથમ ઉંપયોગ કર્યો હતો તેઓએ નોંધ્યું છે કે. 'સમાજશાસ્ત્ર એ એવું વિજ્ઞાન છે જે સંપૂર્ણ માનવજીવન અને ક્રિયાઓનો અભ્યાસ કરે છે'. તેઓ વધુમાં જણાવે છે કે, 'માનવીને સમાજ વ્યવસ્થાની ચોકસાઈપૂર્ણ સમજ મેળવવા માટે પ્રત્યક્ષ નિરીક્ષણ, પ્રયોગો અને તુલનાત્મક પદ્ધતિની મદદથી અભ્યાસ કરવો જોઈએ.'

આમ, સમાજશાસ્ત્ર એક સામાજિક વિજ્ઞાન છે જેમ વૃક્ષોને અનેક શાખાઓ હોય છે અને તે તમામ શાખાઓ વૃક્ષ સાથે પ્રત્યક્ષ રીતે જોડાયેલી હોય છે. વૃક્ષની આ તમામ શાખાઓમાં વૃક્ષોના તમામ ગુણધર્મો લક્ષણો એકસમાનરૂપે હોય છે અને તેની શાખાઓ પણ વૃક્ષો સમાન ગણાવી શકાય તેની જેમ સમાજશાસ્ત્રમાં પણ અનેક શાખાઓં છે જેમ કે ઉદ્યોગનું સમાજશાસ્ત્ર,

સમાજલક્ષી મનોવિજ્ઞાન, પર્યાવરણનું સમાજશાસ્ત્ર, વિકાસનું સમાજશાસ્ત્ર, અપરાધનું સમાજશાસ્ત્ર, ગુનાનું સમાજશાસ્ત્ર, સામાજિક સમસ્યાનું સમાજશાસ્ત્ર, ચિકિત્સાનું સમાજશાસ્ત્ર, નવરાશની પ્રવૃતિનું સમાજશાસ્ત્ર, લૌકિકતાનું સમાજશાસ્ત્ર, મધપાનનું સમાજશાસ્ત્ર, સ્ત્રીઓનું સમાજશાસ્ત્ર, ગ્રામ-નગર સમાજશાસ્ત્ર વગેરે. અને તેમાં એક નવી શાખાનાં અંકુરો નવપલ્લીત થઈ રહ્યા છે એવું 'સ્વચ્છતાનું સમાજશાસ્ત્ર'. આ નવા સમાજશાસ્ત્રનો સૌપ્રથમ વિચાર **ડૉ.બિન્દેશ્વર પાઠક** દ્વારા ૨૮ જાન્યુંઆરી ૨૦13 ના રોજ દિલ્હી મુકામે નેશનલ વર્કશોપમાં રજુ કર્યો હતો. આ નવું શાસ્ત્ર સમાજશાસ્ત્ર સાથે એટલા માટે જોડાયું છે, તે સમાજ ઉપર અસર કરે છે તો બીજી બાજુ સમાજ પણ સ્વચ્છતા ઉપર અસર કરે છે. સમાજની જેવી સંસ્કૃતિ હોય એવી સ્વચ્છતા હોય. સ્વચ્છતા અંગેની જાગૃતિ સમાજમાં અનિવાર્ય બાબત છે સ્વચ્છતા એક એવી વર્તનપ્રણાલી છે કે જેના થકી વ્યક્તિની અને સમાજની એક ચોક્કસ ઓળખ ઊભી થાય છે. આમ, સ્વચ્છતા અને સમાજ એકબીજાના પૂરક છે. બીજા શબ્દોમાં કહીએ તો એક સિક્કાની બે બાજુ સમાન છે.

સ્વચ્છતાના સમાજશાસ્ત્રનો **શાબ્દિક અર્થ** જોઇએ તો સ્વચ્છતા એક એવો વિશળ ખ્યાલ છે કે જેમાં અનેક બાબતો સમાવી શકાય. આ સ્વચ્છતા એ માત્ર ગ્રામ-નગર કે આદિવાસી સમાજ ને જ અસર કરે છે એવું નથી પરંતુ તે સમગ્ર સમાજ સાથે જોડાયેલી બાબત છે. આ સ્વચ્છતામાં પર્યાવરણ, આરોગ્ય, સ્વાસ્થ્ય, શિક્ષણ, શુદ્ધ પીવાના પાણીની, શૌચાલય, ગટર વ્યવસ્થા, પ્રદૂષણ, ગંદકી ,મૂતરડી, અસ્પૃશ્યતા, પોષણ આહાર સ્વચ્છતાના સાધનો, સામાજિક ભેદભાવ વગેરે જેવી બાબતોનો સમાવેશ કરી શકાય.

જયારે સમાજશાસ્ત્ર સમાજનું વિજ્ઞાન કહેવાય છે તેનું મુખ્ય ધ્યેય સમાજનો વેજ્ઞાનીક ઢબે અભ્યાસ કરવો, સમાજશાસ્ત્રનો સૌપ્રથમ ઉપયોગ ઈ.સ.૧૮૩૨ માં કોન્તે કર્યો. 'સોસિયોલોજી' શબ્દ બે શબ્દનો બનેલો છે 'સોસીયેશ' અથવા 'સોસીયેટસ' અને લોગોસ. સોસીયેસનો અર્થ સાથી અથવા સત્યયોગી છે. જયારે બીજાનો અર્થ 'શાસ્ત્ર' થાય છે પ્રથમ શબ્દ લેટીન ભાષાનો અને બીજો શબ્દ ગ્રીક ભાષાનો છે. આમ બંને મળીને 'સમાજશાસ્ત્ર'

એવો અર્થ થાય છે. આમ સ્વચ્છતા અને સમાજશાસ્ત્ર એમ બંને શબ્દો મળીને સ્વચ્છતાનું સમાજશાસ્ત્ર બને છે.

આમ, વ્યક્તિના સમાજજીવનમાં સ્વચ્છતા, સ્વચ્છતા અંગેની સામુહિક આંતરક્રિયાઓ, તેના આંતરસંબંધો, પરસ્પરની અસરોનો વૈજ્ઞાનિક પધ્ધતિએ અભ્યાસ કરતા શાસ્ત્રને 'સ્વચ્છતાનું સમાજશાસ્ત્ર' કહેવાય.

- **વ્યાખ્યાઓ-**

સ્વચ્છતાના સમાજશાસ્ત્ર વિશે સૌપ્રથમ ૨૮ જન્યુંઆરી ૨૦૧૩ ના રોજ સુલભ ઈન્ટરનેશનલ સેન્ટર દ્વારા આયોજિત રાષ્ટ્રીય કાર્યશાળામાં દેશ-વિદેશના ૧૦૬ જેટલા સમાજશાસ્ત્રીઓ, સમાજસુધારકો અને વિદ્વાનો ઉપસ્થિત રહ્યા હતા. અને આ બે દિવસીય કાર્યશાળામાં 'સ્વચ્છતા, સામાજિક વંચિતતા, પાણી, જન સ્વાસ્થ્ય, સ્વાસ્થ્ય વિજ્ઞાન, ગરીબી, બાળ કલ્યાણ, લિંગ સમાનતા, વિકાસ, સ્ત્રી સશક્તીકરણ વગેરે જેવી સામાજિક સમસ્યાઓ પર સંશોધન પેપરો રજુ થયા, ચર્ચા વિચારણાઓ થઈ અને તેની ફળશ્રુતિ રૂપે એક નવા વિજ્ઞાન તરીકે 'સ્વચ્છતાના સમાજશાસ્ત્ર' ની આવશ્યકતા અનિવાર્ય છે એવું ફલિત થયું. તેમાં જુદાં-જુદાં સમાજ વિજ્ઞાનીઓ એ આ શાસ્ત્રને વ્યાખ્યાબદ્ધ કરવાનો પ્રયાસ કર્યો. તેમાં આ શાસ્ત્રના પાયાના સમાજશાસ્ત્રી ડૉ.બિંદેશ્વર પાઠક જણાવે છે કે ' સ્વચ્છતાનું સમાજશાસ્ત્ર એક વૈજ્ઞાનિક શિક્ષણ છે. જેનાથી સમાજની સમસ્યાઓના નિરાકરણ કરી શકાય જે સતત વિકાસ માટે સ્વચ્છતા, સામાજિક ભેદભાવ, પાણી, સામુદાયીક સ્વાસ્થ્ય, પર્યાવરણ, ગરીબી, લિંગ-સમાનતા,બાળકોના કલ્યાણ તેમજ આધ્યાત્મિક જ્ઞાન-પ્રાપ્તિથી સંબંધિત હોય તેનાથી એક ખુશનુમા જીવન જીવી શકાય અને અન્ય લોકોના જીવનમાં પરિવર્તન લાવી શકાય.'

ડૉ.અનિલ વાઘેલાના મતે સ્વચ્છતાનું સમાજશાસ્ત્ર એટલે વ્યક્તિ અને સ્વચ્છતા વચ્ચેના પરસ્પર સંબંધોનું સામાજિક વિજ્ઞાન.

સ્વચ્છતાનું સમાજશાસ્ત્ર સ્વચ્છતા અને સમાજ વચ્ચેના આંતરસંબંધોનો અભ્યાસ કરતું શાસ્ત્ર છે જેમાં માનવ સમાજની સ્વચ્છતા પરની અને સ્વચ્છતાની માનવસમાજ પર થતી અસરોનું અધ્યયન કરવામાં આવે છે.

સ્વચ્છતા એ સમાજ અને સંસ્કૃતિ સાથે સંકળાયેલ બાબત છે કારણ કે જ્યાં સ્વચ્છતા હશે ત્યાં તેના સમાજ અને સસ્કૃતિ સ્વચ્છતાના આગ્રહી હશે લોકોના જીવનમાં સ્વચ્છતાની સંસ્કૃતિના તત્વો વણાયેલાં હશે. લોકો સ્વચ્છતાના આગ્રહી હશે ત્યાના બાળકોના સામાજીકરણમાં સ્વચ્છતા નું શિક્ષણ આપવું હશે અને આવા મૂલ્યોનો લોકોએ આત્મસાત કર્યો હોય છે, આથી સ્વચ્છતા જાળવવી એ તેઓના માટે સહજ હશે.

સ્વચ્છતા અંગે **ગાંધીજી**નો અભિપ્રાય 'હું કદાચ ફરી નહિ જન્મું, પરંતુ જો આમ થયું તો હું સફાઈ કરનાર કુટુંબમાં જન્મવાનું પસંદ કરીશ જેથી હું તેને અમાનુષી, બિનઆરોગ્યપ્રદ અને મેલું ઉપડનારી પ્રજા અને ધૃણાસ્પદ વ્યવહારમાંથી બહાર લાવી શકું.

શ્રીમતી **ઇન્દીરા ગાંધી**ના માતે 'Sanitation in india is not only Cleaniless it is also an end of the humiliation and miseies of Scavengers who carry human excreta on the head'.

અર્થાત

ભારતમાં સેનિટેશન એ માત્ર સ્વચ્છતા નથી પણ તે માનવ મળને માથા પર વહન કરનારવાની પ્રથા અને તેના અપમાનનો અંત છે.

ભારત સરકાર શહેરી વિકાસ મંત્રાંલય શહેરી સ્વચ્છતાની વ્યવસ્થા પર તેમનો મુખ્ય વિકાસ આ મુજબ છે. દરેક ભારતીય નગર સંપૂર્ણપણે સ્વચ્છ, સ્વાસ્થ્ય અને રહેવા લાયક બને અને પોતાના દરેક નાગરિકો માટે સારું લોક સ્વાસ્થ્ય અને પર્યાવરણીય પરિણામ સુનિશ્ચિત તેમજ સુસ્થિર કરે અને શહેરી ગરીબો તથા મહિલાઓ માટે સ્વાસ્થ્યકાર અને વાજબી સ્વચ્છતા સુવિધાઓ પર વધૂ ધ્યાન આપે.

જે દિવસે આપણામાંથી દરેક વ્યક્તિને ઉપયોગ માટે શૌચાલય ઉપલબ્ધ થઈ જશે તે દિવસે આપણો દેશ પ્રગતિના શિખર પર પહોચી જશે.

સ્વચ્છતા પર ત્રીજા દક્ષિણ એશિયા વાર્તા દિલ્હી મુકામે ૧૬-૨૯,નવેમ્બર -૨૦૦૮ યોજાયેલ તેમાં સ્વચ્છતા અંગે અફઘાનિસ્તાન, બાંગલાદેશ, ભૂતાન, ભારત, માલદીપ, નેપાળ, પાકિસ્તાન, શ્રીલંકા વગેરે દેશોના પ્રતિનિધિઓ સાથે મળીને એક ઘોષણાપત્ર તેયાર કર્યું જે આ મુજબ છે.

- સ્વચ્છતા તેમજ સુરક્ષિત પીવાલાયક પાણી સુધી પહોચવું- તને એક આધારભૂત અધિકારના રૂપમાં સ્વીકાર કરે છે અને તેને રાષ્ટ્રીય પ્રાથમિકતાના સ્વરૂપમાં જુએ છે.
- સ્વચ્છતા માટે નક્કી કરેલા રાષ્ટ્રીય એવમ સદીના વિકાસ લક્ષ્યોને દરેક ભાગીદારી નિશ્ચિત કરી રહેલા દક્ષિણ એશિયાઈ દેશોમાં સમય અવધિમાં પ્રાપ્ત કરવા માટે પોતાના સંકલ્પો સુનિશ્ચિત કરે છે.
- એ વાત પર ભાર આપે છે કે તમારા દેશોમાં ગ્રામીણ તેમજ શહેરી ક્ષેત્રોમાં નિવાસિત સમુદાયોમાં સંપૂર્ણ અને ટકાઉ સ્વચ્છતાને પ્રાપ્ત કરવું સંભવ છે સાથો સાથ ઢાકા-૨૦03 માં થયેલ સેકોસેન –૧ અને ઇસ્લામાબાદ – ૨૦૦૬ માં થયેલ સેકોસેન – ૨ માં અમારા દ્વારા નિશ્ચિત કરવામાં આવેલ એક પ્રમુખ લક્ષ્ય છે.
- અમે સ્વચ્છતા સંબંધીત પ્રમુખ સિદ્ધાંતો અને વિષય બિંદુઓ પર ધ્યાન કેન્દ્રિત કરીએ છીએ અને પોતાના દ્વારા કરવામાં આવેલા સંકલ્પો પુનઃ યાદ કરીએ છીએ જેની ક્રિયાન્વયન પરીવાર, સ્થાનીય, ઉપરાષ્ટ્રીય તેમજ રાષ્ટ્રીય સ્તર પર પ્રગતિની ગતિને વધારીને તેમજ સ્વચ્છતા ના લક્ષ્યોને ઝડપથી પ્રાપ્તિ કરવા માટે કરી શકાય છે.

- **સ્વચ્છતાનું સમાજશાસ્ત્ર એક સામાજિક વિજ્ઞાન તરીકે**

સામાન્ય રીતે વિશ્વમાં આકાર પામેલા વિવિધ વિજ્ઞાનોને તેના કાર્યક્ષેત્રને આધારે મુખ્ય **બે** વિભાગમાં વહેચવામાં આવ્યા છે **૧. પ્રાકૃતિક વિજ્ઞાનો** : જેમાં ખાસ કરીને સૃષ્ટિના જોવા મળતા નિર્જીવ અને ભૌતિક પાસાઓનો અભ્યાસ કરવામાં આવે છે, જેમાં પદાર્થશાસ્ત્ર, ખગોળશાસ્ત્ર, રસાયણશાસ્ત્ર વગેરે છે

૨. સામાજિક વિજ્ઞાનો; જેમાં સમાજમાં બનતી વિવિધ ઘટનાઓનો અભ્યાસ કરવામાં આવે છે જે સમાજ સાથે સંબંધીત અને સમાજ પર અસરકર્તા હોય. આવા વિજ્ઞાનોમાં માનવશાસ્ત્ર, નાગરીકશાસ્ત્ર, ઇતિહાસ, રાજ્યશાસ્ત્ર, માનસશાસ્ત્ર, તેમજ સમાજશાસ્ત્ર ઉપરાંત તેની નવી શાખા 'સ્વચ્છતાના સમાજશાસ્ત્રનો' પણ સમાવેશ કરી શકાય. આ સ્વચ્છતાનું સામાજશાસ્ત્ર એક

સામાજિક વિજ્ઞાન છે કારણ કે તે સમાજ અને સ્વચ્છતાના પારસ્પરિક સંબંધોનો અભ્યાસ કરે છે અને તેની એક બીજા પરની અસરો તપાસવી એ આ વિજ્ઞાન શાખાની મહત્વની અભ્યાસ સામગ્રી રહી છે. આ અભ્યાસ સામગ્રીને વૈજ્ઞાનિક પદ્ધતિઓનો ઉપયોગ કરી વિવિધ પ્રયુક્તિઓનો ઉપયોગ કરી અભ્યાસ કાર્ય કરે છે અને સંશોધન પ્રક્રિયાને અનુસરે છે તેથી તેના તારણો અને અર્થઘટન વિશ્વસનીય અને આધારભૂત બની રહે છે. આથી આ વિજ્ઞાનોની માફક સ્વચ્છતાનું સમાજશાસ્ત્ર આ વિજ્ઞાન બની રહે છે.

આમ સમગ્ર ચર્ચાના આધારે એમ કહી શકાય કે 'સ્વચ્છતાનું સમાજશાસ્ત્ર' એ સમાજશાસ્ત્રની એક નવી ઉદભવ પામેલી શાખા છે. જેના પ્રેરણાસ્ત્રોત **ડૉ.બિંદેશ્વર પાઠક** રહ્યા છે. ૨૧ મી સદીમાં જયારે સમાજશાસ્ત્રનો માર્ગ વ્યવહારૂ બન્યો ત્યારે સ્વચ્છતાનું સમાજશાસ્ત્ર એ સમાજના મહત્તમ ક્ષેત્રોને આવરી લેતું એક શાસ્ત્ર છે. જેનો મુખ્ય ઉદેશ્ય માનવ જીવનને સ્વચ્છ, સુખી અને સમૃદ્ધ બનાવવાનો છે. માનવ સમાજને સ્વચ્છતા સંબંધી અસર કરતી અનેક પરિસ્થિતિઓનું વૈજ્ઞાનિક ઢબે અભ્યાસ કરી પ્રાપ્ત સિદ્ધાંતોને લોકકલ્યાણ માટે ઉપયોગમાં લેતી વિજ્ઞાન શાખા એટલે 'સ્વચ્છતાનું સમાજશાસ્ત્ર' આ શાખાનો વિકાસ એ સમગ્ર માનવજાતને બીનઆરોગ્યપ્રદ પરિસ્થિતિમાંથી બહાર લાવી વિકાસની તકો પૂરી પડતો માર્ગ છે.

૩ સ્વચ્છતાના સમાજશાસ્ત્રનું કાર્યક્ષેત્ર

લગભગ ૧૬ મી સદીમાં આકાર પામેલું અને પોતાની તર્કબદ્ધ દલીલોના આધાર પર માનવીના માનસ પર સત્તા ધરાવતું શાસ્ત્ર એટલે દર્શનશાસ્ત્ર. જે સત્તા માનવીની વૈચારિક શક્તિના વિકાસ સાથે લુપ્ત થઈ ગઈ અને જગતના સામાજિક અને ભૌતિક પાસાઓને વૈજ્ઞાનિક ઢબે તપાસવા અનેક વિજ્ઞાનશાખાઓ અસ્તિત્વમાં આવી જેને પોતાના અલગ-અલગ અભ્યાસક્ષેત્રો કે કાર્યક્ષેત્રો છે.

એક સામાજિકવિજ્ઞાન તરીકે સમાજશાસ્ત્રનો ઉદભવ ઈ.સ ૧૮૩૮ માં થયો જેમાં અનેક સિદ્ધાંતોને સ્થાન મળ્યું. સિદ્ધાંતોના વધવાની સાથે સમાજશાસ્ત્રની પેટા શાખાઓ ઉભી કરવાની જરૂરિયાત ઉભી થવા લાગી. આજે સમાજશાસ્ત્રમાં

અનેક પેટા શાખાઓ છે. પોતાના અલગ અને વિશિષ્ટ કર્યક્ષેત્રમાં કામ કરી રહી છે. સ્વચ્છતા અને સામાજ એક બીજાના પૂરક છે. સ્વચ્છતા સમાજમાં જોવા મળે છે અને સમાજ વિકાસની પારાશીશી સ્વચ્છતા છે. જેમાં જેવી સંસ્કૃતિ હોય તેવો સમાજ હોય અને વિવિધ સમાજની સંસ્કૃતિની અસર સમાજના લોકો ઉપર હોય છે એમ સ્વચ્છતા પણ એવીજ રીતે સમાજ સાથે જોડાયેલી બાબત છે જો સ્વચ્છ અને તંદુરસ્ત સમાજ હશે તો સમાજ સાર્વત્રિક રીતે તંદુરસ્ત અને વિકસિત હશે અને સમાજ જેટલો સ્વચ્છતા અંગે જાગૃત હશે તેટલી તેને વિકાસની વધુ તકો લભ્ય બનશે. જયારે આપણે 'સ્વચ્છતાના સમાજશાસ્ત્ર' ની વાત કરીએ છીએ ત્યારે તેને પણ પોતાનું અલગ અને વિશિષ્ટ કાર્યક્ષેત્ર છે. જેમાં,

૧. સ્વચ્છતા અને સામાજિક ભેદભાવ,

૨. સ્વચ્છતા અને પર્યાવરણ,

૩. સ્વચ્છતા અને આરોગ્ય,

૪. સ્વચ્છતા અને શિક્ષણ,

૫. સ્વચ્છતા અને વિવિધ પ્રમાણ,

૬. સ્વચ્છતા અને સરકાર,

૭. સ્વચ્છતા અને ગંદા વસવાટો,

૮. સ્વચ્છતા અને પંચાયતીરાજ,

૯. સ્વચ્છતા અને પીવાના પાણીની બાબત,

૧૦. સ્વચ્છતા અને બાળકલ્યાણ,

૧૧. સ્વચ્છતા અને ગ્રામ-નગર સમુદાય,

૧૨. સ્વચ્છતા અને કામદારો,

૧૩. સ્વચ્છતા અને આર્થિક પરિસ્થિતિ,

હવે સ્વચ્છતાના સમાજશાસ્ત્રના વિષયવસ્તુના જુદા-જુદા ક્ષેત્રોને વિગતવાર સમજીએ

૧. સ્વચ્છતા અને સામાજિક ભેદભાવ

વેદકાલીન સમયમાં ચાર વર્ણો દ્વારા સામાજિક ભૂમિકાઓની વહેચણી કરવામાં આવેલી અને તે મુખ્ય શ્રમવિભાજન દ્વારા વહેચાયેલું હતું. તેમાં ચોથા વર્ણ 'શૂદ્રો' નો હતો. અને આપણા સમાજે એક નવો વર્ણ ઉભો કર્યો કે જે 'પંચમવર્ણ' તરીકે ઓળખાયો. આ વર્ણો કર્મભૂમિકાની દ્રષ્ટિએ સ્વચ્છતાનું કામ કરતા હતા. આ સ્વચ્છતાનું કામ કે ભૂમિકા સામાજિક રીતે અહી મહત્વનું ગણાવી શકાય. પરંતુ તે કામ મહેનતનું, ગંદુ, નિમ્નકક્ષાનું અને ગરીબ લોકોનું ગણાવા લાગ્યું. તેથી આ કાર્ય કરનારાઓની ભૂમિકાને મહત્વ આપવાને બદલે તેમના પ્રત્યે છુત-અછુતના સામાજિક ભેદભાવ અને અસ્પૃશ્યતાનો ખ્યાલ ઉભો થયો. આવું કાર્ય નિમ્નવર્ણના જ કરી શકે, આ વર્ણનું જ તે મુખ્ય કાર્ય છે એવી માન્યતાને આધારે આ વર્ણના લોકો સાથે આ ભેદભવો ઉભા થયા જે આજે પણ ૨૧મી સદીમાં ગ્રામીણ સમુદાયોમાં પ્રવર્તમાન છે.

આ સ્વચ્છતાનું સમાજશાસ્ત્ર સ્વચ્છતા અને સ્વચ્છતાનું કામ કરનારા લોકો સાથે કેવો સામાજિક ભેદભાવ? શા માટે ભેદભાવ ? આ ભેદભવોની અસરો ? વગેરેનો અભ્યાસ કરે છે તેથી આ બધી બાબતો તેનું વિષયવસ્તુ બને છે.

૨. સ્વચ્છતા અને પર્યાવરણ

સ્વચ્છતા સાથે પર્યાવરણનો સીધો સંબંધ રહેલો છે. જ્યાં સ્વચ્છતા હશે ત્યાં પર્યાવરણની સ્થિતિ હંમેશા સારી હશે. આજે પર્યાવરણની સમસ્યા વિશ્વ સમસ્યા બનેલી છે કારણ કે પર્યાવરણથી સ્વચ્છતા પર વિપરીત અસર પહોચી છે તો બીજી બાજુ અસ્વચ્છતાના લીધે વિશ્વ પર્યાવરણ જોખમાયું છે. ગ્રામ અને નગર સમુદાયોમાં સ્વચ્છતાના ખ્યાલ પ્રત્યેની ઓછી સભાનતાના લીધે આપણા પર્યાવરણના વિવિધ સ્વરૂપો પર અસર થઈ છે, જેમાં જલાવરણ, વાતાવરણ, મૃદાવરણ, જીવાવરણ વગેરેનો અમાવેશ થાય છે. આપણા અણુપ્રયોગો, વિવિધ રસાયણિક ઉધોગો, વાહનવ્યવહાર, જંગલોની કાપણી, વધતો જતો પ્લાસ્ટીકનો ઉપયોગ, પ્રદૂષિત પાણી, પ્રદૂષણ ફેલાવતા

વિવિધ અન્ય ઉદ્યોગો વગેરે થકી પર્યાવરણનું સમતુલન જોખમાયું છે જેની અસર સ્વચ્છતા ઉપર જોઈ શકાય છે અને તેની સીધી અસર સમગ્ર માનવ સમાજ પર થઈ છે આ દરેક બાબત સમાજ સાથે જોડાયેલી છે.

સ્વચ્છતા અને પર્યાવરણ એ બંને સામાજિક બાબત સાથે સંકળાયેલી છે અને સમાજને અસરકર્તા પણ છે. આથી તે સ્વચ્છતાના સમાજશાસ્ત્રનું એક વિષયવસ્તુ બને છે.

૩. સ્વચ્છતા અને આરોગ્ય

સ્વચ્છતાનો સીધો સંબંધ આરોગ્ય સાથે છે કુંટુંબ અને શાળાના માધ્યમથી સ્વચ્છતાના ખ્યાલોનું શિક્ષણ આપી શકાય. કુંટુબના સભ્યો સામાજિકરણ દ્વારા સ્વચ્છતાનું શિક્ષણ તેના લાભો વગેરે બાબતો બાળકોને શીખવી તેના આરોગ્યને વધુ સારું બનાવી શકે. બાળકોને શારીરિક સ્વચ્છતા, સ્નાન, શૌચાલયનો ઉપયોગ, ગંદા પાણીનો નિકાલ વગેરે બાબતો અંગે કુંટુબ શિક્ષણ આપી શકે છે અને સ્વચ્છતા ન રાખવાથી આરોગ્યને નુકશાન પહોચે છે. કુંટુબ અને સમાજ આવું શિક્ષણનું કામ જો ન કરે તો સમાજના આરોગ્ય ઉપર વિપરીત અસર થાય છે.

શાળાના માધ્યમથી બાળકોને સ્વચ્છતાના ખ્યાલો, તેનું મહત્વ, તેની ઉપયોગીતા, શાળા સફાઈ, ગ્રામ સફાઈ, સ્વચ્છતા અને માંદગી, વિવિધ રોગો કેવી રીતે એક સાથે જોડાયેલા છે તેનું શિક્ષણ અનૌપચારિક રીતે અપાય છે.

આમ, સ્વચ્છતા અને આરોગ્યનો પારસ્પરિક સંબંધ એ સ્વચ્છતાના સમાજશાસ્ત્ર સાથે જોડાયેલી બાબત છે કે જેથી તેના વિષયવસ્તુના એક ભાગ બને છે.

૪. સ્વચ્છતા અને શિક્ષણ

શિક્ષણ અને સ્વચ્છતા એ પણ પરસ્પર જોડાયેલી બાબત છે. ઘણી વખત કુંટુબ કે અન્ય સામાજિક સમુહો બાળકોને સ્વચ્છતા અંગેના પાઠો શીખવી શકતા નથી. ત્યારે આવી ખામી શાળા કોલેજ દ્વારા મળતા શિક્ષણ દ્વારા પુરવામાં આવે છે. વિવિધ શિક્ષણના માધ્યમો દ્વારા બાળકમાં સ્વચ્છતા અંગેની જાગૃતિ લાવવાનો પ્રયાસ થાય છે. ખાસ કરીને પ્રાથમિક શિક્ષણના

પ્રારંભિક વર્ષોમાં શિક્ષણથી વધુ સ્વચ્છતા પર ભાર મુકવામાં આવે છે જેથી કરી બાળક સ્વચ્છતાને અનિવાર્ય બાબત ગણતો થાય.

ઉચ્ચશિક્ષણના તબક્કે વિવિધ સેમિનાર, કાર્ય શિબીર, વિવિધ અભિયાનો વગેરે દ્વારા બાળકના સ્વચ્છતા સંબંધી મુલ્યોમાં પરિવર્તન લાવવામાં આવે છે અને તેના આદર્શ મૂલ્યોને કાર્યાન્વિત કરવાના પ્રયાસો થાય છે ઉપરાંત પુરસ્કાર, માનપણ કે પ્રોત્સાહકો દ્વારા તેના કાર્યની નોંધ લેવાતી હોવાથી તેનો ઉત્સાહ જળવાઈ રહે છે ટુંકમાં શિક્ષણ એ સ્વચ્છતા સંબંધીત મુલ્યોમાં પરિવર્તન લાવનારું મહત્વનું પરિબળ હોવાથી સ્વચ્છતા સમાજશાસ્ત્રમાં વિષયવસ્તુ તરીકે સમાવી શકાય.

૫. સ્વચ્છતા અને વિવિધ પ્રમાણ

સમાજમાં જોવા મળતા સ્ત્રી-પુરુષ પ્રમાણ, વસ્તીનું પ્રમાણ, વયજૂથ પ્રમાણ વગેરે પ્રમાણોનો સંબંધ પણ સ્વચ્છતા સાથે રહેલો છે. વધારે સ્પષ્ટ રીતે કહીએ તો સામાન્ય રીતે સ્ત્રીઓની વિશિષ્ટ જરૂરિયાતો પુરુષ કરતા વધુ હોય છે એટલે કે જે સ્ત્રી-પુરુષ પ્રમાણમાં સ્ત્રીઓની સંખ્ય વધુ હોય તો તેની જરૂરીયાતોની પૂર્તિ માટેની વ્યવસ્થામાં વધારે કરવો પડે છે. ઉપરાંત ભારતમાં સ્ત્રીને સંતાન જન્મે તેના આહાર, પોષણ, ઉછેર વગેરે તરફ ઓછું ધ્યાન અપાય છે.તેના તરફી ઓછી કાળજી લેવાય છે તેથી સ્વચ્છતા સ્ત્રી સાથે પ્રત્યક્ષ અને પરોક્ષ રીતે જોડાયેલી છે અને તેની સીધી અસર સ્ત્રી-પુરુષના પ્રમાણ પર થાય છે અર્થાત સ્ત્રી સંખ્યાનું પ્રમાણ પુરુષની સમકક્ષ ઘટે છે જયારે બીજી બાજુ પુરુષ સંતાનનું મહત્વ વધુ હોવાથી તેની પુરતી કાળજી લેવાય છે અને તેની સ્વચ્છતા અંગે પૂરી તકેદારી રખાય છે તેથી પુરુષ સંતાનના મૃત્યુનું પ્રમાણ ઓછુ હોય છે આમ, તેની અસર પ્રમાણ સ્ત્રી-પુરુષ પ્રમાણ પર થતી જોવા મળે છે. એજ રીતે વસ્તીનું વધતું જતું પ્રમાણ સ્વચ્છતા પર અસર કરે છે અર્થાત જે દેશમાં વસ્તી વધુ હોય તે દેશ માટે સ્વચ્છતા અંગેનું વ્યવસ્થાપન મુશ્કેલ બને છે સાથે વયજૂથ પ્રમાણનો સંબંધ પણ સ્વચ્છતા સાથે રહેલો છે. એટલે કે વયજુથનો કેટલોક ભાગ એવો છે જે સ્વચ્છતા સંબંધી ઓછો સમાન અને કાર્યરત છે જેમાં બાળકોનો સમાવેશ

થાય છે જેનું પ્રમાણ જે-તે સમાજમાં વધુ કે ઓછી સખ્યામાં હોય છે તેની અસર પણ સ્વચ્છતા પર અનુભવાય છે.

આમ, સ્વચ્છતા અને સમાજમાં જોવા મળતા વિવિધ પ્રમાણ અને ખુબ નિકટનો સંબંધ રહેલો છે જે સ્વચ્છતાના સમાજશાસ્ત્ર દ્વારા તપાસવામાં આવતો હોવાથી તે તેનો અભ્યાસ મુદ્દો બને છે.

૬. સ્વચ્છતા અને સરકાર

સ્વચ્છ અને તંદુરસ્ત જીવન જીવવાનો દરેક નાગરિકને અધિકાર છે અને કેન્દ્ર અને રાજ્ય સરકારની ફરજ છે આથી કેન્દ્ર સરકાર અને રાજ્ય સરકાર પ્રેરિત સ્વચ્છતા અંગેના કેટલાક કાર્યક્રમો, યોજનાઓ હાથ ધરતા હોય છે અને તે દ્વારા સ્વચ્છતાને લોકો સાથે જોડવામાં આવે છે જેમાં કેટલીક સ્વૈચ્છિક સંસ્થાઓ પણ સરકારના અનુદાન દ્વારા કે સ્વૈચ્છિક રીતે પર્યાવરણીય સ્વચ્છતા જાળવવાના પ્રયાસો કરે છે આવી વિવિધ યોજનાઓમાં નિર્મળ ગ્રામ યોજના, સ્વર્ણિમ ગ્રામ યોજના, સંપૂર્ણ સ્વચ્છતા અભિયાન યોજના, સાર્વજનિક સ્વચ્છતા, શાળા સ્વચ્છતા, આંગણવાડી, શૌચાલય, પાણી પુરવઠા અને ગટર યોજના વગેરે જેવી યોજના અને કાર્યક્રમો દ્વારા સ્વચ્છતા અંગે સરકાર લોકજાગૃતિ લાવવાનો પ્રયાસ કરે છે.

ગુજરાત રાજ્યમાં સ્વર્ણિમ ગુજરાતના કાર્યક્રમ દ્વારા સંપૂર્ણ સ્વચ્છતા અભિયાન દ્વારા દરેક તાલુકાના ૪૫૩ ગામોને સ્વર્ણિમ ગ્રામ બનાવવાનો કાર્યક્રમ હાથ ધરાયો તેમાં પર્યાવરણ, આરોગ્યની જાળવણી, શિક્ષણ અને સામાજિક-આર્થિક વિકાસની પરિકલ્પનાને લક્ષમાં રાખી માસિક કાર્યક્રમો ઘડવામાં આવ્યા હતા અને તે દ્વારા ભારત સરકારનો નિર્મળ ગ્રામ પુરસ્કાર અને રાજ્ય સરકાર દ્વારા વિજેતા પંચાયાતોને પ્રોત્સાહન આપવામાં આવ્યું હતું. જો સરકાર જાગૃત હશે તો ચોક્કસપણે સ્વચ્છતા અને તેને આનુસાંગીક બાબતો પ્રત્યે ધ્યાન આપી દેશ અને રાજ્યનું સામુહિક આરોગ્ય, શારીરિક અને માનસિક આરોગ્ય વધુ સારું બનાવી શકશે. આમ સરકાર અને સ્વચ્છતાના સમાજશાસ્ત્રના વિષયવસ્તુમાં સમાવિષ્ટ થાય છે.

૭. સ્વચ્છતા અને ગંદા વસવાટો

સ્વચ્છતાનો ગંદા વસવાટો સાથે સીધો સંબંધ છે. જો સ્વચ્છતા ન હોય તો આપો-આપ ગંદા વસવાટો ઉભા થશે. આપણા મહાનગરોની એક મોટી સમસ્યા ગંદા વસવાટોની છે. ખાસ કરીને મુંબઈ, દિલ્હી, કલકતા, ચેન્નાઈ જેવા મહાનગરોમાં ભૌતિક વિકાસની સાથે-સાથે ગંદા વસવાટોની સમસ્યા ઝડપભેર આગળ વધી રહી છે. શહેરમાં મોટા ઉધોગોનું ગંદુ પાણી અને ઝેરી વાયુઓ દ્વારા પર્યાવરણને નુંકશાન થયુ છે ઝૂપડપટ્ટીઓં, ગંદકીરૂપ ઊકરડા, પ્લાસ્ટીકનો કચરો, નદી-તળાવના ગંદા પાણી, વાહન-વ્યવહારનો ધુમાડો અને ગંદા વસવાટોમાં પ્રાથમિક સુવિધાઓનો અભાવ હોવાથી સ્વચ્છતાના પ્રશ્નો ઉભા થાય છે જયારે બીજી બાજુ ગ્રામ્ય વિસ્તારોમાં ગામના જાહેર ઉકરડાઓ, ખુલ્લી જગ્યામાં શૌચક્રિયા ,ખુલ્લી ગટરો, પીવાનું અશુદ્ધ પાણી, શાળાઓ અને ઘરોમાં શોચાલયોની અસુવિધા વાગેરે જેવી બાબતો પર્યાવરણને નુકશાન પહોચાડે છે.

આમ, ગ્રામ અને નગર સમુદાયોમાં ગંદા વસવાટો અને નિમ્ન જીવનશૈલીએ સ્વચ્છતા ઉપર વિપરીત અસર કરી છે આ બધી બાબતો પ્રત્યે અભિયાન કરવાનું કાર્ય સ્વચ્છતાના સમાજશાસ્ત્ર સાથે જોડાયેલું છે તેથી તેનું વિષયવસ્તુ બને છે.

૮. સ્વચ્છતા અને પંચાયતીરાજ

ભારતમાં પંચાયતીરાજ એ એક વહીવટી વ્યવસ્થા છે, કેન્દ્ર અને રાજ્યસરકાર દ્વારા જીલ્લા, તાલુકા, ગ્રામ એમ વિવિધ પંચાયતો દ્વારા વહીવટી વ્યવસ્થાની સાથે સાથે સામુદાયિક કાર્યક્રમો દ્વારા વિવિધ સેવાઓનું કાર્ય પણ કરે છે તેમાં ભારતના સંવિધાનના અધિનિયમ ૧૯૯૨ ના ૭૩ માં સુધારા મુજબ સ્વચ્છતાનો ૧૧ મી અનુસૂચિમાં સમાવેશ કરવામાં આવ્યો છે અને તે મુજબ વિવિધ પંચાયતોની સંપૂર્ણ સ્વચ્છતા અભિયાનમાં મહત્વની ભૂમિકા છે આ અભિયાનનો તમામ કક્ષાએ પંચાયતીરાજની સંસ્થાઓ દ્વારા અમલ કરાવે છે તેમાં શૌચાલય, બાંધકામ, સામાજિક સંગઠન, નકામાં કચરાનો સલામત નિકાલ, પર્યાવરણીય જાળવણી, સ્વચ્છતા અંગે લોક શિક્ષણ કાર્યક્રમ,

જંતુનાશક દવાનો છંટકાવ, ગંદા પાણીના નિકાલ માટે શૌચખાડા, નદી-તળાવના પાણીની સ્વચ્છતા પશુઓં માટે પાણીના હવાડા, શુદ્ધ પીવાના પાણીના પૂરાવઠાની યોજના, જાહેર શૌચાલયો, જાહેર આરોગ્ય સેવાઓ વગેરે કર્યો શરુ કરી તેના સંચાલનનું કાર્ય આ વહીવટી સંસ્થાઓ દ્વારા કરવામાં આવે છે સરકારશ્રી દ્વારા આવા સ્વચ્છતાના શ્રેષ્ઠકાર્યો માટે પુરસ્કાર,પોત્સાહન અપાય છે પરંતુ આવા કાર્યક્રમો પ્રત્યે લોકજાગૃતિ, સભાનતા મર્યાદિત હોવાથી આવી યોજના અને કાર્યક્રમોને સરકારી કાર્યક્રમો તરફ ઓછું મહત્વ અપાય છે અને તેથી લોકભાગીદારી બનતી નથી.

૯. સ્વચ્છતા અને પીવાના પાણીની બાબત

પાણી એ માનવ જીવનના અસ્તિત્વ અને વિકાસ માટે પાયાની બાબત ગણવામાં આવે છે. અર્થાત પાણી વિના માનવ તેમજ સજીવ જીવન અશક્ય છે. ઉપરાંત પેયજળ માટે સ્વચ્છ પાણી મહત્વનું બને છે. કારણ કે અસ્વચ્છ અને ઝેરી દ્રવ્યો યુક્ત પાણી માનવ આરોગ્ય પર અસર કરે છે; માનવ શરીરમાં અનેક રોગો ઉત્પન્ન કરે છે.

પાણીમાં સ્વચ્છતા જળવાય એ માટે ઘણી બાબતો જરૂરી છે. જેમાં એકત્ર કરેલ પાણીને સમયાંતરે ચકાસવું, તેમાં જરૂરી દવાઓનું ઉમેરણ કરવું ઉપરાંત અન્ય જરૂરી કાળજી લેવી. જો આ રીતે તેની યોગ્ય માવજત રાખવામાં ન આવે તો જે તે પાણી અમુક સમય બાદ પીવાલાયક રહેતું નથી. આને તેનો ઉપયોગ પેયજળ તરીક કરવાથી માનવ શરીર કથળે છે. આ ઉપરાંત રાષ્ટ્ર અને રાજ્ય કક્ષાએ પીવાલાયક પાણી માટે બંધ બાંધવો, તેની યોગ્ય વિતરણ વ્યવસ્થા ગોઠવવી, તેની ચોખ્ખાઈની કાળજી રાખવી, સંબંધીત વ્યવસ્થાતંત્ર ગોઠવવું વગેરે બાબતો પર ભાર મૂકવો જરૂરી બને છે.

આમ, સ્વચ્છતા અને પીવાલાયક પાણી એક બીજા સાથે ગાઢ રીતે સંક્લાયેલા છે ઉપરાંત આ પાણી અને સ્વચ્છતા વચ્ચે યોગ્ય વ્યવસ્થાપન કઈ રીતે શક્ય છે અને તેની શી જરૂરિયાત છે તેનો અભ્યાસ સ્વચ્છતાના સમાજશાસ્ત્રમાં કરવમાં આવે છે.

૧૦. સ્વચ્છતા અને બાળકલ્યાણ

આજના સમયે વિશ્વના દરેક દેશો પોતાના દેશના બાળકોને દેશના ભાવિ નાગરિકો તરીકે જોતા થયા છે અને તેનો યોગ્ય વિકાસ થશે તો દેશનો વિકાસ અનિવાર્યપણે થશે તે વાતને સમર્થન મળતું થયું છે. વિશ્વના ઘણા દેશોએ જયારે કલ્યાણ રાજ્યનો ખ્યાલ અપનાવ્યો છે ત્યારે તેમાં બાળકલ્યાણને પણ મહત્વનું સ્થાન અપાયું છે. ભારતમાં પણ કલ્યાણ રાજ્યના ખ્યાલમાં 'બાળકલ્યાણ' મહત્વનું પાસું છે પરંતુ ત્યારે આપણે બાળકલ્યાણની વાતો કરીએ છીએ ત્યારે તેની સાથે સ્વચ્છતાનો ખ્યાલ આપો આપ જોડાઈ જાય છે કારણ કે જો સ્વાસ્થ્ય યોગ્ય વાતાવરણ અને સ્વચ્છ આબોહવામાં બાળક ઉછરશે તો જ તેની કાર્યક્ષમતામાં વધારો થશે અને તે દેશનો કાર્યદક્ષ નાગરિક બની શકશે. પરંતુ જો તેનો ઉછેર સ્વાચ્થ્ય યોગ્ય વાતાવરણ અને સ્વચ્છ આબોહવાના અભાવ વચ્ચે થશે તો તે શારીરિક રીતે અસ્વસ્થ બનશે જેથી તે દેશના વિકાસમાં ભાગીદારી કરી શકશે નહિ.

બાળકલ્યાણ માટે સ્વચ્છતા એ અનિવાર્ય શરત ગણી શકાય. કારણ કે બાળકના પ્રારંભિક જીવનમાં તેની રોગપ્રતિકારક શક્તિ ઓછી હોય છે પરિણામે તેના પર આસ-પાસના વાતાવરણની અસર વધુ પડે છે અને તે રોગોમાં સપડાય છે. આમ અહીં સ્વચ્છતા ખુબ જરૂરી બની રહે છે.

ટુંકમાં સ્વચ્છતાનું સમાજશાસ્ત્ર સ્વચ્છતા અને બાળકલ્યાણ વચ્ચેના આંતરસંબંધો, અને તેની દેશના વિકાસ પર થતી અસરો તપાસે છે તેથી આ બાબત વિષયવસ્તુ બને છે.

૧૧. સ્વચ્છતા અને ગ્રામ-નગર સમુદાય

સ્વચ્છતાના સમાજશાસ્ત્રના અભ્યાસ મુદ્દામાં ગ્રામ અને નગર સમુદાયમાં રહેલી સ્વચ્છતાનો પણ સમાવેશ થાય છે કે ગ્રામ સમુદાય એટલે કચરો, ઉકરડા, પાણીની ખુલ્લી નિકાલ વ્યવસ્થા. એજ રીતે નગર સમુદાય એટલે સ્વચ્છ ગટર,પાણીની વ્યવસ્થા સજ્જ અને સ્વચ્છતા સંબંધી જાગૃતિ ધરાવતો લોકોનો સમુદાય. પરંતુ આ બંને માન્યતાઓ કે વિચારો અર્ધસત્ય છે. કારણ કે ઘણાં બધા એવા ગામડાઓ પણ જોવા મળે છે કે જ્યાં ઘરો, બજાર, ગામની

અન્ય વ્યવસ્થાઓ વગેરે સ્વચ્છતાથી ભરપુર હોય તો બીજી બાજુ કેટલાક નગર સમુદાયો એવા પણ છે જેને કચરાના ધામો ગણવામાં આવે છે. આમ, આ એક સાપેક્ષ ખ્યાલ છે.

ઉપરોક્ત વિભિન્ન બે પ્રકારની પરિસ્થિતિ એ આપોઆપ નિર્માણ પામતી નથી. પરંતુ તેની પાછળ ઘણાં બધાં પરિબળો પોતાની ભૂમિકા ભજવતા હોય છે જેમ કે સ્વચ્છ અને આદર્શ સ્થિતિ પાછળ આગવું નેતૃત્વ, લોકોનો સહકાર, લોકજાગૃતિ, સ્વચ્છતા પ્રત્યેના મૂલ્યોનું દ્રઢીકરણ ઉપરાંત કોઠાસૂઝ જેવા પરીબળો જવાબદાર છે તેઓ સ્વચ્છતા અને તેની જાળવણીને પોતાની નૈતિક ફરજ માનતા હોય છે તો બીજી બાજુ અસ્વસ્થ સ્થિતિ માટે નબળું નૈતૃત્વ કે વ્યવસ્થાતંત્ર, લોકોની ઓછી ભાગીદારી, લોકજાગૃતિનો અભાવ વગેરે જેવા પરિબળો જવાબદાર હોય છે.

આમ, સ્વચ્છતાનું સમાજશાસ્ત્ર ગ્રામ અને નગર સમુદાયમાં વ્યાપ્ત સ્વચ્છતા અને તેની વિપરીત પરિસ્થિતિ ઉપરાંત અસરકર્તા પરીબળો અને તેની અસરકારકતા વગેરેનો અભ્યાસ કરે છે તેથી તે તેનું વિષયવસ્તુ બને છે.

૧૨. સ્વચ્છતા અને કામદારો

ઉદ્યોગો અને કામદારો સાથે સ્વચ્છતા પ્રત્યક્ષ રીતે જોડાયેલી છે. ૧૯૪૮ ના ઔદ્યોગિક ધારામાં સ્વચ્છતા-સુવિધા અંતર્ગત કેટલાક નિયમો ઉધોગો માટે ફરજિયાત બનાવ્યા છે. જેમાં પીવાના પાણીની, શૌચાલયની, વપરાશના પાણીની, કેન્ટીનની, ગંદા પાણીના નિકાલની વ્યવસ્થા તેમજ હવામાં છોડવામાં આવતા ઝેરી વાયુઓ વગેરે બાબતો સ્વચ્છતા સાથે સંબંધીત છે. આ ઔધોગિક કાયદાઓનું પાલન પૂર્ણપણે કરવામાં આવે તો ચોકસાઈપણે સ્વચ્છતા જાળવી શકાશે. કામદાર એ ઉધોગ અને સમાજનો એક ભાગ છે. જો ઉધોગ સ્વચ્છતા પ્રત્યે પૂરતું ધ્યાન આપશે તો કામદારના સ્વાસ્થ્ય અને આરોગ્ય પર વધુ સારી અસરો પડશે અને વધુ ઉત્પાદન શક્ય બનશે. આમ, સ્વચ્છતા ઉદ્યોગ અને કામદાર આ ત્રણેય પાસાઓ એક બીજા સાથે જોડાયેલા છે અને આ અંગેના પ્રશ્નો વણઉકેલ્યા છે આ બધી બાબતોનો અભ્યાસ સ્વચ્છતાના સમાજશાસ્ત્રનું વિષયવસ્તુ બને છે.

૫ સ્વચ્છતાના સમાજશાસ્ત્રનું સ્વરૂપ

સ્વચ્છતાનું સમાજશાસ્ત્ર એ એક સામાજિકવિજ્ઞાન છે કારણ કે તે સમાજમાં બનતી સ્વચ્છતા અંગેની સામાજિક ઘટનાઓ, સામાજિક પ્રક્રિયા, સામાજિક આયોજનો, કાર્યક્રમ તેમજ સ્વચ્છતાની સાચી અને માઠી અસરોનો અભ્યાસ કરે છે. આવા અભ્યાસોમાં સ્વચ્છતા સંબંધી બનતા જુદા-જુદા બનાવો અને તેમની વચ્ચેના સંબંધો, તે અંગેના કાર્યક્રમ સંબંધી રજુ કરી આ અંગેની વૈજ્ઞાનિક પધ્ધતિએ અભ્યાસ કરી સાચી સમજુતી આપવાનું કામ આ શાસ્ત્ર કરે છે.

આ શાસ્ત્ર સામાજિક વિજ્ઞાન એટલા માટે પણ કહેવાય છે કે તેની અભ્યાસ કરવાની પધ્ધતિ (Method) પણ વૈજ્ઞાનિક ઢબે તૈયાર કરી હોય છે આવી પધ્ધતિમાં સામાજિક સર્વેક્ષણ, પ્રશ્નાવલી, મુલાકાત, નિરીક્ષણ, મુલાકાત અનુસૂચી, જેવી પ્રયૂક્તિઓનો ઉપયોગ કરી ઐતિહાસિક, તુલનાત્મક અને ક્રિયાત્મક પદ્ધતિનો ઉપયોગ કરી અભ્યાસ કરે છે તેથી આ વિજ્ઞાન સ્વયં વિજ્ઞાન બની રહે છે.

આ શાસ્ત્ર પ્રાકૃતિક વિજ્ઞાનોની જેવું શાસ્ત્ર નથી પરંતુ તે એક સામાજિક વિજ્ઞાનની લાક્ષણિકતા ધરાવે છે અને તેનું સ્વરૂપ સામાજિક વિજ્ઞાન છે. તેને નીચે મુજબ દર્શાવી શકાય.

૧. સ્વચ્છતાનું સમાજશાસ્ત્ર એ સામાજિક વિજ્ઞાન છે,

૨. સ્વચ્છતાનું સમાજશાસ્ત્ર હકીકતલક્ષી અને આદર્શલક્ષી વિજ્ઞાન છે,

3. સ્વચ્છતાનું સમાજશાસ્ત્ર સિધ્ધાંતલક્ષી અને વ્યવહારલક્ષી વિજ્ઞાન છે,

૪. સ્વચ્છતાનું સમાજશાસ્ત્ર મૂર્ત અને અમૂર્ત વિજ્ઞાન છે,

૫. સ્વચ્છતાનું સમાજશાસ્ત્ર સામાન્ય વિજ્ઞાન છે,

૬. સ્વચ્છતાનું સમાજશાસ્ત્ર સંચયાત્મક વિજ્ઞાન છે,

૭. સ્વચ્છતાનું સમાજશાસ્ત્ર વાસ્તવલક્ષી વિજ્ઞાન છે,

૮.સ્વચ્છતાનું સમાજશાસ્ત્ર અનુભવાત્મક વિજ્ઞાન છે,

૧. સ્વચ્છતાનું સમાજશાસ્ત્ર એ સામાજિક વિજ્ઞાન છે

સ્વચ્છતાના સમાજશાસ્ત્ર ને વિજ્ઞાન ગણીએ ત્યારે તેના વિષયવસ્તુમાં સમગ્ર સમાજ વ્યવસ્થા અને સ્વચ્છતા રહેલી છે. તે પ્રાકૃતિક વિજ્ઞાનના વિષયવસ્તુને અલગ પાડે છે કેમ કે પ્રાકૃતિક વિજ્ઞાનના વિષયવસ્તુમાં પદાર્થો, રસાયણો, ખગોળ વિજ્ઞાનને લગતી બાબતો, પ્રાણીઓ વગેરે જેવા પ્રાકૃતિક તત્વોનો સમાવેશ થાય છે અને તે તેનો અભ્યાસ કરે છે જયારે સ્વચ્છતાનું સમાજશાસ્ત્ર સામાજિક વિજ્ઞાન છે તે સમાજની વ્યક્તિઓની ક્રિયા-આંતરક્રિયા, આંતર સંબંધો, સમાજરચના અને કાર્યનો અને સ્વચ્છતાને ધ્યાનમાં રાખીને સ્વચ્છતાના સંદર્ભમાં અભ્યાસ કરે છે વળી તેની વૈજ્ઞાનિક પદ્ધતિઓ દ્વારા સામાજિક ઘટનાઓનો અભ્યાસ કરી તેનું વિશ્લેષણ કરે છે પરંતુ પ્રાકૃતિક વિજ્ઞાનોની જેમાં સ્વચ્છતાનું સમાજશાસ્ત્ર વસ્તુલક્ષિતા અને તટસ્થતા જેવા વૈજ્ઞાનિક વલણો દાખવી શકતું નથી. આમ છતાં પ્રાકૃતિક વિજ્ઞાનો અને સ્વચ્છતાના સમાજશાસ્ત્ર વચ્ચે અભ્યાસ કરવાની બાબતે બન્નેમાં સામ્ય બાબત એ છે કે બંને વૈજ્ઞાનિક પધ્ધતિએ અભ્યાસ કરે છે પરંતુ બંને વિષયવસ્તુથી જુદા પડે છે.

આમ સ્વચ્છતાના સમાજશાસ્ત્રમાં તેની વિશેષતા એ છે કે તે સમાજની સ્વચ્છતાની બાબતોનો અભ્યાસ કરે છે. આમ, તે એક સામાજિકવિજ્ઞાન છે.

૨.સ્વચ્છતાનું સમાજશાસ્ત્ર હકીકતલક્ષી અને આદર્શલક્ષી વિજ્ઞાન છે

સ્વચ્છતાનું સમાજશાસ્ત્ર સમાજ અને સ્વચ્છતા કેવી છે તેનો અભ્યાસ કરે છે. સમાજમાં સ્વચ્છતાનું આદર્શ સ્વરૂપ કેવું હોવું જોઈએ તેનો પણ નિર્દેશ કરે છે સાથે-સાથે સમાજના સ્વચ્છતા અંગેના મૂલ્યો કેવા હોવા જોઈએ તેની પણ ચર્ચા કરે છે. સ્વચ્છતાનું સમાજશાસ્ત્ર સમાજ અને સ્વચ્છતા 'શું છે?' અને સ્વચ્છતા અને સમાજ 'કેવા છે?' તેની હકીકતો રજુ કરે છે તેથી તે હકીકતલક્ષી વિજ્ઞાન છે.

સ્વચ્છતાનું સમાજશાસ્ત્ર સ્વચ્છતા કેવી હોવી જોઈએ અને શું હોવી જોઈએ એવી આદર્શલક્ષી બાબતો પ્રત્યે પણ ધ્યાન દોરે છે સમાજમાં સ્વચ્છતા અંગે બનતી ઘટનાઓ વિશે, તેના સ્વરૂપ વિશે પણ રજૂઆત કરે છે આથી તે અન્ય

નીતિશાસ્ત્રો સાથે જોડાયેલું ગણાવી શકાય. ધર્મશાસ્ત્ર, નીતિશાસ્ત્ર જેવા આદર્શલક્ષી શાસ્ત્રો સાથે પણ સ્વચ્છતાનું સમાજશાસ્ત્ર જોડાયેલું છે કારણ કે સ્વચ્છતાનું સમાજશાસ્ત્ર સ્વચ્છતા વિશેના આદર્શો, ખ્યાલો, કાયદાઓ અને તેને આનુસાંગિક સંસ્થાઓ કેવી હોવી જોઈએ તેના પર ભાર મુકે છે.

એક ઉદાહરણથી સ્વચ્છતાના સમાજશાસ્ત્રની આ લાક્ષણિકતાને સમજીએ. દરેક કુંટુબમાં શૌચાલય હોવું જોઈએ એ એક આદર્શલક્ષી બાબત છે પરંતુ હકીકતમાં શું દરેકના કુટુંબમાં શૌચાલય છે? તો આ અંગેનું વાસ્તવિક સ્થિતિ 'શું છે?' તેનો અભ્યાસ પણ આ શાસ્ત્ર કરે છે. એટલે કે હકીકતો તપાસે છે અને આદર્શલક્ષી બાબત પણ દર્શાવે છે. આથી તેને હકીકતલક્ષી અને આદર્શલક્ષી વિજ્ઞાન ગણાવવામાં આવે છે.

૩.સ્વચ્છતાનું સમાજશાસ્ત્ર સિધ્ધાંતલક્ષી અને વ્યવહારલક્ષી વિજ્ઞાન છે

સ્વચ્છતાનું સમાજશાસ્ત્ર હેતુની દ્રષ્ટિએ જોઈએ તો તે એક સૈદ્ધાંતિક વિજ્ઞાન છે, તેના મુખ્ય ઉદ્દેશ્ય જ્ઞાનની માહિતી એકત્ર કરવી તે છે. તે સ્વચ્છતા અંગેની બાબતોનો વૈજ્ઞાનિક ઢબે અભ્યાસ કરી સિદ્ધાંતો આપે છે. જુદી-જુદી સ્વચ્છતાને લગતી બાબતોનું જ્ઞાન એકત્ર કરી વૈજ્ઞાનિક પધ્ધતીઓં દ્વારા સમાજ અને સ્વચ્છતા અંગેની આંતરક્રિયાઓ, આંતરસંબંધો, રચનાઓ અને કાર્યો જેવી બાબતોનો અભ્યાસ કરી સિદ્ધાંતો આપે છે અને તે સિદ્ધાંતો ભવિષ્યના સંશોધનો માટે માર્ગદર્શનરૂપ પણ બને છે.

સ્વચ્છતાનું સમાજશાસ્ત્ર એ માત્ર સૈદ્ધાંતિક વિજ્ઞાન નથી પરંતુ તેના સિદ્ધાંતોનો સમાજમાં વધુ ઉપયોગ થાય તે અંગે વિચારે છે. આથી તે વ્યવહારુ વિજ્ઞાન પણ બને છે કારણ કે સ્વચ્છતાના જ્ઞાનની ઉપયોગીતા એટલી બધી છે કે તેની સમાજમાં અને સમાજના લોકોમાં એક ચોકકસ પ્રકારની વિચારસરણી ઉભી થઈ છે આથી સ્વચ્છતાનું સમાજશાસ્ત્ર સમાજની વિવિધ સ્વચ્છતા સંબંધી સમસ્યાઓ, તેની વિપરીત અસરો અને તેના પરિણામોનો અભ્યાસ કરી તેનો વ્યવહારમાં ઉપયોગમાં લઇ શકાય અને તેના અભ્યાસો થવા લાગ્યા છે.

આથી સ્વચ્છતાના સમાજશાસ્ત્ર સિદ્ધાંતલક્ષી અને વ્યવહારલક્ષી વિજ્ઞાન છે.

૪.સ્વચ્છતાનું સમાજશાસ્ત્ર મૂર્ત અને અમૂર્ત વિજ્ઞાન છે

મૂર્ત : સ્વચ્છતાના સમાજશાસ્ત્રનું વિષયવસ્તુ મૂર્ત અને અમૂર્ત એમ બંને સ્વરૂપનું છે. તેમાં મૂર્ત સ્વરૂપે જોઈએ તો માનવસમાજમાં બનતી સ્વચ્છતા અંગેની ઘટનાને મૂર્ત સ્વરૂપે જોઈ શકાય છે. જેમ કે પ્રદૂષણ, ગંદકી, ખુલ્લામાં થતી શોચક્રિયા, પર્યાવરણ પર થતી વિપરીત અસરો વગેરે જેવી બાબતોનો અભ્યાસ આ શાસ્ત્ર કરે છે તેની સમાજ ઉપર થતી અસરોનો અભ્યાસ પણ આ શાસ્ત્ર સાથે સંકળાયેલો છે.

અમૂર્ત : જયારે સ્વચ્છતાના સમાજશાસ્ત્રને અમૂર્ત વિજ્ઞાન તરીકે જોઇયે તો સમાજમાં બનતી સ્વચ્છતા અંગેની ઘટનાઓ, સમાજની રચનામાં થતા ફેરફારો, સામાજિક સંબંધો પર થતી અસરો, લોકો વચ્ચેની સામાજિક આંતરક્રિયાઓ વગેરે જેવી અમૂર્ત બાબતો પણ સ્વચ્છતાના સમાજશાસ્ત્રનું વિષયવસ્તુ બને છે. આ બધી બાબતોને જોઈ શકાતી નથી સમજી શકાય છે. તેની સમાજ ઉપર ભવિષ્યમાં કેવી અસરો થશે તેનો ખ્યાલ આપે છે. દા.ત. પરમાણું બોમ્બના ગેરલાભો કે તેની અસરો માનવસમાજ ઉપર કેવી નુકસાન કારક બનશે તેનો ખ્યાલ આપે છે. આની અસરોનો પ્રત્યક્ષ રીતે જોઈ શકાતી નથી. પરંતુ તેને સમજી કે અનુભવી શકાય છે.

આમ, સ્વચ્છતાનું સમાજશાસ્ત્ર અન્ય સામાજિક વિજ્ઞાનો કરતા એટલા માટે જુદું પડે છે કે તે મૂર્ત અને અમૂર્ત બંને સ્વરૂપ ધરાવતું વિજ્ઞાન છે.

૫.સ્વચ્છતાનું સમાજશાસ્ત્ર સામાન્ય વિજ્ઞાન છે.

સ્વચ્છતાનું સમાજશાસ્ત્ર સ્વચ્છતા અંગે માનવ સમાજના સામાન્ય નિયમોનો અભ્યાસ કરે છે માનવીની સ્વચ્છતા અંગેની સામાજિક ક્રિયાઓ, આંતરક્રિયાઓ, જૂથો અને ઘટનાઓમાં સામાન્ય પરીબળો ક્યાં ક્યાં છે તે તપાસે છે. તે સમાજની વ્યક્તિગત કે કોઈ વિશિષ્ટ ઘટનાનું વર્ણન કે અભ્યાસ કરતુ નથી એક ઉદાહરણથી જોઈએ તો સમાજમાં અનેક બાબતો બને છે તે બધા બનાવોમાં સામાન્ય પરિબળો ક્યાં છે? તેને તપાસવાનું કાર્ય આ શાસ્ત્ર

કરે છે જેમ કે, સ્વચ્છતાના સમાજશાસ્ત્રમાં પર્યાવરણ, ગંદકી, ગટર, શૌચાલય, ગંદા વસવાટો વગેરેનો અભ્યાસ કરે છે. પરંતુ તેમાં રહેલી સામાન્ય બાબતો જોઈએ તો સ્વચ્છતા એ ઉપરોક્ત બધી બાબતો સાથે સંકળાયેલી છે. એક યા બીજી રીતે સ્વચ્છતા એક સામાન્ય પરિબળ બની રહે છે.

આમ, સમાજશાસ્ત્ર નો દ્રષ્ટિકોણ કોઈ એકાદ ઘટનાના વર્ણનનો નહિ પરંતુ તેમાં રહેલા સાધારણ કે સામાન્ય નિયમોનું વિશ્લેષણ કરવાનો છે.

૬.સ્વચ્છતાનું સમાજશાસ્ત્ર સંચયાત્મક વિજ્ઞાન છે.

સ્વચ્છતાનું સમાજશાસ્ત્ર એ સ્વચ્છતા અને સમાજનો વૈજ્ઞાનિક ઢબે અભ્યાસ કરી પોતાના જ્ઞાનમાં ઉતરોતર વધારો કરશે. આ શાસ્ત્ર આવા અનેકવિધ અભ્યાસો કરી સિદ્ધાંતો તૈયાર કરશે. સમય અને સંજોગો બદલાતા તેમાં સુધારો કરશે. ક્યારેક તે જુના સિદ્ધાંતને બદલીને નવા સિદ્ધાંતો આપશે. આજે સમાજ પરિવર્તન પામતો જાય છે ત્યારે જુના ખ્યાલો બદલાય છે ત્યારે જુના સિદ્ધાંતોમાં ખામીઓ દેખાશે ત્યારે નવા ખ્યાલો અપનાવવા પડશે. જેમાં કે વસ્તી વધારાની અસર ગરીબ લોકો ઉપર વધુ થાય છે પરંતુ ગરીબો માટે વસ્તી વધારો ફળદાયી બન્યો છે કારણ કે વધુ સંતાનો હોય તો વધુ આવક મળે છે તેથી તેઓને વસ્તી વધારો નડતો નથી. આમ, આજે આવા નવા ખ્યાલો સ્વચ્છતાના સમાજશાસ્ત્રમાં વિકસતા જશે અને ઉમેરાતા જશે . આથી તેને સંચયાત્મક વિજ્ઞાન ગણાવી શકાય.

૭.સ્વચ્છતાનું સમાજશાસ્ત્ર વાસ્તવલક્ષી વિજ્ઞાન છે

સ્વચ્છતાનું સમાજશાસ્ત્ર વૈજ્ઞાનિક પધ્ધતિ અને દ્રષ્ટિકોણથી તેના વિષયવસ્તુનો અભ્યાસ કરે છે આ મુજબ અભ્યાસથી એકત્ર કરવામાં આવેલી માહિતી કે જ્ઞાનને ચકાસી શકાય છે. તેમાં વૈજ્ઞાનિક વલણો, વસ્તુલક્ષિતા અને સંશોધકના તટસ્થ મૂલ્યોનો ફાળો મહત્વનો બની રહેશે. તેમજ આવા અભ્યાસોની માહિતી,વૈજ્ઞાનિક પ્રયુક્તિઓ અને અનુભવો દ્વારા મેળવવામાં આવેલી હોય છે. તેમજ આ અભ્યાસની માહિતીને બુદ્ધિ અને તર્ક દ્વારા તપાસવામાં આવે છે કોઈ પણ ઘટનાના કાર્ય-કારણ સંબંધ તપાસીને

ભવિષ્યનો અંદાજ જણાવી શકે છે જેમ કે આજે કુદરત પાસેથી ખનીજ સંપતિઓ લેવામાં આવે છે અને તેના વપરાશથી ભવિષ્યમાં બીજા અનેક વિકલ્પો શોધવા પડશે એવી આગાહી પણ કરી શકાય છે.

આમ, સ્વચ્છતાનું સમાજશાસ્ત્ર વાસ્તવની પરિસ્થિતિઓનો અભ્યાસ કરે છે તેથી તે વાસ્તવદર્શી વિજ્ઞાન છે.

૮.સ્વચ્છતાનું સમાજશાસ્ત્ર અનુભવાત્મક વિજ્ઞાન છે

સ્વચ્છતાનું સમાજશાસ્ત્ર વૈજ્ઞાનિક પધ્ધતિએ અભ્યાસ કરે છે ત્યારે સંશોધકો જયારે સ્વચ્છતા અંગેના અભ્યાસો કરે છે ત્યારે નિરીક્ષણ દ્વારા, થતા અનુભવ દ્વારા માહિતી મળે છે. જેમ કે ગંદા વસવાટોમાં લોકોનું આરોગ્ય કથળે છે. આ બાબતને કાર્યકારણ સંબંધ દ્વારા તપાસવામાં આવે છે. ક્યા ખ્યાલો હકારાત્મક અને નકારાત્મક છે તેને સંશોધક અનુભવજન્ય ઢબે અનુભવે છે અને સમાજ ઉપર તેની કેવી અસર થાય છે તેને તપાસે છે. સ્વચ્છતાનો ખ્યાલ એક એવી બાબત છે કે જે અનુભવ જન્ય બાબત છે. આથી તે અંગે થતા અભ્યાસોને અનુભવજન્ય અભ્યાસ કહી શકાય. આથી તેને અનુભવજન્ય વિજ્ઞાન કહેવામાં આવે છે.

આમ, સ્વચ્છતાના સમાજશાસ્ત્રમાં એક વિજ્ઞાન તરીકે તમામ આવશ્યકતાઓ જોવા મળે છે તેથી તેને વિજ્ઞાન તરીકેનો દરજ્જો આપી શકાય.

૬ સ્વચ્છતાના સમાજશાસ્ત્રનું મહત્વ

કોઈ પણ શાસ્ત્ર હોય સૈધ્ધાંતિક કે વ્યવહારુ પરંતુ તે ત્યારે જ મહત્વનું બને છે જયારે કાં તો તે ઉચ્ચ કોટીની સૈધ્ધાંતિક ક્ષમતા ધરાવતું હોય અથવા તો તેનું વ્યવહારિક પાસુ મજબુત હોય. જયારે કોઈ વ્યવહારિક શાસ્ત્ર આકાર પામતું હોય ત્યારે તેને મહત્તમ પ્રતિસાદ ત્યારેજ મળે છે જયારે તે સમાજના મહત્તમ ક્ષેત્રોને લાભદાયી બને. સમાજશાસ્ત્રની પેટા શાખાનું સ્વરૂપ નવું આકાર પામી રહેલું સ્વચ્છતાનું સમાજશાસ્ત્ર કે જે વ્યક્તિને, કુટુંબને, સમાજને, દેશને અને સમગ્ર વિશ્વને ઉપયોગી બનતું એવું શાસ્ત્ર છે. જે ઘણી બધી ઉપયોગીતા ધરાવે છે જેને વિસ્તારથી નીચે પ્રમાણે વર્ણવી શકાય.

૧. વ્યક્તિગત રીતે મહત્વ,

૨. સ્વચ્છતા અંગેની નીતિના ઘડતર અને અમલીકરણમાં ઉપયોગી,

૩. ભવિષ્યકથન કરવા માટે ઉપયોગી,

૪. સમાજવ્યવસ્થા જાળવવામાં ઉપયોગી,

૫. ભાવિ સંશોધકો માટે ઉપયોગી,

૬. સ્વચ્છતા અંગેની વૈજ્ઞાનિક સમજ પૂરી પાડવા માટે ઉપયોગી,

૭. રાષ્ટ્રીય સ્વાસ્થ્યના મુલ્યોની જાળવણીમાં ઉપયોગી,

૮. સરકારી આયોજનો, નીતિ અને કાર્યક્રમોમાં ઉપયોગી,

૯. WHO જેવી આંતરરાષ્ટ્રીય સંસ્થાઓ માટે ઉપયોગી,

૧. વ્યક્તિગત રીતે મહત્વ

સ્વચ્છતાના સમાજશાસ્ત્રના અભ્યાસથી વ્યક્તિને વૈજ્ઞાનિક જાણકારી મળે છે. સમાજમાં પ્રદૂષણ જેવી બનતી ઘટનાને સમજી શકે છે કે કેમ? તે અંગેની સમજણ આ શાસ્ત્રના માધ્યમથી વિસ્તારી શકશે. એટલું જ નહિ પરંતુ બીજા લોકોની સ્વચ્છતા અંગેની વર્તન પ્રણાલીને સમજવાની શક્તિ પણ પ્રાપ્ત કરી શકાય છે. સ્વચ્છતા અંગે પોતાનો સમુદાય બીજા સમુદાયના સાથેના મૂલ્યાંકનમાં આ શાસ્ત્રનું જ્ઞાન વ્યક્તીને ઉપયોગી બને છે. આ શાસ્ત્રના જ્ઞાન દ્વારા વ્યક્તિ પોતાના સામાજીકરણ અને વ્યક્તિત્વ ઘડતર કરી શકે છે. વ્યક્તિમાં રહેલી કુટેવો, મર્યાદાઓ અને અણઆવડતોની જાણકારી મેળવી તેના ઉકેલો મેળવવા માટે આ શાસ્ત્ર વ્યક્તિગત જીવનમાં મહત્વનું બની રહે છે. તેમજ પોતાના ભવિષ્યને વધુ સારું બનાવી શકે છે.

૨. સ્વચ્છતા અંગેની નીતિના ઘડતર અને અમલીકરણમાં ઉપયોગી

દરેક સમાજે પોતાના વિકાસ માટે કેટલાક ધ્યેયો કર્યા હોય છે. તેમાં સ્વચ્છતાનું ધ્યેય દરેક સમાજ કે દેશનું હોઈ શકે છે. તેને સિદ્ધ કરવા આ શાસ્ત્રની જાણકારી જરૂરી બને છે. સ્વચ્છતાની નીતિ અને તે અંગેના ધ્યેયો નક્કી કરવા તેમજ તે દ્વારા વિકાસના ધ્યેયો સિદ્ધ કરવામાં ક્યાં પ્રકારની

સ્વચ્છતાની નીતિઓ ઘડીને અમલમાં મુકાવી તે અંગેનું જ્ઞાન આ શાસ્ત્ર આપે છે એટલે કે સ્વચ્છતાનું સમાજશાસ્ત્ર એક સાધન તરીકે ઉપયોગી બની શકે છે.

ઉદાહરણ તરીકે જોઈએ તો સ્વચ્છતા ક્યાં સમુદાયમાં વધુ જરૂરી છે તે અંગેના કાર્યક્રમો નીતિ અને નાણાંની ફાળવણી કેવી રીતે કરવી એ અંગે કેન્દ્ર અને રાજ્ય સરકારને આ શાસ્ત્ર દિશા નિર્દેશ કરે છે. ઉપરાંત અમલી કાર્યક્રમોમાં રહેલી ક્ષતિઓ કે મર્યાદાઓ પણ જણાવે છે. કે જેથી ભાવિ પરિણામો ચોકકસ દિશામાં અને વધું સારા પ્રમાણમાં મેળવી શકાય.

૩. ભવિષ્યકથન કરવા માટે ઉપયોગી

સ્વચ્છતાનું સમાજશાસ્ત્ર સ્વચ્છતા અંગે સમાજમાં બનતી ઘટનાઓના અભ્યાસ કરી સિદ્ધાંતો આપે છે તેમજ ભવિષ્યના અભ્યાસો માટે માર્ગદર્શન આપે છે. આ શાસ્ત્ર કોઈ પણ બાબત કે ઘટનાનો અભ્યાસ કરે છે ત્યારે ભવિષ્યમાં કેવી પરિસ્થિતિ ઉભી થશે કે તેના પરિણામો કે અસરો થઈ શકે તેની આગાહી કરી શકે છે. એક ઉદાહરણના આધારે જોઈએ તો જેમ મોટા ઉધોગો વધતા જશે તેમ સમાજ અને વ્યક્તિ પર તેની કેવી અસરો પડશે? તેના વિષે આ શાસ્ત્ર દ્વારા ભવિષ્યનું અનુમાન થઈ શકશે. જેમ કે ઉધોગો વધવાથી શહેરીકરણ વધશે, સ્થળાંતર વધશે, ગંદા વસવાટો વધશે એટલે પ્રત્યક્ષ અને પરોક્ષ રીતે સ્વચ્છતા સંબંધી વિવિધ પ્રશ્નો ઉભા થશે.

સ્વચ્છતાનું સમાજશાસ્ત્ર સંચયાત્મક, સિધ્ધાંતલક્ષી અને વ્યવહાર લક્ષી છે તેથી તેના જ્ઞાનમાં ઉત્તરોતર વધારો થાય છે. આ જ્ઞાન અને સિદ્ધાંતોના આધારે ભૂતકાળમાં થયેલા અભ્યાસોના ભાવિ અનુમાનોની ચકાસણી પણ કરે છે.

૪. સમાજવ્યવસ્થા જાળવવામાં ઉપયોગી

સ્વચ્છતાનું સમાજશાસ્ત્ર સ્વચ્છતાની સમાજ ઉપર અને સમાજની સ્વચ્છતા ઉપર કેવી અસરો થાય છે તે તપાસે છે તેમજ સ્વચ્છતા વ્યક્તિના વ્યક્તિત્વ ઉપર કેવી અસર કરે છે અને વ્યક્તિની સ્વચ્છતા ઉપર કેવી અસર કરે છે તેનો અભ્યાસ કરે છે. જો સામાજીકરણ દ્વારા સ્વચ્છતાનું શિક્ષણ આમ સમાજ સુધી પહોચાડવામાં આવશે તો સમગ્ર સમાજ અને તેનું સ્વાસ્થ્ય વધુ

પ્રભાવશાળી બનશે એક નાગરિક તરીકેની સ્વચ્છતા અંગેની ભૂમિકા કેવી હોઈ શકે તેનું જ્ઞાન અને સમજ આ શાસ્ત્ર દ્વારા મળતું હોવાથી તે અન્યને શીખવશે, લોકો સ્વચ્છતાનું અનુકરણ કરશે. આ બધી બાબતો થી સામાજિક વ્યવસ્થા જાળવવામાં અને લોકોનું આરોગ્ય વધુ સારું બની શકે તે માટે આ શાસ્ત્ર વધુ ઉપયોગી બની શકે છે.

દા.ત., દરેક કુટુંબમાં બાળકને સ્વચ્છતાના પાઠો શીખવવામાં આવશે તો દરેક નવી પેઢી તેનું પાલન કરશે અને તેના લીધે પેઢી-દર-પેઢી સ્વચ્છતાના ખ્યાલો જ્ઞાનાંતરિત તથા દ્રઢ થશે અને સમગ્ર સમાજવ્યવસ્થામાં સ્વચ્છતાના ખ્યાલો આત્મસાત બનશે.

૫. ભાવિ સંશોધકો માટે ઉપયોગી

સ્વચ્છતાનું સમાજશાસ્ત્ર વ્યક્તિ, સમાજ અને સ્વચ્છતાનો અભ્યાસ કરીને જે જ્ઞાન અને માહિતી એકત્ર કરે છે તેમાં સિદ્ધાંતો નવા અભ્યાસીઓ કે સંશોધનને માહિતી અને જ્ઞાન પૂરું પાડે છે તેમજ સ્વચ્છતાના સમાજશાસ્ત્રના વિદ્યાર્થીઓને સમાજ જીવનમાં સ્વચ્છતાની વ્યવસ્થાઓ તેની ઉપયોગીતા વગેરે અંગેની માહિતી પુરી પડે છે જેમ કે સ્વચ્છતા સંબંધી વિવિધ ખ્યાલો પર્યાવરણ, ગંદકી, પ્રદૂષણ, શૌચાલય, ગટર વ્યવસ્થા, જળ વ્યવસ્થાપન, આરોગ્ય વગેરે આ બધી માહિતી નવા અભ્યાસો, સંશોધન કર્તાઓને ઉપયોગી બનશે.

આમ, સ્વચ્છતાનું સમાજશાસ્ત્ર જે નવું જ્ઞાન, માહિતી અને સંશોધનો પુરા પાડે છે તેનાથી વધુ સારા અભ્યાસો અને સંશોધનો અને સંશોધન થઈ શકે છે અને અભ્યાસનું કાર્ય સરળ બની શકે છે.

૬. સ્વચ્છતા અંગેની વૈજ્ઞાનિક સમજ પૂરી પાડવા માટે ઉપયોગી

સ્વચ્છતાનું સમાજશાસ્ત્ર એ હજુ તેની બાલ્યાવસ્થામાં છે. સમાજશાસ્ત્રીઓ અને શિક્ષિત-અશિક્ષીત લોકો હજુ આ શાસ્ત્રો વિષે ભૂલભરેલી માન્યતાઓ ધરાવતા હશે. આ શાસ્ત્ર વિશે લોકોની માન્યતા એવી હોઈ શકે કે આ શાસ્ત્રમાં સ્વચ્છતાની જ ચર્ચા કરવામાં આવી હશે. આ શાસ્ત્ર માત્ર ભૌતિક સ્વચ્છતા સાથે જ જોડાયેલું હશે, આ શાસ્ત્ર માત્ર શાળાઓમાં સ્વચ્છતાનાં પાઠો ભણાવતું

હશે, આ શાસ્ત્ર એ નિમ્ન નથી જ નથી, અન્ય શાસ્ત્રો કરતા ઉતરતું અને લોકો હજુ તેને એક વિજ્ઞાન તરીકેનો દરજ્જો, તેની ઉપયોગીતા, સ્વીકૃતિ, માન્યતા અને અભ્યાસોને શંકાની દ્રષ્ટિએ જોઈ સ્વીકારવા તૈયાર ન પણ થાય.

સ્વચ્છતાનું સમાજશાસ્ત્ર ઉપરોક્ત ખોટા ખ્યાલો અને ભૂલ ભરેલી માન્યતાઓને દુર કરે છે, તેથી વૈજ્ઞાનિક પદ્ધતિઓનો પરિચય કરાવે છે તેનો વૈજ્ઞાનિક પદ્ધતિનો પરિચય કરાવે છે, તેનો વૈજ્ઞાનિક દ્રષ્ટિકોણ ક્યાં સ્વરૂપનો છે તે દર્શાવે છે, તેના વિષયવસ્તુની સ્પષ્ટતા કરે છે, તેના વૈજ્ઞાનિક અભ્યાસોના સિદ્ધાંતોની રજૂઆત કરે છે. વિભિન્ન સમાજોમાં જોવા મળતી અસ્વચ્છ પરિસ્થિતિ કે બિન આરોગ્યપ્રદ પરિસ્થિતિ પાછળ જુદા જુદા કારણો જવાબદાર હોય છે ઉપરાંત કારણો જુદા હોવા સાથે સ્વચ્છતાપૂર્ણ પરિસ્થિતિ નિર્માણ માટે પ્રયુક્તિઓ પણ જુદા જુદા પ્રકારની હોઈ શકે. જે વિશે આ શાસ્ત્ર વૈજ્ઞાનિક સમજુતી પૂરી પાડે છે. આમ, એક સામાજિક વિજ્ઞાન તરીકેની યથાર્થતાનો ખ્યાલ સ્વચ્છતાનું સમાજશાસ્ત્ર સ્પષ્ટ કરે છે આ શાસ્ત્ર ભલે હજુ નવું રહ્યું પરંતુ વિષયની વ્યાપકતા અને ઉપયોગીતાનો વાસ્તવિક ખ્યાલ સમાજને આપે છે તેથી આ શાસ્ત્રની વધુ ઉપયોગીતા રહેલી છે.

૭. રાષ્ટ્રીય સ્વાસ્થ્યના મુલ્યોની જાળવણીમાં ઉપયોગી

સ્વચ્છતાનું સમાજશાસ્ત્ર સ્વચ્છતા સંબંધી અનેક બાબતોનો અભ્યાસ કરે છે ભારતીય સમાજમાં અનેકવિધતા છે, અનેક ધર્મો, જ્ઞાતિ, ભાષાઓ, પ્રાંતો અને સંસ્કૃતિઓનો વસવાટ છે પરંતુ સ્વચ્છતા સંબંધી જ્ઞાન દરેક વિવિધતામાં જરૂરી છે. આ શાસ્ત્ર દ્વારા વિવિધતામાં સ્વચ્છતાનો ખ્યાલ આપી એક રાષ્ટ્રીય જાગૃતિ લાવવાનો પ્રયાસ થાય છે.

જો સમગ્ર રાષ્ટ્રમાં સ્વચ્છતાની ચેતનાનું આંદોલન પ્રબળ બનશે તો સમગ્ર રાષ્ટ્રમાં સ્વચ્છતાના મૂલ્યો પ્રસ્થાપિત થશે, સ્વચ્છતાને લોકો યથાર્થ સ્વરૂપમાં સ્વીકારી તેનો અમલ કરશે અને લોકો સ્વચ્છતાને અને તેના ખ્યાલોને નવી પેઢીમાં હસ્તાંતરિત કરશે પરિણામે લોકોના સ્વાસ્થ્યને વધુ સારું બનાવી શકાશે.

૮. સરકારી આયોજનો, નીતિ અને કાર્યક્રમોમાં ઉપયોગી

સ્વચ્છતાનું સમાજશાસ્ત્ર એક સામાજિક વિજ્ઞાન છે તેમાં વૈજ્ઞાનિક ઢબે અભ્યાસ થતો જોવા મળે છે આથી તેના સંશોધનો વિશ્વસનીય, આધારભૂત અને યથાર્થ હોય છે આથી સરકાર સંબંધી કાયદાઓ, સરકારી નીતિ, આયોજનો અને બહુવિધ કાર્યક્રમો તૈયાર કરતી વખતે આ શાસ્ત્રનો આધાર લઇ શકે. સરકારે કલ્યાણ રાજ્યનું ધ્યેય સ્વીકાર્ય હોવાથી લોકકલ્યાણ અને સમાજ કલ્યાણ સંબંધી કાર્યક્રમો જેવા કે નિર્મળ ગ્રામ યોજના, સ્વર્ણિમ ગ્રામ યોજના, સંપૂર્ણ સ્વચ્છતા અભિયાન, સાર્વજનિક સ્વચ્છતા, શાળા સ્વચ્છતા, આંગણવાડી, શૌચાલય, પાણી પુરવઠા અને ગટર યોજના વગેરે જેવા આયોજનોમાં કઈ બાબતો ધ્યાનમાં રાખવા યોગ્ય છે તે સમજવા સ્વચ્છતાનું સમાજશાસ્ત્ર ઉપયોગી થઈ પડે. તેમજ સરકારશ્રી દ્વારા કેટલીક યોજનાઓના સર્વેક્ષણ, કેટલાક પ્રોજેક્ટોના અભ્યાસો હાથ ધરવાના હોય ત્યારે આ શાસ્ત્રનાં અભ્યાસુઓ સહભાગી થઈ શકે.

આમ, સ્વચ્છતાનું સમાજશાસ્ત્ર એક એવું સામાજિક વિજ્ઞાન છે કે જે દ્વારા વ્યક્તિને, સમાજને, રાષ્ટ્રને અનેકવિધ રીતે ઉપયોગી બને છે. આ શાસ્ત્રો અન્ય શાસ્ત્રોની તુલનામાં નવું વિજ્ઞાન છે. ભારતમાં હજુ તેનો વિકાસ થયો નથી. આમ છતાં તેનું ભવિષ્ય ઉજળુ છે.

૯. WHO જેવી આંતરરાષ્ટ્રીય સંસ્થાઓ માટે ઉપયોગી

વિશ્વ આરોગ્ય સંઘ (WHO) જેવી આંતરરાષ્ટ્રીય સંસ્થા વિશ્વમાં સ્વચ્છતા અને આરોગ્ય વ્યવસ્થિત જળવાય તેની ચિન્તા કરે છે. અનેક દેશોમાં સ્વચ્છતા સંબંધી સેમિનાર, કોન્ફરન્સ, આયોજનો, કાર્યક્રમો આ સંસ્થા દ્વારા યોજાતા હોય છે. તેમાં નિષ્ણાતો અને વિદ્વાનોના મતો કે અભિપ્રાયો લેવાતા હોય છે આ સંસ્થાના કાર્યને વધુ સક્ષમ બનાવવા માટે વૈજ્ઞાનિક સંશોધનો મારફતે સ્વચ્છતા અને તેને આનુસંગિક બાબતોને યોગ્ય ઢબે લોકો સુધી પહોંચાડવાનું કાર્ય આ શાસ્ત્ર કરી શકશે અને વિશ્વ આરોગ્ય સંઘનું કાર્ય સરળ બનાવી શકાશે.

વિશ્વના દેશોમાં સ્વચ્છતાનો ખ્યાલ અને તેનું સ્વરૂપ વૈવિધ્ય સભર રહેલું છે. આમાં એકરૂપતા લાવવાનું કાર્ય આ શાસ્ત્ર દ્વારા લાવી શકશે.

આમ, ઉપરોક્ત સમગ્ર ચર્ચાનાં આધાર પર એ બાબત સ્પષ્ટ રીતે જોઈ શકાઈ છે કે સ્વચ્છતાનું સમાજશાસ્ત્ર ઉદભવની દ્રષ્ટિએ અન્ય સામાજિક વિજ્ઞાન કરતા ઘણું પાછળ છે. આમ છતાં તે સમાજ માટે ઘણું ઉપયોગી પુરવાર થઈ શકે તેમ છે. આ શાસ્ત્રની વિભિન્ન સૈધ્ધાંતિક દલીલો જે તે સમાજની સુધારણા માટે અને તેને સમૃદ્ધિ માર્ગે લઇ જવા માટે ઉપયોગી બની રહેશે. તેનું મહત્વ સમાજના એક એકમ તરીકે 'વ્યક્તિ' થી માંડી સંપૂર્ણ સમાજ સુધી વ્યાપ્ત હોવાથી તેને એક મહત્વપૂર્ણ શાસ્ત્ર ગણાવી શકાય.

૭ સ્વચ્છતાનું સમાજશાસ્ત્ર અને સમાજશાસ્ત્રનો સંબંધ

વ્યક્તિ અને સમાજની સ્વચ્છતા અંગેની વિચારસરણી, વર્તન પ્રણાલી, વિવિધ ખ્યાલો, આગવા દ્રષ્ટીકોણો તેની અસરો વગેરેનો અભ્યાસ કરતુ શાસ્ત્ર એટલે સ્વચ્છતાનું સમાજશાસ્ત્ર. વ્યક્તિ સમાજમાં રહીને સ્વચ્છતા અંગે સભાન બની પોતનાં જીવનમાં તેનું મહત્વ સ્વીકારે છે તો સ્વચ્છતાની અસરો લોકોના સંબંધો, કુટુંબો, સમુદાયો અને સમાજ ઉપર થાય છે.

સમાજશાસ્ત્ર પણ વ્યક્તિઓના સંબંધો, કુટુંબ, સમુદાય અને સમાજનો અભ્યાસ કરે છે. આથી એમ કહી શકાય કે સ્વચ્છતાનો પ્રભાવ માનવ સ્વભાવ ઉપર હોય છે અને માનવ સ્વભાવનો પ્રભાવ સ્વચ્છતા ઉપર હોય છે. આ બંને વ્યવસ્થાઓ સ્વચ્છતાનું સમાજશાસ્ત્ર અને સમાજશાસ્ત્રનો અભ્યાસ કરે છે. આથી આ બંને શાસ્ત્રો એક બીજા સાથે પ્રત્યક્ષ અને પરોક્ષ જોડાયેલા છે. જ્યાં સ્વચ્છતાનો અભ્યાસ છે ત્યાં આરોગ્યના, પર્યાવરણના, ગંદા વસવાટોના પ્રશ્નો ઉભા થાય છે. આ બધી બાબતોનો અભ્યાસ સ્વચ્છતાનું સમાજશાસ્ત્ર કરે છે. બીજી બાજુ સમાજશાસ્ત્ર ગંદા વસવાટો, પર્યાવરણ, સામાજિક સંબંધો વગેરે નો અભ્યાસ કરે છે જયારે સ્વચ્છતાનું સમાજશાસ્ત્ર કોઈ બાબતોનો અભ્યાસ કરે ત્યારે તે સમાજશાસ્ત્ર પાસેથી પૂરક માહિતી મેળવે છે. સમાજશાસ્ત્ર દ્વારા થયેલ વિવિધ અભ્યાસો અને તેના સિદ્ધાંતોની મદદ લે છે અને સમાજશાસ્ત્રને આરીતે ઉપયોગમાં લે છે.

જયારે બીજી બાજુ સમાજશાસ્ત્ર પોતાના અભ્યાસમાં સ્વચ્છતાનાં સમાજશાસ્ત્રનાં સિદ્ધાંતોનો તેની અભ્યાસ સામગ્રી, અભ્યાસ પધ્ધતિ સ્વચ્છતાને સમાજ ઉપર થતી અસરો વગેરે જેવી હકીકતોનો સંદર્ભ તારીકે ઉપયોગમાં લે છે.

આથી સ્વચ્છતાનું સમાજશાસ્ત્ર અને સમાજશાસ્ત્ર અનેક બાબતોમાં એક બીજા સાથે સંબંધ ધરાવે છે. એક બીજાની પૂરક બની રહે છે. આમતો સ્વચ્છતાનું સમાજશાસ્ત્ર એ સમાજશાસ્ત્રની એક પેટા શાખા છે. આથી એક બીજા સાથે ગાઢ સંબંધ ધરાવે છે. સ્વચ્છતાનું સમાજશાસ્ત્ર એ સમાજશાસ્ત્રની એક પેટાશાખા હોવાથી સમાજશાસ્ત્રના તમામ ગુણ-લક્ષણો ધરાવે છે. અને તે દ્રષ્ટિએ પણ એક બીજા સાથે સંબંધીત છે.

સ્વચ્છતાનું સમાજશાસ્ત્ર અને સમાજશાસ્ત્રનો તફાવત

આ બંને શાસ્ત્રો એક બીજા સાથે ગાઢ સંબંધ ધરાવે છે. આમ છતાં આ શાસ્ત્રો વચ્ચે કેટલીક બાબતોમાં પાયાના તફાવતો છે. કે જે એક બીજાથી અલગ પડે છે. જેને નીચે મુજબ દર્શાવી શકાય.

(૧) વિષયવસ્તુની બાબતમાં તફાવત –

સ્વચ્છતાનું સમાજશાસ્ત્ર સમાજની સ્વચ્છતા, પર્યાવરણ, આરોગ્ય, ગંદા વસવાટો, પીવાના પાણી, ગટર યોજના, સરકારી આયોજન, લોકજાગૃતિ વગેરે બાબતોનો અભ્યાસ કરે છે કે જેમાં માત્ર સ્વચ્છતા સંબંધી બાબતો જ અભ્યાસનું કેન્દ્રબિંદુ હોય છે.

જયારે સમાજશાસ્ત્રના વિષયવસ્તુમાં સામાજિક સંબંધો સામાજિક ક્રિયા અને આંતરક્રિયાઓ, સામાજિક ધોરણો, સામાજિક નિયંત્રણ, સામાજીકરણ, સામાજિક પરિવર્તન, સામાજિક સમસ્યાઓ વગેરેનો અભ્યાસ કરે છે. જેમાં વ્યક્તિ અને સમાજ વચ્ચેના સંબંધો કેન્દ્ર સ્થાને હોય છે.

આમ આ બંને શાસ્ત્રો વૈજ્ઞાનિક ઢબે અભ્યાસ કરે છે પરંતુ બંનેના અભ્યાસના ક્ષેત્રો અલગ અલગ છે. આથી બંને શાસ્ત્રોના વિષયવસ્તુની દ્રષ્ટિએ તફાવત જોઈ શકાય છે.

(૨) દ્રષ્ટિકોણની બાબતમાં તફાવત-

સ્વચ્છતાનું સમાજશાસ્ત્ર અને સમાજશાસ્ત્ર વ્યક્તિ અને સમાજને ધ્યાનમાં રાખી અભ્યાસ કરે છે. પરંતુ બંનેના અભ્યાસ કરવાનો દ્રષ્ટીકોણ અલગ અલગ છે. જેમકે સ્વચ્છતાનું સમાજશાસ્ત્ર,વસ્તી અને ગંદા વસવાટો નો અભ્યાસ કરે છે. દ્રષ્ટિકોણની બાબતમાં જોઇએતો સમાજશાસ્ત્ર વસ્તીમાં વધારો થતા ગંદા વસવાટોની સમસ્યાઓ ઉભી કરે છે. એવા દ્રષ્ટિકોણથી અભ્યાસ કરે છે.

જયારે સ્વચ્છતાનુ સમાજશાસ્ત્ર વસ્તીવધારો થતા સ્વચ્છતાની જાગૃતિ અને સભાનતા ઘટે છે અને તેના કારણે ગંદા વસવાટો અને ઝુપડપટ્ટીઓ વધે છે આવા વિસ્તારોમાં સ્વચ્છતા સંબંધી અનેક પ્રશ્નો ઉદભવે છે જેનો અભ્યાસ આ શાસ્ત્ર કરે છે.

આમ કોઈ એક વિષયને જોવાની અને સમજવાની અલગ અલગ દૃષ્ટિ ધરાવે છે આથી બંને વચ્ચે દ્રષ્ટિકોણની બાબતમાં તફાવત છે.

(૩) વિષયવસ્તુની વ્યાપકતામાં તફાવત –

સ્વચ્છતાનું સમાજશાસ્ત્ર પોતાના અભ્યાસના ક્ષેત્રમાં સ્વચ્છતાની પ્રવૃત્તિઓ સ્વચ્છતા સંબંધી સગવડો નો અભ્યાસ કરે છે
જયારે સમાજશાસ્ત્ર માનવસમાજના તમામ સંગઠનો વ્યક્તિની આંતરક્રિયા અને માનવ સંબંધોનો અભ્યાસ કરે છે. એટલે કે સ્વચ્છતાનું સમાજશાસ્ત્રની તુલનામાં સમાજશાસ્ત્રના વિષયવસ્તુની વધુ વ્યાપકતા છે.
જયારે સ્વચ્છતાનું સમાજશાસ્ત્ર માર્યાદિત બાબતોનો અભ્યાસ કરે છે. આમ બન્ને શાસ્ત્રો વિષયવસ્તુની વ્યાપકતાની દ્રષ્ટિએ અલગતા ધરાવે છે અથવા બંને વચ્ચે તફાવત છે.

આમ આ બંને શાસ્ત્રોના વિષયવસ્તુની કેટલીક બાબતો સમાન છે છતાં તેની વ્યાપકતાની દ્રષ્ટિએ તફાવત ધરાવે છે.

૨ સ્વચ્છતાનું સમાજશાસ્ત્ર અને મનોવિજ્ઞાન વચ્ચે સંબંધ

મનોવિજ્ઞાન વ્યક્તિના વર્તનનો અભ્યાસ કરતુ શાસ્ત્ર છે. મનોવિજ્ઞાનની અનેક શાખાઓ છે. તેમાં સામાન્ય 'મનોવિજ્ઞાન, બાળમનોવિજ્ઞાન અને

સમાજલક્ષી મનોવિજ્ઞાન કે જે સ્વચ્છતાના સમાજશાસ્ત્ર સાથે સંબંધ ધરાવે છે સ્વચ્છતાનું સમાજશાસ્ત્ર અને મનોવિજ્ઞાન વચ્ચે ગાઢ સંબંધ છે. પરંતુ કેટલીક બાબતો માં બંને અલગ પડે છે.

માનોવિજ્ઞાનની એક શાખા સામાન્ય માનોવિજ્ઞાન કે જે વ્યક્તિની માનસિક પ્રક્રિયાઓ જેવી કે પ્રત્યક્ષીકરણ, સ્મૃતિ, લાગણી, પ્રેરકો, પ્રેરણા, વિચારક્રિયા, શીખવાની ક્રીયા વગેરેનો અભ્યાસ કરે છે. તે વ્યક્તિની સર્વ સામાન્ય માનસિક પ્રક્રિયાનો, વ્યક્તિના સ્વાસ્થ્ય અને સ્વચ્છતાના સંદર્ભથી અભ્યાસ કરે છે. માનોવિજ્ઞાનની બીજી શાખા બાળમનોવિજ્ઞાન કે જે બાળકોના વર્તનો, ટેવો, કુટેવો,શિક્ષણ, સામાજીકરણ, વ્યક્તિત્વ ઘડતર વગેરેનો અભ્યાસ કરે છે આ અભ્યાસમાં બાળકોમાં બાલ્યાવસ્થા દરમ્યાન સ્વચ્છતા સંબંધી જ્ઞાન, શિક્ષણ ને સમાજિકરણની પ્રક્રિયા દ્વારા તેના વ્યક્તિત્વનો એક ભાગ બનાવી દેવામાં આવે છે આથી આ બંને શાસ્ત્રો એકબીજાના આધારે બની રહે છે.

સ્વચ્છતાનું સમાજશાસ્ત્ર સ્વચ્છતા સંબંધી અભ્યાસમાં સ્વચ્છતાના તમામ પાસાઓને આવરીલે છે આથી વ્યક્તિ અને સમાજના વર્તનમાં સ્વચ્છતાની કેટલા અંશે અસરો છે અને તેના અભાવ થી કેવા પ્રશ્નો અને સમસ્યાઓ ઉદભવે છે તેનો અભ્યાસ કરે છે. અહિયા આ બંને શાસ્ત્રોનો સમન્વય થતો હોય તેવું લાગે. સ્વચ્છતાનું સમાજશાસ્ત્ર જયારે સ્વચ્છતા સંબંધી ઘટનાઓ તથા બનાવોનો અભ્યાસ કરે છે ત્યારે મનોવિજ્ઞાન દ્રષ્ટિકોણથી તેને સમજવાનો પ્રયત્ન કરે છે. માનવ વર્તન જટિલ છે તેથી સ્વચ્છતા સંબંધી વિચારો અને વર્તનો સમજવા માટે મનોવિજ્ઞાનનો દ્રષ્ટીકોણ જરૂરી બની જાય છે.

જયારે બીજી બાજુ મનોવિજ્ઞાન વર્તનનો અભ્યાસ કરે છે ત્યારે તેમાં વ્યક્તિ અને સમાજનું વર્તન એ એક વિષયવસ્તુનો ભાગ બને છે. વ્યક્તિની સ્વચ્છતા અંગેની જાણકારી તેની અસરો વ્યક્તિના જીવન ઉપર દુરોગામી પરિણામો જન્માવે છે તેનો અભ્યાસ મનોવિજ્ઞાન કરે છે. આથી આ બંને શાસ્ત્રો વચ્ચેના સંબંધો એકબીજાના પુરક બની રહે છે છે.

સ્વચ્છતાનું સમાજશાસ્ત્ર અને મનોવિજ્ઞાન વચ્ચે તફાવત

સ્વચ્છતાનું સમાજશાસ્ત્ર અને મનોવિજ્ઞાન વચ્ચે સંબંધ અને સામ્યતા રહેલી છે તો બીજી બાજુ બંને શાસ્ત્રોમાં કેટલીક બાબતોમાં પાયાના તફાવતો રહેલા છે. આથી બંને શાસ્ત્રોને અલગ-અલગ સામાજિક વિજ્ઞાનો દર્શાવવામાં આવે છે આ તફાવતો નીચે મુજબ છે:

(૧) વિષયવસ્તુની બાબતમાં તફાવત

મનોવિજ્ઞાનના વિષયવસ્તુનું કેન્દ્ર વ્યક્તિ અને તેના વર્તનો છે. એટલે મનોવિજ્ઞાનની એ વર્તનલક્ષી કે વાર્તનિક વિજ્ઞાન કહેવાય છે. વ્યક્તિના વર્તનો વ્યક્તિ એકલી હોય ત્યારે અને જુથમાં હોય ત્યારે અથવા તો ટોળામાં જાય ત્યારે બદલાય છે આ વર્તન ફેરના કારણો તેના પરિણામો વગેરેનો અભ્યાસ કરે છે. મનોવિજ્ઞાન માનવી અને માનવેતર પ્રાણીઓના વર્તનનો અભ્યાસ કરે છે. આથી તેનું વિષયવસ્તુ વર્તન છે.

જયારે સ્વચ્છતાનું સમાજશાસ્ત્રના અભ્યાસનું એકમ વ્યક્તિ સમાજ અને સ્વચ્છતા વચ્ચેના સંબંધો કેન્દ્ર સ્થાને છે. આથી સ્વચ્છતાનું સમાજશાસ્ત્ર સમાજલક્ષી અને સ્વચ્છતાલક્ષી કહેવાય છે. ટુંકમાં કહીએતો મનોવિજ્ઞાન વ્યક્તિના વર્તનનો અભ્યાસ કરે છે. સ્વચ્છતાનું સમાજશાસ્ત્ર સમુહ કે જૂથ કક્ષાએ સ્વચ્છતા નો સમાજલક્ષી અભ્યાસ કરે છે. આથી આ બંને શાસ્ત્રો વિષયવસ્તુની બાબતમાં તફાવત ધરાવે છે.

(૨) દ્રષ્ટિકોણમાં તફાવત

મનોવિજ્ઞાન અને સ્વચ્છતાનું સમાજશાસ્ત્રના વિષયવસ્તુમાં કેટલુંક સામ્ય રહેલું છે પરંતુ બંને એકજ વિષયવસ્તુના પાસાને જુદા જુદા દ્રષ્ટિકોણથી જોવે છે. દા.ત.,આંતરક્રિયાની પ્રક્રિયાનો અભ્યાસ જોઇએ તો મનોવિજ્ઞાન આંતરક્રિયામાં વ્યક્ત થતા જુદા જુદા સ્વરૂપો જેવાકે સૂચન, અનુકરણ વગેરેનો અભ્યાસ કરે છે.

જયારે સ્વચ્છતાનું સમાજશાસ્ત્ર સામાજિક આંતરક્રિયાના અભ્યાસમાં તેના જુદા જુદા સ્વરૂપોમાં સરકાર દ્વારા સ્વચ્છતાનો સ્વીકાર, સ્વચ્છતા અપનાવવા અંગે સ્પર્ધા અને સ્વચ્છતા અપનાવવા સંયોજન વગેરેનો અભ્યાસ કરે છે.

આમ આ બંને શાસ્ત્રો આંતરક્રિયાનો અભ્યાસ કરે છે પરંતુ બંનેના અભ્યાસ કરવાના દ્રષ્ટિકોણમાં તફાવત જોવા મળે છે.

(3) અભ્યાસ પધ્ધતિમાં તફાવત

સ્વચ્છતાનું સમાજશાસ્ત્ર અને મનોવિજ્ઞાન વૈજ્ઞાનિક પદ્ધતિનો અભ્યાસ કરે છે. બંને કેટલીક અભ્યાસ પદ્ધતિઓ એક સમાન ઉપયોગમાં લે છે છતાં મનોવિજ્ઞાન સ્વચ્છતાનું સમાજશાસ્ત્ર કરતા વધુ પ્રયોગશીલ છે. મનોવિજ્ઞાન માનવીના વિજ્ઞાનને તપાસવા પ્રાણીઓના સામાન્ય વર્તનથી માંડીને માનવીના જટિલ વર્તનને સમજવાના પ્રયોગો કરે છે. મનોવિશ્લેષણ પધ્ધતિ, તુલનાત્મક પધ્ધતિ વ્યક્તિ અભ્યાસ પદ્ધતિનો ઉપયોગ કરે છે.

જયારે સ્વચ્છતાનું સમાજશાસ્ત્ર સામાજિક સર્વેક્ષણ, નિરીક્ષણ, મુલાકાત અનુસૂચી અને પ્રશ્નાવલી પ્રયુક્તિ ઉપર ભાર મુકે છે.

બંને શાસ્ત્રોના અભ્યાસના પરિણામોની દૃષ્ટિ એ જોઇએતો મનોવિજ્ઞાનના પરિણામો વધુ ચોક્કસાઈ પૂર્વક અને ચકાસણી જન્ય હોય છે. જયારે સ્વચ્છતાનું સમાજશાસ્ત્રના અભ્યાસના પરિણામોમાં કેટલીક મર્યાદાઓ હોવાની શક્યતાઓ રહેલી છે. કરણ કે સ્વચ્છતાનું સમાજશાસ્ત્રના અભ્યાસોમાં વ્યક્તિ અને તેના વિચારોનો સમાવેશ થાય છે કે જે પરિવર્તનશીલ હોય છે.

આમ બંને શાસ્ત્રોમાં કેટલાક તફાવતો હોવા છતાં બંને સામાજિક વિજ્ઞાનો છે. બંને માનવજીવન સાથે સાંકળાયેલા છે. બંને એક બીજાની માહિતીની આપ-લે કરે છે બંને શાસ્ત્રો એક બીજા ને સમજવા માટે સિદ્ધાંતોની મદદ કરે છે. આથી આ બંને શાસ્ત્રો પરસ્પર આધારિત પણ છે.

3 સ્વચ્છતાનું સમાજશાસ્ત્ર અને ઇતિહાસ

સ્વચ્છતાનું સમાજશાસ્ત્રના સમાજમાં સ્વચ્છતા સંબંધી તમામ પાસાઓનો અભ્યાસ કરે છે સમાજમાં બનતી સ્વચ્છતા સંબંધી દરેક ઘટનાઓ અભ્યાસ કરી વિશ્લેષણ કરે છે. આવા અભ્યાસ દ્વારા કેટલીક ઘટનાઓને સમજવા માટે ભૂતકાળમાં જવું પડે જેનો અભ્યાસ ઇતિહાસ કરે છે. આ બંને શાસ્ત્રો માનવ પ્રવૃત્તિ અને માનવ ઘટનાઓનો અભ્યાસ કરે છે. માનવ સમાજમાં બનતી ઘટનાઓના કારણો તેના પરિણામો તેની અસરો તપાસે છે. આથી આ બંને

શાસ્ત્રોને સામાજિક વિજ્ઞાનો કહેવાય. આ બંને વિજ્ઞાનો એવા છે કે જેના વિષયવસ્તુના પાયામાં માનવ સમાજ અને તેના સંબંધો રહેલા છે. બંને શાસ્ત્રો માનવ સમાજનો અભ્યાસ તો કરે છે પરંતુ એક બીજાના અભ્યાસમાં ઉપયોગી બને છે. જેમ કે સ્વચ્છતાનું સમાજશાસ્ત્રને સ્વચ્છતા સંબંધી સામાજિક પરિવર્તનને સમજવા ભૂતકાળના સમયને (ઇતિહાસ) ધ્યાનમાં રાખવો પડે છે. જયારે ઇતિહાસ કોઈ ઘટનાઓનો અભ્યાસ કરે ત્યારે માનવીય સમાજ કોલોના; સામાજિક સંબંધોને ધ્યાનમાં રાખે છે. આથી આ બંને શાસ્ત્રો એક બીજાને ઉપયોગી બને છે.

સ્વચ્છતાનું સમાજશાસ્ત્ર અને ઇતિહાસ વચ્ચે સંબંધ

બંને શાસ્ત્રો સામાજિક વિજ્ઞાન છે. બંને માનવસમાજનો અભ્યાસ કરે છે તેમજ બંને પરસ્પરાવલંબી પણ છે. જેમ કે સ્વચ્છતાનું સમાજશાસ્ત્રને વર્તમાન સમાજની સ્વચ્છતા સંબંધી બાબતોને સમજવા માટે ભૂતકાળના સમાજને અને તે સમયની સ્વચ્છતા સંબંધી બાબતો ને ધ્યાનમાં રાખવી પડે છે. તો બીજી બાજુ ઇતિહાસ પણ સામાજિક ઘટનાઓનો અભ્યાસ કરે છે. ત્યારે સ્વચ્છતાના સમાજશાસ્ત્રી ખ્યાલોને પણ ધ્યાનમાં રાખે છે. જેમ કે ઇતિહાસ પ્રાચીન સમય ની પ્રાચીન સંસ્કૃતિઓ જેવી કે સિંધુ ખીણની સંસ્કૃતિ, હડપ્પા અને મોહેંજો દડો જેવી સંસ્કૃતિનો અભ્યાસ કરે છે જયારે સ્વચ્છતાનું સમાજશાસ્ત્ર તે સમયની ગટર યોજના, પાણી પુરવઠા યોજના, સ્નાનાગારની સ્વચ્છતા, શૌચાલય અને પર્યાવરણ, સ્વચ્છતા સંબંધી વહીવટી વ્યવસ્થા, શેરીઓ, ગલીઓ અને મુખ્ય રસ્તાઓ બાંધકામ વગેરેમાં સ્વચ્છતાનું કેવું ધ્યાન રાખવામાં આવ્યુ છે તેનો અભ્યાસ કરે છે.

સામાન્ય રીતે બધાજ સામાજિક વિજ્ઞાનો પાયાના અભ્યાસનો પૃથ્થકરણ માટે ઐતિહાસિક માહિતીનો ઉપયોગ કરે છે. તેમાં અમુક સમય અને સ્થળની ઘટનાઓને તપાસે છે, કરણ કે કોઈપણ બનાવ કે લોકોના વર્તનમાં તે સમયની પરિસ્થિતિ અને સ્થળની અસર હોય છે. આથી ઇતિહાસ અને સ્વચ્છતાનું સમાજશાસ્ત્ર એક બીજા સાથે સંબંધી છે.

સ્વચ્છતાનું સમાજશાસ્ત્ર અને ઇતિહાસ વચ્ચે તફાવત

ઇતિહાસ અને સ્વચ્છતાનું સમાજશાસ્ત્ર વચ્ચે પરસ્પરનો સંબંધ છે. પરંતુ બંને શાસ્ત્રો વચ્ચે કેટલાક મૂળભૂત તફાવતો જોવા મળે છે જે નીચે મુજબ છે.

૧) વિષયવસ્તુમાં તફાવત

સ્વચ્છતાનું સમાજશાસ્ત્ર માનવસમાજ સાથે સંબંધીત સ્વચ્છતાલક્ષી ખ્યાલોનો અભ્યાસ કરે છે. જયારે ઇતિહાસ માનવસમાજની ભૂતકાળની ઘટનાઓ અને માનવસંબંધોનો અભ્યાસ કરે છે. ઇતિહાસના વિષયવસ્તુમાં પ્રાચીન સમયથી માંડીને વર્તમાન સમય સુધીના વિશિષ્ટ ઐતિહાસિક બનાવો તેના કારણો તેના પરિણામોનો અભ્યાસ કરે છે. જુદા જુદા યુગોમાં માનવ જીવન કેવું હતું તેને કાળક્રમ મુજબ ગોઠવે છે. ઇતિહાસ મહત્વના બનાવોનું વર્ણન કરે છે. અને પોતાના અભ્યાસમાં મૂર્ત બનાવો, ઘટનાઓ અને પ્રસંગોને કેન્દ્રમાં રાખે છે. દા.ત., રાજાઓ, સમ્રાટો અને સુલતાનોના યુધ્ધોનો અભ્યાસ કરે છે એટલે કે ઇતિહાસ માનવ અનુભવો અને માનવ સ્વભાવ ના મૂર્ત સ્વરૂપને સમજવાનો પ્રયત્ન કરે છે.

જયારે સ્વચ્છતાના સમાજશાસ્ત્રના વિષયવસ્તુમાં સમગ્ર સમાજ સાથે સ્વચ્છતા સંબંધી જોડાયેલી બાબતો જેવી કે પર્યાવરણ, આરોગ્ય, સ્વાસ્થ્ય, શિક્ષણ, પાણી, ગટર, શૌચાલય, પ્રદૂષણ, ગંદકી, ગંદા વસવાટો, અસ્પૃશ્યતા, આહાર અને પોષણ, સ્વચ્છતાના સાધનો વગેરેનો અભ્યાસ કરે છે. એટલે કે સ્વચ્છતાનું સમાજશાસ્ત્ર વર્તામાન સમયની સામાજિક બાબતોનો અભ્યાસ કરે છે. સ્વચ્છતા અંગેના સામાન્ય ખ્યાલો ને ધ્યાનમાં રાખી અભ્યાસ કરે છે. તેમજ સમાજમાં સ્વચ્છતા સંબંધી અમૂર્ત અને મૂર્ત બંને બાબતો કે ઘટનાઓને ધ્યાનમાં રાખી સંશોધનો કરી સિદ્ધાંતો આપે છે. આમ વિષયવસ્તુની બાબતમાં બંને શાસ્ત્રો વચ્ચે તફાવત જોવા મળે છે.

૨) દૃષ્ટિકોણમાં તફાવત

આ બંને શાસ્ત્રોમાં કેટલીક વિષયવસ્તુની સામ્યતા રહેલી છે. જેમકે બંને શાસ્ત્રોમાં માનવસમાજનો અભ્યાસ કરવામાં આવે છે. પરંતુ આ માનવ સમજે સમજવાનો દ્રષ્ટીકોણ અલગ અલગ છે. ઇતિહાસ માનવસમાજ ભૂતકાળમાં

કેવો હતો અને તેનું મહત્વ શું હતું તે સમજાવે છે જયારે સ્વચ્છતાનું સમાજશાસ્ત્ર માનવસમાજ, ભૂતકાળથી વર્તમાન સુધી સ્વચ્છતાને લીધે કેટલો પરિવર્તન થયો તેના કારણો અને પરિણામો તપાસે છે. ઇતિહાસ પ્રાચીન સંસ્કૃતિને ઐતિહાસિક દ્રષ્ટિકોણથી સમજાવે છે. જયારે સ્વચ્છતાનું સમાજશાસ્ત્ર એ પ્રાચીન સંસ્કૃતિમાં સ્વચ્છતા સંબંધી તમામ વ્યવસ્થાઓનું કેવી રીતે અમલીકરણ થતું હતું અને સ્વચ્છતા સંબંધી કેટલી સભાનતા અને જાગૃતિ દાખવી. બાંધકામ, વહીવટી વ્યવસ્થા, જાહેર આરોગ્ય, સુખાકારી વગેરે જેવી બાબતોનો એક જુદા જ દ્રષ્ટિકોણથી અભ્યાસ કરે છે.

આમ આ બંને શાસ્ત્રો પ્રાચીન સંસ્કૃતિનો અભ્યાસ કરે છે. પરંતુ બંને પોતાના આગવા દ્રષ્ટિકોણને લીધે અલગ પડે છે.

3) અભ્યાસ પધ્ધતિમાં તફાવત

આ બંને વિજ્ઞાનો સામાજિક વિજ્ઞાન છે. બંને વૈજ્ઞાનિક પધ્ધતિથી અભ્યાસ કરે છે પણ બંને શાસ્ત્રોની અભ્યાસ કરવાની વૈજ્ઞાનિક પધ્ધતિમાં તફાવત જોવા મળે છે. જેમ કે બંનેના માહિતી સ્ત્રોતો જુદા છે. માહિતી એકત્રીકરણ ની પ્રયુક્તિઓ જુદી છે. એકત્રિત થયેલ માહિતીનું વર્ગીકરણ અને અર્થઘટન કરવામાં જુદાપણું છે. ઇતિહાસ ઐતિહાસિક ઘટનાઓને સમજાવવા તુલનાત્મક પધ્ધતિ, ઐતિહાસિક પધ્ધતિ, ક્ષેત્રીય મુલાકાત વગેરે અપનાવી સંદર્ભસ્થાન દ્વારા માહિતી એકત્ર કરે છે તેમજ ગૌણ માહિતી જેવીકે પ્રાચીન ગ્રંથો, મહાકાવ્યો, ધર્મશાસ્ત્રો, ઐતિહાસીક નોંધો, શિલાલેખ, તામ્રપત્રો વગેરે જેવી બાબતોનો અભ્યાસમાં ઉપયોગ કરે છે.

જયારે સ્વચ્છતાનું સમાજશાસ્ત્ર સ્વચ્છતાને ધ્યાનમાં રાખીને સામાજિક બાબતોનો અભ્યાસ કરે છે ત્યારે તેમાં પ્રશ્નાવલી, નિરીક્ષણ, મુલાકાત અનુસૂચી, વ્યક્તિતપાસ વગેરે જેવી અભ્યાસ પ્રયુક્તિઓ અને પદ્ધતિનો ઉપયોગ કરી વિવિધ સ્વચ્છતાને લગતી બાબતો અને ઘટનાઓ સમજવાનો પ્રયત્ન કરે છે, આથી પ્રયુક્તિઓ દ્વારા એકત્રિત માહિતીને ચોક્કસ પ્રકારે પૃથ્થકરણ કરે છે અને તારણો આપે છે. આવા તારણો પ્રાકૃતિક વિજ્ઞાનો

જેટલા ચોક્કસ હોતા નથી છતાં સ્વચ્છતાનું સમાજશાસ્ત્ર પોતાનો અભ્યાસ કરતી વખતે વૈજ્ઞાનિક પદ્ધતિનો ઉપયોગ કરે છે.

આમ બંને સામાજિક વિજ્ઞાન હોવા છતાં અભ્યાસ કરવાની પદ્ધતિની બાબતમાં એક બીજાથી અલગ પડે છે.

સમગ્ર ચર્ચાને અંતે એમ કહી શકાય કે આ બંને શાસ્ત્રો કેટલીક બાબતોમાં સમાન છે. પરસ્પર સંબંધીત છે. એક બીજાને ઉપયોગી છે. તો બીજી બાજુ ઇતિહાસ અને સ્વચ્છતાનું સમાજશાસ્ત્ર વિષયવસ્તુની બાબતમાં બંનેની વિવિધ ઘટનાને જોવાના દ્રષ્ટિકોણમાં અને સંશોધન કે અભ્યાસ કરવાની પધ્ધતિથી એક બીજાથી અલગ પડે છે.

૬ સ્વચ્છતાનું સમાજશાસ્ત્ર અને માનવશાસ્ત્ર

સ્વચ્છતાનું સમાજશાસ્ત્ર અને માનવશાસ્ત્ર બંને એક શાખા (સમાજશાસ્ત્ર) સમાજમાનવશાસ્ત્ર અને સમાજશાસ્ત્ર બંને સાથે જોડાયેલા શાસ્ત્રો હતા. સમાજ માનવશાસ્ત્ર માંથી સમાજશાસ્ત્ર એક સામાજિક વિજ્ઞાન તરીકે અલગ પડે છે. અને તે સમાજશાસ્ત્રની શાખા સ્વચ્છતાનું સમાજશાસ્ત્ર છે. આથી સમાજશાસ્ત્ર અને માનવશાસ્ત્ર બંને સગી બહેનો તરીકે ઓળખવામાં આવે છે. આથી સ્વચ્છતાનું સમાજશાસ્ત્ર અને માનવશાસ્ત્ર વચ્ચે માસી-ભાણેજ જેવો સંબંધ ગણાવી શકાય.

માનવશાસ્ત્ર માનવના જીવનને આવરી લેતું શાસ્ત્ર છે. તેના અભ્યાસમાં જુદા જુદા માનવ વંશો તેમની શરીર રચના, શારીરિક વારસો, સંસ્કારીતા, જીવનશૈલી, પરંપરગતપણું, ધર્મ રીત-રીવાજો વગેરે જેવી બાબતો નો સમાવેશ થાય છે. વ્યક્તિ અને સમાજ વચ્ચે પેઢીઓથી ચાલી રહેલા આંતરસંબંધોનો અભ્યાસ માનવશાસ્ત્ર કરે છે.

જયારે સ્વચ્છતાનું સમાજશાસ્ત્ર માનવ જીવનમાં સ્વચ્છતા કેટલા અંશે મહત્વ ધરાવે છે. સ્વચ્છતાની વ્યાપક અને વિપરીત અસરો તેની તેની ઉપયોગીતા તેના કારણો ભૂતકાળથી વર્તમાન સમય સુધીના સ્વચ્છતાના ખ્યાલો અને ભવિષ્યની સ્થિતિ વિશે જાણકારી આપે છે.

આ બંને શાસ્ત્રો એક ગૌત્રના હોવાથી એકબીજા વચ્ચે પરસ્પર સંબંધ ધરાવે છે અને એકબીજાથી કેટલીક બાબતોમાં તફાવત ધરાવે છે. જેને નીચે મુજબ દર્શાવી શકાય.

સ્વચ્છતાનું સમાજશાસ્ત્ર અને માનવશાસ્ત્ર વચ્ચે સંબંધ

માનવશાસ્ત્રનું અભ્યાસ ક્ષેત્ર વિશાળ, વ્યાપક અને વિસ્તૃત છે. તેને ત્રણ વિભાગમાં વહેચી શકાય.

(૧) શારીરિક માનવશાસ્ત્ર,

(૨) સાંસ્કૃતિક માનવશાસ્ત્ર,

(૩) પ્રાગઐતિહાસિક પુરાતત્વ શાસ્ત્ર,

આ ત્રણે વિભાગો સ્વચ્છતાના સમાજશાસ્ત્ર સાથે સંબંધ ધરાવે છે. માનવશાસ્ત્ર આદિમાનવના વર્તન વ્યવહારો, રૂઢીઓ, સંસ્કૃતિઓ, જીવન શૈલીઓ, તેના રીત-રીવાજો વગેરેનો અભ્યાસ કરે છે.

સ્વચ્છતાનું સમાજશાસ્ત્ર પ્રાચીન સમયમાં માનવ કેટલા અંશે સ્વચ્છતા અને પોતાના વર્તન વ્યવહારમાં અપનાવે છે તેમની જીવનશૈલીમા ઔપચારિક દ્રષ્ટિએ સ્વચ્છતા કેટલું મહ્ત્વ આપે છે.તેમની પરંપરાગત સંસ્કૃતિમાં સ્વચ્છતા કેટલા અંશે આત્મસાત કરેલી છે વગેરેનો સમાવેશ થાય છે. આ બધી બાબતો સાંસ્કૃતિક માનવશાસ્ત્રનો એક ભાગ બને છે. આથી આ બંને શાસ્ત્રો વચ્ચે ખાસ તફાવત લાગતો નથી. તેમજ આધુનિક સમયમાં સમાજની જટિલ સમસ્યાઓ, વ્યવહારો, વર્તનો, જીવનશૈલી વગેરે બાબતો બંને શાસ્ત્રનું વિષયવસ્તુ બને છે અને બંને ઉપયુક્ત બાબતોનો અભ્યાસ કરી તેને સમજવાનો કે ઉકેલવાનો પ્રયત્ન કરે છે.

સ્વચ્છતાનું સમાજશાસ્ત્ર અને માનવશાસ્ત્ર વચ્ચે તફાવત

સ્વચ્છતાનું સમાજશાસ્ત્ર અને માનવશાસ્ત્રના વિષયવસ્તુમાં અભ્યાસ પદ્ધતીમાં અને દ્રષ્ટિકોણની બાબતમાં કેટલી સામ્યતાઓ અને તફાવતો જોવા મળે છે. જે આ મુજબ છે.

(૧) માનવશાસ્ત્ર વ્યક્તિની શારીરિક લાક્ષણીકતાઓ અને શારીરિક વારસાનો અભ્યાસ કરે છે. જયારે સ્વચ્છતાનું સમાજશાસ્ત્ર વ્યક્તિના શારીરિક

વારસામાં અને શારીરિક લાક્ષણિકતામાં સ્વચ્છતાની વિદ્યાયક અને નિષેધક પ્રભાવ કેવો છે તેનો અભ્યાસ કરે છે. સ્વચ્છતાનું સમાજશાસ્ત્ર વ્યક્તિ અને સમાજના સ્ભ્યાસમાં સ્વચ્છતાને કેન્દ્ર સ્થાને ગણે છે. જયારે માનવશાસ્ત્ર માનવીની સંસ્કૃતિને અભ્યાસનું કેન્દ્રબિંદુ ગણે છે. આથી આ બંને શાસ્ત્રોના અભ્યાસક્ષેત્રમાં તફાવત જોવા મળે છે.

(૨) માનવશાસ્ત્ર જે જે બાબતોનો અભ્યાસ કરે છે તેમાં ઐતિહાસિક જ્ઞાન અને ભૂતકાળના દ્રષ્ટિકોણને ધ્યાનમાં રાખીને અભ્યાસ કરે છે. આ માનવશાસ્ત્ર ભવિષ્યને કોઈ મહત્વ આપતું નથી. પ્રાચીન સમાજો, પ્રાગેએતિહાસિક પુરાતત્વ, પ્રાચીન સંસ્કૃતિનો અભ્યાસ ઉપર ભાર મુકે છે.

જયારે સ્વચ્છતાનું સમાજશાસ્ત્ર એક આગવા દ્રષ્ટિકોણથી ઐતિહાસિક ભૂમિકા પર સ્વચ્છતા સાથે સામાજિક સંબંધો, સામાજિક પ્રક્રિયાઓ, ઘટનાઓ વગેરે ઉપર ભાર મુકે છે. આથી સ્વચ્છતાના સમાજશાસ્ત્રનો દ્રષ્ટીકોણ વ્યવહારિક અને વર્તમાન તરફનો હોય છે.

(૩) સ્વચ્છતાનું સમાજશાસ્ત્ર અને માનવશાસ્ત્ર બંને પોતાના અભ્યાસમાં વૈજ્ઞાનિક પદ્ધતિની બાબતમાં અલગ પડે છે. માનવશાસ્ત્ર ઐતિહાસિક પધ્ધતિ, તુલનાત્મક પધ્ધતિ અને ગૌણ સામગ્રી (માહિતી)નો ઉપયોગ કરી અભ્યાસ કરે છે અને ભૂતકાળમાં બનેલી ઘટનાઓ તરફ વધુ ધ્યાન આપે છે.

જયારે સ્વચ્છતાનું સમાજશાસ્ત્રવર્તમાન સમયને ધ્યાનમાં રાખી પ્રાથમિક માહિતી મેળવી જુદી જુદી પ્રયુક્તિઓનો ઉપયોગ કરે છે. જેમકે મુલાકાત, નિરીક્ષણ, અનુસૂચી, પ્રશ્નાવલી વ્યક્તિ તપાસ જેવી પ્રયુક્તિઓનો ઉપયોગ કરી માહિતી એકત્ર કરે છે. આમ બંને શાસ્ત્રો; પધ્ધતિ શાસ્ત્રની દ્રષ્ટિએ અલગ પડે છે.

(૪) માનવશાસ્ત્ર જુદા જુદા સમાજોના તમામ પાસાઓનો સમગ્ર રીતે અભ્યાસ કરે છે. જયારે સ્વચ્છતાનું સમાજશાસ્ત્ર સમાજમાં સ્વચ્છતાના સંદર્ભમાં અભ્યાસ કરે છે. માનવશાસ્ત્ર આદિમ જાતિઓ તેની સાંસ્કૃતિક ઢબો, તેમની સામાજિક સંસ્થાઓ તેઓનું સામાજિક બંધારણ અને શારીરિક વારસાનો અભ્યાસ કરે છે.

જયારે સ્વચ્છતાનું સમાજશાસ્ત્ર આદિમ જાતિથી માંડીને વર્તમાન સમય ની પેઢીઓમાં સ્વચ્છતાના ખ્યાલો, વિચારસરણી, મૂલ્યો, જીવનશૈલી, વર્તન વ્યવહારો, જીવન જીવવાની રીતો મૂલ્યો વગેરે કેટલા અંશે અસર કરતા બન્યા છે તેને તપાસે છે.

આમ આ બંને શાસ્ત્રો વચ્ચેના સંબંધો અને તફાવત ના આધારે ટુંકમાં એમ કહી શકાય કે માનવશાસ્ત્ર માનવસમાજ અને સંસ્કૃતિનો અભ્યાસ કરે છે. જયારે સ્વચ્છતાનું સમાજશાસ્ત્ર સમાજ અને સામાજિક સંબંધોમાં સ્વચ્છતાનું મહત્વ શું છે તેનો અભ્યાસ કરે છે. આ બંને વચ્ચે સંબંધ પણ છે અને તફાવત પણ છે.

૫ સ્વચ્છતાનું સમાજશાસ્ત્ર અને શિક્ષણશાસ્ત્ર

સ્વચ્છતાનું સમાજશાસ્ત્ર અને શિક્ષણ પ્રથમ દ્રષ્ટિએ જોઇએતો બંને શાસ્ત્રો એકબીજાથી વિરોધાભાસ લાગે તેમનું વિષયવસ્તુ, પધ્ધતિ અને દ્રષ્ટીકોણ અલગ હોય શકે. શિક્ષણ એક શીખવાની અને શીખવવાની પ્રક્રિયા છે. વ્યક્તિમાં જે કઈ પડ્યું હોય તે બહાર લાવવાની પ્રક્રિયા એટલે શિક્ષણ. શિક્ષણ સાંસ્કૃતિક વારસાનું નવી પેઢીમાં સંક્રમણ કરી સમાજના ધોરણો અને મૂલ્યો શીખવે છે. શિક્ષણ દ્વારા સામાજીકરણ કરી નવી પેઢી તૈયાર થાય છે. વ્યક્તિ જેવા સમાજ અને સંસ્કૃતિમાં વસવાટ કરે છે, ત્યાની અસર તેના શિક્ષણ પર થતી હોય છે. અને શિક્ષણની પણ તેના સમાજ અને સંસ્કૃતિ પર અસર થતી હોય છે આથી શિક્ષણ અને સમાજ પરસ્પર અસરકર્તા ગણાવી શકાય.

સ્વચ્છતાનું સમાજશાસ્ત્ર વ્યક્તિ અને સમાજને કેન્દ્રમાં રાખી અભ્યાસ કરે છે, તે પણ સ્વચ્છતાના પાઠો શીખવવાનું કાર્ય કરે છે. સ્વચ્છતા સંબંધી ખ્યાલો, વિચારો, મૂલ્યો, વર્તનો વગેરેને સમાજવ્યાપી બનાવવાનું કાર્ય અભ્યાસો કરીને શીખવે છે. સ્વચ્છતાનું વ્યક્તિ અને સમાજ જીવનમાં કેટલું મહત્વ છે તે બાબતને વ્યાપક રીતે ફેલાવવાનું કાર્ય આ શાસ્ત્ર કરે છે. શિક્ષણમાં પણ સ્વચ્છતાનું શિક્ષણનો સમાવેશ થઈ શકે છે. તો બીજી બાજુ

સ્વચ્છતાનું સમાજશાસ્ત્રનો હેતુ પણ શિક્ષણ દ્વારા સ્વચ્છતાનું મહત્વ દર્શાવવાનો છે.

આથી શિક્ષણ અને સ્વચ્છતાનું સમાજશાસ્ત્ર બંને એકબીજા સાથે સંકળાયેલા અને પરસ્પર પૂરક શાસ્ત્રો કહી શકાય.

સ્વચ્છતાનું સમાજશાસ્ત્ર અને શિક્ષણ વચ્ચે સંબંધ

- શિક્ષણ નવી પેઢીનું સામાજીકરણ અને વ્યક્તિત્વ ઘડતરનું કાર્ય કરે છે ઔપચારિક અને અનોપચારિક માધ્યમોનો ઉપયોગ કરી શિક્ષણ આપી વ્યક્તિને સમાજને લાયક બનાવે છે.
- જયારે સ્વચ્છતાનું સમાજશાસ્ત્ર જરૂરી અભ્યાસો કરી સમાજમાં અને વ્યક્તિના જીવનમાં સ્વચ્છતાનું મહત્વ દર્શાવે છે આથી તે પણ સામાજીકરણ અને વ્યક્તિત્વ ઘડતરમાં સહયોગી બને છે ઔપચારિક માન્યતાઓ સાથે અનોપચારિક રીતો દ્વારા લોકોમાં સ્વચ્છતાના વ્યવહારનું જ્ઞાન આપે છે.
- શિક્ષણ સામાજિક અને સાંસ્કૃતિક વારસાનું હસ્તાંતરણ કરે છે. વર્તમાન પેઢી તેની નવી પેઢીને શિક્ષણ દ્વારા સામાજિક અને સંસ્કૃતિ વિશે શિક્ષણ આપી વારસનું હસ્તક્ષેપ પણ કરે છે અને તેની નવી પેઢી તૈયાર થાય છે.
- જયારે સ્વચ્છતાનું સમાજશાસ્ત્ર પણ ઔપચારિક માન્યતામાંથી વિવિધ ક્ષેત્રે સ્વચ્છતાની જરૂરિયાત અને તેનું મહત્વ અંગે અભ્યાસો કે સંશોધનો કરી નવી પેઢીને શિક્ષણ અને જાગૃતિ કરવાનું કાર્ય કરે છે.
- શિક્ષણથી સમાજના ધોરણો અનુરૂપતા અને નિયંત્રણ કરી શકાય છે તેથી સમાજ એકરૂપ બની શકે સમગ્ર સમાજને નિયંત્રણમાં રાખી શકાય છે આથી સમાજમાં ગુનાહિત પ્રવૃતિઓ કે નવી સમસ્યાઓ ઉદભવતી અટકાવી શકાય.
- જયારે સ્વચ્છતાનું સમાજશાસ્ત્ર પણ અનેક ક્ષેત્રોમાં કે જેમાં સ્વચ્છતાનું મહત્વ સમજાયું નથી અથવા લોકો તે અંગે જાગૃતિ કે

સભાન નથી ત્યાં વિવિધ માધ્યમો દ્વારા સ્વચ્છતા અભિયાન દ્વારા સમાજ, સમુદાયો અને સમૂહોમાં પર્યાવરણ સંબંધી અનેક પ્રશ્નો અટકાવી શકે છે.

- શિક્ષણથી સમાજમાં નવા પરિવર્તનો લાવી શકાય છે અને પ્રગતિની માધ્યમ બની શકે છે. શિક્ષણથી સમાજને જાગૃત અને સભાન બનાવી અંધશ્રદ્ધા, વહેમ, રૂઢીચુસ્તતા જેવી માન્યતાને દુર કરી શકાય અને સમાજની પ્રગતિ કરી શકાય છે.
- જયારે સ્વચ્છતાનું સમાજશાસ્ત્ર પણ પોતાની વૈજ્ઞાનિક પદ્ધતિઓનો ઉપયોગ કરી ગ્રામ અને નગર સમુદાયોમાં ગંદા વસવાટો, સ્વાસ્થ્ય, ગંદકી, સામાજિક ભેદભાવ, અસ્પૃશ્યતા, પર્યાવરણ વગેરે જેવી સમસ્યાઓને અટકાવી સમાજને પ્રગતિના પંથે લઇ જઈ શકે.
- શિક્ષણથી સમાજમાં નવું જ્ઞાન અને સર્જનાત્મકતા લાવી શકાય છે. સમાજ હંમેશા પરિવર્તનશીલ રહ્યો છે. તેથી રોજ નવી શોધ અને સંશોધનો દ્વારા નવું જ્ઞાન પ્રાપ્ત થાય છે. જે શિક્ષણના માધ્યમથી લોકો સુધી પહોચાડી શકાય અને સમાજમાં નવી સર્જનાત્મકતા કાયમી બને છે.
- જયારે સ્વચ્છતાનું સમાજશાસ્ત્ર ખાસ કરીને અતિ પાછળ એવા ગ્રામ સમુદાયોમાં સ્વચ્છતા અંગેના નવા અભ્યાસો, ખ્યાલો, ઉપયોગીતા વગેરેને લોકો સુધી પહોચાડે છે અને લોકો તેનું મહત્વ સ્વીકારે અને અપનાવે તેથી નવી પેઢી પણ સ્વચ્છતા અંગે હકારાત્મક વલણ અપનાવે છે.
- શિક્ષણથી સમાજને ગતિશીલ બનાવી શકાય છે.ગતિશીલતા એ સમાજની આવશ્યક એવી પ્રક્રિયા છે અને દરેક સમાજ તેની અપેક્ષા રાખે છે જે શિક્ષણના માધ્યમથી શક્ય બને છે.
- જયારે સ્વચ્છતાનું સમાજશાસ્ત્ર પોતાના ક્ષેત્રોના અભ્યાસોનું સીધું પ્રદાન સમાજને આપે છે. જેમ કે ખુલ્લામાં શોચક્રિયા ન કરાવી, ગંદકીની આરોગ્ય પર વિપરીત અસરો, પર્યાવરણ ને થતી

નુકશાની, સ્વચ્છતા સંબંધી કાર્ય કરનારી સ્ત્રી સાથે સામાજિક ભેદભાવ વગેરે જેવી બાબતો અંગે સમાજમાં નવી વિચારસરણી ફેલાવી સમાજમાં સામાજિક પરિવર્તન લાવી સમાજને ગતિશીલ બનાવે છે.

સ્વચ્છતાનું સમાજશાસ્ત્ર અને શિક્ષણશાસ્ત્ર વચ્ચે તફાવત

અગાઉ જોયું તે મુજબ આ શાસ્ત્રો પરસ્પર પુરક બની રહેતા હોય એમ જણાય છે, પરંતુ બંનેમાં કેટલીક પાયાની વિભિન્નતાઓ રહેલી છે જે નીચે મુજબ છે.

૧) વિષયવસ્તુમાં તફાવત –

શિક્ષણના મુખ્ય બે ભાગો છે ઔપચારિક અને અનૌપચારિક માધ્યમ. જેના દ્વારા વ્યક્તિને તમામ પ્રકારનું શિક્ષણ અપાય છે. શિક્ષણ એ એક આંતરક્રિયા છે જે વ્યક્તિના જન્મથી મૃત્યુ પર્યંત ચાલે છે. શિક્ષણ એટલે હંમેશા વિધાયક જ હોઈ શકે છે એવું નથી ગુના હિત શિક્ષણ પણ શિક્ષણનો એક ભાગ હોય છે ટુંકમાં શિક્ષણથી વ્યક્તિને સમાજને લાયક બનવાનું કાર્ય કરે છે જે તેનું વિષયવસ્તુનું કેન્દ્ર છે.

જયારે સ્વચ્છતાનું સમાજશાસ્ત્રનું વિષયવસ્તુનું કેન્દ્રબિંદુ સ્વચ્છતા છે તો તે સુધી સ્વચ્છતાના વિવિધ ક્ષેત્રોને અસરકર્તા બને તે તેનો હેતુ છે સમાજનું સ્વાસ્થ્ય અને આરોગ્ય વધુ પ્રભાવશાળી બને તે બાબત તેના માટે અગત્યની છે વ્યક્તિ સ્વચ્છતા અપનાવે છે પછી તે જીવન પર્યંત અપનાવે છે આથી વારંવાર તેનું શિક્ષણ અનિવાર્ય નથી.

આમ શિક્ષણ જીવાનપર્યંતની ચાલતી પ્રક્રીયા છે જયારે સ્વચ્છતા એ સમાજમાં તેની ઉપયોગીતા અપનાવે તે મહત્વનું છે તેથી બંનેના વિષયવસ્તુમાં તફાવત છે.

૨) દ્રષ્ટિકોણમાં તફાવત-

દરેક શાસ્ત્રને પોતાનો આગવો દ્રષ્ટિકોણ હોય છે શિક્ષણનો દ્રષ્ટીકોણ હંમેશા એવો રહેલો હોય છે કે વ્યક્તિમાં જે કોઈ શ્રેષ્ઠ પડ્યું હોય છે તેને બહાર લાવી શિક્ષિત કરી શ્રેષ્ઠ અને વિશિષ્ટ વ્યક્તિ બનાવવો. સમાજની વ્યક્તિઓ

આવી રીતે શિક્ષિત બનશે તો સમગ્ર સમાજ શ્રેષ્ઠ બનાવી શકશે એવો શિક્ષણનો હેતુ અને આગવું દ્રષ્ટિબિંદુ ધરાવે છે.

જયારે સ્વચ્છતાનું સમાજશાસ્ત્રનો દ્રષ્ટીકોણ હંમેશા સમાજ ને સ્વચ્છતા સંબંધી બાબતોથી વાકેફ કરવો, સભાન બનાવવો અને જાગૃતિ લાવવી જો વ્યક્તિ પોતાના જીવનમાં સ્વચ્છતા સ્વીકારી તેને અપનાવશે તો સમગ્ર સમાજ તમામ ક્ષેત્રે સ્વચ્છતા અપનાવશે અને સ્વચ્છતા સંબંધી પ્રશ્નો અને સમસ્યાઓનો ઉકેલ આપોઆપ આવી જશે એવા દ્રષ્ટિબિંદુ થી કાર્ય કરે છે.

૩) પધ્ધતિશાસ્ત્રની દ્રષ્ટિએ તફાવત –

બંને શાસ્ત્રો પોતપોતાની પધ્ધતિથી સંશોધનો કરી સમાજને સિદ્ધાંતો આપે છે. શિક્ષણશાસ્ત્ર મુખ્યત્વે વ્યક્તિ અભ્યાસ પધ્ધતિ, ઐતિહાસિક પધ્ધતિ, તુલનાત્મક પધ્ધતિ, પ્રયોગ પદ્ધતિનો ઉપયોગ કરી શિક્ષણ નો ખ્યાલ સમજાવે છે. શિક્ષણ ની પદ્ધતિનો ઉપયોગ નાના બાળકોથી માંડીને દરેક પેઢી સુધી થઈ શકે છે.

જયારે સ્વચ્છતાનું સમાજશાસ્ત્ર એ એક વ્યવહારલક્ષીશાસ્ત્ર છે તેનો હેતુ સ્વચ્છતાને વ્યાપક પણે સમાજમાં અપનાવાય તે રહેલો છે. આથી શિક્ષિત, અશિક્ષિત, ગ્રામીણ, શહેરી કે આદિવાસી સમુદાયના લોકોને સ્વચ્છતાના મૂલ્યો શીખવવા, પ્રશ્નાવલી નિરીક્ષણ, મુલાકાત, અનુસૂચી જેવી પ્રયૂક્તિઓનો ઉપયોગ મુખ્ય બને છે.

આથી અભ્યાસની પદ્ધતિની બાબતમાં અહીં બંને શાસ્ત્રો થોડા એક બીજાથી અલગ પડે છે.

આમ આ બંને શાસ્ત્રો એક બીજાથી ઘણાં નજીક છે કેટલીક બાબતોમાં સમાનતા, સામ્યતા, પુરકપણું ધરાવે છે. સ્વચ્છતાનઅ સમાજશાસ્ત્રમાં શિક્ષણની પ્રક્રિયાનો સમાવેશ થઈ જાય છે. આથી આ બંને શાસ્ત્રો એકબીજાની સાથે જોડાયેલા વિજ્ઞાનો ગણી શકાય જયારે તફાવતની દ્રષ્ટિએ તાપસીએ તો તેમના વિષયવસ્તુમાં, દ્રષ્ટિકોણની બાબતમાં અને પધ્ધતીશાસ્ત્રની બાબતમાં પાયાના તફાવતો જોઈ શકાય છે આમ છતાં તફાવત કરતા પરસ્પર સંબંધ વધુ હોય એવું જણાય આવે છે.

સમાપન –

અન્ય સામાજિક વિજ્ઞાનો પોતાની એક ચોક્કસ અને આગવી ઓળખ ધરાવે છે તેમ સ્વચ્છતાનું સમાજશાસ્ત્ર પણ પોતાની આગવી અને વિશિષ્ટ ઓળખ ઉભી કરી શક્યું છે. બીજા સામાજિક વિજ્ઞાનો સાથે સંબંધ ધરાવે છે. તે સામાજિક વિજ્ઞાનો થી નજીકપણું ધરાવે છે પરસ્પર જ્ઞાનના સિદ્ધાંતોની આપલે કરે છે. ભલે કદાચ સ્વચ્છતાનું સમાજશાસ્ત્ર નવું વિજ્ઞાન તરીકે ઉભરી રહ્યું હોય તેની વિજ્ઞાન તરીકેની લાક્ષણિકતાઓથી પોતાની અલગ ઓળખ ઉભી કરી અન્ય સામાજિક વિજ્ઞાનોની હરોળમાં ઉભું રહી શકાય એવી કામના કેળવી શકાય છે.

અન્ય સામાજિક વિજ્ઞાની થી સ્વચ્છતાનું સમાજશાસ્ત્ર કેટલીક પાયાગત વિશિષ્ટતાથી અલગ પડે છે આ અલગતા પણ તેમનું મહત્વ દર્શાવે છે. તે અન્ય સામાજિક વિજ્ઞાનોની ઓળખ માટે અલગ પડે છે કે તે વ્યવહારલક્ષી વિજ્ઞાન છે. મૂર્ત અને અમૂર્ત બાબતોને ધ્યાનમાં રાખે છે હકીકતોની સાથે આદર્શલક્ષી બાબતોને સમાવે છે આથી તેમની વિશિષ્ટતાથી અન્ય સામાજિક વિજ્ઞાનો કરતા અલગ પડે છે.

૮ સ્વચ્છતા અને અન્ય સામાજિક સંસ્થાઓ સાથેના સંબંધો

૧ સ્વચ્છતા અને ગ્રામ સમુદાય –

ભારતમાં પાંચ લાખ ઉપરાંતના ગ્રામીણ સમુદાયો આવેલા છે અને ૨૫ ટકા થી વધુ ગ્રામીણ વસ્તી છે. પશ્ચિમના દેશોના અમુક અપવાદો બાદ કરતા ભારતના ગામો એટલે મધ્યમાં ઘરો અને ઝુપડાનું ઝુમખું અને આસપાસ બધે ખેતરો જેમાં સાંકડી, વાંકીચૂકી શેરીઓ આવેલી હોય છે. છાપરા અને નળીયાવાળા ઘરો હોય છે. ગામમાં એકથી વધુ જ્ઞાતિઓ હોય છે. કે જેઓ નજીકના ગામોની એ જ જ્ઞાતિના લોકો સાથે ગાઢ સંબંધ ધરાવતા હોય છે. ગામમાં પોતાની જ્ઞાતિનું ઉભું સંગઠન અને બીજા ગામમાં આડું સંગઠન છે. ગ્રામ એ પરંપરાવલંબી એકતા છે. જે સ્વાયત હોય છે. જેનું સંચાલન ગ્રામ પંચાયત દ્વારા થાય છે.ગામની દરેક જ્ઞાતિ તેનું આગવું જીવન જીવે છે આર્થિક વર્ગના ધોરણ પણ ગામની વસ્તીના ભાગ પડેલા હોય છે.

ભારતના ગ્રામોમાં વસ્તીનું વૈવિધ્ય, પ્રકૃતિ સાથે ગાઢ સંબંધ અને સતત સંઘર્ષ અનુભવે છે, મુખ્ય વ્યવસાય ખેતી છે. ગ્રામીણોમાં ભાવાત્મક એકતા હોય છે. એકવિધતા તેની ઓળખ છે. જ્ઞાતિ અને કૃષિની અર્થવ્યવસ્થાથી સ્તરોનો ઉદભવ થયો છે આથી સામાજિક ગતિશીલતા હોવાથી વિશિષ્ટ જીવનશૈલી વિકાસ પામી છે તેથીજ આ ગ્રામ સમુદાયને પ્રાથમિક સમુદાય તરીકે ઓળખવામાં આવે છે.

ભારતીય ગ્રામીણ સમુદાયોની ઉપરોક્ત વિશિષ્ટ લાક્ષણિકતાઓમાં સ્વચ્છતાનું પ્રાધાન્ય નહીવત જોવા મળે છે. ભારતના ગ્રામ સમુદાયોનો દેશ છે. ગાંધીજીએ નોંધ્યું છે કે સાચું ભારત જોવું હોય તો ગામડાઓમાં જાઓ તો આ ગ્રામોની સાથે સ્વચ્છતાને જોડીને સંચાલન કરવામાં આવે તો સાચા ભારતની નવી લાક્ષણીકતાઓ વિશ્વ સમક્ષ રજુ થશે આ માટે કેન્દ્ર અને રાજ્ય સરકારો અનેક કાર્યક્રમો અને યોજનાઓ અમલમાં મૂકી છે જેમ કે ‘નિર્મળ ગ્રામ’ ,કેન્દ્રીય ગ્રામીણ સ્વચ્છતા કાર્યક્રમ, સંપૂર્ણ સ્વચ્છતા અભિયાન આવા શીર્ષક હેઠળ અનેક નવી પેટા યોજનાઓથી આજે ગ્રામ સમુદાયોમાં સ્વચ્છતા એક આંદોલન માફક સ્વીકાર્ય થયો છે. મહદ અંશે સ્વચ્છતાનો સ્વીકાર થવા લાગ્યો છે પરંતુ સ્વચ્છતા પ્રત્યેનું આત્મીયકરણ થતા સમય લાગશે.

આદર્શ સ્વચ્છ ગામની કલ્પના હવે સાકાર થવા લાગી છે. લોકો પોતાના ગામ અને ઘરોમાં સ્વચ્છતાનું પાલન કરતા થયા છે. ઇનામ, પ્રોત્સાહન વગેરે થી નહિ પરંતુ તેની ઉપયોગીતા અને વ્યવહારમાં થતા લાભોથી લોકો આકર્ષિત થયા છે. આવા ગ્રામમાં સ્વચ્છતા ક્યાં ક્યાં અને કેવી હોવી જોઈએ તેની ચર્ચા આ મુજબ કરી શકાય.

આદર્શ ગામની કલ્પના અને સ્વચ્છતા

દરેક ભારતવાસી અને તેમાં ગ્રામીણ લોકોએ એક સંકલ્પ કરવો જોઈએ કે દરેક ઘરોમાં સ્વચ્છ શૌચાલય હોય, દરેક પ્રાથમિક શાળામાં દીકરીઓ માટે અલગ શૌચાલય હોય. શાળાઓ, આંગણવાડી, ગ્રામપંચાયત, શેરીઓ મહોલ્લાઓ, તમામ ગામો સ્વચ્છ હોય અને તે માટે જરૂર પડે તો લોક આંદોલન કરી સ્વચ્છતાનો તેઓમાં જીવનમંત્ર બનાવવાની નેમ હોય.

સ્વચ્છતાના આ અભિયાનમાં સૌ હૃદયથી સહકાર આપે તો આદર્શ ગામની કલ્પના વાસ્તવિકતા બની જાય.

લોકશિક્ષણ અને સ્વચ્છતા –

શિક્ષાધન એ સામાજિક પરિવર્તન લાવવા માટેનું એક શ્રેષ્ઠ સાધન છે. શાળાઓમાં ઔપચારિક શિક્ષણ અપાય જ્યાં બાળકો શિક્ષિત બને છે. તેમાં સ્વચ્છતાના પાઠો તો શીખવાય પરંતુ અન્ય ગ્રામજનો માટે સ્વચ્છતાના શિક્ષણ માટે લોક શિક્ષણ શ્રેષ્ઠ બની રહે છે. સ્વચ્છતાનું મુલ્ય, આવશ્યકતા,તેનાથી થતા અનેક લાભો અને અસ્વચ્છતાથી થતા પારાવાર નુકશાન કે ગેરલાભો નો ખ્યાલ નિદર્શન સાથે સ્વચ્છતા માટેની ફિલ્મ, ચાર્ટ્સ, નાટક અને તે અંગેનું પ્રાયોગિક જ્ઞાન માટે, લોકો શિક્ષણ ના માધ્યમથી સ્વચ્છતાનો વ્યવહારમાં ઉપયોગ લાવી શકશે. ગામોમાં સાંજના કે રાત્રીના સમયે પ્રૌઢો-વૃધ્ધો અને યુવાનો માટે ઉપરોક્ત લોકશિક્ષણ આપી શકાય તેના પ્રોત્સાહનો માટેની વિવિધ યોજનાઓ પણ અમલમાં મુકાવી જોઈએ. આવા લોકશિક્ષણથી ગ્રામ સમુદાયોમાં ધીમે ધીમે દરેક ઘરોમાં સ્વચ્છતાનો અમલ શરૂ થઈ શકે. પ્રૌઢ શિક્ષણના વર્ગોમાં શિક્ષણ સાથે પણ સ્વચ્છતાનું લોકશિક્ષણ જોડી શકાય. સ્વચ્છતાના સુત્રો શોખવી તેને ભીત સુત્રો બનાવી રોજના આ ભીતસુત્રોના વાંચન દ્વારા ગ્રામજનો સ્વચ્છતાની ટેવો પડશે અને આદર્શ ગામની કલ્પના સિધ્ધ કરશે.

સ્વચ્છતા અને જંતુનાશક દવાનો છંટકાવ –

ગ્રામ સમુદાયોમાં મોટાભાગના મકાનોમાં શૌચાલય હોતા નથી ખુલ્લામાં જાજરૂ-પેષાબ કરે છે. મકાનની બહાર ઉકરડાઓ રસ્તા વચ્ચે ગંદાપાણીની ખુલ્લી ગટર, પશુ પાલન હોવાથી તેના મળ મૂત્રના ઢગલાઓ, ગંદા પાણીના ખાડાઓ વગેરેની સફાઈ પ્રસંગોપાત જ થતી હોય છે આથી મચ્છરોનો ત્રાસ ઉદભવે છે. ગંદકીના લીધે અન્ય જીવ-જંતુઓનો ઉદભવ વધે છે. ગામમાં અનેક પ્રકારના રોગો અને માંદગી આવી અસ્વચ્છાતાના લીધે જોવા મળે છે. ગામનું જાહેર આરોગ્ય અને સ્વાસ્થ્ય જોખમમાં મુકાય છે. આથી પંચાયતો દ્વારા જંતુનાશક દવાનો છંટકાવ થતો હોય છે. જો કે તેનું પ્રમાણ ઓછુ હોય છે

છતાં દરેક ગ્રામવાસી જંતુનાશક દવાના છંટકાવનો આગ્રહ રાખી પોતાના ઘરમાં, જાહેર ઉકરડા, જાજરૂ, ગટરો વગેરે જગ્યાએ તેમજ જ્યાં ગંદુ પાણી ભરાયેલું કાયમ રહેતું હોય તો દવાનો છંટકાવ પોતાની જાતે કરાવવી જોઈએ તો સ્વચ્છતાનું પ્રથમ પગથીયું ચડ્યા કહેવાય. અને આદર્શ સ્વચ્છ ગામની કલ્પના સાકાર કરી શકાય.

સ્વચ્છતા અને ગામના રસ્તાઓ અને વાહનવ્યવહાર –

ગામના રસ્તાઓ સાંકડા અને વાંકીચુકી ગલીઓ વાળા હોય છે. જ્યાં કચરાનું પ્રમાણ વધારે છે. તેમજ પશુપાલન વ્યવસાય હોવાથી જાહેર રસ્તાઓ ઉપર પશુઓની સતત હાજરી અને તેનું મળ-મૂત્ર ગંદકી કરે છે. ગામ લોકો પોતાના ઘરને કચરો, પશુનો મળ-મુત્રનો કચરો રસ્તાપર ઉકરડો બનાવીને ખાતર માટે ઢગલાઓ કરે છે. આવા રસ્તા પર ગામ લોકો ની સતત આવ-જા રહેલી હોય છે. લોકોના વસવાટના મકાનો પણ હોય છે શાળાઓની આજુબાજુ પણ ગંદકીનું સમ્રાજય ફેલાયેલું હોય છે. આવા રસ્તાઓ પર લોકો ચાલતા હોય. નાના મોટા રસ્તાઓ પણ સતત આવ-જા કરતા હોય છે તેનું હવાનું પ્રદૂષણ પણ સ્વચ્છતાને પડકાર ફેકે છે. આવી સ્થિતિને સુધારવા માટે ગ્રામજનોએ જ સ્વચ્છતા લાવવાનું 'ગ્રામ આયોજન' બનાવી રસ્તાપરના કચરા મળ-મૂત્ર અને હવાના પ્રદૂષણને નિયંત્રણમાં લાવવા પંચાયતની મદદ લઇ યોજના બનાવવાથી આદર્શ સ્વચ્છ ગામની કલ્પના હકીકતમાં બદલી શકશે.

સ્વચ્છતા અને ગ્રામ સફાઈ કાર્યક્રમ –

ગામના લોકોમાં સંપ અને એકતા હશે જો ત્યાંના લોકો પણ શિક્ષિત અને જાગૃત થશે તો ગામનું ભાવિ ઉજળું બની જતું હોય છે. કારણ સ્વચ્છતા માટે આ બાબતો મદદરૂપ બને છે. આવા ગામમાં સ્વચ્છતાનું લોક આંદોલન જગાવવા માટે મહિને ૧ વખત અથવા અઠવાડીએ કે પંદર દિવસે ૧ વખત ગ્રામજનો એકત્ર થાય અને સૌ પોત પોતાના ઘરે થી સફાઈ માટેના સાધનો લઇ પોતાના ઘરની આજુ બાજુ અને શેરી કે મહોલ્લામાં કચરાની સફાઈ, ગંદા પાણીના નિકાલની ખુલ્લી ગટરોની સફાઈ, જંતુનાશક દવાનો છંટકાવ. ડોક્ટરો

દ્વારા મેડીકલ કેમ્પ, પશુઓ માટે સફાઈ, માંદગીના ઉપાયો અંગે વાર્તાલાપ, શુધ્ધપીવાના પાણીનું સંરક્ષણ, શાળા, મંદિરો, પંચાયત, પ્રાથમિક આરોગ્ય કેન્દ્રો, સભાગૃહ વગેરેની સ્વચ્છતા માટેના કાર્યક્રમો બનાવી તેનો અમલ કરવામાં સમગ્ર ગ્રામ સહભાગી બને તો સ્વચ્છતા લાવવામાં મુશ્કેલીઓ ન પડે અને આદર્શ સ્વચ્છ ગામની કલ્પના સિધ્ધ થઈ શકે.

સ્વચ્છતા અને જાહેર શૌચાલયો –

દરેક ગામમાં ઘરદીઠ શૌચાલયો હોતા નથી પરંતુ અમુક વિસ્તારમાં પંચાયત દ્વારા જાહેર શૌચાલયો બનાવવામાં આવતા હોય છે. તેની સ્વચ્છતા માટે વિશેષ કોઈ જોગવાઈ હોતી નથી. લોકો આ શૌચાલયનો ઉપયોગ કરતા હોય છે ત્યારે સૌ કોઈ પાણી દ્વારા પુરતી સફાઈ કરવાની જવાબદારી સ્વીકારી લેવી જોઈએ. દરરોજ જંતુનાશક દવાનો છંટકાવ થવો જોઈએ. આસપાસ રહેતા લોકોને તેની દુર્ગંધ ન આવે, રોગ-માંદગી ન પ્રસરે તે માટેના પ્રયાસો સૌ કોઈએ કરવા પડે. સાથો સાથ મળ-મૂત્રની નિકાલની વ્યવસ્થા માટે શોષખાડા-શોષકુવા અને તેની પણ નિયમિત સફાઈ થતી ઘટે. કેટલાક નિર્મળ ગ્રામો તો આવા જાહેર શૌચાલયો સાથે ગેસ પ્લાન્ટ જોડી દેતા હોય છે. જેથી રસોઈ માટે ગેસ મળે અને ખાતર પણ મળે. સાથે મળ મુત્રનો યોગ્ય નિકાલ પણ થાય જો દરેક ગામો આવી યોજનામાં સરકારની નાણાકીય સહાયનો લાભ લે તો આદર્શ સ્વચ્છ ગામની કલ્પના સિધ્ધ થઈ શકે.

સ્વચ્છતા અને આરોગ્ય સેવાની સવલત –

ભારત ગામડાનો બનેલો દેશ છે. ૨૫ ટકાથી વધુ વસ્તી ગ્રામોમાં વસે છે પરંતુ તે વસ્તીમાં નિરક્ષરતાનું પ્રમાણ વધુ છે આથી સ્વચ્છતા પ્રત્યે ગંભીરતા નહીવત છે. જ્યાં સ્વચ્છતાનો અભાવ હોય ત્યાં રોગ-માંદગી વધુ હોય. બાળકોને રસીકરણ, આહાર-પોષણ, ગર્ભસ્થ શિશુની સંભાળ, ગર્ભસ્થ મહિલાઓની દેખભાળ, માર્ગદર્શન, વૃધ્ધોનું સંભાળ વગેરે ગ્રામ સમુદાયોમાં સંભાળ કે આરોગ્ય કેન્દ્રો હોતા નથી અથવા હોય તો કાર્યક્ષમ હોતા નથી. જો આરોગ્ય સેવા સક્ષમ બનાવવામાં આવે તો લોકોનો વારંવાર આવી સેવા લેવાનું ગમશે નહિ અને સ્વચ્છતા અંગેની સલાહ-માર્ગદર્શન, રોગ, માંદગી કે

સારા આરોગ્ય માટેની માહિતીને મેળવી અપનાવશે તો સમગ્ર ગામ નીરોગી ગામ-નિર્મળ ગ્રામ બની રહેશે અને એક આદર્શ ગામની કલ્પના બીજા ગામોની પ્રેરણા આપશે.

સ્વચ્છતા અને પેશાબઘર(મુતરડી) –

મોટા ભાગના ગ્રામોમાં લોકો ખુલ્લામાંજ પેશાબ કરતા હોય છે. સ્ત્રીઓ માટે આ બાબત શરમ-સંકોચજનક બને છે. બાળકો, યુવાનો, વૃધ્ધો, સ્ત્રીઓ સૌ કોઈ ખુલ્લામાં જાજરૂ કે પેશાબ કરે ત્યારે ગંદકી ફેલાય છે. લોકોનું સામાજિક અને નૈતિક પણું આવી સ્થિતિમાં નિમ્ન બની જાય છે. લોકોમાં ખુલ્લામાં પેશાબ કરવાનું વલણ કે મૂલ્યમાં કોઈ નીચાપણું દેખાતું નથી. લોકોની જરૂરિયાત ગમે ત્યાં ગમે એવી રીતે પ્રાપ્ત કર્યાનો સંતોષ માને છે. આવું વલણ ગંદકીને નોતરે છે. પર્યાવરણ ને અને સમાજિક્તાને નીચી લાવે છે આવી સ્થિતિ દુર કરવા અમુક અંતરે પેશાબઘર (સ્ત્રી-પુરુષોમાટે) ની સગવડ હોવી જોઈએ અને તેની નિયમિત રીતે રોજ સફાઈ થવી જોઈએ તોજ સ્વચ્છ ગામ નિર્મળ ગામનું ગૌરવ મળી શકે.

સ્વચ્છતા અને ખાતર, સ્મશાન અને મૃત પશુનો યોગ્ય નિકાલ –

ગામમાં ખેતી અને પશુ પાલન વ્યવસાય હોવાથી તેને આનુષાંગિક કચરો અને ગંદકી થવાની જ પરંતુ કચરાના યોગ્ય નિકાલ માટે કે તેનો ખાતર તરીકે ઉપયોગ કરવા માટે ઢગલાઓ કરવાના બદલે મોટો ખાડો કરી તેમાં જ બધો કચરો નાખવામાં આવે તો આ એકત્રિત કચરો એક જગ્યાએ જમા થશે તેથી સ્વચ્છતા બની રહેશે અને કચરો ખાતર તરીકે ઉપયોગમાં લઇ શકાશે. સ્મશાનમાં મૃતકોનો અગ્નિ સંસ્કાર કરવામાં આવે છે. ગામ બહાર એવી રીતે આ સંસ્કાર થવો જોઈએ કે તેની ધુમાડાની અસર ગામના લોકો ઉપર ન થવી જોઈએ. બળવાથી વધુ લાકડાનો ઉપયોગ થાય છે જે થી વૃક્ષોનું નિકંદન થાય છે માટે અન્ય વિકલ્પો પણ વિચારવા રહે. ગામના પશુઓ મારી જાય ત્યારે તેના ચામડાનો ઉપયોગ કરવા તેને ગમે ત્યાં તેનું છેદન કરવાના બદલે યોગ્ય જગ્યા એ યોગ્ય ઢબે નિકાલ થવો જોઈએ જેથી લોકોના સ્વાસ્થ્ય પ્રત્યે વિપરીત અસરો ન થાય આ બધી બાબતો સામાન્ય

લાગે પણ તેની ગંભીરતાથી કાળજી લેવામાં આવે તો આદર્શ સ્વચ્છ ગામ બની શકે.

સ્વચ્છતા અને પીવાના પાણીની વ્યવસ્થા –

અગાઉ ગ્રામોમાં પીવાના પાણી માટે નદી, તળાવો અને કૂવાઓનો ઉપયોગ થતો આ પાણી લોકો અને પશુઓ પણ ઉપયોગ કરતા આવા પાણીના ખુલ્લા સ્ત્રોતોમાં સ્વચ્છતાના બદલે ગંદકીનું પ્રમણ વધુ હોય છે લોકો ખુલ્લા પાણીમાં નાહવા, કપડાધોવા, પશુઓ પાણી પીવે નહાય તેમજ મળ મૂત્ર ગંદકી ભેગી થાય અને રોગચાળો પ્રસરે. આવું ન થાય ટે માટે કોઈ પગલા લેવાતા ન હતા આજે પણ આવી સ્થિતિ ગુજરાતમાં જોઈ શકાય છે. આ માટે તળાવ, નદી અને કૂવાઓમાંથી લોકોને પીવાના પાણીની વ્યવસ્થા માટે પાણી પુરવઠા યોજના અમલમાં મૂકી દરેક ગામમાં પાણીની ઉંચી ટાંકીઓ બનાવી ઘરે ઘરે કે જાહેરમાં નળ દ્વારા પીવાનું પાણી(શુદ્ધ) મળી રહે એવી યોજનાઓ કેન્દ્ર અને રાજ્યસરકારની મદદ થી ચાલી રહી છે લોકોની ભાગીદારીથી આવી યોજનાઓ ગામમાં લાવી શકાય. પશુઓ માટે પીવાના પાણી માટે પાણીના હાવડા બનાવવા અને તેની આસ પાસ સ્વચ્છતા જળવાય રહે તો ગામમાં રોગ-માંદગીનું પ્રમાણ ઘટી જાય અને એક આદર્શ સ્વચ્છ ગામની કલ્પના સાકાર થઈ શકે.

સ્વચ્છતા અને પોષણ આહાર –

દરેક ગામના સ્વચ્છતાના શિક્ષણ સાથે બાળકો, યુવાનો, સ્ત્રીઓ, વૃધ્ધોને પોષણયુક્ત ખોરાક મળી રહે ટે માટેનું દરેક ઘરમાં એક આયોજન હોવું જોઈએ. આ માટે ગામોમાં ચાલતી આંગણવાડી દ્વારા શિક્ષણ અપાય છે. ગ્રામજનોને પોષણયુક્ત ખોરાક કોને કહેવાય ક્યાં ધાન્યમાં કેટલું વિટામીન-પ્રોટીન છે અને કોણે કયો અને કેટલો ખોરાક લેવો જોઈએ તેનું જ્ઞાન મળે તે માટે આયોજન બનાવવું જોઈએ. લોકો પાસે આ જ્ઞાન ન હોવાથી બીમારીના ભોગ બને છે. સ્વચ્છ વિટામીન-પ્રોટીનથી ભરપુર ખાદ્યપદાર્થોનું જ્ઞાન સાથે આ સામગ્રી સરળતાથી મળી રહે તે માટે ગામમાં સરકારી ભંડાર, દૂધ સરકારી મંડળી, ગ્રાહક સરકારી મંડળી વગેરે જેવા માધ્યમોથી લોકોનો

આહાર-પોષણ ની ખાતરી મળી શકશે અને લોકો પોતાના અઆરોગ્યને બચાવી શકશે. આવી સ્થિતિ સર્જાવાથી પણ એક આદર્શ ગામની કલ્પના સિધ્ધ કરી શકાય.

આદર્શ ગામની કલ્પનામાં સ્વચ્છ ગામ-નિર્મળ ગામનો સમાવેશ થઈ શકે માટે કેન્દ્ર, રાજ્ય, પંચાયત, સરપંચ કે કોઈ સ્વૈચ્છિક સંસ્થાઓ જ ગામની સ્વચ્છતાના કામ કરી શકે કે માત્ર તેમની જ જવાબદારી છે એવું માનવના બદલે સૌ કોઈએ પોતાની જવાબદારી ગણીને આ સ્વચ્છતાના આંદોલન કે પાટીમાં પોતાની સહકારની આહુંત્તિ આપી સ્વચ્છતાણે મનુષ્યની અણમોલ ભેટ ગણી પોતાનો ફાળો આપવો જોઈએ ગામમાં લોકો ભાગીદારી થી સ્વચ્છતાના કાર્યક્રમોનો અમલ કરાવી સ્વચ્છ અને અનમોલ ગામ બનાવી શકાય.

૨ સ્વચ્છતા અને કુટુંબ

કોઈપણ સમુદાય હોય તેઓના કુટુંબનું અસ્તિત્વ સાર્વત્રિક રીતે જોઈ શકાય અને તેનું મહત્વ પણ પ્રસ્થાપિત થયેલું છે. કુટુંબના કાર્યો એટલા મહત્વના બન્યા છે કે પર્યાય નથી. કુટુંબ એ માત્ર ચાર દીવાલોમાં રહેલા માત્ર વ્યક્તિઓજ નહિ પરંતુ તેઓ વચ્ચે ભાવાત્મક સંબંધ અને પરસ્પરની લાગણી અને આત્મીયાતાનો સરવાળો પણ છે. કુટુંબનો દરેક સભ્ય એકબીજા સાથે લગ્ન કે લોહીના સંબંધો બંધાયેલા હોય છે. દરેક સભ્યને ચોક્કસ દરજ્જો અને તેને અનુસાર ભૂમિકા પણ પ્રાપ્ત થયેલી હોય છે તેઓ પરસ્પર હક્ક અને ફરજના બંધનો જોડાયેલા હોય છે, તેમજ સર્વે સભ્યોની તેઓના નિયમ અને નિયંત્રણ માટે કેટલાક મૂલ્યો અને ધોરણો બનાવ્યા હોય છે. જેનું બંધન આપમેળે સ્વીકાર્યું હોય છે. તેઓનું સામાજીકરણ પણ પરંપરાગત ઢબે થતું હોય છે. જેથી કુટુંબનું ચોક્કસ ધ્યેય પ્રાપ્ત થઈ શકે.

કુટુંબમાં જે સામાજીકરણ અને વ્યક્તિત્વ ઘડતરની જે પ્રક્રિયા થાય છે. તાલીમ કે શિક્ષણ અપાય છે તેના સભ્યોના જીવનને ઘડતા સામાજિક ધોરણોનો સમાવેશ થાય છે અનેક સામાજિક ધોરણો પૈકી સ્વચ્છતા પણ અનૌપચારિક ધોરણો છે જેનું અનૌપચારિક ધોરણો છે તેને અનૌપચારિક રીતે

શિક્ષણ આપી તેનું પાલન પણ અનૌપચારિક રીતે કરાવાય છે. આવી અનૌપચારિકતા હોવા છતાં અથવા અનૌપચારિક મૂલ્યો હોવા છતાં તેને અનૌપચારિકતા કરતા પણ વધુ મૂલ્યવાન ગણી તેનું પાલનનો આગ્રહ રખાય છે કારણ કે તેમાં સામાજિક અપેક્ષા સમાયેલી હોય છે જો કુટુંબનો કોઈ સભ્ય સ્વચ્છતાનું પાલન કરતા ખામી અથવા ભૂલ કરે તો તેને કોઈ અનૌપચારિક શિક્ષા કે દંડ સામાન્ય રીતે ભારતમાં તો નથી થતો પરંતુ પશ્ચિમના દેશોમાં તો દરેક કુટુંબમાં તેનું પાલન અનૌપચારિક રીતે જ શીખવાય છે. કારણ કે તે દેશોમાં સ્વચ્છતાને ખુબજ ગંભીર રીતે સ્વીકારીને તેનું પાલન કરવામાં આવે છે આથી કુટુંબના સભ્યોમાં સ્વચ્છતા એ એક જીવનનો ભાગ બની જાય છે. જેના લીધે ત્યાનો સમગ્ર સમાજ અને જાહેર સ્વાસ્થ્ય અન્ય સમાજના લોકો માટે પ્રેરણાદાયી બન્યા છે.

આવી સ્વચ્છતા કુટુંબ સાથે જોડાયેલી છે. ત્યાના કુટુંબના કેટલાક પરિબળો સાથે સ્વચ્છતા જોડાયેલી છે. આ બધાં પરિબળો કુટુંબમાં વધતા ઓછા અંશે કુટુંબમાં સ્વચ્છતા લાવવાનું કે અવરોધવાનું કારણ બની રહે છે. આવા પરિબળોને નીચે મુજબ ગણાવી શકાય.

સ્વચ્છતા અને કુટુંબની આવક –

ખાસ કરીને ભારતીય સમાજના કુટુંબોમાં એક વ્યક્તિ કમાય અને અન્ય સભ્યો તેના પર આધારિત હોય છે. ભારતમાં ૪૦ થી ૪૫ ટકા વસ્તી ગ્રામ સમુદાયોમાં વસવાટ કરે છે કે જેઓના કુટુંબો ખેતીપર નિર્ભર છે. ખેતી અને પશુપાલન એમ બંને સયુંકત આર્થિક પ્રવૃત્તિઓ કરે છે તેથી તેઓની આવક સામાન્યતઃ ઓછી હોય છે. આ આર્થિક પ્રવૃત્તિમાં જેટલા પ્રમાણમાં સ્વચ્છતાનો આગ્રહ રાખવામાં આવે છે એટલું જ ઓછું છે. ટુંકમાં સ્વચ્છતા જાળવણી મુશ્કેલ છે કુટુંબ ના અભ્યાસો રહેઠાણ સાથે પશુપાલન હોય છે કે ત્યાં ગંદકીની સ્થિતિ સતત રીતે સ્વચ્છતા પછી પણ જોવા મળે છે. તેમજ સ્વચ્છતા પાછળ ખર્ચ પણ થતો હોય છે કે જે ખર્ચ કરવાની ક્ષમતા તે આવક કરતા વધુ બની જાય ત્યારે ઓછી આવક ના લીધે સ્વચ્છતા અને તેનું પાલન ગૌણ બની જાય છે. આવકનો અમુક ભાગ મકાનની સ્વચ્છતા, આજુ

બાજુની સ્વચ્છતા, પીવાના પાણી, ગંદા પણીનો નિકાલ, શૌચાલય અને તેની સ્વચ્છતા, કપડાની ધોલાઈ, સભ્યોની માંદગી વગેરે બાબતો પાછળ અનિવાર્ય પણે સ્વચ્છતા રાખવાના પ્રયત્નો હોવા એ આદર્શ બાબત ગણી શકાય પરંતુ તેની વ્યવહારિકતા પાછળ કુટુંબની આવક જવાબદાર છે.

જયારે ભારતના શહેરી સમુદાયોના કુટુંબોના વસવાટો અને ભૌગોલિક અને વસ્તીવિષયક સ્થિતિ સ્વચ્છતાને અસર કર્તા બને છે, મહાનગરોના કુટુંબો અને વસ્તી ગીચ સ્થળો પર વસવાટ કરે છે. ત્યાં સ્વચ્છતા ગ્રામીણ સમુદાય કરતા થોડી જુદી સ્થિતિ જોવા મળે છે. શેરી અને મહોલ્લાઓ તેમજ ફ્લેટ્સમાં સૌ પોતાના મકાનો રાખવાનું સ્વીકારી અને વ્યવહારમાં પાલન કરે છે પરંતુ જાહેર સ્વચ્છતામાં બેદરકાર છે. જાહેર રસ્તા પર થુંકવું, કચરાના ઢગલા, ઉકરડા, મરેલા ઢોર, ગંદકી, પાણીના ભરેલા ખાબોચિયા, ખુલ્લી અને ઉભરાતી ગટરો, જાહેર શૌચાલયોની સ્વચ્છતાની બેદરકારી વગેરે બાબતો દરમ્યાન એ સ્વાભાવિક અને શહેરની ખાસિયત બની રહી છે.શહેરી જનો શિક્ષીત છે તેના સભ્યો જો સ્વચ્છતાને પોતાના જીવનનો મંત્ર બનાવી દે તેમજ દરેક શહેરી કુટુંબ તેની આવકનો ઘણો ભાગ પોતાના કુટુંબની સાથે જાહેર સ્વચ્છતા પાછળ ખર્ચ કરે તો કુટુંબો ગ્રામ સમુદાયો માટે આદર્શ બની શકે.

સ્વચ્છતા અને કુટુંબના સભ્યો -

કોઈ પણ સમુદાયનું કુટુંબ હોય પરંતુ સ્વચ્છતા કેટલા પ્રમાણમાં રહેશે તેનો આધાર તે કુટુંબના સભ્યોની સંખ્યા કેટલી રહેશે, તેમાં સભ્યોનું વય પ્રમાણ, જાતિ પ્રમાણ, શિક્ષણનું પ્રમાણ, સભ્યો વચ્ચે જવાબદારીનું પ્રમાણ. સ્વચ્છતાની ઉપયોગીતાની સમજ શક્તિ વગેરે બાબતો સંકળાયેલી છે. જેમ કે વય પ્રમાણ મુજબ કુટુંબમાં બાળકો અને વૃધ્ધોનું પ્રમાણ વધુ હોય તો તે કુટુંબની સ્વચ્છતા ઓછી હોય અથવા સ્વચ્છતાને ઓછી ગંભીરતાથી લેવામાં આવે. કારણ કે બાળકો અને વૃધ્ધો સ્વચ્છતાનું કાર્ય ઈચ્છે તો પણ તેની મજબુરીથી કરી શકતા નથી. જાતિ પ્રમાણ જો કુટુંબમાં પુરુષો કરતા સ્ત્રીઓની સંખ્યા વધુ હોય તો એવા કુટુંબમાં સ્વચ્છતા વધુ હોય છે કારણ કે સ્ત્રી

સભ્યોનું બાળપણથી જ તેનું સમાજિકરણ એવું કર્યું હોય છે કે તેના જીવનમાં સ્વચ્છતા જીવનનો એક ભાગ બની ગઈ હોય છે શિક્ષણનું પ્રમાણ જોઈએ તો જે કુટુંબના સભ્યો વધુ શિક્ષિત રહે ત્યાં સ્વચ્છતાનું પ્રમાણ વધુ હોય છે કારણ કે શિક્ષણ વ્યક્તિ સ્વચ્છતાનું મહત્વ સમજે અને સ્વચ્છતાની ગેરહાજરીના ગંભીર પરિણામો પણ વિચારી-સમજી શકે આથી સ્વચ્છતાનો આગ્રહ રાખે, કુટુંબમાં સભ્યો વચ્ચે જવાબદારી અને સ્વચ્છતાની વાત કરીએ તો કુટુંબમાં સૌ સભ્યો વચ્ચે કામનું શ્રમ વિભાજન થયેલું હોય છે. તેમાં સ્વચ્છતા પણ કેન્દ્ર સ્થાને હોય છે એ સ્વીકૃત છે. પરંતુ જો સભ્યોના તેના ભાગે આપેલ કાર્ય સાથે સ્વચ્છતાની અને કામની જવાબદારી સ્વેચ્છાએ સ્વીકારી કે ન સ્વીકારે તો પરિણામે સ્વચ્છતાને અસરકર્તા બને છે.દરેક કુટુંબીજનોમાં સ્વચ્છતાના મૂલ્યો આત્મસાત કેટલા પ્રમાણમાં કરે છે તેનો આધાર પણ કુટુંબમાં સ્વચ્છતા કેવી બની શકશે તે કરી શકાય.

સ્વચ્છતા અને કુટુંબનું પર્યાવરણ –

સ્વસ્થ કુટુંબની પૂર્વશરત કુટુંબનું પર્યાપ્ત પર્યાવરણ છે. કુટુંબમાં ઈચ્છિત તમામ ભૌતિક સુવિધાઓ કે સગવડતાઓ હોય પરંતુ તેની સાથે કુટુંબના વસવાટના સ્થળે સુરક્ષિત પર્યાવરણ હોવું આવશ્યક છે જેમાં કે પીવાનું પાણી સ્વચ્છ હોય તો સભ્યોનું આરોગ્ય જળવાય રહે તે માટેના યોગ્ય પગલા લેવાય, રસોડામાં પાણીના નિકાલની વ્યવસ્થા , ધુમાડાનો નિકાલ, પુરતી હવા ઉજાસ હોય તો પર્યાવરણ જળવાય રહે. મકાનમાં બાથરૂમ, શૌચાલયની યોગ્ય સફાઇ, કચરાનો યોગ્ય નિકાલ, બાગ-બગીચાની યોગ્ય જાળવણી, જો પાળેલા પશુ-પંખી હોય તો તેની સફાઇ-માવજત, ખાદ્યસામગ્રીની જાળવણી, ફ્રીજની સમયાંતરે સફાઇ, જીવજંતુનો ઉદભવ વગેરે તરફ પુરતી કાળજી લેવાય તો સ્વચ્છતા આપો આપ આવી શકે આ માટે કુટુંબના સભ્યોએ જાગૃતિ રાખવી જરૂરી છે.

સ્વચ્છતા અને કુટુંબની આર્થિક પ્રવૃત્તિ –

કુટુંબની આર્થિક પ્રવૃત્તિ તેના અભ્યાસો દ્વારા કરવામાં આવતો વ્યવસાય કે નોકરી, ધંધો, વેપાર હોય શકે. આ આર્થિક પ્રવૃત્તિ કેવી છે તેના પર

કુટુંબની સ્વચ્છતા નિર્ધારિત કરે છે.અગાઉ નોંધ્યું તેમ જો ગ્રામ સમુદાય હોય તો ખેતી અને પશુપાલન વ્યવસાય હોય તો આ વ્યવસાય કુટુંબના પર્યાવરણ પર વિપરીત અસર કરે છે. ઘરમાં જ ગૃહઉદ્યોગ કે લઘુ ઉદ્યોગની આર્થિક પ્રવૃત્તિ ચાલતી હોયતો સ્વચ્છતાને અસર પહોચે. કુટુંબના મોટા ભાગના સભ્યો આર્થિક પ્રવૃતિમાં સતત રોકાયેલા હોય તો પણ ઘરમાં સ્વચ્છતાનો પ્રશ્ન ઉદભવે તેમજ વ્યવસાય પણ જો પર્યાવરણ ને અને સભ્યોને નુકશાન કર્તા હોય તો સ્વચ્છતા જાળવવી મુશ્કેલ બને. કુટુંબના વસવાટના સ્થળે નાનો કે મોટો વ્યાપાર ધંધો અને તે પણ દુર્ગંધ યુક્ત પદાર્થ, ગંદુ પાણી, કચરો, ઝેરી રસાયણો કે પ્રદૂષિત હવાનો ફેલાવો થતો હોય ત્યાં સ્વચ્છતા જાળવવી મુશ્કેલ બને છે અને કુટુંબના સભ્યોમાં આરોગ્યને માઠી અસરો કરે છે. કુટુંબની આર્થિક પ્રવૃત્તિ ગમે તે પ્રકારની હોય પરંતુ તેમાં સ્વચ્છતા ઉમેરવામાં આવે તો આર્થિક પ્રવૃત્તિ સધ્ધર બની જાય અને કુટુંબના સભ્યોની આરોગ્ય વિષયક પ્રશ્નો આપો-આપ ઉકેલાય જાય.

સ્વચ્છતા અને કુટુંબના મૂલ્યો

સમાજના માળખાનું એક પાસુ તેના મૂલ્યો છે, મૂલ્યો એ વર્તનના માપદંડો છે દરેક કુટુંબમાં તેના સભ્યો માટે કુટુંબ દ્વારા પરંપરાગત મુલ્યોની વર્તનઢબ નક્કી થયેલી હોય છે. તે મુજબ બધાજ સભ્યો વર્તન-વ્યવહાર કરતા હોય છે આવા મૂલ્યો પૈકી સ્વચ્છતાનું મુલ્ય કેન્દ્ર સ્થાને હોય તો અનિવાર્ય બને છે કુટુંબના બધાજ કર્યો-પ્રવૃતિઓમાં સ્વચ્છતાનું પાલન થાય અને સૌનું કર્તવ્ય બની રહે એવા મૂલ્યોનો વિકાસ થયેલો હોય. સભ્યોના જીવનમાં આવા મૂલ્યો વણાઈ ગયા હોય અને તે પણ એટલી હદ સુધી કે કોઈ સભ્યને સ્વચ્છતાની વિરુધ્ધમાં વર્તન, વ્યવહાર કે પ્રવૃત્તિ કરાવી હોય તો થઈ શકે નહિ. મોટાભાગના કુટુંબોમાં સ્વચ્છતાના મૂલ્યોને ગંભીર ગણતા નથી પણ તેને અનિવાર્ય અનિષ્ઠ સમજીને પણ સ્વીકારવામાં આવે છે તેના પરોક્ષ પરિણામો પણ વિધાયક રીતે આવતા હોય છે. સ્વચ્છતાના મૂલ્યો એ આદર્શલક્ષી બાબત છે તો સાથે તે હકીકતલક્ષી બાબત પણ બની રહે છે તેથી તેનું મૂલ્ય વધી જાય છે.

કુટુંબના સ્વચ્છતાના મુલ્યોની કુટુંબના ધ્યેય પ્રાપ્તિ માટે સરળતા ઉભી કરી દે છે. દરેક કુટુંબ તેના ધ્યેયોમાં પ્રગતિ, વિકાસ, આરોગ્ય, પર્યાવરણ, સ્વાસ્થ્ય, તંદુરસ્તી, ગતિ આર્થિક સ્થિતિ, પ્રસંશા, પ્રતિષ્ઠા વગેરે હોય શકે તેની પ્રાપ્તિ માટે સ્વચ્છતાનું મહત્વ મદદ કરે છે.

સ્વચ્છતા અને કુટુંબનું સ્વાસ્થ્ય –

સ્વચ્છતા અને સ્વાસ્થ્યની વચ્ચે સીધો સંબંધ છે જ્યાં સ્વચ્છતાની ગેર હાજરી ત્યાં નબળા સ્વાસ્થ્યની હાજરી કુટુંબના સભ્યોની તંદુરસ્તી જોખમમાં હોય, રોગીષ્ટ વાતાવરણ હોય , માંદગી અવર નવાર આવી જાય, કુટુંબીજનો તેનો ભોગ બનતા હોય આ બધાથી માનસિક સ્વાસ્થ્યને અસર થતી હોય ત્યારે સ્વચ્છતાની ચોક્કસ પણે અનિવાર્યતા બની જાય છે. જો સ્વચ્છતા ની કાળજી લેવામાં આવી શકે તો દરેક તબક્કે સ્વચ્છતા દરેક સભ્યે અપનાવશે તો કુટુંબનું સ્વાસ્થ્ય સારું બની રહેશે.

ક્યારેક કુટુંબના સ્વાસ્થ્ય માટે કુટુંબ જ જવાબદાર હોય છે. કુટુંબ નિરક્ષર હશે, બેરોજગાર હશે, બેદરકાર હશે, બેકાળજી પૂર્વકની જીવનશૈલી સ્વચ્છતા નથી. ત્યારે જાણે-અજાણ્યે તેઓને સ્વાસ્થ્યને નુકશાન પહોચાડ્યા હોય છે. અને ક્યારેક આવી બેદરકારી માંદગીને આમંત્રણ આપી દેતા હોય છે. સ્વચ્છતા કદાચ નાની કે ક્ષુલ્લુક બાબત માનવામાં આવે પરંતુ તેનું મૂલ્ય અતિ મૂલ્યવાન છે.

સ્વચ્છતા અને કુટુંબના રીત-રીવાજો –

દરેક કુટુંબમાં અનૌપચારિક ઢબના પરંપરાથી ચાલ્યા આવતા સામાજિક, ધાર્મિક અને સાંસ્કૃતિક રીત-રીવાજો હોય છે. સારા-માઠા પ્રસંગોએ જે રીતે રિવાજોનું પાલન થાય છે ત્યારે તેમાં કેટલાક સ્વચ્છતા રિવાજોનું અનિવાર્યપણે પાલન કરવામાં આવે છે જેમ કે ધાર્મિક પ્રવૃત્તિ કે વિધિઓમાં સ્થાન સ્વચ્છ કપડા, મનની સ્વચ્છતા, ઘરનું આરોગ્યપ્રદ વાતાવરણ વગેરે સ્થાને સ્વચ્છતા કેન્દ્ર સ્થાને હોય છે. લગ્ન સમયે થતી વિધિમાં પણ બ્રાહ્મણ કે પુરોહિત દ્વારા લોક્ગાન, સપ્તપદી, હવનકુંડ, હસ્તમેળાપ, કન્યાદાન, કન્યાવિદાય વગેરે પ્રસંગે ચોક્કસ રીતે સ્વચ્છતાનો આગ્રહ રખાય છે. દરરોજ

વેપારી, ગૃહસ્થી, નોકરિયાત, ઉદ્યોગપતિ, વિદ્યાર્થી, ડોક્ટર, વકીલ એન્જીનીયર પોતાના કામની શરૂઆત કરતા પહેલા મનની સ્વચ્છતા માટે પ્રાર્થના રૂપી સાવરણીની મદદ લે છે જેથી આખા દિવસની કામગીરી સારી થઈ શકે આવી સ્વચ્છતાને રીત-રિવાજોનો એક ભાગ બનાવી જેવામાં આવે કે ધર્મની સાથે જોડી દેવામાં આવે તો લોકો તેને અપનાવી લેશે, કારણ કે ભારતમાં લોકો ઉપર ધર્મનો પ્રભાવ અન્ય ક્ષેત્રો કરતા વધુ છે.

કોઈ પણ સમુદાયનું કુટુંબ હોય પણ તેમાં બાથરૂમની સ્વચ્છતા, પાણીની સુવિધા યુક્ત શૌચાલય, સ્વચ્છ આંગણું, કચરાનો યોગ્ય નીકાલ, પુરતી હવા ઉજાસ, ધુમાડા રહિત રસોડું, સ્વચ્છ- શુદ્ધ પીવાનું પાણી, આંગણવાડીમાં વૃક્ષો કે છોડ, બાળકોની સ્વચ્છતા, ગટર વ્યવસ્થા, રાચરચીલાની યોગ્ય ગોઠવણી, અનાજ કે ખાદ્ય સામગ્રીનો યોગ્ય સંગ્રહ અને સ્વચ્છતાના પુરાવા સાધનોની હાજરી અને તેનો ઉપયોગ આ બધી બાબતો કુટુંબની સ્વચ્છતા માટે જરૂરી છે આ બધી બાબતો હોય તે સારી બાબત ગણાવી શકાય પરંતુ સ્વચ્છતા માટે કેટલીક બાબતો અનિવાર્ય છે તો કેટલીક અનિવાર્ય નથી સ્વચ્છતાવાળું કુટુંબ બીજાઓ માટે પ્રેરણા રૂપ બને છે. પ્રતિષ્ઠા આપે છે સમાજમાં ઊંચો દરજ્જો મળે છે. સાથે સારું સ્વાસ્થ પણ બોનસ રૂપે આપે છે.

સ્વચ્છતા અને ધર્મ –

દરેક ધર્મ સ્વચ્છતાને પ્રથમ સ્થાન આપે છે અને તેના બધા અનુયાયીઓ પાસે સ્વચ્છતાનો આગ્રહ રાખે છે. એટલું જ નહિ પરંતુ ધર્મના વિવિધ ક્ષેત્રે તેને સ્વચ્છતાને જોડે છે. આથી તમામ ધર્મ સ્થળો અને અનુયાયીઓમાં સ્વચ્છતાનું વલણ આત્મસાત થયું છે, સ્વચ્છતાને એટલું બધું ઊંચું સ્થાન આપી દીધું છે કે સ્વચ્છતાનો પર્યાય ઈશ્વર છે એવું માનવામાં આવે છે. આવી સ્વચ્છતા જાળવી રાખવી કે અપનાવવી તેને દરેક અનુયાયી પોતાની પવિત્ર ફરજ ગણે છે; માને છે પરંતુ આ સ્વચ્છતાનું કાર્ય એ મહેનતનું, સૂગયુક્ત, નિમ્ન, તુચ્છ, હલકું ગણવામાં આવે છે તેથી સવર્ણ ગણાતી જ્ઞાતિઓ આ કાર્ય કરતા સંકોચ અને શરમ અનુભવે છે તેથી આ કાર્ય નિમ્ન ગણાતી જ્ઞાતિઓના ભાગે આવ્યું અને તેથી સ્વચ્છતા અને ધાર્મિક દ્રષ્ટિએ નિમ્ન ગણાતા જ્ઞાતિઓ

વચ્ચે સંબંધ પ્રસ્થાપિત થયો. આથી સ્વચ્છતા અને તેના કર્મીઓ વચ્ચે સ્વચ્છતા અને ધર્મ વચ્ચે અને ધર્મ અને સફાઈ કર્મીઓ વચ્ચે પ્રત્યક્ષ અને પરોક્ષ સંબંધો અસ્તિત્વમાં આવ્યા.

3 સ્વચ્છતા અને ધર્મ –

સ્વચ્છતા અને ધર્મ વચ્ચેનો સંબંધ –

જગતના બધાં ધર્મો સ્વચ્છતાને સ્વીકારે છે. 'જ્યાં સ્વચ્છતા ત્યાં પ્રભુતા'- એવું પણ કહેવામાં આવે છે. જ્યાં જ્યાં ધાર્મિક સ્થળો હોય છે ત્યાં સ્વચ્છતાનો આગ્રહ રખાયો છે લોકો પણ આ ધાર્મિક સ્થળોએ પવિત્રતા અને સ્વચ્છતાને અપનાવીને જાય છે. જેમ કે, સ્નાન કરીને, સ્વચ્છ વસ્ત્રો પહેરીને, બુટ-ચપ્પલ કાઢીને, શુદ્ધ આકાર-વિચાર કરીને સાથે દેવસ્થાનોમાં જાય છે દેવી-દેવતાઓ આવો કોઈ આગ્રહ રાખતા નથી. આમ છતાં ધર્મ સાથે સ્વચ્છતા આપોઆપ જોડાયેલી જોઈ શકાય છે. આથી આ બંને વચ્ચે ગાઢ સંબંધ છે એમ કહી શકાય.

ઋગ્વેદના સમયથી સમયાંતરે ધર્મમાં અને તેના વિવિધ સંપ્રદાયો અને પેટા સંપ્રદાયોમાં પરિવર્તનો આવ્યા તેમની કાર્યપ્રણાલીઓ, વિચારસરણીઓ વગેરેમાં સમયાંતરે પરિવર્તનો થયા પરંતુ સ્વચ્છતાનો સ્વીકાર તો ચાલુ જ રહ્યો એટલુંજ નહિ પરંતુ સ્વચ્છતા અંગેના આગ્રહમાં સતત વધારો થતો રહ્યો. દરેક ધર્મોમાં પોતાના પોતાના સ્થાનકોમાં, ઉપદેશોમાં, ધર્મશાસ્ત્રોમાં,ધાર્મિક વિધિ-વિધાનોમાં સ્વચ્છતાનો અચૂકપણે વણેલું છે. ઉપરાંત ધાર્મિક શિક્ષણ સમયે પણ સ્વચ્છતાને મહત્વના પાસા તરીકેનું સ્થાન મળે છે.

નિમ્ન જ્ઞાતિ અને ધર્મ –

ઋગ્વેદના સમયમાં જ્ઞાતિ પ્રથા અસ્તિત્વમાં આવી ન હતી પરંતુ ઋગ્વેદમાં વર્ણની ઉત્પતિ અંગે દૈહિકસિધ્ધાંત રાજુ થયેલો છે. ઋગ્વેદનું 'પુરુષ સુક્ત' સમાજની સરખામણી પુરુષ દેહ સાથે કરે છે. બ્રાહ્મણ સમાજનું મસ્તક, ક્ષત્રિય સમાજની બાહુઓ, વૈશ્ય સમાજની ઝાંધ અને ક્ષુદ્રો સમાજના પગ છે. આમ તે સમયે સમગ્ર દેહનું કોઈપણ અંગ વધારે કે ઓછું મહત્વ ધરાવતું હોય એવું ન હતું. પરંતુ સમયાંતરે આ વર્ણ પ્રથા કાર્યાત્મક પાયાના બદલે જન્મના

પાયા ઉપર બની અને ક્ષુદ્રોને બ્રાહ્મણગ્રંથો, વિવિધ સંહિતાઓ, મનુસ્મૃતિ વગેરેમાં નિમ્ન સ્થાન અપાયું અને પંચમવર્ણ તરીકે સૌથી નિમ્ન સ્થાન અપાયું. ઉતરવૈદિક સમયમાં ધાર્મિક વિધિ-વિધાનો સાથે શુદ્ધી અંગેનો ખ્યાલ ખુબ દ્રઢ થયો, અસ્પૃશ્યતા અંગેના ખ્યાલો ખુબ દ્રઢ બન્યા તેમજ નિમ્ન ગણાતી જ્ઞાતિને ગામની બહાર હાંકી કાઢવામાં આવતા હતા.

મહાભારતમાં બ્રાહ્મણોને સૌથી ઉચ્ચ ગણ્યા છે અને અસ્પૃશ્ય જ્ઞાતિઓ ને સૌથી હલકી ગણવામાં આવી છે મજમુદાર નોંધે છે કે ઉતરવૈદિક યુગમાં ચાંડાલના સ્પર્શથી શુદ્ધ થવા સ્નાન કરવું પડતું હતું તેઓનો વસવાટ ગ્રામ બહાર રભાવો પડતો હતો અને તેમની સાથે સામાજિક સંપર્ક ઉપર પ્રતિબંધ હતો. આ સમયમાં અસ્પૃશ્યતા વધુ દ્રઢ બને છે.

મધ્યયુગ દરમ્યાન જ્ઞાતિપ્રથા અત્યંત જડ સ્વરૂપે રૂઢ બને છે. ચમાર, વણકર, ચાંડાલ વગેરે નિમ્ન જ્ઞાતિઓને સામાજિક, આર્થીક અને ધાર્મિક જીવનમાં અનેક અસમર્થતાઓ ભોગવવી પડતી હતી.યજ્ઞો વખતે ધાર્મિક શુદ્ધિ જાળવવા માટે અસ્પૃશ્યતા ગણાતી જ્ઞાતિના લોકોના સંપર્ક ઉપર સંપૂર્ણ પ્રતિબંધ મુકાયો, ખાન-પાનાની બાબતોમાં, સ્પર્શની બાબતોમાં અસ્પૃશ્યતાનો ખ્યાલ મજબુત બનતા નિમ્ન ગણાતી જ્ઞાતિના લોકો સવર્ણ જ્ઞાતિથી એકદમ અલગ પડી ગયા અને 'અપૃશ્યતાનો' ખ્યાલ હિન્દુ સમાજની એક આગવી ખાસિયત તરીકે રૂઢ થયો.

બ્રિટિશયુગ દરમ્યાન અપૃશ્યતાના ખ્યાલમાં પરિવર્તનો આવે છે તેઓએ બધી જ્ઞાતિઓ સમાન છે, જ્ઞાતિઓ વચ્ચેના ભેદભાવો, છુત-અછુતપણું, અપૃશ્યતા વગેરે બાબતોને સ્વીકારી નથી. અને અનેક કાયદાઓ દ્વારા અપૃશ્યતાનો કુરિવાજ દુર કરવાના પ્રયત્નો કરવામાં આવ્યા. આથી નિમ્ન ગણાતી જ્ઞાતિઓના સ્થાનોમાં પરિવર્તનની શરૂઆત થઈ.

સ્વતંત્ર ભારતમાં આપના રાજકીય બંધારણમાં ડૉ.બાબાસાહેબ આંબેડકરના નેતૃત્વ નીચે નિમ્ન અને અસ્પૃશ્ય જ્ઞાતિઓના ઉત્થાન માટેના પ્રયત્નો થયા. અને તેના લીધે આ જ્ઞાતિઓના જીવનમાં આમુલ પરિવર્તનો આવ્યા.

અહિયા ધર્મ સાથે સ્વચ્છતા લાવવાના કાર્યો સાથે જ્ઞાતિની ચર્ચા કરતા કહી શકાય કે ધર્મ અને સ્વચ્છતા એકબીજા સાથે ગાઢ સંબંધ ધરાવે છે એ વાત તમામ ધર્મો અને સમાજ સ્વીકારે છે , અનુમતિ આપે છે તો બીજી બાજુ સ્વચ્છતાનું કાર્ય કરનારાઓ કે જેવો નિમ્ન જ્ઞાતિના ગણાય છે તેની સાથે ધર્મ ક્ષેત્રો, ધર્મ સાથે જોડાયેલા સૌકોઈ હીનતાની દ્રષ્ટિએ જુએ છે અને તે લોકોને સ્વીકાર્ય ગણાતા નથી.

નિમ્ન જ્ઞાતિઓ અને ધાર્મિક અસમાનતાઓ –

સ્વચ્છતાનું કાર્ય કરનારા નિમ્ન જ્ઞાતિના લોકોનું કાર્યનું એટલું બધું મહત્વ છે કે તેના વગર આરોગ્યપ્રદ સમાજની કલ્પના કરાવી આવશ્યક છે તેઓમાં સ્વચ્છતા સંબંધી કાર્યોમાં મહત્વના બની રહે છે જેવા કે સાફ-સફાઈનું કાર્ય, ગટરો સાફ કરાવી, કચરાનો નિકાલ કરવો, શૌચાલયો સાફ કરવા વગેરે આ કાર્યનું અત્યંત મહત્વનું છે. આમ છતાં આ કાર્ય કરનારી જ્ઞાતિના લોકો સાથે સવર્ણો, સામાજિક ભેદભાવો, છુતા-છુત, શોષણ અને અમાનવીય વ્યવહારો રાખે છે. આથી તેઓને કેટલીક અસમર્થતાઓનો ભાગ બનવું પડે છે જેથી વધુ સ્પષ્ટ સમજુતી નીચે પ્રમાણે આપી શકાય.

(૧) ધાર્મિક શિક્ષણ અંગેનો પ્રતિબંધ –

નિમ્ન જ્ઞાતિના લોકોને જ્ઞાતિગત સ્વચ્છતાનું શિક્ષણ પોતાના કુટુંબમાંથી મળી રહેલું. અને તે શિક્ષણ વંશપરંપરાગત અપાયું. પરંતુ ઔપચારિક શિક્ષણ માટે શાળા, કોલેજમાં પ્રવેશ માટેના અનેક પ્રતિબંધો હતા. ધાર્મિક શિક્ષણ માટે નિમ્ન જ્ઞાતિના લોકો ગેરલાયક માનવામાં આવતા હતા તેઓ આવું શિક્ષણ મેળવવા અસમર્થ ગણાતા, તેમને કોઈ ધર્મગુરુઓ આ અંગેનું શિક્ષણ આપતા ન હતા. અને જો કોઈ નિમ્ન જ્ઞાતિના વ્યક્તિ આવું શિક્ષણ મેળવવાનો પ્રયાસ કરે તો તેને કડક શિક્ષા કે સજા થતી હતી. આવા શિક્ષણ માટે તેઓ અસમર્થ એટલા માટે ગણાતા કે તેઓ સ્વચ્છતા સંબંધી કર્યો કરે છે અને તેના લીધે તેઓને આ અસમર્થતાનો ભોગ બનવું પડે છે.

(૨) ધાર્મિક વિધિ-વિધાનો પર પ્રતિબંધ –

નિમ્ન જ્ઞાતિના લોકો સવર્ણોની માફક ધાર્મિક વિધિઓ જેવી કે યજ્ઞ, હોમ-હવન, પૂજા-આરાધના, આરતી વગેરે જેવી ધાર્મિક પ્રવૃતિઓ કરી શકાય નહિ. કેટલીક વખત આવી ધાર્મિક વિધિ-વિધાનોની અનિવાર્યતા જણાતી હોય ત્યાં તેમની જ જ્ઞાતિમાંથી કોઈ પ્રાથમિક કક્ષાની વિધિઓ કરાવી શકતા પરંતુ સવર્ણો જેવી ધાર્મિક વિધિ-વિધાનો કરી શકતા નથી. કેમ કે તેઓ અછૂત, નિમ્ન, પછાત ગણાતા હતા. આથી તેઓને આ પ્રકારની અસમર્થતાઓ અનુભવવી પડતી હતી.

(૩) દેવસ્થાનમાં પ્રવેશ પર પ્રતિબંધ –

નિમ્ન જ્ઞાતિઓ ક્ષુદ્ર, પછાત ગણાતી હોવાથી તેમની સાથે અસ્પૃશ્યતાનો વ્યવહાર રાખવામાં આવતો હતો. તેઓ અપવિત્ર છે એવું માની મંદિર, કે અન્ય દેવસ્થાનોમાં પ્રવેશ માટે તેઓ લાયક માનવામાં આવતા ન હતા. કેટલાક ગ્રામ સમુદાયોમાં તો આના દેવસ્થાનોની સામેથી પસાર પણ થઈ શકતું ન હતું. તેમજ દેવસ્થાનો ઉપર આ નિમ્ન જ્ઞાતિઓને પ્રવેશ માટેની પ્રતિબંધની સૂચનાઓ જાહેરમાં મુકવામાં આવતી. આ બધી બાબતો એવું દર્શાવે છે કે આ અછૂત જ્ઞાતિના લોકો હલકા, નિમ્ન કે તૂચ્છા છે માટે તેમને આ અસમર્થતાઓના ભોગ બનવું પડતું હતું

(૪) ધાર્મિક તહેવારો, ઉત્સવોમાં સહભાગીતા પર પ્રતિબંધ –

હિન્દુ ધર્મમાં અનેક ધાર્મિક તહેવારો, ઉત્સવો, મેળાવડાઓ, યાત્રાઓના પ્રસંગો અવારનવાર પ્રસંગોપાત ઉજવવામાં આવે છે. ત્યારે પછાત જ્ઞાતિ સિવાયના બધા જ લોકો (અન્ય ધર્મના પણ) જોડાય છે; સહભાગી બને છે અને તેમાં ઉત્સાહપૂર્વક ભાગ લે છે, તેઓ ઉપવાસ, એકટાણા, વ્રત-પૂજા,બધાં-માનતા, આખડી-ટેક વગેરેમાં મને છે અને તેને અનુરૂપ વ્યવહારો પણ કરે છે. કેટલીકવાર તે સવર્ણ લોકો સાથે મળીને ધાર્મિક સ્થળોની સમુહમાં મુલાકાત લઇ યાત્રાનું આયોજન કરતા હોય છે. આ પ્રકારના બધીજ પ્રવૃતિઓમાં નિમ્ન ગણાતા જ્ઞાતિના લોકો જોડાઈ શકતા નહી. કારણ કે તેઓ ધાર્મિક દ્રષ્ટિએ

ક્ષુદ્ર, અછૂત અને નિમ્ન ગણવામાં આવતા. આથી તેઓએ આ પ્રકારની અસમર્થતાઓ અને ભેદભાવ નો ભોગ બનવું પડતું હતું.

(૫) ધર્મશાસ્ત્રોના વાંચન અને પ્રવચન પર પ્રતિબંધ –

નિમ્ન જ્ઞાતિના લોકો ધર્મની દ્રષ્ટિએ અછૂત ગણાતા તેથી તેઓ ધાર્મિક શિક્ષણ લઇ શકતા નહિ તેમજ ધર્મશાસ્ત્રનું વાંચન અને પ્રવચન પણ કરી શકતા નહિ આ અધિકાર માત્ર બ્રાહ્મણ જ્ઞાતિના લોકોને જ હતો. જો નિમ્ન જ્ઞાતિના કોઈ વ્યક્તિ શિક્ષીત હોય, તે આવા શાસ્ત્રોના વાંચન માટે સક્ષમ હોય તો પણ તે ક્ષુદ્ર હોવાથી આ કાર્ય કરી શક્તિ નથી. તેમજ આવું ધાર્મિક વાંચન થતું હોય તો તેનું શ્રવણ પણ કરી શકતો નહિ. આવા નિમ્ન જ્ઞાતિના લોકો ધર્મશાસ્ત્રોમાં આવેલા ઉપદેશોને પણ અપનાવી શકતા નહિ. તેમના દેવ-દેવતાઓ પણ સવર્ણો કરતા અલગ પ્રકારના હતા. તેમની ધાર્મિક કથાઓ, વાર્તાઓ પણ અલગ સ્વરૂપના હતા. આવો ધાર્મિક દ્રષ્ટિએ ભેદભાવ નિમ્ન જ્ઞાતિના લોકોએ અનુભવવો પડતો હતો.

(૬) જન્મ-મૃત્યુ પ્રસંગે બ્રાહ્મણ-સેવા પર પ્રતિબંધ –

સ્વચ્છતા સંબંધી વ્યવસાયો સાથે જોડાયેલા નિમ્ન જ્ઞાતિના લોકો સવર્ણ સાથે સવર્ણોનું કામ કરતા હોય ત્યાં તેઓ તેઓના કુટુંબમાં કોઈ ધાર્મિક વિધિ-વિધાન કરવાનું હોય જેમકે, જન્મ સમયે કરવામાં આવતી નામકરણ વિધિ યજ્ઞોપવિત સંસ્કાર વિધિ, શાળા પ્રવેશ સમયની ધાર્મિક વિધિ, સર્વર્ણોની માફક કરી શકતા નહિ. અને આવી વિધિ કરવાનો કોઈ અધિકાર નથી એવું ધર્મશાસ્ત્રોમાં દર્શાવ્યું છે એવું માનવામાં આવતું હતું. આવી ધાર્મિક વિધિઓ માટે બ્રાહ્મણોની સેવા મળતી ન હતી. આથી તેઓની જ્ઞાતિમાં ઉચ્ચ ગણાતા એવા સભ્યો દ્વારા આ પ્રકારની પ્રાથમિક કક્ષાની વિધિ કરાવવામાં આવતી હતી. કે જે વિધિઓ સવર્ણો કરતા નિમ્ન પ્રકારની હતી.

આમ, સ્વચ્છતા અને ધર્મ પ્રત્યક્ષ રીતે એકબીજા સાથે સંબંધીત છે તેના કરતા પરોક્ષ રોતે વધું સંબંધીત છે કેમ કે સ્વચ્છતા સાથે જોડાયેલા નિમ્ન જ્ઞાતિના લોકો શરમ સાથે ભેદભાવની અને અસમર્થતાથી સંબંધીત હતી .

સ્વચ્છતા અને જ્ઞાતિ સંસ્થા –

જ્ઞાતિ એ વિભિન્ન ગૌત્ર જૂથોના કુટુંબોનું બનેલું, વિશિષ્ટ નામ ધરાવતું સંસ્થીકૃત, સંગઠિત, આંતર્વિવાહી, કોટીક્રમિક સ્તરોનું જુથ છે. જે તેના સભ્યોનીની પારસ્પરિક તેમજ જુથ બહારની પ્રવૃત્તિઓ જેવી કે ખાનપાન, લગ્ન, વ્યવસાય, ધર્મ, સામાજિક સંપર્ક વગેરે અંગેના ચોક્કસ મૂલ્યો અને ધોરણો ધરાવે છે અને આ જ્ઞાતિના દરજ્જા વંશ પરંપરાગત મળતો હોય છે.

૧. જ્ઞાતિઓમાં કોટીક્રમ –

ભારતમાં ૩૦૦ જેટલી જ્ઞાતિઓ છે આ બધી જ્ઞાતિઓનું સ્થાન એક સમાન નથી તે બધી જ્ઞાતિઓ વચ્ચે ચડિયાતો-ઉતરતો દરજ્જાનો એક ચોક્કસ કોટીક્રમ હોય છે. જો કે કરેક પ્રદેશવાર તેનો કોટીક્રમ અલગ હોય છે. આવો કોટીક્રમ ઉદભવવા પાછળનું કારણ જ્ઞાતિઓમાં ચડિયાતાપણું અને ઉતરતાપણું એટલે કે જે જ્ઞાતિઓ પ્રભાવી અને ઉંચી જ્ઞાતિઓ છે તેને ઉંચ સ્થાન મળતું જયારે નિમ્ન, પછાત, અછૂત અને શુદ્ર જ્ઞાતિઓને ક્રમશઃ ઉતરતું સ્થાન મળતું આમ જ્ઞાતિઓ વચ્ચે શુધ્ધતાના ભેદભાવો જોવા મળતા આજે આ સ્થિતિ ગ્રામ સમુદાયોમાં પ્રવર્તે છે. નિમ્ન જ્ઞાતિઓને અશુદ્ધ અને અસ્વચ્છ જ્ઞાતિ ગણવામાં આવતી કારણ કે તે જ્ઞાતિઓ નિમ્ન, હલકા અને અસ્વચ્છ વ્યવસાય કાર્યમાં રોકાયેલા હતા આ નિમ્ન જ્ઞાતિમાં પણ ઉચ્ચ-નીચના ભેદભાવો હતા તે જ્ઞાતિઓમાં પણ ચડિયાતાપણું ઉતરતાપણું જોવા મળે છે. તેમા જે સ્વચ્છતા કે સફાઈનું કામ કરે છે. મેલું ઉપાડવાનું, ગંદકી, ગટર સાફ કરવાનું કામ કરે છે તે બધાં તેઓમાં નિમ્ન, વધુ ઉતરતા અને પછાત ગણાય એવી સ્થિતિ જોવા મળે છે.

૨. જ્ઞાતિઓમાં સામાજીક વ્યવહારો અને પ્રતિબંધો –

દરેક જ્ઞાતિ બીજી જ્ઞાતિ સાથે ખાન-પણ અને સામાજિક વ્યવહારો નક્કી કરતા જ્ઞાતિના ધોરણો બનાવ્યા હોય છે. પોતાની સમકક્ષ, ઊંચી અને નિમ્ન જ્ઞાતિના લોકો સાથે ખાનપાન કેવા વ્યવહારો કરવા કે ન કરી શકાય આવા માર્ગદર્શક નિયમો મુજબ દરેક જ્ઞાતિ વ્યવહારો કરતી. ખાસ કરીને બ્રાહ્મણો જ્ઞાતિઓમાં પ્રથમ સ્થાન ધરાવે છે તો તે લોકો અમુક જ્ઞાતિ પાસેથી પાકુ

ભોજન(ઘી-દૂધમાંથી બનેલી રસોઈ) લઇ શકે પરંતુ અમુક જ્ઞાતિઓ (નિમ્ન-પછાત) પાસેથી ભોજન-પાણી લઇ શકે નહિ એટલુંજ નહિ પરંતુ તે નિમ્ન જ્ઞાતિના લોકોનો સ્પર્શ પણ કરી શકતો નહિ. અમુક જ્ઞાતિઓમાં બ્રાહ્મણ દ્વારા બનાવવામાં આવેલી રસોઈ સૌ કોઈ ગ્રાહ્ય રાખતા.

ગુજરાત અને દક્ષિણ ભારતના બ્રાહ્મણો પોતાની જ્ઞાતિ સિવાયના અન્ય કોઈ જ્ઞાતિના ઘરનું ભોજન કે પાણી કશું લેતા નહિ. આમ અસ્પૃશ્ય, પછાત, નિમ્ન જ્ઞાતિઓ સાથે આવો વ્યવહાર થતો હતો જેમાં આજે ઘણું પરિવર્તન જોઈ શકાય છે.

3. જ્ઞાતિઓમાં સામાજિક વ્યવહારના અન્ય પ્રતિબંધો –

અસ્વચ્છ અથવા નિમ્ન જ્ઞાતિના સ્પર્શથી અભડાઈ જવાનો ખ્યાલ દક્ષિણ ભારતમાં જેટલો રૂઢ થયો છે તેટલો ઉત્તર ભારતમાં થયો નથી અસ્પૃશ્યતાનો પડછાયો લેવાથી અભડાઈ જવાશે એવો ખ્યાલ ઉત્તર ભારતમાં પ્રચલિત થયો આથી એમ ધુર્યે નોંધે છે. દક્ષિણ ભારતમાં અને ખાસ કરીને મલબારમાં તો બાબત મહદ અંશે જોવા મળે છે. જ્યાં રસ્તાપર ચાલતી વખતે અસ્પૃશ્યોએ બ્રાહ્મણો અને સવર્ણો લોકોની અમુક અંતર રાખીને ચાલવું પડતું. ધોબી-હજામની સેવા અછૂત જ્ઞાતિઓને મળતી નહી .

- નિમ્ન જ્ઞાતિના લોકો મંદિરમાં પ્રવેશ મેળવી શકતા નહી .
- સાર્વજનિક કૂવા પરથી પાણી ભરી શકતા નથી.
- શાળાઓમાં સવર્ણો બાળકો સાથે બેસીને અભ્યાસ કરી શકે નહિ – બહાર બેસીને અભ્યાસ કરવાનો.
- બ્રાહ્મણોને ભોજન પીરસી શકે નહિ.
- અન્ય જ્ઞાતિઓની સેવાઓ મેળવી શકે નહિ, દા.ત., દરજીકામ, સુથારીકામ, સોનીકામ, કપડાધુલાઈકામ, હજામનું કામ વગેરે.
- સવર્ણોની હોડીઓમાં બેસી શકાય નહિ કે તેના વાહનોમાં બેસી શકાય નહિ.
- માત્ર ને માત્ર નિમ્ન અને અસ્પૃશ્યતાના કર્યો જ કરી શકે .

આમ પ્રભાવી અને નિમ્ન જ્ઞાતિઓ વચ્ચે સામાજિક વ્યવહારોમાં અમુક પ્રતિબંધો જોવા મળતા હતા.

૪. નાગરિક અધિકારોની અસમાનતા –

નિમ્ન જ્ઞાતિઓ કે જેઓ સ્વચ્છતા લાવવાનું કાર્ય કરતા હતા તેમનો વ્યવહાર નિમ્ન ગણાતો હતો આથી તેઓને એક સ્વતંત્ર ભારતના નાગરિક તરીકે જે અધિકારો મળવા જોઈએ તે આજે પણ ભારતના અમુક રાજ્યોમાં વધતા ઓછા અંશે મળતા નથી જેની ચર્ચા આ મુજબ છે.

૧) વસવાટ : ગ્રામ સમુદાયોમાં આજે અછૂત ગણાતી નિમ્ન જ્ઞાતિઓને ગામની બહાર વાસ કે હરિજનવાસ કે ભંગીવાસ ગણાતા રહેઠાણોમાં રહેવું પડતું તેઓના રહેઠાણ ને પણ તેમની જ્ઞાતિના નામ મુજબ નામ અપાતું હતું. ડૉ.ધુર્યે એ વાત પણ નોંધે છે કે દક્ષિણ ભારતના કેટલાક ગામડાઓમાં અમુક નિમ્ન જ્ઞાતિઓને ગામના અમુક ભાગમાં કે વિસ્તારમાં જવાની છૂટ મળે તે માટે લંબી લડત ચલાવવી પડી હતી.

૨) ગામના કૂવાના પાણીનો ઉપયોગ પર નિષેધ : ગામના કૂવેથી પાણી ભરવાની બાબતમાં પાણી ભરવાની અસમાનતાઓ જોવા મળે છે નિમ્ન ગણાતી જ્ઞાતિઓ માટે પાણીના ઉપયોગ માટેનો કૂવો જુદો હોઈ છે. સવર્ણ ગણાતી જ્ઞાતિઓ જે કૂવેથી પાણી ભરતા હોય તે કૂવેથી નિમ્ન ગણાતી જ્ઞાતિના લોકો પાણી ભરી શકે નહિ. અને જો તેઓ આમ કરે તો કૂવાને અને સવર્ણ જ્ઞાતિઓને આભડછેટ લાગે છે એવી માન્યતા હતી.

૩) જાહેર રસ્તાના ઉપયોગનો નિષેધ : અમુક ગામ સમુદાયમાં અસ્પૃશ્યોને ગામના જાહેર રસ્તા પર થૂંકવાની મનાઈ હતી મહારાષ્ટ્રના મહાર નિમ્ન જ્ઞાતિના લોકો જયારે ગામની બહાર નીકળતા ત્યારે થૂંકવા માટે માટીનું વાસણ ગળે લટકાવીને બહાર નીકળવું પડતું. કારણ કે જો રસ્તા પર તેનું થુંક પડે અને ઉચ્ચ જ્ઞાતિના લોકોનો તેના પર પગ પડે તો અભડાઈ જાય એવી માન્યતા પ્રચલીત હતી.

૪) શાળા કોલેજ નિષેધ : શાળા પ્રવેશની બાબતમાં પણ અસમાનતાઓ પ્રવર્તતી હતી.ગામની સરકારી શાળામાં નિમ્ન ગણાતી જ્ઞાતિના બાળકોને

પ્રવેશ અપાતો નહિ. તેઓને કાયદેસરનો પ્રવેશનો હક હોવા છતાં તે તેનાથી વંચિત રહેતા, કારણ કે આવી નિમ્ન ગણાતી જ્ઞાતિના કોઈ બાળકો શાળામાં દાખલ થયા હોય તો તેમની સાથે એટલી હદ સુધી દુર્વ્યવહાર કરવામાં આવતો કે કંટાળીને આવા બાળકો શાળા છોડીને ચાલ્યા જતા.

૫) અન્ય નાગરિક અસમાનતાઓ : ડૉ.જી.એસ.ધુર્યે અન્ય નાગરિક અસમર્થતાઓ તથા અસમાનતાઓ નોંધવા આ મુજબ જણાવે છે.

- મલબારમાં અને પુર્વકાઠાના વિસ્તારોમાં નિમ્ન જ્ઞાતિના લોકોને છત્રીનો ઉપયોગ કરવાનો, પગમાં જોડા પહેરવાનો, સોનાના દાગીના પહેરવાનો, ગાય દોહવાનો, ઉચી જ્ઞાતિની ભાષા બોલવાનો પ્રતિબંધ હતો.

- રાજા-મહારાજાના શાસનકાળ દરમ્યાન નિમ્ન જ્ઞાતિઓને ઉચ્ચ હોદ્દાઓ મળતા નહિ. ઉંચ જ્ઞાતિના લોકોને જ ઉંચી પડાવી મળતી હતી. જ્ઞાતિઓ વચ્ચે જમીનના મહેસુલના દર પણ તફાવત વાળા હતા એટલે કે નિમ્ન જ્ઞાતિના લોકોએ વધારે મહેસુલ ભરવું પડતું હતું.

- દક્ષિણ ભારતમાં નિમ્ન જ્ઞાતિઓ લગ્ન સમય દરમિયાન વરઘોડો, બેન્ડ-વાજા, ધન-ધૂમ વગેરે કરી શકતા નહિ.

આમ, પ્રભાવી અને સ્વચ્છતાનો વ્યવસાય કરનારી નિમ્ન જ્ઞાતિઓ વચ્ચે અનેક સ્વરૂપના ભેદભાવો વ્યવહારમાં અમલમાં હતા, તેમની સાથે છૂતા-છૂતનો વ્યવહાર આચરવામાં આવતો તેમજ આભડછેટના ખ્યાલ આધારે તેમને પોતાની જ્ઞાતિથી દુર રાખવાના પ્રયત્નો થતા. સવર્ણ જ્ઞાતિના લોકોને નિમ્ન જ્ઞાતિના લોકોની કાર્યાત્મક જરૂરિયાત રહેતી તો બીજી બાજુ નિમ્ન જ્ઞાતિને ઘણી બધી બાબતોનો આધાર ઉંચ ગણાતી જ્ઞાતિ ઉપર રાખવો પડતો.

સ્વચ્છતા અને સગપણ સંબંધો

સમાજના આંતરિક સંબંધોની વ્યવસ્થા માટે કુટુંબના સભ્યોના સંબંધોનું એક ગૂંફન છે વ્યક્તિ જન્મથી જ અનેક વ્યક્તિઓ સાથે સગપણ સંબંધોથી જોડાઈ જાય છે સગપણ સંબંધોને રક્તસંબંધો તરીકે પણ ઓળખવામાં આવે છે લગ્નની વ્યવસ્થાથી પણ એક નવી સગપણ સંબંધોની વ્યવસ્થા ઉભી થાય

છે બે વ્યક્તિઓ(પતિ-પત્ની) ના બંધનથી બે કુટુંબો વચ્ચે સગપણ સંબંધોની એક નવી વ્યવસ્થા અસ્તિત્વમાં આવે છે માનવ જીવનના દરેક તબક્કે આ બંને સંબંધોની વ્યવસ્થા કાર્ય રાત હોય છે. અને તે વ્યવસ્થાની એક નવી પેઢી ઉભી થતી હોય છે.

ચાલ્સ વિનીક નોંધે છે, કે વંશીય સંબંધો કે જે સમાન રીતે મિશ્રિત સંબંધો હોય છે. આ રક્ત સંબંધો સામાજિક રીતે માન્યતા પામેલા હોય છે જે વંશીય રીતે બંધનોથી જોડાયેલા હોય તેઓના રક્ત સંબંધીઓ તરીકે સમાવેશ થાય છે.

લેમવેરના મતે, રકતસંબંધ વ્યવસ્થા સમાજની આંતરક્રિયા દ્વારા સર્જિત લગ્ન અને લોહીના સંબંધો પર આધારિત તેમજ વ્યક્તિઓને પરસ્પર ઘનિષ્ઠ રીતે સાંકળતી સમાજમાન્ય સંબંધોની વ્યવસ્થા છે.

ટુંકમાં સગપણ સંબંધો એ વંશીય સંબંધો ધરાવતું એક સામાજિક જૂથ છે જેના સભ્યો રક્તસંબંધ કે લગ્ન સંબંધથી જોડાયેલા હોય છે. આવા જૂથોના સભ્યોમાં સંબંધોની ઘનિષ્ટતા વધુ હોય છે જે વંશપરંપરાગત જોવા મળે છે.
આવા સગપણ સંબંધોમાં સ્વચ્છતાને કેવો, કેટલો અને શામાટે? સંબંધ છે કે હોવો જોઈએ તેની ચર્ચા નીચે મુજબ કરી શકાય.

સગપણ સંબંધો કુટુંબ જેવા પ્રાથમિક જૂથોમાં આવા સભ્યોમાં માતૃપક્ષના અને પિતૃપક્ષના નજીકના સગાઓનો સમાવેશ થાય છે પરંતુ દૂરના સગાઓ સાથે સંબંધ જ નથી હોતો એવું નથી પણ સંબંધોમાં ઘનિષ્ઠતા ક્રમશઃ ઘટતી જાય છે આવી સંબંધોની વ્યવસ્થામાં સ્વચ્છતાને બે રીતે જોડી શકાય ૧.સ્વચ્છાતાએ એક વારસાગત પ્રણાલી છે ૨.સ્વચ્છતા નવી પેઢીને શીખવવામાં આવે છે. આ બંને બાબતો સગપણ સંબંધીઓ પ્રત્યક્ષ કે પરોક્ષ રીતે નવી પેઢીના સામાજીકરણમાં વ્યક્ત થાય છે.

સ્વચ્છતા અને સગપણ સંબંધોનો સંબંધ :

૧) સગપણ સંબંધો સાર્વત્રિક હોય છે : જેમ સગપણ સંબંધો દરેક સમુદાય ના કુટુંબોમાં હોય છે તેમ દરેક સગપણ સંબંધીઓને સ્વચ્છતાનું મુલ્ય રક્તસંબંધો

ની સાથે વારસામાં મળતું હોય છે. પણ તેને બહાર લાવી તેનો અમલ કરવાનું શિક્ષણ કે તાલીમ સગપણ સંબંધીઓ દ્વારાજ અપાય છે.

જયારે લગ્ન આધારિત સગપણ સંબંધો બને છે ત્યારે બે કુટુંબો સંબંધોથી જોડાય છે બંને કુટુંબના મૂલ્યો અને આંતરક્રિયા દ્વારા સ્વચ્છતા નો ખ્યાલ જોઈ શકાય. આપના ભારતીય સમાજમાં સ્વચ્છતાના ખ્યાલને સમાજિક્તાથી જોવાનો પ્રયત્ન ઓછો છે. આમછતાં બંને કુટુંબોની સ્વચ્છતાના મૂલ્યો ભેગા થાય ત્યારે સ્વચ્છતાને નવી દિશા મળે છે. આવા સાર્વત્રિક રીતે જોવા મળતા સંબંધોથી પણ સાર્વત્રિક રીતે આપો આપ પ્રસરે છે.

૨) સગપણ સંબંધોમાં વિવિધતા હોય છે : સગપણ સંબંધો સર્વત્રીક્તાની સાથે અનેકવિધ સ્વરૂપે જોવા મળે છે જેમ કે અમુક આદિવાસી સમુદાયોમાં માતૃવંશીય સગપણ સંબંધો હોય છે તો માતૃપક્ષના સંબંધોનું પ્રાધાન્ય હોય છે આવા સમૂહોમાં સ્વચ્છતાનો ખ્યાલ માતૃપક્ષના સભ્યો આપે છે. તો મોટા ભાગે પિતૃપક્ષના કુટુંબોમાં સ્વચ્છતાના મૂલ્યો શોખવવાનું કાર્ય પિતાના પક્ષના કુટુંબીજનો શીખવે છે. ભારતમાં પિતૃસત્તાક કુટુંબ વ્યવસ્થા વધુ છે. આથી કન્યાને ભવિષ્યમાં સાસરે-પિયરના ઘરેથી લગ્ન કરીને જવાનું હોય છે તેથી તેનું બાળપણથી જ એવું સામાજીકરણ અને વ્યક્તિત્વ ઘડતર કરાયું હોય છે કે સ્વચ્છતા આપો આપ દરેક વ્યવહારમાં જોવા મળે છે. જો કે આ સ્વચ્છતાના પાલનમાં વિવિધતા વ્યક્ત થતી હોય છે કારણ કે ક્યાં અને કેવા સંબંધોએ આ તાલીમ આપવાનું કાર્ય કર્યું છે તેના પર આધારિત હોય છે.

૩) સગપણ સંબંધો સમાજ સ્વીકૃત સંબંધો હોય છે : માતૃપક્ષીય કે પિતૃપક્ષીય સગપણ સંબંધોને સમાજ સ્વીકૃત ગણે છે. સમાજના નિયમો, રીવાજો કે ધોરણો દ્વારા સ્વીકૃતિ મળેલી હોય છે. જો સમાજ આવા સંબંધોને સ્વીકૃતિ આપતો હોય તો તેના દ્વારા શીખાવાયેલી સ્વચ્છતાની તાલીમ પણ સમાજ સ્વીકૃત ગણાય. આથી જ સગપણ સંબંધીઓ દ્વારા શીખવવામાં આવેલી સ્વચ્છતાની તાલીમની અસર વધુ દ્રઢ હોય છે કે જે મૃત્યુપર્યંત રહે છે.

૪) સગપણ સંબંધો રક્તના સંબંધોને આધારે હોય છે : અગાઉ નોંધ્યું તેમ કુટુંબમાં સભ્યોને જે શારીરિક વારસો મળે છે તેની સાથે કેટલાક વિચારોનો વારસો પણ મળતો હોય છે, પેઢીઓથી સ્વચ્છતાનો ખ્યાલ આપો આપ દરેક કુટુંબના અભ્યાસોમાં જોવા મળતો હોય ત્યારે તે વારસામાં મળેલી સ્વચ્છતા છે એવું દર્શાવી શકાય. સગપણ સંબંધીઓના પૂર્વજો એ સ્વચ્છતાને અપનાવેલી હશે. જીવનમાં તેનું મુલ્ય સ્વીકાર્યું હશે ત્યારે તેના વંશજો પણ તેને(સ્વચ્છતા) અપનાવશે એવું હોય શકે માટે સ્વચ્છતાને સગપણ સંબંધોનો વારસો ગણવામાં આવે છે.

૫) સગપણ સંબંધો એ સામાજિક વ્યવસ્થા છે : સમાજની સામાજિક વ્યવસ્થાના પાયામાં કુટુંબો છે. અને કુટુંબોમાં સગપણ સંબંધોની વ્યવસ્થા છે. આ વ્યવસ્થામાં સ્વચ્છતાને પ્રત્યક્ષ કે પરોક્ષપણે મહત્વ અપાતું હોય છે. તેમજ કુટુંબનું ધ્યેય અને અપેક્ષા હોય છે. આથી બધાં સગા-સંબંધીઓ પોતાનું વર્તન-વલણ અને વ્યવહાર સ્વચ્છતા સંબંધી રાખે છે. આથી સ્વચ્છતા સંબંધો કોઈ પ્રશ્ન રહેતો નથી અને ચોક્કસ વ્યવસ્થા જળવાય છે. બીજા શબ્દોમાં કહીએ તો સગપણ સંબંધોની વ્યવસ્થામાં સ્વચ્છતા સંબંધી વ્યવસ્થા ભળી જાય છે. માટે આજે સમાજમાં જે થોડી કે વધુ સ્વચ્છતા જોવા મળે છે તેની પાછળ કુટુંબની આ સગપણ સંબંધોની વ્યવસ્થા છે.

આગાઉ નોંધ્યું તેમ સગપણ સંબંધીઓ વચ્ચે ભાવાત્મક એકતા વધુ હોય છે. એક બીજાનો પ્રભાવ પરસ્પર વધુ હોય છે. તેના લીધે સ્વચ્છતાનું મુલ્ય પણ આવા સંબંધોથી વધી જાય છે અને આપોઆપ સ્વચ્છતા દેખાય આવે છે.

૬) સગપણ સંબંધીઓ વચ્ચે પરસ્પર હક્ક અને ફરજો હોય છે : સંબંધો માતૃપક્ષના હોય તો સ્ત્રી સંતાનોને માતા તરફથી મિલકત અને અન્ય વારસો મેળવવાનો હક્ક મળે છે અને પિતૃપક્ષના સંબંધો હોયતો પુરુષ સંતાનો ને પિતા તરફથી મિલકત મેળવવાનો હક બને છે આવો હક્ક મળે છે તો બીજી બાજુ સંતાનો પણ માતા-પિતાની જવાબદારી એક ફરજ તરીકે સ્વીકારે છે. આવા સંબંધોમાં સ્વચ્છતા પણ એ એક સામાજિક જવાબદારી બનાવીને તેને જાળવવાની આપની ફરજ બની રહે છે તો પર્યાવરણ આપો આપ તેના સારા

પરિણામો આપણને આપી દે છે. આવા સારા પર્યાવરણમાં રહેવાનો હક્ક આપણને મેળવતા રહેવો તો ફરજ રૂપી સ્વચ્છતાને અનિવાર્યપણે સ્વીકારી લેવી જોઈએ.

આમ, સગપણ સંબંધોની જેમ અને તેમાં સ્વચ્છતા સંકળાયેલી છે જેમ જેમ સગપણ સંબંધો વધુ નજીક લાગણીની માત્રા વધુ હોય છે તો આવા સંજોગોમાં સ્વચ્છતાને જોડી દઇએ તો તેના પ્રત્યે પણ લાગણીની માત્રા વધી જશે અને સ્વચ્છતા પ્રયત્નો વગર આપની સાથે જોડાયેલી રહેશે.

સ્વચ્છતા અને અન્ય તેને સંબંધીત પાસાઓ સાથે સંબંધ

સ્વચ્છતા અને કાયમી-ટકાઉવિકાસ –

સૃષ્ટિ સર્જનની સમગ્ર પ્રક્રિયા માટે કુદરત ક્રમે ક્રમે જે વિકસાવતી ગઈ અને અમીબાથી માંડી માનવ સુધીના સર્જન માટે એમણે જ તૈયારી રૂપે ઉભું કર્યું તે પર્યાવરણમાં સ્વચ્છતાને મૂકી શકાય એટલે કે સૃષ્ટિના સર્જન સાથે સ્વચ્છતા જોડાયેલી છે. કુદરતે આપ મેળે આ વ્યવસ્થા ઉભી કરેલી હતી પણ તેમાં માનવાનો હસ્તક્ષેપ થવાથી અનેક નવા પ્રશ્નો અને સમસ્યાઓનું સર્જન થયું આથી કાયમી-ટકાઉવિકાસની ચર્ચા જરૂરી બની છે. સ્વચ્છતાનું શિક્ષણ, જ્ઞાન, સમાજ જરૂરી છે. પરંતુ દરેક નવી પેઢીને આ અંગેનું સામાજીકરણ કરવાનું, તાલીમ આપવાની તેની વ્યવસ્થા કે તંત્ર ચાલુ રાખવું તમામ ક્ષેત્રે સ્વચ્છતાની રોજ રોજ ચર્ચાઓ થાય લોકો સુધી આ ખ્યાલો પહોચે લોકો સ્વીકૃતિ આપે કે ન આપે વગેરે બાબતો વિકાસ સાથે જોડાયેલી છે.સ્વચ્છતાનો કાયમી-ટકાઉવિકાસ થવો જોઈએ લોકોએ સ્વચ્છતાને આત્મસાત કરવાની જરૂર છે. કાયમી વિકાસશીલ સ્વચ્છતાની આજે ખુબજ જરૂરિયાત ઉભી થાય છે.

- ટકાઉવિકાસ એટલે એવો વિકાસ કે જે ભાવિ પેઢીઓની તેમની પોતાની જરૂરિયાતો સંતોષવા અંગેની ક્ષમતા સાથે સમાધાન કાર્ય વગર હાલની જરૂરિયાતો સંતોષે છે કે આ પૃથ્વી દરેકની જરૂરિયાત સંતોષી શકે પરંતુ દરેકનો લાભ નહિ.

ટકાઉવિકાસ એ એક એવા પ્રકારના વિકાસ માટેની વ્યુહરચના છે. જેમાં માનવજીવન ગૃહ અવસ્થામાં વાસ્તવિક અને સર્વાંગી સુધારો થાય. નિરંતર રીતે માનવીની સાચી જરૂરિયાતો સંતોષે એવો વિકાસ કરવાનો ઉદ્દેશ્ય રહેલો છે. આ બંને વિરોધાભાસ છે છતાં આપણે બંને ને સરખો ન્યાય આપીશું તોજ ટકાઉવિકાસ શક્ય બનશે.

ટકાઉ ખાસીયતની લાક્ષણિકતા –

૧) ટકાઉ વિકાસમાં લાંબા ગાળાનું સમાજને ઉપયોગી અને સમાજની પાયાની જરૂરિયાત સંતોષાય એવું દૃષ્ટિબિંદુ અપનાવવામાં આવે છે.

૨) ટકાઉ વિકાસમાં જીવનમાં જરૂરિયાતની વિવિધતા પર ભાર મુકે છે તેથી કુદરતી સ્ત્રોતો લાંબાગાળા સુધી ટકે છે કે જે પેઢીઓ સુધી તેનો લાભ મળે છે.

૩) ટકાઉ વિકાસમાં માનવીય વ્યવસ્થા અને કુદરતી વ્યવસ્થા એમ બંને ને એક બીજા સાથે સંકળાયેલ માનવામાં આવે છે કે જે એક બીજા ઉપર અસરો પહોચાડે છે.

૪) ટકાઉ વિકાસમાં તેનો લાભ સૌને સમાન રીતે મળવો જોઈએ કે જે દરેક પેઢીમાં પણ સમાનતાનો ખ્યાલ ચાલુ રહેવો જોઈએ.

૫) ટકાઉ વિકાસમાં લોકભાગીદારીની અપેક્ષા રાખવામાં આવે છે ટકાઉ વિકાસ ત્યારેજ શક્ય બને કે લોકો તેમાં પોતાની ભાગીદારી નોંધાવે.

ઉપરોક્ત ટકાઉ વિકાસની લાક્ષણીકતાઓ વ્યક્તિક સ્તરે જોઈ શકાય છે. તમામ ક્ષેત્રોમાં આવો વિકાસ કરવી હશે તો તેનું આગોતરા આયોજન માટે લાંબાગાળાની દ્રષ્ટિને અમલમાં મુકીને અમલ કરવો પડશે તોજ તેના ફળ મેળવી શકશે.

ટકાઉ વિકાસ દરેક સ્તરે-ક્ષેત્રમાં હોય એવી આજના સમયમા મંદ છે તો સ્વચ્છતાના ખ્યાલને પણ ટકાઉ વિકાસ સાથે જોડીને જોવામાં આવે તો આ ક્ષેત્રોમાં એક નવો અધ્યાય જોડાઈ જશે.

સ્વચ્છતાને ટકાઉ વિકાસ સાથે જોડીએ તો આજે સ્વચ્છતા પ્રત્યે લોકો અભિભૂત થયા છે. લોકો તેનું મુલ્ય અને મહત્વ સમજવા લાગ્યા છે આથી

તમામ ક્ષેત્રમાં જરૂરી સ્વચ્છતાના લાંબા ગાળાના આયોજનો થવા લાગ્યા છે તેમજ અમલીકરણ પણ ન્યાયીપૂર્ણ થાય એવી અપેક્ષા રાખવામાં આવે છે. આથી ટકાઉ સ્વચ્છતા સમાજને સર્વાંગી રીતે ઉપયોગી બનશે લોકોની સ્વચ્છતાની જરૂરિયાતની માંગ પણ સારી રીતે સંતોષી શકશે.

સ્વચ્છતાનો કાયમી- ટકાઉ વિકાસ લોકોના જીવનની સ્વચ્છતાની જરૂરિયાતોને વિવિધ રીતે પૂર્ણ કરી શકાય તેના પર ભાર મુકવામાં આવે છે. સ્વચ્છતાને કોઈ એક જ સ્ત્રોતથી મેળવી શકાય એવું નહિ પણ તે માટે માનવ સર્જિત પ્રયાસોમાં વૈવિધ્ય લાવી મેળવી શકાય જેથી નવી પેઢી તેમાંથી પ્રેરણા લઇ સતત ટકાઉ સ્વચ્છતાનો ખ્યાલ પ્રાપ્ત કરતા રહે.

કાયમી અને ટકાઉ સ્વચ્છતા માટે લોકોએ કુદરતી પાસાને જરૂરી ઉપયોગ કરી તેને પુનઃ સ્ત્રોત બને તે માટે પ્રયાસો કરવા જરૂરી બને છે. લોકોએ સ્વચ્છતા કાયમીપણે સ્વીકારવી પડશે નહીતર કુદરત તેના પરિણામો તરત જ આપી દે છે આથી સ્વચ્છતાને હૃદયપૂર્વક સ્વીકારવી જ પડશે.

કાયમી-ટકાઉ સ્વચ્છતા માટે સૌએ સહિયારો અને અંતે એક સમાન પ્રયત્ન કરવો પડશે, તે પેઢી સ્વચ્છતા ને ટકાવી રાખવાનો સંકલ્પ કરવો પડશે તોજ લાભો આજે અને આવતી કાલે મળતા રહેશે. તે લાભો પણ સમજના ધોરણે મળશે એવું ચોક્કસ પણે કહી શકાય.

કાયમી અને ટકાઉ સ્વચ્છતા લાવવા માટે માત્ર વ્યક્તિ, સરકાર, સ્વૈચ્છિક સંગઠનોની જવાબદારી નથી પરંતુ કાયમી સ્વચ્છતા માટે સૌની લોકભાગીદારીથી પ્રાપ્ત થઈ શકશે. લોકો આ સ્વચ્છતા માટે તન, મન અને ધનથી પોતાની ભાગીદારી નોંધાવે તો ટકાઉ અને કાયમી સ્વચ્છતાને લાવી શકાય.

- કાયમી-ટકાઉ અને સ્વચ્છતા સાથે જોડાયેલા ક્ષેત્રો : સ્વચ્છતા અનેક ક્ષેત્રો સાથે જરૂરી બની છે આ બધાં ક્ષેત્રોમાં ટૂંકાગાળાનો સંબંધના બદલે કાયમી ટકાઉ સ્વચ્છતા ઘણીબધી રોતે ઉપયોગી બને છે આવા ક્ષેત્રોને નીચે મુજબ દર્શાવી શકાય.

૧. પર્યાવરણ અને ટકાઉ સ્વચ્છતા, ૨. પાણી અને ટકાઉ સ્વચ્છતા,૩. જાહેર આરોગ્ય અને ટકાઉ સ્વચ્છતા,૪. જાહેર શૌચાલય અને ટકાઉ સ્વચ્છતા,૫. ગટર યોજના અને ટકાઉ સ્વચ્છતા,૬. જાહેર સ્થળો અને ટકાઉ સ્વચ્છતા,

૧. પર્યાવરણ અને ટકાઉ સ્વચ્છતા : કોઈપણ વિકાસ કુદરતી વ્યવસ્થાને સાચવીને થવો જોઈએ કારણ કે કુદરતી વ્યવસ્થાતંત્ર અતિ નાજુક અને સંવેદનશીલ છે. જો તેમાં ગાબડું પડે તો બીજા અનેક ઠેકાણે એ પરિસ્થિતિતંત્ર ભાંગી પડે. ટકાઉ સ્વચ્છતામાં કોઈ પણ વિકાસની પ્રવૃત્તિ એવી રીતે કરવામાં આવે કે જેમાં તેનું પર્યાવરણીય ટકાઉપણું સચવાય એટલે કે ટકાઉ સ્વચ્છતાથી પર્યાવરણની કાર્યક્ષમતા કે સ્થિતિમાં કોઈ પણ ઘટાડો ન થવો જોઈએ.

જો સ્વચ્છતા ઉભી કરવામાં આવે તો કુદરતી તત્વો જેવા કે બાગ બગીચા, જંગલો, પર્વતો વગેરેને નુકશાન પહોચાડ્યા વગર થાય તે જરૂરી છે જેનાથી પર્યાવરણનો સીધો લાભ ટકાઉ સ્વચ્છતાને કાયમી ધોરણે મળતો રહે.

૨. પાણી અને ટકાઉ સ્વચ્છતા : પાણીના અનેક સ્ત્રોતો છે. જેમ કે વરસાદી પાણી, નદી, તળાવ, કુવા, સરોવર વગેરે કે જે પીવાના પાણીની વ્યવસ્થા પૂરી પડે છે અહિયા ટકાઉ સ્વચ્છતાને સીધો સંબંધ છે. સમૂહોમાં ૯૭.૩ ટકા પાણી કે જે ખરું છે અને જમીન પર ૨.૭ ટકા મીઠું પાણી છે. આ પાણી કાયમી ધોરણે સ્વચ્છ બની રહે તેવા પ્રયાસો અનિવાર્ય બન્યા છે. જમીન પરનું પાણી સ્વચ્છ હોવું એટલા માટે જરૂરી છે કે જેનો ઉપયોગ પિવા માટે થાય છે. આવું પાણી સ્વચ્છ બનાવવા કાયમી ઉપાયો રોજ બરોજ થાય, નીત નવા વિકલ્પો શોધી કાઢીને પાણીની સ્વચ્છતા લોકો ને રોજ જોઈશે. આ સ્વચ્છ પાણી બનાવવાની જરૂરિયાત વર્તમાન સમયમાં અનિવાર્ય બન્યુ છે.

બીજી બાજુ વપરાયેલું પાણી કે ગટરનું પાણી, ઉદ્યોગોએ છોડેલું પાણી કે જે જલપ્રદૂષણ કરે છે. આ પાણીની સ્વચ્છતા અને તેની વિપરીત અસરો ન થાય તે માટે જળશુદ્ધિની યોજના ટકાઉ સ્વચ્છતાનો એક ભાગ બને છે. આથી

જ ઉદ્યોગને મંજૂરી આપતા પહેલા જળશુંદ્ધિ પ્લાન્ટની પ્રાથમિકતા અને અનિવાર્યતાની અપેક્ષા રાખવામાં આવે છે.

૩. જાહેર આરોગ્ય અને ટકાઉ સ્વચ્છતા : જાહેર આરોગ્ય એ સમાજનો અરીસો છે.લોકોના આરોગ્યની કક્ષા શ્રેષ્ઠ હશે તો સમાજનો વિકાસ શક્ય બને છે. આવા આરોગ્ય પાછળ ટકાઉ સ્વચ્છતા મહત્વનો ભાગ ભજવે છે. કારણ કે કાયમી સ્વચ્છતાની વ્યવસ્થા થકી જાહેર આરોગ્યના ક્ષેત્રોની કામગીરી માર્યાદિત બનાવે છે. જેમ કે જો પીવાના પાણીની વ્યવસ્થામાં ફિલ્ટરેશન પ્લાન્ટની વ્યવસ્થા કાયમ માટે કાર્યક્ષમ હોય તો લોકોનું આરોગ્ય કાયમ સારું રહે. લોકો સ્વચ્છતાના મૂલ્યોને કાયમ માટે આત્મસાત કરી લે તો પણ આરોગ્ય શ્રેષ્ઠ બની રહે. તેમજ હોટલ રેસ્ટોરન્ટ, દવાખાના, જાહેર સ્થળો, રસ્તાઓ, બાગ-બગીચા, જંગલો, નદી, તળાવ, કુવાઓ, સરોવર, સમુહો, શેરી, મહોલ્લાઓ વગેરે કાયમી રીતે સ્વચ્છતા સ્વીકારી લે છે તો જાહેર આરોગ્યમાં હકારાત્મક પરિણામો જોઈ શકાય માટે લોક આંદોલન કરીને પણ સ્વચ્છતાને જીવનનો એક ભાગ બનાવી દેવો જરૂરી છે.

૪.જાહેર શૌચાલયો અને ટકાઉ સ્વચ્છતા : વહીવટી તંત્ર દ્વારા જાહેર શૌચાલયો બાંધી જોવામાં આવે છે. પરંતુ ત્યાર બાદ સાફ-સફાઈ, સ્વચ્છતા, પાણી, ગટર, લાઇટ, હવા ઉજાસની કામની વ્યવસ્થા તરફ કાળજી લેવામાં આવતી નથી તેમજ તેની સ્વચ્છતા અંગે કાયમી ધોરણે વિચારવાનું કે અમલમાં મુકવાનું ધ્યાને લેવાનું નથી. આજે મહાનગરો અને નગરપાલિકામાં સફાઈ તંત્ર આ વધી વ્યવસ્થાને પહોચી વળી શકે તેમ નથી તેથી શુલભ જેવી સમાજ સેવા કરતી સંસ્થાએ આંતરરાષ્ટ્રીય ધોરણે આ વ્યવસ્થા ઉપાડી લીધી છે આવી સંસ્થાઓ કાયમી- ટકાઉ સ્વચ્છતાને સ્વીકારીને કામગીરી કરે છે પરંતુ સરકારી કે સ્વાયત સંસ્થાઓ કાયમી સ્વચ્છતાને સ્વીકારી જાહેરશૌચાલયની કામગીરી કરતુ નથી જે ટકાઉ સ્વચ્છતાને સ્વીકારે એ આવકાર્ય છે.

૫. ગટર યોજના અને ટકાઉ સ્વચ્છતા : નાણાં, માધ્યમ અને મોટા શહેરોમાં ગંદા પાણીના નિકાલ માટે સ્વાયત સંસ્થાઓની જવાબદારી નક્કી

કરવામાં આવી હોય છે. જે જુદી જુદી વ્યવસ્થાતંત્રમાં રહીને કામગીરી થતી હોય છે. વૈજ્ઞાનિક ઢબે, ટેકનોલોજીનો ઉપયોગ કરી. નહીવત માનવ શ્રમ દ્વારા કાયમી ધોરણે સ્વચ્છતાને પ્રાથમિકતા આપીને ગંદા પાણીનો નિકાલ થવો જોઈએ. ગટર સાફ કરનારા સફાઈ કર્મીઓ આ કાર્ય હાથ દ્વારા કરાવવામાં આવે છે આવું ગંદુ કાર્ય જોખમી કાર્ય, ગટરમાં ઉતરીને હાથથી મળ-મૂત્ર સફાઈ કરનારા ઝેરી ગેસના કારણે મૃત્યુ પામતા હોય છે આવું અમાનવીય વ્યવહારો આ સફાઈ કર્મી સાથે કરવામાં આવે છે આવી સ્થિતિ દુર કરવામાં માત્ર કાયમી ટકાઉ સ્વચ્છતા અનિવાર્ય છે, જો ટકાઉ સ્વચ્છતાને કાયમી ધોરણે લોકો અપનાવશે તો સફાઈ કર્મીઓ અને જાહેર આરોગ્યને અનેક ગણો ફાયદો થશે.

૬.પારિવારિક જીવન અને ટકાઉ સ્વચ્છતા : દરેક કુટુંબ તેની નવી પેઢીને સામાજિકતા દ્વારા સ્વચ્છતાનું મૂલ્ય શીખવે છે તેમજ તેને અમલમાં મુકવાનો આગ્રહ રાખે છે. ખાસ કરીને આ મૂલ્યો શીખવવામાં અને તેના અમલીકરણમાં ગંભીરતા લેવામાં આવતી નથી મોટાભાગે ગ્રામ્ય સમુદાયોમાં આ વધુ જોવા મળે છે જેમાં કે ખોરાક, પીવાનું પાણી, કપડાની ધોલાઈ, મકાનની સફાઈ, મરામત, પશુપાલન, જીવનની ટેવો, વ્યવહારો, આંતરસંબંધો, ખાદ્યસંકલન તેની બનાવટ, ખાવા પીવાની આદતો વગેરેમાં સ્વચ્છતાની કદાચ ખબર હોય તેના ગંભીર પરિણામોની જાણકારી ઓપન હોય કાયમી અને ટકાઉ સ્વચ્છતા અપનાવવાનું વલણ ઓછી માત્રામાં જોવા મળે છે. કુટુંબનો દરેક સભ્ય ટકાઉ સ્વચ્છતાને અપનાવે તો કુટુંબીજનોમાં સ્વાસ્થ્ય, ઉત્સાહ,ઉમંગ,જોશ, માનસિક સ્વાસ્થ્ય, તંદુરસ્તી બની રહે માટે ટકાઉ સ્વચ્છતાનું પરિવારમાં મહત્વ છે.

૭. જાહેર સ્થળો અને ટકાઉ સ્વચ્છતા : ભારતમાં જાહેર સ્થળોએ અનેક સુવિધાઓ ઉભી કરવામાં આવી છે, તેના ઉપયોગ માટે ફંડ પણ અલગથી રાખવામાં આવે છે. પણ લોકોમાં આવા સ્થળોનો યોગ્ય ઢબે ઉપયોગ કરવો અને સ્વચ્છતાને પ્રાથમિકતા આપવી એવું વલણ નહીવત છે જાહેર બિલ્ડીંગ, શાળા, કોલેજ,દવાખાના, રસ્તા, પુરાતત્વ રક્ષિત ઈમારતો, જોવા લાયક સ્થળો, હવાખાવાના સ્થળો, બાગ-બગીચા, સરકારી કચેરીઓ વગેરે જગ્યાઓ

એ જાહેર સ્થળોએ સ્વચ્છતાના, પાર્કિંગના, ગંદકીના પ્રશ્નો જોવા મળે છે. જો લોકો આ અસ્વચ્છતાને દુર કરવા નૈતિક ફરજ ગણીને પ્રયાસો કરશે તો ચોક્કસ પણે કાયમી અને ટકાઉ સ્વચ્છતા આવતા સમય નહિ લાગે.

આમ સ્વચ્છતા ને આદર્શ તરીકે લોકો ગણે છે પરંતુ તેના અમલને આદર્શ ગણવું જોઈએ. સ્વચ્છતાને ભારતના લોકો નૈતિક ફરજ ગણાતા નથી. જો સ્વચ્છતાને કાયદેસરનો દરજ્જો આપવામાં આવશે. તો ટકાઉ સ્વચ્છતા આવશે પરંતુ લોકો આ સ્વચ્છતાને જીવનનો એક ભાગ ગણી નૈતિક ફરજ ગણી આ મૂલ્યને આત્મસાત કરીને સ્વીકારી લેશે તો પ્રભાવ કાયદેસર અમલ કરતા વધુ જોવા મળશે.

સ્વચ્છતા અને પર્યાવરણ

માનવ સહીત તમામ સજીવો જેના પર આધાર રાખે છે એવા જૈવિક અને અજૈવિક પરિબળો સાથેની કુદરતી પ્રક્રિયા અને તેના દ્વારા નીપજતા સંકુલને પર્યાવરણ તરીકે ઓળખી શકાય. કોઈ પણ સજીવના જીવન અને વિકાસને અસરકર્તા તમામ પરિબળોનો એટલે તે સજીવનું પર્યાવરણ જેમ કે હવા, પાણી, જમીન, અગ્નિ, આકાશ કે જે માનવજીવન સાથે સંકળાયેલી છે. અને અસર કર્તા પણ છે. આ બધી બાબતોમાં સ્વચ્છતા પણ સંપૂર્ણ અંશે મહત્વની બને છે.

સ્વચ્છતા સાથે વાતાવરણ, જલાવરણ અને મૃદાવરણ જોડાયેલ છે. જો પર્યાવરણના આ પાસાઓ સ્વચ્છ્તાપૂર્ણ હશે તો માનવજીવન ઉત્કૃષ્ટ સ્વાસ્થ્ય અને ઉત્તમ વિકાસપૂર્ણ બનશે આથી જ સ્વચ્છતાનો આગ્રહ રાખવામાં આવે છે. પર્યાવરણ અને સ્વાસ્થ્યનો સંબંધ દર્શાવવા માટે પર્યાવરણીય સ્વચ્છતાનો શબ્દપ્રયોગ પણ કરવામાં આવે છે. જીવનના બધાજ ક્ષેત્રોમાં સ્વચ્છતા પૂર્ણ જીવન જીવવાના આધારથી વ્યક્તિ રોગોથી બચી શકે છે અને સ્વાસ્થ્યને શ્રેષ્ઠ બનાવી શકે છે. આથી જ સારું સ્વાસ્થ્ય પ્રાપ્ત કરવા માટે સ્વચ્છતા પૂર્ણતાનો સંબંધ પર્યાવરણથી છે આથી જ સ્વચ્છતા અને પર્યાવરણ એક સિક્કાની બે બાજુ સમાન છે. જો સ્વચ્છતાપૂર્ણ પર્યાવરણ હશે તો સમગ્ર સૃષ્ટિ શ્રેષ્ઠ બની જશે.

પર્યાવરણના પ્રકારો અને સ્વચ્છતા

(A) કુદરતી પર્યાવરણ :

આ પ્રકારો અને પેટા પ્રકારો સાથે સ્વચ્છતાનું મહત્વ જોડાયેલું છે. પર્યાવરણ સાથે સ્વચ્છતાનો સુમેળ એ કુદરતી નથી પરંતુ તે તો માનવ સર્જિત બનાવવું પડશે માનવે જ તેની કાળજી લેવી પડશે. આથી અંગે સમાજમાં વસતાં લોકોએ ક્યાં ક્યાં અને કેવી કાળજી લેવી જોઈએ,

પર્યાવરણની જે સ્થિતિ છે એના આધારે એના વિવિધ પ્રકારો સરળતાથી સમજવા માટે પાડવામાં આવ્યા છે નદી, પર્વતો, સમુદ્રો, જમીન, આબોહવા, વગેરે કુદરતી પરિબળો છે, જે સજીવને અસર કરે છે. ક્રાંતિ, આ સિવાય પણ અન્ય પરિબળો જેવાકે શહેરો, ઉદ્યોગો, સમાજિક રીતરીવાજો વગેરે પણ માનવીને અસર કરે છે. તરમાં સ્વચ્છતા કેટલા અંશે જરૂરી છે તે નીચે મુજબ દર્શાવી શકાય.

૧) ભૌતિક પર્યાવરણ : આમાં ભૌતિક પરિબળોનો સમાવેશ તફાય છે, જેમાં પૃથ્વીની સપાટી તેમજ તેના પર આવેલા ભૂમિ સ્વરૂપો, આબોહવા હવામાનની પરિસ્થિતિ તેમજ તેના પર આવેલા જળાશયોનો સમાવેશ થાય છે. મૃદાવરણ, જલાવરણ અને વાતાવરણ આ ત્રણેય આવરણોનો સરવાળો એટલે પર્યાવરણ.

૧. મૃદાવરણ : મૃદાવરણ એટલે જમીનની સપાટી કે જ્યાં માનવ વસવાટ સ્થાયી બન્યો છે. જમીનની સપાટી વિવિધ સ્વરૂપે છે ક્યાંક પર્વતો છે, સપાટ મેદાનો છે, જંગલોનો વિસ્તાર છે, ખીણ ધાટીના વિસ્તારો છે, પાણીના વિસ્તારી છે આ બધાં જ વિસ્તારોમાં વધતા ઓછા અંશે માનવ વિકાસ પામ્યું છે. આજે અનેક પરિબળો થી આ બધાજ મૃદાવરણના વિસ્તારો પર વિપરીત અસરો થાય છે, અને ત્યાં સ્વચ્છતાનો પ્રશ્ન વિકટ બન્યો છે. લોકોએ આ બધાજ વિસ્તારોમાં સ્વચ્છતા સંબંધી દરકાર લીધી નથી અથવા તેના ભયંકર પરિણામોની સમજ નથી. પ્લાસ્ટિકનો કચરો, પ્રવાહી કચરો, ઘન કચરો એટલા વ્યાપક પ્રમાણ માં જમીન પર ઠાલવી દીધો છે કે તેનો યોગ્ય નિકાલ લાવી શકતો નથી અને જમીન પરથી સ્વચ્છતાને વિદાય આપી દીધી

છે, પર્વતના વિસ્તારો પર પણ સ્વચ્છતાનો પ્રશ્ન ઉભો થયો છે. જંગલો કાપી નાખી, સળગાવી દઈએ પર્યાવરણને નુકશાન પહોચાડ્યું છે, જે પર્વતો સુંદરતા હતી તે પર્વતને કાપીને માનવસર્જિત વિકાસ કર્યો તો ત્યાં સ્વચ્છતા અને પર્યાવરણના પ્રશ્નો ઉભા કાર્ય છે હાલમાં ઉતરાખંડના વિસ્તારોમાં જે કુદરતી તબાહી થઈ તે તેનું જીવંત ઉદાહરણ છે. જંગલ વિસ્તારોમાં પણ વૃક્ષોની સુંદરતા અને તેની ઉપયોગીતા માનવ દ્વારા નાશ કરવામાં આવી રહ્યો છે, જંગલો કપાતા જાય છે. પર્યાવરણને નુકશાન પહોચાડી સ્વચ્છતાનો પ્રશ્ન ઉભો કરી દીધો છે. આજે માનવસર્જીત પ્રદૂષણ-કચરો અને નકામી ચીજોનો નિકાસ ખીણ અને ઘાટીઓમાં કરવામાં આવે છે. જ્યાં સ્વચ્છતાનો પ્રશ્ન ઉદભવે છે. પૃથ્વી પરનો મોટો ભાગ પાણી નો રહેલો છે. આજે તેને પણ મુક્ત રાખ્યો નથી ત્યાં પણ પ્રદૂષણ અને સ્વચ્છતાની સમસ્યાઓ ઉભી કરી છે. કુદરતી પર્યાવરણમાં કુદરતે માનવીને અનેક બક્ષીસો આપેલી છે જે અનમોલ છે. તે માનવ દ્વારા શક્ય નથી તેની સ્વચ્છતા અને જાળવણી કરવામાં નહિ આવે તો ભવિષ્યમાં પડકારભરી સ્થિતિઓ ઉભી થવાની છે.

૨. જલાવરણ : પૃથ્વીનો મોટો વિસ્તાર પાણીનો છે જેને જલાવરણ તરીકે ઓળખવામાં આવે છે. પાણી ના મુખ્ય સ્ત્રોતોમાં વરસાદી પાણી અને ભુમીગત પાણી. આ બંને સ્ત્રોતોમાં સ્વચ્છતાનું અનેરું મહત્વ છે.

- વરસાદી પાણી : આ પાણી ને શુદ્ધ અને સ્વચ્છ માનવામાં આવે છે. પરંતુ તે પૃથ્વી પર આવતાની સાથે ગેસ, ધૂળ, રજકણો અને જીવાણુઓ ભળી જાય છે તેથી તે પાણી અશુદ્ધ બની જાય છે. પીવા માટે આ પાણી શુદ્ધ કરવું જરૂરી બની જાય છે આવું પાણી અશુદ્ધ થાય છે તેમાં માનવસર્જિત વાયુ પ્રદૂષણ જવાબદાર છે કે જે પાણી ને હાનીકારક બનાવે છે. જ્યાં સ્વચ્છતાપૂર્ણ વાતાવરણ અને માનવ પ્રયત્નો ફાયદા કારક બની રહે છે.

- ભૂમિગત પાણી : નદીઓ, તળાવ, કૂવાઓ, સમુદ્ર, ઝરણાઓ, બોરિંગ કૂવાઓ કે જે કુદરતી પણ હોય અને માનવસર્જિત પણ હોય, આ બધાજ ક્ષેત્રો પ્રત્યક્ષ કે પરોક્ષ રીતે માનવીને પાણીનો સ્ત્રોત તારીકે ઉપયોગો કરે છે. નદી, તળાવોમાં નહાવા-ધોવામાં, શૌચ સંબંધી આદતો, ગંદકીનું મિશ્રણ વગેરેથી

પિવા લાયક પાણી રહેતું નથી પશુઓ પણ તેમાં નહાય અને પાણી પીવે,ઉદ્યોગોનું ઝેરી રસાયણોનું પાણી આવા સ્ત્રોતોમાં ભળે છે. શહેરની ગટરો, મૃત પશુઓ અને માનવોને તેમાં વહાવી દઈને પાણીને પ્રદુષિત કરવામાં આવે છે કાનપુરના ચર્મઉદ્યોગોના કારણે તેનું ગંદુ પાણી નદીઓમાં નિકાલ કરવામાં આવે છે આથી ગંગા, યમુના પવિત્ર નદીઓ પ્રદૂષણ યુક્ત બની છે અને સ્વચ્છતા પડકાર રૂપ બની છે.

- વાતાવરણ : પર્યાવરણના આ પ્રકારમાં હવા, સૂર્યપ્રકાશ, તાપમાન, ભેજ અને વરસાદની પરિસ્થિતિનો સમાવેશ થાય છે. આજે શુદ્ધ પાણી માટે મીનરલ વોટરનું વ્યાપારીકરણ થયું છે તેમ શુદ્ધ ઓક્સિજન માટે માર્કેટિંગ થશે એવા દીવસો બહુ દુર નથી એટલેકે હવામાં કાર્બનડાયોક્સાઈડનું પ્રમાણ વાહનો વાહનો ઉદ્યોગોના વધુ પ્રદૂષણથી છે વૃક્ષો કે જંગલો કાપવાનું પ્રમાણ વધ્યું છે તેથી શુદ્ધ ઓક્સિજનની માત્રા વધતી જાય છે હવા સ્વચ્છ અને શુદ્ધ માનવનું સ્વાસ્થ્ય સારું બનાવે પરંતુ સમગ્ર દુનિયામાં માનવસર્જિત વિકાસે શુધ્ધ હવાનો પ્રશ્ન ઉભો કર્યો છે. અશુદ્ધ અને પ્રદૂષણ યુક્ત હવાના લીધે અનેક રોગો અને માંદગીનું પ્રમાણ વધ્યું છે. તેમજ કાર્બનડાયોકસાઈડનું પ્રમાણ વધવાથી વાતાવરણના ઓઝોન વાયુનું જે પડ છે. તેમાં ગાબડા પડ્યા છે. તેનાથી સુર્ય પ્રકાશની ગરમી પૃથ્વીપર અનેક ગણી વધતી જાય છે. હિમશીલાઓ ઓગળતી જાય છે અને તાપમાનમાં સતત વધારો થતો જાય છે આવી ભૌગોલિક-પર્યાવરણીય સ્થિતિનો માનવ દ્વારા કુત્રિમ પ્રયાસો દ્વારા સામનો કરવાનો પ્રયાસ થાય છે ત્યારે બીજા અનેક નવા પ્રશ્નો ઉભા થાય છે, આવી સ્થિતિ વાતાવરણમાં ભેજ અને અનિયમિત વરસાદની પધ્ધતિ ઉદભવે છે.

આમ કુદરતી પર્યાવરણમાં માનવસર્જિત વિકાસે અનેક સમસ્યાઓ ઉભી કરી છે. તેમાં પર્યાવરણની સ્વચ્છતા અને જાળવણીમાં નુકશાન થયું છે તેથી તેના વિપરીત પરિણામો માંનવે ભોગવાવા જ રહ્યા.

૨) જૈવિક પર્યાવરણ : જૈવિક પર્યાવરણ એટલે વિશ્વમાં વિસ્તરેલી અને અસ્તિત્વ પ્રાણી સૃષ્ટિ, વનસ્પતિ સૃષ્ટિ, સુક્ષ્મ સજીવો એટલે કે સમગ્ર સજીવ

સૃષ્ટિનો સમાવેશ થાય છે. માનવ પણ જૈવિક પર્યાવરણનો એક ઘટક છે માનવના વિકાસ અને પ્રગતિમાં આ જૈવિક પર્યાવરણનું અનેરું મહત્વ છે. આ પર્યાવરણમાં પણ સ્વચ્છતાનું અનોખું યોગદાન ગણાવી શકાય પરંતુ માનવ દ્વારા તેની યોગ્ય દરકાર રાખવામાં આવી નથી. જંગલોમાં પ્રાણી સૃષ્ટિ માટે અભ્યારણો બનાવવા પડે છે. અગાઉ નોંધ્યું તેમ જંગલોનો નાશ થઈ રહ્યો છે. ઉપયોગી એવી વનસ્પતિઓ ક્યાય જોવા મળતી નથી રોગોપચારમાં ઉપયોગી વનસ્પતિઓનો નાશ થવા લાગ્યો છે. દરિયાઈ જીવસૃષ્ટિ આજે અનેક પરિબળોથી ખતરામાં આવી ગઈ છે અને અંતમાં માનવે પણ વિકાસની દોડમાં પર્યાવરણને એવું નુકશાન પહોચાડ્યું છે કે તેની ભરપાઈ ક્યારેય થશે નહિ. આવું જૈવિક પર્યાવરણ ભવિષ્યમાં ભયંકર સમસ્યાઓ ઉભી કરશે તેમાં કોઈ શંકાને સ્થાન નથી.

(B) માનવસર્જિત પર્યાવરણ : માનવી સામાજિક પ્રાણી છે. માનવે સૃષ્ટિ પણ એક નવી દૂનિયા અને નવું પર્યાવરણ ઉભું કર્યું છે. તે છે સામાજિક કે સંસ્કૃતિક પર્યાવરણ. મનાવે તેની બુદ્ધિ દ્વારા વિકસાવેલી વિવિધ પ્રવૃતિઓ જેવી કે ખેતી-વાડી, પશુ પાલન, ખાણ ખનીજ પ્રાપ્તિ. ઔદ્યોગિક ઉત્પાદન પ્રવૃત્તિ, સંદેશ-વાહનવ્યવહાર, વ્યાપાર વાણીજ્ય, સાંસ્કૃતિક મૂલ્યો, ધાર્મિક માન્યતાઓ, રીત-રીવાજો, ભાષા, કલા, સાહિત્ય, ભૌતિક સાધનો જેવા કે મકાનો રાચરચીલું, બંધો, નહેરો, નગરો,રેલ્વે, રસ્તાઓ,પુલો વગેરે. આ બધાં જ ક્ષેત્રોમાં માનવે પર્યાવરણનો મહત્મ ઉપયોગ કરી સ્વચ્છતાના પ્રશ્નો ઉભા કર્યા છે. કુદરતી પર્યાવરણ સ્વયંભુ પોતે ટકી શકે એવી વ્યવસ્થા કુદરતે કરી છે પરંતુ સામાજિક-સાંસ્કૃતિક પર્યાવરણ માનવસર્જિત છે ત્યાં જાળવણી અને સ્વચ્છતાની જરૂર પડે છે જો માનવસર્જિત આ બધાં ક્ષેત્રોની સ્વચ્છતા અને જળવણીના પ્રયાસો ગંભીરતા પૂર્વક કરવામાં આવે તો માનવી ના અનેક પ્રશ્નો હલ થઈ જાય.

પર્યાવરણીય સ્વચ્છતાના ઉદ્દેશ્યો : (હેતુઓ)

- પર્યાવરણની સ્વચ્છતા એ માનવ પ્રયાસોથીજ શક્ય બને છે. તેમજ સામુદાયિક સ્તરે પણ સ્વચ્છતા લાવવાના પ્રયાસોની આવશ્યકતાઓ

ઉભી થઈ છે. આથી બંને સ્તરના પ્રયાસો કુદરતી પર્યાવરણને પૂર્ણતઃ પાછું તો નહિ લાવી શકે પરંતુ થોડું પર્યાવરણ સ્વચ્છતો જરૂર બનાવી શકાય.

- સ્વચ્છતા પર્યાવરણથી અનેક પ્રકારના વિષાણુઓ, વાયરસ, જીવાણુઓ, ચેપીરોગો, માંદગી,રોગચાળો વગેરેને નાથી શકશે. લોકોનું તેમજ સમુદાયોનું સ્વાસ્થ્ય આરોગ્ય પ્રદ બનાવી શકશે લોકો લાંબુ અને સારું સ્વાસ્થ્ય મેળવી શકે.
- સ્વચ્છતાથી પર્યાવરણ પર પ્રદૂષણ નિયંત્રણ લાવી શકશે જેથી પ્રદૂષણના અનેક દુશક્ય પરિણામો થી બચી શકશે અને પર્યાવરણને સંરક્ષણ આપી શકશે.
- સ્વચ્છતા ત્યાં પ્રભુતા એટલે કે સ્વચ્છતાથી સ્વાસ્થ્યપ્રદ સામાજિક વાતાવરણ ઉભું કરી શકશે. લોકો પોતાનું જીવન ઉત્સાહ પૂર્વક અને નીરોગી બનાવી શકાય તે માટે સ્વચ્છાતાને પ્રાથમિકતા આપવામાં આવે છે.
- પર્યાવરણની સ્વચ્છતા જીવનમાં ઉપયોગી અને અનિવાર્ય છે એવું હિત સમાજ અને શિક્ષણ આમ સમાજના લોકોને મળી રહે તેમજ તેના સારા પરિણામોનો લાભ મળે તેથી સ્વચ્છતા જીવનનો એક ભાગ બની જાય એ જરૂરી છે.

આથી પર્યાવરણની સ્વચ્છતા વગેરે જાળવવા વાયુપ્રદૂષણ, જળપ્રદૂષણ, વાતાવરણપ્રદૂષણ, ધ્વનીપ્રદૂષણ વગેરે બાબતોમાં તેની જાળવણી અને સ્વચ્છતા મહત્વપૂર્ણ બને છે.

પર્યાવરણીય સ્વચ્છતા લાવવાના પ્રયાસો –

પર્યાવરણ અને સ્વચ્છતા જાળવવા નીચે મુજબના પ્રયાસો કરી શકાય.

પર્યાવરણ અને સ્વચ્છતા લાવવા માટે ઉપચારાત્મક અને સુરક્ષાત્મક એમ બંને પ્રકારના પ્રયત્નો જરૂરી છે.

- કેન્દ્રીય પર્યાવરણ અને સ્વચ્છતા સંબંધીત બોર્ડની રચના કરી તેને કાર્યાન્વિત કરી શકાય.

- ઔદ્યોગિક પ્રદૂષણ પર નિયંત્રણ અને દબાણ સંબંધી યોજનાઓ ઉભી કરી તેનું યોગ્ય નિયમન થાય તો સ્વચ્છતા લાવવાનો હેતુ પુનઃ થાય.
- સ્વસ્છ હવા માટે જરૂરી યંત્ર વિજ્ઞાન વિકસાવવાના પ્રયાસો તેમજ કુદરતી સ્રોતો જળવાઈ રહે તે માટેના પ્રયાસો થવા જરૂરી છે.
- સ્વચ્છતા સંબંધી પુસ્તકો, ચાર્ટ, નકશાનું નિર્માણ અને વિકાસ થાય એવા પ્રયત્નો કરવા જોઈએ.
- લઘુ ઉદ્યોગો, મોટા ઉદ્યોગોમાં સ્વચ્છતા અંગેની અનેક ટેકનીકલ અપનાવવા અનિવાર્ય બનાવવી જરૂરી બને છે.
- પુરાતત્વ સ્મારકો, પ્રાકૃતિક જગ્યાઓ, હિલ સ્ટેશનો, મહાનગરો,ગ્રામ સમુદાયો અને જાહેર સ્થળો એ સ્વચ્છતા અનિવાર્ય બનાવી કાનુની રીતે સંરક્ષણ આપવું જોઈએ.
- નદી, તળાવ, સમુદાય, કૂવાઓ વગેરે જળ સ્રોતોને રાષ્ટ્રીય સંરક્ષણ આપી સુરક્ષિત બનાવવા જોઈએ. જેથી સ્વચ્છતા બની રહે.
- પેટ્રોલ, ડીઝલ, કેરોસીન વગેરે પેટ્રોલીયમ પેદાશોની ગુણવતા સુધારવાથી વાતાવરણ ની સ્વચ્છતા જળવાઈ રહેશે.
- જાહેર બાગ-બગીચા, વનક્ષેત્રો અને વૃક્ષારોપણને પ્રોત્સાહન આપવું જેથી પર્યાવરણ અને સ્વચ્છતા જળવાઈ રહે.
- પાણી સ્વચ્છતાની કે શુદ્ધિકરણ યોજનાઓ બનાવવી અને અમલીકરણ કરવાથી પાણી સંબંધી રોગોના પ્રશ્નો હલ્ કરી શકશે.
- સ્વચ્છતા માટે જન આંદોલન વિવિધ ક્ષેત્રોમાં અનિવાર્ય વાનાવવા જોઈએ પ્રાકૃતિક અને સંસાધનો જળવાય રહે તેનો વિકાસ થાય તે માટે સુરક્ષા માટેના સરકાર દ્વારા અને લોકોમાં જાગૃતિ આવે તેવા પ્રયાસો થવા જરૂરી છે.
- પર્યાવરણ ની સ્વચ્છતા જળવાય રહે તે માટેના નિયંત્રણ અંગેની મોનીટરિંગ પ્રણાલી ઉભી કરાવી જરૂરી છે.

- સ્વચ્છ પર્યાવરણની હકારાત્મક અસરો-પ્રભાવની નોંધ લેવાવી જોઈએ જેથી લોક સમાનતા વધે.
- જૈવિક પર્યાવરણને નુકશાન ન થાય અને સ્વચ્છતા જળવાય રહે તે માટે લોકો ભાગીદારીથી તેના પર નિયંત્રણ લાવી શકાય.
- સ્વચ્છતા માટે તેમજ તેના વિશે સામાજિક જાગૃતિ લાવવા યોગ્ય ફંડ ઉભું કરવું જરૂરી લાગે તો આંતરરાષ્ટ્રીય સહાયતા મેળવવાના પ્રયાસો કરવા જોઈએ.
- સ્વચ્છતા અને પર્યાવરણને શિક્ષણનો એક ભાગ બનાવી તેનું પ્રશિક્ષણ તંત્ર અને સુચના તંત્ર વિકસિત કરવું જોઈએ.

ઉપરાંત પ્રયાસો માત્ર અમુક વ્યક્તિઓ કે સમુદાય કે સરકાર કે સ્વૈચ્છિક સંગઠનો જ કરે એવું નથી પરંતુ સૌના સહિયારા પ્રયાસોથી ચોક્કસ પણે સ્વચ્છતા અને પર્યાવરણને અકબંધ રાખી શકશે.

સ્વચ્છતા અને સ્ત્રીઓ –

આપણા સમાજ અને સંસ્કૃતિમાં સ્ત્રીઓને 'લક્ષ્મી' અને 'શક્તિ' નું સ્થાન આપવામાં આવ્યું છે. સ્ત્રીઓ મૃહદઅંશે સ્વચ્છતાનો આગ્રહ રાખતી હોય છે. સ્વયં સ્વચ્છ રહેવાનું પસંદ કરે છે અને પોતાના ઘરને પણ સ્વચ્છ રાખે છે. પુરુષોની તુલનામાં તેમનું સ્વચ્છતામાં પ્રથમસ્થાન આપી શકાય. પરંતુ સ્વચ્છતા સ્ત્રીઓને તેમના સ્થાનને ગતિશીલ બનાવે છે આવી સ્વચ્છતાની કાળજી લેતી હોવાથી તે સ્વયં પોતાની અને તેમના કુટુંબીજનોની તંદુરસ્તી સારી બનાવી શકે છે.

ગ્રામ સમુદાયમાં ચિત્ર થોડું જુદું છે. ત્યાનું વાતાવરણ નિરક્ષરના, ગંદકીનું સામ્રાજ્ય, અપૂરતી પ્રાથમિક સવલતો, પશુપાલન, ખેતીવાડી વગેરે બાબતો સ્ત્રીઓના જીવન પર અસ્વચ્છતાનો પ્રભાવ પડે છે, કેટલીક પરિસ્થિતિઓ અને સંજોગોના લીધે સ્ત્રીઓ સ્વચ્છતા પર ધ્યાન આપી શક્તી નથી. જેના પરિબળો નીચે મુજબ છે.

પરિબળો

૧) સ્ત્રી જન્મ-ઉછેરમાં ભેદભાવ – ભારતમાં સ્ત્રી જન્મને ઓછું મહત્વ આપવામાં આવે છે. જો ભુણમાં બાળકી હોય તો તેની ભૂણહત્યા કરી દેવામાં આવે છે. પણ જો બાળકીનો જન્મ થાય તો પરિવારમાં ખુશી, ઉલ્લાસ દેખાતો નથી તેમજ તેના ઉછેર પ્રત્યે કાળજી લેવામાં આવતી નથી, ઉછેરમાં સ્વચ્છતા અંગે આરોગ્ય પ્રત્યે ગંભીરતા લેવામાં આવતી નથી. છોકરીઓતો તેમજ મોટી થઈ જાય એવું માનવામાં આવે છે. છોકરો અને છોકરીના ઉછેરમાં ભેદભાવ રાખવામાં આવે છોકરાનો જન્મ અને ઉછેર પ્રત્યે પૂરતું ધ્યાન અપાય અને છોકરી પ્રત્યે ભેદભાવ રખાય. તેના ખોરાક, કપડા, શિક્ષણ, જરૂરી સુવિધા, સવલતો વગેરેમાં તફાવત જોવા મળે છે. બાળપણથી જ છોકરીઓ પ્રત્યે આવો ભેદભાવથી તેમના સ્વચ્છતાના પાઠો શીખવી શકતા નથી તેથી તંદુરસ્તી અને સ્વાસ્થ્ય આરોગ્યપ્રદ રહેતા નથી.

૨) કૂપોષણ અને સ્વચ્છતા – બાળકીના જન્મ સમયથી તેના તરફ ધ્યાન અપાતું નથી તેને પોષણયુક્ત આહાર, દૂધ વગેરે તરફ ભેદભાવ રખાય છે. તેના ઉછેરમાં કાળજી રાખવામાં આવતી નથી તેથી તંદુરસ્તી, સ્વાસ્થ્ય પ્રત્યે ગંભીરતા લેતા નથી સ્વચ્છ અને સ્વસ્થ બાળકી ભવિષ્યમાં માતા બનશે ત્યારે નવી પેઢી પણ સ્વસ્થ બનશે એવી દ્રષ્ટિએ બાળકીનો ઉછેર થતો નથી તેના સામાજીકરણમાં સ્વચ્છતાના પાઠો શીખવી શકતા નથી સ્વચ્છતાનું મુલ્ય તેની ઉપયોગીતા અને લાભો બાળપણથીજ શીખવાય તો ભવિષ્યમાં જવાબદાર પુત્રી, માતા, સાસુની ભૂમિકા સારી રીતે ભજવી શકે સાથે પોષણયુક્ત આહાર પણ અપાય તો આ બધી ભૂમિકા પણ સારી રીતે પડી શકે.

૩) ગૃહકાર્ય અને સ્વચ્છતા – મોટાભાગની સ્ત્રીઓને તેના સમાજિકરણની તાલિમમાં ગૃહકાર્યની તાલિમ અપાય છે ભવિષ્યમાં પણ તેને ગૃહકાર્ય કરવાનું હોવાથી ઘરની સફાઈ, સ્વચ્છતા, રસોઈ, કપડાની ધોલાઈ, વાસણ સાફ કરવા, ગૃહ સજાવટ,ભરત,ગૂંથણ,ગૃહ સંચાલન વગેરે શીખવવામાં આવે છે. આ બધી ભૂમિકા શ્રેષ્ઠ રીતે ભજવી શકે. એટલું જ નહિ આ બધી જ બાબતો માં સ્ત્રી સ્વચ્છતાને જેટલા અંશે કેન્દ્રમાં રાખશે તેટલી સ્વયં પોતાનું તેમજ

તેના કુટુંબનું શ્રેય બની રહેશે આથી જ કહેવાય છે કે કુટુંબનું આરોગ્ય સ્ત્રીઓના હાથમાં હોય છે માટે તેને સ્વચ્છતાનો પૂરતો આગ્રહ રાખવો જોઈએ.

૪) સ્ત્રીનું આરોગ્ય અને સ્વચ્છતા – સ્ત્રીઓ પુરુષોની તુલનામાં શારીરિક રીતે ઓછો શ્રમ કરી શકે છે. કુદરતી રીતે તેનું શરીર નાજુક હોય છે. સ્ત્રીઓને કુટુંબમાં બાળપણથી તેના શરીર અને સ્વાસ્થ્ય વિશે જાણકારી અપાતી હોય છે. કુટુંબની સ્ત્રી સભ્યો છોકરીને રજસ્વલા બનતા પહેલા તે અંગે પૂરતું શિક્ષણ અપાય છે. પરંતુ સાથે સ્વચ્છતાનું શિક્ષણ પણ એટલું જ જરૂરી છે. પુખ્તાવસ્થા દરમ્યાન યોનસંબંધી જાણકારી, ગુપ્તાંગોની સ્વચ્છતા અને તેનું મહત્વ વગેરે ઉપયોગી જાણકારી જરૂરી બની જાય છે. સ્ત્રીઓને આવી સ્વચ્છતા ન રાખવાથી તેનું આરોગ્ય કથળે છે કેવા ભયંકર રોગોનો ભોગ બનશે તેની મહત્વની જાણકારી જરૂરી બની જાય છે. આ અંગેની માહિતી અને શિક્ષણ માટે છોકરીઓ સંકોચ અને શરમ અનુભવે છે અને મૂંઝવણ પણ થાય છે. આથી આવી પરિસ્થિતિમાં કુટુંબના સ્ત્રી સભ્યોની જવાબદારી વધી જાય છે. શિક્ષિત યુવતીઓએ પણ આ અંગેની જાણકારી સંચાર માધ્યમો માંથી પ્રાપ્ત કરી સ્વચ્છતાને પોતાના જીવનમાં ઉતારી લેવું જરૂરી બને છે.

૫) ગર્ભાવસ્થા-પ્રસૂતા અને સ્વચ્છતા – સ્ત્રીઓમાં માતૃવાત્સલ્ય ભાવ હોય છે સ્ત્રીને માતા બનવાનું ગૌરવ હોય છે. સ્ત્રી ગર્ભધાન કરે અને માતા બને ત્યા સુધીમાં અનેક સ્તરે તેને પોતાનું અને આવનાર બાળકનું સ્વચ્છતા સંબંધી ધ્યાન રાખવાનું હોય છે. તેના અભાવમાં દર હજારે ૩ માતાનું મૃત્યુ ભારતમાં જોઈ શકાય છે. દર હજારે ૬૦ સ્ત્રીઓ ગર્ભાવસ્થા, અપરિપક્વ રીતે થયેલી પ્રસૃતિ અને ખોટી રીતે થયેલી પ્રસૃતા થી સ્ત્રીઓ અસ્વચ્છ રહે છે. આથી ભારતમાં પ્રસૃતા મુત્યુ અને બાળમૃત્યુનું પ્રમાણ વધુ છે.

ગર્ભવસ્થા દરમ્યાન સ્વચ્છતાની સાથે કેટલીક અન્ય કાળજીઓ પણ રાખવાની હોય છે રક્તસ્રાવ, લોહીની ઓછી માત્રા, લોહીનું દબાણ, ચેપીરીગો પારિવારિક રીતરીવાજ, ગર્ભાપાત, હૃદયના ધબકારાની અનિયમિતતા, પુરતી દવાઓ અને માર્ગદર્શન, આવનાર બાળકનું સ્વાસ્થ્ય અને તેની તપાસ,

પુરતો પોષક આહાર, ગૃહ કાર્ય, ગૃહસંચાલન, નાનાબાળકોની સંભાળ વગેરે બાબતો પ્રત્યે ધ્યાન આપવાનું રહેતું હોય છે.

પ્રસવ પહેલા, પ્રસવ દરમિયાન અને પ્રસવ બાદ સ્ત્રીઓએ સ્વચ્છતા અને સ્વાસ્થ્ય માટે બહુ મોટી જવાબદારી લેવાની હોય છે સાથે કુટુંબની દેખરેખ અને સંભાળતો હોય જ છે માટે સ્ત્રીને પ્રસૂતા બાદ બીજો જન્મ ધારણ કર્યો છે એવું માનવામાં આવે છે. આથી સ્ત્રીઓએ આ અંગેનું શિક્ષણ અગાઉથી જ અપાય તો ભવિષ્યમાં ઉપયોગી બની જાય છે.

૬) વૃદ્ધાવસ્થા અને સ્ત્રીઓ – દરેક ઉંમર વધે તેમ શારીરિક ક્ષમતાઓ ઘટે છે. ભારતમાં સ્ત્રીઓની તંદુરસ્તી નબળી ગણવામાં આવે છે કારણ કે તેને બાળપણથી અપૂરતું પોષણ મળ્યું હોય છે સમગ્ર જીવન ગૃહ કાર્ય , બાળકોને જન્મ આપવામાં તેના ઉછેરમાં પસાર થઈ જાય છે તેનાથી પોતાના શરીરની સ્વચ્છતા અને સ્વાસ્થ્ય પ્રત્યે કાળજી લેવાઈ હોતી નથી તેથી વૃદ્ધવસ્થામાં આખે ઓછું દેખાવું, હાડકાના સાંધાના રોગો, દાંત પડી જવા , કાને ઓછું સંભળાય, પાચન સંબંધી, યૌન સંબંધી બીમારીનો ભોગ બને છે. યોગ્ય સ્વચ્છતા અને સારવારનો અભાવ સ્ત્રીઓને મુશ્કેલીઓમાં મુકે છે. ભારતમાં નિરક્ષર સ્ત્રીઓ સ્વચ્છતા અને સ્વાસ્થ્ય તે યોગ્ય રીતે સ્વીકારી શકતી નથી માટે વૃદ્ધાવસ્થામાં સ્ત્રીઓને બીજા પર નિર્ધારિત રહેવું પડે છે.

આમ સ્વચ્છતા અને સ્ત્રીઓ એક બીજા સાથે જોડાયેલા છે જેટલા અંશે સ્ત્રીઓ સ્વચ્છતાને પ્રાથમિકતા આપી સ્વીકારશે એટલા અંશે પોતાનું અને પોતાના કુટુંબને તંદુરસ્ત બનાવી શકશે. ખાસ કરી ને આજે ભારતના ગ્રામીણ વિસ્તારોમાં સ્ત્રીઓને સ્વચ્છતાના પાઠો શોખાવવાના જરૂરી બન્યા છે. ગ્રામીણ મહિલાઓને આ અંગેની જાણકારી, સમાજ અને શિક્ષણની વ્યવસ્થા ઉભી કરવાનું જરૂરી બન્યું છે. ખેતીકામ, પાશુપાલન, નહાવા-ધોવાની પ્રાથમિક સુવિધા, દાક્તરી સેવાઓ વગેરે ક્ષેત્રે સ્વચ્છતાની માત્રા અલ્પ પ્રમાણમાં આજે પણ જોવા મળે છે શહેરી સ્ત્રીઓને સ્વચ્છતા અને આરોગ્ય અંગેનું જ્ઞાન-શિક્ષણ મળે છે તેનું કારણ શિક્ષણ છે. જયારે ગ્રામીણ મહિલાઓ નિરક્ષરતાના કારણે સ્વચ્છતાના ખ્યાલો મેળવી શક્તી નથી આથી ગ્રામ્ય વિસ્તારોમાં

'સ્વચ્છતા આંદોલન' કરી સ્વચ્છતા ત્યાં પ્રભુતા નો સંદેશ પહોંચાડવો અનિવાર્ય બને છે.

સ્વચ્છતા અને જાહેર આરોગ્ય:

સ્વચ્છતા સાથે લોકોનું આરોગ્ય જોડાયેલું છે. જ્યાં સ્વચ્છતાનો આગ્રહ રાખવામાં આવતો હતો ત્યાના લોકોનું આરોગ્ય સારું હશે. જાહેર આરોગ્ય સારું, નબળું, ખરાબ એ ત્યાના લોકોનું સ્વચ્છતા પ્રત્યેની લોક જાગૃતિ પર આધાર રાખે છે. જાહેર આરોગ્ય જે તે સમાજ કે સમુદાયના લોકોની સ્વાસ્થ્યની પારાશીશી રજુ કરે છે. સામાન્ય રીતે સમુદાયના ઘણા બધાં લોકો તેઓના આરોગ્ય પ્રત્યેની સમસ્યાઓ અનુભવતા હોય છે એટલે કે રોગો કે માંદગી અનુભવતા હોય છે અને સારવાર કે નિદાનની આગ્રહી હોય અને આવી સ્થિતિ દુર થાય એવું ઇચ્છતા હોય ત્યારે જાહેર આરોગ્ય અંગે વિચારવાનું રહે છે જાહેર આરોગ્ય નબળું બનવા પાછળ સમુદાયના લોકોનું આરોગ્ય કે માંદગી પાછળ સ્વચ્છતાનો પ્રશ્ન જોડાયેલો છે. જે નીચે મુજબ દર્શાવી શકાય.

સ્વચ્છતા અને જાહેર આરોગ્ય સાથે જોડાયેલા પાસાઓ:-

૧. સ્વચ્છ પીવાનું પાણી અને ખોરાક : લોકો પીવાના પાણી ની શુધ્ધતા વિશે ગંભીર નથી પાણીના બધાં સ્ત્રોતો શુદ્ધ પાણી આપી શકતા નથી, પોષણ યુક્ત આહાર પણ ભારતના નાગરિકોને મળતો નથી ૬૦ ટકા લોકો ગરીબીની રેખા નીચે જીવે છે આ સુવિધાઓ અપૂરતી મળે છે તેથી તેઓ અનેક રોગો કે માંદગીના ભોગ બને છે. પાણી અને ખોરાકની નબળી ગુણવત્તાથી જે રોગો થાય છે તેની સંખ્યા અન્ય પરિબળો કરતા વધુ છે. નાના બાળકો અને વૃધ્ધો વધુ ભોગ બનતા હોય છે. આવી સ્થિતિ સમગ્ર સમુદાયમાં જોવા મળતી નથી લોકોનું આરોગ્ય જોખમમાં મુકાય છે.

૨. જાહેર સ્વચ્છતા : લોકો પોતાનું ઘર સ્વચ્છ રાખવાનું વલણ અને વર્તન દાખવે છે પરંતુ જાહેર બાગ-બગીચા, રસ્તાઓ, ધર્મ સ્થાનો, રેલ્વે સ્ટેશન, બસ સ્ટેન્ડ, દવાખાના, શાળા- કોલેજો, સરકારી કચેરીઓ અને જાહેર શૌચાલયો, સિનેમાઓ વગેરે જાહેર સ્થળો એ સ્વચ્છતા અપનાવવી જોઈએ

તેમાં બેદરકારી જાહેર આરોગ્યને ખતરામાં મુકે છે. આ બધાં સ્થળોએ ગંદકી અને કચરાના ઢગ એકત્ર થયા હોવાથી અનેક રીતે માંદગી કે રોગચાળો ફેલાતો હોય છે. જે જાહેર આરોગ્યને નુકશાન પહોચાડે છે જ્યાં સ્વચ્છતા જરૂરી છે.

૩. પર્યાવરણ પ્રદૂષણ : જાહેર આરોગ્ય નબળું પડવાનું કારણ પર્યાવરણીય પ્રદૂષણ જવાબદાર છે. પર્યાવરણની સ્વચ્છતાના અભાવમાં હવાનું, જમીનનું અને પાણીનું પ્રદૂષણ ઉદભવે છે. શહેરોની ગટર વ્યવસ્થાનું નબળું કામકાજ , ઉદ્યોગોનું ઝેરી રસાયણયુક્ત હવા-પાણી, ગંદા વસવાટો, સફાઇ કાર્ય કરતુ તંત્રની નિષ્કાળજી વગેરે બાબતો સ્વચ્છતા સાથે સંકળાયેલી છે જાહેર આરોગ્યને વિપરીત અસરો કરે છે. આવી સ્થિતિ લોકોમાં અનેક આરોગ્યને વિપરીત અસરો કરે છે આવી સ્થિતિ લોકોમાં અનેક રોગોના ભાગો બનાવે છે. અહીં સ્વચ્છતા સંબંધી સભાનતા આવશ્યક છે.

૪. ખાણી-પીણી અને હોટલ રેસ્ટોરન્ટ : લોકો પોતાના ઘરે જમતા હોય ત્યારે આરોગ્યનો પ્રશ્ન નહીવત હોય છે પરંતુ શહેરોમાં અનેક જગ્યાએ ખાણી-પીણીના સ્ટોર, હોટલો, રેસ્ટોરન્ટ આવેલી હોય છે કે જેઓ સ્વાસ્થ્યપ્રદ ખાદ્ય સામગ્રી પીરસતા નથી અથવા તેઓને પોતાનું નથી અને હલકી ગુણવત્તા વાળું ભોજન પીરસે છે. એટલુંજ નહિ ત્યાં જે સ્વચ્છતા જાળવવી જોઈએ એ અપૂરતી હોય છે. ખોરાક અને તેને સંબંધીત ચીજ વસ્તુઓ બિનઆરોગ્યપ્રદ અને વાસી હોય છે. આ બધી બાબતો સ્વચ્છતા સાથે સીધી રીતે જોડાયેલી છે તેમજ આવી બેદરકારી જાહેર આરોગ્યને નુકશાન પહોચાડે છે. ક્યારેકતો તેના લીધે અનેક લોકો ઝાડા-ઉલ્ટીની માંદગીનો ભોગ બનતા હોય છે. લોકો આ બધી બબતો પ્રત્યે સ્વચ્છતા અને આરોગ્ય પ્રદ ખોરાકનો આગ્રહ રાખે તો જાહેર આરોગ્ય સ્વાસ્થ્યપ્રદ બની શકે.

૫. સ્વચ્છતા સંબંધી તંત્ર : દરેક સમુદાયમાં તેને અનુરૂપ સ્વચ્છતા સંબંધી તંત્ર હોય છે ગ્રામ સમુદાયમાં નાના પાયે સ્વચ્છતા-સફાઈની વ્યવસ્થા હોય. ગ્રામ પંચાયત તેની વ્યવસ્થા કરતુ હોય છે. જયારે શહેર સમુદાયમાં નગર પંચાયત, નગર પાલિકા, મ્યુનીસીપાલીટી, મ્યુનીસીપાલીટી કોર્પોરેશન,

વગેરે તેના વિસ્તારોમાં પૂર્ણપણે સ્વચ્છતા જળવાય તે માટે સફાઈ તંત્ર કે તે સંબંધી વ્યવસ્થા ગોઠવે છે. જાહેર રસ્તાઓ, મહોલ્લાઓ, શેરીઓમાં રસ્તાઓની સફાઈ, ગટરના પાણીનો નિકાલ, કચરા પેટીની વ્યવસ્થા, સ્વચ્છ પીવાના પાણીની વ્યવસ્થા, જાહેર શૌચાલયની સ્વચ્છતાની વ્યવસ્થા, કચરાનો નિકાલ, ઘન-પ્રવાહી કચરાનો યોગ્ય નિકાલ બાગબગીચા અને જાહેર સ્થળોની સફાઈ અને સ્વચ્છતા વગેરે પ્રવૃતિઓ માટે વ્યવસ્થા તંત્ર નબળું પડે ત્યારે જાહેર આરોગ્યના પ્રશ્નો ઉદભવતા હોય છે શહેરોમાં મોટા ભાગે માંદગી કે રોગચાળા ઉભા થવાનું કારણ સ્વચ્છતા સંબંધી કાર્ય કરતા તંત્રની બેદરકારી કારણભૂત હોય છે.

૬. હોસ્પિટલ અને સ્વાસ્થ્ય સેવાઓ : જાહેર સ્વાસ્થ્ય સેવાઓ લોકોના આરોગ્યને સારું બનાવવાનું તંત્ર ગણવામાં આવે છે. ક્યારેક આવું તંત્ર પણ જાહેર આરોગ્યને નુકશાન પહોંચાડતું હોય છે. આવા તંત્રમાં પ્રાથમિક આરોગ્ય કેન્દ્રો નાના ચિકિત્સાલયો, જાહેર દવાખાના, લેબોરેટરી, બ્લડબેંક વગેરે સ્થળો નો સમાવેશ થાય છે આ દરેક સ્થળો સ્વચ્છ અને આરોગ્યપ્રદ હોય એ જરૂરી માનવામાં આવે છે એટલું જ નહિ પરંતુ તેમાં કામ કરતા કર્મચારીઓ, ડોક્ટર્સ, સ્ટાફ નર્સ, અને સંબંધીત કર્મચારીઓ પણ સ્વચ્છતાને સમર્પિત હોતા નથી અથવા બેદરકાર રહે છે જેનાથી ચેપીરોગ અને માંદગી સંબંધી વાઇરસ, જીવાણુઓ ફેલાવવાના માધ્યમો બની રહે છે દરેક તબક્કે સ્વચ્છતાનો અભાવ પણ જાહેર આરોગ્યને નુકશાન પહોચાડે છે.

૭. કેન્દ્ર - રાજ્ય સરકાર : સ્વચ્છતા વ્યક્તિગત બાબત તો છે જ પરંતુ જાહેર સ્વચ્છતા પણ એટલી જ અનિવાર્ય ગણવામાં આવે છે. આ માટે કેન્દ્ર અને રાજ્ય સરકાર પુરતી કાળજી લેવી જોઈએ તેવું વ્યવસ્થા તંત્ર સક્રિય બનાવવું જોઈએ, જાહેર આરોગ્ય જળવાય તે માટે જરૂરી સૂચનાઓ, નાણાંની ફાળવણી અને તેનો શ્રેષ્ઠ વપરાશ થાય તે માટે સતત મોનેટરિંગની વ્યવસ્થા ઉભી કરવી અને તેનો યોગ્ય અમલ ન થાય તો કડક દિશાત્મક જોગવાઈઓ હોવી જરૂરી છે. પરંતુ આ બધી બાબતમાં હજુ ઘણું કરવાનું બાકી છે જે વ્યવસ્થા છે તે અપુરતી અને બેદરકારી વધુ છે તેથી જયારે જયારે

આરોગ્યના પ્રશ્નો ઉભા થાય છે ત્યારે ઘણું મોડું થઈ ગયું હોય છે. તે દર્શાવે છે કે સરકારશ્રી સ્વચ્છતા અને જાહેર આરોગ્ય પ્રત્યે પૂરતું ધ્યાન આપતી નથી જેનાથી અનેક લોકો માંદગીના ભોગ બને છે અને અનેક લોકો મૃત્યુનો ભોગ બને છે.

યુનિટ-૨

સ્વચ્છતાનાં સમાજશાસ્ત્રની સંશોધન પદ્ધતિઓ

૨.૧ પ્રસ્તાવના

સંશોધન એટલે નવું જ્ઞાન મેળવવાનો પધ્ધતિસરનો પ્રયાસ. સંશોધનમાં બે બાબતો મહત્વની છે. ૧) નવું જ્ઞાન ૨) પધ્ધતિ. સ્વચ્છતાનું સમાજશાસ્ત્ર એક સામાજિક વિજ્ઞાન છે અને સ્વચ્છતા સંબંધી સમાજના સંદર્ભમાં નવું જ્ઞાન મેળવવામાં એક વૈજ્ઞાનિક પધ્ધતિએ અભ્યાસ કરે છે.

નવું જ્ઞાન એટલે કે જે અગાઉ કોઈએ પ્રત્યક્ષ કે પરોક્ષ રીતે કશું ન કરેલું હોય અને એકદમ નવી જ માહિતી અને તે માત્ર માહિતી નહિ પરંતુ તે માહિતીમાં તર્કબધ્ધતા, કાર્યકારણ સંબંધ અને તટસ્થતા અનિવાર્ય પણે હોય છે. જયારે બીજી પદ્ધતિ જે અભ્યાસ કરવા માટેની એક ચોક્કસ વૈજ્ઞાનિક રીત કે જેમાં વૈજ્ઞાનિક, તટસ્થ અને આગવા દ્રષ્ટિકોણ સાથેનું વલણ સમાયેલું હોય છે. અનુભવી-નિષ્ણાંતો વિવિધ અભ્યાસ પ્રયુક્તિઓથી તૈયાર કરી સંશોધન કાર્યને સાર્થક બનાવે છે. આ અભ્યાસ કરવાની રીત એવી બનેલી છે કે જેથી તેને વૈજ્ઞાનિક પદ્ધતિ તરીકે ઓળખવામાં આવે છે.

સંશોધનમાં જે પદ્ધતિઓનો ઉપયોગ થાય છે તે વસ્તુલક્ષી રીતે તૈયાર થયેલી હોય છે અને તેનાથી ચકાસણી થઈ શકે એવી પધ્ધતિથી સંશોધન સમસ્યાના સંદર્ભમાં નવી હકીકતો શોધવામાં આવે છે. તેમજ ક્યારેક બે કે તેથી વધુ હકીકતો વચ્ચેનો તાર્કિક સંબંધો અને કાર્યકારણ સંબંધો

તપાસવાના હોય છે. જૂની હકીકતોની ચકાસણી કે તેમાં આવેલા પરિવર્તનો તપાસવાના હોય ત્યારે પણ આ વૈજ્ઞાનિક પદ્ધતિનો ઉપયોગ થાય છે. આમ સામાજિક સંશોધનથી પ્રવર્તમાન જ્ઞાનમાં વધારો થાય છે, કે જે સંશોધન દ્વારા મૌલિક પ્રદાન બને છે.

આમ, સામાજિક સંશોધનમાં નવું જ્ઞાન અને વૈજ્ઞાનિક પદ્ધતિ આ બંને બાબતો અનિવાર્ય હોય છે અને તેથીજ તે સંશોધન સામાજિક વિજ્ઞાનનું સંશોધન કહેવાય છે. સ્વચ્છતાના સમાજશાસ્ત્રમાં પણ જે નવા અભ્યાસો કે સંશોધનો હાથ ધરાય છે તેમાં આવી વૈજ્ઞાનિક પદ્ધતિએ અભ્યાસ થાય છે વિવિધ અભ્યાસ પ્રયુક્તિઓનો ઉપયોગ કરી આ એક સામાજિક વિજ્ઞાન છે એવી સાબિતી આપે છે.

૨.૨ સંશોધન પદ્ધતિનો અર્થ અને વ્યાખ્યા

સંશોધન પધ્ધતિ એ સંશોધન પ્રક્રિયાનો એક જરૂરી ભાગ છે. સંશોધન સમસ્યાની કાળજીપૂર્વક પસંદગી અને ચોકસાઈ પૂર્વકનું સ્પષ્ટીકરણ બાદ સંશોધન અભ્યાસના હેતુઓને અનુરૂપ માહિતી એકત્ર કરવા જે વિશિષ્ટ કાર્યો કરે તેને સંશોધન પદ્ધતિ કહેવાય.

સંશોધન પદ્ધતિના અમલીકરણ દરમિયાન સંશોધક નીચે મુજબના કાર્યો કરે છે.

૧. માહિતી સ્ત્રોતોને તપાસે છે,

૨. અભ્યાસ હેઠળના વિવિધ પાસાઓનો અભ્યાસ કરે છે,

3. માહિતી સ્ત્રોતોનો અભ્યાસ કરી તેની સાથે જોડાયેલી માહિતીને હેતુઓ આધારિત તાર્કિક રીતે તારવવી,

૪. અભ્યાસ એકમો પાસેથી હેતુ આધારિત માહિતી એકત્ર કરાવી,

૫. એકત્રિત માહિતીને જુદા જુદા ચલ(Variables) વચ્ચે સંબંધો તપાસવા અને તેનું પૃથક્કરણ કરવું,

૬. માહિતી નાં પૃથક્કરણ દરમિયાન આકડાશાસ્ત્રનો ઉપયોગ કરવો,

આમ સંશોધન પદ્ધતિ હેઠળનાં સંશોધનના કર્યો કરી શકાય.

વ્યાખ્યાઓ:-

સામાજિક સંશોધન પદ્ધતિ મુજબ સંશોધન થાય છે તો સૌપ્રથમ

સામાજિક સંશોધન એટલે શું? આ અંગેની જુદી જુદી વ્યાખ્યાઓ દ્વારા તેનો અર્થ સમજીએ.

પ્રો.ગોપાલ – પોતાના પુસ્તક An Introduction to Research Precede in Social Sciences માં સંશોધનનો અર્થ સમજાવતા નોંધે છે કે વસ્તુલક્ષી અને ચકાસણીજન્ય પદ્ધતિઓ દ્વારા જુદી જુદી હકીકતો શોધવા માટેની, હકીકતો વચ્ચેનો સંબંધ શોધવા માટેની અને તેના આધાર સિદ્ધાંતો, નિયમો કે તારણો આપવાની વ્યવસ્થિત તપાસને સંશોધન કહેવાય.

પોલીન યંગ પોતાના પુસ્તક Scientific Social Survey and Research માં સંશોધનનો અર્થ આપતા જણાવે છે કે સામાજિક સંશોધન એક વૈજ્ઞાનિક સાહસ છે, જે તાર્કિક અને પધ્ધતિસરની પ્રયુક્તિઓની મદદ વડે નવી હકીકતો શોધવાનું કે જૂની હકીકતોની ચકાસણી કરવાની. આ હકીકતોની ક્રમબધ્ધતા, તેમના પારસ્પરિક સંબંધો અને કાર્યકારણની સમજુતી આપવાનું, તેમજ માનવવર્તનનો વિશ્વસનીય અને યથાર્થ અભ્યાસ કરવાનું સરળ બનાવવા નવા વૈજ્ઞાનિક ખ્યાલો અને સિદ્ધાંતો વિકસાવવાના ધ્યેયો ધરાવે છે.

રેડમેન અને મોરી સંશોધન વિશે સરળતાથી સમજાવે છે કે નવું જ્ઞાન પ્રાપ્ત કરવાનો એક ચોક્કસ પદ્ધતિસરનો પ્રયાસ એટલે સંશોધન.

આમ સંશોધનની વ્યાખ્યા પરથી તેના લક્ષણો નીચે મુજબ દર્શાવી શકાય.

૧. સંશોધન સમસ્યાની પસંદગી અને તેનું નિરૂપણ,

૨. ઉપકલ્પનાનું આયોજન,

3. માહિતીનું એકત્રીકરણ,

૪. તાર્કિક રીતે માહિતીનું વર્ગીકરણ,

૫. માહિતીનું અર્થઘટન અને સામાજીકરણ,

સંશોધનની આ લાક્ષણીકતાઓ પરસ્પર એકમેક થી સંકળાયેલી છે, અને તેના લીધે સંશોધન એક પ્રક્રિયા બને છે.

૨.૩ સંશોધન પદ્ધતિની પ્રક્રિયાના પાસાઓ/સોપાનો.

સામાજિક સંશોધન પદ્ધતિમાં સંશોધન પ્રક્રિયાનો સમાવેશ થાય છે આ પ્રક્રિયામાં સાત જેટલા પાસાઓનો સમાવેશ થાય છે આ સાત પાસાઓ

એક બીજા સાથે ક્રમમાં એવી રીતે પરસ્પર સંકળાયેલ છે કે જો એકાદ પાસાને અલગ રાખવામાં આવે કે એકાદ પાસુ નબળું પડે તો સંશોધનની પ્રક્રિયા નબળી પડે અથવા ભાંગી પડે. આથી આ બધાં પાસા સાથે મળીને સંશોધનની પ્રક્રિયામાં ભાગીદાર બની પ્રક્રિયા પૂરી કરે છે. આ પાસાઓને નીચે મુજબ દર્શાવી શકાય.

સામાજિક સંશોધન પ્રક્રિયામાં મુખ્ય ત્રણ પાસાઓ મહત્વના છે.

(૧) સંશોધન સમસ્યા (૨) સંશોધનની માહિતી (૩) માહિતી પર પ્રક્રિયા

ઉપરોક્ત પેટા મુદ્દાઓને વિગતવાર નીચે મુજબ વિગતે દર્શાવી શકાય.

૧. વિષય પસંદગી,

૨. ઉપકલ્પનાનુ ઘડતર,

૩. સંશોધન યોજના,

૪. માહિતી સ્રોત,

૫. માહિતી એકત્રીકરણની પ્રયુક્તિઓની પસંદગી અને માહિત એકત્રીકરણ,

૬. માહિતીનું વર્ગીકરણ-પૃથ્થકરણ,

૭.સંશોધનના તારણો-પરિણામો,

૧. વિષય પસંદગી

સંશોધનનું પ્રથમ પાસુ વિષય પસંદગીનું છે જેમાં સંશોધક જે સમસ્યાપર અભ્યાસ કરવા માંગે છે તે વિષય પસંદગીને પોલીન યંગ પ્રાથમિક જરૂરિયાત તરીકે ઓળખાવે છે કારણ કે તેના વગર સંશોધન કાર્ય થઈ શકે નહિ પરંતુ આ વિષય પસંદગીમાં સંશોધકે કેટલીક કાળજી લેવાની હોય છે જેથી કરીને સંશોધન કાર્ય સફળ બને, જે આ મુજબ છે.

- વિષયક્ષેત્રને સમજવું- અસ્વચ્છતા આરોગ્યને નુકશાન કરે છે. આ વિષયના સંદર્ભમાં વિષયનું ક્ષેત્ર જોઈએ તો અસ્વચ્છતા અને આરોગ્ય બન્ને પાસાઓનો સંબંધ તથા અસરો અને પરિણામો વિશેના ક્ષેત્રોને સંશોધક પરિચિત હોવો જોઈએ, ગ્રામ કે નગર સમુદાયમાં આ બંને ક્ષેત્રો કેટલા અંશે સંકળાયેલા છે તેની જાણકારી સંશોધક પાસે હોવી જોઈએ.

- સંસાધનોની મર્યાદા- સંશોધક જયારે સંશોધન વિષય પસંદ કરે છે ત્યારે તેની પાસે નાણાં, સમય, સંશોધન મદદનીશોની સખ્યા વગેરે સાધનો મર્યાદાઓને ધ્યાનમાં રાખી વિષય પસંદ કરવો જોઈએ.
- માહિતી એકત્રીકરણની પ્રયુક્તિઓ- વિષય પસંદગીમાં જે તે ક્ષેત્રમાંથી માહિતી એકત્ર કરવાની હોય ત્યાં કઈ માહિતી એકત્રીકરણની પ્રયુક્તિઓ ઉપયોગી બનશે તે પ્રયુક્તિઓ ઉપલબ્ધ છે કે નહિ તે સંશોધકે લક્ષમાં રાખવું જોઈએ અન્યથા પ્રયુક્તિની ખોટી પસંદગી સંશોધનમાં અવરોધરૂપ બને છે જેમકે 'સ્વચ્છતા સંબંધી જાગૃતિ ગ્રામીણ લોકોમાં કેટલી છે તે જાણવા જો શિક્ષિત લોકો ન હોય તો અનુસૂચી કે નિરીક્ષણ પ્રયુક્તિ ઉપયોગી બને અન્ય પ્રયુક્તિઓ અવરોધ ઉભો કરે છે.
- માહિતીની સંભાવના- વિષય પસંદગી એવી હોવી જોઈએ કે જે સમસ્યા સંશોધન માટે પસંદ કરી હોય તે અંગેની ક્ષેત્રીય કે ગૌણ અથવા બંને સ્રોતો માંથી માહિતી મળવાની સંભાવના કેટલી છે. જો સંભાવના વધુ હોય તો જ જે તે પસંદ કરેલ વિષયનું સંશોધનનું કાર્ય આગળ વધારી શકાય તેમજ જે માહિતી મળવાની છે તે આધારભૂત અને વિશ્વસનીય મળશે એની સંભાવના પણ એટલીજ મહત્વની છે દા.ત,. ખુલ્લામાં શૌચક્રિયા કરતા લોકો જલ્દી માહિતી આપતા નથી.
- સંશોધન ક્ષેત્રોની મર્યાદા- વિષય પસંદગીના સમયે સંશોધન સમસ્યાનું ક્ષેત્ર ક્યાં સુધી હશે તે અગાઉથી સ્પષ્ટ કરી લેવું જોઈએ એટલે કે સંશોધન માટેનું ક્ષેત્રીય કાર્ય ક્યાં વિસ્તાર કેટલા પ્રમાણ કે કદ સુધી માર્યાદિત રહેશે તે ધ્યાનમાં રાખવું જરૂરી છે.

  જેમ કે અસ્વચ્છતા આરોગ્યને નુકશાન કરે છે આ બાબત ક્યાં ક્ષેત્રને લાગુ પડે છે તેની સ્પષ્ટતા જરૂરી છે.

૨. ઉપકલ્પનાનુ ઘડતર

સંશોધન કાર્યમાં વિષય પસંદગી થઈ ગયા બાદ ઉપકલ્પનાનું ઘડતર કરવાનું કાર્ય સંશોધકે કરવાનું હોય છે. સંશોધનની સમગ્ર પ્રક્રિયામાં

આ પાસુ મહત્વનું બની રહે છે. ઉપકલ્પનાનું નિર્માણ કરતી વખતે સંશોધક પોતાના પૂર્વ અનુભવો ધ્યાનમાં લે છે એટલે કે ભૂતકાળમાં પણ આવી જ પરિસ્થિતિ (પ્રવર્તમાન સંશોધનની સ્થિતિ) સર્જવા માટે જે પરિબળો કારણભૂત માન્ય હતા એવા પરિબળો, પૂર્વ અનુભાવના આધારે જુદા પાડીને તેમની વચ્ચે સહસંબંધ અંગેનું સંશોધક પ્રશ્નરૂપ વિધાન કરે છે જેને ઉપકલ્પના કહેવાય. આ ઉપકલ્પાના એવું કામચલાઉ વિધાન છે કે જેની યથાર્થતા તપાસવાનું બાકી હોય.

આવી ઉપકલ્પના સંશોધક અને સંશોધન માટે એટલા માટે મહત્વની હોય છે કે બંનેને માર્ગદર્શક બનવાનું કાર્ય ઉપકલ્પના દ્વારા થાય છે. સંશોધક યોગ્ય દિશામાં સંશોધન કાર્ય ધપાવી રહ્યો છે તેનો સતત ખ્યાલ આ ઉપકલ્પના આપે છે. વિષયક્ષેત્રની બહાર સંશોધક જાય તો તરતજ આ ઉપકલ્પના દ્વારા સમજી શકાય છે. દા.ત., ઉધોગીકરણથી શહેરમાં પર્યાવરણ ને નુકશાન થઈ રહ્યું છે. તો ગ્રામ સમુદાયોની ચર્ચા આ સંશોધનમા આવતી નથી એવી પ્રતીતિ આ ઉપકલ્પના આપે છે.

૩. સંશોધન યોજના

વૈજ્ઞાનિક ઢબે સંશોધન કરવા માટે ચોક્કસ બનાવવી જરૂરી છે જેથી સંશોધન કાર્ય યોજના મુજબ થાય આ યોજના સંશોધકને દિશાસુચનનું કાર્ય છે. આમ છતાં આ યોજના એકદમ જડ કે ચુસ્ત ન હોવી જોઈએ જો જરૂર પડે તો યોજનામાં જરૂર મુજબના પરિવર્તનો કરી શકાય આ માટે યોજનામાં નીચે મુજબની બાબતોની કાળજી લેવી જોઈએ.

- માહિતી સ્ત્રોતો- સંશોધન વિષયની માહિતી ક્યાં સ્ત્રોતો માંથી મળશે તે દસ્તાવેજી સ્ત્રોતો કે ક્ષેત્રીય સ્ત્રોતો માંથી મળશે તેની સ્પષ્ટતા કરી લેવી જોઈએ જેમ કે શહેરીકરણ અને પ્રદુષણ જેવા વિષયો પર કામ સંશોધન હોય તો બંને સ્ત્રોતોમાંથી ક્યાં સ્ત્રોતોમાંથી માહિતી મળશે તે સંશોધકે યોજનામાં દર્શાવવું જોઈએ.
- અભ્યાસનું સ્વરૂપ- સંશોધકે યોજનામાં બે બાબતનો નિર્દેશ કરવો જોઈએ કે તેનું સંશોધન સંખ્યાત્મક સ્વરૂપ, વર્ણનાત્મક સ્વરૂપ કે બંને

સ્વરૂપે. તુલનાત્મક સ્વરૂપ, ઐતિહાસિક સ્વરૂપ કે વ્યક્તિ તપાસ સ્વરૂપ હશે. જેથી સંશોધક એ મુજબ આગળની કાર્યવાહી કરી શકે.

- હેતુઓની સ્પષ્ટતા- સંશોધક સંશોધન યોજનામાં આ સંશોધન કરવા પાછળના ક્યાં ઉદ્દેશો કે હેતુઓ રહેલા છે તેનો નિર્દેશ કરવો જોઈએ અને તેમુજબ માહિતી એકત્ર કરવાની પ્રયુક્તિની પસંદગી કરવી જોઈએ.
- સમયનો અંદાજ- સંશોધન કાર્ય કેટલા સમયમાં પૂરું થશે તે બાબત ની સાથે કેટલા સમયમાં કેટલું કાર્ય પૂર્ણ થશે તેનું આયોજન પણ સંશોધકે અગાઉથી કરવું રહ્યું જેથી નક્કી કરેલ સમયમાં કાર્ય પૂર્ણ થઈ શકે.
- નિદર્શન-ક્ષેત્રની સ્પષ્ટતા- સંશોધક દ્વારા ક્યાં ક્ષેત્રોમાં કેટલા એકમો પાસેથી માહિતી એકત્ર કરવાની છે તેનું યોગ્ય આયોજન અગાઉથી કરવું જોઈએ વિશ્વવ્યાપમાંથી કેટલા એકમો અને તે એકમોની પસંદગી કેવી પ્રયુક્તિથી કરવાની રહેશે આ એકમોનું પ્રતિનિધિત્વ કેવી રીતે જળવાઇ રહેશે તે અંગે યોજનામાં સ્પષ્ટતા કરાવી જોઈએ. દા.ત., શહેરોમાં ગંદા વસવાટોની સમસ્યા અંગેના અભ્યાસમાં ક્ષેત્ર જે તે ક્ષેત્ર અને નિદર્શનની સ્પષ્ટતા જરૂરી બની જાય છે.
- માહિતી એકત્રિકરણની પ્રયુક્તિઓની સ્પષ્ટતા- સંશોધક અભ્યાસ કરવા માટે જે માહિતી એકત્ર કરશે તે કઈ પ્રયુક્તિ-પ્રયુક્તિઓનો ઉપયોગ કરશે તે અંગેનો નિર્દેશ યોજનામાં કરવો જોઈએ જો ક્ષેત્રીય કાર્ય હોય તો તે સંબંધીત પ્રયુક્તિ કઈ હશે અને દસ્તાવેજી સ્ત્રોતો હશે તો ગ્રંથાલયનો તેમજ સંદર્ભ પુસ્તકોનો ઉપયોગ ક્યાં અને કેવી રીતે કરશે તેનો નિર્દેશ કરવો જોઈએ.
- અભ્યાસના પરિણામો- સંશોધન માટે કેટલી બાબતો, કિસ્સાઓ કે બનાવોને ધ્યાનમાં રાખવાના છે. તેના ક્યાં ક્યાં પરિણામોને તપાસવાના છે, કેટલી હદ સુધી તપાસવાના છે. સંબંધીત ક્યા ક્યા ક્ષેત્રોને ધ્યાનમાં લેવાના છે તે બાબતો યોજનામાં દર્શાવવવી જોઈએ. દા.ત., સ્વચ્છતા અને આરોગ્ય સાથે સંબંધ છે એ બાબત

અભ્યાસમાં સ્વચ્છતાનાં ક્ષેત્રના વિવિધ પાસાઓ અને તે અંગે આરોગ્યના ક્યા પાસાઓ અને પરિણામો નો સમાવેશ થશે તે અંગેનો અભ્યાસ આ આયોજનમાં કરવામાં આવે છે.

આમ સંશોધક આ મુજબ યોજના બનાવીને સંશોધન કાર્ય કરશે તો યોજનાબદ્ધ નિશ્ચિત સમયમાં કાર્ય પૂરું કરી શકે.

૪. માહિતી સ્ત્રોત

સંશોધકે સંશોધન યોજનામાં દર્શાવ્યા મુજબ સંશોધનના હેતુઓ અને ઉપકલ્પના આધારિત માહિતી મેળવવાની શરૂઆત કરે તે પહેલા આ સંશોધન અંગેની માહિતી ક્યા ક્યા સ્ત્રોતો માંથી મળશે, તે સ્ત્રોતો ક્યા ક્ષેત્રોમાંથી મળશે તે ક્ષેત્રો ક્યાં આવેલા છે તેમાંથી કેટલા અંશે માહિતી મળવાની સંભાવના રહેલી છે તેમજ જો સંશોધન સંબંધી માહિતી નાં સ્ત્રોતો દસ્તાવેજી હોય તો તે માહિતી ક્યાં ગ્રંથાલયમાંથી, ક્યાં પુસ્તકો, મેગેજીન, વર્તમાન પત્રો, સરકારી કે બિનસરકારી દસ્તાવેજો માંથી મળશે તે અંગેની માહિતી યોજનામાં આપવી જોઈએ. દા.ત., સ્વચ્છતા અને પર્યાવરણ એક બીજા સાથે જોડાયેલા છે તો આ અંગેની માહિતી ક્યાંથી મળશે તેના સ્ત્રોતો જાણી લેવા.

૫. માહિતી એકત્રીકરણની પ્રયુક્તિઓની પસંદગી અને માહિતી એકત્રીકરણ

માહિતી સ્ત્રોતો નક્કી થઈ ગયા બાદ આધારભૂત માહિતી મેળવવા માટે કઈ કઈ પ્રયુક્તિઓની મદદ લઇ શકાય તેની પસંદગી કરવાની હોય છે. જે ક્ષેત્રમાંથી જેવી રીતે માહિતી મળી શકે તે મુજબની પ્રયુક્તિઓ પસંદ કરવાની રહે. દા.ત., ક્ષેત્રમાં શિક્ષિત લોકો હોય તો પ્રશ્નાવલી પ્રયુક્તિનો ઉપયોગ કરી શકાય જો ક્ષેત્રમાં અશિક્ષિત લોકો પાસેથી માહિતી એકત્ર કરવાની હોય તો નિરીક્ષણ-મુલાકાત કે મુલાકાત અનુસૂચી નો ઉપયોગ કરી શકાય. આમ જે તે ક્ષેત્ર અને એકમોને ધ્યાનમાં રાખી પ્રયુક્તિની પસંદગી કરવાની હોય છે.

આવી પસંદગી બાદ સંશોધક પ્રયુક્તિની મદદથી માહિતી એકત્ર કરવા જે તે ક્ષેત્રમાં જઈ હેતુને સિધ્ધ કરવા તેમજ ઉપકલ્પનાની ચકાસણી

કરવા માહિતી એકત્ર કરે છે. ઉપકલ્પનાની ચકાસણીમાં તટસ્થતા પૂર્વક માહિતી એકત્ર થાય એ પણ એટલું જ મહત્વનું છે.

૬. માહિતીનું વર્ગીકરણ-પૃથ્થકરણ

વૈજ્ઞાનિક પ્રયુક્તિ અને પ્રક્રિયા દ્વારા માહિતી એકત્ર કરવામાં આવે છે, તેની સાથે આ માહિતી વચ્ચેના તાર્કિક સંબંધના આધારે જોડવામાં આવે ત્યારે તે અર્થપૂર્ણ બને છે. જો માહિતીનું વર્ગીકરણ કરવામાં ન આવે તો તેનું પૃથ્થક્કરણ ન કરી શકાય, હકીકતોમાં વર્ગીકરણ નું સ્વરૂપ કેવું હશે તેનો આધાર અભ્યાસનું સ્વરૂપ પર, મેળવેલ હકીકતોની ચોકસાઈ અને પૂર્ણતા પર અને હકીકતો વિશે સંશોધકની સુઝ પર રહે છે. એકત્રિત માહિતીનું વર્ગીકરણ શક્ય હોયતો ઓછા વર્ષોમાં વર્ગીકૃત કરવા જોઈએ તેવી માહિતીનો અર્થ વધુ સારી રીતે ધ્યાનમાં લઇ શકાય. એકત્રિત માહિતીમાં સમાન, વિભિન્ન અને વિરુદ્ધ જોવા મળતી માહિતીના આધારે પણ વર્ગીકરણ કરવું જોઈએ, ક્યારેક એવી માહિતી' પણ આવી હોય કે જેને કોઈ પણ વર્ગમાં સમાવી ના શકાય ત્યારે એવી નેગેટીવ માહિતી તે અલગ રાખવી જોઈએ. માહિતીને જે તે વર્ગમાં મૂકી વર્ગીકરણ કરવાથી વર્ગીકરણ માહિતીના આધારે ચોક્કસ પ્રકારે અર્થઘટન કરી શકાય.

૭.સંશોધનના તારણો-પરિણામો।

સંશોધનની સમગ્ર પ્રક્રિયાના અંતમાં વર્ગીકૃત માહિતીનો આધાર લઇ જે કોષ્ટકીકરણ કરવામાં આવ્યું હોય તેને લક્ષમાં રાખી અભ્યાસના તારણો અલગ પાડી શકાઈ છે અથવા તો સંશોધનના પરિણામો આપી શકાય આ સંશોધનના તારણો એવા હોવા જરૂરી છે કે જેનાથી સંશોધનના હેતુઓ સ્પષ્ટ થાય, ઉપકલ્પનાની ચકાસણી કરી શકાય. હેતુઓ મુજબ તારણો બનાવવાના બદલે તટસ્થ પણે હેતુઓને અનુરૂપ તારણો-પરિણામો આપે તે સંશોધકે ધ્યાનમાં રાખવું જોઈએ. જો ઉપકલ્પનાની ચકાસણી કરતા તે આવેલા તારણોથી અલગ કે ખોટી પડે તો કોઈ ચિન્તા કે વાંધો નથી.

આમ સંશોધનના તારણો મળે છે તેના આધારે સિદ્ધાંતો બને છે અને આ તારણો-પરિણામો કે સિદ્ધાંતો વૈજ્ઞાનિક ઢબે બનેલા કહી શકાઈ કારણ કે

તેની અભ્યાસની (મેથડ) પધ્ધતિ અને રીતે એક ચોક્કસ વૈજ્ઞાનિક પધ્ધતિથી હતી તે એક પ્રક્રિયામાંથી પસાર થઈ હોય તેને વિજ્ઞાનનું સ્વરૂપ આપી શકાય.

દરેક સંશોધનના પાસાઓનું કાર્ય અલગ છે પરંતુ વાસ્તવમાં સાતેય પાસાઓ એક બીજા સાથે જોડાયેલા છે. આ પાસાઓ ની ક્રમબધ્ધતા પણ બદલી શકાતી નથી ઉલટું ક્રમશઃ પાસાઓ વચ્ચે એક પ્રક્રિયા બને છે. આ પ્રક્રિયા જટિલ છે, છતાં તેને અનુસરવું ફરજીયાત છે આવા સંશોધનની સફળતાનો આધાર સંશોધક પર રહેલો છે અને સંશોધકે સતત સંશોધનને આત્મસાત કરતા રહી તેનું ચિન્તન કરવુ જોઈએ.

૨.૪ સંશોધન પધ્ધતિ અને પ્રક્રિયાઓના પ્રકારો

સમાજશાસ્ત્રની બધી પેટા શાખાઓમાં મૂળભૂત એકતા-સમાનતા એ છે કે તેની પધ્ધતિ સમાન છે અથવા એકજ છે અને તે વૈજ્ઞાનિક પધ્ધતિ આ વૈજ્ઞાનિક પદ્ધતિ એ એક રીત છે જેમાં સર્વેક્ષણ પધ્ધતિ, ઐતિહાસિક પધ્ધતિ, તુલનાત્મક પધ્ધતિ અને વ્યક્તિ અભ્યાસ(તપાસ) પધ્ધતિ નો સમાવેશ કરી શકાય છે. આવી પદ્ધતિમાં કેટલીક પ્રયુક્તિઓનો સમાવેશ થતો હોય છે જેવી કે પ્રશ્નાવલી, નિરીક્ષણ, મુલાકાત અનુસુચી વગેરે. આ પ્રયુક્તિઓના માધ્યમથી સંશોધન કાર્ય કરવામાં આવતું હોય છે પધ્ધતિ હોય કે પ્રયુક્તિ હોય પરંતુ તેમાં વસ્તુલક્ષિતા, હકીકતલક્ષિત, તટસ્થતા ચકાસણી, વર્ગીકરણ, સામાન્યીકરણ, વૈજ્ઞાનિક વલણ મહત્વના બને છે.

સ્વચ્છતાના સમાજશાસ્ત્રમાં પણ ઉપર્યુક્ત પદ્ધતિઓ અને પ્રયુક્તિઓનો ઉપયોગ થાય છે જેને નીચે મુજબ દર્શાવી શકાય.

(૧) સર્વેક્ષણ પધ્ધતિ,

(૨) ઐતિહાસિક પધ્ધતિ,

(3) તુલનાત્મક પધ્ધતિ,

(૪) વ્યક્તિ અભ્યાસ(તપાસ) પધ્ધતિ,

(૧) સર્વેક્ષણ પધ્ધતિ

સામાજિક સર્વેક્ષણને હેતુના પાયા પર, વિષયવસ્તુને લક્ષમાં રાખી સમજાવી શકાય. આમ જુદા જુદા દ્રષ્ટિબિંદુથી સર્વેક્ષણ પદ્ધતિને તપાસી શકાય.

સમસ્યા માટે વસ્તીમાંથી કે વસ્તીના ભાગ માંથી માહિતી એકત્રીકરણની પ્રયુક્તિઓની મદદથી માહિતી એકઠી કરવામાં આવે છે. આવા અભ્યાસોને સામાન્ય રીતે 'સર્વેક્ષણો' કહેવાય છે. આવા અભ્યાસો સમગ્ર વસ્તી કે સમષ્ટિનું પ્રતિનિધિત્વ ધરાવતા ભાગને લગતા હોય તેને નિદર્શ સર્વેક્ષણ કહેવામાં આવે છે. એટલે કે જયારે કોઈપણ અભ્યાસ પ્રશ્નને લગતી માહિતી સમગ્ર વસ્તી કે સમષ્ટિમાંથી એકત્ર કરવામાં આવે ત્યારે તેને સર્વેક્ષણ કહેવાય. દા.ત., 'શામળદાસ કોલેજના વિદ્યાર્થીઓમાં પર્યાવરણીય જાગૃતિ' તો સમગ્ર કોલેજના તમામ વિદ્યાર્થીઓ અભ્યાસ એકમ બને છે. આ મુજબ અભ્યાસ કરવામાં આવે ત્યારે તે સર્વેક્ષણ બને છે.

સામાજિક સર્વેક્ષણની વ્યાખ્યા:- વિવિધ સમાજશાસ્ત્રીઓ સર્વેક્ષણને હેતુથી, વિષયવસ્તુથી, પદ્ધતિથી, વિષયથી વગેરે દ્રષ્ટિકોણથી જુએ છે.

- મોસર અને કલ્ટન પોતાના પુસ્તક Survey method is social investigation(2 nd Ed.) માં સર્વેક્ષણની વ્યાખ્યા બે રીતે આપે છે.

૧.હેતુની દ્રષ્ટિએ- સર્વેક્ષણ શબ્દ વહીવટી જરૂરિયાતો માટે સામાજિક જીવનના અમુક પાસાઓને લગતી હકીકતોના અભ્યાસ માટે વપરાતો પર્યાય છે.

૨.વિષયવસ્તુની દ્રષ્ટિએ- સામાજિક સર્વેક્ષણ વસ્તીના અમુક જૂથની વસ્તીશાસ્ત્રીય લાક્ષણીકતાઓ,

સામાજિક વાતાવરણ, પ્રવૃત્તિઓ તથા અભિપ્રાયો અને વલણોનાં અભ્યાસ સાથે સંકળાયેલ છે.

- હેરીસન સામાજિક સર્વેક્ષણને એક પધ્ધતિ તરીકે ગણાવતા નોંધે છે કે વ્યવહારિક હેતુ માટે નિશ્ચિત પ્રદેશમાં રહેતા લોકોની સમસ્યાની વૈજ્ઞાનિક પધ્ધતિ દ્વારા થતી તપાસને સામાજિક સર્વેક્ષણ કહેવાય.

સર્વેક્ષણમાં સમાજ જીવનને લગતી, સ્વચ્છતાને લગતી સમસ્યાઓ તેને લાગતી બાબતોનું વર્ણન કરવાની વૈજ્ઞાનિક પદ્ધતિનો સમાવેશ થાય છે.

સામાજિક સર્વેક્ષણના લક્ષણો (Characteristics of Social Survey)

સામાજિક સર્વેક્ષણની લાક્ષણીકતાઓને નીચે મુજબ દર્શાવી શકાય.

૧) સર્વેક્ષણ હંમેશા નિશ્ચિત વિસ્તાર સાથે સંબંધીત હોય છે

સર્વેક્ષણ એ એક અભ્યાસની પદ્ધતિ કે રીત છે જે બાબતનો કે પ્રશ્નોનો અભ્યાસ કરવાનો હોય છે તે ક્ષેત્રનો ભોગોલિક વિસ્તાર નિશ્ચિત હોય છે અને નિશ્ચિત ક્ષેત્રો કે પેદાશનાં લોકો પાસેથી માહિતી એકત્ર કરવામાં આવતી હોય છે, દા.ત., દિલ્હીમાં ગુનાખોરીનું પ્રમાણ આ વિષય પર સર્વેક્ષણ કરવાનું થાય તો દિલ્હી રાજ્યની ભોગોલિક સીમાઓની મર્યાદામાં ક્ષેત્ર કાર્ય કરવાનું થાય જેને સર્વેક્ષણ કહેવામાં આવે છે.

૨) સર્વેક્ષણ સામાજિક બાબતો સાથે જોડાયેલા હોય છે

હંમેશા સમાજ જીવનની સામાજિક બાબતો સાથે પ્રત્યક્ષ કે પરોક્ષ રીતે સંબંધીત હોય છે સમાજની સમસ્યાઓ, પ્રશ્નો, પ્રવૃત્તિ , કાર્યક્રમો કે આયોજનો કરવા સંબંધીત સર્વેક્ષણ થતા હોય છે. દા.ત., વસ્તી ગણતરી કે જે એક સૌથી મોટો સર્વે' છે જેમાં વસ્તી સંબંધિત માહિતી એકત્ર કરવાનો હેતુ હોય છે.

૩) સર્વેક્ષણમાં વ્યવહારલક્ષી ઉપયોગીતાનો હેતુ રહેલો છે

સર્વેક્ષણમાં કોઈ પ્રશ્ન કે સમસ્યાના અવરોધો દૂર કરવાનો હેતુ હોય છે અને વ્યવહારમાં ઉપયોગી બનવાનો હેતુ સમાયેલો હોય છે. દા,ત., ગ્રામીણ સમુદાયોમાં શૌચાલયનું મહત્વ આ વિષય પર સર્વેક્ષણ થાય તો તેમાં કેટલા કુટુંબમાં શૌચાલયની સગવડ છે અને નથી? જો ન હોય તો તે માટે શું આયોજન થઈ શકે? વગેરે રીતે વ્યવહારલક્ષી ઉપયોગીતા સર્વેક્ષણમાં રહેલી છે.

૪) નિશ્ચિત સમય મર્યાદામાં સર્વેક્ષણ કરવામાં આવે છે:

કેટલાક સર્વેક્ષણો નિશ્ચિત સમય મર્યાદામાં સર્વેક્ષણ કરવાના હોય છે. કારણ કે તેના આધારે તેના તારણોનું વ્યવહારલક્ષી અમલીકરણ કરવાનું હોય છે. સર્વેક્ષણનાં આયોજન દરમિયાન જ તેના સમયનો અંદાજ નક્કી કરી નાખવામાં આવતો હોય છે.

૫) સર્વેક્ષણમાં સહિયારો પ્રયાસ મહત્વનો બને છે:

સર્વેક્ષણ એક વૈજ્ઞાનિક તપાસ કે અભ્યાસ છે. તેને નિશ્ચિત હેતુ અને નિશ્ચિત સમયમાં પુરો કરવાનો હોવાથી અનેક વ્યક્તિઓ, નિષ્ણાંતો અને વિદ્વાનોનો સહકાર લેવાનો હોય છે સૌના સહિયારા પ્રયાસથી સર્વેક્ષણ થતું

હોય છે. કારણ કે તેની સમગ્ર પ્રક્રિયા જટિલ છે, લાંબી પ્રક્રિયા છે માટે અનેક લોકો નો સહકાર કેવો જરૂરી બને છે. દા.ત., સ્વચ્છતાની પ્રવૃત્તિ અને સામાજિક ભેદભાવ આ વિષય અંતર્ગત અભ્યાસ કે સર્વેક્ષણ કરવામાં સમુદાયના લોકો સહીત સંશોધકે તેની ટીમનો સહકાર લઇ સહિયારો પ્રયાસ કરે તો કામગીરી વધુ ઝડપી અને સચોટ બને છે.

૬) સીધો સંબંધ અને સંપર્ક:

સર્વેક્ષણ હંમેશા ક્ષેત્રીય કાર્ય આધારિત હોય છે. સમાજ જીવન સાથે સીધો સંબંધ હોવાથી માહિતી એકત્ર કરવા માટે લોકોનો પ્રત્યક્ષ સંપર્ક અને સંબંધ અનિવાર્ય બને છે. લોકો સાથે સીધો સંપર્ક હોવાથી વિશ્વસનીય અને આધારભૂત માહિતી મળે છે જેથી સર્વેક્ષણ સરળ બને છે. દા.ત., ગ્રામીણ સમુદાયના લોકોમાં જે સ્વચ્છતા સંબંધી કાર્ય કરે છે તેની સાથે અન્ય લોકો ભેદભાવ-અસ્પૃશ્યતા દાખવે છે તો આવા લોકોનો સર્વેક્ષણનાં કાર્યમાં પ્રત્યક્ષ સંપર્ક કરવાનો અનિવાર્ય બને છે.

સર્વેક્ષણનાં હેતુઓ –

સર્વેક્ષણ પાછળના મુખ્ય તો ત્રણ હેતુઓ રહેલા હોય છે. ૧. સૈધ્ધાંતિક હેતુ, ૨.વ્યવહારલક્ષી હેતુ, ૩.વર્ણનાત્મક હેતુ જેની વિગત જોઈએ.

૧. સૈધ્ધાંતિક હેતુ –

કેટલાક સર્વેક્ષણનું આયોજન માત્ર સિદ્ધાંતો સ્થાપવાના હેતુથી થતું હોય છે અથવા જુના સિદ્ધાંતોને ચકાસવા માટે થતું હોય છે આવા સર્વેક્ષણને સૈધ્ધાંતિક-સર્વેક્ષણ કહેવામાં આવે છે. જુદા જુદા પરિવર્ત્યો વચ્ચેના સંબંધો તપાસવા પણ સર્વેક્ષણ થતું હોય છે. જેમ કે સ્વચ્છતા અને સામાજિક ભેદભાવ વચ્ચે સંબંધ છે? તે તપાસવા સર્વેક્ષણ થતું હોય તો તેના સામાજિક ભેદભાવ અને સ્વચ્છતાનાં પરીવર્ત્યોના સંબંધને તપાસવાનો હેતુ રહેલો છે.

૨. વ્યવહારલક્ષી હેતુ –

અગાઉ નોંધ્યું તે મુજબ મોટા ભાગે સર્વેક્ષણનો હેતુ વ્યવહારમાં ઉપયોગી બનવાનો હોય છે. કોઈ સમસ્યા દુર કરવા માટે ક્યા ઉકેલો આપી શકાય તેના હેતુ થી સર્વેક્ષણ થાય તો તેની વ્યવહારલક્ષીતા પડેલી છે એવું કહી શકાય. ખાસ કરીને ગ્રામ સમુદાયોમાં જાહેરમાં, ખુલ્લામાં શૌચક્રિયાની ટેવ દુર કરવા

કેવી રીતે જાગૃતિ લાવી શકાય આ સર્વેક્ષણને વ્યવહારલક્ષી સર્વેક્ષણ કહી શકાય.

૩.વર્ણનાત્મક હેતુ -

કેટલાક સર્વેક્ષણનો હેતુ અમુક વ્યક્તિ, વિભાગ, સંસ્થા, સમુદાય, મંડળ વગેરેને માહિતી પુરી પાડવાનો હોય છે આવા હેતુમાં જે તે ક્ષેત્રની માહિતી એકત્ર કરી તેનું વર્ણન કરી માહિતી રજુ કરવામાં આવતી હોય છે. દા.ત., સુલભ સ્વેચ્છિક સંસ્થાની વિવિધ પ્રવૃત્તિઓની જાણકારી મેળવવાનો પ્રયાસ હોયતો તેમાં પ્રવૃત્તિઓનું વર્ણન અને પ્રવૃત્તિઓ સંબંધી જાણકારી મેળવવાનો હેતું. આવા સર્વેક્ષણને વર્ણનાત્મક સર્વેક્ષણ કહેવામાં આવે છે.આ સર્વેક્ષણમાં વ્યવહારલક્ષી કે ઉપયોગિતાના હેતુનો સમાવેશ હોય છે.

આમ સામાજિક સર્વેક્ષણમાં નિશ્ચિત ભૌગોલિક વિસ્તારના લોકો માટે, તેઓની સમસ્યાઓ દુર કરવાના ઉપયોગીતાવાદી હેતુ માટે, વિષયની સ્પષ્ટતા માટે, ક્યારેક ધંધાદારી પ્રવૃત્તિને મદદ કરવા માટે નિશ્ચિત સમય મર્યાદામાં અભ્યાસ કરવામાં આવે છે. સ્વચ્છતાના સમાજશાસ્ત્રમાં સ્વચ્છતા સંબંધી અનેક પાસાઓનો અભ્યાસ કરવામાં સર્વેક્ષણ પધ્ધતિ ઉપયોગી બને છે.

(૨) ઐતિહાસિક પધ્ધતિ(Historical Method)

સંશોધન કાર્ય એક જટિલ પ્રક્રિયા છે. જેવું સંશોધનનું વિષયવસ્તુ હોય એ મુજબ પદ્ધતિ પસંદગી કરવાની રહે છે. જયારે ભૂતકાળના સંદર્ભમાં સંશોધન કાર્ય કરવાનું હોય ત્યારે ઐતિહાસિક પદ્ધતિનો ઉપયોગ કરવામાં આવે છે. ક્યારેક ભૂતકાળમાં બની ગયેલી ઘટનાને આજે તપાસવા માટેની આ ગુણાત્મક સંશોધન પધ્ધતિ છે. દા.ત., દલિત લોકોનો વ્યવસાય સ્વચ્છતા લાવવાનો છે અને ભૂતકાળમાં આવું કાર્ય કરનારને સમાજે નીચો દરજ્જો આપ્યો છે અને તેમાંથી અસ્પૃશ્યતાની સમસ્યાનો જન્મ થયો. જેમાં બની ગયેલી ઘટનાના આનુષંગિક પુરાવાઓ મેળવવામાં આવે છે. જેને સંદર્ભસ્થાનો કહેવામાં આવે છે તેના બે પ્રકારો હોય છે ૧)મૂળભૂત સંદર્ભસ્થાનો ૨)ગૌણ

સંદર્ભસ્થાનો. સંશોધન માટે મૂળભૂત સંદર્ભસ્થાનો આધારભૂત ગણાય છે જેની સમીક્ષા કરી સંશોધનમાં ઉપયોગમાં લેવાય છે.

આ પધ્ધતિ ઇતિહાસ વિષય સિવાયના વિષયોમાં લોકપ્રિય નથી પરંતુ સ્વચ્છતાનું સમાજશાસ્ત્ર આ પદ્ધતિ દ્વારા વર્તમાનમાં અભ્યાસ કરી શકે એમ છે તેથી આ શાસ્ત્રમાં આ પધ્ધતિ ઉપયોગી બનશે. ઐતિહાસિક સંશોધનમાં સંશોધનને એવા બનાવો સાથે કામ કરવાનું હોય છે કે જે સંશોધન અભ્યાસ કરવાની તૈયારી કરે તે પહેલા બની ગયા હોય છે. અહીં સંશોધન ઐતિહસિક સંદર્ભના ઊંડા અભ્યાસ દ્વારા સંશોધન માટેની જરૂરી માહિતી શોધે છે.

ઇતિહાસ સંશોધક પ્રસંગો કે વ્યક્તિઓનું પુનઃસર્જન કરી શકતા નથી. પરંતુ આંતરિક અને બાહ્ય વિવેચન તરીકે પોતાના સંદર્ભ સ્થાનોને ઝીણવટપૂર્વ કસોટી કરે છે. તેમજ દરેક સંશોધનોમાં આ પદ્ધતિની જાણકારી પણ હોવી જોઈએ કારણ કે અન્ય સંશોધનોમાં અગાઉ કેવું અને કેટલું કામ થયું છે. હવે કેટલું કામ થઈ શકે તેમ છે વગેરે બાબતોનો અભ્યાસ અનિવાર્ય બને છે.

ઐતિહાસિક સંશોધન પદ્ધતિ ભૂતકાળમાં બની ગયેલી ઘટનાઓનાં સંદર્ભમાં પસંદ કરેલી સંશોધન સમસ્યાને ઉકેલવામાં આવે છે એવું નથી કે માત્ર ઇતિહાસ વિષયના સંદર્ભમાંજ ઐતિહાસિક સંશોધન થાય પરંતુ અન્ય સામાજિક વિજ્ઞાનોની સાથે સ્વચ્છતાના સમાજશાસ્ત્રમાં પણ ભૂતકાળના સંદર્ભમાં સંશોધન હાથ ધરવામાં આવે ત્યારે આ પદ્ધતિનો ઉપયોગ થઈ શકે છે. દા.ત., ભૂતકાળમાં પર્યાવરણ સંબંધી પ્રશ્નો કે સમસ્યા નહીવત હતી તો વર્તમાન સમયમાં કેમ તેનું પ્રમાણ વધ્યું.

ઐતિહાસિક પદ્ધતિનો અર્થ-વ્યાખ્યા

બોર્ગ અને ગાલના મતે ઐતિહાસિક સંશોધન પદ્ધતિ ભૂતકાળના બનાવોને લગતી હકીકતો પ્રસ્થાપિત કરતા તેમજ તારણો તારવવા માટેની એવી પદ્ધતિસર અને અનુભવલક્ષી પદ્ધતિ છે કે જેમાં સંદર્ભની ઓળખ, એકત્રીકરણ અને સંશોધન કરવામાં આવે છે.

આથી આ પદ્ધતિમાં પસંદ કરેલી સમસ્યાને અનુરૂપ ભૂતકાળમાં બની ગયેલ પ્રસંગોના સંદર્ભોના આવશ્યક સંદર્ભો પ્રાપ્ત કરવા, તેની પ્રમાણભૂતતા અંગેની ખાતરી કરાવી અને મેળવેલી માહિતીનું આયોજન લાવી પરિણામો પ્રાપ્ત કરવામાં આવે છે.

ઐતિહાસિક સંશોધનના હેતુઓ

આ પદ્ધતિના મુખ્ય હેતુઓ આ મુજબ છે.

(૧) ભૂતકાળમાં બની ગયેલી ઘટનાઓને ચોક્કસાઈ પૂર્વક સમજાવી,

(૨) વર્તમાન સમયની ઘટનાને તપાસવા માટે ભૂતકાળની ઘટનાઓનો અભ્યાસ કરવો,

(૩) ભવિષ્યમાં આવનારી સંભવિત પરિસ્થિતિઓ વિશે અનુમાન કરવા માટે ભૂતકાળની પરિસ્થિતિઓ તપાસવી.

ઉપરોક્ત હેતુઓ તપાસતા એવું જણાય છે કે આ સંશોધન દ્વારા માત્ર ભૂતકાળની ઘટનાઓને જ સમજવા માટે હાથ ધરાય તેવું નથી. પરંતુ પ્રવર્તમાન પ્રશ્નોને સમજવા માટે અને ભવિષ્યમાં આવનારા સંજોગોને સમજવા ઐતિહાસિક પદ્ધતિ ઉપયોગી બને છે.

ઐતિહાસિક સંશોધન પદ્ધતિના સોપાનો

ભૂતકાળમાં બની ગયેલા બનાવોના સંદર્ભમાં સંશોધન હાથ ધરવા માટે ઐતિહાસિક પદ્ધતિ કઈ રીતે અમલ કરી શકાય તે સમજવા સાત સોપાનો સમજવા જરૂરી છે.

૧.વિષય પસંદગી, ૨.ઉપકલ્પનાનું ઘડતર, ૩.સંદર્ભોની ઓળખ, ૪.સંદર્ભોની સમીક્ષા, ૫.માહિતીનું એકત્રીકરણ, ૬.માહિતીનું વર્ગીકરણ-પૃથ્થકરણ, ૭.અહેવાલ લેખન-તારણો,

આ સોપાનોને વિગતવાર સમજીએ

૧.વિષય પસંદગી

પ્રથમ સોપાનમાં સંશોધક વિષય પસંદ કરે છે તે પસંદગીમાં અનેક બાબતોની સ્પષ્ટતા કરે છે તેની મર્યાદાઓ નક્કી કરે છે. સમસ્યા ક્ષેત્રમાં

પ્રાપ્ત જ્ઞાનને આધારે સમસ્યા પર કાર્યના સંદર્ભમાં વધારો-ઘટાડો કરે છે અંતમાં અભ્યાસના હેતુઓ સ્પષ્ટ કરે છે.

ઐતિહાસિક સંશોધનમાં વિષયની પસંદગી કરતી વખતે સંશોધક જરૂરી માહિતી, પુરાવાઓ અને દસ્તાવેજો મળશે કે કેમ? તે તપાસી લેવું જોઈએ. દા.ત., ભૂતકાળમાં સ્વચ્છતા સંબંધી જાણકારીના અભાવથી લોકો અનેક રોગોનો ભોગ કે માંદગીના ભોગ બનતા હતા તો ભૂતકાળમાં સ્વચ્છતા અંગેની જાણકરી નહીવત હતી.

૨.ઉપકલ્પનાનું ઘડતર

વિષયને અનુરૂપ ચોક્કસ સમયે વણેલી ઘટનાઓ, બનાવો કે પરિસ્થિતિઓને સમજાવવા માટે સંશોધકને માટે ઉપકલ્પનાઓ ઘડવાનું ઉપયોગી બને છે ઉપકલ્પના રચવાથી પ્રાપ્ત પરિણામો સ્પષ્ટ હોય છે. અભ્યાસ હેઠળની ઘટનાના આંતરસંબંધો સમજાવી શકાય છે. આ ઉપરાંત ઉપકલ્પના આધારિત પરિણામો ભૂતકાળમાં શું બન્યું હતું, કેવી રીતે બન્યું હતું અને બનાવો કોઈ ચોક્કસ રૂપમાં શા માટે બન્યા હતા તે દર્શાવી શકાય.

૩.સંદર્ભોની ઓળખ

આ પદ્ધતિનુ મહત્વનું સોપાન છે કરણ કે સંશોધક વિષય સંબંધીત સંદર્ભો ઓળખી એકત્ર કરે છે. તેના સંદર્ભ સ્થાનોને બે વિભાગમાં વહેચી શકાય ૧.પ્રાથમિક સંદર્ભસ્થાન ૨.ગૌણ સંદર્ભસ્થાન. પ્રાથમિક સંદર્ભસ્થાન એટલે અભ્યાસ હેઠળની ઘટના કે અનુભવના મૂળગત મૌલિક કે પરોક્ષ સંદર્ભ કે માહિતી મળે તો તે પ્રાથમિક સંદર્ભ સ્થાન બને છે જયારે અભ્યાસ હેઠળની ઘટના સંબંધી માહિતીને અન્ય દ્વારા વર્ણન કે માહિતી તૈયાર કરી હોય ત્યારે તે ગૌણ સંદર્ભ બને છે.

ભૂતકાળની ઘટનાને જોઈ શકાતી નથી પરંતુ ઘટનાને નજરે જોનાર પાસેથી માહિતી મળે છે તો તે પ્રાથમિક સંદર્ભ સ્થાન બને છે જયારે આ ઘટના વિષે કોઈ લેખ, નિબંધ, વૃતાંત, ટીકાત્મક-વર્ણન અન્યો દ્વારા તૈયાર કરાયું હોય એવી દસ્તાવેજી માહિતીને ગૌણ સંદર્ભસ્થાન કહેવાય.

૪.સંદર્ભોની સમીક્ષા

સંશોધન પ્રાથમિક અને ગૌણ સંદર્ભસ્થાનો નક્કી કરે છે તેમાં આ સંદર્ભોનું મૂલ્યાંકન કરવામાં આવે છે પ્રાપ્ય સંદર્ભોને સંશોધન સમીક્ષા કર્યા વગર સ્વીકારાય નહિ કારણ કે પ્રાપ્ત સંદર્ભોની આધારભુતત્તાજ ઐતિહાસિક સંશોધનની સફળતા રહેલી છે.

૫.માહિતીનું એકત્રીકરણ

સંશોધક આ તબક્કામાં સંદર્ભ સ્થાનો દ્વારા મેળવાયેલી માહિતીને હેતુઓને અનુરૂપ ગોઠવે છે. વિવિધ સંદર્ભો દ્વારા મેળવાયેલી માહિતીનું આયોજન કરવું અઘરું છે સંયોજન માટેના સંશોધકમાં આવડત, ગુણો હોવા જરૂરી છે કારણ કે સંયોજીત માહિતી પરથી જ તેનું વર્ગીકરણ અને અર્થઘટન કરવાનું હોય છે.

૬.માહિતીનું વર્ગીકરણ-પૃથ્થકરણ

આ તબક્કામાં સંશોધન એકત્રિત માહિતીને જુદા જુદા વર્ગોમાં કે શ્રેણીઓમાં વર્ગીકૃત કરે છે તેમજ હેતુઓ અને ઉપકલ્પના આધારે તમામ માહિતી પૃથ્થકરણ કરે છે જેથી તેનું અર્થઘટન કરવું સરળ પડે. આ તબક્કામાં ક્યારેક નકારાત્મક માહિતી આવી જતી હોય તો તેને અલગ માહિતી તરીકે ગણી જુદી રાખવી જોઈએ પરાણે તેને કોઈ વર્ગમાં સમાવેશ ન કરાવી જોઈએ.

૭.અહેવાલ લેખન-તારણો

ઐતિહાસિક સંશોધનના સંશોધકે અર્થઘટન કે તારણો આપતી વખતે ખુબ કાળજી લેવાની હોય છે કારણ કે ઐતિહાસિક કારણો જટિલ હોય છે, તેમજ ઇતિહાસ સંબંધી ઘટનાઓની સાંકળતો અહેવાલ છે. આથી સાકળ માંથી કોઈ એક ઘટના બનવા માટે તેની આગળની ઘટના કારણભૂત હોય છે તેનું અર્થઘટન કરવું મુશ્કેલ છે. તેમજ ઐતિહાસિક ઘટનાઓ વચ્ચેના સહસંબંધો કે તુલના કરતી વખતે સામ્યતા કે વિભિન્નતા દર્શાવતી વખતે સંશોધકે તટસ્થ કે પૂર્વગ્રહ વગર અર્થઘટન કરે તે જરૂરી છે.

આમ સમગ્ર પ્રક્રિયા દ્વારા ઐતિહાસિક સંશોધન ક્રમશઃપૂર્ણ થાય છે આ તબક્કાઓ ક્રમશઃ સંકળાયેલા હોય છે જેનાથી જ સંશોધનને સફળતા મળે છે.

ઐતિહાસિક પદ્ધતિની ઉપયોગીતા

આ પદ્ધતિ સંશોધકોને આ મુજબ ઉપયોગી બને છે.

૧) જયારે કોઈ ઐતિહાસિક ઘટનાનો અભ્યાસ વર્તમાન સમય સાથે તુલના કરવાનો હોય ત્યારે આ પદ્ધતિ ઉપયોગી બને છે.

૨) ભૂતકાળમાં થયેલા બનાવો કે અભ્યાસો અને સિદ્ધાંતોને ચકાસવા માટે ઐતિહાસિક પધ્ધતિ વર્તમાનમાં ઉપયોગી બને છે.

૩) સમાજમાં સામાન્ય ઘટનાઓ-બનવો બનતા હોય છે પરંતુ તેની અસામાન્ય ઢબને સમજવા આ પધ્ધતિ ઉપયોગી બને. કારણ બનાવોના મૂળ ભૂતકાળની ઘટનાઓમાં પડેલા હોય છે.

૪) નવા સિદ્ધાંતોનો રચનામાં કે જુના સિદ્ધાંતોની ચકાસણી કરવા માટે આ પદ્ધતિ ઉપયોગી બને છે.

૫) આજે ઝડપી સામાજિક પરિવર્તનો આવી રહ્યા છે આવા પરિવર્તનના પરિબળો ભૂતકાળમાં પડેલા હોય છે આથી નવા પરિવર્તનો સમજવા આ પધ્ધતિ ઉપયોગી બને છે

ઐતિહાસિક પદ્ધતિની મર્યાદાઓ

વર્તમાન સમાજ કે ઘટનાને સમજવા માટે ભૂતકાલીન સમાજ કે ઘટનાને સમજવામાં ઉપયોગી થાય છે પરંતુ વતર્માન સમાજ કે ઘટના ભૂતકાલીન સમાજ કે ઘટના પર જ પ્રકાશ પડે છે માટે આ પદ્ધતિની મર્યાદા બની રહે છે.

આ પધ્ધતિમાં અનેક સંદર્ભ સ્થાનો શોધવા પડે અને તે બધાં આધારભૂત-વિશ્વસનીય છે એવું માની શકાય નહિ માટે આ પદ્ધતિની આ મર્યાદા બને છે.

આ પધ્ધતિ દ્વારા જે સંદર્ભ સ્થાનો એકત્ર કરાય છે તેનો ચોક્કસ સમયગાળો નક્કી કરવો મુશ્કેલ બને છે માટે મર્યાદા બની રહે છે.

જયારે સંશોધક માહિતીનું અર્થઘટન કરે છે ત્યારે તેના પૂર્વગ્રહો આ પધ્ધતિથી વર્તમાન ઘટના કે બનાવોને સમજવા માટે ભૂતકાળની ઘટનાનો આધાર લે છે. આથી વર્તમાન ઘટનાનું મહત્વ ભૂતકાળ પર આધારિત બની જાય છે તેથી મર્યાદા બની જાય છે.

મૂલ્યો અર્થઘટનમાં આવી જવાની શક્યતાઓ છે માટે મર્યાદા બની રહે છે.

ઐતિહાસિક સંશોધનમાં જે સ્ત્રોતોમાંથી માહિતી મળે છે તે અમુક વર્ગ-સમાજ-લોકોના જીવનનું જ ચિત્ર હોય છે તો આવી માહિતીના આધારે સામાજીકરણ કરવું વ્યાજબી નથી માટે તેની મર્યાદા બની રહે છે.

સ્વચ્છતાના સમાજશાસ્ત્રમાં ભૂતકાળની બાબતોનો સંદર્ભ લઇ વર્તમાનમાં સ્વચ્છતાની સભાનતાને સમજવાનો પ્રયત્ન કરે છે આજે લોકો સતત સ્વચ્છતા સંબંધી સભાન બનતા જાય છે. તો તેની પાછળ ભૂતકાળનું મહત્વ કેટલા અંશે જોડાયેલ છે તે જણાવવા સ્વચ્છતાનું સમાજશાસ્ત્ર ઐતિહાસિક પદ્ધતિનો ઉપયોગ કરે છે.

તુલનાત્મક પધ્ધતિ

તુલનાત્મક પધ્ધતિના પ્રણેતા એમાઈલ દખાઈમ હતા.તેમણે તેમના પુસ્તક Rules of Sociological method માં આ પધ્ધતિનું મહત્વ–ઉપયોગીતા દર્શાવી છે.કોઈપણ ઘટના–બનાવની સમજુતી બે તથ્યો વચ્ચેના કાર્યકારણ સંબંધોની સમજુતી દ્વારા આપી શકાય.જેમકે ગ્રામ અને નગર સમુદાયમાં સ્વચ્છતા અંગેના વલણોનો અભ્યાસ આ પધ્ધતિ દ્વારા કરી શકાય છે.

તુલનાત્મક પધ્ધતિનો અર્થ:

'કોઈ બે સામાજિક બનાવો કે બાબતોની સરખામણી કરવામાં આવે તેમજ તેની શું સામ્ય કે વિરોધાભાસ છે તે તપાસવા ઉપર ભાર મુકતી કે તે શોધવાનું કાર્ય કરતી પધ્ધતિને તુલનાત્ક પધ્ધતિ કહેવાય.'

ઔધોગીકરણ અને નગરીકરણ આ બન્ને પ્રક્રિયાઓ વચ્ચે સંબંધ અને તફાવતન કે તુલના કરવી.

આથી જણાશે કે જયારે કોઈપણ બે સમાજની સરખામણી કરવામાં આવે,એક જ સામાજીક ઘટના બે જુદાં જુદાં સમાજમાં કેવા પ્રકારની છે તેમાં શું ભિન્નતા અને સમાનતા છે તે તપાસવામાં આવે છે ત્યારે સંશોધન કર્તાએ આ પધ્ધતિનો ઉપયોગ કર્યો છે એમ કહી શકાય.

તુલનાત્મક પધ્ધતિ એ સમુદાય,સમાજ,સંસ્થાના સ્વરૂપ, રચના, કાર્ય, લક્ષણો, પ્રક્રિયાઓ વચ્ચેની સમાનતા,તફાવત અને સંબંધ તપાસવા માટેની પધ્ધતિ છે.

દા.ત. પર્યાવરણ અને ઔધોગીકરણ વચ્ચે સંબંધ કયા સમુદાયમાં વધુ છે તેની સરખામણી,તફાવત અને આ બંન્ને વચ્ચેનો સંબંધ કયા સમુદાયમા સંબંધિત વધુ કે ઓછો છે તે આ પધ્ધતિ દ્વારા સમજાવી શકાય છે.અહી એક બાબત એ ધ્યાનમાં રાખવાની છે કે આ પધ્ધતિ માહિતી એકત્ર કરવાની પ્રયુકિત નથી પરંતુ સંશોધક

તેનાં સંશોધનમાં સમાનતા,તફાવત અને સંબંધને કેન્દ્રમાં રાખે છે.તુલના કરવા માટે તે પ્રાથમિક અને ગૌણ સ્ત્રોતોનો કે દસ્તાવેજી અને ક્ષેત્રીય સ્ત્રોતોનો ઉપયોગ કરે છે.ઉ.દા. તરીકે.....

ઔધોગીકરણ અને **પર્યાવરણ**

તુલના

- ઔધોગીકરણની પર્યાવરણ વચ્ચે સંબંધ
- ઔધોગીકરણની પર્યાવરણ પર અસરો
- પર્યાવરણની ઔધોગીકરણ પર અસરો
- ખરાબ પર્યાવરણનું કારણ ઔધોગીકરણ
- ઔધોગીકરણથી શહેરીકરણ થયુ તેથી શહેરી પર્યાવરણ પર વિપરીત અસરો થઈ
- ખરાબ પર્યાવરણ ઔધોગીકરણની પ્રક્રિયા અટકાવે
- વધુ ઔધોગીકરણ પર્યાવરણ પ્રત્યેની જાગૃતિ ઉભી કરે છે.
- સારું પર્યાવરણ ઔધોગીકરણને વેગ આપે છે.દા.ત.નદી તળાવ કાંઠે ઉધોગો વિકાસ પામે છે
- વધુ ઔધોગીકરણ સરકારને પર્યાવરણની નીતી ઘડવામાં મજબૂર કરે છે
- પર્યાવરણની જાળવણી અને ઉધોગો વચ્ચે પ્રત્યક્ષ સંબંધ હોય છે.

આમ,બંનેપ્રક્રિયાઓ વચ્ચે વિવિધ દષ્ટિકોણથી તુલના કરી શકાય છે.

તુલનાત્મક પધ્ધતિના હેતુઓ:

1. ભિન્ન ભિન્ન સામાજીક બનાવો કે ઘટના વચ્ચેની તુલના (સમાનતા તફાવત)અને સંબંધ શોધવાનો હેતુ રહેલો છે.દા.ત.ઔધોગીકરણ અને પર્યાવરણ વચ્ચે સંબંધ શોધવાનો હેતુ.
2. જુદી જુદી ઘટનાઓ કે બનાવો વચ્ચેનો કાર્યકારણ સંબંધ દર્શાવવાનો હેતુ રહેલો છે.દા.ત.ઔધોગીકરણ થી પર્યાવરણ પર વિપરીત અસર થાય છે.

3. બે કે તેથી વધુ બનાવો વચ્ચે તુલના કરી સિધ્ધાંતો પ્રસ્થાપિત કરવાનો હેતુ રહેલો છે.દા.ત.વસ્તી વધારો ગંદાવસવાટોની સમસ્યા ઉભી કરે છે.

4. ઘટનાની અગાવની પરિસ્થિતિ અને બાદની પરિસ્થિતિ એમ બંનેના સંબંધ ઉપરથી ઘટનાનું કારણ શોધી કાઢવાનો હેતુ હોય શકે.દા.ત.અગાઉના વર્ષોમાં ભયંકર રોગોનુ પ્રમાણ નહિવત હતું આજે સ્વચ્છતા અને બેદરકારીના લીધે કેન્સર,ટી.બી.,મેલેરીયા, કોલેરા, બર્ડ ફ્લ્યુ જેવા રોગો વધ્યા છે.આમ બંને વચ્ચેકાર્યકારણ સંબંધ તપાસી શકાય.

5. તુલનાત્મક પધ્ધતિથી અભ્યાસ કરવાથી અન્ય પધ્ધતિ કરતાં વધુ શ્રેષ્ઠ અને સારી માહિતી મળે છે માટે આ પધ્ધતિનો ઉપયોગ થાય છે.

આમ,સંશોધન કાર્યમાં આ તુલનાત્મક પધ્ધતિએ વધુ સારા સંશોધન ન્યાય આપે છે.

તુલનાત્મક પધ્ધતિની શરતો(સ્વરૂપ):

આ તુલનાત્મક પધ્ધતિ લાગુ પાડવામાં આવે તે પહેલા તેની કેટલીક શરતોનુ પાલન થવુ જરૂરી છે જે નીચે મુજબ છે.

પ્રથમ શરત: સંશોધક જે સમુદાય કે સમાજનો અભ્યાસ કરતો હોય ત્યારે સંશોધક ત્યાંના ઐતિહાસિક,ભૌગોલિક,આર્થિક અને સાંસ્કૃતિક પાશ્ચાદભૂમિથી જાણકાર હોવો જોઈએ જેથી જે તે સમાજ કે સમુદાયને સમજી શકે.તેમની વચ્ચે સમાનતા કે વિભિન્નતા કે સંબંધ છે તેની કઈ કઈ લાક્ષણિકતા છે તે દર્શાવી શકે.દા.ત.સંશોધક ગંદાવસવાટો કે ઝુંપડપટ્ટીનો અભ્યાસ કરતો હોય તો ત્યાંની તમામ જાણકારી ધરાવતો હોવો જોઈએ.

આમ, સંશોધક પાસે આ મુજબનુ જ્ઞાન જરૂરી છે કેમકે આ અનુભવ જ તુલનાત્મક અભ્યાસને ફળદાયી બનાવે છે.

બીજી શરત: સંશોધનમાં નીચેની ઘટનાઓ કે બનાવો વચ્ચે સહસંબંધ હોવો જરૂરી છે.દા.ત.શહેરીકરણ ની અસર ગ્રામ અને નગર સમુદાય સાથે સંબંધ ધરાવે છે.એટલેકે ગ્રામ અને નગર પર શહેરીકરણ ની અસરોની તુલના,સંબંધ કે તફાવત આ પધ્ધતિ દ્વારા થઈ શકે છે.

ત્રીજી શરત: આ પધ્ધતિથી અભ્યાસ કરતા પહેલા એક શરત એ છે કે તેની ઉપકલ્પનાનું ઘડતર કર્યુ હોવું જોઈએ.આ પધ્ધતિથી ઉપકલ્પનાને ચકાસી શકાય છે.જો ઉપકલ્પના જ ન હોય તો તુલનાત્મક પધ્ધતિ ફળદાયી બનતી નથી.દા.ત.નગર સમુદાય કરતા ગ્રામ સમુદાયમાં સ્વચ્છતાની સભાનતા વધુ હોય છે.તો આવી ઉપકલ્પનાને બંને સમુદાયો વચ્ચે તુલના કરી ચકાસી શકાય છે કે કયા સમુદાયમાં સ્વચ્છતાની સભાનતા વધુ કે ઓછી છે.

આમ,આ ત્રણ પૂર્વશરતો હોય તો જ તુલનાત્મક અભ્યાસ થઈ શકે છે.

તુલનાત્મક પધ્ધતિની ઉપયોગીતા અને મર્યાદાઓ:

- અન્ય સંશોધન પધ્ધતિ કરતાં સરળ અને વધુ ઉપયાગી એવી પધ્ધતિ છે કારણકે વાસ્તવમાં સમાજજીવનમાં જોવા મળતી સ્વચ્છતા સંબંધી વિવિધ ઘટનાઓ વચ્ચેનો સંબંધ આ પધ્ધતિથી સરળતાથી સમજાવી શકાય છે.
- આ પધ્ધતિથી બે બનાવ ઘટના વચ્ચેના કાર્યકારણ સંબંધ શું છે તે તપાસી શકાય છે.દા.ત.આરોગ્ય અને સ્વચ્છતા વચ્ચેનો સહસંબંધ જાણી શકાય.
- આ પધ્ધતિથી નાણાં,સમય ને બચાવવાનુ કાર્ય કરે છે તેમજ તુલના કરવા માટેનાં તથ્યોની સંખ્યા આછી કરી શકાય જેથી વધુ સારોઅભ્યાસ થઈ શકે.
- આ પધ્ધતિથી ઉપકલ્પના,હેતુઓ કે સિધ્ધાંતોની તપાસ ચકાસણી કરવામાં ઉપયોગી બને છે.
- તુલનાત્મક પધ્ધતિ દ્વારા નવા સિધ્ધાંતો પ્રસ્થાપિત કરી નવા સામાજીક વિજ્ઞાનોને સમૃધ્ધ કરે છે.
- આ પધ્ધતિથી સંશોધન કરવાથી તે આધારભૂત,તાર્કિક અને વિશ્વસનીય બની રહે છે આથી આજે આ પધ્ધતિનો વધુ ઉપયોગ થાય છે.

તુલનાત્મક પધ્ધતિની મર્યાદાઓ:

- આ પધ્ધતિની શરતોમાં એક શરત એ છે કે સંશોધન પૂર્વે ઉપકલ્પના અનિવાર્ય છે.આથી જો ઉપકલ્પનાનું ઘડતર ન કરવામાં આવ્યું હોય તો સંશોધન થઈ શકતું નથી.દા.ત. નથી.દા.ત.ગામ સમુદાય કરતા નગર સમુદાયમાં સ્વચ્છતાની સભાનતા વધુ હોય છે.

- આ પધ્ધતિમાં બે ઘટના કે બનાવો પસંદ કરી તેની તુલના કરવાની હોય છે પરંતુ તેમા કયા બે એકમો પસંદ કરવા એ એક સમસ્યા છે.જો તુલના કરવાના એકમો સ્પષ્ટ કરવામાં ન આવે તો ગેરસમજ ઉભી થાય છે.દા.ત.ગ્રામ અને નગર સમુદાય અને સ્વચ્છતા આ બે બાબતોની પૂરતી સમજણ અને જ્ઞાન ન હોય તો અભ્યાસ ન થઈ શકે.
- આ પધ્ધતિમાં બે એકમો વચ્ચેની તુલના કરવના માપદંડ સ્પષ્ટ હોવા જરૂરી છે.સંશોધક બે એકમોની તુલના કરે છે ત્યારે તેનાં કયા માપદંડોનાં આધારે કયા કયા પાસાઓનો કેટલા પ્રમાણમાં સરખામણી કરે છે ત્યારે તે અંગેનાં ખ્યાલ સ્પષ્ટ ન હોય તો આ પધ્ધતિ બિન ઉપયોગી બને છે.કયારેક એવુ પણ બને કે માપદંડ અસ્પષ્ટ હોવાથી તુલના કરવી મુશ્કેલ બની જાય અને મર્યાદા બની જાય.
- તુલનાત્મક પધ્ધતિમાં તુલનાત્મક એકમો વચ્ચે સમાન સ્વરૂપ કે બંધારણ રહયું ન હોય તો તુલના થઈ શકે નહી.દા.ત.બે ગ્રામ સમુદાયોની તુલનામાં બે ગામ સમાન ન હોય તો તુલના ન થઈ શકે જો બે ગામ વિરોધાભાસ હોય તો આ પધ્ધતિથી અભ્યાસ ન થઈ શકે તે તેની મર્યાદા છે.
- આ પધ્ધતિમાં બે એકમોનો ભૂતકાળ અને વર્તમાન કાળ એક સમાન હોય તો તુલના ન થઈ શકે.જો બન્નેમાં સમાન જ સ્થિતિ હોય તો તુલના ન થઈ શકે અને અભ્યાસ કરવો મુશ્કેલ બને છે.તેથી તેની મર્યાદા બની જાય છે.દા.ત.ગ્રામ સમુદાયોમાં આજે અને ભૂતકાળ માં ખૂલ્લામાંજ શૌચક્રિયા થાય છે તો તુલના કરવામાં મુશ્કેલી થાય છે.
- બે એકમોની સામાન્ય બાબતોની જ તુલના થઈ શકે છે તેથી વિશિષ્ટ લક્ષણો કે બાબતોને ધ્યાનમાં લઈ શકાતી નથી જો સામાન્ય જ બાબતો ધ્યાનમાં લેવામાં આવે તો અભ્યાસ સામાન્ય બાબતો જ બની જાય માટે આ પધ્ધતિની મર્યાદા બની જાય છે.

આમ,તુલનાત્મક પધ્ધતિ એકંદરે એક એવી પધ્ધતિ છે જે અન્ય અભ્યાસ પધ્ધતિઓની તુલનામાં અલગ વિશિષ્ટ એવી લાક્ષણિકતા ધરાવે છે.ખાસ સંજોગોમાં તેનો ઉપયોગ અનિવાર્ય બની જતો હોય છે અને કેટલીક ઘટનાઓની તુલના કરવા માટે આ પધ્ધતિ જ વાપરી શકાય આથી તેનુ મહત્વ છે.

વ્યકિત તપાસ પધ્ધતિ (Case study method):

સ્વચ્છતાનું સમાજશાસ્ત્ર સ્વચ્છતા અને સમાજ સાથેના સંબંધનો અભ્યાસ કરે છે જયારે સમગ્ર સમાજનો અભ્યાસ કરવો મુશ્કેલ બને છે ત્યારે સમાજનાં એકમના

અભ્યાસના આધારે સ્વચ્છતા વિશેની સમજ મેળવી શકાય છે.એ આધારે એકમ અભ્યાસ પધ્ધતિનો ઉપયોગ થાય છે.આ પધ્ધતિથી સ્વચ્છતા અને તે અંગેના લોકોના વલણો અને મૂલ્યોની કે અભ્યાસના આધારે તારણો કાઢી શકાય છે.

મૂળભૂત રીતે આ પધ્ધતિનો ઉપયોગ મેડિકલ સાયન્સમાં થાય છે.જેમાં દર્દીનાં માંદગીનાં લક્ષણોની તપાસ કરી તેનું નિદાન કે ચિકિત્સા કરવામાં આવે છે.મનોવિજ્ઞાનમાં માર્ગદર્શન ક્ષેત્રનાં સલાહ માનસશાસ્ત્રીઓ પોતાના અસીલોની સમસ્યાઓના ઉપચારાત્મક કાર્ય માટે આ પધ્ધતિનો ઉપયોગ કરે છે.

જયારે નવા ઉદ્દભવતા શાસ્ત્ર તરીકે સ્વચ્છતાનું સમાજશાસ્ત્ર લોકો અને સમાજ સાથે જોડાયેલી સ્વચ્છતાની વિભાવના,તેની સભાનતા, જાગૃતિ, ઉપયોગીતા, અસરો વગેરેના ખ્યાલોની સમજ વ્યકિતગત અને સામૂહિક ધોરણે કેવી છે તેની તપાસ આ પધ્ધતિથી કરે છે.

વ્યકિત તપાસ પધ્ધતિનો અર્થ :

સમાજના કોઈપણ એકમના વિસ્તૃત અભ્યાસને અભ્યાસ એકમ કહેવાય.એટલેકે સમાજજીવન નું કોઈપણ અંગ કે વ્યકિતને સામાજીક એકમ તરીકે પસંદ કરી તેનાં વિવિધ પાસાંઓનો વિસ્તૃત અભ્યાસને વ્યકિત તપાસથી અભ્યાસ કર્યો કહેવાય.

એચ.ડબલ્યુ ઓડમના મત મુજબ " વ્યકિત અભ્યાસ એ એવી પ્રયુકિત છે કે જેના વડે કોઈ એક સંસ્થા કે વ્યકિત અથવા સમૂહના જીવનની કોઈ એક ઘટનાનું તેના જૂથમાં કોઈ અન્ય સાથેનાં સંબંધના સંદર્ભમાં પૃથ્થકરણ કરવામાં આવે છે.આમ વ્યકિત કે જૂથના વિગતપૂર્ણ અભ્યાસને જીવન ઈતિહાસ કે વ્યકિત તપાસ કહેવાય."

આમ,વ્યકિત તપાસમાં માત્ર વ્યકિતનો જ અભ્યાસ કરવાનો છે એવું નથી પરંતુ વ્યકિત તપાસ હેઠળ કોઈપણ એકમનો અભ્યાસ કરવામાં આવે છે.

પી.વી.યંગ વ્યકિત તપાસને કોઈ એક ખાસ સામાજીક એકમના સઘન અભ્યાસ તરીકે દર્શાવે છે.તેના મતે એકમ તરીકે એક વ્યકિત,એક જુથ,એક સામાજીક સંસ્થા,એક જિલ્લો કે એક જ્ઞાતિ હોઈ શકે.

આમ, વ્યકિત તપાસ એ ગુણાત્મક વિશ્લેષણનું એક એવું સ્વરૂપ છે કે જેમાં કોઈ એક વ્યકિત,એકાદ પરિસ્થિતિ,એક બનાવ,એક નાનો સમૂહ,એક વિચારસરણી કે એકાદ સંસ્થાની વિસ્તૃત અને ઉંડાણપૂર્વકની તપાસ કરવામાં આવે છે.તેમા આવા એકમના દરેક પાસાંનો ઉંડાણ અને ઝીણવટપૂર્વકનો અભ્યાસ કરી વર્ણન અને અર્થઘટન કરવામા આવે છે.દા.ત.દિલ્હી સ્થિત 'સુલભ'સંસ્થાનો સર્વાંગી અભ્યાસ વ્યકિત અભ્યાસ પધ્ધતિથી કરી શકાય.

_વ્યક્તિ તપાસ પધ્ધતિનાં લક્ષણો:_

આ પધ્ધતિને વિગતપૂર્ણ સમજવા માટે તેની લાક્ષણિકતાઓ સમજીએ...

1. એકમનો સંપૂર્ણ અભ્યાસ: સંશોધક આ પધ્ધતિનો ઉપયોગ કરે છે ત્યારે અભ્યાસ હેઠળનાં એકમ કે એકમોનાં તમામ પાસાંઓનું વિશ્લેષણ કરે છે.આ એકમમાં કોઈ વ્યકિત,સમૂહ,સંસ્થા કે સમૂદાય હોય શકે અને આ એકમનું વ્યેકિતક સ્તર પર અલગ અલગ થી અભ્યાસ કરવામાં આવે છે.દા.ત.સુલભ સંસ્થાનાં સ્થાપક ડો.બિંદેશ્વર પાઠક નો એક વ્યકિત તરીકેનો સંપૂર્ણ અભ્યાસ.

2. લાંબા સમય સુધી અભ્યાસ: જે એકમ કે વ્યકિતનો અભ્યાસ કરવાનો હોય છે તેનાં માટે સમયની કોઈ મર્યાદા હોતી નથી.તેના ભૂતકાળથી વર્તમાનકાળ સૂધી અભ્યાસ કરવામાં આવે છે જે અન્ય પધ્ધતિઓ કરતાં વિશિષ્ટતા ધરાવે છે.

3. વ્યકિતનો ગુણાત્મક અભ્યાસ: આ પધ્ધતિથી વ્યકિત કે એકમનો ગુણાત્મક વર્ણનાત્મક કે ગણનાત્મક અભ્યાસ કરવામા આવે છે.આ પધ્ધતિનાં તારણોનું વર્ણન કરવામાં આવ્યું હોય છે.ટૂંકમાં આ પધ્ધતિમાં એકમની સંખ્યાત્મક માહિતી એકત્ર કરવામાં આવતી નથી.

4. સમસ્યનો ઉંડો અભ્યાસ: આ પધ્ધતિમાં વ્યકિત કે એકમનો ઝીણવટતા પૂર્વક અને ગહન અભ્યાસ કરવામાં આવે છે.સામાજીક એકમોના તમામ પાસાઓનો લાંબા સમયનો અભ્યાસ થાય છે.આમા એકમોના અભ્યાસનું સ્વરૂપ ગહન હોય છે.

5. સુક્ષ્મદર્શક સ્વરૂપમાં કાર્ય: આ પધ્ધતિમાં બહૂજ ઝીણવટપૂર્વક યંત્રનાં સ્વરૂપમાં કાર્ય કરે છે.એમા એકમ સાથે સંબંધિત દરેક પાસાંના અભ્યાસ પર ભાર મૂકવામા આવે છે કે એકાદ પાસું સંશોધનકર્તાથી બચી શકતું નથી.તેમજ વ્યકિત કે એકમ સાથે સંબંધિત એકમો વ્યકિતઓની પણ માહિતી એકત્ર કરવામાં આવે છે.આથી આ પધ્ધતિ ને સુક્ષ્મદર્શક યંત્રની માફક ગણવામાં આવે છે.

6. વ્યકિત કે એકમ સાથે સંબંધિત સંપૂર્ણ જ્ઞાન: આ પધ્ધતિમાં કોઈ વ્યકિત કે એકમના સમસ્તનો અભ્યાસ કરવામાં આવે છે જેમાં સામાજીક,આર્થિક,ધાર્મિક,ભૌગોલિક, રાજકીય વગેરે જેવા

પાસાઓનો અભ્યાસ કરી એ પાસાંઓનું વિશ્લેષણ કરવામાં આવે છે.

ઞઈ વ્યક્તિ કે એકમ સંબંધિત વ્યવહારોનો અભ્યાસ: આ પધ્ધતિ અનેક પ્રકારનાં વ્યક્તિનાં વ્યવહારોનો ઉંડાણપૂર્વક અભ્યાસમાં મદદરૂપ થાય છે.આનો ઉપયોગ મોટેભાગે ઘટક પરીક્ષણમાં કરવામાં આવે છે.જેમાં અભ્યાસનો હેતુ એકમ વ્યક્તિનાં વિશિષ્ટ વ્યવહારનું કે તેનાં કારણોનું પરિક્ષણ કરવાનું છે.

આમ,વ્યક્તિ તપાસ અભ્યાસ પધ્ધતિ એ એક એવી પધ્ધતિ છે કે જેમાં એકમના

સર્વૉગી પાસાઓને આવરી લઈને અભ્યાસ કરવામાં આવે છે.

વ્યક્તિ તપાસ પધ્ધતિનાં સોપાનો:

વ્યક્તિ તપાસ પધ્ધતિમાં વ્યક્તિલક્ષી અભિગમ દ્વારા એકમનું નિદાન કે ઉપચારનાં ધ્યયોને ધ્યાનમાં લેવાય છે તેથી તેને ધ્યાનમાં રાખી આ પધ્ધતિના સોપાનોની રજૂઆત કરવામાં આવી છે.

1. ***સમસ્યા પસંદગી:*** આ સોપાનમાં સંશોધનકર્તૉ ભૂતકાળમાં થઈ ગયેલા સંશોધનોના અભ્યાસ પરથી આ વ્યક્તિ તપાસ પધ્ધતિનો ઉપયોગ કરવા માટે વિષય પસંદગીનું ક્ષેત્ર પસંદ કરે છે.તે ક્ષેત્ર સંબંધિત સમસ્યાપ્રશ્નો તૈયાર કરે છે.તેને આધારે અભ્યાસના હેતુઓ નકિક કરે છે.આ હેતુઓ પરથી સંશોધન શીર્ષૅક સ્પષ્ટ કરે છે.આ તબકકામાં સંશોધન માટે સંશોધક પ્રવર્તૅમાન સ્થિતિની ઓળખ મેળવે છે.નિરીક્ષણ વડે કયા પાસાઓનો અભ્યાસમાં સમાવેશ કરવાનો છે? એકમની સ્થિતિ શું છે? આ બધી બાબતો તરફ ધ્યાન આપે છે.દા.ત."સુલભ સ્વૈચ્છિક સંસ્થાની સ્વચ્છતા સંબંધી કામગીરી"શીર્ષૅક હેઠળ અભ્યાસ થઈ શકે.

2. ***એકમની પસંદગી:*** આ તબકકા માંથી અભ્યાસ હેઠળની ઘટનાનું પુરેપુરૂ પ્રતિનિધિત્વ ધરાવતું હોય એવું એકમ પસંદ કરવાનું છે.આથી સંશોધક તટસ્થાથી,પૂર્વૅગ્રહ વગર,હેતુ પૂર્વૅક એકમની પસંદગી કરવાની રહે છે.

3. ***માહિતીનું એકત્રીકરણ:*** આ સોપાનમાં અભ્યાસ હેઠળનાં એકમના સંદર્ભૅમાં જરૂરી માહિતી સ્ત્રોતો દ્વારા મેળવવામાં આવે છે.એકમ વ્યક્તિનો ઈતિહાસ કાળજીપૂર્વૅક મેળવવામા આવે છે.આ માટે વ્યક્તિની વ્યક્તિગત આત્મકથા,પત્રો,દસ્તાવેજો, નિરિક્ષણ પૈકી

યોગ્ય ઉપકરણ સાધનોનો ઉપયોગ કરી જરૂરી માહિતી એકત્ર કરવામાં આવે છે.

4. ***જવાબદાર પરિબળોની ઓળખ–નિદાન:*** સંશોધક એકત્ર કરેલ માહિતી પરથી સમસ્યાનાં સંદર્ભમાં કયા કારણો–પરિબળો જવાબદાર છે તેને ઓળખે છે એટલે સમસ્યા કે પરિસ્થિતિનાં ઉદ્દભવ પાછળ તેનાં કારણભૂત પરિબળો શોધી નિદાન કરે છે. વ્યકિત તપાસ અભ્યાસમાં અભ્યાસનાં એકમના દરેક પાત્રની ખાસિયતો તેમજ તેમની વચ્ચેના તફાવતોને ધ્યાનમાં રાખીને નિદાન કરવાનું હોય છે.

૫઼ ***ઉપચારનું કાર્ય–અમલીકરણ:*** આ સોપાનમાં બે કાર્યો જોવા મળે છે.

૧.તપાસ હેઠળના એકમનાં સંદર્ભનાં જે સમસ્યાનું નિદાન કરવામાં આવ્યું છે,તેની સુધારણા માટે સારવારાત્મક ઉપાયો તૈયાર કરવામાં આવે છે.આ માટે નિષ્ણાંતોની મદદ લેવાય છે અને જરૂર લાગે તો તૈયાર થયેલા કાર્યક્રમનું પૂર્વેક્ષણ પણ કરવમાં આવે છે.

૨.તૈયાર થયેલા ઉપચારાત્મક ક ેસારવારાત્મક કાર્યક્રમોનો અમલ અભ્યાસના એકમ પર નકિક કરેલા સમય સુધી કરવામાં આવે છે.સંશોધકે પૂરી નિષ્ઠાથી અભ્યાસ કરવો જોઈએ અને અહિં પણ નિષ્ણાંતોની મદદ લેવી જોઈએ.

6.અનુકાર્ય: સારવારાત્મક કાર્યક્રમ બાદ તેની સફળતા કે નિષ્ફળતાનું મૂલ્યાંકન આ સોપાનમાં થાય છે.જો ઈચ્છીત સુધારો ન થયો હોય અથવા કાર્યક્રમ અસરકર્તા ન બન્યો હોય તો ફરી નિદાન કરી ઉપચારાત્મક કાર્યક્રમમાં જરૂરી ફેરફારો કરી તેનો અમલ કરવામાં આવે છે.ત્યારબાદ તેની ઉપયોગીતા ચકાસવામાં આવે છે.

7.અહેવાલ લેખનકાર્ય: અન્ય સંશોધન કાર્યોમાં સંશોધનની અંતિમ પ્રક્રિયામાં સંશોધક માહિતીને જૂદાં જૂદાં પ્રકરણોમાં વહેંચે છે.વર્ગીકૃત માહિતીનું અર્થઘટન કરી જે તે પાસાંઓ વચ્ચેનાં સહસબંધોને તર્કપૂર્ણ રીતે માહિતીનું અહેવાલ લેખન કરે છે.

આમ વ્યકિત તપાસ પધ્ધતિના આ આમ સોપાનોનો ક્રમ યથાવત રાખીને ક્રમશ: સંશોધન પ્રક્રિયા આગળ ચાલતી હોય છે.તેના ક્રમમાં કોઈ પરિવર્તનને અવકાશ નથી.

વ્યકિત તપાસ પધ્ધતિનાં ફાયદાઓ:

આ વ્યકિત તપાસ પધ્ધતિ વ્યવહારલક્ષી વિજ્ઞાનોમાં ખૂબ ઉપયોગી બને છે જેમકે મનોવિજ્ઞાન,તબીબીવિજ્ઞાન,નીતિશાસ્ત્ર, સલાહવિજ્ઞાન, સ્વચ્છતાનું સમાજશાસ્ત્ર વગેરેને ઉપયોગી બને છે.જેને વિગતે નીચે મૂજબ દર્શાવી શકાય.

1. ***સમસ્યાનો વિસ્તૃત અભ્યાસ થાય છે.:***આ પધ્ધતિ દ્વારા સંશોધન સમસ્યાનો વિસ્તૃત સુક્ષ્મ અને ગહનતા પૂર્વકનો અભ્યાસ થાય છે.કારણકે એકમમાં વિશિષ્ટ પાસાનાં બદલે સામાન્ય અને તમામ પાસાનો અભ્યાસ કરવામાં આવે છે તેમજ ઘણાં લાંબા સમયગાળાનો અભ્યાસ થાય છે તેથી વિસ્તૃત અભ્યાસ માટે ઉપયોગી બને છે.

2. ***એકમો સંબંધિત પૂર્વજ્ઞાનની પ્રાપ્તિ:*** આ પધ્ધતિથી જે માહિતી મેળવવામાં આવી હોય છે તે પૂર્ણ હોય છે.આ દ્વારા વ્યકિતગત પાસાંઓનો સંપૂર્ણ અભ્યાસ શકય બને છે.એકમ સાથે સંબંધિત પૂર્ણજ્ઞાન જ આપણને એ ઘટકોને શોધવામાં સહાયતા કરે છે,જે એકમોના વ્યવહાર માટે જવાબદાર હોય શકે.

3. ***એકમોનાં ગૂણ–લક્ષણોનો પરિચય:*** આ પધ્ધતિમાં અભ્યાસ હેઠળનાં એકમનો સૂક્ષ્મ અને ઉંડાણપૂર્વકનો અભ્યાસ કરવામાં આવે છે.તેથી સંશોધકને અનેક ગૂણ લક્ષણોનો પરિચય મળે છે.તેથી તેને અનુભવ મળે છે.આ અનુભવમાં વૃદ્ધિનું એક કારણ એકમ સાથે સંબંધિત તમામ વ્યકિતઓ પાસેથી જાણકારી મેળવવા અનેક સ્ત્રોતોનો ઉપયોગ કરવાનો છે અને સંશોધકની અભ્યાસ પ્રત્યેની રુચી વધે છે.

4. ***અભ્યાસનાં સમયની પૂર્ણ સુવિધા:*** આ પધ્ધતિમાં સંશોધક એકજ એકમ પર તેના લાંબાગાળા સુધી નો અભ્યાસ કરી શકે છે.એવું માનવામા આવે છે કે વ્યકિત કે એકમ પર કોઈ ઘટના કે બનાવ આકસ્મિક બનવાને બદલે લાંબા સમયની અસરનાં લીધે બને છે.આથી લાંબા સમય સુધી અભ્યાસ કરવાથી જે તે ઘટનાનો પ્રભાવ ક્રમશ: ઘટાડી શકાય છે.આથી આ પધ્ધતિમાં સમયની મર્યાદા નથી.

5. ***સંશોધકના અનુભવોમાં વૃદ્ધિ:*** આ પધ્ધતિથી સમસ્યાનો ઉંડો,ગહન અન ઝીણવટપૂર્વકે અભ્યાસ કરવામા આવે છે.તેથી સંશોધકના અનુભવમાં વૃદ્ધિ થાય છે.સંશોધક આવા અનેક અનુભવોથી ભવિષ્યનાં સંશોધન પર વધુ સારી અસર ઉભી કરી શકે છે.

6. ***નવી ઉપકલ્પનાનાં નિર્માણમાં ઉપયોગી:*** આ પધ્ધતિથી થયેલા અભ્યાસો પછી નિષ્કર્ષ આપવામાં આવે છે તેના આધારે નવી ઉપકલ્પનાઓ જન્મે છે સાથે વિવિધ સ્ત્રોતોથી પ્રાપ્ત માહિતી એકમોનાં વ્યવહાર વિશે જાણકારી આપે છે.આથી સંશોધકના અનુભવમાં વધારો થાય છે.આ અનુભવ અને જાણકારી ઉપકલ્પનાના નિર્માણમાં સહાયતા પ્રદાન કરે છે.જે નવા અભ્યાસોનો આધાર બને છે.

7. ***વિવિધ પધ્ધનિો ઉપયોગ:*** આ પધ્ધતિમાં એકમ કે વ્યકિતનાં બધાજ પાસાંનો અભ્યાસ કરવામાં આવે છે જે વિવિધ હોય છે તેનો અભ્યાસ કરવા માટે વિવિધ અભ્યાસ પધ્ધતિનો ઉપયોગ કરવો પડે છે જેમકે નિરીક્ષણ,પ્રશ્નાવલી,મુલાકાત,અનુસૂચિ વગેરે.

8. ***વિશિષ્ટ વ્યકિતત્વનો અભ્યાસ:*** આ પધ્ધતિમાં ખાસ કરીને વ્યકિતનો અભ્યાસ કરવામાં આવે છે.વ્યકિતનાં વ્યકિતત્વનું ચિત્ર આ પધ્ધતિથી બહાર લાવી શકાય છે.તેના વિશિષ્ટ સામાન્ય લક્ષણો જાણી શકાય છે.જીવનના તમામ પાસાં વિશે જાણકારી પ્રાપ્ત કરવામાં પણ ઉપયોગી બને છે.અભ્યાસ કરતાં જે વ્યકિતના વ્યકિતત્વનાં પાસાં નબળાં હોય તે જાણી શકાય છે અને તે નબળા પાસાંને સારા બનાવવાની તક મળે છે.

9. ***વ્યકિતઓની મનોવૃત્તિઓના અભ્યાસમાં મદદરૂપ:*** આ પધ્ધતિમાં વ્યકિતગત અભિરુચી,રસ,વલણો,મૂલ્યો,મનોવૃત્તિ,પ્રતિભાવો અને પ્રતિક્રિયાઓ કઈ પરિસ્થિતિમાં કેવી હોય છેતે જાણી શકાય છે.વ્યકિત કયા પ્રકારની વિશિષ્ટતાઓ ધરાવે છે તેમજ વ્યકિતની મનોવૃત્તિના અભ્યાસના આધારે ભવિષ્યમાં કેવું વર્તન કરશે તેનું ભાવિકથન પણ કરી શકાય છે.

10. ***મનોવૈજ્ઞાનિક અભ્યાસોમાં સહાયરૂપ:*** આ પધ્ધતિ મનોવિજ્ઞાનના અભ્યાસોમાં વધુ ઉપયોગી સિદ્ધ થાય છે કારણકે વ્યકિતની મનોદશા,વર્તન વ્યવહાર અભ્યાસ કરવા તથા મનોચિકિત્સા કરવા માટે આ પધ્ધતિ સર્વાધિક ઉપયોગી છે.

વ્યકિત તપાસ પધ્ધતિની મર્યાદાઓ: આ પધ્ધતિની કેટલીક મર્યાદાઓ છે જેથી આ પધ્ધતિ
દોષપૂર્ણ છે એવું કહી શકાય.

૧. ***મર્યાદીત અભ્યાસ:*** બહુ થોડા જ એકમોના અભ્યાસના આધારે તારણો આપી દેવામા આવે છે કયારેક પસંદ કરેલા એકમો સમગ્રનું યોગ્ય પ્રતિનિધિત્વ પણ કરી શકતા નથી.આથી અન્ય પ્રયુકિતઓની તુલનામાં મર્યાદાવાળી બની જાય છે.

૨. ***સંપૂર્ણ એકમોના અભ્યાસનો અભાવ:*** આ પધ્ધતિમાં સંબંધિત સંપૂર્ણ એકમોનું ઉંડાણ અને સૂક્ષ્મપૂર્વક અભ્યાસ થઈ શકતો નથી.પરંતુ જયાં થોડાકજ એકમો હોય ત્યાં જ આ પધ્ધતિ ઉપયોગી બને છે.વધુ એકમો હોય ત્યાં આ પધ્ધતિ ઉપયોગી બનતી નથી.

3.***વૈજ્ઞાનિક પધ્ધતિનો અભાવ:*** આ પધ્ધતિમાં સંશોધનકર્તા પર કોઈ પ્રકારનું નિયંત્રણ હોય છે.તેમજ અભ્યાસ હેઠળનાં એકમો પર પણ કોઈ નિયંત્રણ રાખવાનો પ્રયાસ કરવામાં આવે છે.માત્ર ગૂણાત્મક માહિતીનું જ વર્ણન થાય છે.કયારેક ગુણાત્મક માહિતીનાં સંશોધનમાં આત્મલક્ષી ખ્યાલો આવી જાય એવું બને.ગુણાત્મક માહિતીનું વિશ્લેષણ તેમજ અર્થઘટન કરવુ મુશ્કેલ બને છે તેથી આ પધ્ધતિથી થયેલા અભ્યાસનું મહત્વ ઘટે છે.તેથી એક ચોકકસ વિશ્વસનીય પધ્ધતિમાં વૈજ્ઞાનિક ઢબનો અભાવ હોય એવું લાગે.

૪.***નિદર્શન પસંદગીનો અભાવ:*** આ પધ્ધતિની એક મર્યાદા એ પણ છે કે તેમા યોગ્ય નિદર્શન અને તેની પસંદગીની પ્રક્રિયા નો અભાવ છે.તેથી યોગ્ય પ્રતિનિધિત્વ ધરાવતા એકમોનો અભ્યાસ થઈ શકતો નથી.સંશોધકની એકમોની પસંદગી જ મહત્વની બની રહે છે.આથી સંશોધનનાં અંતે જે તારણો અપાય છે તે સાર્વત્રીક લાગુ પાડી શકાતા નથી.

૫.***પક્ષપાતી વલણની શકયતા:*** આ પધ્ધતિમાં જે વ્યકિત કે એકમનો અભ્યાસ કરે છે તેના તમામ   પાસાંઓનો અભ્યાસ કરે છે.ભૂતકાળ નાં બનાવોનો પણ અભ્યાસ કરે છે જે સંશોધકને યથાવત સ્વીકરી લેવા પડે છે ત્યારે તેમાં તેના આત્મલક્ષી ખ્યાલો કે પક્ષપાત આવી જવાની સંભાવના વધી જાય છે.એકમ પ્રત્યે સહાનુભૂતિ જો થઈ જાય તો પણ નિષ્પક્ષ રહી શકાતું નથી.

૬,***તારણોની તુલના થઈ શકતી નથી:*** આ પધ્ધતિમાં માત્ર કેટલાક વ્યકિતઓ કે એકમોનો જ અભ્યાસ થાય છે તેમજ જે માહિતી પ્રાપ્ત થઈ હોય તેની અન્યો સાથે તુલના થઈ શકતી નથી એટલે કે તુલનાત્મક પધ્ધતિની મદદ લઈ શકાતી નથી.નિષ્કર્ષોની તુલના થઈ શકતી ન હોવાથી તે નિષ્કર્ષો યથાવત સ્વીકારી લેવા પડે છે.

૭.***મર્યાદિત સામાન્યીકરણ:*** સંશોધનનો હેતુ સામાન્યીકરણ કરવાનો હોય છે પરંતુ આ પધ્ધતિમાં માત્રામાં એકમો વ્યકિતનો અભ્યાસ થાય છે અને તેના અભ્યાસના જે તારણો આવે તે તારણો માત્ર જે તે વ્યકિત એકમને જ લાગુ પાડી શકાય તેના

તારણોનું સામાન્યીકરણ કે સાર્વત્રિક લાગુ પાડી શકાતા નથી જેથી તેની આ પધ્ધતિની મર્યાદા બની રહે છે.

આમ આ અભ્યાસ પધ્ધતિએ એક પધ્ધતિ છે કે જેમાં વ્યકિતનાં સર્વાંગી પાસાં અને વ્યકિતત્વની બાબતોનો અભ્યાસ થઈ શકે છે.વ્યકિતમાં પડેલા ગુણોની તપાસ કરી શકાય છે.તેમના વિશિષ્ટ લક્ષણોને બહાર લાવી વધુ વિકસાવી શકાય છે અને નબળા ગુણલક્ષણોને જાણી તેનામાં રહેલી ઉણપો દુર કરી શકાય છે.

ટૂંકમાં વ્યકિતના વ્યકિતત્વને જાણવાની,વિકસાવવાની અને ઘડતર કરવાની બાબતમાં આ પધ્ધતિ વધુ મહત્વની બને છે.

સ્વચ્છતાનું સમાજશાસ્ત્રમાં પ્રશ્નાવલી પ્રયુક્તિ

પ્રસ્તાવના

સ્વચ્છતાનું સમાજશાસ્ત્ર એક સામાજિક વિજ્ઞાન છે તેની અભ્યાસ કરવાની રીત અને પ્રક્રિયા વૈજ્ઞાનિક ઢબની છે. વૈજ્ઞાનિક પ્રક્રિયાનો એક ભાગ તેની માહિતી મેળવવાની પ્રયુક્તિઓ છે. જે ઢબ કે ક્ષેત્રનો અભ્યાસ હોય એ મુજબની પ્રક્રિયાનો અભ્યાસ કરવામાં આવે જેમ કે સ્વચ્છતા અંગેના મુલ્યોની જાણકારી મેળવવાની હોય તો ક્ષેત્રમાં રહેલા લોકો અશિક્ષીત હોય તો મુલાકાત, નિરીક્ષણ અને અનુસૂચીનો ઉપયોગ કરી શકાય પરંતુ જો ક્ષેત્રના એકમો શિક્ષિત હોય તો તેને પ્રશ્નાવલી આપી માહિતી મેળવી શકાય. આજે સામાજિક વિજ્ઞાનોમાં પ્રશ્નાવલિનો ઉપયોગ બહોળા પ્રમાણમાં થતો જોવા મળે છે.

પ્રશ્નાવાલીમાં મુખ્યત્વે ત્રણ બાબતો મહત્વની હોય છે (૧) જે તે અભ્યાસ ક્ષેત્રના વિષયલક્ષી પ્રશ્નો (૨) પ્રશ્નાવલીની ચોક્કસ અને સ્પષ્ટ ભાષા (3) જવાબલક્ષી માહિતી. અભ્યાસ કરવાની આ પ્રયુક્તિ છે. તેના વિષયને અનુરૂપ પ્રશ્નો તૈયાર કરવામાં આવે છે, તેમાં મુકવામાં આવેલા પ્રશ્નો હેતુઓને અનુરૂપ, ચોક્કસ અને સ્પષ્ટ ભાષાનો ઉપયોગ કરેલ હોય છે. તેમજ ઉતરદાતા દ્વારા જે જવાબ અપાયા હોય તેની વિગતો પણ એટલી જ મહત્વની હોય છે. આ પ્રશ્નાવલી માત્ર શિક્ષિત એકમોને જ આપવામાં આવતી હોવાથી ઉતરદાતાએ જાતે જ તેમાં માહિતી આપવાની હોય છે.પ્રશ્નાવલી પ્રયુક્તિ એ માહિતી મેળવવાનું પરોક્ષ સાધન માનવામાં આવે છે કારણ કે

સંશોધન અને ઉત્તરદાતા એક બીજાની રૂબરૂ મળી શકતા નથી. એક બીજાને ઓળખતા નથી અને ઉત્તરદાતા જે જવાબ આપે તે સ્વીકૃત ગણવામાં આવે છે. આથી પ્રશ્નાવલી દ્વારા માહિતી મેળવવાનું એક અસરકારક સાધન (Tools) ગણાવી શકાય.

આજે શહેરોમાં પ્રદુષણ, ગટર, પીવાના પાણીની,ગંદા વસવાટ વગેરે વિષય પરના અભ્યાસોમાં શિક્ષિત લોકોને અભાન અને જાગૃત બનાવવા માટે પ્રશ્નાવલી ઉપયોગી બની શકે આ પ્રયુક્તિની માહિતીના અંતે એક નમુના રૂપ પ્રશ્નાવલી આપવામાં આવેલ છે.

પ્રશ્નાવલી પ્રયુક્તિનો અર્થ-વ્યાખ્યા

પ્રશ્નાવલીનો ઉપયોગ જુદા જુદા ક્ષેત્ર આધારિત થતો હોય છે. પરંતુ સમાજ વિજ્ઞાનીઓ તેને આ રીતે સમજાવે છે.

(૧) **પોલીન યંગના** મતે શિક્ષિત અભ્યાસ એકમો પાસેથી સંશોધન લેખિત સ્વરૂપના પ્રશ્નો પૂછીને લેખિત સ્વરૂપમાં અભ્યાસ એકમો(ઉત્તરદાતા) માહિતી આપે તેને પ્રશ્નાવલી કહેવાય.

(૨) **ગુડ અને હટ્ટના** મતે, પ્રશ્નાવલી એ સંશોધન માટે સંશોધનને અનુરૂપ એક પ્રશ્નોની યાદી છે જે ઉત્તરદાતાએ જાતે ભરવાની હોય છે અને આ પ્રમાણે મળેલી માહિતી સંશોધક પાસે લેખિત આધાર સ્વરૂપ ટકી રહે છે.

(૩) **સેલ્ટીઝ અને જેહોડાના** મતે, સંશોધન માટે જયારે શિક્ષિત અભ્યાસ એલમો હોય, અભ્યાસ એકમોની સંખ્યા મોટી હોય ત્યારે પોતાના સંશોધનની માહિતી એકત્ર કરવાની સૌથી સરળ પધ્ધતિ છે. કરણ કે બીજી પ્રયુક્તિઓ કરતા આ પ્રયુક્તિ સંશોધક માટે સમય અને નાંણાની દ્રષ્ટિએ ઓછી ખર્ચાળ બને છે. તેમાં માહિતી લેખિત સ્વરૂપે હોય છે.

ઉપરોક્ત સામાજિક વિજ્ઞાનીઓની વ્યાખ્યાઓ ઉપરથી તેની સમજુતી જોઈએ તો.

- પ્રશ્નાવલી શિક્ષીત એકમોને જ આપી શકાય છે,
- પ્રશ્નાવલીમાં લેખિતમાં પ્રશ્નો મુકાયેલા હોય છે,
- પ્રશ્નાવલીમાં ઉત્તરદાતા લેખિતમાં જવાબ-માહિતી આપે છે,
- પ્રશ્નાવલી પ્રશ્નો અભ્યાસના હેતુઓ અનુરૂપ હોય છે,

- પ્રશ્નાવલીમાં ઉતરદાતાએ આપેલ માહિતી કાયમી બની રહે છે,
- પ્રશ્નાવલી મોટી સંખ્યામાં અભ્યાસ એકમોને આપી શકાય છે.
- પ્રશ્નાવલી અન્ય પ્રયુક્તિઓ કરતા ઓછી ખર્ચાળ છે,
- પ્રશ્નાવલી અન્ય પ્રયુક્તિઓ કરતા ઓછા સમયમાં વધુ માહિતી મેળવી શકાય છે,

આમ, પ્રશ્નાવલી એ એક અભ્યાસ માટે માહિતી મેળવવાનું એક સાધન બને છે. જેમાં પ્રશ્નો મુકવામાં આવ્યા હોય છે. તે ખુબજ કાળજી પૂર્વક અને નિષ્ણાંતો કે વિદ્ધાનોની દેખરેખ કે સલાહ દ્વારા તૈયાર કરવામાં આવ્યા હોય છે.

પ્રશ્નાવલીના લક્ષણો –

પોલીન યંગે આપેલા વ્યાખ્યાના આધારે તેમણે પ્રશ્નાવલી કેવી હોવી જોઈએ? તે દર્શાવવા પ્રશ્નાવલીની લાક્ષણીકતાઓ આ મુજબ દર્શાવે છે.

૧) પ્રશ્નોનું ઘડતર વૈજ્ઞાનિક ઢબે થવું જરૂરી છે –

સંશોધક જયારે પોતાના અભ્યાસનું આયોજન કરે ત્યારે પ્રશ્નાવલીનો ઉપયોગ કરવાનું નક્કી કરે છે ત્યારે તેમાં અભ્યાસના હેતુઓ અને ઉપકલ્પનાને ચકાસવા પ્રશ્નોનું ઘડતર કરે છે. આ પ્રશ્નોના ઘડતરમાં અનેક કાળજી લેવાની હોય છે. તેમાં નિષ્ણાંતોની મદદ લેવી જરૂરી બને છે. દરેક પ્રશ્નો જીણવટ પૂર્વક નું મનોમંથન, ચર્ચા વિચારણા કરી પ્રશ્નો તૈયાર કરવામાં આવે છે તે જરૂરી છે. ત્યારબાદ તે પ્રશ્નો ક્યાં ક્રમમાં મુકવા, પ્રશ્ન પૂછવાની રીત, કેટલી સંખ્યામાં પ્રશ્નો મુકવા, ઓછા પ્રશ્નોથી વધુ માહિતી કેવી રીતે મેળવી શકાય, પ્રશ્નોનું કઠીનતા મુલ્ય કેટલું રાખવું વગેરે બાબતોને ધ્યાનમાં રાખી પ્રશ્નો તૈયાર થાય ત્યારે જ તે પ્રશ્નાવલીનું ઘડતર વૈજ્ઞાનિક ઢબે થયેલ કહેવાય.

૨) પ્રશ્નોની સંખ્યા માર્યાદિત હોવી જોઈએ –

સંશોધકે એ બાબત પણ ધ્યાનમાં રાખવાની હોય છે કે પ્રશ્નાવલીનાં પ્રશ્નોની સંખ્યા ખુબજ વધુ કે ખુબજ ઓછા પ્રશ્નો ન હોવા જોઈએ પરંતુ હેતુના સંદર્ભમાં ઉતરદાતા ને કંટાળો પણ આવે તે મુજબનો સમય પણ નક્કી કરી પ્રશ્નની સંખ્યા નિર્ધારિત કરાવી જોઈએ ગુડ અને હટ્ટ જણાવે છે કે પ્રશ્નાવલીનાં

પ્રશ્નોની સંખ્યા ૪૫ મીનીટમાં જવાબો અપાય એટલી હોવી જોઈએ. જો પ્રશ્નની સંખ્યા ઓછી હશે તો ઉતરદાતાને જવાબ આપવાનો ઉત્સાહ રહેશે, કંટાળો નહીં આવે અને માનસિક થાક પણ નહિ લાગે. જો આ બધી બાબતોની કાળજી રાખવામાં આવે તો ઉતરદાતા સાચા જવાબો આપશે એવી અપેક્ષા રાખી શકાય.

3) પ્રશ્નો હેતુલક્ષી હોવા જરૂરી છે –

સંશોધન જયારે પ્રશ્નાવાલીનું ઘડતર કરે છે ત્યારે તેમાંના પ્રશ્નો હેતુલક્ષી હોય તે જરૂરી છે. આવા પ્રશ્નોના જવાબો 'હા' કે 'નાં', 'યોગ્ય' કે 'અયોગ્ય', 'સાચું' કે 'ખોટું', 'સંમત' કે 'અસંમત' અને √ **કે** × ની નિશાની યુક્ત જવાબો હોય છે. એટલે કે ઉતરદાતાને એક પ્રશ્નના ઉતર આપવામાં એક થી વધુ વિકલ્પવાળા જવાબ હોય છે. આવા જવાબો પૂર્વગ્રહથી મુક્ત અને તટસ્થ હોવા જોઈએ. તેમજ ઉતરદાતા સમજી શકે એવા હોવા જોઈએ. આ અંગેના ઉદાહરણો અંતમાં આપેલ છે.

આવા પ્રશ્નોની મદદથી આકડાકીય માહિતી સરળતાથી મળે છે ઉતરદાતાના મંતવ્યો, વલણો અને અભિપ્રાયોને સ્પષ્ટપણે માપી શકાય છે. તેમજ સમય, નાંણા અને શક્તિનો બચાવ કરી શકાય છે. આથી સ્વચ્છતાનાં સમાજશાસ્ત્રમાં પણ ઉપયોગ થાય છે.

4) પ્રશ્નાવલીમાં પ્રશ્નો સરળ હોવા જરૂરી છે -

પ્રશ્નાવલીનાં પ્રશ્નોના જવાબ ઉતરદાતા જાતે આપે છે. તેથી પ્રશ્નોની રચના સરળ અને ગૂંચવાડાભર્યા ન હોવા જોઈએ. આ અંગે પોલીન યંગ જાણાવે છે કે પ્રશ્નો અને તેના શબ્દો અઘરા નાં હોવા જોઈએ . ઉતરદાતા મૂંઝવણ અનુભવે અને જટિલભર્યાં શબ્દોને સમજી શકે નહિ આથી આ બાબતાની કાળજી લેવી જોઈએ. તેમજ પ્રશ્નોની ભાષા અલંકારયુક્ત અને વિશેષણયુક્ત પણ ન હોવી જોઈએ. દા.ત., 'સુસંસ્કૃત લોકો', પ્રભાવી જ્ઞાતિ, ભદ્રવર્ગ, ઉજળીયાત જ્ઞાતિ વગેરે જેવા શબ્દોનો ઉપયોગ ટાળવો અને ઉતરદાતાને સમજાય એવા શબ્દો-ભાષા વાપરવી. જેથી તમામ શિક્ષિત ઉતરદાતા સમજીને માહિતી આપે.

૫) ઉતરદાતાને તિરસ્કાર-ધૃણા ન થાય એવા પ્રશ્નો જરૂરી -

સંશોધકે પ્રશ્નાવલીમાં એવા પ્રશ્નોનો સમાવેશ કરવો જોઈએ કે પ્રશ્નો વાંચીને ઉતરદાતાને તિરસ્કાર-ધૃણા ન થાય અથવા વાંચીને ઉતરદાતા આવેશમાં આવી નાં જાય આથી પ્રશ્નોની ભાષા સંયમપૂર્વકની હોવી જોઈએ જેમે કે અસ્પૃશ્યતા, સામાજિક ભેદભાવ, જ્ઞાતિવાદ, રાજકીય પક્ષો આધારિત, અંગત જાતિવાદ, કોમવાદ વગેરે અંગેના પ્રશ્નો રચના વગેરે ઉતરદાતાના અપેક્ષિત જવાબોમાં ધૃણા ન ઉદભવે તે બાબતની કાળજી રાખવી જોઈએ. નહીતર ઉતરદાતા તિરસ્કૃત થયાની લાગણી અનુભવે, ઉતરદાતા ખોટી માહિતી આપે અને આવેશમાં આવી જાય તો ક્યારેક સંઘર્ષમાં ઉતરી પડે આથી ઉતરદાતાની માનસિક સ્થિતિનો પણ ખ્યાલ રાખવો જોઈએ.

૬) પ્રશ્નો ક્રમિક અને આધારિત હોવા જોઈએ –

પ્રશ્નાવલીમાં વિવિધ વિભાગો પડેલા હોવા જોઈએ. દરેક વિભાગમાં વિભાગનાં સંદર્ભના પ્રશ્નો મુકાયેલા હોવા જોઈએ. દા.ત., વ્યક્તિની પ્રાથમિક માહિતી, કૌટોમ્બિક માહિતી, શૈક્ષણિક સ્થિતિ, પર્યાવરણીય માહિતી, સ્વચ્છતા સંબંધી જાગૃતિ, સ્વચ્છતા સંબંધી પ્રશ્નો વગેરે આવા વિભાગોમાં પ્રશ્નો વહેચાયેલા હોવા જોઈએ. દરેક વિભાગના પ્રશ્નો ક્રમિક રીતે ગોઠવાયેલા હોવા જોઈએ તેમજ એક પ્રશ્નના ક્રમ પછીનો પ્રશ્ન આગળ નાં પ્રશ્ન સાથે જોડાયેલો કે સંકળાયેલો હોવો જોઈએ જેથી ઉતરદાતાને વારંવાર અલગ અલગ રીતે વિચારવું ન પડે. આમ કરવાથી બીજો ફાયદો એ પણ થાય કે વિભાગ વાર માહિતીનું વર્ગીકરણ કરવું સરળ થાય અને અર્થઘટન પણ વ્યવસ્થિત થાય.

૭) અભ્યાસના હેતુ અને ઉપકલ્પના આધારિત પ્રશ્નો જરૂરી –

સંશોધક જયારે સંશોધન યોજના બનાવે છે ત્યારે અભ્યાસના હેતુઓ અને ઉપકલ્પના પણ રચે છે. આ બંનેને સિધ્ધ કરવા માટે પ્રશ્નોની રચના કરવી પડે જેમ કે ગ્રામીણ સમુદાયોમાં અસ્વચ્છતા થી માંદગી વધુ જોવા મળે છે આ અભ્યાસ કરવાનો હેતુ અને ઉપકલ્પના હોય તો તેને સંબંધીત પ્રશ્નો પૂછવા જોઈએ જેમાં સ્વચ્છતાનું આચરણ, માંદગીના કારણો અને ઉપચાર સંબંધી પ્રશ્નો હોવા જરૂરી છે.

૮) પ્રશ્નોના ગર્ભિત જવાબો છુપાયેલા ન હોય તે જરૂરી –

સંશોધકે ઉત્તરદાતા પાસેથી માહિતી મેળવવાની હોય છે ત્યારે એવા પ્રશ્નોને સ્થાન આપવું જોઈએ કે તેમાં ગર્ભિત અને અંગત જવાબોનો સમાવેશ થઈ જાય. દા.ત., આપ કુટુંબ નિયોજનમાં માનો છો? વગેરે શું આપ રાત્રેજ ખુલ્લામાં શૌચક્રિયા કરો છો? શું આપ કોઈને પ્રેમ કરો છો? વગેરે જેવા પ્રશ્નોમાં વ્યક્તિની અંગત અને ગર્ભિત બાબતો પડેલી હોય છે. જો જરૂરી ન હોય તો આવા પ્રશ્નોને સરળ શબ્દોથી સ્પષ્ટ રીતે ઉત્તરદાતા સંકોચ ન અનુભવે એ રીતે પ્રશ્નો પૂછવા જોઈએ.

૯) પ્રશ્નનું લેખન-સાહિત્ય આકર્ષક હોવું જરૂરી –

પ્રશ્નાવલીની રચના એવી હોવી જોઈએ કે તેનું લેખન કાર્ય સ્પષ્ટ, ચોક્કસ અને સરળ ભાષા શૈલીમાં સુવાચ્ય અક્ષરે લખાયેલું હોવું જોઈએ તે પ્રશ્નાવલીનો કાગળ. તેના પાનાનો ક્રમ, કાગળની ગુણવત્તા, છાપ કામ, ડીઝાઈન, બે પ્રશ્નો વચ્ચેનું અંતર અને અંતમાં આભાર દર્શન વગેરે જેવી બાબતો પણ ઉત્તરદાતાને અસરકર્તા બનતી હોય છે આથી સંશોધકે આ બાબતોની કાળજી રાખવી જોઈએ.

પ્રશ્નાવલી એ એક અભ્યાસ માહિતી એકત્ર કરવાનું સાધન છે. જો સાધન શ્રેષ્ઠ હશે તો માહિતી સારી માત્રામાં અને સાચી માહિતી મેળવવામાં અનુકુળતા રહે છે. આથી સાધ્ય સાથે સાધન ની રચના શ્રેષ્ઠ હોવી જોઈએ.

પ્રશ્નાવલીના પ્રકારો –

પ્રશ્નાવલીની રચના કે ઘડતર પાછળ વિવિધ ક્ષેત્રીય પરિબળો કામ કરતા હોય છે. ક્ષેત્રમાં અભ્યાસ એકમો જે સ્થિતિમાં હોય તે મુજબ પ્રશ્નાવલી બનાવવામાં આવતી હોય છે જેમ કે ઉત્તરદાતાની ઉંમર, જાતિ, શિક્ષણ, વ્યવસાય, શારીરિક સ્થિતિ વગેરે જેવી બાબતો મહત્વની બનતી હોય છે. આથી વિવિધ સ્વરૂપે પ્રશ્નાવલીનું ઘડતર થતું હોય છે. તેના પ્રકારો આ મુજબ છે.

૧) ઔપચારિક-રચિત પ્રશ્નાવલી –

જે પ્રશ્નાવલી ઔપચારિક ઢબે રચના કરવામાં આવેલી હોય તેને રચિત પ્રશ્નાવલી કહેવાય. પી.વી.યંગ ના માટે આવી પ્રશ્નાવલીમાં કોઈપણ

પ્રકારે ફેરફારને અવકાશ નથી. આવી પ્રશ્નાવલી શિક્ષિત લોકો માટે હોય છે તેનું ઘડતર નિષ્ણાંતોની મદદથી થાય છે દરેક પ્રશ્નને ચર્ચાની એરણ પર તપાસાય છે. પ્રશ્નોની રજૂઆત, શૈલી, સંદર્ભ હેતુની સાથે સંબંધીત, અપેક્ષિત જવાબો, લેખનની રજૂઆત, કઠિનતા, મૂલ્ય, ચોક્કસ ક્રમ વગેરે બાબતોને ધ્યાનમાં રાખી નિયમોની સાથે પ્રશ્નાવલી રચાતી હોય છે. આવી પ્રશ્નાવલીમાં પ્રશ્નોના જવાબ પણ ચોક્કસ નક્કી કરેલા હોય તેમાંથી વિકલ્પ પસંદ કરી જવાબ આપવાનો હોય છે અને જવાબોમાં વિકલ્પો પણ નિશ્ચિત જ હોય છે. દા.ત., કુ-પોષણ અને માંદગી એકબીજાના પૂરક છે. આ વિષય પર પ્રશ્નાવલી તૈયાર કરવામાં આવે તો તેમાં ઉપરોક્ત બાબતોને ધ્યાનમાં રાખવી પડે.

૨) અનૌપચારિક-અરચિત પ્રશ્નાવલી –

આવી પ્રશ્નાવલીની રચનામાં ઘડતરના બધા જ નિયમોને ચુસ્તપણે પાળવાના હોતા નથી પ્રશ્નોનું સ્વરૂપ, ક્રમ નિશ્ચિત હોતો નથી ઉતરદાતા પ્રશ્ન ન સમજી શકે તો તરતજ બીજા સ્વરૂપે પ્રશ્ન મૂકી શકાય છે. જો કોઈ પ્રશ્ન મુકવાનો રહી ગયો હોય અથવા નવો પ્રશ્ન મૂકવો હોય તો મૂકી શકાય છે. કોઈ પૂરક માહિતી મેળવવી હોય તો વધારાના પ્રશ્નો જોડી શકાય છે પ્રશ્નોની રચનાત્મક કે નવા પૂરક પ્રશ્નો જોડાવાના થાય ત્યારે નિષ્ણાંતોની સલાહ કે ચર્ચા વિચારણાની જરૂર પડતી નથી. આવી પ્રશ્નાવલીને સ્થિતિસ્થાપક પ્રશ્નાવલી પણ ગણી શકાય. ક્યારેક ક્ષેત્રમાં જઈ ત્યાં જે પરિસ્થિતિ હોય તે મુજબ પ્રશ્નો બનાવી તૈયાર થઈ શકે છે. આવી પ્રશ્નાવલીમાં ઉતરદાતાને યોગ્ય લાગે તે જવાબ આપી શકે છે. ઉતરદાતા વધારાનો જવાબ પણ અલગથી દર્શાવે છે. ટુંકમાં આવી પ્રશ્નાવલીની રચનામાં કોઈ બંધનો કે નિયમોનું ચુસ્તપણે પાલન કરવાનો આગ્રહ હોતો નથી. આથીજ તેને અનૌપચારિક કે અરચિત પ્રશ્નાવલી કહેવાય છે.

3) પ્રતિબંધિત પ્રશ્નાવલી –

આવી પ્રશ્નાવલી તેના નામ પાછળ જ સમજી શકાય છે કે તેમાં જે પ્રશ્નોનો સમાવેશ થતો હોય તે પ્રશ્નોના અપેક્ષિત જવાબો અગાઉથી જ તૈયાર કરવામાં આવ્યા હોય છે. આવા જવાબો બે કે તેથી વધુ હોય શકે તે વૈકલ્પીક

જવાબો માંથી ઉતરદાતાને યોગ્ય લાગે એ જવાબો આપવાનો હોય છે આવા જવાબો એક કરતા વધારે હોઈ શકે છે. અને જે જવાબો યોગ્ય લાગે તેના પર ચોક્કસ પ્રકારની નિશાની કરવાની હોય છે. અથવા જવાબ પસંદ કરવાનો હોય છે. આવી પ્રશ્નાવલીથી આકડાકીય વર્ગીકરણ કરવામાં વધુ અનુકુળતા રહે છે. દા.ત., દુષિત પાણી પીવાથી માંદગી આવી શકે છે? જવાબ (૧) હા (૨) ના (૩) ખબર નથી અહિયા ઉતરદાતાને ત્રણ વિકલ્પો માંથી જવાબ પસંદ કરી √ નિશાની કરવાની હોય છે.

૪) અપ્રતિબંધિત પ્રશ્નાવલી –

આ પ્રકારની પ્રશ્નાવલીમાં પ્રશ્નો પ્રથમથીજ નક્કી હોય છે. પરંતુ તેના ઉતરો નક્કી હોતા નથી ઉતરદાતા પોતાની પસંદગીનો જવાબ વિસ્તૃત રીતે પોતાના વિચારો, લાગણીઓ, માન્યતાઓ, પૂર્વગ્રહો, મૂલ્યો જોડી જવાબ આપી શકે છે. પ્રશ્નાવલીમાં જવાબ આપવાની જગ્યા રાખી હોય ત્યાં પોતાની રીતે ઉતરદાતા જવાબ લખી શકાય છે અને પૂરક કાગળનો ઉપયોગ કરીને પણ જવાબ આપી શકે છે. ટુંકમાં ઉતરદાતા પર જવાબ આપવાનો કોઈ પ્રતિબંધ હોતો નથી. દા.ત., ઔધોગીકરણ વધવાથી પ્રદુષણના કેવા પ્રશ્નો ઉભા થાય છે? આ પ્રશ્નોનો જવાબ સ્વીકૃત રીતે ઉતરદાતા પોતાના મંતવ્યો આપી શકે છે. આ પ્રશ્નાવલીની મુખ્ય મર્યાદા એ કે તેના દ્વારા જે માહિતી એકત્ર કરવામાં આવી હોય તેનું વર્ગીકરણ કરવું મુશ્કેલ છે. માત્ર ગુણાત્મક માહીતી જ રજુ કરી શકાય છે આથી વ્યક્તિ તપાસ (Cash Study) માટે આ પ્રશ્નાવલી ઉપયોગી બની શકે છે.

૫) ચિત્રાત્મક પ્રશ્નાવલી –

આવી પ્રશ્નાવલી અશિક્ષિત અને નાના બાળકો માટે તૈયાર કરવામાં આવતી હોય છે. કરણ કે આ પ્રકારના ઉતરદાતાઓ વાંચી શકતા નથી અને નાના બાળકો વાત સમજી શકતા નથી આથી ચિત્રના માધ્યમથી પ્રશ્નો પૂછીને જવાબો નોંધવામાં આવતા હોય છે. આવી પ્રશ્નાવલીથી ઉતરદાતાના મનમાં રહેલી સર્જનાત્મક આવડત-શક્તિ માપી શકાય છે. તેના વિચારો જાણી શકાય છે. ઉતરોના આધારે આગાહી કરી શકાય કે તેમનું હવે પછીનું વર્તન કેવું હશે. નાના બાળકોના બુદ્ધિઆંક માપવા માટે આવી કસોટી ઉપયોગી બની શકે છે.

દા.ત., બે ચિત્રોમાંથી એક ચિત્ર પસંદ કરવાનું હોય ત્યારે તે બે ચિત્રોમાં એક ચિત્રમાં સ્વચ્છ અને સુઘડ બાળક છે બીજા ચિત્રમાં અસ્વચ્છ અને ગંદુ બાળક છે. તો આ બેમાંથી જે ચિત્ર બાળક પસંદ કરે તેના આધારે તેનું સ્વચ્છતા અંગેનું મૂલ્યાંકન કરી શકાય.

ડ)મિશ્રિત પ્રશ્નાવલી –

આવી પ્રશ્નાવલી રચવા પાછળ ચોક્કસ હેતુ હોય છે કે જેમાં ઉતરદાતાની વિવિધ આવડત, કૌશલ્ય, ચાતુર્ય, બુદ્ધિનો ઉપયોગ, ગાણિતિક જ્ઞાન વગેરે માપન માટે ઉપરોક્ત બધાજ પ્રકારની પ્રશ્નાવલીના પ્રશ્નોની યાદી મુકવામાં આવી હોય છે. જેના દ્વારા તેનું મૂલ્યાંકન કરવામાં આવે છે. ખાસ કરીને નોકરી માટેની જે સ્પર્ધાત્મક પરીક્ષાઓ લેવાય છે. તેમાં આવી પ્રશ્નાવલીનો ઉપયોગ થતો હોય છે. આ પ્રશ્નાવલીથી ફાયદો એ થાય છે કે ઉતરદાતા ક્યાં પ્રકારના પ્રશ્નોના જવાબો આપી શકતો નથી તેના આધારે તેનું જ્ઞાન માપી શકાય છે. અથવા તેમની મર્યાદાઓ જાણી શકાય છે. આવી પ્રશ્નાવલીમાં ઉતરદાતાને જવાબો શોધવાની કે પસંદ કરવાની વિવિધતા મળી રહે છે. તેથી કંટાળાનો અનુભવ થતો નથી અને ઉત્સાહ ટકી રહે છે.

આમ પ્રશ્નાવલીની રચના વિવિધ પ્રકારે જોવા મળે છે. સંશોધક પોતાના અભ્યાસ ક્ષેત્રને ધ્યાનમાં રાખી ઉપરોક્ત પ્રકારોને આધારે પ્રશ્નાવલીની રચના કરે છે.

પ્રશ્નાવલીનો નમુનો –

વિષય – ગ્રામીણ સમુદાયમાં સ્વચ્છતા અને શોચાલય સંબંધી જાણકારી – એક અધ્યયન

(ગ્રામ સમુદાયના સંદર્ભમાં)

સંશોધન કર્તા:

સાદર પ્રણામ,

આ પ્રશ્નાવલી ઉપરોક્ત વિષયની જાણકારી મેળવવાના હેતુ માટે જ છે. આના દ્વારા મળેલ માહિતી અત્યંત ગુપ્ત રાખી તેનું પૃથ્થકરણ કરી ગ્રામિણ સમુદાયના લોકોમાં સ્વચ્છતા અને શૌચાલય સંબંધી જાણકારી મેળવવા અને આ અંગે ઘટતું કરવા અને કઈક નક્કર પગલા ભરવા સૂચનો આપી શકાય તે

હેતુ રહેલો છે આ હેતુ ત્યારેજ સિધ્ધ થઈ શકે જો આપનો સાથ-સહકાર હશે. આથી આશા રાખું છુ કે નીચે આપેલ સુચનાઓનું પાલન કરી પ્રશ્નોના જવાબો આપણા મંતવ્યો મુજબ આપશો. જેથી સચોટ માહિતી મેળવી આગળની કાર્યવાહી કરી શકાય.

સુચના

૧. કેટલાક પ્રશ્નો જવાબો 'હા' કે 'ના' માં આપવાના હોય ત્યાં જે જવાબો યોગ્ય લાગે તેની સામે કૌસંમાં દર્શાવેલ નિશાની (√) કરો.

૨. જ્યાં વધુ વિકલ્પો યોગ્ય લગતા હોય ત્યાં પણ કૌસમાં (√) નિશાની કરો.

3. આ પ્રશ્નાવલી ઉપરોક્ત વિષયના સંશોધનો માટે હોવાથી જવાબો મૌલિક, યોગ્ય, સાચા અને ચીવટપૂર્વક આપશો.

આપના સાથ-સહકારથી અભ્યાસ કર્તા પૂર્ણ થશે તો સહૃદય સાથે સહકાર આપવા વિનંતી.

આપનો વિશ્વાસુ

(૧) પ્રાથમિક માહિતી :

૧.૧ જાતિ : (૧) સ્ત્રી ( ) (૨) પુરુષ ( )

૧.૨ જ્ઞાતિ : (૧) S.C ( ) (૨) S.T ( ) (3) O.B.C ( ) (૪) GANRAL ( )

૧.3 ઉમર : (૧) ૧૯ થી ૧૭ વર્ષ ( ) (૨) ૧૮ થી ૨૫ વર્ષ ( ) (3) ૨૬ થી ૩૫ વર્ષ ( )

૧.૪ શિક્ષણ : (૧) ૧ થી ૭ સુધી ( ) (૨) ૮ થી ૧૨ સુધી ( ) (3) કોલેજ સુધી ( )

(૪) અભણ ( )

૧.૫ આવક : (૧) ૨૦ હજારથી ઓછી ( ) (૨) ૨૧ થી ૨૯ હજાર ( ) (3) 30 થી ૩૯ હજાર સુધી ( ) (૪) ૪૦ હજાર થી વધુ ( )

૧.૬ કુટુંબનું રહેઠાણ : (૧) સંયુક્ત કુટુંબ ( ) (૨) વિભક્ત કુટુંબ ( )

૧.૭ મુળવતન : (૧) ગામજ ( ) (૨) બહાર ગામ ( )

૧.૮ વ્યવસાય : (૧) ઘરકામ ( ) (૨) નોકરી ( ) (૨) ખેતી ( ) (૪) મજુરી ()

૧.૯ લગ્ન વિષયક દરજ્જો : (૧) પરણીત ( ) (૨) અપરણિત ( ) (૩) વિધવા ( ) (૪) ત્યકતા( ) (૫) વિધુર ( ) (૬) છૂટાછેડા ( )

(૨) સ્વચ્છતા સંબંધી માહિતી :

૨.૧ આપ નિયમિત સ્વચ્છતાના આગ્રહી છો? (૧) હા ( ) (૨) ના ( )

૨.૨ આપના મકાનમાં નિયમિત સફાઈકામ થાય છે? (૧) હા ( ) (૨) ના ( )

૨.૩ આપના મકાનમાં ગંદા પાણીના નિકાલની વ્યવસ્થા છે? (૧) હા ( ) (૨) ના ( )

૨.૪ ગંદા પાણીના નિકાલ માટે કઇ વ્યવસ્થા છે? (૧) ખુલ્લી ગટર ( ) (૨) શોચખાડો ( )

(૩) ખુલ્લામાં છોડી દેનાર( ) (૪) બગીચામાં છોડી દેવાય ( ) (૫) અન્ય ( )

૨.૫ આપના કુટુંબ માટે શુદ્ધ પીવાના પાણીની વ્યવસ્થા છે? (૧) હા ( ) (૨) ના ( )

૨.૬ આપ માનો છો કે શાકભાજી અને ફળો ધોઈને વાપરવા જોઈએ? (૧) હા ( ) (૨) ના ( )

૨.૭ આપ જાણોછો કે સ્વચ્છતાના અભાવથી માંદગી આવે છે? (૧) હા ( ) (૨) ના ( )

૨.૮ આપ શૌચક્રીયા બાદ હાથ સાબુથી ધુઓ છો? (૧) હા ( ) (૨) ના ( )

૨.૯ આપણા સંતાનોને સ્વચ્છતા સંબંધી સૂચનો કરો છો? (૧) હા ( ) (૨) ના ( )

૨.૧૦ આપણા ઘરે પાળેલા પ્રાણીઓ હોય તો તેની સ્વચ્છતા અને સાફ સફાઈનું પૂરતું ધ્યાન રાખો છો? (૧) હા ( ) (૨) ના ( )

૨.૧૧ આપની શેરી-મહોલ્લો નિયમિત રીતે સાફ થાય છે? (૧) હા ( ) (૨) ના ( )

૨.૧૨ આપ સ્વચ્છતા સંબંધી સરકારી યોજનાઓથી વાકેફ છો? (૧) હા ( ) (૨) ના ( )

૨.૧૩ સ્વચ્છતા સંબંધી (આપના ગામ વિશેના) મંતવ્યો જણાવો,

૧. ૨.

૩. ૪.

(૩) શૌચાલય સંબંધી માહિતી :

૩.૧ આપ માનો છો કે સ્વચ્છતા અને શૌચાલયનો ઉપયોગ સૌના હિતમાં છે? (૧) હા ( ) (૨) ના ( )

૩.૨ આપના ઘરે શૌચાલય છે? (૧) હા ( ) (૨) ના ( )

૩.૩ આપના ઘરે નહાવા માટે બાથરૂમ છે? (૧) હા ( ) (૨) ના ( )

૩.૪ આપના ઘરે શૌચાલય 'ના' હોય તો શૌચક્રિયા માટે ક્યાં જાઓ છો? (૧) ખેતરમાં ( ) (૨) જંગલમાં ( ) (૩) બીજા ઘરે ( ) (૪) સમૂહ શૌચાલય ( ) (૫) તળાવમાં (૬) ચેકડેમ પર

૩.૫ આપના ઘરે શૌચક્રિયા-બાથરૂમની સફાઇ કેટલા દિવસે થાય છે? (૧) દરરોજ ( ) (૨) બે દિવસે ( ) (૩) અઠવાડિયે બે વાર ( )(૪) અઠવાડીયે ( )

૩.૬ આપ શૌચાલય જાતે સાફ કરો છો? (૧) હા ( ) (૨) ના ( )

૩.૭ શું આપ માનો છો કે દરેક કુટુંબમાં શૌચાલય હોવું જોઈએ? (૧) હા( ) (૨) ના ( )

૩.૮ આપના ગામમાં સમૂહ શૌચાલયની જરૂર છે? (૧) હા ( ) (૨) ના ( )

૩.૯ આપના સંતાનો ખુલ્લામાં શૌચક્રિયા માટે જાય છે? (૧) હા ( ) (૨) ના ( )

૩.૧૦ આપ માનો છો કે ખુલ્લામાં શૌચક્રિયા કરવી એ શરમ અને સંકોચની વાત કહેવાય? (૧) હા ( ) (૨) ના ( )

૩.૧૧ આપ એવું માનો છો કે શૌચાલય બંધાવું મોંઘુ છે. (૧) હા ( ) (૨) ના ( )

૩.૧૨ આપ જાણો છો કે સરકાર શૌચાલય બાંધવા નાણાકીય મદદ કરે છે? (૧) હા ( ) (૨) ના ( )

૩.૧૩ આપ શૌચાલય અને બાયોગેસ સંબંધી જાણકારી ધરાવો છો ? (૧) હા ( ) (૨) ના ( )

૩.૧૪ આપના ગામની સીમમાં શૌચાલયની સુવિધા છે? (૧) હા ( ) (૨) ના ( )

૩.૧૫ આપ માનો છો કે સ્વચ્છતા અને શૌચાલયનો ઉપયોગ કરવાથી પ્રતિષ્ઠા મળે છે? (૧) હા ( ) (૨) ના ( )

૩.૧૬ આપ ખુલ્લામાં શૌચક્રિયા કરતા લોકોને વિરોધ કરશો? (૧) હા ( ) (૨) ના ( )

૩.૧૭ શૌચાલય વિશેના આપના મંતવ્યો.

૧.	૨.
૩.	૪.
૫.	૬.

યુનિટ-3

સ્વચ્છતા, સ્વસ્થ, અને સમાજ

(૨) અર્થ

(i) આરોગ્યપ્રદ/સ્વાસ્થ્ય(Hygine) :-

માનવશરીરમાં કોઈપણ રોગ કે પ્રશ્નને ઉકેલવા અથવા તેને ટકાવી રાખવા માટે જે હવા, પાણી, ખોરાક અને વાતાવરણની દરકાર રાખવાની પ્રક્રિયા છે તેને આરોગ્યપ્રદતા કહે છે.

આરોગ્ય એ સ્થિતિ છે જેમાં શારિરીક સંતુલન સાપેક્ષ રીતે રહે છે તેમજ શરીર વિભીન્ન અસંતુલીત કરનાર દબાણની સાથે સફળતાપૂર્વક સક્રિય સમાયોજન સાધતુ રહે છે. આ બાહય દબાણ સાથે એક નિષ્ક્રિય આંતર સંબંધ ન રહેતા સમાયોજન માટે શરીર દ્વારા અભિવ્યકત થયેલી એક સક્રિય પ્રતિક્રિયા છે.

(ii) સફાઈ કાર્ય (Scavenging) :-

- સફાઈકાર્ય એટલે ઘન કચરો, ગંદકી, મળ–મૂત્ર, મરેલા ઢોર, પશુ વગેરે સાફ/સ્વચ્છ કરવાની ક્રિયા.
- કોઈપણ ચીજવસ્તુ કે સ્થળ પર ધૂળ, ધુમાડો, ગંદકી કે કચરાને હટાવવાની ક્રિયા એટલે સફાઈકાર્ય.
- માનવ જીવન સાથે જોડાયેલ તમામ બાબતોમાં શુધ્ધતા, સ્વચ્છતા અને ચોખ્ખાઈ જેવી બાબતો માટે ચીજવસ્તુ, સ્થળ કે માનવશરીર પરના કે આસપાસના વાતાવરણમાં રહેલા ધૂળ–ધુમાડા, ગંદા કચરાને દૂર કરવાનુ કાર્ય એટલે સફાઈ કાર્ય.

(iii) ચોખ્ખાઈ (Purity) ;-

આરોગ્ય અને સ્વાસથ્ય સાથે સંકળાયેલી બાબત એટલે ચોખ્ખાઈ. માનવ સમાજમાં સ્થળ કે ચીજવસ્તુ પરના અથવા આસપાસના પર્યાવરણીય પ્રદૂષકોને દૂર કરવાની સ્થિતિ એટલે ચોખ્ખાઈ.

(iv) પ્રદૂષણ (Pollution) :-

પર્યાવરણમાં સજીવ ઘટકોના અસ્તિત્વ માટેના ઉપકારક અને અનિવાર્ય વિવિધ પ્રકારના પોષક અને રક્ષક ઘટકોને દૂષિત કરવાની ક્રિયાને પરિણામે ઉદ્ભવતી સ્થિતિને પ્રદૂષણ કહે છે.

(v) પર્યાવરણ (Enviornment) :-

- વિશાળ અર્થમાં જોઈએ તો હવા, પાણી, જમીન, વનસ્પતિ, વનવિસ્તાર, પાલતુ પ્રાણીઓ, પશુપક્ષીઓ, દરિયાઈ જીવો અને માનવજીવન વચ્ચેનો સમન્વય એટલે પર્યાવરણ.

- કુદરતી સંપતી અને માનવીય સાધનોનો યોગ્ય સંયોજન અને સંતુલન એટલે પર્યાવરણ.

- પર્યાવરણ એટલે માનવજીવન સૃષ્ટિ, તેની આસપાસના સજીવ–નિર્જીવ તમામ ઘટકો, હવા, પાણી, જમીન તમામ દશ્ય ચીજવસ્તુઓ અને અદશ્ય ચીજવસ્તુઓ દ્વારા રચાતી સ્થિતિ/બંધારણને પર્યાવરણ કહે છે.

(૨) આરોગ્યપ્રદ/સ્વાસ્થ્ય (Hygine) :-

પ્રસ્તાવના

" સ્વાસ્થ્ય સ્વતંત્રતા કરતા પણ વધુ મહત્વની બાબત છે. "

— મહાત્મા ગાંધી.

માનવજીવનમાં વિકાસપથ પર જવાનો માર્ગ આરોગ્યપ્રદ પ્રાપ્તી બાદ જ મળી શકે છે. સ્વાસ્થ્ય કે આરોગ્યપ્રદનો અર્થ ખૂબ જ વિશાળ છે જેને કોઈ એક વ્યાખ્યામાં બાંધી પરિભાષીત કરવુ ઉચિત નથી. માનવ જીવનમા હવા, પાણી, ખોરાકની બાબતો પ્રાથમિક જરૂરિયાતો છે જેમાંથી સ્વાસ્થ્ય એ પણ ખૂબ જ મહત્વની જરૂરિયાત છે.

માનવ જીવનની મુખ્ય જરૂરિયાતો એટલે હવા, પાણી, ખોરાક અને રહેઠાણ સ્વચ્છ રહેશે તો મુખ્ય આરોગ્યપ્રદતાની જરૂરિયાત આપોઆપ સંતોષાય જશે. આરોગ્યપ્રદ દરેક બાબતોમાં માનવજીવનને સાંકળે છે. શુધ્ધ – વિષાણુરહિત હવા, શુધ્ધ પીવાલાયક પાણી તેમજ જીવાણુમુકત કે પૌષ્ટિક ખોરાક દ્વારા જ આરોગ્યપ્રદતા પ્રાપ્ત થઈ શકે છે. આરોગ્યપ્રદ અને સ્વચ્છતા એકબીજાની સાથે જ આવે છે. જેમ આરોગ્ય માટે સ્વચ્છતા જરૂરી છે તેવી જ રીતે સ્વચ્છતા માટે આરોગ્ય જરૂરી છે. સ્વચ્છતા ન હોય તો માનવજીવન બીમારી, ગરીબી જેવી અનેક સમસ્યાઓ સાથે જોડાય જાય છે.

આરોગ્યપ્રદ એ વિશ્વભરમાં ખૂબ જ મોટી ચર્ચાનો વિષય બની રહયો છે. કારણ કે વર્તમાન સમયમાં દરેક લોકો પોતાના સ્વાસ્થ્યને લઈ જાગૃત થયા છે તેવુ જણાય રહયું છે. સમાજ રચનાના બંને પાસા અમીર અને ગરીબ બંને સાથે આરોગ્યપ્રદ બાબત જોડાયેલી છે. અમીર લોકો પોતાની અમીરી બતાવવા માટે આરોગ્યપ્રદ છે તેવો ખ્યાલ ધરાવે છે જયારે ગરીબ લોકો જેમની પાસે આરોગ્યપ્રદતાના ખ્યાલ પ્રાપ્તીના સાધનો સુધ્ધા નથી તો તેની પ્રાપ્તિની વાત તો ખૂબ જ દૂર રહે છે, એટલે કે સામાન્ય રીતે આપણે જોઈએ છીએ લોકો સવાસ્થ્યવર્ધક છે તે સાબિત કરવા પાછળ ઘણા બિનસ્વાસ્થ્ય કે હાનિકારક તત્વોનો ઉપયોગ કરતા જોવા મળે છે. વિશ્વમાં લગભગ મોટાભાગની વસ્તી એ પ્રમાણની છે જયાં આરોગ્યપ્રદતાનો ખ્યાલ પહોંચ્યો નથી કે જયાં પહોંચ્યો છે ત્યાં ખોટો અથવા અધૂરી માહિતી દ્વારા મળેલો છે. પ્રાથમિક શિક્ષણના ભાગ સ્વરૂપે જો આરોગ્યપ્રદ ને સજોડવામાં આવે તો સો ટકા સફળ પરિણામ વિશ્વના દરેક વ્યકિતને તંદુરસ્ત બનાવવામાં મદદરૂપ બને.

૨.૧આરોગ્યપ્રદનો અર્થ

માનવ જીવનમાં સ્વચ્છતા તેમજ સ્વચ્છતા રાખવાની પ્રક્રિયા આરોગ્ય તેમજ આરોગ્યપ્રદ જીવનપ્રણાલી સાથે સંકળાયેલી છે. મોટાભાગે આરોગ્યપ્રદ એ એક સ્વચ્છતાની આદત સ્વરૂપે સ્વીકારવામાં આવે છે. વ્યકિત જો આરોગ્ય પ્રાપ્તિ થાય તે માટે જે દરકાર કે કાળજી સ્વચ્છતાની જાળવણીના માધ્યમથી કરવામાં આવે તે પ્રક્રિયાને આરોગ્યપ્રદ કહે છે.

આરોગ્યપ્રદ/હાઈજન શબ્દની વ્યુત્પતિ

સ્વચ્છતાને અંગ્રેજી ભાષામાં હાઈજીન કહે છે. સૌ પ્રથમવાર ફ્રેંચમાં ૧૬૭૦ માં "હાઈજીસ" જે ગ્રીક "હયુજીસ" ના રોમીકરણ પરથી ઉતરી આવેલ શબ્દ છે. હાઈજીસનો અર્થ આરોગયની કળા એ સંદર્ભનો કરવામાં આવે છે. જના પરથી આરોગ્યપ્રદ, સારા આરોગ્ય માટે હિતકારી બાબતો, પૌષ્ટિકતા વગેરે સંદર્ભમાં ઉપયોગમાં લેવાય છે. પ્રાચીન ગ્રીક ધર્મમાં " હાઈજીઆ" શબ્દ આરોગ્ય શબ્દના અવતાર તરીકે માનવામાં આવે છે.

આરોગ્યપ્રદતાનો ખ્યાલ

જૂના તબીબી ખ્યાલ સાથે આરોગ્યપ્રદતાનો ખ્યાલ સંકળાયેલો છે. વ્યકિતગત તેમજ વ્યાવસાયિક દેખરેખની આદતો જે જીવન પ્રણાલી સાથે જોડાયેલી છે. તેની સાથે આરોગ્યપ્રદતાનો ખ્યાલ સંકળાયેલો છે. આરોગ્યપ્રદતા એ એવી આદતો સાથે જોડાયેલી છે. જે તબીબી વિજ્ઞાનમાં, ઘર અને રોજીંદા જીવનની દૈનિક પ્રક્રિયાઓમાં રોગોના ફેલાવો અને અસર ઘટાડવાના પ્રતિબંધક માપદંડ તરીકે રાખવામાં આવે છે. ખાદ્ય પદાર્થો, દવાઓ, સૌંદર્ય પ્રસાધનો અને અન્ય ચીજ વસ્તુઓના ઉત્પાદન સમયે તે ઉત્પાદન પ્રક્રિયામાં ગુણવત્તાની ખાતરી તેમજ તેની જાળવણી મહત્વની બની જતી હોય છે. માનવ જીવનમાં પણ તે જ બાબતો દૈનિક ક્રિયાઓ માટે લાગુ પડે છે એટલે કે માનવ જીવનની દૈનિક ક્રિયાઓમાં સ્વચ્છતા જાળવવી, સફાઈ કરવી એ એક આદત/ટેવના સ્વરૂપે વ્યકિતને ચીજવસ્તુના ઉપયોગ માટે જરૂરી બને છે.

આરોગ્યપ્રદ એ વિજ્ઞાનની એક અલગ શાખા તરીકે પણ વિકાસ પામી રહી છે. આરોગ્યની જાળવણી તેમજ સ્વચ્છતાના માર્ગો તેમજ બંને માટે પ્રોત્સાહન સાથેના વ્યવહારને આરોગ્યપ્રદની શાખામાં વિસ્તારપૂર્વક દર્શાવ્યા છે. માનવ જીવનની તમામ ચીજવસ્તુઓ, વાતાવરણ દરેકની બારીક બાબતો પર ચોકસાઈપૂર્વક સ્વચ્છતા જાળવણી વિષેની દરકાર એ આરોગ્યપ્રદ સાથે સમાવિષ્ટ બાબત છે.

૨.૨ ભારતમાં આરોગ્યની સ્થિતિ

વિશ્વની ૪૦% વસ્તીને વર્ષ ૨૦૦૮ સુધી સ્વચ્છતા માટેની કોઈ સુવિધાઓ પ્રાપ્ત ન હતી. સ્વચ્છતા સુવિધાઓ ન હોવાનાં ઘણા અલગ અલગ કારણો છે. ભારત વિકાસશીલ દેશોની હરોળમાં આવતો દેશ છે એટલે કે અલ્પવિકસીત અને વિકાસથી વંચિત દેશોની સરખામણીએ ભારત દેશના લોકોનુ આરોગ્ય સ્તર ઉંચુ હોવાની શકયતાઓ વધી જાય છે.

કોઈ પણ દેશના વિકાસને માપવા માટે તે દેશની કુલ વસ્તીની સાક્ષરતા, આર્થિક વિકાસના સાધનો તેમજ મુખ્ય બાબત આરોગ્ય સ્તર, આરોગ્યની સ્થિતિ જો યોગ્ય છે એટલે કે દેશના લોકો રોગમુકત જીવન જીવતા હોય, પૌષ્ટિક આહાર આરોગતા હોય અને સ્વચ્છતા જાળવતા હોય તો વિકાસની દિશામાં આપોઆપ પ્રગતિ થઈ શકે છે.

દેશના દરેક નાગરિકની તંદુરસ્તીના પ્રમાણના આધારે દેશની કુલ વસ્તીના સ્વાસ્થ્યને માપી શકાય છે.

કેન્સર, મધુપ્રમેહ, રકતચાપ, ચીકનગુનીયા, મેલેરીયા, ડેન્ગ્યુ વગેરે જેવા રોગો આજે ભારતમાં દરેક ગામડા સુધી પણ પહોંચી ગયા છે. ભારતમાં સ્વચ્છતાના અભાવે ખાસ કરીને ડેન્ગ્યુ, મેલેરીયા, ચીકનગુનીયા, સ્વાઈનફલ્યુ વગેરે જેવા જીવાત ફેલાવતા ચેપી રોગોનું પ્રમાણ ખૂબ જ વધી ગયુ છે.

ભારત સરકાર દ્વારા ચેપી રોગોને દૂર કરવા માટે તેમજ સ્વાસ્થ્ય સુધાર માટે વિવિધ યોજનાઓ અને કાર્યક્રમોનો સહારો લીધેલો છે. ચોમાસા દરમ્યાન મેલેરિયા રોગના દર્દીઓની સંખ્યા ચોમાસા દરમ્યાન ખૂબ જ વધી જાય છે. એ જ પ્રમાણે ડેન્ગ્યુ રોગ પણ અસ્વચ્છતાના કારણે જ ફેલાય છે. છેલ્લા ઘણા સમયથી ડેન્ગ્યુ રોગ લાગવાથી ઘણા લોકોના મૃત્યુ પણ થયા હોવાનુ નોંધાયુ છે.

ચિકનગુનીયા જે મચ્છરના ફેલાવાથી થાય છે જે રોગ થવાથી વ્યકિતના હાથ, પગ અને મગજ નબળા પડી જાય છે. રોગ પ્રતિકારક શકિત ઘટે છે અને લોકો ચાલી શકતા પણ નથી. જેથી ભારતના ઘણા લોકોના મોત ચીકનગુનીયા રોગ થવાથી થયાનું નોંધાયુ છે. ચીકનગુનિયા થવાનુ કારણ પણ અસ્વચ્છતા અથવા ગંદકી છે.

ભારતમાં બાળમૃત્યુનું પ્રમાણ પણ ખૂબ ઉંચુ છે. સરકાર દ્વારા બાળ મૃત્યુના પ્રમાણ ઘટાડા માટે વિવિધ યોજનાઓ બહાર પાડવામાં આવેલી છે. એ યોજનાઓના અમલ થવા છતા બાળમૃત્યુના પ્રમાણમાં બહુ વધુ ફરક નજરે પડયો નથી. બાળક જયારે માતાના ગર્ભમાં હોય છે ત્યારે અયોગ્ય વાતાવરણ તેમજ જન્મ બાદ સ્વચ્છતાના અભાવે બાળમૃત્યુ વધે છે તેમ કારણરૂપ મનાય છે.

માતા મરણ એ બાળમરણ સાથેની જ એક સ્થિતિ છે. માતામરણ, ગર્ભધાન કરેલ સ્ત્રીની અયોગ્ય કાળજીના પરિણામે શકય બને છે. સ્ત્રીને અપૂરતુ પોષણ, સ્વચ્છતાનો અભાવ અને તેના કારણે ઉદ્ભભવતા અન્ય ચેપી રોગના કારણે માતા મરણનું પ્રમાણ ભારતમાં વધુ છે. માતાના સ્વાસ્થ્યની જાળવણીમાં સફાઈ ન રાખવાના કારણે તેને જીવાણુ લાગી જવાથી રોગગ્રસ્ત થવાથી તેનું મૃત્યુ નીપજે છે.

ગરીબી નીચા આરોગ્ય સ્તરની નિશાની છે ગરીબીના કારણે આરોગ્ય સ્તર સુધારી શકતો નથી. ભારત દેશમાં ગરીબોની સંખ્યા વિશ્વની સરખામણીએ સૌથી વધુ છે માટે સ્વચ્છતાનું પ્રમાણ ઓછુ છે એટલે કે ગરીબ લોકોના જીવન ગંદકી, ગંદા વસવાટ, અશુધ્ધ પાણી અને રોગગ્રસ્ત લોકોથી ભરેલુ છે. ગરીબી હોવાથી લોકો સ્વચ્છતાના સાધનોનો ઉપયોગ નથી કરી શકતા પરિણામે નીચું આરોગ્ય સ્તર રહે છે.

પોલીયો અને શીતળા જેવા રોગો પર ભારતમાં કાબૂ મેળવી લેવાયો છે પરંતુ તેમ છતાય મૃત્યુદરમાં ઘટાડો નથી. અપેક્ષીત આયુષ્યનું પ્રમાણ નીચુ છે જેવી આરોગ્યની સમસ્યાઓથી ભારતગ્રસ્ત છે. આરોગ્ય શિક્ષણના અભાવે ભારતની સ્થિતિ દયનીય બની રહી છે.

ભારતમાં સ્ત્રી મૃત્યુનું પ્રમાણ સૌથી વધુ સ્ત્રીઓની સગર્ભાવસ્થા દરમ્યાન જાણવા મળ્યુ છે. જેના કારણોમાં અપુરતો ખોરાક કે પોષણયુકત ખોરાકની ખામી, સ્વ્છતાનો અભાવ છે. ભારતના લોકોની જીવનશૈલી આનંદમયી છે છતા માનસીક રોગીઓની સંખ્યામાં પણ દિવસે દિવસે વધારો નોંધાતો જાય છે.

શારીરિક સ્વચ્છતાના શિક્ષણના પાઠ બાળકોને બાળપણથી જ શાળા, કુટુંબ અને અન્ય સંસ્થાઓ દ્વારા શીખવવામાં આવે છે. બાળકોના આરોગ્ય વિષે લોકોમાં જાગૃતિ

પ્રવર્તતી જોવા મળે છે જયારે પુખ્તવયના લોકો પોતાના આરોગ્ય વ્યસનમાં સપડાવી દે છે.

ભારતમાં વ્યસનના કારણે ખાસ કરીને કેન્સર, ટી.બી. અને અન્ય ફેફસાની બીમારીઓ ફેલાતી જોવા મળે છે જેણે દર્દીઓની સંખ્યામાં વધારો નોંધાવ્યો છે. ભારતમાં એસીડીટી, ડાયેરીયા, ન્યુમોનીયા તેમજ પેટને લગતા ચેપનું પ્રમાણ વધુ જોવા મળે છે. ૨૧ ટકા ગ્રામ્ય વસ્તી પૂરતી સ્વચ્છતાની સુવિધાઓ પ્રાપ્ત કરી છે જે શહેરી વિસ્તારમાં ૫૪ ટકા લોકોને પ્રાપ્ત નથી થતી.

૨.૩ માનવજીવન અને આરોગ્યપ્રદતાની જરૂરિયાત

આરોગ્યપ્રદતા/સ્વાસ્થ્યની વ્યાખ્યા જુદા જુદા લોકો જુદી જુદી આપે છે. દુનિયાના દરેક લોકો જે અલગ અલગ વિસ્તારોમાં વસવાટ કરે છે. તેમના માટે આરોગ્યપ્રદતાના ધોરણો એટલે કે માપદંડો જુદા જુદા હોય છે. માપદંડો હોવા એ આરોગ્યક્ષેત્રે નોંધપાત્ર બાબત છે. જરૂરિયાતની વાત કરતા જણાશે કે આજે માનવ માટે અગત્યની બાબત બની ગઈ હોય તો તેનું સ્વાસ્થ્ય છે એટલે કે મોટાભાગના લોકો વર્તમાન સમયમાં પોતાના સ્વાસ્થ્યને લઈને જાગૃત બન્યા છે.

આરોગ્યપ્રદતાની જરૂરિયાત વર્ણવતા અલગ અલગ વિસ્તારના લોકો અલગ અલગ જરૂરિયાત જણાવે છે એટલે કે કેટલાક લોકો પોતાના જીવનને અમૂલ્ય માને છે એટલે આરોગ્યપ્રદતા જરૂરી છે જયારે કેટલાક લોકો તેને સામાજિક સ્તરમાં વિશેષ છાપ સાથે જોતા હોય છે. પરંતુ કેટલાક લોકોને આરોગ્યપ્રદતા વિષે જાણકારી સુધ્ધા નથી.

ભારતમાં પણ ઘરના રીતરિવાજ, નિતી, નિયમો વિવિધતા ધરાવે છે છતા સમાજ વ્યવસ્થામાં દરેક સ્તર મુજબ લોકો પોતાના સ્થાનને ટકાવવા માટે આરોગ્યપ્રદતાના નિયમોનું પાલન કરે છે.

જરૂરિયાત એ વ્યકિતના આંતરિક અને બાહય વલણ સાથે જોડાયેલી છે. સામાન્ય રીતે લોકો પોતાના જીવનમાં આરોગ્યપ્રદતાના બણગા ફૂંકતા હોય છે. પરંતુ વાસ્તવિક પરિસ્થિતિ જાણતા આશ્ચર્ય લાગે છે કે આરોગ્યપ્રદતાના સંકુચિત અર્થ સાથે તેઓ જીવી રહયા છે. સામાન્ય રીતે દેખાદેખી કરતા કરતા લોકો સ્વચ્છતાનું મહત્વ સમજી રહયા છે. અને આરોગ્યપ્રદ બની રહયા છે.

વિકાસના પાયામાં આરોગ્યપ્રદતા રહેલી છે. દરેક દેશ માટે તે એટલી જ જરૂરી છે જેટલી વ્યકિતગત ધોરણો પર વ્યકિતને છે. સ્વચ્છતાની જરૂરિયાત વિષે ઘણા લોકોની માન્યતાઓ માત્ર બાળકોની સ્વચ્છતા પૂરતી સિમીત, મોટેરાઓ બાળકોને સારા આરોગ્ય માટે સલાહ આપતા હોય છે પરંતુ પોતે ઉદાહરણ બેસાડવામાં માનતા નથી.

ઘરોમાં, શાળામાં, સંસ્થાઓમાં, જાહેર સ્થળો પર દરેક જગ્યા પર લોકોની અવર જવર હોય છે દરેક સ્થળ પર સ્વચ્છતાની આવશ્યકતા હોય છે સાથે ખાણી પીણીની ચીજવસ્તુઓ પણ હોય છે જેના કારણે આરોગ્યપ્રદતા જાળવણી શકયતા ખૂબ જ કઠીન છે. આરોગ્યપ્રદતાની જરૂરિયાત વ્યકિતદીઠ બધાને છે.

બાળક, વૃધ્ધો, સ્ત્રી, પુરૂષ દરેક વ્યકિતના જીવન માટે શુધ્ધ હવા, પાણી, ખોરાક તેમજ વાતાવરણની જરૂરિયાત જ આરોગ્યપ્રદતાની જરૂરિયાત દર્શાવે છે. વ્યકિતને શુધ્ધ પીવાલાયક પાણી ન મળે તો અનેક ગંભીર બીમારીઓ થઈ શકે છે તેમજ તેના કારણે ભારતમાં મૃત્યુદરનો આંક પણ ઉંચો આવેલ છે તેમ નોંધાયેલ છે.

વૃધ્ધોની રોગપ્રતિકારક શકિત સામાન્ય વ્યકિતની સરખામણીએ ઓછી હોય છે. સ્વચ્છતા તેમજ યોગ્ય આહારના અભાવે વૃધ્ધત્વના સમયગાળામાં વ્યકિત યોગ્ય રીતે જીવન જીવી શકવાને માત્ર સ્વપ્ન સમાન ગણવા લાગ્યા છે. રોગચાળાનો ફેલાવ, વ્યસન તેમજ અસ્વચ્છતા જેવા પરિબળો માનવજીવનની મહત્વની જરૂરિયાત એવી આરોગ્યપ્રદતાની જરૂરિયાતથી વિરૂધ્ધની પરિસ્થિતિ સર્જન કરે છે.

વિકાસ પથ પર આગળ વધવા માટે દરેક વ્યકિત સ્વાસ્થ્ય રહે એ પ્રાથમિક તેમજ મહત્વની બાબત છે. આરોગ્યપ્રદતા એ માનવજીવનમાં સૌથી મહત્વની અને સુધારણા લાવતી બાબત છે. માનવ જીવનમાં શારીરિક અને માનસિક વિકાસના કાર્યોમાં તે અગત્યની ભૂમિકા ભજવવામાં મદદરૂપ બને છે.

૨.૪ આરોગ્યપ્રદતાના અભાવે ઉદ્દ્ભવતી સમસ્યાઓ

મનુષ્યના જીવનમાં આરોગ્યપ્રદતાની જરૂરિયાત તેના વિકાસ તેમજ ટકાઉ/અસ્તિત્વ માટે આવશ્યક છે. આરોગ્યપ્રદતાના અભાવે મનુષ્ય તેમજ પશુજીવન વચ્ચે કોઈ તફાવત રહેતો નથી. સામાજિક રીતે મનુષ્યનું સ્થાન નીચું આવે છે જયારે આર્થિક સ્વરૂપે આરોગ્યપ્રદતાના અભાવ માનવ પાયમાલ/નિર્ધન બની જતો હોય છે. ધાર્મિક કક્ષાએ વ્યકિત અંધશ્રધ્ધા તેમજ ગેરમાન્યતાઓમાં જીવન જીવવા લાગે છે જેવી અનેક સમસ્યાઓ આરોગ્યપ્રદતાના અભાવે ઉદ્દ્ભવે છે.

સામાજિક સમસ્યાઓ

આરોગ્યપ્રદતાના અભાવે વ્યકિત યોગ્ય જીવન જીવવામાં અસક્ષમ બને છે. સક્ષમતા અભાવે માનવ – માનવ વચ્ચેના આંતર સંબંધોમાં અસર પડતી જોવા મળે છે. માનવ સામાજિક પ્રાણી હોવાથી સંબંધો વગર તેના જીવનની કલ્પના શકય નથી. આરોગ્યપ્રદતાના અભાવે રોગો, માંદગી આવે છે જેના કારણે સામાન્ય રીતે વ્યકિતગત સંબંધોમાં તણાવ આવવા, તૂટવા વગેરે જેવી પરિસ્થિતિનું સર્જન થતુ જોવા મળે છે.

સામાજિક નિયંત્રણના અભાવ પણ આરોગ્યપ્રદતાના કારણ સ્વરૂપે જોવા મળે છે. એટલે વ્યકિતની ભૂમિકાઓમાં વ્યકિતગત નિયંત્રણોનો અભાવ આપોઆપ રોગગ્રસ્ત કે બીમારીની સ્થિતિમાં આવી જતો હોય તેથી તે સમાજ માટે અયોગ્ય ગણાતા કાર્યો પણ કરવા લાગે છે.

સામાજિક સંસ્થાઓ જેવી કે લગ્નસંસ્થા, કુટુંબ સંસ્થા, જ્ઞાતિસંસ્થા વગેરે પર પણ આરોગ્યપ્રદતાના અભાવની અસર પડયા વગર રહી શકતી નથી. દરેક સામાજિક સંસ્થા સાથે વ્યકિત જોડાયેલ છે જેથી વ્યકિતને શારીરિક – માનસીક તકલીફ ઉભી થશે તો તેની સાથે જોડાયેલ સંસ્થાઓ પર પણ તેની નકારાત્મક અસર થવાની છે. છુટાછેડા થવા, લાગણી ઓછી થવી, આંતરક્રિયાઓ ઘટવી વગેરે જેવી અસર સામાજિક સંસ્થાઓ પર થવાની છે.

સામાજિક સ્તરરચના પણ આરોગ્યપ્રદતાના અભાવે ખોરવાશે અથવા પરિવર્તીત થશે. વ્યકિતને પોતાના સ્તરમાંથી નીચેના સ્તર પર જવાના ડરથી માનસિક હતાશા, નિરાશા ઉદ્દ્ભવશે જેનાથી તેના સામાન્ય જીવન પર તેની અસર થશે. આસપાસના વાતાવરણમાં વ્યકિત પોતાને સાબિત કરવા સંઘર્ષ કરતો રહેશે. વ્યકિત સમાજમાં ક્ષોભ અનુભવવા લાગે છે.

આર્થિક સમસ્યાઓ

આરોગ્ય પ્રદતાના અભાવે વ્યકિત સ્વાસ્થ્ય જીવન જીવી શકતો નથી. સ્વસ્થ જીવન ન હોવાના કારણે માનસિક અસ્વસ્થતા જન્મ લે છે જેનાથી વ્યકિત કોઈપણ કાર્યને યોગ્ય રીતે પાર પાડી શકતો નથી. શારીરિક સક્ષમતાના અભાવે વ્યકિત ઉત્પાદકીય કાર્યોમાં સંપૂર્ણ પ્રમાણમાં યોગદાન આપી શકતો નથી. આવક મેળવવા માટે વ્યકિત મહેનત કરે છે પરંતુ અસ્વસ્થતાના પરિણામે વ્યકિતએ કરવાની સંપુર્ણ મહેનત થતી નથી.

ગરીબી જેવી સમસ્યાઓનો ભોગ આરોગ્યપ્રદના અભાવે થાય છે અથવા આરોગ્યપ્રદતાના અભાવે ગરીબીની પરિસ્થિતિ સર્જાય છે. સામાન્ય રીતે વ્યકિત રોજગારી મેળવી સુખસમૃધ્ધમાં જીવન જીવવા ઈચ્છે છે. પરંતુ અસ્વસ્થતાના પરિણામે દેવામાં ડૂબી જાય છે. ત્યારબાદ દેવાનુ ચક્ર સતત ફર્યા કરે છે. અને વ્યકિત ગરીબનો ગરીબ જ રહે છે.

વિકાસની તકો મર્યાદિત બને છે અથવા તો તકોને વ્યકિત ઝડપી શકતો નથી. રોગગ્રસ્ત કે બીમાર વ્યકિત પોતાના શારીરિક કે માનસિક અસ્વસ્થતાના પરિણામે સતત ચિંતા તેમજ હતાશામાં રહે છે. જીવનમાં વિકાસની તકો ઉભી કરવામાં તે ચિંતા અને હતાશાના કારણે પરિણામોની સર્જનાત્મકતા લાવી શકતા નથી જેથી આર્થિક સ્થિતિમાં સુધાર શકય બનતો નથી.

બીમારીના કારણે વ્યકિતને નાણાં ઉછીના અથવા વ્યાજ પર લેવા પડે છે. વ્યાજ પર નાણાં લેવાથી વ્યકિત વ્યાજ અને મુદલ બંને માટે મહેનત કરે છે પરંતુ અસ્વસ્થતાના કારણે તે વિષચક્રમાંથી તે બહાર આવી શકતા નથી અને આર્થિક પરિસ્થિતિ એ જ રહે છે. ઘણી વખત અપરાધના ક્ષેત્રોમાં વ્યકિત આર્થિક સમસ્યાના કારણે પ્રવેશે છે જે તેના તેમજ સમાજમાં નુકશાનકારક બાબત છે.

દેશના વિકાસમાં સૌથી વધુ યોગદાન માનવ સંશોધનનું છે. ભારત દેશ એક જ દેશ માત્ર એવો દેશ છે જયાં સૌથી વધુ માનવ સંસાધન પ્રાપ્ત થાય છે. માનવ સંસાધનને યોગ્ય આર્થિક વિકાસના ક્ષેત્રમાં ઉપયોગ કરવામાં આવે તો દેશ વિકાસ કરી શકે છે. લોકોનું જીવન ધોરણ સુધારા પર આવી શકે છે. ઉચ્ચ કક્ષાનું જીવન ધોરણ પ્રાપ્ત થાય છે. પરંતુ જયાં માનવ સંસાધન તંદુરસ્ત હોય જેમનું આરોગ્ય સ્તર ઉંચુ હોય ત્યાં જ આ પરિસ્થિતિનું નિર્માણ શકય છે. દેશના પછાતપણાની પાછળ પણ આરોગ્યપ્રદતાનો અભાવ જ સમસ્યાઓના સર્જક તરીકે ગણાય છે.

ધાર્મિક સમસ્યાઓ

આરોગ્યપ્રદતાના અભાવે વ્યકિત કુરીવાજ, ગેરમાન્યતાઓનો ભોગ બને છે. આરોગ્ય માટે સામાન્ય રીતે ભારત દેશમાં આરોગ્યપ્રદતા પર ધ્યાન આપવા કરતા ધાર્મિક વિધીઓ પર વધુ ધ્યાન આપી સારવાર કરવામાં માનવામાં આવે છે. ધાર્મિક સમસ્યાઓમાં લોકો દોરા–ધાગા તરફ વળે છે કે પોતાના આરોગ્યની રક્ષા થઈ શકે.

આરોગ્યલક્ષી સમસ્યાઓ

આરોગ્યપ્રદતાના અભાવે સૌથી વધુ નુકશાન વ્યકિતના આરોગ્યસ્તર પર થવાનુ છે. આરોગ્યપ્રદતાનો અભાવ અનેક બીમારી, રોગોને નોતરે છે. આરોગ્યપ્રદતા એટલે રોગમુકત રહેવા માટેની કાળજીપૂર્વકની પ્રક્રિયા. પ્રક્રિયા શબ્દ સતત થતી રહેતી ક્રિયા માટે આરોગ્યપ્રદતાના સંદર્ભમાં ઉપયોગમાં લીધેલ છે. વ્યકિતએ રોજબરોજ ડગલે ને પગલે સ્વચ્છતા, ખોરાક, હવા, પાણી આસપાસનું વાતાવરણ વગેરેને ધ્યાનમાં લઈ

દરકાર રાખવાની હોય છે. આરોગ્યપ્રદતાના અભાવે અસ્વચ્છતા આવે છે અથવા જીવનમાં યોગ્ય કાળજીપૂર્વકનો ખોરાક, હવા, પાણી કે સ્વચ્છ વાતાવરણ પ્રાપ્ત નથી કરી શકતા જેનાથી વ્યક્તિ શારીરિક રીતે રોગોનો ભોગ બને છે. માંદગીના કારણે માનસીક બીમારીઓ પણ વધે છે. આરોગ્યસ્તર નીચું આવે છે જયારે બીજા અનેક રોગોને પણ એક સાથે આવકારે છે.

૨.૫ આરોગ્યપ્રદ સમાજ બનાવવા માટે જરૂરી બાબતો

આરોગ્યપ્રદ સમાજ બનાવવા માટે સહિયારા પ્રયાસની જરૂરીયાત છે સૌથી પ્રાથમિક બાબતોને લઈને જ કાળજી રાખવામાં આવે તો સમાજને આરોગ્યપ્રદતાથી વંચિત રાખી શકાય નહિ. સમાજનાં બાળકો, વૃધ્ધો, યુવાનો, સ્ત્રીઓ વગેરે દરેકને આરોગ્યપ્રદતા લાવવા માટે સ્વચ્છતા તેમજ નિયમિતતાના પાઠ શીખવવા અનિવાર્ય બની જાય છે. આરોગ્યપ્રદ સમાજ બનાવવા માટે સમાજના દરેક વ્યક્તિ અને ઘર/કુટુંબોમાં ચોકકસ પ્રકારની રીત વિકસાવવી પડે તો જ આરોગ્યપ્રદ સમાજ બનાવી શકાય. હવા, પાણી, ખોરાક, વાતાવરણ આરોગ્ય નિયમો વગેરે દ્વારા આરોગ્યપ્રદતા સમાજમાં લાવી શકાય.

શુધ્ધ હવા

આરોગ્યપ્રદ રહેવા માટેની તેમજ માનવીની મુખ્ય જીવન જરૂરી ઘટક એટલે હવા. હવા માત્ર લેવાથી વ્યક્તિ જીવી શકે છે. શ્વાસોશ્વાસની પ્રક્રિયા માટે ઓકિસજન વાયુ હવા દ્વારા પ્રાપ્ત થાય છે. હવા વર્તમાન સમયમાં શુધ્ધ કહી શકાય એ સ્વરૂપની રહી નથી, એટલે કે હવામાં ઓકિસજન વાયુ ઉપરાંત અન્ય વાયુઓ, કચરો, ધૂળના રજકણો, ધૂમાડો વગેરે સમાયેલા જોવા મળે છે. હવા પ્રદુષીત હોવાથી વ્યક્તિ જયારે શ્વસન ક્રિયા કરે છે ત્યારે જીવન/પ્રાણવાયુ સાથે અન્ય તત્વ અને વાયુ પણ શરીરમાં પ્રવેશે છે જેથી વ્યક્તિને ફેફસા, નાક, પેટ, ચામડીને લગતા રોગો થાય છે.

હવા પ્રદુષણ અટકાવ એ જ આરોગ્યપ્રદ સમાજ બનાવી શકે છે વાહનોનો ઓછો ઉપયોગ, ઔદ્યોગિક વસાહતોના ધૂમાડાનો યોગ્ય નિકાલ, ઉત્પાદકીય પ્રક્રિયાઓમાં પ્રદુષણ નિવારણ માપદંડનું પાલન વગેરે દ્વારા શુધ્ધ હવા બની શકે છે. શુધ્ધ હવા દ્વારા આરોગ્યપ્રદ સમાજ બનાવી શકાય.

શુધ્ધ સ્વચ્છ પાણી

આરોગ્યપ્રદ બનવા માટેની બીજી તેમજ પ્રાથમિક જરૂરિયાત માનવ માટે પાણીની છે. પાણી માત્રથી ઉપયોગીતા સાબિત થતી નથી. પાણી શુધ્ધ, સ્વચ્છ હોય તે ખૂબ જ આવશ્યક બાબત છે સમાજના દરેક મનુષ્ય માટે શુધ્ધ, સ્વચ્છ પીવાલાયક પાણીથી વ્યક્તિ તંદુરસ્ત જીવન જીવી શકે છે જયારે અસ્વચ્છ, અશુધ્ધ પાણી દ્વારા અનેક રોગોને આવકારે છે.

આરોગ્યપ્રદ સમાજની રચના માટે પાણી પ્રદૂષણ અટકાવવું પડશે. પાણી પ્રદૂષણના કારણે લોકોને ચામડી, આંખ, આંતરડા, લીવર, પેટ, વાળ વગેરેને લગતા રોગો થાય છે જેનાથી વ્યક્તિનું મોત પણ નીપજી શકે છે. અશુધ્ધ પાણી વ્યક્તિના મૃત્યુ માટેના વિષ સમાન છે. એ જ રીતે શારીરિક સ્વચ્છતા જાળવવા જે પાણીનો ઉપયોગ કરીએ છીએ એ પણ શુધ્ધ અને સ્વચ્છ હોવું જોઈએ. જેથી પ્રદૂષિત થતુ અટકાવી યોગ્ય ઉપયોગમાં લઈ શકાય.

પૌષ્ટીક ખોરાક

ભારત દેશમાં સૌથી મોટી આરોગ્યલક્ષી સમસ્યા કુપોષણની છે. પૌષ્ટીક આહાર બાળક, સ્ત્રી, યુવાનો, વૃધ્ધો દરેકની જરૂરીયાત છે. સ્વચ્છ ખોરાકના ઉપયોગથી વ્યકિત તંદુરસ્ત જીવન જીવી શકે જેથી આરોગ્યપ્રદ સમાજ રચાય છે. ખોરાકની પસંદગી તેને ઉપયોગમાં લેવાની પધ્ધતિ દરેક પ્રક્રિયામાં સ્વચ્છતાના માપદંડોને અનુસરવાથી આરોગ્યપ્રદતા પ્રાપ્ત કરી શકાય.

આરોગ્યના નિયમો

આરોગ્યપ્રદતા માટે આરોગ્યના નિયમોનું પાલન પણ એટલું જ જરૂરી છે. સવારે વહેલા ઉઠવું, રાત્રે વહેલા સૂવું, કસરત, યોગ કરવા, શુધ્ધ હવા, પાણી, ખોરાક આરોગવા, નિયમિતપણે આરોગ્ય તપાસ કરાવવી વગેરે નિયમોના પાલન દ્વારા આરોગ્યપ્રદતા પ્રાપ્ત કરી શકાય.

સ્વચ્છ વાતાવરણ

આરોગ્યપ્રદ રહેવા માટે વ્યકિતના આસપાસના વાતાવરણને સ્વચ્છ રાખવું પણ એટલું જ જરૂરી છે. સ્વચ્છ વાતાવરણ જેમાં ધૂળ, ધૂમાડો, ગંદકી કે કચરો જેવા તત્વોની સફાઈ કરવી એ પણ યોગ્ય સમયે સમાજને આરોગ્યપ્રદ બનાવવા માટે સમાજમાં રહેલ ભૌતિક પર્યાવરણમાં રહેલ ગંદકીની સફાઈ કરવી આવશ્યક બાબત છે. સ્વચ્છ વાતાવરણના નિર્માણ દ્વારા આરોગ્યપ્રદ સમાજ બનાવી શકાય.

આરોગ્ય શિક્ષણ અને સ્વચ્છતાનું શિક્ષણ

આરોગ્યપ્રદ સમાજ બનાવવા માટે સૌથી પાયાની બાબત શિક્ષણ છે. શિક્ષણને સાધન તરીકે ઉપયોગમાં લઈ આરોગ્યલક્ષી નિયમો બાળકો, યુવાનો અને સ્ત્રીઓમાં આપવામાં આવે જેથી આરોગ્યપ્રદતા પ્રાપ્ત થઈ શકે અને સમાજ આરોગ્યપ્રદ બનાવી શકાય. સ્વચ્છતાનું શિક્ષણ એટલે લોકોને જીવનમાં સ્વચ્છતાનું મહત્વ કયા, કેટલી, કેવી રીતે વર્તવુ વગેરે જેવી બાબતો શીખવવામાં આવે જેથી આરોગ્યપ્રદતા પ્રાપ્ત કરી શકાય.

૩ સફાઈ કાર્ય

૩.૧ પ્રસ્તાવના

ભારત ગામડામાં વસે છે. આજે પણ ભારતના ૬૦% લોકો ગ્રામ્ય વિસ્તારોમાં રહે છે. પ્રાચીન સમયમાં ગ્રામ્ય વિસ્તારની વસ્તી સરખામણી એ ઘણી ચડીયાતી હતી. ગ્રામ્ય વિસ્તારના ઘરોમાં જઈએ તો આંગણું અને ફળીયુ સમાન રીતે ખુલ્લુ જોવા મળે છે. સ્ત્રીઓ અને બાળકો તે આંગણામાં દિવસ દરમ્યાન કાર્ય કરતા, રમતા, હસતા નજરે ચડે છે. આંગણાની આસપાસ માનવ વસ્તીએ ઉપયોગમાં લીધેલ ચીજ વસ્તુઓનો કચરો પડેલો જોવા મળે.

ગ્રામ્ય વિસ્તારોમાં પ્રવેશતા જ સૌથી પહેલા ગામના સીમાડે કચરાના મોટા ઢગલા જોવા મળે છે. દરેક નગર, ગામ કે શહેરમાં લોક વસ્તી દ્વારા કચરા નિકાલ માટે કોઈને કોઈ ચોકકસ સ્થાન નિશ્ચિત કરેલ હોય છે. એ કચરા એકઠુ કરવાનુ સ્થાનને સાદી ભાષામાં ઊકરડો કે કચરાવાડા તરીકે ઓળખવામાં આવે છે.

સફાઈ કાર્ય એટલે વ્યકિત કે માનવી દ્વારા વ્યકિતગત કે સમુહમાં જે ચીજ વસ્તુઓનો ઉપયોગ થતો હોય તેના પછી તે વસ્તુના બિનઉપયોગી ભાગોને સ્થળો પર

દૂર કરવામાં આવે છે બિનઉપયોગી ચીજવસ્તુ જે ઘન કે પ્રવાહી સ્વરૂપે હોય શકે છે જેને કચરો કે ગંદકી કહે છે. ગંદકી/કચરાને માનવ વસવાટના સ્થળેથી દૂર કરવાની પ્રક્રિયા એટલે સફાઈ કાર્ય.

સામાન્ય શબ્દોમાં સફાઈ કાર્ય એટલે માનવ વસ્તીની આસપાસ એટલે કે ઘર, આંગણું, ઓફિસ, શાળા જેવા સ્થળો પરથી બિનઉપયોગી તેમજ સ્વાસ્થ્ય માટે હાનિકારક ચીજ વસ્તુઓને દૂર કરી તે સ્થાનને સ્વચ્છ કરવુ એટલે સફાઈ કાર્ય.

ભારતીય પરંપરા મુજબ દરેક ઘરોમાં સવારના ઉઠયા બાદ સૌથી પહેલુ કાર્ય ઘરમાંથી કચરો કાઢવો એટલે કે સફાઈ કાર્ય કરવું એ છે. સફાઈ કાર્યને પરંપરા તેમજ ધર્મ સાથે જોડેલ છે.

ભારતીય સમાજ વ્યવસ્થામાં વર્ણવસ્થા જોવા જઈએ તો પણ ખ્યાલ આવે કે બ્રાહમણ, ક્ષત્રિય, વૈશ્ય અને શુદ્ર આ ચાર વર્ણો પણ તેઓના કાર્યના આધારે પાડવામાં આવેલા હતા. સફાઈ કાર્ય શુદ્ર વર્ણમાં આવનાર વ્યકિતઓ દ્વારા કરવાનું સમાજ વ્યવસ્થામાં ગોઠવાયેલુ હતું. સફાઈ કાર્યમાં ઘરોની, આંગણાની સફાઈ પૂરતી ન હતી. સફાઈકર્મીઓ દ્વારા સફાઈ કાર્યને વ્યવસાય તરીકે નિશ્ચીત થયેલ હતો.

સફાઈ કાર્ય સફાઈ કામદારો દ્વારા ઘર, આંગણાની સફાઈ સાથે માનવ મળને દૂર કરવાના કાર્યોનો પણ સમાવેશ કરવામાં આવતો. સફાઈ કાર્યમાં સફાઈ કામદારો દ્વારા પરોઢમાં વહેલી સવાર માનવ વસ્તી ઉઠે એ પહેલા તેઓએ માનવ મળને માથા પર ઉચકી અન્ય જગ્યા પર લાદવાનું કાર્ય કરવામાં આવતુ હતું.

બીજા માનવોના મળને હાથથી સાફ કરવાનુ અને માથે ઉચકી સફાઈ કરવાનુ કાર્ય ધૃણાસ્પદ અને માનવ અસ્મિતાને માટે કલંક છે. સફાઈ કાર્યને જ્ઞાતિ વ્યવસ્થા સાથે જોડી દેવામાં આવે છે. જેનાથી વ્યકિતઓને અપમાન, સ્તરીકરણનો ભોગ બનવું પડે છે.

સફાઈ કાર્ય સ્વચ્છ જીવન અને પર્યાવરણ બનાવવાની એક પ્રણાલી છે. સ્વચ્છતા સ્વાસ્થ્ય સુધાર માટે કચરો જે માનવ માટે હાનિકારક છે તેને રોકવાનું સાધન છે.

૩.૨ સફાઈ કર્મી તેમજ સમાજ વ્યવસ્થા

ભારતીય સમાજની રચના પ્રાચીનકાળ દરમ્યાન લોકોના કાર્યના આધારે વિભાજન થયેલ. જે વિભાજનને ચાર વર્ણોને જન્મ આપ્યો હતો. બાહમણ, ક્ષત્રિય, વૈશ્ય અને શુદ્ર આ ચાર વર્ણ પર સમાજ વ્યવસ્થા ટકી રહી છે. જે વર્ણને સમાજના જુદા જુદા સ્તરોમાં ગોઠવે છે. દરેક વર્ણને તેમની આવડત અનુસાર પ્રાચીન સમય મુજબ સોંપાયેલ હતું. બાહમણો, વૈદીક ક્રિયા દ્વારા શિક્ષણ અને ધર્મનું કાર્ય સમાજ માટે કરતા. ક્ષત્રિય લોકોને સમાજની રક્ષાનુ કાર્ય સોંપાયેલુ હતુ. જયારે વૈશ્ય સમુદાય વેપાર વાણિજય દ્વારા સમાજમાં કાર્યરત વ્યવસાય કરતા. સમાજમાં સફાઈ કાર્ય શુદ્ર સમુદાયને સોંપવામાં આવેલ હતું.

સમાજમાં સફાઈ કર્મીઓ ચાર વર્ણના આધારે સૌથી નિમ્ન સ્તરમાં સ્થાન પામે છે. સફાઈ કર્મીઓનું સ્થાન પણ તેઓના કાર્યના આધારે અન્ય લોકો દ્વારા અપાયેલ હતું. સમાજના લોકોના મળ–મૂત્ર, ગંદકી સાફ કરનારને સમાજ વ્યવસ્થામાં અડધૂત કરવામાં આવતા. સફાઈ કર્મીઓ પોતાના વ્યવસાયના કારણે સમાજની હિનભાવનાનો, આભડછટનો શિકાર બનતા.

સમાજના કોઈપણ વ્યકિતને જન્મ સમયે વર્ણની પસંદગી કરવાની તક પ્રાપ્ત નથી થતી. સમાજના અન્ય લોકો આ પ્રકારની પરિસ્થિતિને સમજવા તૈયાર હોતા નથી. કોઈપણ વ્યકિત પોતાની મરજીથી પોતાના સામાજિક સ્તરની પસંદગી નથી કરી શકતા. સફાઈ કામદારો સાથે પણ ભેદભાવયુકત વર્તન થતુ જેનાથી તેઓ સમાજમાં પોતાના અધિકારો ભોગવાથી વંચિત રહેતા.

સફાઈ કર્મીઓને જોવાની સમાજની દ્રષ્ટિ અપમાનભરી રહે છે. કોઈ વ્યકિતના પરિવારમાં કોઈ બીમાર થાય અને લાંબા સમય સુધી બીમાર રહે તો તેની સાર સંભાળ જેવી કે સ્નાન, શૌચ સાફ કરવા, વસ્ત્રો ધોવા વગેરે કાર્યો તેના આપ્તજનો પણ નથી કરતા. આપ્તજનો કોઈ નર્સ છે સફાઈ કર્મીની જ સેવા પસંદ કરતા હોય છે. સમાજના આવા ઉદાહરણમાંથી સમજીએ તો જયારે કોઈ વ્યકિતને પોતાના એક બીમાર આપ્તજનની સેવા કરવાની હોય છે ત્યારે તે ક્ષોભ અનુભવે છે તો સમાજ વ્યવસ્થાના તમામ લોકોના સ્વાસ્થ્ય માટે ગંદકી, મળ–મૂત્ર, એઠવાડ સાફ કરનાર વ્યકિતની પરિસ્થિતિ કેવી હશે.

સફાઈ કર્મીઓનું જીવન હંમેશા સફાઈ કાર્યોમાં જ વ્યતિત થશે. સમગ્ર સમાજની સફાઈનું કાર્ય કરતા હોવા છતાં પ્રાચીનકાળથી વર્તમાન સમય સુધી સમાજની દ્રષ્ટિ સફાઈ કામદારો માટે બદલાઈ નથી.

સફાઈ કર્મીઓ સાથે અસ્પૃશ્યતા, ભેદભાવ, અસભ્ય વર્તન વગેરે જેવી સામાજિક ગેરરીતિઓ, વર્તન અંતગર્ત થતી હોય છે. સમાજમાં સૌથી વધુ અસમાનતાનો ભોગ સફાઈ કર્મીઓ જ બનતા હોય છે.

સમાજની સફાઈ કરનાર વ્યકિતને તેના અસહય કાર્ય બદલ આભાર કે માન આપવાના સ્થાને લોકો તેની સાથે અપમાન, લાગણી દૂભાવવી, અધિકારો છીનવવા જેવી પ્રવૃતિઓ કરતા હોય છે. સમાજ વ્યવસ્થાની રચના થઈ હશે એ સમયે આ પરિસ્થિતિ સફાઈ કર્મીઓ સાથે ઉદ્ભભવશે તેવી કલ્પના કદાચ ન થઈ હોય.

સમાજના લોકોને સમાજ વ્યવસ્થામાં સુધારો કરવા માટે સફાઈ કર્મીઓ સાથે થતા વર્તન માટે આત્મપરિક્ષણ કરવાની જરૂર છે. સામાજિક વિઘટનની સ્થિતિ સમાજમાં ઉદ્ભભવતા ભેદભાવના પરિણામે શકય બને છે. વર્તમાન સમયમાં પણ સફાઈ કામદારોને વંચિત જૂથ તરીકે જ ગણવામાં આવે છે.

દેશના બંધારણમાં સફાઈ કામદારોને વંચિત જૂથ તરીકે ગણી અનેક જોગવાઈઓ તેમના વિકાસ માટે થયેલ છે. રાજય સરકાર દ્વારા વંચિત જૂથો માટે સામાજિક, શૈક્ષણિક, આર્થિક ક્ષેત્રે પ્રોત્સાહન આપતી યોજનાઓ સીધી જ અમલમાં મુકવામાં આવે છે. સમાજ વ્યવસ્થા દ્વારા વ્યકિતને ઉચ્ચસ્તર અને નિમ્નસ્તર પ્રાપ્ત થાય.

વર્તમાન સમાજ વ્યવસ્થામાં પણ સફાઈ કર્મીઓની સ્થિતિમાં પરિવર્તન લાવી શકયુ નથી. સમાજના તે વંચિત સમુદાય માટે સરકારે બંધારણ અંતગર્ત કાનૂની જોગવાઈઓ કરી આપી છે પરંતુ ભારતની સરકાર સમાજના વ્યકિતના માનસને બદલવામાં અસક્ષમ બની છે.

સમાજના સભ્ય તરીકે જાહેરમાં પ્રાચીન સમયે ભેદભાવયુકત વર્તનો, અપમાન થતા છતા જે વર્તમાન સમયમાં પણ ખાનગી ક્ષેત્રે બને છે. કાયદાના ડરથી જાહેરમાં અશોભનિય વર્તનો બંધ થયા છે. પરંતુ સમાજની લોકો વચ્ચેની આંતરક્રિયાઓમાં તે સ્પષ્ટપણે દર્શાય આવે છે.

સમાજ વ્યવસ્થાના કારણે સફાઈ કામદારોને સમાજથી વંચિતતાની સાથોસાથ સામાજિક, આર્થિક, ધાર્મિક, શૈક્ષણિક, રાજકીય જેવી અનેક સમસ્યાઓનો પણ અન્ય પછાત જ્ઞાતિઓની સરખામણીએ વધુ ભોગવવો પડે છે.

૩.૩ સફાઈ કામદારો/કર્મીઓની સમસ્યાઓ

પ્રાચીનકાળ દરમ્યાન કાર્યના આધારે પહેલા ચાર વર્ણવ્યવસ્થા દ્વારા માનવીને અનેક મુશ્કેલીઓનો સામનો કરવો પડયો છે. સામાજિક સ્તર રચના વ્યકિત–વ્યકિતને જુદા પાડે છે તેમજ ભેદભાવ ઉત્પન્ન કરાવે છે. સૌથી વધુ મુશ્કેલીઓનો સામનો સામાજિક સ્તર રચનામાં સૌથી નિમ્ન સ્તરમાં આવતા સમુદાયને ભોગવવી પડતી હોય છે.

સામાજિક સમસ્યાઓ

સફાઈ કામદારો સમાજમાં અકલ્પનીય તેમજ વેદનાભર્યુ કાર્ય કરે છે છતા સમાજના અન્ય સમુદાય તરફથી તેમને હડધૂત કરવામાં આવે છે. તેમને માન – સન્માનની દષ્ટિ પ્રાપ્ત થતી નથી. સામાજિક વ્યવસ્થામાં સફાઈ કામદારોના સ્થાનનો મુખ્ય પ્રશ્ન છે સમાજ વ્યવસ્થામાં દરેક સ્તરના લોકોનું સમાજમાં સ્થાન છે પરંતુ સફાઈ કામદારોને વ્યકિત તરીકે સ્વીકારતા નથી. માત્ર ગંદકી, કચરો સફાઈ કરનાર તરીકે ભેદભાવયુકત વર્તન કરવામાં આવે છે.

સમાજમાં સ્ત્રી – પુરૂષ અસમાનતા જ પ્રવર્તે છે એમ નથી. સફાઈ કામદારોને પણ અસમાનતાનો સામનો ડગલે ને પગલે કરવો પડે છે. અસમાનતા પોતાના સામાજિક અધિકારોની પ્રાપ્તી સમયે પ્રશ્ન બની સામે આવતા રહયા છે.

સામાજિક તહેવારો, ઉત્સવોની ઉજવણીમાં સફાઈ કામદારોને સામેલ કરતા નથી કારણ માત્ર તેઓ પોતાની અલગ વ્યવસ્થા કરે એ બાબતની છે. અસ્પૃશ્યતાની સમસ્યા ભારતથી લઈ વિશ્વભરમાં દરેક ક્ષેત્રે સફાઈ કામદારો સાથ બનતી ઘટના છે.

જ્ઞાતિવાદની સમસ્યા સફાઈ કામદારોને ઉભી થતી હોય છે. જ્ઞાતિપ્રથા તેમજ અસ્પૃશ્યતા સંબંધિત હોવાથી પોતાની જ્ઞાતિપ્રજાને ટકાવી રાખવા પ્રત્યક્ષ – પરોક્ષ રીતે ભેદભાવયુકત વલણો તેમજ વર્તનો ઉદ્દભવતા હોય છે.

સામાજિક સ્તરીકરણની જડપકડ અથવા સામાજિક સ્તર રચનામાં નિમ્ન તેમજ હલકા ગણવા. દરેક વ્યકિતને પોતાના સામાજિક સ્તરમાં સુધારો કરવાનો પૂરો અધિકાર હોવો જોઈએ. સફાઈ કામદારોને પોતાના સામાજિક સ્તરમાં સુધારો કરવાની તક સમાજના અન્ય લોકો પૂરી પાડતા જ નથી.

સામાજિક દરજજાની ઉચ્ચતા તેમજ નિમ્નતા જેવી આંતરીકરણની સમસ્યા સફાઈ કામદારોને ભોગવવી પડે છે. સામાજિક દરજજાની ઉચ્ચતા તેમજ નિમ્નતાનો ખ્યાલ સમય જતા ગુરૂતાગ્રંથી અને લઘુતાગ્રંથી જન્માવી સમાજમાં અન્ય સમસ્યારૂપી પરિણામોનું સર્જન કરે છે.

સફાઈ કામદારો સાથે અસમાનતા રાખાથી આયોજિત સામાજિક પરિવર્તનો લાવી શકાતા નથી. સમૂહ સંઘર્ષની સમસ્યા સફાઈ કામદારોને ઉભી થતી બાબત છે. ભારતના સંવિધાનમાં સમાનતા અને સ્વતંત્રતાના આદેશો સ્વીકારાતા પરંપરાનું નીચું સ્થાન ભોગવતી જ્ઞાતિઓને અને અસ્પૃશ્યતાનો ભોગ બનેલી જ્ઞાતિઓને વ્યાવસાયીક સ્વતંત્રતા તેમજ દરજજો ઉંચે લઈ જવાની નવી તકોની પ્રાપ્તિ માટે સંઘર્ષમાં ઉતરવુ પડે છે.

સામાજિક એકતામાં ઘટાડો થવો એ સમસ્યા સફાઈ કામદારોની સાથે સમાજ વ્યવસ્થાને પણ અસર કરતી સમસ્યા છે.

આર્થિક સમસ્યાઓ

સફાઈ કામદારોનું જીવન પરંપરાગત વ્યવસાયના ક્ષેત્રમાં જ વ્યતીત થાય છે, એટલે કે વ્યવસાયક્ષેત્રે અન્ય પસંદગીના વિકલ્પોની પ્રાપ્તી થતી નથી એ તેઓની એક આર્થિક સમસ્યા છે. રોજગારીના અન્ય વિકલ્પો નથી.

સફાઈ કામદારો પોતાનો આર્થિક વિકાસ સાધી શકતા નથી એ પરંપરાગત માન્યતા હતી પરંતુ વર્તમાન સમયમાં પણ વ્યવસાય પસંદગીની બાબતથી લઈ અન્ય ઉદ્યોગ ધંધા માટે મૂડી, જમીન, ભાગીદારી જેવા પ્રશ્નો તેમને ઉદ્ભભવતા હોય છે.

ભારતની મુખ્ય સમસ્યા ગરીબીની છે તેવી જ રીતે ભારતના જ એક સ્તરના સભ્યો જેમાના મોટાભાગના સભ્યોની આર્થિક પરિસ્થિતિ નબળી છે અને તેઓ ગરીબીમાં જીવન જીવે છે. અપૂરતી આવક એ સફાઈ કામદારોની વધુ એક આર્થિક સમસ્યા છે.

સફાઈ કામદારોને મિલકત ખરીદીનો અધિકાર પ્રાચીન સમયમાં ન હતો. જેનાથી તેઓનો આર્થિક વિકાસ શકય બન્યો નથી. વર્તમાન સમયમાં આર્થિક વિકાસ માટે ભારતના સંવિધાન મુજબ બધાને સમાન તકો છે પરંતુ છતાય સમાજના લોકો દ્વારા પરોક્ષ સ્વરૂપે અસ્પૃશ્યતાની પ્રથા ચાલુ રાખતા જોવા મળે છે.

સમાજ રચનામાં સફાઈ કામદારોને કોઈ ચોકકસ વ્યવસાયમાં બાંધી દેવાથી દેશના અર્થતંત્રને પણ માથાદીઠ ઓછી આવક તેમજ કુલ નફાનો ઓછો ભાગ પ્રાપ્ત થાય છે જેની સીધી અસર સફાઈ કામદારોની આર્થિક સ્થિતિ સાથે સંબંધ ધરાવે છે.

સમાજમાં બેકારીની સમસ્યાઓ જેવી આર્થિક સમસ્યા સફાઈ કર્મીઓના સમુદાયને સૌથી વધુ લાગુ પડતી સમસ્યા છે. વર્તમાન સમયમાં બેકારીની સમસ્યા વધુ વિકટ બની છે તેની સાથે હજુ ભેદભાવયુકત વલણની પ્રથા લાગુ પડતા સમાજના સફાઈ કર્મીઓના બળકોને કામ પર રાખવા અન્ય સમુદાય તેયારી બતાવતો નથી.

શૈક્ષણિક સમસ્યા

સફાઈ કર્મીઓના બાળકોને શિક્ષણનો અધિકાર પ્રાપ્ત થવો જોઈએ, પરંતુ સમાજના અન્ય વર્ગના લોકોનું માનવુ છે કે સફાઈ કામદારોના બાળકોને તેમનો જ વ્યવસાય ભવિષ્યમાં પસંદગી કરવાનો હોવાથી તેમને શિક્ષણની આવશ્યકતા નથી માટે શિક્ષણથી વંચિત રાખવામાં આવતા.

અલગ શૈક્ષણિક વ્યવસ્થા જેવી સમસ્યાઓનો સામનો પણ સફાઈ કર્મીઓના સંતાનોને ભોગવવી પડતી. સમાજના ઉચ્ચ વર્ગના બાળકો સાથે નિમ્ન વર્ગના બાળકો શિક્ષણ ન લઈ શકે તેવા ખ્યાલથી શૈક્ષણિક વ્યવસ્થા અલગ હોવી જોઈએ તેમ માન્યતા ધરાવી અલગ વ્યવસ્થા કરવામાં આવતી.

શૈક્ષણિક વ્યવસ્થામાં સફાઈ કામદારોને તેમના બાળકોને જયારે શિક્ષણ માટે પરવાનગી મળી ત્યારે તેની સાથે જ ઉચ્ચ શિક્ષણ માટે છૂટ અપાય ન હતી. સસમાજને ડર હતો કે જયારે ઉચ્ચ શિક્ષણ આપવા માટે પરવાનગી મળશે તો સફાઈ કાર્ય કોના દ્વારા કરવામાં આવશે જેના કારણે શિક્ષણમાં પણ મર્યાદા નકકી કરી દીધેલ હતી.

ધાર્મિક સમસ્યાઓ

ધાર્મિક સંસ્થાઓ સાથેનું જોડાણ પ્રાચીન સમયમાં સફાઈ કામદારોમાં નિષેધક હતું. વર્તમાન સમયમાં ધાર્મિક સ્થળો પર આવવાનો પ્રશ્ન રહયો નથી છતા પરોક્ષ સ્વરૂપે સમાજના કહેવાતા ઉચ્ચ કુળના લોકો અલગ દેવસ્થાનો, મંદિરો બંધાવતા હોય છે અને ધાર્મિક સ્વરૂપે ભેદભાવ રાખતા જોવા મળે છે.

ધાર્મિક વિધી – વ્રતમાં સફાઈ કામદારોને મદદ માટે સમાજ વ્યવસ્થામાં જેમની નિમણૂંક થઈ છે તેવા બ્રાહમણોનો સાથ વર્ષો પહેલા પ્રાપ્ત ન થતો. સફાઈ કામદારોએ પોતાના જ વર્ણમાંથી બાહમણ બનાવવા પડતા તેમજ તે બાહમણ તેમની વિધીવ્રતની જરૂરીયાત પૂર્ણ કરતા જેવી ભેદભાવવાળી નીતિ જોવા મળતી.

ધાર્મિક વિધી – વિધાન, કથા, વાર્તા, ઉત્સવો, મેળાવડાઓમાં સફાઈ કામદારો અન્ય ઉચ્ચ વર્ણના લોકો સાથે માણી શકતા ન હોતા. પરંપરાગત રીતે તેમને અસ્પૃશ્ય ગણી ભેદભાવ રખાતા જોવા મળતા હતા.

૩.૪ ગાંધીજી અને સફાઈ કર્મીઓ

ગાંધીજી સ્વચ્છતાના આગ્રહી હતા. ગાંધીજીના રચનાત્મક કાર્યક્રમોમાં પણ જાણી શકાય છે કે તેઓએ સ્વચ્છતા પર વિશેષ ભાર મૂકયો છે. ગાંધીજી પોતાનું કાર્ય પોતાની જાતે કરવામાં માનતા હતા જેમાંથી સફાઈ કાર્ય પણ પોતે જાતે જ કરતા હતા.

દેશભરમાં ગાંધીજીની ઓળખ 'અસ્પૃશ્યતા નિવારણના પિતા" તરીકેની છે. કાળા–ગોરાના ભેદભાવની માત્રથી અસ્પૃશ્યતા સમજી શકાતી નથી. સમાજના અનેક વર્ગો, વર્ણોમાં, જ્ઞાતિ, જાતિ, ધર્મ અનુસાર અસ્પૃશ્યતા પ્રવર્તતી હતી. ગાંધીજીએ તે અસ્પૃશ્યતા નિવારણનું આંદોલન ચલાવવા સમાજના ઉચ્ચ વર્ગના લોકોનો સાથ છોડી અસ્પૃશ્ય ગણાતા નિમ્ન વર્ગનો સાથ આપ્યો હતો.

દલિત સમાજના ઉદઘાટક તરીકે પણ ગાંધીજીને ઓળખવામાં આવે છે. સમાજમાં સફાઈ કર્મીઓના સ્થાન, માન–સન્માન માટે ગાંધીજી દ્વારા અનેક પ્રયત્નો થયા છે. સભા, કાર્યક્રમો, પ્રવચનો દ્વારા ગાંધીજી લોકોને અસ્પૃશ્યતાને દૂર કરવાનું સૂચવતા.

ગાંધીજીએ સફાઈ કામદારો સાથે જે અસ્પૃશ્યતાભર્યા વ્યવહાર થતો તેની સામે અવાજ ઉઠાવી સરકારને અસ્પૃશ્યતા નિવારણ કાયદા ઘડવા અને તેના અમલ માટે વિવશ કરેલ. સમાજના અન્ય સભ્યોની માફક જયારે સફાઈ કર્મીઓને સ્થાન ન મળતુ ત્યારે ગાંધીજીને દુ:ખની લાગણી થતી તેમ તેમણે અનેક કાર્યક્રમો, સભાઓમાં કહયું હતું.

સફાઈ કામદારોની વસ્તીમાં રહીને ગાંધીજી કાર્ય કરતા આ ઉદાહરણ સમાજના અન્ય ઉચ્ચ વર્ગના લોકો માટે ભેદભાવ દૂર કરવા અપનાવ્યું હતું. ગાંધીજીએ દલિતોના શિક્ષણ પર પણ ભાર મૂકયો હતો જેનાથી વર્તમાન સમયમાં તેઓને દરેક અધિકારો ભોગવી શકે છે.

(૪) ચોખ્ખાઈ, પ્રદૂષણ અને પર્યાવરણ

૪.૧ ચોખ્ખાઈ (શુધ્ધતા/સ્વચ્છતા)ની ભારતીય સમાજમાં સ્થિતિ

૮૦ ટકા ભારતીયોનું સ્વપ્ન શું હશે? મોબાઈલ, કમ્પ્યુટર, ગાડી, બંગલો ના, સૌથી પહેલા સ્વચ્છતાના ચોખ્ખાઈ જાળવણીના સાધનો. "વોટર એઈડ" નામની

પ્રખ્યાત સંસ્થાના અહેવાલ પ્રમાણે ભારતના ૭૭ કરોડ લોકો પાસે ઘરમાં શૌચાલયની સુવિધા નથી. શૌલયની સંખ્યા કુલ વસ્તીના ૫૦ ટકા વસ્તી પાસે ભારતમાં ઉપલબ્ધ છે.

વર્તમાન સમયમાં દ્રવ્યઉપાર્જનમાં અનેક લોકો વિકાસ કરી રહયા છે, જેમની રહેણીકરણી અદ્યતન રસોડા સાથે, આધુનિક સ્વચ્છતાના સાધનો સાથેની છે. આપણે રોજીંદા જીવનમાં ઘણા બધા બદલાવો અનુભવતા હોઈએ છીએ. એટલે કે આપણી આસપાસ કોઈ ઘટના, પ્રક્રિયા ઘટી રહી છે. માનવ વસ્તીની આસપાસ હંમેશા કોઈને કોઈ ચીજવસ્તુઓની ઉપયોગી વપરાશ રહયા જ કરે છે. વ્યકિત સ્વચ્છતા જાળવણીના માપદંડ સાથે આસપાસની ચીજવસ્તુઓનો ઉપયોગ કરતા નથી.

ભારત દેશમાં દરેક કુટુંબમાં બાળપણથી જ દરેકને સ્વચ્છતાના ચોખ્ખાઈના પાઠ શીખવવામાં આવતા હોય છે છતાં દુનિયાના સૌથી વધુ પ્રદુષીત, અસ્વચ્છતા સ્થળોની યાદીમાં ભારત દેશના સ્થળો મોખરાનું સ્થાન ધરાવે છે. ભારતનું મુંબઈ, દિલ્હી શહેર જે મુખ્ય મથકો તરીકે દેશમાં છે જયાં સૌથી વધુ વસ્તી પણ જોવા મળે છે. મુખ્ય મથક સમાન મુંબઈ, દિલ્હીમાં સૌથી વધુ ગંદકી, અસ્વચ્છતા તેમજ પ્રદુષણ જોવા મળે છે.

જાહેર માર્ગો પર, સંસ્થાઓમાં, હોસ્પીટલોમાં, બજારોમાં, રેલ્વે સ્ટેશનો પર, બસ સ્ટેશનો, ખાનગી ઓફિસો પર ગંદકી/ચોખ્ખાઈનો અભાવ જોવા મળે છે. રસ્તા પરથી પસાર થતા બંને તરફ રસ્તાની નજર કરતા કચરાના ઢગલાઓ ઘણ જગ્યાઓ પર જોવા મળે છે. જયાં સુધી જાહેર સેનિટેશનની વ્યવસ્થા અનેક ઠેકાણે ગોઠવાય નહિ ત્યાં સુધી ભારતમાં ગંદકીની આ સ્થિતિ રહેવાની જે ચોખ્ખાઈની સ્થિતિને ગેરહાજર સાબિત કરે છે.

ભારતમાં ચોખ્ખાઈની સ્થિતિ માટે સહિયારો પ્રયાસ થતો નથી જેનાથી કરનારાઓની સંખ્યા ઓછી અને બગાડનારાઓની સંખ્યા વધુ છે. સમાજના વ્યકિતઓને યોગ્ય જીવન જીવવા માટે સ્વચ્છતા હોવી જરૂરી છે. ચોખ્ખાઈના અભાવે વ્યકિતઓને અનેક રોગોનો ભોગ બનવું પડતુ હોય છે.

ભારત સરકાર દ્વારા ઘણા પ્રયત્નો ચોખ્ખાઈ કરવામાં, ફેલાવા માટે, સ્વચ્છતા માટેના કરવામાં આવે છે. સમાજના નાગરિકો મુખ્યત્વે પોતાની જીવન જરૂરીયાત માટે ચીજવસ્તુઓનો ઉપભોગ કરે છે તેનાથી પ્રદુષણ ફેલાય છે અને તેના દ્વારા જ ગંદકી, સ્વચ્છતાનો અભાવની સ્થિતિ ઉદ્ભવે છે.

માનવ પ્રદુષણ એટલે કે પ્રદુષણના બે પ્રકાર જેમાં કુદરતી પ્રદુષણ તેમજ માનવસર્જીત પ્રદુષણ છે. માનવ સર્જીત પ્રદુષણમાં હવા પ્રદુષણ, પાણી પ્રદુષણ, જમીન પ્રદુષણ જેવા પ્રદુષણ પૃથ્વી પર જોવા મળે છે. પ્રદુષણની ઉપસ્થિતી અસ્વચ્છતા/ગંદકીની સ્થિતિ દર્શાવે છે.

વ્યકિતગત તેમજ સામુહિક પ્રયત્નો સ્વચ્છતા ફેલાવા માટે થતા ોય છે પરંતુ તે જ પ્રયત્નોની વિરુધ્ધમાં જે લોકો તે વ્યવસ્થાનો ઉપયોગ કરી રહયા છે તેને ગંદી કરી રહયા છે. જેનાથી ગંદકીનું પ્રમાણ, સ્વચ્છતાના પ્રમાણ કરતા વધુ થઈ જાય છે.

ભારતમાં અનેક જગ્યાઓ પર જાહેર કે ખાનગી સ્થળો પર મળ–મૂત્ર વિસર્જીત કરતા જોવા મળે છે. જયારે યુરોપ, જાપાનમાં આવા દશ્યો જોવા મળતા નથી. આપણા દેશમાં ઘણા દાનવીરો છે. જે મંદિરો, હોસ્પીટલો, સંસ્થાઓમાં દાન આપે છે. તે જ ઉપયોગી મંદિર, શાળા, હોસ્પીટલોને પણ અસ્વચ્છતા કોઠે પડી ગઈ જણાય છે. ભારત દેશમાં લોકોને જાહેર સ્થળો પર ગમે ત્યાં થૂંકીએ, નાક સાફ કરીએ, કચરો

ફેંકીએ, હાજતે જઈએ આ બધા અપલક્ષણો જાણે 'ભારતીય' તરીકે આપણી ઓળખનો હીસ્સો બની ગયા છે.

ભારત દેશ જે સાંસ્કૃતિક, કળા, વિજ્ઞાન માટે જાણીતો છે. ત્યાના લોકોની વાસ્તવિકતા આ પ્રકારની છે જે જાણી ભારતની મુલાકાત લેનાર ખાસ અમેરિકા, જાપાન, ઈટાલીના પ્રવાસીઓ જે ભારતીયોની છાપ ગંદકી ફેલાવનાર અને ભારત દેશને ગંદા દેશ તરીકે ઓળખાવે છે.

ગાંધીજીએ પણ કહેલુ ' આપણે જેને સાત લાખ ગામડા તરીકે ઓળખાવીએ છીએ તે વાસ્તવિક રીતે ' સાત લાખ ઉકરડાઓ છે અને આપણને આ વાતની શરમ તો છોડો, સભાનતા પણ નથી આવતી" ગાંધીજી જેવા મહાન મહાત્મા દ્વારા ભારત દેશની વાસ્તવિક સ્થિતિની ટીકા કરતા જણાયા હતા.

સામાન્ય રીતે જોઈએ લોકો સ્વચ્છ પાણી પીવા માટે બહારથી મળતી ણીની બોટલોનો ઉપયોગ કરતા હોય છે પરંતુ તે માત્ર પોતાના શારીરીક સ્વાસ્થ્ય માટે જ અને પછી તેના ઉપયોગ બાદ તે જ પાણીની બોટલને ગામે તે રીતે જાહેર માર્ગો પર ફેંકી દે છે જેની કોઈપરવાહ કરતા નથી અને અસ્વચ્છતા ફેલાવે છે.

ચોખ્ખાઈની સ્થિતિ ખાનગી, જાહેર સ્થળો પર તે ગંદકીના ઢગલાઓ વતા ઓછા અંશે જોવા મળે છે. ભારતમાં ૬૬ ટકા રોગો માત્ર લોકોના હાથ ન ધોવાના કારણે થાય છે. ૧૩ ટકા રોગો વ્યકિતના માત્ર નખ ન કાપવાના કારણે ફેલાવે છે. ૨૧ ટકા ભારતની વસ્તીને સાબુથી હાથ ન ધોવાને કારણે રોગો ફેલાય છે.

ચોખ્ખાઈ શારીરિક સ્વરૂપે નહિ પ્રદુષણ ઓછી કે નિવારવાના પ્રયત્નની સાથે લઈને પણ સમજવાની જરૂર છે. સમાજમાં લોકો સમજણ દ્વારા પ્રદુષણની સ્થિતિ નિવારી શકાય છે. લોકો હવાનું પ્રદુષણ ઔદ્યોગિક સંસ્થાઓ, વાહનો દ્વારા ફેલાવે છે, પાણીનું પ્રદુષણ નદી, દરિયા, તળાવ કે પાણીના અન્ય સ્ત્રોતોનો અયોગ્ય રીતે ઉપયોગ કરી ફેલાવે છે. ચોખ્ખાઈ માત્ર ને માત્ર સફાઈ દ્વારા એટલે પ્રદુષણ વગરના સમાજની રચના દ્વારા જ લાવી શકાય છે. ભારતમાં લોકોને અનેક જીવલેણ રોગોનો ભોગ ચોખ્ખાઈ ન હોવાના અથવા પ્રદુષણ ફેલાવાના કારણે થાય છે.

પર્યાવરણની સ્થિતિ બગડી રહી છે જેને સુધારવા માટેના પ્રયત્નો સાચા સમયે જાગૃત થવાથી જ થઈ શકે છે.

૪.૨ ચોખ્ખાઈનું મહત્વ

વ્યકિતના જીવનમાં જેટલુ શ્વાસ લેવાની પ્રક્રિયા મહત્વનું છે તેટલુ ચોખ્ખાઈનું મહત્વ પણ છે. ચોખ્ખાઈ રાખવી કે રખાવવી એ માત્ર કોઈ એક વ્યકિત દ્વારા શકય નથી પરંતુ તે કેટલી મહત્વની છે તે કોઈને સમજાવવું હોય તો માત્ર એક દિવસ પૂરતા તેમને ગંદકીયુકત વિસ્તારમાં રાખવાથી જાણી શકાય છે.

સ્વચ્છતા માત્ર આંતરિક બાબત નથી તે બાહય વાતાવરણને પણ ચોખ્ખાઈ સાથે જોડી રાખે છે. માનવને જો પૃથ્વી પર જીવવુ હોય એટલે કે પોતાનું અસ્તિત્વ ટકાવી રાખવું હોય તો તેને ચોખ્ખાઈનું મહત્વ સમજવુ ખૂબ જ જરૂરી છે.

આરોગ્યની સ્થિતિ માત્ર ચોખ્ખાઈ ન રાખવાના કારણે કેવી ઉદ્દભવે છે તે જાણવુ હોય તો હોસ્પીટલોનાં દર્દીઓની સંખ્યાને નોંધતા જ ખ્યાલ આવી શકે છે. જે લોકો સંક્રમણનો ભોગ બની ગયા હોય તે સજાગ બની જાય છે તેમને મહત્વ સમજાય જાય છે, પરંતુ તે માટે તે પરિસ્થિતિ ઉભુ થાય છે તે જ ખોટી બાબત ગણાય છે.

સામાજિક વિકાસની દિશામાં વ્યકિતને આગળ આવવુ હોય તો પણ ચોખ્ખાઈના મહત્વને સમજયા વગર શકય નથી. વ્યકિતને સામાજિક સંબંધો ટકાવી રાખવા પોતે પહેલા સ્વાસ્થ્ય રહેવું જરૂરી છે અને આગળની પેઢીને ટકાઉ સમાજ વ્યવસ્થા પૂરી પાડવા માટે સફાઈ વ્યવસ્થા પણ એટલી જ મહત્વની છે.

નબળુ આરોગ્ય સામાજિક ઘડતર ખરાબ અસર ઉભી કરે છે. ગાંધીજીએ ભારતની ચોખ્ખાઈની સ્થિતિ જોયા પછી તેમણે ભારતનાં લોકોને પશ્ચિમના લોકો પાસેથી ચોખ્ખાઈની પધ્ધતિ શીખવાની ભલામણ કરેલી છે. સામુદાયીક સ્વચ્છતાનું મહત્વ ભારતમાં નથી. તેના વિષે એક વિચાર એવો પણ છે કે લોકોને સાથે જીવતા નથી શીખવું પરંતુ તેઓને સાથે મરતા આવડે છે.

વિકાસની ગતિમાં તાલ મીલાવવા ઘણા ટેકનોલોજીના સાધનોનો ઉપયોગ કરીને લોકો ધ્યાનમાં આવે છે પરંતુ સ્થાનિક સ્તરે પોતાના વિકાસ માટે ચોખ્ખાઈ પર ધ્યાન આપવાનુ કહેતા લોકોએ પહેલા ચોખ્ખાઈ રાખવી જોઈએ અને પ્રયત્નો પણ કરવા જોઈએ. ચોખ્ખાઈ માનવના ગૌરવ માટે પણ એટલી જ મહત્વની છે.

આપણા સમાજના લોકો સ્વચ્છતા જાગૃતિ માટે જેટલા પ્રયત્નો કરે છે તેટલા સ્વચ્છતાની પ્રાપ્તી માટે રાખતા નથી. બાળકથી લઈ વૃધ્ધ સુધી દરેક માનવ માટે સ્વચ્છતા દરેક ક્ષેત્રમાં જરૂરી છે. માનવને સામાજિક ક્ષેત્રે સામાજિક આંતરક્રિયાઓમાં, સામાજિક સંબંધો જાળવણી, ટકાવવા, સંસ્કૃતિને આગળ વધારવા, સમાજ વ્યવસ્થાને ટકાવવા દરેકે દરેક પાસામાં ચોખ્ખાઈ મહત્વની છે જે માનવ શરીર તેમજ બાહય વાતાવરણ બંનેની સ્વચ્છતા ખૂબ જરૂરી છે.

ચોખ્ખાઈનું મહત્વ આર્થિક ક્ષેત્રે, શૈક્ષણિક અને રાજકીય ક્ષેત્રે પણ એટલું જ જેટલુ અન્ય ક્ષેત્રમાં છે. ચોખ્ખાઈ માત્ર જૈવીક બાબત નથી તે દરેક માનવની આસપાસ રહેલા પર્યાવરણને પણ સાંકળતી બાબત છે. આરોગ્યપ્રદતા પ્રાપ્તી ચોખ્ખાઈ દ્વારા શકય છે અને તે જો પ્રાપ્ત થાય તો અન્ય ક્ષેત્રે વિકાસ માટેની સમાન તકો પ્રાપ્ત કરી શકાય છે.

ઉદ્યોગ – ધંધા, સંસ્થાઓ, શાળાઓ દરેક જાહેર સ્થળો પર ચોખ્ખાઈ રાખવી મહત્વની છે. કારણ કે તે સ્થળો પર સૌથી વધુ લોકો ઉપસ્થિતિ રહે છે અને તેના દ્વારા ઘણી ખરી અસરો તેમના સ્વાસ્થ્ય સાથે પણ જોડાય છે. ખાનગી શાખા, ઓફિસો, કારખાનાઓ કે અન્ય સભાખંડો વગેરેમાં પણ ચોખ્ખાઈ એટલી જ મહત્વની છે જેટલી જાહેર સ્થળો પર છતાં ખાનગી સ્થળો પર જવાબદાર વ્યકિતઓને ખાસ સ્વચ્છતાનું કાર્ય સોંપેલુ હોય છે. જેનાથી તેમનામાં ચોખ્ખાઈનું મહત્વ સમજતા હોય તેવુ ભાન કરવા દંડ કે સજા પણ થતી હોય છે જે ચોખ્ખાઈની મહત્વતા દર્શાવે છે. દરેક ક્ષેત્રના વિકાસ અને ટકાઉપણા માટે કોઈ સુવ્યવસ્થિત સંચાલન જરૂરી છે અને તે સંચાલન ચોખ્ખાઈ સંદર્ભે પણ રાખવામાં આવે છે.

તંદુરસ્ત શરીર સો પ્રશ્નોના ઉકેલો પણ ઝડપથી અને સરળતાથી મેળવવા સક્ષમ બને છે તે જ બાબત ચોખ્ખાઈના મહત્વને દર્શાવે છે. સારા આરોગ્ય પ્રાપ્તી માટે, શિક્ષણ મેળવવા, સમાજના સભ્યો તરીકે વર્તવા અને અન્ય ઘણા બધા ક્ષેત્રોમાં ચોખ્ખાઈ વિના ચાલી શકે તેમ નથી.

૪.૨.૧ સ્વાસ્થ્ય અને ચોખ્ખાઈ

દુનિયાભરમાં રોજ અબજ લોકો આરોગ્યપ્રદ સ્વચ્છતાની સુવિધાઓથી વંચિત છે તેમાંથી ૧૯ અબજ (લગભગ ૮૦ ટકા) લોકો દક્ષિણ એશિયાના છે. ભારત અને ચીન

ઉપરાંત બાંગ્લાદેશના ૭.૩૭ કરોડ, પાકિસ્તાનના ૭.૨૭ કરોડ અને નેપાળના ૧.૯૮ કરોડ નાગરિકો સેનિટેશનની સુવિધાઓ વિના જીવન ગુજારી રહયા છે.

કોલેરા અને ડાયરિયા જેવા રોગો હવે યુરોપમાં કે દક્ષિણ એશિયાના સમૃદ્ધ વિસ્તારોમાં જ આંતક મચાવતા નથી, કેમ કે ત્યાં શૌચાલયોની સુવિધા છે. કોલેરા અને ડાયરિયા જેવા રોગોનો કાળપંજો ગરીબો માટે અનામત છે અને આ એવી અનામત છે, જેની સામે કોઈ આંદોલનો થતા નથી.

વિશ્વ આરોગ્ય સંસ્થાના મતે એ વ્યકિત સંપૂર્ણ સ્વસ્થ છે જેમાં સંપૂર્ણ શારીરિક, માનસીક તથા સામાજિક કુશળતા જોવા મળે છે. સંગઠનનું એવુ માનવુ પણ છે કે વ્યકિત પૂર્ણ સ્વાસ્થ્ય છે. જેણે પોતાની આનુવંશીક સંપતિની અંદર છુપાયેલા ગુણોને અભિવ્યકત કરવાનો પ્રયત્ન કર્યો છે. આ ત્યારે જ શકય બને છે જયારે પોતાના આસપાસના વાતાવરણમાં તેને અનુકૂળ થવાની ક્ષમતા પ્રદાન કરે.

માનવ જીવનનો મુખ્ય ધ્યેય આનંદપૂર્વક લાંબુ જીવન જીવવુ એ પ્રકારનો હોય શકે. જેના માટે વ્યકિતગત ધોરણે તો પ્રયત્ન કરતા દરેક લોકો જોવા મળે છે. સ્વાસ્થ્ય માટે સામુદાયીક પ્રયત્નો પણ થવા જોઈએ જે સ્વચ્છતાના માર્ગ પરથી પસાર થાય છે. આદર્શ સ્વાસ્થ્ય એ માત્ર કલ્પના છે. કેમ ક જીવન કાર્યોમાં તેને પ્રાપ્ત કરવા બીજા અન્ય કાર્યોની યાદી ખૂબ લાંબી છે.

આપણી આસપાસ જરા નજર કરતા આપણને ખ્યાલ આવે કે વર્તમાન સમયમાં બે બાબતોનું ચલણ વધી રહયુ છે જેમાં એક છે હોટલો, રેસ્ટોરન્ટો અને બીજુ હોસ્પીટલો. આ બંને માટે ચોખ્ખાઈ કે સ્વચ્છતા શું મહત્વ ધરાવે છે. એ ચર્ચાનો મુદ્દો છે.

લોકો સ્વચ્છતા વિષે ખૂબ જ સજાગ છે તે સ્થિતિ દર્શાવે છે પરંતુ વાસ્તવિકતા જોતા ખ્યાલ આવે કે લોકો તે જાગૃતતાને અમલમાં મૂકી વર્તન કરી શકતા નથી. સ્વાસ્થ્ય અને ચોખ્ખાઈ એ એક સિકકાની બે બાજુ છે. સિકકાની બંને બાજુનું મહત્વ એક સરખુ જ આંકવામાં આવે છે. ચોખ્ખાઈ માત્ર આપણે સ્વચ્છતના સંદર્ભમાં નથી લેતા. ચોખ્ખાઈ જે માનવ જીવનમાં વિવિધ સ્વરૂપે જે પ્રદુષણો ફેલાયેલા છે તે પ્રદુષણોને નિવારવાની અને સાથે અટકાવવાની ક્રિયાને પણ ચોખ્ખાઈ તરીકે સ્વીકાર્ય બની રહયું છે.

પ્રદુષણ પણ ઘણા પ્રકારના છે જેમ કે હવાનું પ્રદુષણ, પાણીનું પ્રદુષણ, સામાન્ય રીતે દરેક સ્થળો પર આપણે આરોગ્ય માટેના ભીંતસૂત્રોના દર્શન કરતા હોય છે. જે ભીંત સૂત્રોમાં ચોખ્ખાઈને પણ એટલુ જ મહત્વ પ્રદાન કરતા હોય તે પણ જોવા મળે છે. કોઈને કોઈ સાધન દ્વારા જ સાધ્ય પ્રાપ્ત કરી શકાય છે. જે વર્તમાન સમયમાં સૌથી મોટો પ્રશ્ન વસ્તી વધારા બાદ નબળા આરોગ્યનો પણ સામે આવી ગયો છે.

સરકાર, સ્વૈચ્છીક સંસ્થાઓ, શાળાઓ, મહાશાળાઓ બધાના સહિયારા પ્રયાસો દેશના વિકાસ માટેના છે જે વિકાસની દિશા માટે લોકોનું સ્વાસ્થ્ય રહેવુ એટલુ જ જરૂરી છે. ચોખ્ખાઈ કે સ્વચ્છતાના સાધન વડે આરોગ્યપ્રદતા પ્રાપ્ત થઈ શકે છે. ચોખ્ખાઈ દરેક વસ્તુગત બાબતોમાં રાખવામાં આવે એટલે કે શાકભાજી, ફળ, ટેબલ, ખુરશી, કપડાં, આંગણું, માર્ગો, તળાવો, નદી દરેક જડ અને ચેતનમાં સ્વચ્છતાથી આરોગ્ય સુખાકારી પ્રાપ્ત થાય છે.

પ્રદુષણને પરિણામે ઘણા બધા રોગોનો ભોગ વર્તમાન સમયમાં માનવીને બનવુ પડી રહયું છે. હવા પ્રદૂષણના પરિણામે શ્વાસ તેમજ ફેફસાના રોગીઓની સંખ્યામાં

છેલ્લા દાયકાઓની સરખામણીમાં ત્રણ ગણી વધી ગઈ છે. માનવની અત્યંત જરૂરી એવી જૈવિક પ્રક્રિયા શ્વાસ લેવાની છે જેના વગરતે ચલાવી શકે નહિ તો તેની સાથે પ્રદુષણ જોડાવાથી માનવી તેના વગર પણ ન જીવી શકે અથવા તેની સાથે પણ ન જીવી શકે. પરિસ્થિતિનું નિર્માણ થઈ રહયું છે તે મુજબ.

પાણીના સ્ત્રોતોને પણ માનવ સમાજ દ્વારા ગંદકી ફેલાવાથી બાકાત રાખ્યા નથી. પાણી પ્રદુષણને કારણે પણ હાડકાના રોગો, ચામડીના રોગો, આંખના રોગો, પેટના રોગો થાય છે જેના દર્દીઓની સંખ્યા વિશ્વભરના દર્દીઓની સરખામણીએ ભારતમાં સૌથી વધુ પ્રાપ્ત થાય છે.

ચોખ્ખાઈ અને આરોગ્ય એકબીજા સાથે અવિભાજય અંગ તરીકે જોડાયેલા છે. જેના માત્ર વિવેકપૂર્વક ઉપયોગ ન થવાથી આરોગ્યની અસર સ્વચ્છતા, સ્વચ્છતાની અસર આરોગ્ય પર થયા વગર રહેવાની નથી.

૪ ૩ સ્વાસ્થ્ય જાળવણી માટેના સૂચનો (ચોખ્ખાઈ/સફાઈ દ્વારા સ્વાસ્થ્ય જાળવણીના સૂચનો)

માનવ વિકાસ ને માપવાની ક્રિયામાં તેની સાર્થકતા ત્યારે જ પુરવાર થઈ શકે જયારે આરોગ્ય સ્તરની સ્થિતિ સમાજમાં યોગ્ય હોય. આર્થિક, સામાજિક, રાજકીય કે અન્ય બાબતોની જરૂરિયાતનો ક્રમ કોઈપણ હોય શકે પરંતુ પ્રાથમિક અગ્રતા વ્યકિત આરોગ્ય એટલે કે સ્વાસ્થ્યને જ આપવામાં આવે છે. માનવની હયાતી રહેશે તો બાકીના તમામની પ્રાપ્તી થઈ શકશે પરંતુ જો માનવ જ નહિ રહે તો અન્ય સુવિધાઓની પ્રાપ્તી નિરર્થક બની જશે.

દુનિયાના દરેક દેશની સરકાર અને તેના લોકોનો અંતિમ ધ્યેય તે દેશના લોકોને સ્વાસ્થ્યમય જીવનની પ્રાપ્તિ થાય તે જ હોય છે. સ્વાસ્થ્ય જાળવણી કોઈ એક સમયની પ્રક્રિયા નથી. એક જ વાર સ્વાસ્થ્ય પ્રાપ્ત કરવાની ચીજ નથી. સ્વાસ્થ્યપ્રદ રહેવુ તે સતત પ્રક્રિયા છે. ચોખ્ખાઈ રાખવાથી સ્વાસ્થ્યપ્રદ બની શકાય છે.

(I) વ્યકિતગત સ્વચ્છતા.

(II) જાહેર સ્થળો પર સ્વચ્છતા

- શુધ્ધ હવા.
- શુધ્ધ પાણી
- શુધ્ધ, સ્વચ્છ વાતાવરણ

(III) પૌષ્ટીક આહાર

(IV) વ્યાયામ, નિંદ્રા.

(I) વ્યકિતગત સ્વસ્થતા

ચોખ્ખાઈ દ્વારા સ્વાસ્થ્ય જાળવણી માટે સૌ પ્રથમ વ્યકિતગત રીતે લોકો સ્વચ્છતા જાળવે એ જરૂરી બાબત છે. વ્યકિતગત સ્વચ્છતામાં મુખ્ય રીતે વ્યકિતએ હાથ ધોવા, સ્નાન કરવુ, કપડાની સ્વચ્છતા, શારીરીક અંગેની સ્વચ્છતા સાથે સંબંધ ધરાવતી બાબત છે. વ્યકિત સ્વચ્છ અને સુઘડ રહે એટલે કે શૌચક્રિયા બાદ, જમ્યા પહેલા હાથ સાબુ દ્વારા ધોવે તે જરૂરી છે. દરરોજ સાબુ દ્વારા શરીરની સ્વચ્છતા સ્નાન કરવાથી

પ્રાપ્ત કરી શકાય. સ્વચ્છ કપડા પહેરવા.વ્યકિતને કોઈ બીમારી હોય તો તે સ્થિતિમાં પણ વ્યકિત દ્વારા ચુસ્તપણે જીવાણુમુકત વાતાવરણ રહે તે સ્થિતિમાં રહેવું. અન્ય વ્યકિતઓને પોતાની બીમીરનો ચેપ ન લાગે તે રીતે વર્તવું વ્યકિતગત ધોરણે જે ઉપરોકત સૂચનોનું અમલ કરવામાં આવશે તો સ્વાસ્થ્ય ચોકકસ તંદુરસ્ત રહેશે.

(II) જાહેર સ્થળો પર સ્વચ્છતા

i) શુધ્ધ હવા

દરેક મનુષ્યની પાયાની જરૂરીયાત જીવવા માટેની કોઈપણ અગ્રતાક્રમ પર હોય તો તે શ્વાસ લેવાની જરૂરીયાત છે. શુધ્ધ હવા માટે આસપાસના વાતાવરણમાં પ્રદુષકોની ગેરહાજરી હોવી જરૂરી છે. પ્રદુષકો જેવા કે, કાર્બન મોનોકસાઈડ, નાઈટ્રોજન, સલ્ફર ડાયોકસાઈડ, કાર્બન ડાયોકસાઈડ વગેરે જેવા પ્રાણઘાતક વાયુઓ છે. ચોખ્ખાઈના અભાવે વાતાવરણમાં પ્રાણઘાતક વાયુઓનું પ્રમાણ વધી જાય છે અને વ્યકિતને શુધ્ધ હવા મળતી નથી. શુધ્ધ હવા માટે લોકોએ વાહનોનો ઓછો ઉપયોગ કરવો જોઈએ.

કારખાના કે મોટા ઉદ્યોગોએ ધૂમાડાનો યોગ્ય નિકાલ કરવો જોઈએ. આસપાસના વાતાવરણમાં ગંદકી ન સર્જાય તે ખાસ કાળજી રાખી શુધ્ધ હવા પ્રાપ્ત થાય તેવા પ્રયત્નો કરવા જોઈએ.

ii) શુધ્ધ પાણી

માનવની અગત્યની જરૂરીયાત પાણી છે. પાણી પીવાલાયક અને ઉપયોગ કરવા લાયક એ બે પ્રકાર પાડી શકાય. પીવાલાયક પાણીને શુધ્ધ, સ્વચ્છ રાખવા માટે લોકોએ જળસ્ત્રોતની આસપાસ ગંદકી ન કરવી, કપડા ન ધોવા જેવી કેમીકલયુકત કાર્યો ન કરવા જેવી બાબતોની કાળજી રાખવાથી સ્વાસ્થ્યપ્રદ બની શકાય છે. પીવાલાયક પાણી શુધ્ધ ન હોય તો વ્યકિતને અનેક રોગો થાય છે અને સ્વાસ્થ્યની સ્થિતિ બગડે છે.

પાણીને ઘરવપરાશ કે અન્ય ઉપયોગ માટે લેતા સમયે પણ તેનો યોગ્ય ઉપયોગ થાય ત્યારબાદ બિનઉપયોગી, દુષિત પાણીને યોગ્ય નિકાલ કરવો તે સ્વચ્છતાના કાર્ય તરીકે કરવુ જરૂરી છે.

iii) શુધ્ધ, સ્વચ્છ વાતાવરણ

સફાઈ દ્વારા સ્વાસ્થ્ય જાળવણીની બાબતમાં શુધ્ધ અને સ્વચ્છ વાતાવરણ પણ ખૂબ જ મહત્વ ધરાવે છે. માનવ વસ્તીની આસપાસનું વાતાવરણ યોગ્ય રહેશે તો માનવ વિકાસ શકય બનશે. સ્વચ્છ વાતાવરણ માટે લોકોને સ્વચ્છતાના મહત્વને સમજાવી કચરા નિકાલની વ્યવસ્થાને યોગ્ય અમલ કરાવાથી સ્વચ્છ વાતાવરણ પ્રાપ્ત કરી શકાય.

સ્વચ્છ વાતાવરણ માટે અનેક સાધનોનો ઉપયોગ કરવામાં આવે છે. શૌચાલય, કચરાના ડબ્બાઓ, દવાનો છંટકાવ, સાફસફાઈ વગેરે કે જેના ઉપયોગ દ્વારા આસપાસના વાતાવરણને સ્વચ્છ રાખી માખી, મચ્છરનો ઉપદ્રવ ઘટાડી શકાય. સ્વચ્છતા/ચોખ્ખાઈના નિયમોને અમલમાં લઈ સ્વાસ્થ્ય જાળવી શકાય છે. સ્વચ્છતાનું શિક્ષણ, સ્વચ્છ વાતાવરણ બનાવવા જરૂરી છે.

(III) પૌષ્ટીક અને સ્વચ્છ આહાર

આહાર સ્વચ્છ હશે તો વ્યકિતને શારીરિક વિકાસની તક રહેશે. શારીરિક રોગોના મૂળ તપાસતા જણાય છે કે પૌષ્ટીક અને સ્વચ્છ આહારના અભાવે સ્વાસ્થ્ય જાળવણી થઈ શકતી નથી. આહાર ને યોગ્ય રીતે રાંધવુ, ફળ, શાકભાજીને ઉપયોગમાં લેતાં પૂર્વે પાણીથી ધોવા વગેરે જેવી પ્રાથમિક કાળજીઓ રાખવાથી સ્વાસ્થ્ય જાળવણી કરી શકાય છે. આહારને ખુલ્લા ન રાખવા કે જેથી તેના પર માખી, મચ્છર બેસે અથવા તેવા આહારને આરોગવા નહિ જેથી વ્યકિત સ્વાસ્થ્ય પ્રાપ્તીના બદલે રોગનો ભોગ બને.

(IV) વ્યાયામ, નિંદ્રા

આહાર, વિહારનું જેટલુ મહત્વ સ્વાસ્થ્ય માટે છે તેટલુ જ મહત્વ વ્યાયામનું પણ છે. નિયમિત વ્યાયામ કરવા તેમજ વ્યાયામ સ્થળ પણ સ્વચ્છતાવાળુ હોવું જોઈએ. વ્યાયામ દ્વારા વ્યકિત શારીરિક સ્નાયુબધ્ધતા, અંગોની ક્રિયાઓને ઉચિત ઉપયોગમાં લાવી શકે છે.

લોકોના જીવનમાં નિંદ્રાની મહત્વતા સ્વાસ્થ્ય માટે ખૂબ જ જરૂરી છે. પૂરતી માત્રામાં નિંદ્રા લેવાથી સ્વાસ્થ્યની જાળવણી કરી શકાય છે.

૪.૪ ભારતીય સમાજમાં પ્રદુષણ એક સામાજિક સમસ્યા તરીકે

પ્રદુષણ શબ્દ – ધૂળ, ધૂમાડા, દૂષિત પાણી, કચરાના ઢગલા વગેરેના સંગાથ ધરાવતો મુદ્દો છે. પ્રદુષણ એટલે વાતાવરણમાં અમુક ચોકકસ ઘટકો કે તત્વો વાતાવરણની સ્વચ્છતાનો ભંગ કરે છે જેને પ્રદુષકો કહી શકાય. પ્રદુષકો દ્વારા જે વાતાવરણને બગાડવાની કે દૂષિત થવાથી જે વાતાવરણની સ્થિતિ સર્જાય છે તેને પ્રદૂષણ કહે છે.

માનવ સમાજ પર પ્રદૂષણની અસર દ્વારા સમસ્યાઓને સમજી શકાય છે. ભારતીય સમાજ હોઈ કે અન્ય સમાજ, લોકો પોતાની આસપાસ બે પ્રકારના પર્યાવરણોની રચના કરતા હોય છે. જેમાં પર્યાવરણ દરેક સજીવ પર ખૂબ જ મોટી અસર કરે છે. માનવની ક્રિયા દ્વારા પર્યાવરણીય ચક્ર પર અસર થતી હોય છે. જયારે પ્રદુષણ ફેલાય છે તેના કારણે વાતાવરણમાં તેનું પ્રમાણ વધતા સંતુલન બગડે છે.

લોકોના જીવન પર પ્રદૂષણના કારણે ઉત્પન્ન થયેલ અસંતુલનની સ્થિતિ ગંભીર અસરો ઉભી કરે છે. લોકો પ્રદુષણ ફેલાવે છે ત્યારે તેઓને ખ્યાલ નથી રહેતો કે આજ એ પ્રદુષણયુકત વાતાવરણની રચનામાં તેમનો ખૂબ જ મોટો ફાળો છે.

સમાજ જીવનમાં લોકોના સંબંધો, તેઓની આંતરક્રિયાઓ પર પ્રદુષણની ઘણી બધી અસરો વર્તમાન સમયમાં જોવા મળે છે. અસરો દ્વારા સામાજિક સમસ્યાઓ પણ સર્જાય છે. વ્યકિતને સ્વચ્છ વાતાવરણ ન મળે તો સામાન્ય રીતે પોતાનો વિકાસ યોગ્ય દિશામાં કરી શકતો નથી.

ગરીબી બેકારી, નિરક્ષરતા, માનસીક બીમારીઓ, સામાજિક ઐકય તુટવુ, અવિશ્વાસ વગેરે જેવી બાબતો સામાજિક સમસ્યા તરીકે પ્રદુષણના કારણે ભારતીય સમાજમાં ઉદભવેલી જોઈ શકાય છે.

લોકોની આસપાસની સ્થિતિ તેના કાર્યને વેગ અને અવરોધ બંને અપાવી શકે છે. પ્રદુષણના કારણે ઘણી વખત લોકો પોતાના કાર્યો સીધી રીતે કરી શકતા નથી એટલે કે

કોઈ અન્ય માર્ગેથી તેઓને પ્રક્રિયાઓ કરવી પડતી હોય છે. જેના કારણે તેના માનસપટ પર ખરાબ અસર પડે છે. અને સંઘર્ષ થયાની લાગણી જન્માવે છે.

માનવીના જીવનમાં ગરીબીની સ્થિતિએ સામાજિક સમસ્યા તરીકે જોઈએ તો ગરીબીના કારણોમાંથી એક કારણ પ્રદૂષણ છે. ભારતમાં લોકોની માન્યતાઓ મુજબ ગરીબ લોકો જ પ્રદુષણ ફેલાવે છે તેવી છે પરંતુ વર્તમાન વાસ્તવિકતા સૌ લોકો જાણે છે કે જેમની પાસે બે ટંકનું પુરતુ ભોજન પણ નથી તો પ્રદુષણ ફેલાવા વિશેની વાત નિરર્થક છે. ગરીબ લોકો સ્વચ્છતાના સાધનોને પ્રાપ્ત નથી કરી શકતા જેના કારણે વાતાવરણ બગડે છે પરંતુ એ બાબતથી તેઓના જીવનમાં ઘણો મોટો તફાવત ઉભો થતો જોવા મળે છે.

સ્વચ્છતાના અભાવે, પ્રદૂષીત વાતાવરણમાં વ્યકિતના આરોગ્યની જાળવણી ખૂબ જ મુશ્કેલ બાબત છે. આરોગ્યની સ્થિતિ બગડશે એટલે વ્યકિત માનસિક રીતે તૂટી ભાંગે છે. માનસિક હતાશા, નિરાશા દ્વારા તે પોતાના સામાજિક સંબંધોને યોગ્ય ન્યાયપૂર્ણ વર્તન કરી શકતો નથી. વર્તમાન સમયમાં મોટાભાગના લોકોની આ સ્થિતિ છે.

સ્વાસ્થ્યની અસર તેમના સામાજિક જીવન પર, આર્થિક જીવન પર પડે છે. આર્થિક ઉપાર્જન માટે સક્ષમ ન બનતા વ્યકિતને ક્ષોભની નિષ્ક્રિયતાની લાગણી જન્મે છે. સમાજ દ્વારા પણ આવા વર્તનની ટિકા થાય છે અને અંતે વ્યકિત સામાજિક સ્થાનમાં નિમ્નતા અનુભવે છે.

૪.૫ પર્યાવરણની સ્વાસ્થ્ય પર અસરો

માનવ હર હંમેશથી પોતાની આસપાસના વાતાવરણથી અસર પામતો આવ્યો છે. પર્યાવરણ એટલે માનવની આસપાસનું વાતાવરણ. પર્યાવરણ હવા, પાણી, જમીન, નદી, પર્વત વગેરે જેવી સ્થૂળ, સૂક્ષ્મ અને વિશાળ તત્વોથી બનેલુ છે. પર્યાવરણની સંતુલિત સ્થિતિ વ્યકિત/લોકોને જીવનમાં આગળ ધપાવે છે જયારે અસંતુલનની સ્થિતિ અનેક સમસ્યાઓનું સર્જન કરે છે.

લોકોની શારીરિક સ્થિતિની તુલના તેના પર્યાવરણની સંતુલિત સ્થિતિ સાથે કરવામાં આવે છે. પર્યાવરણ જેટલુ સ્વચ્છ અને સંતુલિત હશે તેટલુ જ વ્યકિતનું સ્વાસ્થ્ય તંદુરસ્ત રહેશે. પર્યાવરણની સ્થિતિમાં માનવ દ્વારા પ્રદુષણ ઉત્પન્ન થયુ તો લોકોના જ સ્વાસ્થ્ય પર અસર ઉભી થવાની છે.

સમાજ જીવનમાં રહેતા માનવીઓ પોતે જે વાતાવરણમાં રહે છે ત્યાં જ ગંદકી અસ્વચ્છતા ફેલાવે છે જેનાથી તેની જ આસપાસનું વાતાવરણ દુષિત થાય છે અને પર્યાવરણમાં અસંતુલન ઉભુ કરે છે. અસંતુલિત પર્યાવરણ દ્વારા લોકોના જીવનમાં તેની અસરના ભાગરૂપે અશુધ્ધ હવા, પાણી, આહાર વાતાવરણ જોવા મળે છે.

અશુધ્ધ હવા, પાણી, આહાર, વાતાવરણ પર્યાવરણની અસંતુલનાની નિશાનીઓ છે, જેના કારણે લોકોને અનેક રોગો કે રોગચાળો ફેલાવાની શકયતાઓનું પ્રમાણ ખૂબ વધી જાય છે.

પર્યાવરણ દુષિત થશે તો માનવ પણ તે જ પર્યાવરણની વચ્ચે જીવન જીવે છે માટે તેના જીવન પર પણ તેની ચોકકસ અસર ઉભી થવાની છે. પર્યાવરણીય સ્વચ્છતા એટલે એવી પરિસ્થિતિનું નિર્માણ કરવુ જેમાં લોકોના સ્વાસ્થ્યની સ્થિતિ સારી હોય અને બીમારી થવાથી રોકવી.

પર્યાવરણને સ્વચ્છ બનાવવા માટે સહિયારા પ્રયાસની જરૂરીયાત છે. સ્વાસ્થ્ય કાર્યકર્તા, ગામના લોકો દ્વારા ભેગા થઈ પર્યાવરણ જાળવણી દ્વારા સ્વાસ્થ્ય સુધાર કે જાળવણી શકય બનાવી શકાય છે.

પર્યાવરણીય સ્વચ્છતા જાળવવા માટે ચોકકસ મુદ્દાઓને ધ્યાનમાં લેવા જરૂરી છે, જેવા કે,

(૧) સુઘડ રીતે પાણીના ખાબોચીયાઓની પૂરણી, સ્વચ્છતા અને ઘરોની રચના/માળખુ.

(૨) ખાદ્ય પદાર્થોની સ્વચ્છતા.

(૩) ઉર્જા, સૂર્યપ્રકાશ અને રસાયણોની મદદથી હાનિકારક જીવાણુઓનો નાશ કરી સંક્રમણ અટકાવવુ.

પર્યાવરણ ઘણા બધા જીવ, જંતુઓ રહેલા છે પરંતે જયારે માનવ ઉપયોગી ચીજવસ્તુ કે સ્થાનમાં તેઓનો ઉપદ્રવ વધી જાય ત્યારે રોગ થવાની શકયતાઓ વધી જાય છે તેવુ ન થાય તે માટે સૂર્યપ્રકાશ પુરતો મળી રહે. સાથે શકય હોય તે દવા, રસાયણોનો ઉપયોગ કરી નુકશાનકારક જીવાણુઓનો નાશ કરવાથી રોગોનું સંક્રમણ અટકાવી શકાય છે.

(૪) પ્રતિરક્ષણ સાથે રોગ નિયંત્રણ

(૧) સ્વચ્છતા જાળવવા પાણીના ખાબોચિયા, ખાડાઓની પૂરણી કરવી જેથી આસપાસના વાતાવરણમાં માખી, મચ્છર કે અન્ય જીવજંતુઓનો ઉપદ્રવ વધી ન જાય. જયારે આવુ બનતુ નથી ત્યારે સમાજમાં મેલેરિયા, ડાયેરીયા, ડેન્ગ્યુ, ચીકનગુનિયા જેવા રોગો ફેલાય છે. રોગો થવાથી વ્યકિત સ્વસ્થ રહી શકતો નથી.

(૨) ખાદ્ય પદાર્થોની સ્વચ્છતા

પર્યાવરણમાં ઘણા બધા તત્વો રહેલા હોય છે તે તત્વો સૂક્ષ્મ અતિ સૂક્ષ્મ અને મોટા બંને પ્રકારના હોય છે. ખાદ્ય પદાર્થોને ઢાંકીને રાખવા, ખોરાકને રાંધતા સમયે યોગ્ય રીતે સ્વચ્છતાના નિયમો સાથે જાળવણી કરી બનાવાથી પર્યાવરણીય કચરાઓ, પ્રદૂષકો દૂર રહે છે અને સ્વાસ્થ્ય જાળવી શકાય છે.

(૩) ઉર્જા, સૂર્યપ્રકાશ અને રસાયણોની મદદથી હાનિકારક જીવાણુઓનો નાશ કરી સંક્રામણ રોકવુ/અટકાવવુ

પર્યાવરણમાં ઘણા બધા જીવ, જંતુઓ રહેલા છે પરંતુ જયારે માનવ ઉપયોગી ચીજવસ્તુ કે સ્થાનમાં તેઓનો ઉપદ્રવ વધી જાય ત્યારે રોગ થવાની શકયતાઓ વધી જાય છે તેવુ ન થાય તે માટે સૂર્યપ્રકાશ પુરતો મળી રહે. સાથે શકય હોય તે દવા, રસાયણોનો ઉપયોગ કરી નુકશાનકારક જીવાણુઓનો નાશ કરવાથી રોગોનું સંક્રામણ અટકાવી શકાય છે.

(૪) પ્રતિરક્ષણ સાથે રોગ નિયંત્રણ

પર્યાવરણીય સ્વચ્છતાની જાળવણી કરી પાણી પહેલા પાળ બાંધવાથી પ્રતિરક્ષણ પ્રાપ્ત કરી શકાય છે. રોગ નિયંત્રણ કરી સ્વાસ્થ્ય સ્થિતિ સારી કરી શકાય છે.

૪.૬ પ્રદુષણ અટકાવો, પર્યાવરણ બચાવો (સૂચનો)

પર્યાવરણ શબ્દ પરિ અને આવરણ એ બે શબ્દોનો બનેલો છે. પરિ એટલે ચારે તરફ અને પર્યાવરણ એટલે આચ્છાદન. માનવીની આસપાસ રહેલી સૃષ્ટિ એ માનવીનું પર્યાવરણ કહેવાય છે ને પર્યાવરણને બે પ્રકારે વહેંચી દેવામાં આવેલ છે. જેમ કે (૧) પ્રાકૃતિક પર્યાવરણ (૨) માનવસર્જિત પર્યાવરણ.

હવા પ્રદુષણ, પાણી પ્રદુષણ, જમીન પ્રદુષણ જેવા મુખ્ય પ્રદુષણોને દૂર કરવાથી પર્યાવરણ બચાવી શકાય છે. લોકો હવા પ્રદુષણ અકાવવા માટે વાહનોનો બને તેટલો ઓછો ઉપયોગ કરે, આસપાસ ગંદકી ન રાખે જેથી હવા દુષિત થાય. કેમીકલ યુકત ફેકટરીઓમાંથી નીકળતા ધૂમાડાના યોગ્ય નિકાલની વ્યવસ્થા કરવી વગેરે દ્વારા હવા પ્રદુષણ અટકાવી પર્યાવરણ બચાવી શકાય.

પાણીનો યોગ્ય અને જરૂરીયાત મુજબના ઉપયોગથી સ્વચ્છતા રાખી શકાય છે. પાણીના વ્યયથી પણ અસ્વચ્છતા સર્જાય છે. દુષિત પાણીને ગટર વ્યવસ્થા સાથે તેના દ્વારા ગંદકી ન ફેલાય તે જરૂરી છે. દુષિત પાણીના ભરાવાથી માખી, મચ્છરની સમસ્યાઓ વધે છે.

કચરાનો યોગ્ય નિકાલ થવાથી જમીન પ્રદુષણ અટકાવી શકાય. પ્લાસ્ટીકની થેલીઓ, અન્ય ઘન કચરો વગેરે હોવાથી આસપાસની જમીનની ફળદ્રુપતા પણ ઘટી શકે છે. ખારાશ વધે છે, રણવિસ્તારનું પ્રમાણમાં વધારો વગેરે જેવી સ્થિતિ જમીન પ્રદુષણ દ્વારા ઉત્પન્ન થાય છે માટે વૃક્ષોની વાવવાથી જમીન પ્રદુષણ અટકાવી શકાય. જમીન પર ગમે ત્યાં કચરાના નિકાલને અટકાવવાથી પણ જમીન પ્રદૂષણ અટકાવી પર્યાવરણ બચાવી શકીએ છીએ.

અ = ૧ ભારતમાં જાહેર સ્થળોએ સ્વચ્છતાની સ્થિતિ ૨ ભારતમાં જાહેર સ્થળો પર સ્વચ્છતાની જરૂરીયાત 3 અસ્વચ્છતાના કારણે જાહેર સ્થળોની સમસ્યાઓ ૪જાહેર સ્થળો પર સ્વચ્છતા માટેના પ્રયાસો – સૂચનો

બ= ૧ભારતમાં ખાનગી સ્થળો**એ સ્વચ્છતા**ની સ્થિતિ ૨ ખાનગી સ્થળો પર સ્વચ્છતાની જરૂરીયાત

૨ ભારતમાં ખાનગી સ્થળો પર સ્વચ્છતા માટેના પ્રયાસો ૩ ભારતમાં જાહેર અને ખાનગી સ્થળોની સ્વચ્છતા સ્થિતિની તુલના ૪જાહેર સ્થળો અને ખાનગી સ્થળોની કચરા નિકાલની પધ્ધતિઓ / વ્યવસ્થાની તુલના

અ =૧.ભારતમાં જાહેર સ્થળોએ સ્વચ્છતાની સ્થિતિ

ભારત દેશ સંસ્કૃતિ, કલા, સ્થાપત્યોનો દેશ છે. ભારતીય લોકો પોતાના ઈતિહાસ માટે વિશ્વભરમાં પ્રચલિત છે. જાહેર સ્થળો એ ભારતના ઈતિહાસ મુજબ જોવા જઈએ તો વિવિધ ક્ષેત્રોમાં વિભાજીત કરી શકાય છે. સામાન્ય રીતે જાહેર સ્થળો એ એ પ્રકારના સ્થળો છે જયાં લોકો વિના કોઈ પરવાનગી હરીફરી શકે છે, આનંદ માણી શકે છે. શહેરમાં ધનકચરાનો નિકાલ ગામ કરતા વધુ મુશ્કેલ બને છે. જાહેર સ્થળો જે શહેર કે ગામના મહદઅંશે દ્રવ્ય હોય છે એટલે અમુક સમયે તે જમીનમાં ભળી જઈ જમીનનો ભાગ બને છે અને જમીનને ફળદ્રુપ બનાવે છે. વસ્તીની ગીચતા જાહેર જગ્યા પર દબાણ અને કચરો એકત્ર કરવાના સ્થળોનો અભાવ આપણા શહેરોની અને ગામની જાહેર કચરા વ્યવસ્થાપનની પ્રથમ ગ્રાસે મોક્ષિકા છે. પર્યાવરણના પ્રશ્ને આજે

ખૂબ જ ગડમથલ ચાલી રહી છે. પર્યાવરણની જાળવણી અકલ્પ પ્રદુષણના ઉત્પાદનને?

લોકોના આસપાસના વાતાવરણમાં પ્રદુષકોની હાજરી જેમાં ખાસ કરીને જાહેર સ્થળો પર વધુ જોવા મળે છે. ભારત દેશમાં જાહેર સ્થળો પર સરકાર ધ્વારા, સંસ્થાઓ, કચેરીઓ ધ્વારા ભીંતસુત્રો સ્વચ્છતાની જાળવણીમાં લખવામાં આવતા હોય છે. ભીંતસૂત્રોને જાણે મહત્વતા ન હોય તે રીતે અસ્વચ્છતા ફેલાવતા જોવા મળે છે.

બાગ–બગીચાનો ઉપયોગ વ્યકિતઓ માટે જ હોય છે પરંતુ જાહેર સ્થળને લોકો ઉપયોગમાં એ પ્રકારે લેવા લાગ્યા છે જેનાથી બીજી વાર એ જ સ્થળોના ઉપયોગ માટે તેઓને ગંદકીનો પ્રશ્ન સર્જાય છે. બાગબગીચામાં લોકો ખોરાકની ચીજવસ્તુ સાથે લઈને જાય છે. જેમાંથી વધતા કચરો, પ્લાસ્ટકની થેલી, છાપા વગેરે ત્યાં જ ફેંકી દેતા હોય છે. કચરાપેટીનો ઉપયોગ કરતા નથી.

ભારતમાં મંદિર કે દેવસ્થાનો જેવા જાહેર સ્થળો પર વિધિ વિધાનના નામે ગંદકી કે કચરાના ઢગલાઓ જોવા મળે છે દૂધ જેવુ અમૂલ્ય દ્રવ્ય ગરીબોને પીવા જયારે નથી મળતુ ત્યારે ઉપદ્રવમાં વધારો થાય છે.

૨ ભારતમાં જાહેર સ્થળો પર સ્વચ્છતાની જરૂરીયાત

ભારત દેશ કે વિશ્વ દરેક સ્થળો માટે સ્વચ્છતા ખૂબ જ જરૂરી છે. જેટલી વ્યકિતગત સ્વચ્છતા પર લોકો જાગૃત તેમજ પ્રયત્નશીલ રહે છે તેટલી જ જાગૃતિ અને પ્રયત્નો જાહેર સ્થળો પર સ્વચ્છતા જાળવવા થતા નથી. માનવ જીવનમાં જરૂરીયાત સમજવા માટે સૌથી પહેલા તેની સ્થિતિ જાણતા ખ્યાલ આવી શકે છે.

સ્વચ્છતાની જરૂરીયાત જાહેર સ્થળો પર એટલા માટે મહત્વની ગણાય છે કારણ કે જાહેર સ્થળ એ એવા પ્રકારનું સ્થળ છે જયાં માનવ વસ્તીની અવર જવર વધારે સમય માટે તેમજ વધારે પ્રમાણમાં જોવા મળે છે. જયારે વધારે પ્રમાણમ્ા લોકોની વસ્તી કોઈ એક સ્થળ પર ભેગા થતા હોય ત્યારે તે સ્થળ પર સ્વચ્છતાની વ્યવસ્થા ઉભી કરવી તેમજ તે વ્યવસ્થાને અમલમાં મૂકવી તે મુશ્કેલ તેમજ સમય માંગી લે તેવું કાર્ય છે.

સ્વાસ્થ્યપ્રદ રહેવા માટે ગંદકી, કચરાને દૂર કરવા એ દરેક કુટુંબમાં નિયમો સ્વરૂપે લાગુ પાડેલા હોય છે, એ જ બાબત લોકો જયારે જાહેર સ્થળો પર જતા હોય છે ત્યારે આસપાસના વાતાવરણને સ્વચ્છ રાખવા માટે નિયમો લાગુ પાડી શકતા નથી.

ભારત દેશમાં મોટાભાગે માનવવસ્તીના કોઈપણ તહેવાર, ઉત્સવો, પ્રસંગોની ઉજવણી જાહેર સ્થળો પર થતી હોય છે. જાહેર સ્થળો પર લોકોની ઉપસ્થિતિથી માનવ ઉપભોગની ચીજવસ્તુઓમાં બિનઉપયોગી ઘનકચરાને તે જ જાહેર સ્થળો પર ફેંકવામાં આવતો હોય છે. એ ગમે ત્યાં કચરાને ફેંકવાથી અસ્વચ્છતાની સ્થિતિ સર્જાય છે. અસ્વચ્છતાની સ્થિતિના કારણે માનવ મગજની સ્થિતિ તેમજ આરોગ્યસ્તરમાં નિમ્નસ્તર પ્રાપ્ત થાય છે.

માનવ વિકાસ કરવા તેમજ આરોગ્યસ્તરે સુધારવા જાહેર સ્થળો પર સ્વચ્છતા જાળવવાની જરૂરીયાત છે.

3 અસ્વચ્છતાના કારણે જાહેર સ્થળોની સમસ્યાઓ

અસ્વચ્છતાના મુખ્ય પાસાઓમાં ધન કચરાનો સમાવેશ, દ્રવ્ય કચરો વગેરેનો સમાવેશ થાય છે. ધન કચરાથી પ્રશ્નો વધે છે કારણ કે સૌથી વધુ ગંદકી કે અસ્વચ્છતાની સ્થિતિનું સર્જન વધારે થાય છે. સામાન્ય રીતે લોકો પ્લાસ્ટીકની થેલીઓ, કાગળ, ખોરાકના વધેલા પદાર્થો વગેરેનો સમાવેશ ધન કચરાનો સમાવેશ થાય છે.

ભારતમાં જાહેર સ્થળો પર માનવ વસ્તીનું પ્રમાણ વધુ હોવાથી જાહેર સ્થળો પર અવર જવરના કારણે સ્વચ્છતા માટે કચરાપેટીઓ, થૂંકદાનીઓ વગેરે જેવા સાધનો મૂકેલા હોય છે. અસ્વચ્છતાના કારણે ઘણી બધી સમસ્યાઓ ઉભી થાય છે. ખાસ જાહેર સ્થળો પર અસ્વચ્છતાના કારણે સમસ્યાઓ વધુ ઉપસ્થિત પડે છે. પર્યાવરણ પ્રદુષણ અટકાવવા માટે પણ જાહેર સ્થળો પર સ્વચ્છતા રાખવી જરૂરી છે.

વધતી જતી વસ્તીના પરિણામે સ્ત્રોતોના ઘટાડાથી હિંસા, ગંદી ચાલીઓનો વધારો, ઘરવિહીનતા તથા માનવ સંઘર્ષ લોકોમાં સ્પષ્ટ રીતે દેખાઈ આવે છે. શહેરીકરણ આધુનિકકરણ પૂરતી થઈ રહેતી નથી માટે મોટાભાગે લોકો જાહેર સ્થળો પર આમતેમ ફરી દિવસ પસાર કરતા હોય છે. ગરીબ લોકોની વસ્તીનો મોટો ભાગ આ પ્રકારે બાગ–બગીચા, મંદિરો, આશ્રમો, હોસ્પીટલો પર, રેલ્વે સ્ટેશનો પર રહેતા હોય છે. જાહેર સ્થળો પર રહેવાથી ત્યાં કોઈપણ ચીજવસ્તુઓનો ઉપયોગ કરી ગંદકી ફેલાવતા જોવા મળે છે.

દુષિત વાતાવરણ/અયોગ્ય વાતાવરણ

જાહેર સ્થળો પર ઘનકચરાના નિકાલથી સમાજનું વાતાવરણ તેમજ પર્યાવરણ દૂષિત થાય છે. હવા, પાણી, જમીન તેમજ સ્થળોની આસપાસની દુનિયા આ ગંદકીના પ્રકોપથી બચી શકતી નથી. અયોગ્ય વાતાવરણ ધ્વારા માનવીના સ્વાસ્થ્ય સાથે ચેડા થવાની સંભાવનાઓ વધી જાય છે. રોગચાળો, ચેપીરોગો, માખી મચ્છરનો ઉપદ્રવ વધવો જેવી પરિસ્થિતિ જાહેર સ્થળો પર સર્જાય છે.

– માનવ વિકાસ માટે અવરોધક

જાહેર સ્થળો પર કચરાના ફેંકવાથી અનેક અન્ય સમસ્યાઓ જેવી કે સ્વાસ્થ્ય, આર્થિક, ધાર્મિક સમસ્યાઓ ઉદ્ભવે છે. દેશની સંપતિને નુકશાન થાય છે. માનવ વિકાસ માટે જાહેર સ્થળો પર ગંદકીના ઢગલાઓ અવરોધક સમાન છે, જે વિકાસની ગતિને અટકાવે છે.

– માનવના સામાજિક જીવનમાં સમસ્યાઓ

માનવ વસ્તી સામાજિક જીવન તેમજ જાહેર જીવન બંને માટે પર્યાવરણ એ મહત્વની કડી છે. જાહેર સ્થળો પર ઘનકચરો ફેંકવાથી કે અન્યને ફેંકતા ન રોકવાથી સમાજને સ્વચ્છ, સુઘડ બનાવવાની ઝુંબેશમાં નિષ્ફળ રહીએ છીએ. સ્વચ્છ સમાજ આરોગ્યપ્રદ સમાજ બને અને તો જ સામાજિક સંબંધો, ક્રિયાઓ અને સંસ્થાઓ યોગ્ય દિશામાં ચાલે.

– વિભાજન

ઘનકચરાના જાહેર સ્થળો પર ફેંકવાથી સામાન્ય રીતે લોકો જે જુદા જુદા સ્તરોમાંથી એક જ સ્થળ પર ભેગા મળતા હોય છે તેમાં વિભાજન થયાની શકયતા છે.

ધનિક લોકો અસ્વચ્છ જાહેર સ્થળોના સ્થાને અન્ય ખાનગી સ્થળો પર જવાનુ પસંદ કરશે. આ પસંદગીમાં ભેદભાવનો ઉદ્ભવ થાય છે અને વિભાજન શકય બને છે.

- જાહેર સ્થળો પર અસ્વચ્છતાની અસરો

જાહેર સ્થળોની ભારતમાં સંખ્યા ખૂબ જ વિશાળ છે. મંદિરો, હોસ્પીટલો, દરગાહ, બાગ–બગીચાઓ, સ્નાનાગૃહો, આશ્રમો, ભોજનાલયો, શાળાઓ વગેરે સ્થળો જાહેર સ્થળો તરીકે ઓળખવામાં આવે છે.

ભારતમાં લોકોનો મોટાભાગનો દિવસ દરમ્યાનનો સમય જાહેર સ્થળો પર પસાર થતો હોય છે. બાળક શાળામાં ભણવા જાય છે, સ્ત્રીઓ, વૃધ્ધો મંદિરો કે આશ્રમોમાં જતા હોય છે, યુવાનો થીયેટરો કે કલબ કે બાગબગીચામાં ફરતા જોવા મળે છે. આથી જયારે મોટાભાગનો સમુદાય જાહેર સ્થળો પર સમય પસાર કરે છે તો તેની સ્વચ્છતા માટે સવિશેષ પ્રયત્નો થવા જોઈએ.

અસ્વચ્છતાની અસરો હંમેશા નકારાત્મક બાબતો કે સમસ્યાઓને જ જન્મ આપે છે. અસ્વચ્છતા એ એક સ્થિતિ છે જેમં વાતાવરણમાં ઘન કચરાની ઉપસ્થિતિ હોવી જેનાથી રોગો થવાની શકયતાઓ વધે છે.

ધનકચરાનો અયોગ્ય નિકાલ કરવામાં આવે તો તે જાહેર સ્થળ પર આવન જાવન કરતા લોકોને ઘણી સમસ્યાઓના સર્જનની ચાવી પૂરી પાડતા હશે. અસ્વચ્છતાના કારણે માનવ મનની બિનતંદુરસ્તી કે નબળુ આરોગ્ય જોવા મળે છે. અસ્વચ્છતાના પરિણામે વ્યકિતના આસપાસની અસર તેના મગજ પર થવાથી નબળા વિચારો પણ આવી શકવાની સંભાવના છે.

સામાજિક ભેદભાવ જેવા પરિણામે જાહેર સ્થળો પર અસ્વચ્છતાના કારણે અસર સ્વરૂપે જોવા મળતા હોય છે. આર્થિક પાયમાલી નોતરે છે. દેશના વિકાસ તેમજ માનવ વિકાસ માટે અવરોધક સમાન બાબતો છે.

- જાહેર સ્થળો પર સ્વચ્છતા માટેના પ્રયાસો – સૂચનો

ભારત દેશ બિન સાંપ્રદાયીક તેમજ વિવિધતા ધરાવતો દેશ છે. વિવિધતા સંસ્કૃતિ, પહેરવેશ, રીતરીવાજ, વાતાવરણમાં સમાવિષ્ટ થતી બાબત છે. જાહેર સ્થળોની વ્યાખ્યા ભારતના સંદર્ભમાં કોઈ ગામના સીમાડો, ચોક, શેરીનું નાકુ, શાળા, હોસ્પીટલ, પંચાયત ઘર વગેરેને માનવામાં આવે છે. જાહેર સ્થળો પર સ્વચ્છતા હોવાથી લોકોના સ્વાસ્થ્યની સ્થિતિ સુધાર લાવવામાં મદદરૂપ બનશે. જાહેર સ્થળો પર સ્વચ્છતા લાવવા ઘણા બધા સહિયારા પ્રયત્નો તેમજ તે માટેના સૂચનોના પાલનની જરૂર છે.

(૧) સ્વચ્છતાનું શિક્ષણ

ભારતીય સમાજ વ્યવસ્થામાં દરેક લોકોને સ્વચ્છતા અંગેનું શિક્ષણ પોતાના કુંબ ધ્વારા જ મળતુ હોય છે, પરંતુ એ શિક્ષણનો ન્યાય માત્ર કુટુંબ પૂરતો નહિ રહેવો જોઈએ. બાળકોને શાળામાં અન્ય સંસ્થાઓ પર, યુવાનો, સ્ત્રીઓ દરેકને સ્વચ્છતા જાળવવા માટે પ્રોત્સાહનો આપી શિક્ષણ તેમજ આરોગ્ય માટે સ્વચ્છતાનું મહત્વ સમજાવવું જોઈએ.

(૨) સ્વચ્છતાના સાધનોનો કુશળ ઉપયોગ

જાહેર સ્થળો પર સ્વચ્છતા રાખવા માટે સરકાર ધ્વારા કે અન્ય સ્વૈચ્છીક સંસ્થાઓ, કંપનીઓ ધ્વારા સ્વચ્છતાના સાધનો મુકવામાં આવ્યા છે. સ્વચ્છતાના સાધનો જેવા કે કચરાપેટી, થૂંકદાની, પાણી નીકાલ વ્યવસ્થા, શૌચાલય વગેરે છે. સ્વચ્છતાના સાધનોને દરેક લોકો જોઈ શકે તેમજ નજીકપણે ઉપયોગમાં લઈ શકે તે માટે સર્જનાત્મક સ્વરૂપે ઉપયોગમાં લેવાની રીત વિકસાવવી જોઈએ. જેથી લોકોને પધ્ધતિના ઉપયોગ માટે સ્વચ્છતા જાળવણીમાં મદદ થશે.

(૩) સ્વજાગૃતિ

જાહેર સ્થળો પ અસ્વચ્છતાની સ્થિતિ દર્શાવે છે કે ભારતના લોકોમાં સ્વજાગૃતિ સ્વચ્છતા પર નથી. સ્વજાગૃતિ માટે લોકો માટે અનેક પ્રકારની કાર્યશાળાઓ, પ્રવચનો તેમજ સંવાદો થવા જોઈએ. સ્વજાગૃતિ માટે શિક્ષણ સ્વચ્છતાનું શિક્ષણ ફેલાવવુ જરૂરી છે.

— સ્વચ્છતાના રક્ષકો નિમવા

જાહેર સ્થળો પર લોકો ગંદકી ન ફેલાવે તે માટે સરકાર ધ્વારા તેમજ સ્વૈચ્છીક સંસ્થાઓ ધ્વારા દેખભાળ રાખનાર ચોકીદારની નિમણૂક કરેલ હોય છે. ચોકીદારની આર્થિક પરિસ્થિતિ માટે તે વ્યવસાય તરીકે પસંદ કરે છે. ચોકીદારને રાખવાના સ્થાને સમાજના દરેક વિસ્તાર મુજબ કુટુંબ દીઠ કોઈ એક વ્યકિત, કોઈ એક જાહેર સ્થળ પર રક્ષકની ભૂમિકા ચોકકસ સમય માટે ભજવે તેવી વ્યવસ્થા ઉભી કરવી જોઈએ.

— સ્વચ્છતા પુરસ્કાર

ભારત સરકારના પર્યાવરણ મંત્રાલય તેમજ સ્વચ્છતા અને આરોગ્ય વિભાગ ધ્વારા સ્વચ્છતા માટેના એટલે કે પ્રદુષણ અટકાવવા માટેના પુરસ્કારો અપાય છે. પુરસ્કારો માત્ર કારખાના, ઉદ્યોગ પુરતા ન રાખી જાહેર જીવનમાં માનવની સામાજિક જવાબદારી માટે પણ નાગરિકોને આપવા જોઈએ.

બ -૧ ભારતમાં ખાનગી સ્થળોએ સ્વચ્છતાની સ્થિતિ

ભારત દેશમાં અન્ય દેશોની માફક જાહેર તેમજ ખાનગી ધોરણે બે પ્રકારના ક્ષેત્રો છે. ખાનગી સ્થળો તેમજ જાહેર સ્થળોએ બંને વચ્ચે ખૂબ જ મોટો તફાવત સ્થળની માલિકીને લઈને જોવા મળે છે. ખાનગી સ્થળ એટલે કે સ્થળની/સંપતિની માલિકો દેશના કોઈ એક કે તેથી વધુ પરંતુ નિશ્ચિત સંખ્યા મુજબ વ્યકિતઓ હોય.

ખાનગી સ્થળોની માલિકો વ્યકિતગત કે સમૂહ ધ્વારા ભોગવાતી હોય છે. ખાનગી સ્થળો પર ચોકકસ સમુદાય, ધર્મ, જાતિ કે સ્તરના લોકો જ એક હેતુ માટે ચોકકસ સમયગાળા દરમ્યાન ઉપસ્થિત રહે છે. ખાનગી સ્થળોની માલિકી વ્યકિતગત સંપતિ મુજબની હોવાથી તે સ્થળ વિષેના તમામ નિર્ણયોનો અધિકાર પણ જે તે વ્યકિતગત સમુહ કે વ્યકિત ધ્વારા લેવાતા હોય છે.

ખાનગી સ્થળો પર સ્વચ્છતા જાળવણીના નિયમો પણ માલિક ધ્વારા નકકી કરવામાં આવે છે. સંસ્થાના માલિક ઈચ્છા ધરાવે તે મુજબ સ્વચ્છતા જાળવણીના સાધનોનો ઉપયોગ અન્ય સમુદાય જે તેમાં કામ કરે છે તે સ્થળે હાજર રહે છે તે ઉપભોગ કરે છે. ખાનગી સ્થળો પર સંસ્થાની પ્રતિષ્ઠા તેમજ બજારમાં તેની છાપ માટે સ્વચ્છતા અને સુઘડતાનો આગ્રહ રાખતા હોય છે.

ભારતમાં ખાનગી સ્થળોમાં સંસ્થાઓ, શાળાઓ, કોલેજો, કંપનીઓ, કલબો, થીયેટરો વગેરેનો સમાવેશ થાય છે. ખાનગી સ્થળોની સ્થિતિ જાહેર સ્થળોની સ્થિતિની સરખામણીએ સારી છે. ખાનગી સ્થળો પર અસ્વચ્છતાની સ્થિતિ માટે તે સંસ્થા સાથે જોડાયેલ વ્યકિતઓને આર્થિક દંડ વસૂલવામાં આવે છે.

ખાનગી સ્થળોની સ્થિતિ જાહેર સ્થળોની સરખામણીએ તેમજ સંખ્યાની બાબતમાં ભારત દેશમાં સારી સ્થિતિ ધરાવે છે. પશ્ચિમી સંસ્કૃતિ મુજબ ભારતમાં લોકો સ્વાસ્થ્ય પ્રત્યે જાગૃત બની ખાસ કરીને ખાનગીકરણ વિકસવાથી દેશના મોટાભાગની ખાનગી સંસ્થાઓ, ઓફિસોમાં સ્વચ્છતાનું પ્રમાણ ઉચ્ચકક્ષાનું જોવા મળે છે.

૨. ખાનગી સ્થળો પર સ્વચ્છતાની જરૂરીયાત

સ્વચ્છતાની સ્થિતિના નિયમો તેમજ કડકાઈ જરૂરી છે. જાહેર સ્થળ હોય કે ખાનગી સ્થળો દરેક સ્થળો પર માનવ વસ્તીની અવર જવર હોવાથી સ્વચ્છતાની તકેદારી રાખવી જરૂરી છે. સ્વચ્છતાની જરૂરીયાત આરોગ્યપ્રદતા માટે ખાસ જરૂરી છે.

સ્વચ્છતાના સાધનોનો ઉપયોગ કરવાથી ગંદકીમાં ઘટાડો થાય છે, સાથે સ્વાસ્થ્યમાં સુધારો થાય છે. ખાનગી સ્થળો પર સ્વચ્છતાનો આગ્રહ ખાસ તે સ્થળના માલિકો ધ્વારા કે ઠેકેદારો ધ્વારા રાખવામાં આવતો હોય છે.

(૧) આરોગ્ય પ્રાપ્તિ માટે.

(૨) સંસ્થાની પ્રતિષ્ઠા.

(૩) બજારમાં છાપ કાયમ રાખવા

(૪) ઉત્પાદકતા વધારનાર પરિબળ.

(૧) આરોગ્ય પ્રાપ્તિ માટે

ખાનગી સ્થળો પર સ્વચ્છતાની જરૂરીયાતનું એક કારક તરીકે આરોગ્ય પ્રાપ્તિ છે. માનવ માટે આરોગ્યની પ્રાપ્તિ એ સુખ, વૈભવ પહેલા અગ્રતા ધરાવતી બાબત છે. ખાનગી સ્થળો પર માણસોના આરોગ્યને લઈ તે સંસ્થાઓના માલિકો તેમજ દેખરેખ રાખનાર લોકોનો સમૂહ/સંચાલકો આરોગ્યપ્રદ જાગૃતિ ધરાવતા હોય છે. આરોગ્યની પ્રાપ્તિ માટે ખાનગી સ્થળો પર સ્વચ્છતા ફેલાવવી મહત્વની છે.

(૨) સંસ્થાની પ્રતિષ્ઠા

ખાનગી સ્થળોએ ખાનગીકરણ ધ્વારા અનેક સંસ્થા, ઓફિસો, થીયેટરો, કમ્યુનીટી હોલ વગેરેને જોડે છે. સમાજમાં દરેક સંસ્થાની પ્રતિષ્ઠા હોય છે. તેના નામની જાળવણી તેમજ વધારવા માટે આરોગ્યપ્રદતાના નિયમોના પાલન સાથે ખાનગી સ્થળો પર સ્વચ્છતાની જરૂરીયાત ઉપસ્થિત થાય છે.

૨.૨ ભારતમાં ખાનગી સ્થળો પર સ્વચ્છતા માટેના પ્રયાસો

ભારતમાં ખાનગી સ્થળો પર સ્વચ્છતા માટે દરેક ખાનગી સ્થળો પર વિભિન્ન પ્રયાસો જોવા મળે છે. શાળા, કોલેજો જેવા શૈક્ષણિક સંકુલોમાં વર્તમાન સયમાં સફાઈ કાર્યો માટે સફાઈ કામદારોની મોટી સંખ્યા રોકાયેલી જોવા મળે છે. બાળકોના સ્વાસ્થ્યને નુકશાન ન પહોંચાડે, સ્વચ્છ વાતાવરણ રહે તે માટે સાફ સફાઈ કરાવવામાં આવે છે.

સફાઈ વ્યવસ્થા રમત ગમતના મેદાન, શૌચાલયો, વર્ગખંડો, ઓરડાઓ તેમજ અન્ય સંકુલના ભોજનશાળા, કોમ્પ્યુટર ઓરડા વગેરેમાં થતી જોવા મળે છે. સફાઈ ખાસ બાળકો સ્વસ્થ રહે તે માટે છે. કારણ કે જે સ્વચ્છતા ફેલાયેલી હશે તો બાળકો ભણવામાં પ્રગતિ કરી શકશે.

શાળાની માફક સંસ્થાઓ અને કંપનીઓમાં પણ સ્વચ્છતા માટે ખાસ સૂચનો અપાયેલા હોય છે. સૂચનોનું પાલન સફાઈ કર્મીઓ તેમજ સંસ્થા સાથે જોડાયેલ તમામ સભ્યોએ કરવાનુ રહે છે. સ્વચ્છતા ફેલાવવા માટે જાગૃતિ પ્રથમ જરૂરી છે. સ્વચ્છતાના સાધનો ધ્વારા સવાર, બપોર, સાંજ એમ ત્રણ પાળીમાં સફાઈ વ્યવસ્થા કાર્યરત હોય છે ખાનગી સ્થળો પર.

ભારતમાં ઘણા બધા ખાનગી સ્થળો પર સ્વચ્છતા જળવાય રહે તેમજ લોકો જાગૃત બને તે માટે સ્વચ્છતા પુરસ્કાર યોગ્ય વ્યકિત કે કથને તેના હકારાત્મક કાર્યમાં આપવામાં આવે છે. સાથે જો કોઈ વ્યકિત કે જૂથ અસ્વચ્છતા ફેલાતા નજરે ચડે અથવા સાબિત થાય તો કાયદાકીય જોગવાયો લગાડી તેના પર આર્થિક દંડ આપવામાં આવે છે.

વર્તમાન સમયમાં પ્રયત્નો થવા પાછળ કારણ સમય હરિફાઈ/સ્પર્ધામાં ટકાવનો છે માટે ખાનગી સ્થળોના સંચાલકો, માલિકો પોતાના સ્થળ/સંસ્થાને અન્ય સંસ્થા કરતા યોગ્ય પુરવાર કરવા પ્રયત્નો કરતા જ રહે છે.

૩ ભારતમાં જાહેર અને ખાનગી સ્થળોની સ્વચ્છતા સ્થિતિની તુલના.

ભારતમાં જાહેર સ્થળો તેમજ ખાનગી સ્થળોની તુલના કરતા વાસ્તવિકતા જોવા મળે છે સારા આરોગ્યસ્તરની પ્રાપ્તિ માટે દરેક દેશની સંસ્થાઓ, સરકાર અને સ્વૈચ્છીક સંસ્થાઓ પ્રયત્નશીલ હોય છે. આર્થિક ઉપાર્જન માટેની, શૈક્ષણીક સંસ્થાઓ, મનોરંજન માટેની સંસ્થાઓ વગેરે જાહેર અને ખાનગી સ્થળોમાં સમાવેશ થાય છે.

જાહેર સ્થળો પર કચરા/ગંદકીની સ્થિતિ સાથે ખાનગી સ્થળો પરની સ્વચ્છતાની સ્થિતિ તપાસતા ખ્યાલ આવે છે કે જાહેર સ્થળો પર સ્વચ્છતાની વ્યવસ્થા માટે સરકાર ધ્વારા પ્રયત્નો કરવામાં આવે છે. સરકાર ધ્વારા આીર્થક ખર્ચની ફાળવણી સફાઈ વ્યવસ્થા જાળવવા માટે જાહેર સ્થળો પર કરવામાં આવે છે અને તે આર્થિક ખર્ચ દેશના જ નાગરિકો પોતાની આવકને કર સ્વરૂપે ચૂકવે અને અન્ય કરોનો ચૂકવણી ધ્વારા વસૂલાતા હોય છે. દેશના નાગરિકો પોતાના જ નાણાની ચૂકવણી માટેના મૂલ્યને સમજતા નથી અને સ્વચ્છતા ભંગ થાય તેવા કાર્યોમાં સહભાગી બને છે. વાતાવરણને દુષિત કરી પછીથી સરકારને કે નેતાઓને જવાબદાર ઠરાવે છે.

ખાનગી સ્થળો પર સ્વચ્છતાની બાબતમાં ચોકકસ જવાબદાર તંત્ર તરીકે સંચાલકો અને માલિકો હોય છે. સંચાલકો અને માલિકો પોતાની સંસ્થા કે કંપની કે ઓફિસો માટે નિરીક્ષણ કરી સ્વચ્છતા માટે સજાગ રહે છે. સંસ્થા સાથે જોડાયેલ અથવા સંસ્થામાં આવનાર દરેક વ્યકિતને તપાસતા હોય છે. જેથી સ્વચ્છતાના નિયમોનો ભંગ ન થાય. આથી ખાનગી સ્થળો પર સ્વચ્છતાની સ્થિતિ સારી જોવા મળે છે.

૪ જાહેર સ્થળો અને ખાનગી સ્થળોની કચરા નિકાલની પધ્ધતિઓ / વ્યવસ્થાની તુલના

સ્વચ્છતા માટે નિયમોનું પાલન કરવુ જરૂરી છે. નિયમોની સાથે માનવ વસ્તી એ ઉપભોગ બાદ વધારાની ચીજવસ્તુને ઘનકચરા સ્વરૂપે છોડી રાખી છે તેનો યોગ્ય

નિકાલ થાય તેવી વ્યવસ્થા પણ અત્યંત મહત્વની છે. ભારત દેશમાં સરકારીતંત્ર ધ્વારા સફાઈ વ્યવસ્થાનુ કાર્ય વિભાગોમાં વહેંચી આપેલુ કાર્ય છે. સફાઈ કાર્ય શહેરોમાં મહાનગરપાલિકા, તાલુકાઓમાં નગરપાલિકા તેમજ ગ્રામ્ય કક્ષાએ ગ્રામ પંચાયતને સફાઈ વ્યવસ્થા સોંપવામાં આવેલ છે.

જીલ્લા, તાલુકા તેમજ ગામ એમ ત્રણ પ્રકારે સ્વચ્છતા જાળવવા તેમજ માનવ માટે હાનિકારક ધનકચરાના નિકાલની વ્યવસ્થા ગોઠવેલી છે. આર્થિક ફાળવણી એટલે ફંડની ચૂકવણી જાહેર સ્થળો માટે પ્રજાના નાણાનો ઉપયોગ કરવામાં આવે છે, પરંતુ ભ્રષ્ટાચાર તેમજ અન્ય સામાજિક સમસ્યાઓના કારણે સફાઈ વ્યવસ્થાતંત્ર કચરા નિકાલની પધ્ધતિમાં બેદરકારી, કામચોરી દાખવતા નજરે પડે છે.

વર્તમાન સમયમાં કચરા નિકાલ માટે જાહેર સ્થળો પર ઠેર ઠેર સ્થળો પર ઘનકચરા માટે કચરાના ડબ્બાઓ રાખેલા હોય છે. કચરા નિકાલ માટે માત્ર સાધન પૂરા પાડી દેવાથી કાર્ય કે વ્યવસ્થા ચાલી શકવાની નથી. ખાનગી સ્થળોની માફક જયારે સ્વચ્છતાના નિયમો અંતર્ગત વ્યકિત અયોગ્ય વર્તન કરે ત્યારે કાયદેસર સ્વરૂપે પગલા લેવાતા હોય છે તેમજ દંડ કરવામાં આવતો હોય છે. ખાનગી સ્થળોની સ્વચ્છતાની વ્યવસ્થામાં નિમણુંક કરેલ વ્યકિતને પોતાના કાર્ય માટે જવાબદાર વ્યકિત ગણવામાં આવે છે. જો તે વ્યવસ્થા ચલાવવામાં સફળ ન થાય અને ગંદકી થાય તો તેને પોતાની રોજગારીમાંથી હાથ ધોવા પડતા હોય છે. માટે તે સજાગ રહી વ્યવસ્થાનું પાલન કરાવવાના પ્રયત્નો કરતા હોય છે.

સ્વચ્છતા જાળવવા ચીજવસ્તુઓની ઉપયોગીતાની પધ્ધતિઓનો વિકાસ, સાધનોની પ્રાપ્તિ વ્યકિત પહોંચી શકે તે સ્વરૂપે જાહેર સ્થળો પર ઓછી નજરે ચડે છે. જયારે ખાનગી સ્થળો પર કચરા નિકાલ વ્યવસ્થા વ્યકિતઓની પહોંચમાં આવે તેમજ ઝડપથી ઉપયોગ કરી શકે તે પ્રકારની હોય છે. બીજી બાબત જાહેર સ્થળો પર કચરા નિકાલ માટે જે સાધનોને મૂકેલા હોય છે તેને પણ યોગ્ય જગ્યા પર કચરાના નિકાલની પધ્ધતિ થવી જોઈએ. જેથી અન્ય લોકો તેનો ઉપયોગ કરે પરંતુ ઘણીવાર એવ બનતુ હોય છે જે કચરાના ડબ્બાઓ કે પેટીઓ હોય છે. શૌચાલયો હોય છે તેની સ્થિતિમાં પણ યોગ્ય વ્યવસ્થાનો અભાવ વર્તાય છે.

ખાનગી સ્થળો પર કચરા નિકાલની પધ્ધતિમાં ડબ્બા કે પેટીઓ તેમજ શૌચાલયો, ગટર વ્યવસ્થાઓ રાખવામાં આવેલી હોય છે. તેનું સંચાલન પણ યોગ્ય રીતે થાય છે. સમયાંતરે તે કચરા નિકાલના સાધનોની સફાઈ થવી પણ આવશ્યક છે.

પાણીના ઉપયોગની વાત તેમજ પ્રદુષીત/દુષિત પાણીના નિકાલની વ્યવસ્થા, જમીન પર ફેંકાયેલા ધનકચરાની સફાઈ વ્યવસ્થા તેમજ હવા પ્રદુષકોની ગેરહાજરી કે સ્વચ્છ હવા માટેની વ્યવસ્થા તમામ કચરા નિકાલની પધ્ધતિઓમાં આવરી લેવામાં આવે છે. જાહેર સ્થળો હોય કે ખાનગી માત્ર વ્યવસ્થાતંત્ર સાથે જોડાયેલ વ્યકિતઓના વલણ સાથે જોડાયેલો છે, જરૂરીયાત સાથે સંબંધીત છે.માનવ મૂલ્યો પર સ્વચ્છતાની જાળવણી કરવા માટે એટલા જ અગત્યના છે જેટલી વ્યવસ્થા વિકાસવા માટેની જરૂરીયાત છે.

યુનિટ-૪

સ્વચ્છતા અને પરિપ્રેક્ષ્ય અને અભિમુખતા

પ્રસ્તાવના :

સ્વચ્છતા એ એક એવી વાસ્તવિકતા છે. જેની સૌ, કોઈને આવશ્યકતા રહે છે કારણ કે, તેની ઉપયોગિતા અને મહત્વ એવું છે કે તેનો વિકલ્પ જ નથી. પરંતુ આ સ્વચ્છતા પ્રત્યે દ્દષ્ટિબિંદુ વિભિન્ન હોય છે. સ્વચ્છતાને જુદાં જુદાં અનેક દ્દષ્ટિકોણથી જોવામાં આવે છે. તેમજ વિવિધ ક્ષેત્રોમાં સ્વચ્છતા સમાયેલી હોય છે. એટલું જ નહીં પરંતુ પ્રત્યક્ષ કે પરોક્ષ રીતે તેની હાજરી અને ઉપયોગિતા પડેલી હોય છે. તો બીજ બાજું અનેકવિધ ક્ષેત્રોમાં સ્વચ્છતાની આવશ્યકતા અનિવાર્ય બની જતી હોય છે. અથવા તો સ્વચ્છતાની ગેરહાજરી દેખાતી હોય છે. આથી સ્વચ્છતાને વિવિધ પરિપ્રેક્ષ્યમાં સમજાવી શકાય.

પરિપ્રેક્ષ્યનો અર્થ :

પરિપ્રેક્ષ્ય એટલે 'આગવો દ્દષ્ટિકોણ', કોઈપણ ક્ષેત્ર કે બાબત હોય તો તેના વિવિધ પાસાંઓને સર્વાંગી રીતે તપાસવા કે જોવા અને સમજવા. દા.ત : સ્વચ્છતાની બાબતને આગવી દ્દષ્ટિથી જોઈને ઝીણવટપૂર્વક તપાસવી, સમજવી અને જ્ઞાન પ્રાપ્ત કરવું. આમ, પરિપ્રેક્ષ્યમાં સામાજિક વિજ્ઞાનોમાં એક આવશ્યક—બાબત માનવામાં આવે છે. સ્વચ્છતાને જુદાં જુદાં પરિપ્રક્ષ્યથી જોઈ શકાય. જેમ કે, સ્વચ્છતા અને સાંસ્કૃતિક પરિપ્રેક્ષ્ય, સ્વચ્છતા અને સુધારણાનો પરિપ્રેક્ષ્ય અને સ્વચ્છતા અને નવા ઉભરતા પરિપ્રેક્ષ્યો.....દરેક શાસ્ત્રનો આગવો દ્દષ્ટિકોણ હોય છે. કારણ કે તેમાં દરેક બાબતને મૂલવવાની, સમજવાની કે સમજાવવાની આગવી દ્દષ્ટિ હોય છે. દા.ત : 'સ્વચ્છતા' ને સમાજશાસ્ત્ર સમાજના સંદર્ભમાં, સામાજિક મૂલ્યોને ધ્યાનમાં રાખી તેનું મહત્વ સમજાવે તો અર્થશાસ્ત્ર સ્વચ્છતાને આર્થિક માપદંડથી તપાસશે. રાજયશાસ્ત્ર સ્વચ્છતાને સત્તા, ફરજ, હકકને ધ્યાનમાં રાખી સમજાવશે. મનોવિજ્ઞાન સ્વચ્છતાને લોકોની માનસિકતા સાથે જોડી તેનું મૂલ્યાંકન કરશે. આમ, દરેક શાસ્ત્રને તેની આગવી દ્દષ્ટિ હોય છે. આથી તેનો પરિપ્રેક્ષ્ય પણ અલગ પડતો હોય છે.

૩. અભિમુખતાનો અર્થ :

કોઈપણ ક્ષેત્ર કે બાબત, બનાવ, વિષય, પ્રસંગનો પ્રારંભનો પરિચય કેળવવો, તેના પ્રત્યેની સમજણ મેળવવાનો પ્રથમ પરિચય કેળવવો, તેને અંતર્ગત જ્ઞાન મેળવવાનો પ્રયાસ. દા.તઃ 'સ્વચ્છતા' પ્રત્યે લોકો સામાન્ય ખ્યાલ ધરાવતા હોય અથવા મર્યાદિત ખ્યાલ ધરાવતા હોય પરંતુ વધુ જ્ઞાન કે સમજણ કેળવવા માટે જે તે બાબત પ્રત્યે જોડાવવું તેને અભિમુખતા કહેવાય. જેમ દરેક શાસ્ત્રનું આગવુ દ્દષ્ટિબિંદુ હોય છે. તેમ દરેક શાસ્ત્ર પ્રત્યે પરિચય કેળવવા તેને પ્રત્યે અભિમુખ થવું જરૂરી છે. આથી એમ કહી શકાય કે વિષય પ્રત્યેની અભિમુખતા એ જ તે જ્ઞાનનું પ્રવેશદ્વાર છે. જયાંથી જે તે વિષયની ગહન જાણકારી માટે આગળ વધી શકાય.

સ્વચ્છતા પ્રત્યેનો વિવિધ પરિપ્રક્ષ્યો અને અભિમુખતાથી તેના પ્રત્યેના સંશોધિત ખ્યાલો પ્રાપ્ત થઈ શકે આથી સ્વચ્છતા અંગેના પ્રરિપ્રેક્ષ્યો અને અભિમુખતાને સમજવા નીચે મુજબના પ્રકારો દર્શાવી શકાય.

૪. સ્વચ્છતા અંગે સાંસ્કૃતિક અભિગમ અને પરિપ્રેક્ષ્ય :

જયારે સાંસ્કૃતિક બાબતોને કોઈપણ ખ્યાલને જોડીએ ત્યારે જે તે પ્રદેશ, વિસ્તારની ભૌગોલિક બાબતો સાથે સંસ્કૃતિના ખ્યાલો પણ તપાસવા પડે. જુદાં–જુદાં સમુદાયોની સંસ્કૃતિના મૂલ્યો સાથે સ્વચ્છતા કેટલા અંશે જોડાયેલી છે અથવા તે સમુદાયના લોકોએ સ્વચ્છતાને કેટલા અંશે સ્વીકૃતિ, જાગૃતિ અને મહત્વ આપ્યું છે તે બાબત મહત્વની બની રહે છે. માટે સાર્વત્રિક રીતે સંસ્કૃતિના ખ્યાલો પ્રવર્તે છે. તેમાં સ્વચ્છતા કયાં સમાયેલી કે જોડાયેલી છે તે સમજવાનો પ્રયાસ કરીએ તો કલા–સાહિત્ય, લોકજીવન, ધાર્મિક ઉત્સવો, લોક ઉત્સવો, લોક મૂલ્યો, (સા.ધોરણો, ભાષાબોલી, વર્તન વ્યવહાર, લોકરીતી) જેવા સાંસ્કૃતિક ખ્યાલોથી અભિમુખ થઈને તેને આગવા દ્દષ્ટિકોણથી સમજી શકાય.

૪.૧ કલા સાથે સ્વચ્છતાની અભિમુખતા અને પરીપ્રેક્ષ્ય :

સ્વચ્છતા કલા સાથે પ્રત્યક્ષ અને પરોક્ષ રીતે જોડાયેલી છે. વિવિધ કલાઓમાં સ્વચ્છતાનો અભિગમ પ્રસ્તુત હોય છે. જેમ કે, ચિત્રકલા, દ્દષ્ટિકલા, માટીકલા, વણાટકલા, ચર્મકલા, નૃત્યકલા વગેરે કલા સાથે સ્વચ્છતાનો ખ્યાલો એક યા બીજી રીતે જોડાયેલા છે. જેમ કે ચર્મકલા તો તેમાં મરેલા પશુઓના ચામડાને ઉતારી તેને ખુબ ઘસી ઘસીને સાફ કરવા. આ કામ સમાજના શુદ્ર વર્ણના લોકો દ્વારા કરવામાં આવે છે. આ કામમાં ખૂબ જ દુર્ગંધ, મહેનત જોડાયેલી છે કે જે અન્ય વર્ણના લોકો કરવાનું પસંદ કરતા નથી તેમજ આ ચામડા ઘસાઈના કામમાં વધુને વધુ સ્વચ્છ બનાવવાનું પણ એટલું જ મહત્વ છે. આથી ચામડા કમાઉવાના કાર્ય સાથે સફાઈકર્મીઓ અને સ્વચ્છતા પ્રત્યક્ષ રીતે જોડાયેલા છે. ત્યારબાદ તૈયાર ચામડાના વિવિધ પગરખાંઓ અને સાધનો બનાવવાનું કાર્ય પણ નિમ્ન જ્ઞાતિના લોકો દ્વારા કરવામાં આવે છે. આ સાધનો બનાવવામાં પણ સ્વચ્છતા જોડાયેલી છે.

ચર્મકલાની બીજી બાજુ જોઈએ તો મરેલા પશુઓની ચામડી ઉતારવા પાણીથી ઘસવા અને સાફ કરવાની કામગીરી સાથે પાણીનો બગાડ અને તેનાથી ઉભી થતી ગંદકી અને તે ગંદાપાણી કે જે દુર્ગંધ મારતું હોય તેનો નિકાલ કરવો એ એક પર્યાવરણીય પ્રશ્ન બન્યો છે. ઉત્તર પ્રદેશના કાનપુરમાં ચર્મઉદ્યોગોના કારખાનાઓના ગંદાપાણીનો નિકાલ નદીઓમાં કરવામાં આવે છે તેથી નદીઓના પાણી લાલ રંગના બન્યા છે. આવા પાણીથી પશુઓ અને લોકોના આરોગ્ય પર ગંભીર ખતરો ઉભો થયો

છે. અુક બાજુ ચર્મકલાનો વિકાસ થયો છે તો બીજી બાજુ સ્વચ્છતા અને પર્યાવરણના પ્રશ્નો ઉભા થયા છે. સાથે સાથે એ બાબત પણ મહત્વની બની છે કે ચર્મકામ સાથે જોડાયેલા નિમ્ન જ્ઞાતિનો આ પરંપરાગત વ્યવસાય પણ સામાજિક દૃષ્ટિએ નિમ્ન ગણવામાં આવે છે. પરંતુ તેનું કાર્યાત્મક મૂલ્ય મહત્વનું ગણવામાં આવતું નથી. ત્યાં પણ આ કલા અને તેની સાથે જોડાયેલા સફાઈકર્મીઓ પ્રત્યે સામાજિક ભેદભાવનો ખ્યાલ પ્રવર્તે છે. આમ, ચર્મકલા સાથે દૃષ્ટિબિંદુ (પરીપ્રેક્ષ્ય) જોડાયેલું છે.

વણાટકલા પણ સંસ્કૃતિ સાથે જોડાયેલી બાબત છે. પરંપરાગત રીતે પછાત સમાજના વણકર લોકો આ કલા સાથે જોડાયેલા છે. આ કલામાં માત્ર મહેનત જ નહી પણ આંતરસુઝ પણ જોડાયેલી છે. જયારે કાપડ વણવાની સમગ્ર પ્રક્રિયા થાય છે. ત્યારે શરૂઆતમાં રૂ માંથી તાર બનાવવા તેના પર કાંજી ચડાવવી, ટાણો બનાવવો અને વણાટકામ કરવું એ ખુબ જ અઘરું અને મહેનત માંગી લે એવું કામ છે. આટલી પ્રક્રિયા દરમિયાન એટલી તીવ્ર દુર્ગંધ આવતી હોય છે. તૈયાર કાપડની ધોલાઈ, રંગકામ, છાપકામ વગેરેમાં પણ તીવ્ર ગંધ આવતી હોય છે. જે સામાન્ય લોકો પસંદ કરતા નથી. અહિં સ્વચ્છનું દૃષ્ટિબિંદુ પરોક્ષ રીતે નિમ્ન જ્ઞાતિના વણકર લોકો સાથે જોડાયેલું હોય છે. વણકર લોકો તૈયાર થયેલા કાપડમાંથી ભગવાનના વસ્ત્રો, માતાજીની ચૂંદડી અને વસ્ત્રો તૈયાર થાય છે. જે પછાત જ્ઞાતિના દરજી લોકો દ્વારા તૈયાર થાય છે. જે ખુબ જ આદર, શ્રધ્ધા અને ભકિતભાવ સાથે ભગવાનને પરિધાન કરાવાય છે. પરંતુ તે કાપડ અને વસ્ત્રો તૈયાર કરનાર જે તે જ્ઞાતિના લોકો પ્રત્યે સામાજિક ઉચનીચના અને છૂતાછૂતના ભેદભાવ રાખવામાં આવે છે. તેની સાથે જોડાયેલી કાર્યાત્મક મહત્વને ધ્યાનમાં રાખવામાં આવતું નથી. અહિં પણ સ્વચ્છતાનો પરીપ્રેક્ષ્ય જોડાયેલા છે.

બીજી તરફ વણાટકલા સાથે સ્વચ્છતાનું પર્યાવરણ જોડાયેલ છે. કાપડ તૈયાર કરવાની પ્રક્રિયામાં પાણીનો ઉપયોગ વધુ થાય છે. તેમજ તેની ધોલાઈ અને રંગકામ, છાપકામમાં પણ પાણી ,રસાયણો, ધોવાનો સોડા વપરાય છે અને તે દ્વારા બહાર નીકળતું ગંદુ પાણી કે જે જમીનમાં ઉતરતું હોવાથી નદી, તળાવ અને સમુદ્રોમાં ભળતું હોવાથી દરેક જગ્યા જળપ્રદુષણ ઉભું કરે છે. અને પર્યાવરણને નુકશાન પહોંચાડે છે. અહીં પણ સ્વચ્છતાનું દૃષ્ટિબિંદુ જોડાયેલું છે.

વણાટકલાની કલા સાથે સ્વચ્છતા પ્રત્યક્ષ રીતે હકારાત્મક દૃષ્ટિએ પણ જોડાયેલ છે. આ કલા સ્વચ્છતા સાથે પ્રત્યક્ષ સંબંધ ધરાવે છે. કારણ કે કાપડ વણાટના દરેક તબકકે સ્વચ્છતાની કાળજી રાખવામાં આવે છે. કાપડ બનાવવાની સમગ્ર પ્રક્રિયા ખોરવાય જાય, અને શ્રેષ્ઠ કાપડની રચના થઈ શકે નહી. ટૂંકમા, સ્વચ્છતાની ગેરહાજરીથી વણાટકલા સંભવી શકે નહીં. કારણ કે લોકો વસ્ત્રો, કાપડની પસંદગીમાં શ્રેષ્ઠતા જ પસંદ કરે છે. માટે વણાટકલામાં શ્રેષ્ઠતા અને સ્વચ્છતા અનિવાર્ય બની જાય છે. અહીં વણાટકલા પ્રત્યે સ્વચ્છતા અભિમુખ થયેલી જણાય છે.

મૂર્તિકલા અથવા માટીકલા અને ચિત્રકલા પણ પરંપરાગત સંસ્કૃતિ સાથે જોડાયેલી કલા છે. આ બંને કલા એવી છે કે સ્વચ્છતા અને આ બંને કલા એકબીજાના પૂરક બની જાય છે. માટીમાંથી, પથ્થર કે આરસપહાણમાંથી મૂર્તિ બનાવવામાં આવે છે અને મોટાભાગે આ મૂર્તિઓ કે ચિત્રો વિદ્વાનો, મહાત્માઓ, રાજકારણીઓ અને ભગવાન કે દેવી–દેવતાઓની મૂર્તિઓ કે ચિત્રો બનાવવામાં આવે છે. આ ચિત્રો અને મૂર્તિઓ પ્રત્યે લોકોનો ભકિતભાવ, આદરભાવ, પૂજયભાવ જોડાયેલો હોય છે. તેથી સાફ સુથરી અને સ્વચ્છતા મેળાપ સાથે મૂર્તિઓ બનાવવાનો આગ્રહ રખાતો હોય છે. અને અનિવાર્ય પણ બને છે. મૂર્તિઓમાં જે તે ઈશ્વર કે વિદ્વાન પ્રત્યેનો લોકોનો ભાવ–લાગણી જોડવાની હોવાથી યોગ્ય માપ, સુંદરતા, ભાવસભર અને સ્વચ્છતાનો

સુમેળ સાથે તૈયાર થયેલી ભવ્ય ચિત્રો અને મૂર્તિઓ દૈદીપ્યમાન, જાજરમાન લાગે છે. જેમાં બનાવનાર અને ચિત્રો અને મૂર્તિઓ સ્વચ્છતાનો અવિર્ભાવ જોઈ શકાય છે. અહિંયા આવા ભવ્ય ચિત્રો અને મૂર્તિઓ સાથે સ્વચ્છતાનો પરીપ્રેક્ષ્ય અને અભિમુખતા પ્રગટ થાય છે.

ચિત્રો અને મૂર્તિઓ બનાવનાર કોઈ ઉંચી જ્ઞાતિ કે ઉચ્ચવર્ગની જ્ઞાતિના લોકો હોતા નથી. તેઓ ખૂબ મહેનતનું કાર્ય કરે છે. પરંતુ તેમની સાથે સામાજિક ભેદભાવ, શોષણ અને કાર્યાત્મક મહત્વ રાખવામાં આવતું નથી. માટીકામ કે પથ્થર તોડવાનું કાર્ય શ્રમપ્રધાન છે. તેનાં કલા કારીગરી દર્શાવવી એ પણ કૌશલ્ય પ્રધાન કાર્ય છે જે સામાન્ય માણસમાં ન હોય શકે. આવી કલા ધરાવનાર પ્રત્યે હિનતાની નજરે જોવામાં આવે ત્યારે સ્વચ્છતા સાથે જોડાયેલ લોકો પ્રત્યે આ પરીપ્રેક્ષ્ય પરોક્ષ રીતે જોડાયેલ છે એવું કહી શકાય.

પર્યાવરણની દ્દષ્ટિએ આ કલાને જોડીએ તો કાષ્ટકલા, ચિત્રકલા, મૂર્તિકલા, માટીકલા વગેરેમાં પર્યાવરણીય અસરો જોઈએ તો કાષ્ટકલામાં કિંમતી વૃક્ષોના લાકડાંઓમાંથી લાકડાની મૂર્તિઓ બનાવવામાં આવે છે. આથી કિંમતી વૃક્ષોને કાપી નાંખવામાં આવે છે. પથ્થરની કે આરસની મૂર્તિઓ બનાવવા જમીનમાં રહેલા કિંમતી પથ્થરો કે જે જમીનનું સમતુલન જાળવી રાખે છે. તેનું ખોદકામ કરીને બહાર કાઢી લેવામાં આવે છે. આવી પથ્થરની ખાણો ભૂકંપ જેવી કુદરતી હોનારત સર્જે છે. માટીકલામાં સારી માટીમાંથી મૂર્તિઓ તૈયાર કરવામાં આવે છે તેને વિવિધ રંગોથી રંગવામાં આવે છે. ત્યારે સારી ફળદ્રુપ જમીન ખોદીને માટી મેળવવામાં આવે છે. જે જમીનના સ્તરને નુકશાન પહોંચાડે છે. વિવિધ કુદરતી રંગો મેળવવા કિંમતી વૃક્ષો અને વનસ્પતિનો નાશ કરવામાં આવે છે. અહિંયા પણ સ્વચ્છતાનો દ્દષ્ટિબિંદુ જોડાયેલ છે.

૪.૨ સાહિત્ય સાથે સ્વચ્છતાની અભિમુખતા અને પરીપ્રેક્ષ્ય :

સાહિત્ય એ પણ આપણી સંસ્કૃતિ છે. આથી સાહિત્યને સાંસ્કૃતિક અભિમુખતાથી અને પરીપ્રેક્ષ્યથી જોતાં કહી શકાય કે સાહિત્ય એ સમાજનો અરીસો છે. પરંપરાગત સાહિત્ય આપણને આપણી સંસ્કૃતિથી સમાન બનાવે છે. જેવાં સમાજ હોય એવું સાહિત્ય રચાય. જો સમુદાય, સમાજ, પ્રદેશ, ભૌગોલિક વિસ્તાર અને જેવી સંસ્કૃતિ હોય તેની અસર સાહિત્યમાં અચૂકપણે જોવા મળે. ફિલ્મો, ટેલિવિઝનના પ્રસારણો એ સાહિત્યનું ચાલતું અને પડદા પર દશ્યમાન થતો સમાજ છે. આથી જયાં જેવો સમાજ છે તેનું મૂલ્યાંકન આ સાહિત્ય દ્વારા થઈ જાય છે. વેદકાલિન સાહિત્ય, બૌદ્ધ અને જૈન ધર્મના સાહિત્ય, મહાકાવ્યો અને પુરાણો, ગુપ્તકાલીન સાહિત્ય, ભકિતકાલીન સાહિત્ય, બ્રિટીશકાલીન સાહિત્ય અને આધુનિક સાહિત્યમાં અનેક મહાનુભાવો અને સાહિત્યકારોએ પોતાની કૃતિઓમાં અને રચનાઓમાં સમાજની સ્વચ્છતાની તસ્વીરો પરોક્ષ રીતે દર્શાવી છે. એટલે કે સ્વચ્છતા પ્રત્યેની અભિમુખતા સાહિત્ય સાથે જોડાયેલી છે એમ કહી શકાય.

સ્વચ્છતાનો નિર્દેશ સાહિત્યમાં બહુ જ ઓછા પ્રમાણમાં થયો છે. સ્વચ્છતા સંબંધી અનેક કાર્યો, કાર્યક્રમો, યોજનાઓ અમલમાં મુકાય છે. પરંતુ તેનું મહત્વ શાળા – કોલેજોમાં અભ્યાસ રૂમનાં ભાગરૂપે શીખવવામાં આવે એવું નથી. તેમજ સ્વચ્છતાના પાઠો બાળકોને શાળા કક્ષાએ શીખવવામાં આવે એવું સાહિત્ય તૈયાર કરવામાં આવ્યું નથી. પર્યાવરણ વિષય શાળા – કોલેજમાં શીખવવામાં આવે છે. પરંતુ એક સ્વતંત્ર શાખા તરીકે સ્વચ્છતાનું સાહિત્ય રચવામાં ઉદાસીનતા જોવા મળે છે. આથી સુલભ ઈન્ટરનેશનલ સોશ્યલ સર્વિસીસના પ્રણેતા ડૉ. બિન્દેશ્વરપાઠક દ્વારા 'સ્વચ્છતાનું સમાજશાસ્ત્ર' વિષય અંતર્ગત યુ.જી.સી. પાસે એક અગત્યના વિષય

તરીકેની માન્યતા મેળવવાના અથાગ પ્રયત્નો કરે છે. અને તેમનું સ્વપ્ન એવું પણ છે કે ભારતની તમામ યુનિવર્સિટીમાં સ્વચ્છતા સંબંધી સાહિત્યને વિષય તરીકે અભ્યાસ રૂમમાં દાખલ કરવામાં આવે અને આપણે આશા રાખીએ કે તેઓનું સ્વપ્ન સાકાર થાય.

૪.૩ લોકજીવન સાથે સ્વચ્છતાની અભિમુખતા અને પરીપ્રેક્ષ્ય :

ભારતની સાંસ્કૃતિકતા સાથે સમાજના લોકજીવન સાથે સંકળાયેલી છે. ભારતમાં 'અનેકવિધતા' જોવા મળે છે. છતાં સૌ 'એકતા' ને અનુભવે છે. જયારે જયારે સંજોગો ઉભા થાય છે ત્યારે સમગ્ર લોકજીવનમાં એકતાનો આવિર્ભાવ આપમેળે જોવા મળ્યો છે. ભારતની લોકસંસ્કૃતિની સાથે લોકોનું જીવન જોડાયેલું છે. જે તે સમાજનું જીવન તેઓની સંસ્કૃતિ પર નિર્ભર છે. અનેક જ્ઞાતિઓ તેમના આગવા મૂલ્યો અને ધોરણો સાથે ઓતપ્રોત થઈને સંબંધો અને વ્યવહારો ચલાવે છે અને સ્વીકારે છે. દરેક જ્ઞાતિને બીજી જ્ઞાતિ સાથેના પરસ્પરના વ્યવહારો ચલાવે અને વર્તન કરવા અને વર્તન ન કરવાના ધોરણો હોય છે. તેમજ જ્ઞાતિઓ વચ્ચે "કાર્યાત્મક જરૂરીયાત" ના સંબંધો હતા. જેને જજમાની કે યજમાની પ્રથા કહેવામાં આવે છે. ખાસ કરીને ઉંચી ગણાતી જ્ઞાતિઓ તેમનાથી ઉતરતી ગણાતી જ્ઞાતિઓ સાથે સામાજિક અંતર રાખીને વર્તન વ્યવહાર રાખતા કારણ કે ઉતરતી ગણાતી જ્ઞાતિના લોકોનો વ્યવસાય નિમ્ન ગણાતો હોવાથી તેઓ પણ નિમ્ન જ્ઞાતિના ગણાવા લાગ્યા. આમ, દરેક જ્ઞાતિને પોતાના જ્ઞાતિ સભ્યો અને જ્ઞાતિજનો સાથેના વ્યવહારો અંગેના ધોરણો જોવા મળે છે. જે અનુસાર લોકજીવન જોવા મળે છે.

અહિંયા નિમ્ન વ્યવસાય કરનારાઓ સ્વચ્છતા સંબંધી વ્યવસાયો કે આર્થિક પ્રવૃતિ કરે છે. માટે ભેદભાવ અને શોષણ થાય છે. માટે સ્વચ્છતાના પરીપ્રેક્ષ્યથી જોઈએ તો અહિં સામાજિક ભેદભાવ સ્વચ્છતા સંબંધી કે સ્વચ્છતા સાથે પરોક્ષ રીતે સંકળાયેલ છે.

ભારતના રાજય બંધારણમાં ભારતને 'બિનસંપ્રદાયિક' દેશ તરીકે પ્રસ્તુત કરવામાં આવ્યો છે. માટે દરેક ધર્મને સમાન દરજજો આપવામાં આવ્યો છે. ભારતમાં હિન્દુ, મુસ્લિમ, શીખ, જૈન, બૌદ્ધ, પારસી જેવા ધર્મને અનુસરનારા લોકો વસે છે. દરેક ધર્મના ચોક્કસ ઉપદેશો હોય છે. લોકો તેને અનુસરે છે તેમાં સામાન્ય રીતે પવિત્રતા અને પુણ્ય, સારા કર્મો, ઈશ્વર ભકિતભાવ અને માનવતાના ધર્મની વાત બધા ધર્મો કરે છે. અહિં પવિત્રતાનો ભાવ એ સ્વચ્છતા સાથે જોડાયેલો છે. મનની અને શરીરની પવિત્રતા એ સ્વચ્છતાનો નિર્દેશ કરે છે. આમ, ધર્મની આજ્ઞા અને ઉપદેશોથી લોકજીવન અસર પામ્યું છે.

ભારત ત્રણ સમુદાયોથી બનેલું છે. શહેરી, ગ્રામીણ અને આદિવાસી સમુદાય. દરેક સમુદાયની આગવી લાક્ષણિકતા હોય છે. શહેરી સમુદાયની લાક્ષણિકતાઓ અન્ય સમુદાય કરતાં વધુ અલગ અને આગવી સંસ્કૃતિ હોવાથી અલગ પડે છે. લોકો સ્વચ્છતાના આગ્રહી છે. પરંતુ જાહેર અને સાર્વજનિક પ્રત્યે બેદરકાર છે. ગંભીરતા ધરાવતા નથી. ગ્રામ સમુદાયના લોકો વધુ અશિક્ષિત હોવાથી સ્વચ્છતા પ્રત્યે સભાનતા ધરાવતા નથી અને આદિવાસી સમુદાયના લોકોનું જીવન કુદરત પર નિર્ભર હોવાથી સ્વચ્છતા પ્રત્યે જાગૃત નથી. આથી સ્વચ્છતાનો આવિષ્કાર ભારતમાં વધતા ઓછા અંશે જોવા મળે છે.

ભારતમાં ભૌગોલિક દૃષ્ટિએ પણ ભાતીગળ વિવિધતા જોવા મળે છે. સપાટ મેદાનોની સંસ્કૃતિ, પર્વતો પર રહેનારના ઢોળાવ પર, જંગલોમાં રહેનારા લોકો,

સમુદ્રકાંઠાના વિસ્તારોમાં રહેતા લોકો, ઠંડા પ્રદેશોમાં રહેતા લોકો પોતાનું લોકજીવન કુદરત પર આધારિત જીવન જીવે છે. જયાં સ્વચ્છતાની સભાનતામાં અનેકવિધતા જોવા મળે છે. જયાં સપાટ મેદાનો છે ત્યાં ખેતીનો વ્યવસાય વધુ હોય છે. ઉદ્યોગોનું પ્રમાણ પણ વધુ હોય છે. ખાસ કરીને શહેર સમુદાયો વિકાસ પામ્યા હોય છે. જયાં સ્વચ્છતા જાળવવાના સભાનતાપૂર્વકના પ્રયાસો પ્રત્યે અપુરતું ધ્યાન અપાય છે. આથી પર્યાવરણીય પ્રશ્નો જોવા મળે છે. જયારે પર્વતો અને તેના

ઢોળાવો પર રહેતા લોકો પશુપાલન અને પગથીયા ઢબની ખેતી કરે છે. આવા વિસ્તારોમાં કુદરતી હવા, પાણીની જરૂરીયાત પુરતી મળી રહે છે. પરંતુ સ્વચ્છતા અંગેની પ્રસ્તુતતા જોઈએ તો વૃક્ષો અને વનસ્પતિનો નાશ વધુ પ્રમાણ આવા વિસ્તારોમાં જોવા મળે છે. પર્વતોને ખોદીને પગથીયા જેવી જમીન બનાવવામાં આવે છે જયાં રહેઠાણ અને ખેતી કરવામાં આવે છે. જેનાથી પર્યાવરણીય સ્વચ્છતા જળવાતી નથી.

ભારતનું લોકજીવન વૈવિધ્યપૂર્ણ રીતરિવાજો, જીવનરીતિઓ, કળા–કારીગરી, પ્રાચીન હસ્તપ્રતો, ચિત્રો, મહેલો, હવેલીઓ, ધાર્મિક સંસ્કૃતિપૂર્ણ જીવનની અસરો, સાહિત્ય, સંગીત, ભજનો અને શાસ્ત્રોમાં વ્યકત થાય છે. આ બધા જ ક્ષેત્રોમાં ઓછા કે વધતા અંશે સ્વચ્છતાના મૂલ્યો પરોક્ષ રીતે જોડાયેલા છે કેટલાક ક્ષેત્રોમાં સ્વચ્છતાનું મૂલ્ય પર્યાય બન્યું છે જેમ કે ધર્મ અને ધાર્મિક જીવનમાં સ્વચ્છતા ફરજીયાતપણે અનુસરવામાં આવે છે. આથી લોકજીવન સાથે સ્વચ્છતા વણાયેલી છે.

ભારત ખેતીપ્રધાન દેશ ગણાતો હતો સાથે સાથે કલા અને કારીગર ગણાતી જ્ઞાતિના વિવિધ વ્યવસાયો પણ આર્થિક પ્રવૃતિનો ભાગ ગણવામાં આવે છે. દરજી કામ, સુથારકામ, વણાટકામ, સફાઈકામ, સોનીકામ, માટીકામ, લુહારીકામ, ખેતીકામ, મજૂરીકામ વગેરે આ દરેક વ્યવસાયોમાં સ્વચ્છતા તેઓના કામને 'યશ' અપાવે છે. જેટલું કામ સ્વચ્છ હશે એટલું વ્યવસાયિક કાર્ય વધુ સારૂ બને અને પ્રતિષ્ઠા અને પૈસા વધુ અપાવે છે. આથી ભારતના લોકોના જ્ઞાતિગત વ્યવસાયો સાથે સ્વચ્છતાનું દષ્ટિબિંદુ જોડાયેલું જોઈ શકાય છે.

ટૂંકમાં, ભારતમાં જે લોકજીવન જોવા મળે છે તેમાં એટલી બધી વિવિધતા છે કે વિશ્વમાં અન્ય સંજોગોમાં જોવા ન મળે છતાં 'એકતા' એ ભારતનું અભિન્ન અંગ છે. આ સમગ્ર લોકજીવનના તમામ ક્ષેત્રોમાં સ્વચ્છતાને જોડીએ તો સ્વચ્છતા પ્રત્યે જાગૃતતા, સભાનતા અને પ્રસ્તુતતાનું પ્રમાણ ધીમે ધીમે પણ મક્કમપણે વધતું જાય છે. સ્વચ્છતાનું મૂલ્ય લોકજીવનમાં સમજાતું જાય છે. અને લોકજીવનનો એક ભાગ બની જશે.

૪.૪ ધાર્મિક ઉત્સવો સાથે સ્વચ્છતાની અભિમુખતા અને પરીપ્રેક્ષ્ય :

ભારત ધાર્મિકતાની દષ્ટિએ અનેક ધર્મો પેટાધર્મો અને વિભાગો અને પેટાવિભાગો ધરાવે છે. ભારતમાં દરેક માસમાં અનેક ધર્મના તહેવારો અને ઉત્સવો યોજાતા હોય છે. અનેક ધાર્મિક સ્થળોએ એક યા બીજા પ્રસંગો કે નિમિત્તે ઉત્સવો ઉજવાતા હોય છે. ધાર્મિક મેળાવડા, રથયાત્રા, ગરબા, દાંડીયારાસ, પ્રદર્શનો, જાહેર ઉત્સવો, ભજન – કિર્તન, પૂંજાપાઠ યોજાતા હોય છે. આવા ધાર્મિક સ્થળો અને ઉત્સવોના સ્થળે સ્વચ્છતાની આવશ્યકતા અનિવાર્યપણે દેખાતી હોય છે. આવા ઉત્સવો ઉજવાતા હોય છે ત્યારે ધાર્મિક સ્થળો પર વ્યાપ્ત પ્રમાણમાં ગંદકી, ગંદાપાણી, ગીર્દી, મળમૂત્રના નિકાલના પ્રશ્નો, રહેઠાણના પ્રશ્નો વગેરે પ્રશ્નો ઉભા થતા હોય છે. જેમ કે ભારતમાં સમયાંતરે કુંભમેળાઓ યોજાય છે. ત્યારે સ્વચ્છતાના પ્રશ્નો જોવા

મળે છે. લાખોની જનમેદની આવા ધાર્મિક ઉત્સવોમાં એકઠી થાય છે. પરંતુ તે સમયે સ્વચ્છતાને ગંભીરતાથી ધ્યાનમાં રાખવામાં આવતી નથી. જયારે ધાર્મિક ઉત્સવો પુરા થઈ જાય પછી ઘણાં લાંબા સમયે સ્વચ્છતાને ગંભીરતાથી ધ્યાનમાં રાખવામાં આવતી નથી. જયારે ધાર્મિક ઉત્સવો પુરા થઈ જાય પછી ઘણા લાંબા સમય સુધી અથવા કાયમી રીતે તેની સ્વચ્છતા સંબંધી અસરો જોવા મળે છે. કેટલાક ધાર્મિક સ્થળોના પરીસરમાં દુર્ગંધ અને ગંદકીની હાજરી હોય છે. ધર્મ, ઈશ્વર કે ભગવાન પ્રત્યેની શ્રધ્ધામાં પૂર્ણ સ્વચ્છતાનો આગ્રહ પણ આવા સ્થળની સ્વચ્છતામાં બેદરકારી જોવા મળે છે. ધાર્મિક દષ્ટિએ જાહેર સ્નાન કરવું એ પવિત્રતા અને પુણ્યકાર્ય માનવામાં આવે પરંતુ એ જ જગ્યાએ ગંદકી ફેલાય. અસ્વચ્છતા અને પર્યાવરણના પ્રશ્નો ઉદ્ભવે તેનું મહત્વ માનવામાં આવતું નથી. ભારતના અનેક નાના/મોટા મંદિરો, મસ્જીદો, ગુરૂદ્વારામાં તહેવારોમાં લાખોની જનમેદની એકત્ર થાય છે ત્યારે સ્વચ્છતાનું આયોજન ગૌણ હોય છે. જેમ કે જન્માષ્ટમી, રામનવમી કે અન્ય ધર્મોના તહેવારોમાં રથયાત્રા, જુલુસ કાઢવામાં આવે છે ત્યારે તેમાં એકત્ર થતાં લોકો અને જયાંથી આ ધાર્મિક જુલુસ પસાર થવાનું હોય તે જાહેર સ્થળો પર સ્વચ્છતાના, પર્યાવરણના અનેક પ્રશ્નો ઉદ્ભવતા હોય છે.

આમ, સાંસ્કૃતિક પરીપ્રેક્ષ્યમાં ધર્મ અને ધાર્મિક ઉત્સવોમાં સ્વચ્છતાનો પરીપ્રેક્ષ્ય સંકળાયેલો છે એવું દર્શાવી શકાય.

૪.૫ લોક ઉત્સવો સાથે સ્વચ્છતાની અભિમુખતા અને પરીપ્રેક્ષ્ય :

ભારતીય લોકસંસ્કૃતિના ભાગરૂપે લોકઉત્સવો સમગ્ર ભારતમાં ઉજવાતા હોય છે. ભારત ધર્મપ્રધાન, ખેતીપ્રધાન દેશની લાક્ષણિકતા ધરાવે છે. આથી જયારે જયારે ખેતીકામના સંદર્ભમાં પ્રસંગ આવે જેમ કે, બિયારણની વાવણી, પાકની કાપણી વગેરે જેવા પ્રસંગોમાં વિવિધ લોકમેળાઓ કે ઉત્સવો ઉજવાતા હોય છે. તેમ ધર્મના ધાર્મિક મેળાવડાં યોજાતા હોય છે. જેમ કે, ગુજરાતમાં નવરાત્રીમાં નવ દિવસ સુધી રાસ–ગરબા અને દાંડીયારાસ થાય છે. લોકનૃત્યો થતાં હોય છે. આદિવાસી નૃત્યો, ભવાઈ, મેળાઓ જેમાં ગુજરાતમાં તરણેતરનો મેળો, શામળાજીમાં કાર્તિક પૂર્ણિમાનો મેળો, જુનાગઢનો ભવનાથનો મેળો, વૌઠાનો પશુમેળો, ડાકોરનો પૂનમનો મેળો, અંબાજીમાં ભાદરવી પુનમનો મેળો, મોઢેરાનો મેળો, ભાવનગરનો નિષ્કલંકનો મેળો તેમજ નાના મોટા ગ્રામ્ય સમુદાયો અને નગરો, શહેરો, મહાનગરોમાં ઉત્સવપ્રિય લોકોના ઉત્સવો કે મેળાવડાં યોજાતા હોય છે. લાખોની જનમેદની એકત્ર થતાં હોય ત્યાં કોઈ યોજનાપૂર્વકનું આયોજન અને તેમાં પણ સ્વચ્છતા સંબંધી આયોજન થયું હોતું નથી. આવા ઉત્સવોના આયોજકો અને ઉત્સવમાં ભાગ લેનારા પણ સ્વચ્છતા સંબંધી બાબતોને ગંભીર ગણતા નથી. અને ઉત્સવો ઉજવાય છે. પુરા પણ થઈ જાય અને ફરી પાછા સમયાંતરે પુનઃઉત્સવો આવતા હોય છે. ગત ઉત્સવોમાં થયેલા સ્વચ્છતા સંબંધી પ્રશ્નો પુનઃ ઉદ્ભવે છે. આવું પરંપરાગતપણે આવ્યા કરે છે. પરંતુ સ્વચ્છતાની ગેરહાજરીની વ્યાપક નકારાત્મક અસરોને લક્ષ્યમાં લેવાતી નથી.

સમાપન :

આમ, સ્વચ્છતા સંબંધી દષ્ટિબિંદુ અને અભિમુખતાની દષ્ટિએ ભારતમાં સામાન્ય પણે જયાં સ્વચ્છતાની આવશ્યકતા છે એટલી પૂર્ણ થતી નથી જયારે જયારે સ્વચ્છતાની આવશ્યકતા હોય છે ત્યારે પણ તેના તરફ દુર્લક્ષ સેવવામાં આવ્યું છે. સ્વચ્છતાને લોકસાહિત્યમાં પણ પરોક્ષ સ્થાન મળ્યું છે. સ્વચ્છતા સંબંધી પ્રત્યક્ષ નામાંકિત સાહિત્ય ઓછું ઉપલબ્ધ છે. વિવિધ કલાઓમાં પણ સ્વચ્છતા પરોક્ષ પણે જોવા મળે છે. તો કયારેક તેની સંપૂર્ણ ગેરહાજરી જોવા મળે છે. ભારતીય લોકજીવન,

લોક ઉત્સવો અને ધાર્મિક મેળાવડાંઓમાં તો સ્વચ્છતા કયાંય જોવા મળતી નથી. લોકોનું સ્વચ્છતા પ્રત્યેનુ દ્દષ્ટિબિંદુ અને અભિમુખતા કેળવવાની ખૂબ આવશ્યકતા છે. સાંસ્કૃતિક પરીપ્રેક્ષ્યમાં જોઈએ તો ભારતીય સંસ્કૃતિમાં સ્વચ્છતા વૈચારિક દ્દષ્ટિએ મહત્વ ધરાવે છે. પરંતુ વ્યવહારિક મૂલ્ય ધરાવતું નથી.

૫. સ્વચ્છતા અંગેનો સુધારાવાદી અભિગમ અને પરીપ્રેક્ષ્ય :

મધ્યયુગ એ અંધકારયુગ તરીકે ઓળખવામાં આવે છે. તે સમય દરમિયાન અંધશ્રધ્ધા, વહેંમ, શંકા, અવિશ્વાસ જેવી બાબતો લોકજીવનમાં જોવા મળતી હતી. શિક્ષણનું પ્રમાણ નહિવત હતું. સ્ત્રીઓનો સામાજિક દરજજો નિમ્ન હતો. સમાજમાં તેઓનું કોઈ મહત્વ ન હતું. તેમજ ધર્મમાં અંધશ્રધ્ધા, જાદુ, ચમત્કાર, મેલી વિદ્યા વગેરે જેવા અનિષ્ટો પ્રવેશી ચૂકયા હતા. આથી સ્વચ્છતા પ્રત્યેનો કોઈપણ સ્વરૂપનો ખ્યાલ પ્રવર્તતો ન હતો અને સ્વચ્છતા અંગે કોઈ ગંભીરતા હતી નહી.

૧૯મી સદીની શરૂઆતને સુધારવાનો યુગ કહેવામાં આવે છે. આ સમયે અંગ્રેજોના આગમન અને તેઓની વિવિધ પ્રવૃતિથી શિક્ષણના પ્રચાર અને પ્રસારથી લોકો શિક્ષણ પ્રાપ્ત કરવા તરફ વળ્યા તેમજ તે સમયે અનેક નવી શોધો અને સંશોધનો થયા. લોકો આ સમયે વિદેશ પ્રવાસ કરવા લાગ્યા. તેમાં અનેક નામો એવા છે કે તેઓ વિદેશ જઈને શિક્ષણ પ્રાપ્ત કર્યુ અને ભારતની અંધશ્રધ્ધા, વહેમ વગેરે પ્રત્યે સુધારણાની જેહાદ જગાવી તેઓ વિદેશી સંસ્કૃતિ અને લોકોના સંપર્કમાં આવ્યા જેના કારણે કેટલા સમાજના દુષણો પ્રત્યે સભાનતા આવી. કુરિવાજોને નાબૂદ કરવા, સ્ત્રી શિક્ષણ પ્રત્યે તેમજ સતીપ્રથા, વિધવા પુનઃવિચાર, બાળલગ્ન અટકાવવા, સમાજ સ્વચ્છ અને તંદુરસ્ત બનાવવા અનેક સમાજ સુધારકો અને શાસકોએ પ્રયાસો કર્યા જેમાં મુખ્યત્વે રાજારામ મોહનરાય, દયાનંદ સરસ્વતી, એની બેસન્ટ, ગાંધીજી, જયોતિબા ફૂલે, લાભશંકર દુર્ગાશંકર મહેતા, ડૉ. બાબાસાહેબ, શાહુ મહારાજા, સયાજીરાવ ગાયકવાડ વગેરે મહાનુભાવોને ૧૯મી સદીમાં સુધારણાની અને નવજાગૃતિની ચળવળ અને આંદોલન જગાવ્યું હતું અને આથી કહી શકાય કે આ સમયે સુધારણાના અભિગમ અને પરીપ્રેક્ષ્યથી સમાજને જોવા તથા તપાસવાનો પ્રયત્ન થયો જેમાં સ્વચ્છતાનો પ્રત્યક્ષ સ્વરૂપે કે પરોક્ષ સ્વરૂપે આવિર્ભાવ થયો સ્વચ્છતાના પ્રત્યે હકારાત્મક ભાવથી જોવા લાગ્યા.

સુધારાવાદી અને નવજાગૃતિના સમયગાળામાં અનેક સામાજિક પરિવર્તનો આવ્યા. લોકો આધુનિકતા અપનાવવા લાગ્યા. સંદેશા–વ્યવહાર અને વાહન–વ્યવહારના માધ્યમો, આરોગ્ય વિષય જાગૃતિ, ઉંચા જીવનધોરણની અપેક્ષા, આદર્શવાદી વિચારસરણી, સ્ત્રીઓના શિક્ષણ અને બાળકોનો યોગ્ય ઉછેર તેમજ પુરતું ભરણપોષણ જેવા મૂલ્યો અને વિચારસરણીએ સુધારણાના પરીપ્રેક્ષ્યને બજબૂત બનાવી અને સ્વચ્છતાના અભિમુખને પ્રોત્સાહન આપ્યું.

*** સુધારાવાદી પરીપ્રેક્ષ્ય અને અભિમુખતામાં સ્વચ્છતાનું સ્થાન :**

આ પરીપ્રેક્ષ્ય અને અભિમુખતામાં નીચેની બાબતોને સ્વચ્છતાના દ્દષ્ટિબિંદુથી કેવી રીતે અભિમુખ બને છે તે તપાસીએ.

૧. આધુનિક વિચારસરણી અને સ્વચ્છતા :

વૈશ્વિક પરિબળોએ લોકોને નજીક લાવવાનું કાર્ય કર્યુ છે. લોકો પાસે નવા અને આધુનિક વિચારો તુરત જ પહોંચી જાય છે. લોકો નવી વિચારસરણીને બધી બાજુ જોઈ, તપાસી, સમજીને તેની ઉપયોગીતાને ધ્યાનમાં રાખી અપનાવે છે. અને તેનો

પુરેપુરો લાભ લેવાનું ચૂકતા નથી. ખાસ કરીને જીવન ઉપયોગી બાબતોમાં વિશેષ જોવા મળે છે. લોકો પોતાના જુના પુરાણા ખ્યાલોને તેની ઉપયોગિતા ન રહેતા છોડતા જાય છે. જુના ખ્યાલોમાં જે સલામતી અનુભવાતી હતી તે હવે નથી. મારે આજના દેશ–વિદેશના ખ્યાલો તેમજ શિક્ષણના માધ્યમથી નવા આધુનિક આત્મસાત કરવા લાગ્યા છે. તેનું વ્યવહારિક મૂલ્ય સમજમાં આવતું જાય છે. તેમજ આધુનિક વિચારો અપનાવવામાં લોકો હર્ષ અને ગર્વ અનુભવે છે.

આ બધી બાબતો અપનાવવાથી આધુનિકતાને વેગ મળે છે. નવી આધુનિક વિચારસરણીની નવીનતાનો અનુભવ થાય છે જેમ કે સ્વચ્છતાનો ખ્યાલ નવો નથી પરંતુ તે આધુનિક બન્યો છે. લોકો પોતાના ઘરમાં શૌચાલય હોવું એ ખ્યાલને સ્વીકારે છે. પરંતુ તે શૌચાલય કાયમ માટે સ્વચ્છ રાખવું અને તેના ઉપાયો પણ શોધી કાઢે તે આધુનિક વિચારસરણી છે. વ્યકિતગત જીવનમાં સ્વચ્છતાનું મહત્વ માત્ર બીજા માટે નહી પરંતુ પોતાના માટે હોવું અને તેનું મહત્વ સ્વીકારવું તેમજ બીજા પાસે સ્વચ્છતાનો આગ્રહ રાખવો એ આધુનિક વિચારસરણી છે. લોકો પરસ્પર વ્યવહારમાં છૂતાછૂત ન રાખે. પર્યાવરણની જાળવણી રાખે. સાર્વજનિક આરોગ્યનો ખ્યાલ રાખે, શિક્ષણમાં સ્થાન મળે આ દરેક બાબતો આધુનિક વિચારસરણીમાં સમાવેશ થાય છે. આમ, સ્વચ્છતાનો અભિગમ અને દ્દષ્ટિબિંદુ લોકોની વિચારસરણીમાં સ્થાન પામે ત્યારે સુધારાવાદી પરીપ્રેક્ષ્ય સફળ બને છે.

૨. સંચાર માધ્યમો અને સ્વચ્છતા :

પ્રવર્તમાન સમયમાં સંચાર સાધનોએ વિશ્વમાં બનતા બનાવોને તરત જ સમાજ સુધી પહોંચાડવાનું કામ કર્યુ છે. આ સાધનોમાં એટલી તાકાત છે કે સમગ્ર સમાજમાં સામાજિક પરિવર્તન, સામાજિક – રાજકીય જાગૃતિ લાવી શકે છે. લોકો સમક્ષ જીવંત પ્રસારણ આપી સમાજને માહિતગાર કરે છે. આથી લોકોમાં પડેલી અજ્ઞાનતા, ગેરસમજ, અંધવિશ્વાસ દૂર કરી શકે છે. લોકો પાસે વૈશ્વિક જ્ઞાન પહોંચી ગયું છે. ભારતમાં ગ્રામસમુદાયોમાં આજે ટેલિવિઝન ઘરે ઘરે પહોંચ્યા છે. મોબાઈલમાં ઈન્ટરનેટ પ્રાપ્ત થઈ ચૂકયું છે. આથી આધુનિકતાની સાથે લોકોના વિચારોમાં પરિવર્તનો પણ શરૂ થઈ ચૂકયા છે.

આજે સંચારના માધ્યમોથી અનેક ચલચિત્રો, ધારાવાહિકોને ટેલિવિઝન પર લોકો નિહાળે છે. અને તેની અસરો વ્યાપકપણે જોવા મળે છે. તેમાં સ્વચ્છતાની વાત કરીએ તો આ પ્રસારણોમાં સ્વચ્છતા અને સાસુથરૂં જીવન દર્શાવવામાં આવે છે. આરોગ્ય વિષયક કાર્યક્રમો, સ્ત્રીવિષયક કાર્યક્રમો, શૌચાલય સંબંધી જાહેરાતો, સંપૂર્ણ સ્વચ્છતા અભિયાન અંતર્ગત દર્શાવામાં આવતી જાહેરાત જેમાં સ્વચ્છતાનું મહત્વ કેટલું મૂલ્યવાન છે. તેની ગેરહાજરીથી કેટલી વિપરીત અસરો થાય છે. તેનું પ્રસારણ લોકોના મન અને હૃદય સુધી પહોંચાડે છે. મનોવિજ્ઞાન કહે છે કે સાંભળેલું અને જોયેલું ચિત્ર કે દ્દશ્ય વધુ અસરકર્તા બને છે. અને તેની કાયમી છાપ માનસ પર રહે છે. આથી સ્વચ્છતાનો પ્રચાર અને પ્રસાર આ સાધનો દ્વારા વધુને વધુ થાય એ જરૂરી છે. જેથી સ્વચ્છતાનું દ્દષ્ટિબિંદુ લોકો સુધી પહોંચે અને સ્વીકૃત થાય.

૩. આરોગ્ય વિષયક જાગૃતિ અને સ્વચ્છતા :

લોકો પોતાના જીવન વિશે જાગૃત બન્યા છે. નવી શોધો અને સંશોધનોથી લોકોનું પોતાના આરોગ્યની કાળજી રાખવાનું વલણ વધ્યું છે. માંદગી કે રોગો પાછળ અનેક કારણો હોય શકે. ગ્રામ કે નગર સમુદાય હોય પણ ત્યાં આરોગ્ય વિષયક પ્રશ્ન સામાન્ય હોય છે. માંદગી અને રોગો એ અનિષ્ટ બાબત છે. તે શારીરિક – માનસિક

અને આર્થિક રીતે નુકશાન પહોંચાડે છે. લોકો આ બાબત સારી રીતે જાણે છે. પરંતુ તેને અટકાવવા કે નિદાનાત્મક બાબત પ્રત્યે ગંભીરતા નથી. લોકો પોતાના વ્યકિતગત અને સાર્વજનિક – જીવનમાં આરોગ્યને લગતી બાબતોમાં વધુ બેદરકાર છે. બાળકો, સ્ત્રીઓ અને વૃધ્ધોમાં આરોગ્ય વિષયક બેદરકારી જોવા મળે છે. પરંતુ અગાઉ નોંધ્યું તેમ લોકજાગૃતિ અને સ્વચ્છતાનું મહત્વ સ્વીકૃત થવા લાગ્યું છે.

આજે નવી ટેકનોલોજી અને નવી શોધોના કારણે તબીબી સારવાર ઝડપી અને સરળતાથી મળતી થઈ છે. લોકો તેનો ઉપયોગ પણ કરે છે. ખોરાક–પાણીને સાથે સીધો સંબંધ છે. માટે આરોગ્ય સારૂ રાખવા માટે ખોરાક અને પાણી સ્વચ્છ અને પોષણયુકત હોવું જરૂરી માનવામાં આવી રહયું છે. લોકો ખર્ચ કરીને પણ સ્વચ્છ ખોરાક પાણીનો ઉપયોગ કરે છે. લોકો એમ માની રહયા છે કે સ્વચ્છતા જીવનમાં નહી હોય તો અનેક રોગો અને માંદગીને આમંત્રણ મળે છે. આથી લોકો પોતાના વજન, બ્લડ પ્રેશર, સુગર, લોહીની ગતિ, આંખ, કાન, હૃદય વગેરે અવયવો નિયમિત રીતે ચાલે તે માટે જાગૃત બન્યા છે. આ બધી બાબતો સાથે સ્વચ્છતાને સીધો સંબંધ છે. આવી આરોગ્ય વિષયક જાગૃતિ જ સ્વચ્છતાના સુધારાવાદી પરીપ્રેક્ષ્યને સાકાર કરશે.

૪. જીવનધોરણ અને સ્વચ્છતા :

ભારત વિકાસશીલ દેશોની હરોળમાં આવતો જાય છે. લોકો પાસે આર્થિક સવલતો વધતી જાય છે. નવી વિચારસરણીમાં નવજાગૃતિ, સંચારસાધનો, શિક્ષણ વગેરે જેવા પરીબળોથી લોકોના જીવનધોરણમાં સુધારો થયો છે. કોઈપણને પોતાના જીવનધોરણ કરતાં વધારે ઉંચા જીવનધોરણમાં જવું ગમે છે. અને તે માટે પ્રયત્નશીલ હોય છે. કારણ કે તેના ફાયદા અનેકગણા હોય છે. માટે આર્થિક નુકશાન ને નુકશાન ગણવાને બદલે રોકાણ સમજવામાં આવે છે. ઉંચુ જીવનધોરણ જીવવામાં આર્થિક ખર્ચ થાય પરંતુ તે લાંબાગાળે ફાયદો કરાવે છે જેમ કે મુસાફરી દરમિયાન મિનરલ વોટરનો ખર્ચ કરવો પોષાય પરંતુ અન્ય પાણી આરોગ્યને નુકશાન પહોંચાડે છે. આવી સમજ જ જીવનધોરણને ઉંચુ લઈ જાય છે. લોકો પોતાના વ્યકિતગત જીવનમાં કુટુંબમાં સમુદાયમાં, સ્વચ્છતા અપનાવી છે. તેના કારણે સ્વચ્છતાનું મહત્વ વધ્યું છે. ઉંચા જીવનધોરણનો એક ભાગ અપનાવી છે. તેના કારણે સ્વચ્છતાનું મહત્વ વધ્યું છે. ઉંચા જીવનધોરણનો એક ભાગ સ્વચ્છતા છે જો વ્યકિતનો વ્યવહાર, વર્તન અને જીવનશૈલી શ્રેષ્ઠ હશે તો તેમાં સ્વચ્છતા તેનો એક ભાગ હશે. આમ, ઉંચુ જીવનધોરણ ગણાવી શકાય નહી પરંતુ સ્વચ્છતા એ ઉંચા જીવનધોરણમાં જ હોય છે. એવું નથી એ સામાન્ય જીવનધોરણ જીવના લોકો પણ સ્વચ્છતાને અપનાવે તો પણ સ્વચ્છતાયુકત ઉંચુ જીવનધોરણ અપનાવ્યું છે. એવું ચોકકસપણે કહી શકાય. આમ, લોકોના જીવનધોરણમાં સ્વચ્છતા એ એક પર્યાય બન્યો છે. તેથી સુધારાવાદી દ્દષ્ટિબિંદુએ સફળતા પ્રાપ્ત કરી છે એમ કહી શકાય.

૫. આદર્શવાદી વિચારસરણી અને સ્વચ્છતા :

કોઈપણ ક્ષેત્રમાં આદર્શવાદી વિચારસરણી સારી જ લાગે. આવી વિચારસરણી વ્યવહારમાં કે વાસ્તવમાં લાવવી મુશ્કેલ હોય છે લોકો આવી વિચારસરણી પ્રત્યે આગ્રહ રાખતા હોય છે. તેનું મહત્વ કે ઉપયોગિતા વિશે સભાન પણ હોય બીજાને આદર્શલક્ષી બાબતોની શીખામણ પણ આપતા હોય પરંતુ કેટલાક કારણોથી આદર્શલક્ષી બાબત વ્યવસાયલક્ષી બનતી નથી.

સ્વચ્છતા એ એક આદર્શલક્ષી બાબત છે. આવી સ્વચ્છતા અપનાવવા પાછળ અનેક પરીબળો કામ કરતા હોય છે. અને તે બધા પરીબળો એટલા બધા

જટીલ હોતા નથી કે અપનાવી ન શકાય. આથી સ્વચ્છતાનો ખ્યાલ એ આદર્શલક્ષીની સાથે વાસ્તવલક્ષી કે વ્યવહારલક્ષી પણ બન્યો છે. જે લોકમાન્યતા હકારાત્મક, સુધારણાવાદી પરીપ્રેક્ષ્ય ગણાવી શકાય. લોકો પોતાના જીવનમાં ઉંચા અને મહાન આદર્શો સ્વીકારી અપનાવતા હોય છે. તેમ સ્વચ્છતાનો આદર્શ લોકોના જીવનમાં પ્રવેશી ચૂકયો છે. નવા સુધારાવાદી મૂલ્યો પણ હવે આદર્શવાદી મૂલ્યો બન્યા છે.

૬. સ્ત્રી જીવનશૈલી અને સ્વચ્છતા :

ભારતીય જીવનશૈલીમાં સ્ત્રીઓનું જીવન સ્વચ્છતા સાથે જોડાયેલું છે. સ્ત્રીઓની સામાજીકરણની પ્રક્રિયા દરમિયાન સ્વચ્છતાનું શિક્ષણ – તાલીમ અને તેના મહત્વને શીખવવામાં આવે છે. તેના વ્યકિતગત જીવનમાં, આરોગ્યને લગતી બાબતોમાં, કુટુંબના સભ્યોની સંભાળમાં, તેમજ મકાનની સ્વચ્છતા વગેરે બાબતો પ્રત્યે સ્વચ્છતાને જોડીને જ તેમની ભૂમિકા ભજવવાની હોય છે. આથી સ્ત્રીઓનું જીવન સ્વચ્છતા સાથે નજીકથી જોડાયેલું હોય છે. સ્ત્રી ખૂબ શિક્ષિત હોય, ઉંચો દરજજો ધરાવતી હોય તો પણ સ્વચ્છતા તેના જીવનનો એક ભાગ હોય છે. તેને સ્વચ્છતાનું કાર્ય અરૂચિકર લાગતું નથી. સ્ત્રીઓ ઘરકામ, રસોઈકામ, સાસફાઈનું કામ, બાળ–સંભાળનું કામ, કુટુંબના સભ્યોની સાર સંભાળ, કપડા ધોલાઈનું કામ, કુટુંબ સંચાલનનું કામ વગેરેમાં સ્વચ્છતા કેન્દ્રસ્થાને હોય છે. બીજી રીતે કહીએ તો સ્ત્રીઓની જીવનશૈલીનો એક ભાગ સ્વચ્છતા છે. તેમજ દરેક સમાજની અપેક્ષા પણ હોય છે કે સ્ત્રીના જીવનમાં સ્વચ્છતા અનિવાર્યપણે હોવી જોઈએ. આથી સ્ત્રીઓ કુટુંબ સંચાલનમાં શ્રેષ્ઠ સ્થાન પ્રાપ્ત કર્યુ છે. તેથી એ દષ્ટિએ પણ સ્ત્રીઓનો સામાજિક દરજજો ઉંચો માનવામાં આવી રહયું છે. આથી દરેક કુટુંબમાં વડીલો – મા–બાપ પોતાના પુત્રી સંતાનને સ્વચ્છતાનું શિક્ષણ આપે છે. અને દરેક પુત્રી સંતાનોને જીવનનો એક ભાગ ગણી અપનાવે છે.

આમ, સ્ત્રીઓના જીવનમાં આ સ્વચ્છતા સુધારાનો અભિગમ માત્ર આદર્શવાદી નથી પરંતુ વ્યવહારલક્ષી પણ બન્યો છે.

૭. રહેઠાણ અને સ્વચ્છતા :

ભારતમાં લોકોનું જીવનધોરણ, જીવનશૈલી અને શિક્ષણ ઉંચું આવ્યું છે. લોકો પોતાના મકાનો બનાવે છે ત્યારે તેની તમામ જગ્યાનો પુરેપુરો ઉપયોગ થાય તેનું આયોજન બનાવતા હોય છે. કારણ કે લોકોને પોતાનુ રહેઠાણ શાંતિ અને આરોગ્યપ્રદતા આપે છે. મોટાભાગના લોકો પોતાનું જીવન દરમિયાન એકાદ મકાન બનાવી શકે છે આથી આ મકાનમાં ઘણા લાંબા સમય સુધી વસવાટ કરવાનો હોય છે. તેથી તેમાં એવી સુવિધા અને સલામતીનો આગ્રહ રાખે છે કે ભવિષ્યનું જીવન આરામદાયક બની રહે.

આજે મોટા શહેરો અને નાના નગરો અને ગ્રામોમાં મકાનો બનાવવાના આયોજન થાય છે. ત્યારે કાયદાકીય રીતે અને વ્યકિતગત જરૂરીયાતોને ધ્યાનમાં રાખી સ્વચ્છ હવા, પાણી, ગંદાપાણીનો નિકાલ, બાગ–બગીચા, પર્યાવરણીય સલામતી અને સુવિધાને પ્રથમ સ્થાન આપવામાં આવે છે. દરેક રહેઠાણની ડીઝાઈન પણ એવી બનાવવામાં આવે છે કે તેમાં સ્વચ્છતા કેન્દ્રસ્થાને હોય જે સુધારાવાદી દષ્ટિબિંદુને યથાર્થ ઠેરવે છે.

આમ, સ્વચ્છતા અંગેનો સુધારાવાદી પરીપ્રેક્ષ્ય એ ૧૯મી સદીથી શરૂ થાય છે. લોકજાગૃતિ, નવજાગૃતિ અને સમાજ સુધારકો અને શાસનકર્તાઓના પ્રયત્નોથી સ્વચ્છતાનું મૂલ્ય વધ્યું છે. સામાજિક પરિવર્તનો આવ્યા છે. લોકોની વિચારસરણીમાં

બદલાવ લાવી શકાયો છે. તેમાં સ્વચ્છતાનો પ્રચાર અને પ્રસાર કરવામાં સંચાર સાધનોનો બહુમૂલ્ય ફાળો રહેલો છે. આજે પણ આ સાધનો સ્વચ્છતા અંગે લોકમાનસમાં જાગૃતિ લાવવાનું કાર્ય કરે છે. તેનાથી લોકો પોતાના વિશે અને જાહેર આરોગ્ય વિશે સભાન બન્યા છે. સ્વચ્છતા અને આરોગ્ય સાથે સીધો સંબંધ કેવી રીતે જોડાયેલો છે તે બાબત સ્વીકૃત બની છે. લોકો પોતાના જીવનધોરણને ઉચું લઈ જવામાં સ્વચ્છતાનો સહારો અપનાવે છે. ઉચું જીવનધોરણ સ્વચ્છતાના લીધે બન્યું હોય છે. અને લોકોના જીવનમાં સ્વચ્છતા એક ભાગ બની ચૂકી છે. અને ખાસ કરીને આ વાત સ્ત્રીઓની જીવનશૈલીમાં સવિશેષ સ્વરૂપ દ્રશ્યમાન થાય છે. લોકો પોતાના મકાનમાં કે વસવાટના સ્થળોએ સ્વચ્છતાને કેન્દ્રિય સ્થાન આપતા જાય છે. તેથી આ સુધારાણાનો દ્રષ્ટિબિંદુ અને પરીપ્રેક્ષ્ય યથાર્થ પુરવાર થાય છે.

૩. સ્વચ્છતા અંગેના નવા ઉભરતા (નવજાગૃત) પરીપ્રેક્ષ્ય અને અભિમુખતા :

પ્રસ્તાવના :

સમાજમાં લોકમાનસમાં ચાલતી પરંપરાગત માન્યતાઓ, મૂલ્યો, વિચારસરણીના બદલે આધુનિક અને અનુઆધુનિક ખ્યાલો, નવી રીતે વૈજ્ઞાનિક તેમજ સંશોધિત માન્યતા, વ્યવહારી મૂલ્યો અને વૈશ્વિક વિચારસરણીને ધ્યાનમાં રાખી અભ્યાસ કરવા પર ભાર મૂકવામાં આવે ત્યારે નવજાગૃતિ અથવા નવા ઉભરતા પરીપ્રેક્ષ્ય તરીકે ઓળખવામાં આવે છે. લોકો પોતાની સમજ અને જ્ઞાનને પણ નવા દ્રષ્ટિકોણથી જોવાનો પ્રયત્ન કરે ત્યારે નવજાગૃતિ અભિમુખ કહેવામાં આવે છે. આવા પરીપ્રેક્ષ્ય અને અભિમુખતામાં નવા ખ્યાલો છેલ્લી–(લેઈટેસ્ટ) ઢબના હોય છે. જેમાં વ્યવહારિકતા પડેલી હોય છે. બૌદ્ધિકતાથી નિર્ણયો લેવાના હોય છે. સંશોધન–અભ્યાસ આધારીત જ્ઞાનનો સમાવેશ થાય છે. કોઈપણ ક્ષેત્રને જોવા કે સમજવા તટસ્થ કે વાસ્તવવાદનો આશરો લેવામાં આવે છે. કોઈ એક પાસાને અંતિમ જ્ઞાનથી સમજવામાં આવે છે. તેમજ તે પાસાને તેના સાતત્ય અને પરિવર્તન સાથે જાળવવામાં આવે છે. આવા પરિપ્રેક્ષ્યથી અભ્યાસો કરવામાં નવા અને વૈશ્વિક વિચારો, ખ્યાલો, મૂલ્યો, કાયદાઓ, ધોરણોને અપનાવવામાં આવે છે. આ નવી બાબતો માનવ સમાજને કેટલા અંશે વ્યવહારીક ઉપયોગી બનશે. નવા સામાજિક પરિવર્તનોની કેવી ઢબ હશે વગેરે જેવી બાબતો આજના વૈશ્વિક માધ્યમો પર આધારિત બને છે. તેમજ અગાઉ કોઈપણનું ધ્યાન ન ગયું હોય તેનું મહત્વ લોકો સમક્ષ લાવવાનો પ્રયાસ થતો હોય છે. લોકોને આ બાબતો પ્રત્યે આભિમુખ બને એવા પ્રયાસો આ નવા ઉભરતા પરીપ્રેક્ષ્યમાં જોઈ શકાય છે.

આવા પરીપ્રેક્ષ્ય અને અભિમુખતામાં આજે સ્વચ્છતા અંગે નવા ઉભરતા દ્રષ્ટિકોણો અને અભિમુખતાના ખ્યાલો વિકાસ પામી રહયા છે. સ્વચ્છતા પ્રત્યે નવસુધારણા કે નવજાગૃતિ અંગે સમાજમાં એક પ્રચંડ આંદોલન ચાલી રહયું છે. તેને લોકો ઉપર ચર્ચા કરી તે મુજબ હવે સમજવા લાગે છે. અને સ્વીકૃતી આપવા લાગ્યા છે. આજે વ્યકિતગત જીવનથી માંડીને વૈશ્વિક પર્યાવરણની ચર્ચામાં 'સ્વચ્છતા' કેન્દ્રિય સ્થાન ધરાવે છે. જેની ચર્ચા સમગ્ર વિશ્વ કરી રહયું છે. એટલું જ નહી પરંતુ તેમાં કેવા અને કેટલા નવા પરીપ્રેક્ષ્ય ખ્યાલો ઉમેરી શકાય તેની ગહન ચર્ચા અને ચિંતન વિશ્વ કરી રહયું છે. સુલભ સોશ્યલ સર્વિસીસ/ દીલ્ટી જેવી સ્વૈચ્છિક આંતરરાષ્ટ્રીય સંસ્થા આવા દ્રષ્ટિકોણથી કામ કરી રહી છે. જેમાં મુખ્યત્વે સ્વચ્છતા અંગે લોકઅભિમુખતા કેળવાય અનેક યોજનાઓ, કાર્યક્રમો, સાહિત્ય તૈયાર કરી નવા આયામોને તેમાં જોડીને લોકમાનસ સ્વચ્છતાને પોતાના જીવનનો એક ભાગ બનાવી દે. સમગ્ર વિશ્વ સ્વચ્છતાના દ્રષ્ટિકોણથી જુએ એવા પ્રયાસો રહયા છે.

સ્વચ્છતા અંગેના નવા ઉભરતા પરિપ્રેક્ષ્યોમાં નીચેની જેવી બાબતો નવા દૃષ્ટિકોણ અને અભિમુખતાથી અપનાવાય છે.

૧. રસોડું અને સ્વચ્છતા :

આજના અનુઆધુનિક સમાજમાં સ્વચ્છતાની ચર્ચા સૌ કોઈમાં જોવા મળે છે. ત્યારે લોકો પોતાના વસવાટ કે રહેઠાણમાં રસોડાને વધુ મહત્વ આપતા થયા છે. નાનું મકાન હોય કે આધુનિક મકાન હોય તો તેમાં રસોડાની વ્યવસ્થામાં લોકો એવી તકેદારી રાખતા હોય છે કે ત્યાં તૈયાર થતાં ખોરાકમાં પણ પૂર્ણપણે સ્વચ્છતા, જળવાય, રસોડામાં શુધ્ધ પાણી, હવા–ઉજાસ, ગંદાપાણીનો નિકાલ, ફ્રીઝ, ઓવન, વીજળી અને રસોઈ કામના સાધનોનો ઉપયોગ વ્યવસ્થિત થાય તે અંગેના વિચારો મહત્વના બન્યા છે. રસોડું અદ્યતન હોય એ જરૂરી છે પણ તેમાં તૈયાર થતા ખોરાકમાં પુરતુ પોષણ જળવાય એવી પધ્ધતિ, પુરતા વિટામીન, પ્રોટીન, ફાયબર વગેરે બાબતોને પણ ધ્યાનમાં રખાય છે. સ્વચ્છતા પૂર્વક રસોડાનો ઉપયોગ થાય એવી બાબતથી આજ લોકો સભાન બન્યા છે. કારણ કે લોકોના આરોગ્ય સાથે સીધો સંબંધ ખોરાકનો છે. અને રસોડા સાથે પરોક્ષ સંબંધ છે. રસોડામાં રસોઈની કાચી સામગ્રી રહેતી હોય છે. તેની પૂરતી જાળવણી પણ એટલી જરૂરી બની છે. આજે રસોડામાં પરંપરાગત ખોરાક બનાવવાની સાથે પશ્ચિમી ખોરાકનો પ્રભાવ વધ્યો છે. ત્યારે તેમાં તૈલી, ગળ્યા અને ચરબીયુકત ખોરાકનું પ્રમાણ ઓછું થયું છે કારણ કે લોકો પોતાના આરોગ્ય પ્રત્યે સભાન બન્યાં છે. આ બધી બાબતો સાથે સ્વચ્છતા જોડાયેલી છે. આજે તમામ મકાનોની ડીઝાઈનમાં સ્વચ્છતાને પ્રથમ સ્થાન આપવામાં આવે છે. તેમજ રસોડાની કામગીરી અંગેના શિક્ષણવર્ગોમાં છેલ્લી ઢબના ખ્યાલો શીખવવામાં આવે છે. જે એક નવજાગૃત અભિમુખતા અને દૃષ્ટિકોણ દર્શાવે છે.

૨. ફુડ સેફટી અને સ્વચ્છતા :

ભારતીય સમાજ દરેક બાબતમાં પરંપરાગતતાને હવે સ્વીકારતો નથી ખાસ કરીને ખોરાકની સલામતી અંગે લોકમાનસમાં નવી વિચારસરણી આવી છે. લોકો સલામત ખોરાક પસંદ કરતા થયા છે. લોકો પોતાનું જીવન આરોગ્યપ્રદ રહે તે માટે સભાન બન્યા છે. તેમજ અનેક માધ્યમોથી કયા ખોરાકમાંથી વધુ કે ઓછું વિટામીન, પ્રોટીન કે ચરબી મળે છે. તેમજ કયારે, કેટલો ખોરાક અને કેવો ખોરાક લેવો જોઈએ અને કેવા ખોરાકો પોતાના નુકશાનકર્તા છે. તેનાથી લોકો અવગત બન્યા છે. અનાજ, કઠોળ, શાકભાજી, દુધ, ઘી, તેલ, મસાલા, માંસ, ફુડ પેકેટ્સ વગેરેની વપરાશ અને પસંદગીમાં સ્વચ્છતા અને તેને લગતી બાબતો હંમેશા જોડાયેલી હોય છે. આજે લોકો ફુડ સેફટી અંગેની જાગૃતતામાં એક ડાયેટીશીયન કે ડૉકટરની માફક જાણકરી ધરાવતા થયા છે. માત્ર ઘરમાં જ આવી સલામતી કે જાગૃતિ જોવા મળતી થઈ છે. એવું નથી પરંતુ રેસ્ટોરન્ટ કે હોટલોમાં પણ આ બાબત પ્રત્યે પૂરતી કાળજી લેવાતી થઈ છે. તેમજ લોકો પણ એવી અપેક્ષા રાખતા થયા છે. 'એગમાર્ક' પણ નવા પરીપ્રેક્ષ્યમાં સ્થાન ધરાવે છે. લોકોની ફુડ અંગેની ખરીદીમાં ખૂબ કાળજી લેતાં થયા છે. જે–તે વસ્તુનું કન્ટેન, તારીખ, કિંમત અને બનાવટની કાળજી વગેરે બાબતો જોતા થયા છે. ડુપ્લીકેટ વસ્તુઓની ઓળખ સમજતા થયા છે. પૈસા પુરા આપીને પણ મૂળવસ્તુ ખરીદવાનો આગ્રહ લોકોમાં જોવા મળતો થયો છે. જે બધામાં સ્વચ્છતાનો અભિગમ કામ કરે છે.

૩. હેલ્થ અને સ્વચ્છતા :

નવા ઉભરતા પરીપ્રેક્ષ્યમાં સ્વચ્છતાએ એવું કાર્ય કર્યુ છે કે લોકો પોતાની તંદુરસ્તી માટે સભાન બન્યા છે. અગાઉ નોધ્યું તેમ ફુડ સેફટીની પ્રત્યે સભાનતાની સાથે પોતાનું આરોગ્ય કેવી રીતે તંદુરસ્ત બની રહે તે માટે સંતુલીત ખોરાકની પસંદગીની સાથે તબીબી તપાસ, સારવાર, કસરત, પ્રાણાયામ, ચાલવું, દોડવું, રમતો રમવી, હેલ્થ કલબોમાં જવું, યોગા કરવા તેમજ તે અંગેની તમામ જાણકારી હોવી અનિવાર્ય માનવામાં આવે છે. આજે તબીબી સારવાર અને સાધનોનો ઉપયોગ કરવો સહજ બાબત ગણાય છે. દવા ન લેવાનો જે પરંપરાગત ગર્વ હતો તેની જગ્યાએ શ્રેષ્ઠ તબીબી તપાસ, સારવાર લેવાનું હેલ્થ માટે ગૌરવ અનુભવવામાં આવે છે. નવા કન્સેપ્ટસ્ (હેલ્થ અંગે) અંગે તબીબી સેમિનાર, કોન્ફરન્સના દેશ વિદેશમાં આયોજનો થાય છે. નવા સંશોધનોને તેમાં રજુ કરવામાં આવે છે. જેનો અંતિમ ધ્યેય લોકોની હેલ્થ તંદુરસ્ત રહે તે હોય છે.

હેલ્થ કોન્સીયસ હોવું તેની સાથે સાથે હેલ્થ પ્રત્યેના નવા ખ્યાલો અને તે અંગેના દષ્ટિબિંદુથી જાગૃત રહેવું અને તેને અપનાવવું આ આજના નવા ઉભરતા પરીપ્રેક્ષ્યમાં સમાવિષ્ટ થાય છે.

૪. ટ્રાવેલ્સ અને સ્વચ્છતા :

આજે નવી ઢબના વાહન વ્યવહારોનું પ્રમાણ અતિશય જોવા મળે છે. લોકો આજે રોડ પરની મુસાફરી, હવાઈ મુસાફરી અને દરીયાઈ મુસાફરી કરતા થયા છે. આવી મુસાફરી ટૂંકા કે લાંબા સમયની હોય શકે. આજે એક વાહનમાં ખુબ જ ગીર્દીપૂર્વકની મુસાફરી કરવાનું સૌ કોઈ ટાળે છે. લોકો ખર્ચ કરીને આરામદાયી મુસાફરી કરવાનું પસંદ કરવા લાગ્યા છે. તે માટે રીઝર્વેશન કરાવવાની બાબત સામાન્ય બની છે. લોકો પોતાની મુસાફરી માટે સાધન પસંદ કરે છે ત્યારે તેમાં પુરતી સગવડ અને સુવિધા હોવી જરૂરી માને છે અને તે પણ સ્વચ્છતાપૂર્વકની અપેક્ષા રાખે છે. મુસાફરી દરમિયાન ચ્હા, પાણી, ઠંડા કે ગરમ પીણાં અને ખાદ્યસામગ્રી પણ તેમાં મળી રહે એવી અપેક્ષા રાખે છે. પોતાની મુસાફરી આનંદદાયક ત્યારે બની રહે કે જયારે તેમાં સ્વચ્છતા રહેલી હોય. લોકો પૈસા ખર્ચીને હવાઈ મુસાફરી પસંદ કરે છે. કારણ કે તેમાં સ્વચ્છતા કેન્દ્રસ્થાને હોય છે. આજની રેલ્વે કે બસ સેવામાં સ્વચ્છતા પ્રત્યે બેદરકારી જોવા મળે છે. પરીણામે ના છૂટકે તેમાં મુસાફરી કરે છે. આમ છતાં આવી મુસાફરી માટે આયોજકોમાં સ્વચ્છતા સંબંધી સુવિધા આપવાના પ્રયાસો થઈ રહયા છે. મુસાફરીના ભાડા વધી રહયાં છે લોકો વધુ ખર્ચ કરે છે. પરંતુ સ્વચ્છતાયુકત સાધનો અને આરામદાયક મુસાફરીની અપેક્ષા પણ વધી છે. લોકો પોતાના ખાનગી વાહનોનો ઉપયોગ કરતાં થયા છે. તેની પાછળ જાહેર સાધનોની સ્વચ્છતાની મર્યાદાઓ હોય શકે. લોકોને સમયસર પહોંચવાની સાથે ઉત્તમ સવલતો પણ માંગે છે. કારણ કે લોકો નવા ખ્યાલોથી સભાન બન્યાં છે. આમ, મુસાફરીની બાબતમાં લોકો નવા પરીપ્રેક્ષ્યથી પરિચિત થયા છે.

૫. પાણી અને સ્વચ્છતા :

આજે લોકો હેલ્થ કોન્સીયસ બન્યાં છે. તો તેમાં શુદ્ધ પીવાના પાણીનો ઉપયોગનો સમાવેશ થાય છે. પાણીથી થતાં રોગો અંગે લોકો જાણકારી ધરાવતા થયા છે. માટે નદી, તળાવ, કુવા કે નળનું પાણી સીધું પીવામાં ઉપયોગ કરવાના બદલે ઉત્તમ સાધનો દ્વારા સ્વચ્છ અને શુદ્ધ કરીને ઉપયોગમાં લેવાનું વલણ વધતું જાય છે. લોકો પોતાના ઘરમાં આર.ઓ.પ્લાન્ટ, વોટર ફીલ્ટર વસાવતા થયા છે તે દર્શાવે છે કે

પીવાના પાણીમાં સ્વચ્છતાની જાણકારી હવે સ્વીકૃત બનવા લાગી છે. પાણીમાં રહેલા મિનરલ્સ કેટલા પ્રમાણમાં હોવા જોઈએ, તેની ઉપયોગિતા કેટલી છે તે જાળવવા શું કરવું જઈએ તે બાબતની જાણકારી મહત્વની બની છે. લોકો પોતાની મુસાફરીમાં પીવાનું પાણી ગમે ત્યાંથી લેતા નથી પરંતુ મિનરલ વોટરની બોટલ લેવાનું પસંદ કરે છે. આ બધી બાબતો દર્શાવે છે કે લોકો પોતાના રોજિંદા જીવનમાં સ્વચ્છ પાણીનો ઉપયોગનો આગ્રહ રાખે છે જે લોકોની જીવનશૈલીમાં નવા ઉભરતા દૃષ્ટિકોણનો એક ભાગ ગણાવી શકાય.

૬. કલીન અને ગ્રીનલાઈફ અને સ્વચ્છતા :

આજે લોકોની જીવનશૈલીની સાથે વિચારસરણી પણ નવા દૃષ્ટિકોણથી જોવા મળતી થઈ છે. લોકો પોતાનું સમગ્ર જીવન કલીન, સ્વચ્છ હોય તેને કોઈપણ શારીરિક, માનસિક, સામાજિક તકલીફ ન હોય એવું ઈચ્છે છે તે માટે અથાગ પ્રયત્નો કરે છે. માનસિક તનાવથી મુકત જીવન જીવવાનું સ્વપ્ન રાખે છે. શરીરમાં તંદુરસ્તી જળવાય રહે તે માટે તેને આનુસાંગિક બાબતોને અનુસરે છે. માનસિક તનાવથી મુકત રહેવા અનેક પ્રયત્નો કરે છે. આજની વિવિધ પરિસ્થિતિઓ માનવીનું માનસિક સંતુલન ખોરવી નાખે છે. જેને પુનઃસ્થાપન માટે મનોવૈજ્ઞાનિક સારવાર અને સલાહ લેવાનું સહજ બન્યું છે. તેમજ સામાજિક જરૂરિયાતોની પાછળ કયા પરીબળો કામ કરે છે અને આવી જરૂરિયાતોની શું ઉપયોગિતા છે. સમાજજીવનની જરૂરિયાત જેવી બાબતોથી લોકો વાકેફ બન્યાં છે. આમ, જીવનશૈલી એવી બનાવવી કે જેમાં ભરપુર આનંદ હોય એવી વિચારસરણી લોકોમાં જોવા મળતી થઈ છે. સાથે પોતાનું જીવન ગ્રીન લાઈફવાળી હોય એવી અપેક્ષા સતત વધતી જાય છે. જીંદગીની એક એક ક્ષણ આનંદસભર બની રહે, તનાવમુકત બની રહે, તે માટે કુદરતના આશ્રયે જવાનું પસંદ કરે છે. આ માટે લોકો પોતાના ફાર્મ હાઉસ, બાગ–બગીચા બનાવી કુદરતની–પર્યાવરણની નજીક રહેવાનું પસંદ કરે છે. કુદરતી સાધન સંપતિનો ઉપયોગ કરી પોતાના જીવનને નવપલ્લીત કરવાનું વલણ વધતું જાય છે. પોતાની જિંદગી કુદરતથી હરી–ભરી રહે તે માટે અને સ્વચ્છ જિંદગી બનાવવી અને તે માટે પ્રયત્નો કરવા એ સ્વચ્છતા પ્રત્યેનો નવો પરિપ્રેક્ષ્ય દર્શાવી શકાય.

૭. ઈન્ફ્રાસ્ટ્રકચર અને સ્વચ્છતા :

આજે સમગ્ર વિશ્વમાં વૈશ્વિક જીવનશૈલીમાં પરિવર્તનો આવ્યા છે. ત્યારે લોકોની અપેક્ષાઓ અને આકાંક્ષાઓમાં ઉત્તરોત્તર વધારો થતો જાય છે. ત્યારે તેને પરિપૂર્ણ કરવા માટે લોકો પોતાની રીતે અને સરકાર અને આયોજનકર્તાઓ દ્વારા જરૂરિયાતોનું સમગ્ર માળખું અને તેની વ્યવસ્થા ગોઠવવાના પ્રયાસો કરવામાં આવી રહયા છે. તેમાં સ્વચ્છતાને મધ્યમાં રાખી આયોજન થાય છે. લોકોની પાયાની જરૂરિયાત ખોરાક, પાણી, કપડાં, સંદેશા, વાહન–વ્યવહારના સાધનો, મકાનો, રસ્તાઓ, બાગ–બગીચા, શૌચાલયો, જાહેર સુવિધાઓ, ગંદાપાણીના નિકાલની વ્યવસ્થા, મુસાફરીના સાધનો, શાળા, કોલેજો, યુનિવર્સિટી, જાહેર–વ્યવસ્થાપન, આપતિ વ્યવસ્થાપન, વહીવટી કાર્યાલયો, નવરચિત સમુદાયો. આ બધી બાબતો સમાજજીવનનું એક માળખું છે. તેની રચના, વ્યવસ્થાપન, આયોજનમાં આજે ક્રાંતિકારક કહી શકાય એવી નવી દૃષ્ટિ અને સ્વચ્છતાની અભિમુખતા કેન્દ્રસ્થાને છે. ઉપરોકત તમામ બાબતોમાં સ્વચ્છતા જોડાયેલી રહે તે માટે આયોજનો કરવામાં આવે છે. નવા માળખાના આયોજનોમાં સરકારી કાયદાઓ પણ સ્વચ્છતાને કેન્દ્રમાં રાખે છે. મકાન–બાંધકામ, રોડ રસ્તાનું બાંધકામ, પીવાનું પાણી કે ગટર યોજના વગેરેમાં પર્યાવરણ અને સ્વચ્છતાની પુરી તકેદારી રખાય એવી નીતિ અને કાયદાનું પ્રયોજન

કરવામાં આવ્યું હોય છે. આ આંતર માળખાકીય સુવિધાઓમાં આવી તકેદારી એ એક નવા પરિપ્રેક્ષ્યનું સૂચન કહી શકાય.

૮. દલિત જાગૃતિ અને સ્વચ્છતા :

ભારતીય સામાજિક પરંપરામાં શુદ્રોને પછાત વર્ગ તરીકે ઓળખવામાં આવતા હતા. તેઓનો જન્મ પછાત વર્ગમાં થયો હોવાથી તેઓ જન્મથી જ પછાત ગણાતા હતા. તેઓના વ્યવસાયો જેવા કે કચરો વાળવો, ગંદકી ઉપાડવી, સાફ કરવી, મરેલા પશુ ખેંચી જવા, તેનું ચામડું કાઢવું, ગટરો સાફ કરવી, અન્યોની સેવા કરવી, શૌચાલય સાફ કરવા, કાપડ, વણાટકામ કરવું વગેરે જેવા વ્યવસાયો કે જે દલિતો સિવાયના લોકો કરતા જ નહી આવા વ્યવસાયો ગંદા હતા, દુર્ગંધ મારતા હતા. કોઈપણને ન ગમે તેવા હતા જેથી તે નિમ્ન અને પછાત વ્યવસાયો ગણાતા હતા. આથી દલિતો જન્મથી અને કર્મથી પછાત ગણાતા હતા. વર્ણવ્યવસ્થાના સમયથી તેઓ સાથે ભેદભાવ–શોષણ અને પછાતપણાનો ભોગ બનતા આવ્યા છે. પરંતુ અંગ્રેજોએ દલિતોના પછાતપણાને દૂર કરવાના સૌ પ્રથમ પ્રયત્નો કર્યા અને ત્યારબાદ ડૉ. બાબાસાહેબ આંબેડકરના પ્રયાસોથી દલિતોને પોતાના પછાતપણાને દૂર કરવાની અનેક તકો મળી. આમ, સ્વચ્છતાના વ્યવસાયો કરનારા દલિતો સ્વતંત્રતા સુધી નિમ્ન જ રહયા હતાં.

ડૉ. બાબાસાહેબ દ્વારા ભારતના બંધારણમાં આ દલિતો માટે અધિકારો અપાવ્યા, અનામત નીતિની જોગવાય કરવામાં આવી. શિક્ષણમાં રાજકીય ક્ષેત્રે, વ્યવસાયિક ક્ષેત્રે, નોકરીઓમાં સ્વાયત સંસ્થાઓમાં વગેરે જગ્યાઓએ તેમનો અવાજ અને પ્રતિનિધિત્વ જળવાય એવા પ્રયત્નો થયા. તેઓ સાથે છૂતા–છૂતનો વ્યવહાર થતો હતો તે ગેરકાયદેસર ગણાયો, ભેદભાવ અને શોષણ પણ થાય એવા કાયદાઓ બન્યા. ગંદકી ઉપાડવાની કામગીરી ન કરાવી શકાય. તેઓ સાથે વાણી–વર્તન અને વ્યવહારમાં અસ્પૃશ્યતા ન દાખવી શકાય. તમામ ક્ષેત્રે અનામતનીતિનો લાભ લઈ સવર્ણોની હરોળમાં લાવી શકાય એવી અનેક નીતિઓ ઘડીને અમલમાં મુકવામાં આવી. આવા પ્રયાસોના પરિણામે દલિતોમાં જાગૃતિ આવી તેઓ તેમના હક્કો અને અધિકારોથી સભાન બન્યા. તેઓ તે માટે લડત આપવા લાગ્યા. કાયદાની જાણકારી મેળવી ન્યાય માટે ન્યાયાલયોનો આશરો લેતા થયા છે. શિક્ષણના ક્ષેત્રે મળતા લાભો લઈ વધુ શિક્ષિત બનવા લાગ્યા છે. જૂના અને પરંપરાગત વ્યવસાયો છોડવા લાગ્યા છે. નવી નોકરી અને નવા વ્યવસાયોમાં જોડાવા લાગ્યા છે. રાજકીય ક્ષેત્રે અનામત બેઠકોનો લાભ લઈ પોતાના લોકોનો અવાજ સરકાર સુધી પહોંચાડી ન્યાય મેળવવાના પ્રયાસો થઈ રહયા છે. અને સવર્ણ સમાજની હરોળમાં આપવાની આ દલિત જાગૃતિ ખરા અર્થમાં સ્વચ્છતા સાથે જોડાયેલી છે. આમ, સ્વચ્છતાની પ્રવૃતિ અને વ્યવસાય સાથે જોડાયેલા લોકોમાં જાગૃતિ આવે તે નવા ઉભરતા સ્વચ્છતાના પરીપ્રેક્ષ્ય સાથે સંકળાયેલ છે. એવું ચોક્કસપણે કહી શકાય.

૯. સરકારીનીતિઓ, કાયદાઓ અને સ્વચ્છતા :

ભારતના રાજયબંધારણમાં, રાજયનીતિના માર્ગદર્શક સિદ્ધાંતોમાં, ભારતના લોકો માટે મૂળભૂત હક્કો અને ફરજોની સાથે કેટલીક માર્ગદર્શક જોગવાઈઓ દર્શાવવામાં આવી છે. જેમાં લોકો કલ્યાણ રાજય તરીકે ભારતને દર્શાવવામાં આવ્યું છે. તેથી ભારતના લોકોનું તમાત ક્ષેત્રે કલ્યાણ થાય, ભલું થાય તે બાબતને ધ્યાનમાં રાખી નીતિઓ–કાયદાઓનું ઘડતર કરવાની સૂચના આપવામાં આવી છે. આથી 'બહુજન હિતાય, બહુજન સુખાય' સુત્રને અનુસરવામાં આવે છે. જેમાં સૌનુ હિત જળવાય અને સૌ સુખી થાય તેને ધ્યાનમાં રાખવામાં આવેલ છે. તે સંદર્ભમાં સરકારી નીતિઓનું

આયોજન થાય. યોજનાઓ બનાવવામાં આવે, કાર્યક્રમો બનાવવામાં આવે ત્યારે કલ્યાણકારી બાબતો મહત્વની બનતી હોય છે. સરકારી નીતિઓ અને કાયદાઓના સંદર્ભમાં સ્વચ્છતા સંબંધી તેમજ સ્વચ્છતાના વ્યવસાયમાં રોકાયેલા દલિતવર્ગના લોકો માટે, પર્યાવરણીય સંબંધિત નીતિઓ અને કાનુનો ઘડવામાં આવે છે. પછાતવર્ગના લોકો સૈકાઓથી તમામ ક્ષેત્રે પછાત રહયા છે તેને સામાન્ય લોકોની હરોળમાં લાવવા વિશિષ્ટ અધિકારો અને કાયદાઓ બનાવવામાં આવ્યા છે. આ નીતિઓના અમલ બરોબર થાય તે માટે વહીવટીતંત્રને પણ સૂચનાઓ આપવામાં આવી હોય છે. જરૂર પડે ત્યાં પછાતવર્ગના લોકોને વધારાની સુરક્ષા પુરી પાડવાની અને સલામતી આપવાની જોગવાઈ પોલીસતંત્રને આપવાની હોય છે. આ અંગેની જાગૃતિ આવે અને અન્યાય કે શોષણ સામે લડી લેવાની સજાગતા આ લોકોમાં આવતી જાય છે. તેનો લાભ અચૂકપણે લેવો એવી માન્યતા પણ જોવા મળતી થઈ છે.

સફાઈકર્મીઓને પુરતું વેતન મળે, કાર્યસંતોષ મળે, તેમના કામની સ્થિતિ, કામના સ્થળે સલામતી, વગેરે ન્યાયીક સવલતો મળે તે માટેની શ્રેષ્ઠ સ્થિતિ ઉભી કરવાનું પણ કાનુની જોગવાઈઓમાં છે. સફાઈકર્મી પાસે મેલુ ઉપડાવવું, સ્વચ્છતાનું કામ કરવા દબાણ કરવું, સતત પછાતપણાનો અહેસાસ કરાવવો, અસ્પૃશ્યતા કાનુનની જાણકારી વગેરે બાબતો પ્રત્યે જાગૃતિ અને સજાગતા આવતી જાય છે.જેના માટે પોલીસતંત્ર, ન્યાયાલય અને કારોબારીને સતત દેખભાળ રાખવાની સૂચનાઓ અપાય છે.

આમ, સ્વચ્છતાની જાળવણી અને ઉપયોગિતા અંગેની કાળજી લો તો બીજી તરફ સ્વચ્છતા સાથે સંકળાયેલા સફાઈકર્મીઓની સજાગતા. આ બંને બાબતો સમાજમાં નવા ઉભરતા પરીપ્રેક્ષ્યોની હાજરી સૂચવે છે. સ્વચ્છતા અને સફાઈકર્મીઓ પ્રત્યેનો દ્દષ્ટિબિંદુ બદલાતો જાય છે.

૧૦. પર્યાવરણ બચાવો અને સ્વચ્છતા :

પર્યાવરણ અને સ્વચ્છતા એ બન્ને એકબીજાના પૂરક છે. વિશ્વ સમક્ષ આ બંને બાબતો સમસ્યાના સ્વરૂપે જોઈ શકાય છે. બધા જ દેશો વધતા –ઓછા અંશે પર્યાવરણ અને સ્વચ્છતા અંગે મૂશ્કેલીઓ અનુભવે છે. આવી આપત્તિજનક સ્થિતિમાંથી સમગ્ર વિશ્વમાં લોકો બહાર નીકળવાનું માને છે તેમજ આવી મુશ્કેલ ભરેલ સ્થિતિમાંથી બહાર નીકળવાના સંનિષ્ઠ પ્રયાસો કરી રહયા છે. તેમજ આવી સ્થિતિની નુકશાનકારક અસરો પણ લોકો અનુભવે છે. વર્લ્ડ હેલ્થ ઓર્ગેનાઈઝેશન જેવી આંતરરાષ્ટ્રીય સંસ્થાથી શરૂ કરી સામાન્ય આમ આદમી સ્વચ્છતા લાવવા પ્રયત્નશીલ છે. સ્વચ્છતાની કેટલી બધી અનિવાર્યતા છે તે સમજી ચૂકયો છે. સ્વચ્છતા લાવી શકાય છે, બનાવી શકાય છે. પરંતુ પર્યાવરણીય પરિસ્થિતિ એવી છે કે નવું કુદરતી પર્યાવરણ બનાવવામાં મનુષ્ય મર્યાદાઓ ધરાવે છે.

એક વખત પર્યાવરણનો ઉપયોગ થાય પછી કુદરતને આવું પર્યાવરણ ઉભું કરતાં વર્ષો લાગે છે. મનુષ્ય આવું પર્યાવરણ ઉભુ કરી શકતો નથી. તેમજ પર્યાવરણને પાછું પણ આપી શકતો નથી. કેટલાક ખનીજો તો આપણે કુદરત પાસેથી મેળવી લીધા છે. અને ભવિષ્યમાં આવા ખનીજો મળવાના બધં થઈ જશે. દા.ત. ખનીજતેલ અને તેનાથી ભવિષ્યની પેઢીને ભોગવવું પડશે, આવી સમજણ અને જ્ઞાન આજની નવી પેઢીને અનુભવવા મળે છે. સ્વચ્છતાની સાથે પર્યાવરણની જાળવણી જરૂરી જ નહી પણ અનિવાર્ય બની છે. નહિંતર તેના વિપરીત પરીણામો ભોગવવા પડશે એવી સમજ નવા ઉભરતા પરીપ્રેક્ષ્યમાં અભિમુખ થતી દેખાય છે. લોકો પોતાના વર્તન વ્યવહારમાં

પણ આ બંને બાબતોને અમલમાં મૂકી છે. આવી સમજ નવી પેઢીને મળતી રહેશે તો જ વિશ્વને બચાવી શકાશે.

૧૧. માનવ અધિકારો અને સ્વચ્છતા :

આપણા બંધારણમાં ભારતના તમામ નાગરીકોને કોઈપણ જાતના ભેદભાવ વિના મૂળભૂત અધિકારો મળ્યા છે. તો સાથે સાથે માનવઅધિકારોનાં હક્કો પણ આપવામાં આવ્યા છે. જો કે તેની સાથે જોડાયેલી ભૂમિકાઓ કે ફરજો પણ નિષ્ઠાપૂર્વક બજાવવાની રહે છે. સ્વચ્છતા પ્રાપ્ત કરવી, સલામતી—સુરક્ષા પ્રાપ્ત કરવી, પોતાના જીવન પરનો અધિકાર, ગુલામી—દાસત્વપ્રથા બંધ, મારપીટ—ઉત્પીડન ન હોવી જોઈએ. સ્વતંત્રતા—સમાનતાનો અધિકાર, અધિકારોનું રક્ષણ, ન્યાયી ન્યાયનો અધિકાર, સમગ્ર દેશમાં પરિભ્રમણનો અધિકાર, એક નાગરિક તરીકેના અધિકાર, વિચારોની સ્વતંત્રતા, પોતાની ચીજો પર માલિકીનો અધિકાર, લોકતંત્રનો અધિકાર, વ્યવસાય પસંદગીનો અધિકાર, સામાજિક અસ્પૃશ્યતા વિરુદ્ધ સંરક્ષણ વગેરે જેવા માનવ અધિકારો સમગ્ર ભારતવાસીને ભેટ સ્વરૂપે લોકશાહીના માળખામાં રહીને પ્રાપ્ત થયા છે. આ અધિકારોનો ભોગવટો કોઈના પણ દબાણ વિના, ભેદભાવ વિના સમાનતાના ધોરણે પ્રાપ્ત કરી શકાય છે. તે સંદર્ભમાં વ્યકિત પોતાનું જીવન સ્વચ્છતાપૂર્ણ, તંદુરસ્ત અને આરોગ્યમય બનાવી શકે છે. સરકાર પાસે તેની અપેક્ષા રાખી શકે છે. સ્વચ્છતા પ્રાપ્ત કરવી કે અપેક્ષા રાખવી તે પણ માનવ અધિકારનો એક ભાગ છે. આવી સમજણ કે દષ્ટિકોણનો સૂચક છે. આ નવા ઉભરતા પરીપ્રેક્ષ્યમાં એક વાત એ પણ દષ્ટિભૂત થાય છે કે આવા અધિકારો સાથે તેની સાથે જોડાયેલી માનવ ફરજોનો ખ્યાલ પણ વૈશ્વિક સમાજ સમક્ષ લાવવાનું કાર્ય કરવાનું બાકી છે. જેટલા માનવ અધિકારો પ્રાપ્ત કરવાની જાગૃતિ છે તેટલી જ માનવ ફરજો બજાવવાની સભાનતા કેળવવાની હજુ બાકી છે.

૧૨. પ્રાઈવસી—સેફટી અને સ્વચ્છતા :

લોકો પરસ્પરના સંબંધોમાં એકબીજા સાથે ઔપચારિક સંબંધોને પ્રાધાન્ય આપે છે. કામ પૂરતા સંબંધો એકબીજા સાથે વ્યવસાયિક સંબંધો જોવા મળે છે. લોકો બીજાની જિંદગીમાં ડોકિયું કરવાનું વિચારતા નથી. પોતાની જિંદગી સિવાય બીજામાં રસ દાખવતા નથી. આવી પ્રાઈવસી પોતાની પૂરતી રહે તેવી વિચારસરણી જોવા મળતી થઈ છે. વ્યકિતગત જીવનમાં, કુટુંબમાં, વ્યવહારોમાં, સંબંધોમાં સ્વચ્છતા રાખવી એ એક પ્રાઈવસીની બાબત બની ચૂકી છે. જેમ કે, દરેક કુટુંબમાં બધા જ સભ્યો શૌચાલયનો ઉપયોગ કરે તે તેઓની પ્રાઈવસીની બાબત માનવામાં આવે છે. આથી અન્ય લોકો આ અંગે કોઈ ટીકા ટિપ્પણ કરવાનું ટાળે છે. સ્વચ્છતા વ્યકિતગત બાબત બની ચૂકી છે તેમજ આવી સ્વચ્છતા અપનાવવી તેમાં સુરક્ષા—સલામતી છે. કુટુંબના સ્ત્રી સભ્યો શૌચાલયનો ઉપયોગ કરે તેમાં તેઓની સલામતી વધે છે. એટલું જ નહીં પરંતુ સ્વચ્છતાને સર્વાંગીપણે જીવનમાં અપનાવે ત્યારે લોકો સલામતી અનુભવે છે. આવી વિચારસરણી નવા ઉભરતા દષ્ટિકોણમાં જોવા મળે છે. એ બાબત સુખદ ઘટના ગણાવી શકાય.

સમાપન :

આજે વિશ્વ સમક્ષ ઉદારીકરણ, વૈશ્વિકરણ, આધુનિકરણ, સંસ્કૃતિકરણ, પશ્ચિમીકરણ વગેરે જેવી વૈશ્વિક ઘટના જોવા મળતી થઈ છે. આ બધી પ્રક્રિયાઓ ઘણાં લાંબા સમય સુધી સતત ચાલતી પ્રક્રિયા છે. આ બધી પ્રક્રિયાઓના પરિણામે સમાજમાં નવા ઉભરતા—નવજાગૃત પરિપ્રેક્ષ્ય અને આગવા દષ્ટિબિંદુ લોકમાનસમાં

પ્રવર્તવા લાગ્યા. વ્યકિતગત જીવનમાં સ્વચ્છતાએ સ્થાન પ્રાપ્ત કરી લીધું છે. લોકો પોતાના મકાનમાં, રસોડામાં, ખોરાકમાં, તંદુરસ્તીમાં, પીવાના પાણીમાં, મુસાફરીમાં સ્વચ્છતાની અપેક્ષા રાખી શ્રેષ્ઠ, કલીન અને ગ્રિનરી જીવનશૈલી રાખવાના પ્રયત્નો કરી રહયા છે.

સમુદાયોમાં આંતરમાળખાકિય સુવિધાઓ અને તેના આયોજનમાં સ્વચ્છતાને નવા પરિપ્રેક્ષ્યથી અમલમાં મુકાય તેમજ સરકારી આયોજનો, નીતિઘડતર અને સ્વચ્છતા સંબંધી કાનૂની કાર્યવાહીઓની અપેક્ષાઓ એ નવજાગૃત અપેક્ષાઓ છે. માનવ અધિકારોની સાથે સ્વચ્છતાનો અધિકાર બન્યો છે. લોકો પોતાની પ્રાઈવસી અને સેફટી સ્વચ્છતા સાથે સ્વસ્થતાપૂર્વક જળવાય એવો આગ્રહ રાખતા થયા છે. આ બધી બાબતો નવા ઉભરતા પરિપ્રેક્ષ્યો અને નવી દ્દષ્ટિ સાથે સરખાવી શકાય.

યુનિટ-૫

સામાજિક સંરચના અને સ્વચ્છતા

શુદ્ર જ્ઞાતિ આધારિત કાર્યો કરતા હોય છે જેમાંથી ચમાર શુદ્રો મરેલા ઢોર કે પશુઓને ઉપાડવાનું કાર્ય સફાઈ કાર્ય તરીકે સમાજમાં સેવા પ્રદાન કરતા, શુદ્ર બ્રાહમણ જે શુદ્ર સમુદાયમાં વિધિ વીધાનનું કાર્ય કરે છે.

વણકર એ શુદ્ર જ્ઞાતિનો જ એક પ્રકાર છે. જેઓ કાપડ વણાટ, દોરડા વણાટ, પાટી વણાટનું કાર્ય કરતા હોય છે. ભંગી શુદ્ર જે ગાંધીજીના શબ્દોમાં હરિજન કહેવાય છે. જેઓ માનવ મળ–મૂત્રની સફાઈ હાથ ધ્વારા, માથે મેલુ ઉચકીને કાર્યો કરતા હોય છે.

૫.૧ શુદ્ર સમુદાયના લોકો માટે મુખ્ય કાર્યો/પ્રવૃતિઓમાં

– ગામ, શહેર કે અન્ય જાહેર સ્થળોની ગંદકી સાફ કરવી.
– માનવ મળમૂત્ર જેવી ગંદકીને સાફ કરવાની વ્યવસ્થાની સેવા સફાઈ કર્મીઓ કરતા હોય છે.
– ગામ કે નગરમાં મરેલા ઢોર તેમજ પશુને જે તે સ્થળોથી દૂર કરવાનું કાર્ય સફાઈ કર્મીઓ ધ્વારા કરવામાં આવતા હોય છે.
– કાપડ વણાટનું કાર્ય કરવામાં આવે છે.
– શુદ્ર બ્રાહમણો ધ્વારા શુદ્ર જ્ઞાતિ માટેની ધાર્મિક વિધી કરવામાં આવે છે.

૫.૧.૨ સફાઈ કર્મીઓની પ્રાચીનકાળમાં સામાજિક – આર્થિક પતનની સ્થિતિ

–સામાજિક સ્થિતિ

ઐતિહાસિક દષ્ટ્રિ એ જોતા સમાજ વ્યવસ્થામાં વર્ણ વ્યવસ્થા હિન્દુ સમાજમાં ઘણા જુના સમયથી અસ્તિત્વ ધરાવતી પ્રથા છે. વૈદિક સાહિત્યમાં ચાંડાલ,

નિષદ વગેરે શબ્દોના ઉલ્લેખો તેમના માટે મળેલ છે. ઋગ્વેદમાં સફાઈ કર્મીઓ સાથેની સ્થિતિમાં અસમાનતા જોવા મળેલ ન હતી તેમ દર્શાવેલ છે. ઋગ્વેદમાં શરૂઆતમાં ત્રણ જ વર્ણનો ઉલ્લેખ હતો. એ સમયે જ્ઞાતિપ્રથા અસ્તિત્વમાં આવી ન હોતી. પરંતુ ઋગ્વેદમાં વર્ણની ઉત્પત્તિનો દૈહિક સિધ્ધાંત રજૂ થયેલો છે.

ઋગ્વેદનું 'પરૂષસુકત' સમાજની સરખામણી વિશાળ દેહ સાથે કરે છે. બ્રાહમણ સમાજનું મસ્તક, ક્ષત્રિય સમાજનું ધડ અને બાહુ, વૈશ્ય સમાજની જાંઘ અથવા પેટ અને સમાજમાં શુદ્રોને પગ તરીકે જણાવેલ છે. ઋગ્વેદમાં જણાવેલ હતુ કે શારીરિક અંગોમાં જે રીતે કોઈપણ એક અંગનું મૂલ્ય વધુ ઓછુ ન આંકી શકાય તેમ સમાજમાં પણ કોઈપણ એક વર્ણનું મહત્વ વધુ છે તેમજ ઓછુ છે આંકી શકાય નહિ.

દેહના વિભિન્ન અંગો જે રીતે રચનાતંત્રીય સંબંધોથી જોડાયેલા હોય છે. તેવા જ સંબંધ વર્ણવ્યવસ્થામાં પરસ્પરના હતા. વર્ણ વચ્ચેના દરજજા ભેદનો ખ્યાલ પછીથી આવેલ છે.

વૈદિકકાળમાં ક્ષત્રિયો બ્રાહમણ વર્ણમાં દાખલ થઈ શકતા હતા. હરિવંશમાં વૈશ્યમાંથી બ્રાહમણ થવાનો ઉલ્લેખ છે અને કેટલીક વખત શુદ્રો પણ બ્રાહમણ થયાનું જોવા મળે છે વૈદિક સમયમાં વિભિન્ન વર્ણો વચ્ચે ખાનપાન અને લગ્નના પ્રતિબંધો ન હતા. ઋગ્વેદમાં કાર્ય વૈશ્યને બ્રાહમણ કરતા ઓછો પવિત્ર ગણ્યો નથી. અને તેમના પર કોઈ સામાજિક પ્રતિબંધ ન હતો. અસ્પૃશ્યતાનો ઉલ્લેખ કયાય જોવા મળતો નથી.

ઋગ્વેદના પછીના વૈદિક યુગમાં અંત સમયમાં એટલે કે ઈ.સ. પૂર્વેની છઠ્ઠી સદીમાં વર્ણો ચુસ્ત બનવા લાગ્યા. વર્ણો વચ્ચે સામાજિક અંતર અને ઉચનીચના ભેદભાવો વ્યકત થવા લાગ્યા. જેનો નિર્દેશ સંહિતાઓ, બ્રાહમણ ગ્રંથો તેમજ આરણ્યકોમાંથી મળે છે.

ક્ષત્રિયો કરતા બ્રાહમણો ઉંચા છે તેવો વિચાર રજૂ થયો અને બ્રાહમણોનું સ્થાન સર્વોચ્ચ ગણાતુ. બીજુ સ્થાન ક્ષત્રિયોનું, ત્રીજુ સ્થાન વૈશ્યોનું અને ચોથુ સ્થાન શુદ્રોનું તથા અંતે વર્ણ બહારના ગણાતા પંચમ વર્ણને સૌથી નીચેનું સ્થાન અપાયું.

યજુર્વેદમાં ચાંડાલને હલકા ગણવામાં આવ્યા છે. સમાજમાં સૌથી નીચેનું સ્થાન અપાયુ છે. વૈદિક સમયમાં યજ્ઞ અને ધાર્મિક વિધિઓ સાથે સંબંધિત શુદ્ધનો ખ્યાલ ખૂબ દ્દઢ થયો હતો. સ્મૃતિઓના કાળમાં અસ્પૃશ્યતાના ખ્યાલે વધારે જડ સ્વરૂપ પકડયું હશે એમ જણાય છે. સ્મૃતિકાળમાં ચાંડાલ જેવા સમૂહોનો વસવાટ ગામની બહારના ભાગમાં થતો હતો. ધર્મશાસ્ત્રોના સમયમાં સફાઈ કર્મીઓ ખૂબ જ રૂઢ બન્યો હતો.

ચાંડાલ સાથે સંપર્ક નહિ રાખવાનુ કૌટિલ્યે પણ કહયું હતું. મનુના સમયમાં સફાઈકર્મીઓના લોકોને ગામની બહાર હાંકી કાઢવામાં આવતા તેમજ તેમને એવી ફરજો અને કાર્યો સોંપવામાં આવ્યા. મહાભારતમાં બ્રાહમણોને સૌથી ઉંચા ગણવામાં આવ્યા હતા અને ચાંડાલ વગેરે સફાઈકર્મીઓને સૌથી હલકા ગણવામાં આવ્યા. સામાજિક રીતે સફાઈ કર્મીઓને સ્પર્શ કરવાથી સ્નાન કરવું જરૂરી ગણાતુ.

વર્ણ બહારની જ્ઞાતિઓએ ગામની બહાર રાખવામાં આવતા તે રીતે તેમની સાથે સામાજિક સંપર્ક ઉપર પ્રતિબંધ વિકસ્યો હતો. ઉત્તર વૈદિક સમયમાં યજ્ઞ તેમજ ધાર્મિક વિધિઓ સાથે સંબંધિત શુદ્ધનો ખ્યાલ ખૂબ જ દ્દઢ થયો હોવા છતા મધ્યયુગ અને અર્વાચીન યુગમાં સફાઈ કર્મી સાથેની આભડછેટ તેટલી જ દ્દઢ ન હતી.

પ્રાચીન સમયમાં સફાઈકર્મીઓના જ્ઞાતિ/સમુદાયને સામાજિક, આર્થિક, ધાર્મિક પરંપરાગત સમસ્યાઓ ભોગવવી પડતી હતી. સામાજિક વ્યવસ્થાની વાત સમજવા પ્રયત્ન કરીએ તો સફાઈ કર્મીઓ જે તે સમયે શુદ્ર વર્ણના લોકો તરીકે ઓળખાતા હતા. શુદ્રોને સમાજમાં કોઈપણ પ્રકારનું સ્થાન આપવામાં આવતુ નથી.

વર્ણ વ્યવસ્થા અનુસાર શુદ્રોએ સમાજના સૌથી નીચેના વર્ણના લોકો છે, પરંતુ તે નિમ્ન સ્તરમાં પણ તેમને કોઈ અધિકારો કે હકકો તો પૂરા પાડવા જોઈએ. શુદ્ર વર્ણના લોકો એટલે માનવ તરીકેના તમામ અધિકારોથી વંચિતતા ધરાવતા જીવંત, મૂર્તીમંત પ્રાણીઓ.

સામાજિક આંતરક્રિયા ધ્વારા સમાજમાં સંબંધોની સ્થાપના થાય છે તેમજ તે આંતરક્રિયાઓ કરવી તે દરેક સામાજિક પ્રાણી તરીકે માનવની જરૂરીયાત છે. માનવની સામાજિક જરૂરીયાતને ગૌણ ગણી માત્ર ઉચ્ચ – નિમ્નના ભેદને ધ્યાનમાં રાખી તેમની સાથે અન્ય વર્ણ, જ્ઞાતિ કે ધર્મના લોકો આંતરક્રિયા કરી શકતા નથી.

સમાનતા શબ્દ વ્યકિત માટે સ્વતંત્રતા, સહિષ્ણુતા તેમજ સન્માનની ભાવના સાથે રાખે છે. શુદ્ર માટે સમાનતાની સ્થિતિ વિષેની કલ્પના પણ પ્રાચીન સમયમાં કરી શકાતી ન હતી. સામાજિક ઉત્સવો ઉજવવા એ દરેક માનવી માટે સામાજિક બાબતોમાં ભાગીદારી નોંધાવવાની તેમજ તેમનો સામાજિક વિકાસ થાય તે માટે જરૂરી છે. પરંતુ શુદ્રોને સામાજિક ઉત્સવો, મેળાવડાઓ ઉજવવાની, આનંદ પ્રાપ્ત કરવાની ભાગીદારી નોંધાવી વિકાસ કરવાની તક સમાજના ઉચ્ચ વર્ણના લોકોને સોંપી હતી.

શુદ્રોની સામાજિક પતનની સ્થિતિ જાણતા વધુ એક હકીકત સામે આવે છે કે શુદ્રોની જાહેર/સાર્વજનીક સગવડોના ઉપયોગ માટે પ્રબિંધ હતો એટલે કે ઉચ્ચ વર્ણના લોકો જ તે વ્યવસ્થાઓનો ઉપયોગ કરી શકતા. શુદ્ર હોવાના કારણે તે માનવીના જાહેર જીવન સ્વતંત્રતાથી જીવવાના અધિકારોનો ભંગ કરતી સ્થિતિ હતી. દા.ત.કૂવાના પાણીનો ઉપયોગ.

માનવ આરામપૂર્વક તેમજ મનમરજી પૂર્વક પોતે કોઈપણ સ્થળો પર આવી જઈ શકે તેની છૂટ હોય છે. પરંતુ શુદ્રો માટે આ બાબત/અધિકાર લાગુ પડતો નથી. સામાન્ય રીતે પ્રાચીન સમયમાં ઉચ્ચ વર્ણના લોકોએ શુદ્રોમાં સ્થળો પર પ્રતિબંધો લગાવેલા હતા. શુદ્રો કોઈપણ સ્થળો પર પ્રવેશ કરે તો તે અશુધ્ધ બની જાય તેવી માન્યતા તે સમયે પ્રવર્તતી હતી.

સામાજિક પતનની અન્ય એક બાબત સામાજિક સંબંધો તેમજ લગ્ન સંસ્થા વિષયક તેમાં પણ શુદ્રો સાથે અન્યાય થતો. શુદ્રોએ માત્ર નિમ્ન કક્ષાના અથવા પોતાના સ્તરના જ લોકો સાથે સામાજિક સંબંધો રાખવા, લગ્ન સંસ્થા પણ માત્ર શુદ્રોના વર્ણમાં આંતરવર્ણીય લગ્ન પર પ્રતિબંધ હતો.

સામાજિકરણની પ્રક્રિયા માટે શુદ્રોને અન્ય વર્ણોના લોકો સાથે થતી પ્રક્રિયા કે પધ્ધતિના ઉપયોગ પર નિષેધ હતો. બાળકો દરેક જ્ઞાતિ, જાતિ, ધર્મના સમાન હોવા જોઈએ તે બાબત પ્રાચીન સમયમાં સ્વીકાર્ય ન હતી. શુદ્રોના બાળકોએ ઉચ્ચકૂળના બાળકો સાથે રહી ન શકે, અભ્યાસ ન કરી શકે જેવા ખ્યાલ તે સમયમાં લાગુ પડતા જોવા મળે છે.

અસ્પૃશ્યતા અથવા આભડછેટ શુદ્રો સાથે સંબંધો રાખવાથી, સ્પર્શવાથી કે તેમને સ્થળો પર પ્રવેશથી થતી તેવો ખ્યાલ પ્રાચીન સામાજિક વ્યવસ્થામાં ઉચ્ચ વર્ણના લોકો ધરાવતા હતા.

સામાજિક મેળાવડાઓમાં ભાગીદારી, ભોજન વ્યવસ્થા, પાણીના સ્ત્રોતોનો ઉપયોગ વગેરે જેવી બાબતો ધ્વારા પણ શુદ્રોને ભેદનીતીનો શિકાર બનવુ પડતુ. પ્રાકૃતિક સંપતિ દરેક મનુષ્યની છે. કુદરતે દરેકને તેના ઉપયોગની પરવાનગી આપેલી છે. પરંતુ માનવ ધ્વારા ઉભા કરાયેલા વાડાપ્રથાને કારણે પ્રાકૃતિક સ્ત્રોતો જેવા કે તળાવ, નદી, કૂવા, ખેતર વગેરે દરેક માટે વર્ણવ્યવસ્થાના આધારે તેનો ઉપયોગની વ્યવસ્થા વર્ણ અનુસાર અલગ કરવામાં આવેલી હતી.

ધાર્મિક સ્થિતિ

સફાઈકર્મીઓ જે વર્ણવ્યવસ્થામાં શુદ્ર વર્ણ વપરાતો સમુદાય છે. પ્રાચીન સમયમાં શુદ્રોની ધાર્મિક સ્થિતિની વાત જાણવા પ્રયત્નો કરીએ તો શુદ્રોને સામાન્ય વર્ણના લોકોની માફક મંદિરમાં પ્રવેશ કરવો, પૂજાપાઠ કરવા, વિધિ વિધાન કરવા પર પ્રતિબંધ હતો. ઉચ્ચકૂળ/વર્ણના લોકોમાં બ્રાહમણોને વિધિ વિધાન, પૂજાપાઠની છૂટ હતી.

શુદ્ર સમુદાયના લોકોને માત્ર માનસપૂજા કરવાની છૂટ હતી. માનસપૂજા એટલે કે પૂજા અર્ચના કરવી. શુદ્રોને માનવી તરીકે ગણવામાં ન આવતા તેનું ઉતમ ઉદાહરણ છે કે તેઓને મંદિર કે દેવસ્થળોમાં પ્રવેશ નિષેધ, ઉચ્ચવર્ણના લોકોની માન્યતા હતી કે મંદિરમાં શુદ્રોને પ્રવેશ આપવાથી ભગવાન તેમજ અન્ય વર્ણના લોકોને અસ્પૃશ્યતા.

પ્રાચીન સમયમાં શુદ્રો જો ભૂલથી પણ મંદિરમાં પ્રવેશ કરે તો સામાજિક રીતે તેને દંડ આપવામાં આવતો. દંડ તરીકે તેને મૃત્યુ, અંગવિચ્છેદ, સફાઈ કરાવવી વગેરે થતા. પૂજાપાઠ માટે શુદ્રોને જરૂર પડે તો બ્રાહમણો તેમની સેવા પૂરી ન પાડતા શુદ્રોને વિધી વિધાન કરવા માટે શુદ્ર વર્ણમાં જ ઉચ્ચ સ્તરનાં વ્યકિતઓના સમુદાયને શુદ્ર બ્રાહમણ તરીકે પદ આપી વિધી વિધાન કરવામાં આવતા હતા. ધર્મપરિવર્તન કરવા માટે શુદ્રોને કરવામાં આવતા હતા.

આર્થિક સ્થિતિ

પ્રાચીનકાળમાં સફાઈકર્મીઓ એટલે કે શુદ્રોને વ્યવસાય પસંદગી માટે વિકલ્પો ન હતા. વિકલ્પો ન હોવાના કારણે તેઓ પોતાનો સામાજિક વિકાસ તેમજ આર્થિક વિકાસ સાધી શકતા નહિ. શુદ્રોને સફાઈ કાર્ય તરીકે સમાજને સેવા પૂરી પાડવાનું કાર્ય વર્ણ વ્યવસ્થામાં સોંપાયેલ હતુ.

શુદ્રો જે સફાઈ કામદારો છે તેઓએ સમાજની ગંદકી, કચરા, માનવ મળ–મૂત્ર વગેરેને હાથ ધ્વારા સફાઈ કરવાની પ્રથા પહેલાના સમયમાં જોવા મળતી હતી. સ્વચ્છતા માટે શુદ્રોને સાધનો પણ પૂરા પાડવામાં આવતા ન હોતા. સફાઈ કર્મીઓને તેમની સેવા બદલ મળતા બદલામાં વધેલા અન્ન, ખોરાક થોડા ફાટેલા, તુટેલા કપડા તેમજ જરૂર જણાય તો જ નાણાની ચૂકવણી કરવામાં આવતી.

સફાઈકર્મીઓ સમાજની ગંદકી સાફ કરવા જેવુ ઉચ્ચ તેમજ શુગ જન્માવે તેવુ વેદનાભર્યુ કાર્ય કરે છતા સમાજના અન્ય વર્ણના લોકો તેમને નાણાના નામે શોષણ કરતા. શુદ્રો ગરીબીમાં જ જીવન પસાર કરતા. પોતાની જરૂરીયાતોની પૂર્તિ કરવા માટે તેઓ વ્યાજે નાણા ઉધાર લેતા, પોતાની સંપતિ હોય તો ગીરવી મૂકતા વગેરે જેવી પરિસ્થિતિનો સામનો કરતા.

સફાઈ કામદારોને વ્યાજધારોના વિષચક્રમાંથી કયારેય બહાર ન નીકળી શકાય તેમજ વ્યાજ સાથે મુદલની ભરપાઈ ન થઈ શકે તે રીતે શોષણ કરવાની,

વ્યવસાયમાં જોડાવુ હોય તો તેઓ જોડાય શકતા નથી અને સંપતિનો અધિકાર શુદ્રોને આપવામાં ઘરેણા વગેરે જેવી સંપતિ ધરાવવા પર પ્રતિબંધ હતો.

૫.૧.૩ સફાઈકર્મીઓની વર્તમાન સંદર્ભમાં સામાજિક, આર્થિક, ધાર્મિક, રાજકીય, શૈક્ષણિક સ્થિતિ

સફાઈકર્મીઓની સામાજિક સ્થિતિ

સફાઈકર્મીઓ વર્તમાન સમયમાં માત્ર શુદ્રો જ વર્ણવ્યવસ્થા આધારીત સ્થિતિ હતી? તેનાથી બદલાયેલી સ્થિતિ સમાજમાં જોવા મળે છે. સફાઈ કર્મીઓની સામાજિક સ્થિતિની સરખામણી પ્રાચીન સમય મુજબ કરવા જઈએ તો ઘણી પરિવર્તન પામેલી સ્થિતિ છે. સામાજિક સ્થિતિમાં ખાસ સમાજમાં વ્યકિતના સ્થાન, દરજજા, ભૂમિકાઓ, સામાજિક સંબંધો, આંતરક્રિયાઓ, જાહેર સ્થળો પર પ્રવેશ, સામાજિક તહેવારો, ઉત્સવોમાં સહભાગીતા વગેરેનો સમાવેશ થઈ શકે છે.

—સામાજિક સ્થાનમાં પરિવર્તનો.

—સામાજિક અસમાનતા (વર્ણના આધારે) માં ઘટાડો.

—સામાજિક આંતરક્રિયાઓમાં છૂટ.

—સામાજિક સંસ્થાઓમાં, સંબંધોમાં સ્વતંત્રતા.

—સફાઈકર્મીઓને સામાજિક સ્વીકૃતિની પ્રાપ્તિ.

વર્તમાન સમયમાં સફાઈ કર્મીઓના સામાજિક સ્થાનમાં પ્રાચીન સમયની સરખામણીએ ઘણા બધા તફાવતની સ્થિતિ સર્જાય છે. ૨૦૦૧ ની વસ્તી ગણતરી મુજબ ભારતમાં દલિતોની વસ્તી સંખ્યા ૧૬૬૫.૭૬ લાખ છે. (પટેલ અર્જુન, ગુજરાતમાં દલિત અસ્મિતા) શુદ્ર અને બિનશુદ્રો વચ્ચેનો પરંપરાગત અને રૂઢિગત સંબંધો અને આચાર નિષેધો છેલ્લા પચાસ વર્ષમાં નરમ જરૂરથી થયા છે પણ સંપુર્ણપણે નષ્ટ થયા નથી. સફાઈ કર્મીઓની વર્તમાન સ્થિતિમાં પરિવર્તનો આવ્યા છે.

—સ્પર્શ અને આભડછેટ

સફાઈકર્મીઓ સાથે પ્રાચીન સમયમાં અસ્પૃશ્યતાના પ્રશ્નો ખૂબ જ હતા, એટલા કે જો શુદ્ર વ્યકિતનું મોઢું જોવાથી જ અભડાઈ જવાય તેવો ખ્યાલ ભારતમાં પ્રચલિત હતો. સમયની સાથે અસ્પૃશ્યતાના ખ્યાલમાં પરિવર્તન આવ્યુ છે. સરકારના પ્રયત્નો તેમજ ભારતના બંધારણીય કાયદાઓએ અસ્પૃશ્યતાને નાબૂદ કરી આપી છે છતા વર્તમાન સમયમાં ખાનગી ધોરણે આજે પણ લોકો અશુધ્ધ થવાની બાબત સ્વીકારતા હોય છે. અને વર્તનભેદ કરતા હોય છે.

—વસવાટની અસમર્થતા

ભારતના ગ્રામ સમાજમાં સફાઈકર્મીઓના વસવાટ ગામની બહારના ભાગમાં હોય છે, અમુક વિસ્તારોમાં તેઓને પ્રવેશ નિષેધ હોય છે તેવી બાબત પ્રાચીન સમયમાં હતી. હવે પરિસ્થિતિ બદલાય છે સફાઈ કર્મીઓને કાયદાએ સંપતિ મેળવવાનો અધિકાર આપ્યો છે માટે તે સંપતિ મેળવે છે પરંતુ વિસ્તારની પસંદગી વખતે વસવાટ માટે આજે પણ તેની સાથે ભેદભાવ ખાનગી ધોરણે જોવા મળે છે.

—જાહેર રસ્તાઓ, જળાશયોના ઉપયોગ અંગેની અસમર્થતા

ભારતમાં પ્રાચીન સમયમાં શુદ્રો અને બિનશુદ્રો એ પ્રકારે જાહેર રસ્તા તેમ જળાશયો કે કૂવાઓના ઉપયોગ બાબતો ભેદભાવયુકત ખ્યાલ હતો. વર્તમાન સમયમાં નગર, મહાનગરપાલિકાઓ ધ્વારા રસ્તાઓ બનાવાય છે. પાણીની સુવિધાઓ આપવામાં આવે છે જેમાં ભેદભાવ થતો જોવા મળતો નથી.

—શાળા પ્રવેશ

શાળા પ્રવેશની બાબતમાં સફાઈ કર્મીઓ સાથે પ્રાચીન સમયમાં અસમાનતા પ્રવર્તતી હતી. ગામની જ સરકારી શાળામાં બાળકોને પ્રવેશ અપાતો નહીં. બાળકને શિક્ષણ આપવા માટે અલગ શાળાની વ્યવસ્થા પછી શરૂ કરવામાં આવી હતી જેમાં માત્ર શુદ્રોના જ બાળકો અભ્યાસ કરે.

વર્તમાન સમયમાં સફાઈ કામદારોના બાળકોમાં શિક્ષણ મફત આપવામાં આવે છે સાથે શિષ્યવૃતિ પણ પૂરી પાડવામાં આવે છે. જેથી બાળકોને પ્રોત્સાહન મળે. શાળા વ્યવસ્થામાં પરિવર્તન આવ્યું છે. સફાળ કામદારના બાળકો અન્ય વર્ણના બાળકો સાથે વર્તમાન સમયમાં અભ્યાસ કરી શકે છે.

—વર્તમાન સમયમાં સફાઈ કર્મીઓની આર્થિક સ્થિતિ

સફાઈ કર્મીઓને વર્તમાન સમય અનુસાર આર્થિક પ્રવૃતિઓ કરવાની છૂટ/સ્વતંત્રતા પ્રાપ્ત થાય છે. પ્રાચીન સમયની સરખામણીએ સફાઈ કામદારોને વ્યવસાય પસંદગીના વિકલ્પોને પસંદ કરવાની તક પ્રાપ્ત થાય છે. આર્થિક સ્થિતિ સફાઈ કામદારોને સમજવા માટે પ્રાચીન અને વર્તમાન સમયની આર્થિક સ્થિતિની સરખામણી કરતા ખ્યાલ આવશે.

સફાઈ કામદારોને આર્થિક સ્થિતિ જાણવા મુદ્દાસર પ્રયત્ન કરીએ.

(૧) વ્યવસાય પસંદગીમાં વિકલ્પો.

(૨) મિલ્કત ધારણનો અધિકાર.

(૩) આર્થિક વિકાસ કરવાની તકો.

(૪) વ્યવસાયીક કાયદાઓ તેમજ સામાજિક કાયદા.

(૫) આર્થિક સ્થિતિમાં પરિવર્તન.

પ્રાચીન સમયમાં સફાઈ કામદારોનો આર્થિક દરજજો નીચો હતો. ગામડામાં ખેતીની જમીન ઉપર છૂટક મજૂરી, ગંદકી સાફ કરવી, મરેલા ઢોરને તાણી જવા, ચર્મકામ, શહેરના ઉદ્યોગો અને કારખાનઓમા હલકી/ઓછી મજૂરી જેવા આર્થિક શોષણનો ભોગ બનવુ પડતું.

વર્તમાન સમયમાં સફાઈ કામદારોના બાળકોને શિક્ષણ આપવામાં આવે છે જેથી તે વ્યવસાયમાં નોકરી, ધંધો પોતાની આવડત અનુસાર કરી શકે. સરકાર ધ્વારા નોકરી માટે સફાઈ કામદારો માટે અનામત સીટોની વ્યવસ્થા કરેલ છે. અનામત સીટો પર ખાસ અધિકારી તરીકે પણ સફાઈ કામદારોના બાળકો ફરજ બજાવી શકે છે.

આર્થિક સ્થિતિ પ્રાચીન સમયની સ્થિતિની સરખામણીએ પરિવર્તન પામી છે. પ્રાચીન સમયમાં સફાઈ કર્મીઓ ગરીબીમાં જીવતા તેમજ મૃત્યુ પણ પામતા.જયારે વર્તમાન સ્થિતિમાં માનવ અધિકારો તેમજ કાયદા ધ્વારા વ્યકિતના

વિકાસની તકો પૂરી પાડી છે. ધંધાની સ્વતંત્ર પસંદગીના અભાવની બાબત આર્થિક વિકાસને પ્રાપ્ત બની.

ખેતીની જમીનની સ્વતંત્ર માલિકીના લગભગ અભાવ જોવા મળતો. સફાઈ કર્મીઓ અન્યના ખેતરોમાં ખેતમજૂરી કામ કરી ગુજરાન ચલાવતા પરંતુ વર્તમાન સમયમાં કાયદા ધ્વારા તેઓને સંપતિ પ્રાપ્ત કરવાનો અધિકાર છે જેથી ખેતી ધરાવતા થયા છે.

સફાઈકર્મીઓને સરકાર વર્તમાન સમયમાં આર્થિક વિકાસ કરવા માટે ધંધો – રોજગાર શરૂ કરવા માટે આર્થિક સહાય ઓછા વ્યાજના દર પર કરવામાં આવે છે.

–વર્તમાન સમયમાં સફાઈ કામદારોની ધાર્મિક સ્થિતિ :

ધર્મ પાલન તેમજ પસંદગીઓ માનવનો મૂળભુત અધિકાર છે. સામાજિક રીતે દરેક વ્યકિતને પોતાના ધર્મ, ઈશ્વરની પૂજા – અર્ચના કરવાની પસંદગી કરવાની સ્વતંત્રતા હોવી જોઈએ. સફાઈ કામદારોને પ્રાચીન સમયની સરખામણીએ તે વર્તમાન સમય અનુસાર ઘણા બધા ધાર્મિક પરિવર્તનો જોવા મળે છે. ધાર્મિક બાબતોમાં પ્રાચીન સમયમાં મંદિરોમાં કે દેવસ્થાનોમાં પ્રવેશનિષેધ, વિધિ વિધાનની ક્રિયા પર નિષેધ, કથા, વાર્તા, વાંચન કે સાંભળવા પર પ્રતિબંધ વગેરે જેવી ધાર્મિક શોષણની સમસ્યાઓ જોવા મળતી હતી.

વર્તમાન સમયમાં દરેક વ્યકિતનો માનવ અધિકારો તેમજ કાયદાઓ અંતર્ગત સ્વતંત્રતા તેમજ સમાનતા મુજબ ધાર્મિક લાગણીઓ માટે તેમજ તેના પાલન, પસંદગી માટે સ્વતંત્રતા મળે છે.

હિન્દુ ધર્મની ધાર્મિક વિધિ વિધાનોની બાબતમાં અનેક પ્રકારના ધાર્મિક અધિકારોથી સફાઈકર્મીઓને વંચિત રાખવામાં આવતા હતા. વર્તમાન સમયમાં વૈદિક મંત્રોચાર, મંદિર પ્રવેશ, ઉત્સવોની ઉજવણી, ધર્મ પરિવર્તનની સ્થિતિમાં પરિવર્તનો આવ્યા છે.

વર્તમાન સમયમાં સફાઈકર્મીઓને પોતાની પસંદગી અનુસારના ધર્મની પસંદગી માટે છૂટ આપવામાં આવેલી છે. મંદિર પ્રવેશ પ્રાચીન સમયમાં શકય ન હતો જે આજે બધા લોકોને સમાન ગણી પૂરો પાડવામાં આવે છે. ઉત્સવોની ઉજવણી પ્રાચીનકાળમાં માત્ર સફાઈકર્મી સિવાયના વર્ગો કરી શકતા પરંતુ તે ખ્યાલમાં પરિવર્તન આવ્યુ છે.

બળજબરી પૂર્વક પ્રાચીનકાળમાં સફાઈકર્મીઓની જ્ઞાતિના લોકોના ધર્મ પરિવર્તિત કરાતા હતા. પરંતુ વર્તમાન સમયમાં કાયદા ધ્વારા વ્યકિતને પોતાની ઈચ્છા અનુસારનો ધર્મ પસંદ કરવાની સ્વતંત્રતા છે.

–વર્તમાન સમયમાં સફાઈકર્મીઓની શૈક્ષણિક સ્થિતિ

શિક્ષણ એ દરેક વ્યકિત માટે વિકાસની તકો તેમજ વિકાસ માટે જરૂરી બાબત છે. શિક્ષણમાં અસમાનતાનો ઉદ્દભવ એ શિક્ષણની પ્રાપ્તિ તેમજ વ્યવસ્થાગત સમસ્યાને દર્શાવે છે. પ્રાચીન સમયમાં સફાઈ કર્મીઓને મૂળભૂત અધિકાર એવા શિક્ષણના હકકથી વંચિત રાખવામાં આવતા હતા. શિક્ષણ વ્યવસ્થામાં અસ્પૃશ્યતા જેવા દુષણોને કારણે સફાઈ કર્મીઓના શૈક્ષણિક અધિકારો છીનવી તેઓનું શોષણ કરવામાં આવતુ.

શિક્ષણ વ્યકિતને અસમાનતામાંથી મુકિત અપાવે છે. પ્રાચીનકાળમાં સફાઈ કામદારોના બાળકો માટે પ્રથમ તો શિક્ષણ મેળવવા પર જ પ્રતિબંધ હતો, ત્યારબાદ અલગ આશ્રમશાળાની વ્યવસ્થા તેઓ માટે કરવામાં આવી હતી.

વર્તમાન સમયમાં સફાઈકર્મીઓના બાળકોને શિક્ષણ પ્રાપ્ત કરાવવા સરકાર ધ્વારા તેમજ સ્વૈચ્છીક સંસ્થાઓ ધ્વારા પ્રયત્નો કરાતા હોય છે. સફાઈકર્મીઓના બાળકો માટે અલગ શિક્ષણ વ્યવસ્થા નથી. અસમાનતાની સ્થિતિ શિક્ષણ ક્ષેત્રે વ્યાપ પ્રમાણમાં જોવા મળે છે.

શિક્ષણમાં સફાઈકર્મીઓના બાળકો માટે અનામત બેઠકો ફાળવવામાં આવે છે. વર્તમાન સમયમાં તેઓને શિષ્યવૃતિ પણ પૂરી પાડવામાં આવે છે. ઉચ્ચતર શિક્ષણ પ્રાપ્ત કરવાનું માત્ર સ્વપ્ન નથી રહયું હકીકત બની ગયું છે.

–વર્તમાન સમયમાં રાજકીયક્ષેત્રે સફાઈકર્મીઓની સ્થિતિ

પ્રાચીન સમયમાં સફાઈકર્મીઓ કચડાયેલા વંચિત જૂથો હતા. જેમાં પોતાના અધિકારો, હકોની માગણી તેઓ સરકાર કે અન્ય વ્યવસ્થા પાસે કરી શકતા નહિ. રાજકીય ક્ષેત્રે તેઓને પહેલેથી જ વંચિત તરીકે ગણી શોષણ કરેલ છે.

સફાઈકર્મીઓને પોતાના પ્રતિનિધિ ચૂંટવાનો, મત આપવાનો કે જાહેરમાં ભાગીદારી નોધાવા પર પ્રાચીનકાળમાં પ્રતિબંધ હતો. કોઈ વ્યકિતને ઉમેદવારી નોંધાવાની ઈચ્છા હોય છતા તેને ઉમેદવાર તરીકે સ્વીકૃતિ પ્રાપ્ત થતી નહિ.

વર્તમાન સમયમાં દરેક વ્યકિત કોઈ પ્રકારના ભેદભાવ વગર રાજકારણમાં પ્રવેશ લઈ શકે છે. સફાઈ કર્મીઓના સંગઠનો બનેલા છે. જેઓ વર્તમાન સમયમાં રાજકીય ક્ષેત્રે ઝંપલાવી, દેશના વિકાસ માટે ભાગીદારી નોંધાવે છે. મત આપવાનો અધિકાર પ્રાપ્ત થયો છે સાથે ભેદભાવ વગર ઉમેદવારી નોંધાવી શકે છે.

સફાઈકર્મીઓને ઉમેદવારી નોંધાવાની સ્વતંત્રતા અને સમાન તક ભારતના બંધારણના કાયદાકીય અમલ ધ્વારા પ્રાપ્ત થઈ છે. સફાઈ કામદારોએ પોતાના પક્ષની રચના કરવાની પણ સ્વતંત્રતા વર્તમાન સમયમાં આપવામાં આવેલ છે.

ભારતના દરેક ગામ, તાલુકો અને જીલ્લામાં સફાઈ કામદારોને જ્ઞાતિગત રીતે રાજકીય ઉમેદવારી માટે અનામત બેઠકોની ફાળવણી કરવામાં આવે છે.

જાતિ અને સ્વચ્છતા.

સ્ત્રીઓ અને સ્વચ્છતા.

i) સ્ત્રીઓની સ્થિતિ (સ્વચ્છતાના સંદર્ભમાં)

ii) સ્ત્રીઓની વ્યકિતગત સ્વચ્છતા જાળવણી.

iii) સ્ત્રીઓ અને સ્વચ્છતાના પ્રયત્નો/ભુમિકાઓ

iv) સ્ત્રીઓને અસ્વચ્છતાના પરિણામે ઉભી થતી સમસ્યાઓ.

I) સ્ત્રીઓની સ્થિતિ

સ્ત્રીઓની સંખ્યા ઘટી રહી છે. સંખ્યાના આ ઘટાડા પાછળ સ્વચ્છતાના અભાવના કારણે જવાબદાર છે. સ્ત્રીઓની સામીજક આર્થિક રાજકીય અને શૈક્ષણીક

સ્થિતિમાં પરિવર્તન આવ્યું છે. સ્ત્રીઓની આરોગ્યની સ્થિતિમાં પણ પરિવર્તન જોવા મળે છે.

પ્રાચીન સમયમાં અનુવૈદિક યુગમાં સ્ત્રીની સ્થિતિના પ્રશ્નો ખૂબ જ બહોળા પ્રમાણમાં જોવા મળતા છતા સ્ત્રી સ્વાસ્થ્યના પ્રશ્નો મોટા પ્રમાણમાં જેવા કે ઓછી આયુષ્ય, મૃત્યુદરનું વધુ પ્રમાણ, સગર્ભાવસ્થામાં ઉભી થતી સમસ્યાઓ વગેરે હતી.

વર્તમાન સમયમાં સ્ત્રી સ્વાસ્થ્યની સ્થિતિ પ્રાચીનકાળના અનુવૈદિક યુગ પ્રમાણ જણાય આવી રહી છે. વર્તમાન સમયમાં પણ સ્ત્રીઓની ઓછી સંખ્યા સાથે મૃત્યુદરનું વધુ પ્રમાણ, કુપોષણ, સગર્ભા સ્ત્રીઓના મૃત્યુ, શારીરિક નબળો બાંધો, સ્ત્રી રોગોનું વધુ પ્રમાણ જેવી સમસ્યાઓ સામે આવી રહી છે.

સ્ત્રીઓની સ્વાસ્થ્ય સંબંધી સમસ્યાઓના કારણમાં સ્વચ્છતાનો અભાવ જવાબદાર ગણી શકાય છે. સ્ત્રીઓની સ્થિતિ સ્વચ્છતા સંબંધી તેમ છે.

ii)સ્ત્રીઓને અસ્વચ્છતાના અભાવે ઉભી થતી સમસ્યાઓ

સ્ત્રીએ સ્વચ્છતા માટે ઘણા બધા પ્રયત્નો કરતી જોવા મળે છે. પરંતુ જયારે વ્યકિતગત સ્વાસ્થ્યની વાત આવે છે ત્યારે સ્ત્રી એટલુ પૂરતુ ધ્યાન આપતી નથી. અસ્વચ્છતા સંબંધી બાબતોમાં મુખ્યત્વે સ્ત્રી પોતાની આસપાસના વાતાવરણને સ્થૂળ વાતાવરણને સ્વચ્છ બનાવવાના પ્રયત્નો કરતી રહે છે પરંતુ તે પોતે વ્યકિતગત સ્વચ્છતા વિષય પર ધ્યાન આપી શકતી નથી.

સ્વચ્છતાના અભાવે સ્ત્રીઓને અનેક રોગોનો ભોગ બનવું પડતુ હોય છે. સ્ત્રીઓને સ્ત્રી રોગનું વધુ પ્રમાણ થવાનું કારણ અસ્વચ્છતા જ છે. શૌચાલયની સ્વચ્છતા, વ્યકિતગત ધોરણે રાખવામાં આવે છે પરંતુ શૌચક્રિયા બાદ જોઈએ તેટલા પ્રમાણમાં સ્વચ્છતા નથી પ્રાપ્ત થતી સ્ત્રીઓને સ્ત્રી રોગનું પ્રમાણ, શારીરિક રોગ પ્રતિકારક શકિતમાં ઘટાડો, નબળુ આરોગ્યસ્તર વગેરે જેવી સમસ્યાઓનો સામનો સ્વચ્છતાના અભાવે કરવો પડતો હોય છે.

iii) સ્ત્રીઓ અને સ્વચ્છતાના પ્રયત્નો/ભૂમિકાઓ

સ્ત્રીને જન્મથી જ બાળક તરીકે અવતરતાની સાથે અનેક ભૂમિકાઓની જવાબદારી સોંપવામાં આવે છે સ્ત્રી તરીકે તે વ્યકિત એક માતા, બહેન, ગૃહિણી, પત્ની, સાસુ, વહુ વગેરે જેવી સામાજિક ભૂમિકાઓ ભજવે છે. સામાજિક ભૂમિકાના ભાગરૂપે ગૃહિણી તરીકે સ્ત્રી કાર્ય માટે જવાબદાર બને છે.

ઘરની સફાઈ, બાળકોની સફાઈ, નોકરી કરતી સ્ત્રીઓને ઓફિસ કે સ્થળની સફાઈ વગેરે સાથે દિવસ દરમ્યાન ન જોડાયા વિના ચાલતુ નથી. ઘરમાં રસોઈ, અન્ય ગૃહ સફાઈ વગેરેમાં સ્વચ્છતા, જાળવણીએ સ્ત્રીની સૌથી મુખ્ય તેમજ મહત્વની ભૂમિકા છે. સ્ત્રી જયારે રસોઈ બનાવે છે ત્યારે શાકભાજી, વાસણ, અનાજ વગેરેની સ્વચ્છતા પર ભાર મૂકવામાં આવે છે. કપડા ધૂવે છે તો કપડાની સ્વચ્છતા ઘરના ઓરડાની સફાઈ, આસપાસના વાતાવરણની સફાઈ વગેરે દરેક કાર્યમાં સ્વચ્છતા જાળવણીનું કાર્ય ગૃહિણી તરીકેની ભૂમિકામાં રહેલ સ્ત્રી ધ્વારા ભજવવામાં આવે છે.

iv) સ્ત્રીઓનો વ્યકિતગત સ્વચ્છતા જાળવણી

સ્ત્રીઓની વસ્તી સંખ્યાની દષ્ટ્રિએ પુરૂષ કરતા ઓછી છે. સ્ત્રીઓની શારીરિક શકિતને પણ પુરૂષની શારીરિક શકિતની સરખામણીએ ઓછી આંકવામાં આવે છે.

સ્ત્રીની ભૂમિકાઓ ઘણી બધી છે પરંતુ જયારે તેના આરોગ્યની વાત આવે છે ત્યારે તે એક વ્યકિતને જે સારા આરોગ્ય કે તંદુરસ્ત રહેવા માટે જરૂર પડે તેટલી બાબતોની જાળવણી થતી નથી, સ્ત્રીઓની વ્યકિતગત સ્તર સ્વચ્છતા જાળવણીનું પ્રમાણ ખૂબ જ ઓછુ છે. એ પ્રમાણ ઓછુ હોવાના ઘણા બધા કારણો છે જેવા કે ગૃહકાર્યનો બોજ, સ્વાસ્થ્ય સંબંધી શિક્ષણનો અભાવ અથવા વ્યકિતગત અપૂરતી કાળજી જવાબદાર છે.

સ્ત્રી બધી જ પરિસ્થિતિમાં સ્વચ્છતા પ્રત્યે જાગૃત રહીને કાર્ય કરે છે પરંતુ પોતાના વ્યકિતગત ધોરણો માટે તેનામાં ભરપૂર પ્રમાણમાં અજાગૃતિ જોવા મળે છે. નાની ઉંમરમાં સ્ત્રીઓને ઉભી થતી શારીરિક તકલીફો મોટી ઉંમર સુધી તેને પરેશાન કરતી હોય છે.

સગર્ભાવસ્થા દરમ્યાન સ્ત્રીએ ખાસ કાળજી રાખવાની હોય છે. વ્યકિતગત ધોરણે સ્ત્રીએ શારીરિક સ્વચ્છતા રાખવી જરૂરી છે. ખોરાકમાં પૂરતો પોષણયુકત આહાર લેવાથી તેની શારીરિક ક્ષમતા જળવાય રહેશે.

સ્ત્રી – પુરૂષની સ્વચ્છતાની સ્થિતિમાં અસમાનતા

જાતિ મુજબ અસમાનતા સ્વચ્છતાના ક્ષેત્રે તપાસ કરવી ખૂબ જ જરૂરી છે. વ્યકિતના સ્વાસ્થ્યનો આધાર તેમના આરોગ્ય પર રહેલો હોય છે. જયારે વ્યકિતગત ધોરણે સ્વચ્છતા જાળવવામાં આવે છે ત્યારે સ્વાસ્થ્યની પ્રાપ્તિ આપોઆપ થઈ જાય છે.

સ્ત્રીઓની ભૂમિકા તેમજ પુરૂષોની ભૂમિકાઓ સ્વચ્છતાના સંદર્ભે ખૂબ જ વિભિન્ન છે. સ્ત્રીઓની ભૂમિકાઓમાં દરેક બાબતમાં તે સ્વચ્છતાના કાર્ય સાથે જોડાયેલી રહે છે જેવી કે ગૃહકાર્યના સુશોભનના કાર્યમાં, રસોઈ બનાવવાના કાર્યમાં, બાળ સંભાળના કાર્યમાં વગેરે.

પુરૂષોની સ્વચ્છતા અંગેની ભૂમિકા સ્ત્રીઓની ભૂમિકાથી અલગ છે. પુરૂષો પોતાના વ્યકિતગત સ્વાસ્થ્ય પ્રાપ્તિ માટે ખૂબ જ ઓછા પ્રયત્નો કરે છે ભારતીય સમાજ વ્યવસ્થા મુજબ પુરૂષ પ્રધાન સમાજમાં સ્ત્રીઓ જ દરેક શ્રમકાર્ય કરવા તેવુ નોંધાયેલુ છે જે સ્વચ્છતા સંબંધી હોય. સ્વચ્છતા સંબંધી શ્રમકાર્યમાં સ્ત્રીઓ પુરૂષોની માટે પણ કાર્ય કરે છે.

સ્ત્રીની ભૂમિકા સંદર્ભે તે પોતે માતા તરીકે બાળકોની સ્વચ્છતાના પ્રયત્નો કરતી હોય છે, પત્ની તરીકે પતિ માટે શ્રમકાર્ય કરે છે જયારે દીકરી તરીકે પિતા માટે, વહુ તરીકે સમગ્ર કુટુંબ માટે સ્વચ્છતા જાળવણીના પ્રયત્નો કરે છે.

પુરૂષ સ્ત્રી પર સ્વચ્છતાની જાળવણીના મુદ્દે સંપુર્ણપણે આધારિત છે. ભારતીય પરંપરા મુજબ પુરૂષે માત્ર આર્થિક ઉપાર્જનનું કાર્ય કરવુ જ ખ્યાલ પ્રવર્તે છે પરંતુ લોકોના માનસપટ પર આ બાબતો વિચારવામાં આવે છે.

આરોગ્ય, આરોગ્યપ્રદતા શિક્ષણ અને રોજગારીમાં અસમાનતા

પુરૂષત્વ અને સ્ત્રીત્વ એ પુરૂષ અને સ્ત્રીની સંસ્કૃતિ નિર્મિત વર્તન ઢબ છે. માનવી તરીકે સ્ત્રી અને પુરૂષ સરખા છે પરંતુ અભિન્નતા શારીરીક છે. જૈવિક છે ને તે દશ્યમાન છે આ તફાવતો પરસ્પરના પૂરક છે સમકાલીન પરિસ્થિતિ અનુસાર દરજજાઓમાં લૈગિંક ભૂમિકા અંગેની સમસ્યાઓ જોવા મળે છે.

—શિક્ષણ અને અસમાનતા

સ્ત્રીઓના શૈક્ષણિક અધિકારો, શૈક્ષણિક તકો, સ્ત્રીઓની શૈક્ષણિક ભૂમિકા, સ્ત્રી શિક્ષણનું પ્રમાણ અને શૈક્ષણિક કક્ષા તથા સ્ત્રી શિક્ષણ પ્રત્યેના સામાજિક વલણો સ્ત્રીનો શૈક્ષણિક દરજજો સૂચવે છે.

આધુનિક યુગમાં વ્યકિત અને સમાજની દષ્ટિથી જોતા શિક્ષણની એક મૂલ્ય અને જરૂરીયાત તરીકે ગણના કરવામાં આવે છે. એક મૂલ્ય તરીકે શિક્ષણ વ્યકિતના વ્યકિતત્વ વિકાસ તેમજ બૌધ્ધિક વિકાસમાં મહત્વનો ફાળો આપે છે. શિક્ષિત વ્યકિતને સમાજમાં દરજજો મળે છે. સમાજનાં શિક્ષિત વ્યકિતઓની ઉપયોગિતા ઉપર પણ ભાર મૂકવામાં આવે છે.

વ્યકિતના દષ્ટિબિંદુથી જોતા શિક્ષણ કેટલાક આર્થિક રાજકીય અને સાંસ્કૃતિક કાર્ય કરવા માટે વ્યકિતને જરૂરી લાયકાત પૂરી પાડે છે. સ્ત્રીઓને શિક્ષણ ન અપાવા જેવી માન્યતા ધ્વારા લોકો એક વ્યકિતના વિકાસને રૂંધાવા જેવી વાત દર્શાવે છે. માનવ અધિકાર અંતર્ગત દરેક વ્યકિતને અધિકાર છે કે તે શિક્ષણ પ્રાપ્ત કરે તેમજ પોતાનો સ્વવિકાસ કરી શકે. સ્ત્રી બાળક હોવાથી શિક્ષણને લઈને ખાસ ભેદભાવ ભારતીય સમાજ વ્યવસ્થામાં જોવા મળે છે.

સ્ત્રી શિક્ષણ આપવાથી ગેરફાયદા કે નુકશાન થાય છે તેવી માન્યતા સમાજના અનેક લોકોએ પ્રર્વતતી જોવા મળે છે. સ્ત્રીને શિક્ષણ આપવાથી તેઓનું સમાજમાં સ્થાન ઉંચુ આવી જશે અને તેઓ પુરૂષ પ્રધાન સમાજનાં પુરૂષના સ્થાનની સરખામણીએ વધી જશે. એવી માન્યતાથી શિક્ષણ આપવામાં માનતા નથી હોતા.

સ્ત્રીને શિક્ષણ શા માટે આપવુ જેવા જવાબોમાં માત્ર આર્થિક ઉપાર્જન કે વિકાસની બાબતો પર ધ્યાન આપવાના સ્થાને સ્ત્રીને મોટા થઈ લગ્ન, કુટુંબ, બાળકો સંભાળવાના છે જેવા નિમ્નકક્ષાના વિચારો સમાજમાં પ્રવર્તતા જોવા મળે છે.

સ્ત્રીને સ્વાસ્થ્ય અને સ્વચ્છતા સંબંધી શિક્ષણ ખાસ આપવું જોઈએ. સ્વચ્છતા સંબંધી શિક્ષણ સ્ત્રીઓને આપવાથી જ નાની વયથી તે પોતાના ગૃહકાર્યમાં તેનો અમલ કરી શકે. ગૃહકાર્યની સાથે બાળ સંભાળ માટે પણ સ્વચ્છતા અંગેનું શિક્ષણ ખૂબ જ ઉતમ ગણાય છે. સ્વચ્છતાના શિક્ષણ ધ્વારા તે સમગ્ર સમાજનો વિકાસ કરી શકે છે.

સ્ત્રીની ભૂમિકાઓ અનેક છે માટે દરેક ભૂમિકામાં કાર્યોના સંદર્ભમાં સ્વચ્છતા જાળવવામાં આવે તો તે પતિના ઘર તેમજ પિતાના ઘર, બાળ સંભાળ માટે પૂરતો ન્યાયપૂર્ણ કાર્ય કરી શકે.

—રોજગારીમાં અસમાનતા

સ્ત્રીઓને શિક્ષણ આપવાની પ્રાચીન સમયમાં સ્વતંત્રતા ન હતી પરંતુ વર્તમાન સમયમાં સ્ત્રીઓને સમાનતાના કારણે શિક્ષણ પ્રાપ્તિના અધિકાર પ્રાપ્ત થયેલ છે. તે જ રીતે રોજગારી મેળવવી એ દરેક વ્યકિતની માનવ અધિકારની બાબત છે.

સ્ત્રીઓને વ્યવસાય પ્રવેશ કરવો તે ખૂબ જ મુશ્કેલ બાબત છે કારણ સમાજ વ્યવસ્થામાં વર્તમાન સમયમાં પણ સ્ત્રીઓને અબળા, વંચિત તેમજ અસમર્થ સમજવામાં આવે છે. રોજગારીના ક્ષેત્રોમાં સ્ત્રીઓ સાથે વ્યાપક પ્રમાણમાં ભેદભાવો થતા જોવા મળે છે.

સ્ત્રીઓને પોતાની પસંદગી મુજબના વ્યવસાયોની પસંદગી કરવા માટે છૂટ અપાયેલી નથી પરંતુ વર્તમાન સમયમાં અસમાનતામાં ઘટાડો થયો છે. ભૂતકાળ સાથે છેડા રાખતા જોવા મળે છે. સ્ત્રીઓને શિક્ષણ, રોજગારીના પ્રશ્નો જ સહન કરતા રહેવાના છે.

સ્ત્રીને પુરૂષની સરખામણીમાં વ્યવસાય પસંદગી માટે સ્વતંત્રતા નથી. સ્ત્રીઓ સાથે વ્યવસાય સંદર્ભે ઘણા બધા શોષણોનો થાય છે. તે આધારીત કાર્યોમાં સ્ત્રીઓ અને પુરૂષો એક જ પ્રકારનું કાર્ય કરે છે છતાય તે જ સમયે તેમની સાથે વેતનમાં અસમાનતા જોવા મળે છે.

સ્ત્રીઓને પુરૂષોની સરખામણીએ નબળી માની શારીરિક શ્રમમાં ઘણીવાર નીચુ કાર્ય પણ સોંપવામાં આવે છે.

III) સ્વચ્છતા અને બાળકો

(i) બાળકોની સ્થિતિ (ભારતના સંદર્ભમાં)

(ii) બાળકો અને સ્વચ્છતા

(iii) બાળકોની સ્વાસ્થ્ય સમસ્યાઓ.

(iv) બાળકોના આરોગ્ય જાળવણીની પ્રક્રિયા (સ્વચ્છતાના મહત્વને ધ્યાનમાં રાખીને)

(i) બાળકોની સ્થિતિ

ભારતમાં કુલ વસ્તીના ૪૨% થી વધારે વસ્તી ૧૫ વર્ષથી ઓછી ઉંમરના બાળકોની છે. ભારતમાં ૫ વર્ષથી ઓછી ઉંમરના બાળકોનું મૃત્યુ ૫૦% થી ઓછુ થાય છે. બાળકોના જીવનના પ્રારંભિક વર્ષમાં મૃત્યુદર – બાળમૃત્યુ દરનું પ્રમાણ ઓછુ હોય છે. વર્તમાન સમય મુજબ દર ૧૦૦૦ બાળકોએ ૧૨૫ પ્રતિ બાળકનું મૃત્યુદર પ્રાપ્ત થાય છે. બાળકોના મૃત્યુનું પ્રમાણ એ તેના જન્મ બાદના ૪ માસની અંદર જોવા મળે છે.

ભારતમાં બાળકોને સ્વાસ્થ્ય સંબંધી સેવાઓ વધુ પ્રમાણમાં આપવામાં આવી છે છતાય બાળકોના સ્વાસ્થ્યના પ્રશ્નો/સમસ્યાઓ ગ્રામ્ય ક્ષેત્રે ભારતમાં વધુ જોવા મળે છે. બાળકોની શારીરિક વૃધ્ધિ મુજબ બાળકો જેમ જેમ કિશોરાવસ્થા તરફ પ્રયાણ કરે છે તેમ તેના સ્વાસ્થ્યની પૂરતી કાળજી લેવામાં આવતી.

બાળકોને માટે સ્વચ્છતાની જાળવણી માટેના નિયમોનું પાલન યોગ્ય રીતે ન કરવાને કારણે ભારતમાં બાળકોના સ્વાસ્થ્યની નબળી સ્થિતિ જોવા મળે છે. બાળકોના આરોગ્ય સ્તરનું નીચું પ્રમાણ એ બાળપણથી જ નીચુ રહે છે કારણે સગર્ભાવસ્થા દરમ્યાન સ્ત્રીઓને પોતાની શારીરીક સમસ્યાઓ વધુ જોવા મળે છે. જન્મ સમયે તેમજ જન્મ પહેલા સ્વચ્છતાના નિયમોનું પાલન ન કરવાથી વૃધ્ધિ યોગ્ય દિશામાં તેમજ ઝડપથી થતી નથી. બાળકોને અનેક રોગોનો ભોગ બનવુ પડે છે.

ભારતમાં મોટા પ્રમાણમાં બાળકો કુપોષણનો ભોગ બનેલા જોવા મળે છે. સ્ત્રી બાળકમાં એનિમીયાનું પ્રમાણ વિશ્વની સરખામણીએ સૌથી વધુ ભારતમાં જોવા મળે છે.

(ii)બાળકો અને સ્વચ્છતા

બાળકોમાં પ્રાકૃતિક સ્વરૂપે જ ચંચળતાનો ગુણ હોય છે. સામાન્ય રીતે બાળકોને કોઈપણ પ્રકારનું બંધન પસંદ આવતુ નથી તે મુકતપણે હરવા ફરવા ઈચ્છા રાખતા હોય છે. બાળકોના હરવા ફરવા સાથે તેના ખોરાક, આહાર સંબંધમાં પણ પ્રશ્નો ઉદ્દભવતા હોય છે.

આહાર તેમજ બાળકની વ્યકિતગત શારીરિક સ્વચ્છતા જાળવવી ખૂબ જ જરૂરી છે.

– શારીરિક સ્વચ્છતા બાળકોના શરીરના અંગો કૂમળા હોય છે. સામાન્ય વ્યકિત કરતા બાળકને રોગપ્રતિકારક શકિત ઓછી હોય છે. માટે સ્વચ્છતા જાળવવી ખૂબ જ જરૂરી છે.બાળકોના હાથ, પગ, નખ, મોં વગેરે ખુલ્લા રહેતા અંગોને સાફ કરવા અત્યંત જરૂરી છે.

– રોગ/બીમારી સમયે બાળકોની સંભાળ બાળકો જયારે બીમાર થયા હોય ત્યારે તેમની ખાસ કાળજી લેવી જરૂરી છે. બીમારીનું પ્રમાણ વધે નહિ તેવી જ રીતે સ્વચ્છતા જાળવવી જોઈએ. બાળકોને શરદી, ઉધરસ, તાવ જેવા વાઈરલ થવાથી બીમારી આવે છે પરંતુ જો બાળકોને સ્વચ્છતા માટે આગ્રહ રાખીએ તો રોગોનો સામનો કરવો પડતો નથી. રોગો ન આવે તે માટે આહાર, આરામ પર પૂરતુ ધ્યાન આપવુ જોઈએ.

– આહાર અને સ્વચ્છતા બાળકોના આરોગ્ય માટે માતાઓને સ્વચ્છતાનું શિક્ષણ, આહાર તેમજ બાળ સંભાળ અંતગર્ત આપવું જરૂરી છે. માતાઓને એ રોગો વિષે જાણકારી રાખવી જોઈ. જેનાથી વિષાણુઓ આહારમાં ફેલાય છે. શુધ્ધ પાણી, શુધ્ધ વાતાવરણ તેમજ અન્ય ખોરાકની સામગ્રી સાથે આહાર બનાવવાથી સ્વચ્છતા પ્રાપ્ત કરી આરોગ્યપ્રદ રીતે બાળકને સાચવી શકાય છ. બાળકોને આહારના ખુલ્લા ખોરાકો ન ખાવા આપવા જોઈએ, જમીન પર પડેલી ચીજવસ્તુઓ ન આરોગે તે ધ્યાન રાખવું જોઈએ. શૌચાલયની ક્રિયા બાદ સાબુથી હાથ ધોવડાવવા જોઈએ. જન્મ્યા પહેલા હાથ ધોવા, પીવાનું પાણી ઉકાળેલું હોવુ જોઈએ, ખોરાક ઢાંકેલો હોવો જોઈએ. કાચા ફળ, શાકભાજી ધોઈને ઉપયોગમાં લેવાની સલાહ આપવી જોઈએ.

(iii)બાળકોની સ્થાસ્થ્ય સમસ્યાઓ

બાળકોમાં પુખ્તવયની વ્યકિતની સરખામણીએ રોગપ્રતિકારક શકિત ઓછી જોવા મળે છે. બાળકોની શારીરીક બાબતોના સ્વચ્છતાના અભાવે તેમને રોગોનો સામનો કરવો પડે છે. સામાન્ય રીતે બાળકોને ચેપી રોગો વધારે પ્રમાણમાં થતા જોવા મળે છે. ચેપી રોગો જેવા કે ન્યુમોનિયા, ઉધરસ, તાવ વગેરે.

બાળકોમાં સ્વાસ્થ્ય સંબંધી સમસ્યાઓમાં મુખ્ય સમસ્યા કુપોષણની કે પોષણયુકત આહારના અભાવ છે. બાળકોના શારીરિક વિકાસમાં પૂરતા પ્રમાણમાં પ્રોટીન, વિટામીન, કેલ્શીયમ તેમજ અન્ય પોષક તત્વો નહિ મળે તો તેમની શારીરીક વૃધ્ધિ પર અસર થશે. ઘણી વાર શારીરીક વૃધ્ધિ ન થવાને કારણે (પૂરતા પ્રમાણમાં) અનેક રોગોનો સામનો બાળકોને કરવો પડે છે.

વારસાગત રીતે બાળકોને કોઈ રોગ ન આવે તે માટે પહેલાથી જ બાળકોની સ્વાસ્થ્ય અંગે કાળજી રાખવી જોઈએ. સગર્ભાવસ્થા દરમ્યાન માતાના સ્વાસ્થ્યની

કાળજી ન લેવાય હોય તો બાળકમાં અનેક ખામીઓ તેમજ રોગો થવાની શકયતાઓ વધુ છે. બાળકોના જન્મ સમયે તેમજ જન્મ પૂર્વે જો સ્વચ્છતાને જાળવવામાં આવી હોય તો જન્મની સાથે જ બાળકોને જીવાણુ લાગવાથી રોગનો ભોગ બનવુ પડે છે.

બાળકોને સમયસર સ્વાસ્થ્યવર્ધક રસીકરણ કાર્યક્રમ અંતર્ગત રસી ન પીવડાવવામાં આવે તો પણ તેમને બીમારી આવી કે છે જે કોઈવાર જીવલેણ બીમારીનું સ્વરૂપ ધારણ કરી શકે છે.

મટાભાગે બાળકોને અશુધ્ધ પાણી તેમજ ખુલ્લા ખોરાક લેવાને કારણે બીમારીનો સામનો કરવો પડે છે. જમતા પહેલા હાથ ન ધોવા, નખ ન કાપવા, વાળ વધારવા, આંખ યોગ્ય સાફ ન કરવી જેથી સામાન્ય તકેદારીના અભાવે બાળકોના સ્વાસ્થ્યની સ્થિતિ બગડી શકે છે.

(iv)બાળકોના આરોગ્યની જાળવણી (સ્વચ્છતાના સંદર્ભમાં)

બાળકોના સ્વાસ્થ્ય અંગે સમાજમાં વિભિન્ન ખ્યાલો પ્રવર્તે છે. બાળકોને નજર લાગી જવી, બાળકનું પેટ પડવુ, બાંધી દેવા જેવા કુરીવાજોમાં ભારતીય સમાજ જીવન ચાલે છે. બાળકોને સ્વચ્છ, સુઘડ તેમજ આરોગ્યપ્રદ બનાવવા માટે ઘણી બધી બાબતોમાં કાળજી રાખવી જરૂરી છે.

—બાળકોના આહારમાં કાળજી

બાળકોના આરોગ્યની જાળવણી માટે તેઓના આહાર સંદર્ભે ખાસ કાળજી રાખવી જરૂરી છે. આહાર પૌષ્ટીક તેમજ સ્વચ્છ હોવો જરૂરી છે. બાળકોને ફળ, શાકભાજી, કઠોળ જેવા ખાદ્ય પદાર્થોને ધોયા બાદ જ ખોરાક તરીકે ઉપયોગમાં લેવાની સલાહ આપવામાં આવી છે. બહારના ખુલ્લા, વાસી ખોરાકથી બાળકોને દૂર રાખવા જોઈએ.

—બાળકોની શારીરિક સ્વચ્છતા જાળવવી

બાળકોના શારીરિક અંગોની સ્વચ્છતા જાળવવી પણ એટલી જ મહત્વની છે જેટલી અન્ય બાબતોની કાળજી રાખવી. શારીરીક સ્વરૂપે સ્વચ્છ રહેવા માટે બાળકોના અંગોને સાબુ દ્વારા સાફ કરી, સુઘડ રીતે નખ, વાળની સ્વચ્છતા પણ રાખવાથી આરોગ્યપ્રદ જીવન પ્રદાન કરી શકાય. સાબુ દ્વારા શૌચક્રિયા બાદ અને જમતા પહેલા હાથ ધોવડાવવા જેથી કીટાણુ ન ફેલાય.

—બાળકોને આરોગ્યવર્ધક રમતો રમાડવી

બાળકોના સ્વાસ્થ્ય તેમજ તેમના વિકાસ માટે સૌથી અગત્યની બાબત રમત ગમત બાળકોને રમત પ્રત્યે પ્રોત્સાહન આપવુ જોઈએ. જેથી બાળકોનો શારીરિક વિકાસ યોગ્ય રીતે થઈ શકે છે. શારીરિક વિકાસની સાથે નેતૃત્વશકિત, ઐકય જેવા ગુણો પણ બાળપણથી જ વિકસી શકે તે માટે રમત ગમત શીખવવી જોઈએ.રસીકરણ કરવુ જોઈએ. સમયાંતરે સ્વાસ્થ્ય તપાસ. કરવી જોઈએ.

યુનિટ-૯

શૌચાલયનો ઈતિહાસ

પ્રસ્તાવના

જે રીતે શરીર પાસેથી શ્રેષ્ઠ કાર્યો લઈ શકાય છે. તે રીતે શૌચક્રિયાના ક્રિયાને શરીરનું નિમ્નકક્ષાનું કાર્ય ગણવામાં આવે છે. આથી શૌચાલય અને સ્વચ્છતા પર શ્રેષ્ઠ દસ્તાવેજી કાર્યો થયા નથી. નોબેલ પ્રાઈઝ વિજેતા ચાર્લ્સ રિર્ચડ કે જેઓને આરોગ્યક્ષેત્ર સિધ્ધિ મેળવેલ છે. તેઓના મતે અન્ય શરીરના અંગોની માફક શૌચ પણ એક પ્રક્રિયા છે. જે માનવ માટે જરૂરી છે. પરંતુ ઘણા લોકો તેને માત્ર પ્રજનન અંગ ગણી તેની ઉપેક્ષા કરી સ્વચ્છતા પર ધ્યાન આપતા નથી. માનવજીવનમાં સ્વચ્છતા અને શૌચાલય એક અગત્યનો ભાગ છે. જે જટીલ તથા અનિવાર્ય માનવામાં આવે છે તેથી તેનું મહત્વ ઓછું આંકી શકાય નહીં.

આપણા દેશમાં ૯૦૦ મિલિયન લીટર મુત્ર અને ૧૩૫ મિલિયન ડીગ્રી મળ પ્રતિદિન ગંદકી સ્વરૂપે ઉદ્ભવે છે. આથી સમાજમાં શૌચાલયના મુદ્દાને સ્વાસ્થ્ય અને રોગચાળાથી અલગ તારવી શકાય નહીં. પાષાણયુગથી શરૂ કરીએ તો તે સમયે માનવ સ્થિર ન હતો. તેથી શૌચાલયની આવશ્યકતાઓ ન હતી પરંતુ ક્રમશઃ માનવ સ્થિર બનતો ગયો. તેણે ઝુંપડી, કાચુ મકાન, મકાન, પાકુ મકાન બનાવ્યું તેની સાથે આંગણાનો આગ્રહ રાખ્યો. આંગણામાં શૌચાલય બનાવ્યું અને છેવટે પોતાના મકાનમાં જ શૌચાલય બનાવ્યું.

માનવ સમાજમાં ૧૯મી સદીમાં ઘરોમાંથી કચરા નિકાલ, ગંદકી નિકાલના ભાગરૂપે શૌચાલય સંબંધી ટેકનીકલ, યાંત્રિકતા, વિચારસરણી વગેરેનો સ્વીકાર કરવામાં આવ્યું. અંતે શૌચાલય સ્થપાયું. આ શૌચાલયની સ્થાપના સહેલાથી નથી કરવામાં આવી, તેને માટે માનવ જાતે હજારો વર્ષોથી અસ્વાસ્થ્યકારક સ્થિતીનો સામનો કરવો પડયો છે. શૌચાલયનો ઈતિહાસ ૪૫૦૦ વર્ષો પહેલાનો છે. જે સંગ્રહાલય સ્વરૂપે નવી દિલ્હીમાં સુલભ ઈન્ટરનેશનલ શૌચાલય સંગ્રહાલયમાં જોવા મળી શકે છે.

શૌચાલયનો ઐતિહાસિક વિકાસ

શૌચાલયના ઉદ્ભવ વિશે કોઈ દસ્તાવેજી સ્ત્રોતો નથી. માનવ ખુલ્લી જગ્યા પર શૌચક્રીયા કરતો હતો તેમજ શૌચાલયનો ઉદ્ભવ માટેનો ચોકકસ સમય અને સ્થળ માટે કોઈ આધારભૂત અને વિશ્વસનીય માહિતી મળવી મુશ્કેલ છે. આમ છતાં કેટલાક

પુરાવાઓ, અનુમાનો અને દંતકથાઓ આધારિત જે માહિતી સાંપડે છે તેને આધારે શૌચાલયનો ઉદ્ભભવ, વિકાસ વર્ણવી શકાય. પથ્થરયુગમાં માનવી અન્ય પ્રાણીઓની માફક શૌચક્રીયા કરતો હશે અને તેને સ્વભાવિક અને સહજ માનવામાં આવતુ હશે એટલે ખુલ્લામાં આ ક્રીયા કરવા કોઈ આશ્ચર્ય થતું નહીં હોય. માનવી વિચારશીલ પ્રાણી તેની સાથે સાથે સામાજિક પ્રાણી પણ છે. આથી ક્રમશઃ આ ક્રીયા વ્યકિતગત બાબત બની અને પરીણામે શૌચાલયનો વિચાર ઉદ્ભભવ્યો અને વિકાસ પામ્યો.

પ્રાચીન યુગમાં શોચાલય

પ્રાચીન સમયના યુગમાં લોકો દ્વારા વિશિષ્ટ પ્રકારના શૌચાલયના બાંધકામો થતા હતાં. પ્રાચીન ઈજિપ્તમાં શ્રીમંત લોકો પાસે શૌચાલય અને બાથરૂમની સગવડ ઘરમાં જ હતી. આ શૌચાલયો ચુના, પથ્થર, માટી દ્વારા બનાવવામાં આવતા હતા. સિંધુ ખીણની સંસ્કૃતિ (ઈ.સ.પૂર્વે ૨૬૦૦–૧૯૦૦) માં શૌચાલયોના અવશેષો મળી આવ્યા અને તેના ગંદા પાણી અને મળ તે રસ્તા પરના નાળાઓના નીચેના ભાગો સાથે જોડી ગટર વ્યવસ્થા તૈયાર કરી હતી એવા પુરાવાઓ મળી આવ્યા છે. રોમનો પણ ગટર વ્યવસ્થા માટે વરસાદી પાણીના નિકાલ સાથે શૌચાલયના પાણીનો નિકાલ કરતા હતા. તે સમયે જાહેર શૌચાલયની સગવડ એ ગોપનીયતાના અભાવવાળી જોવા મળતી હતી. એટલે કે બંધ પ્રકારના બાંધકામનો અભાવ હોવાની શકયતાઓ છે. આવી સગવડતાને લોકોએ સહજતાથી સ્વીકારી લીધી હશે. લોકોને શૌચક્રિયા માટે અંગતપણું કે ગોપનીય બાબતની આવશ્યકતાઓ જણાતી નહી હોય. ખુલ્લામાં શૌચક્રીયા માટે કોઈ અંગતપણે શર્મ કે સંકોચપણું નહી હોય અને સૌ સ્વભાવિકવૃત્તિ ગણી પોતાની આ ક્રિયા કરતા હશે.

મધ્યયુગમાં શૌચાલય

મધ્યયુગને અંધકારનો યુગ માનવામાં આવે છે. ૫મી સદી પૂર્વે રોમન સામ્રાજયના પતન સાથે યુરોપમાંથી અનેક ઉથલપાથલો સર્જાઈ. લોકો અનેક યાતનાઓના ભોગ બન્યા. ભારે ખુવારી થવાથી રોમન સામ્રાજયની જહોજહાલીનું પતન થતાં શોચાલય સંબંધી વ્યવસ્થાઓ અન્ય બાંધકામોની સાથે નષ્ટ પામી. બાદમાં ૬ઠ્ઠી સદી પૂર્વે લાકડાની બેઠકવાળુ – ખાડા બનાવીને કામચલાઉ શૌચાલય બનાવ્યા હતા. જે ઘણા લાંબા સમય સુધી લોકો ઉપયોગ કરતા રહયા ઈ.સ. ૧૨મી સદી પહલા મોટાભાગના ગરીબ લોકો શૌચાલય જેવું બનાવવા પગ રાખવા પથ્થરોનો ઉપયોગ કરતા રહયા હતા. થોડા લોકોના ઘરોમાં બાથરૂમ અને શૌચાલય બનાવવામાં આવ્યા હતા. આ બાંધકામમાં કુશળ કારીગરોની જરૂરીયાતો રહેતી.

આજના સમયમાં શૌચાલય :

આજે વિશ્વમાં અનેક સુવિધાઓ અને સગવડતાઓ વધી છે ત્યારે ગરીબો પાસે શોચાલય નથી. ખાસ કરીને ગ્રામીણ વિસ્તારોમાં ખુલ્લામાં શૌચક્રીયા કરવી એ સ્વાભીવક ગણાતી નથી. આ વિસ્તારોમાં ગરીબી વધુ જોવા મળે છે તેથી શૌચાલયનું બાંધકામ અને તેની સાફ સફાઈ અને ગંદકીના નિકાલ માટેનો ખર્ચ પોષય તેમ નથી. આમ છતાં સરકાર તથા સ્વૈચ્છિક સંગઠનો જેવી કે 'સુલભ' જેવી સંસ્થાઓના બહોળા પ્રચાર અને પ્રસારથી શૌચાલયની ઉપયોગીતા અને મહત્વ સમજાયું છે. લોકોને ખર્ચ માટે સરકાર અને સ્વૈચ્છિક સંગઠનો દ્વારા સહાય અને માર્ગદર્શન મળી રહયું છે. મીડીયા દ્વારા પણ શૌચાલયનો આગ્રહ શા માટે? તેનો પ્રચાર કરી સાચા અર્થમાં દેશ સેવા અને લોકસેવા કરી રહયા છે. આથી ગ્રામ સમુદાયોમાં શૌચાલયો બનવા માંડયા છે. શહેરોમાં લોકો પોતાના મકાનોમાં જ આધુનિક ફલશ પધ્ધતિવાળા શોચાલયો

બનાવ્યા છે તેમજ શહેરી અને ગ્રામીણ લોકો જાહેર શૌચાલયો કે જે 'પે એન્ડ યુઝ' હોય છે. તેનો ઉપયોગ કરતા થયા છે.

શૌચાલય ઉદ્ભભવ અને વિકાસની વિશેષતાઓ

– ઈ.સ.પૂર્વે ૨૫૦૦ મોહેં જો દડો સિંધુ ખીણની સંસ્કૃતિના અવશેષોમાંથી એવું જોવા મળ્યું કે દરેક ઘરમાંથી દુષિત પાણીના નિકાલ માટે મુખ્ય નાળાના પ્રવાહોમાં જોડી દઈ ખુલ્લી ગટર જેવી વ્યવસ્થા હતી.

– ઈ.સ.પૂર્વે ૧૯૦૦ ફારસની ખાડીમાં બહેરીનના ટાપુ પર ફલશ પ્રકારના શૌચાલયની શરૂઆત થઈ.

– ઈ.સ.૧૫૯૬માં જે.ડી.હેરિંગ્ટન દ્વારા ડબલ્યુ.સી. શોધવામાં આવ્યું.

– ઈ.સ. ૧૬૬૮ માં પોલીસ આયુકત પેરીસ દ્વારા દરેક ઘરોમાં શૌચાલય બાંધવાનો નિર્ણય જાહેર કરાયો.

– ઈ.સ.૧૭૨૮માં વાસ્તુશાસ્ત્રી દ્વારા જે.એફ.બ્રાન્ડલના મત મુજબ જોડાણયુકત શૌચાલયને આદર્શરૂપ ગણવામાં આવ્યું.

– ઈ.સ. ૧૭૩૯ માં પુરૂષ અને મહિલાઓ માટે અલગ શૌચાલયો એક સાથે પહેલીવાર બાંધકામ કરવામાં આવ્યું.

– ઈ.સ. ૧૮૨૪ માં પેરીસમાં સૌ પ્રથમ સાર્વજનિક શૌચાલય બન્યું.

– ઈ..૧૮૫૯ માં ઈંગ્લેન્ડની મહારાણીનું શૌચાલય સોનાથી મઢવામાં આવ્યું.

– ઈ.સ.૧૮૮૩ માં થોમસ ટરીફર્ડને સૌ પ્રથમ સિરામીકનું શૌચાલય મહારાણી વિકટોરીયા માટે બનાવ્યું.

'– ઈ.સ.૧૮૮૯ માં વિશ્વમાં પ્રથમ વખત ગટર વ્યવસ્થા શરૂ થઈ.

– ઈ.સ.૧૯૫૯ માં શૌચાલયના સપાટ – સાધનો – છોડવાનો સમય હતો.

– ઈ.સ.૧૯૭૦ માં બિહારમાં સાર્વજનિક સુલભ ઈન્ટરનેશનલ રૂપમાં ડો.બિન્દેશ્વર પાઠક દ્વારા બિનસરકારી સંસ્થાની શરૂઆત થઈ.

– ઈ.સ.૧૯૮૦ સ્વનિયંત્રિત સાર્વજનિક શૌચાલયની શરૂઆત થઈ.

સ્વચ્છતા અને શૌચાલય : એક સામાજિક પરિવર્તનના સાધન તરીકે

૧) સ્વચ્છતા ત્યાં પ્રભુતા" કહેવત સામાન્ય રીતે બાળપણથી જ માનવ જીવન સાથે શીખવવામાં આવે છે. માનવના જીવન ટકાવી રાખવાના પ્રશ્નની સામે હંમેશા સ્વચ્છતાનો પ્રશ્ન મુખ્ય રહયો છે. સ્વસ્થ મન રહેશે તો સ્વાસ્થ્ય તન અને ત્યારબાદ દેશ, દેશના અને માનવના વિકાસ માટે સ્વચ્છતા મહત્વની છે એ પહેલા ઉપરોકત કહેવતને સમજીએ. સ્વચ્છતા એ માત્ર કોઈ ખ્યાલ કે વિચાર નથી પરંતુ એક કાર્ય છે જેના વગર માનવી પાંગળો કે અપંગ બની જાય છે. જયાં સ્વચ્છતા હશે ત્યાં બીજા આવક – જાવકના સાધનોની નોંધ નહિ રાખવી પડે.

સ્વચ્છતા ઉંમર સાથે સંબંધિત નથી. સ્વચ્છતા વ્યકિતના બાળપણમાં પણ એટલી જ મહત્વતા ધરાવે છે જેટલી વૃધ્ધાવસ્થામાં, માનવ શરીરને રોગમુકત રાખવા

તેમજ યોગ્ય પર્યાવરણની જાળવણી માટે સ્વચ્છતા જરૂરી છે. સ્વચ્છતા વ્યકિતના શરીર, તેના ઉપભોગથી ચીજવસ્તુઓ અને આસપાસના તમામ નિર્જીવ– સજીવ ઘટકો સાથે સંકળાયેલી છે. સામાન્ય રીતે સમાજના લોકો સ્વચ્છતાને માત્ર હાથ મોં ધોવા પૂરતી જ સિમિત અર્થ તરીકે ગણી છે. વ્યકિતગત ક્ષેત્રોની સાથે માનવીના અન્ય ક્ષેત્રોમાં સ્વચ્છતા તેટલી જ આવશ્યક છે.

દેશના વિકાસનો આધાર તે દેશમાં રહેતા નાગરિકોના જીવનમાં સ્વચ્છતાના મહત્વને અને અમલીકરણ દ્વારા આંકી શકાય. દેશના વિકાસ સાથે વ્યકિતઓ જોડાયેલી છે જે વિકાસના માર્ગે કાર્ય કરે છે. પરંતુ એ કાર્ય કરવા માટે તેમનુ શારીરિક માનસીક સ્વાસ્થ્ય રહેવુ ખૂબ જ જરૂરી છે જે સ્વચ્છતા વિના આવી શકે નહિ. આરોગ્યપ્રદતા એ વિકાસની નિશાની અને સાધન છે જેનો માર્ગ સ્વચ્છતા દ્વારા પાર પાડી શકાય.

કોઈપણ દેશમાં પ્રવર્તતી મસ્યાઓ હોય તેનો સીધો કે આડકતરો આધાર એ સ્વચ્છતાના અભાવ સાથે જોડાયેલો હોય છે. મુખ્ય સમસ્યાઓ જાણવાનો પ્રયત્ન કરતા ખ્યાલ આવે છે કે ગરીબી, બેકારી, નિમ્ન આરોગ્ય સ્તર, અલ્પશિક્ષણ કે નિરક્ષરતા વગેરે. આ બધી જ સમસ્યાઓના મૂળ તપાસતા ખ્યાલ આવે છે કે ગરીબીના ચક્ર તળે તેમના જીવનની સ્થિતિ કારણરૂપ છે. જીવનની સ્થિતિ ઝુંપડપટ્ટી, ઓછી આવક કે આવકના સાધનોની અછત, અસ્વચ્છતા, નિમ્ન આરોગ્યસ્તર જેવા પરિબળો દ્વારા જોડાયેલું છે. જે તેમના જીવનનો અવિભાજય અંગ તરીકે ગંદકી જોવા મળે છે.

શારીરિક ગંદકી કે રહેઠાણની આસપાસની ગંદકી એ જ ભારતના ગરીબ લોકોની જીવનની સ્થિતિ છે. ચિત્રની કલ્પનાથી જ ઉચ્ચ વર્ગના લકો ધ્રુજી જતા હોય છે. જયારે ગરીબીના વિષચક્રમાં સપડાયેલા લોકો તેમાંથી બહાર આવી શકતા જ નથી. વર્લ્ડ હેલ્થ ઓર્ગેનાઈઝેશનના અહેવાલ પરથી તારણ કાઢવામાં આવ્યું હતુ કે જે દેશની વસ્તી સ્વચ્છતાના માપદંડોને અનુસરતી હશે ત્યાં વિકાસની દિશા યોગ્ય હશે. લોકો પોતાનો વિકાસ સાધી શકતા હશે.

ભારત હોય કે અન્ય દેશ દરેક દેશમાં સ્વચ્છતા જાળવણી માટે તે દેશની સરકાર, વ્યકિતઓ, સંગઠનો, સ્વૈચ્છીક સંસ્થાઓ અને કચેરીઓ કાર્ય કરતી હોય છે. દર વર્ષે વિશ્વકક્ષાના પ્રશ્નોની ચર્ચામાં સ્વચ્છતાનો મુદ્દો એ હંમેશા સમસ્યારૂપ જ રહયો છે જેના કારણે અન્ય સમસ્યાઓ ઉદ્દભવતી હોય છે.

શૌચાલય અને સામાજિક પરિવર્તન

પ્રસ્તાવના

જેવી રીતે દરેક ઘરમાં મંદિર કે દેવસ્થાનની હોય છે તેમ ઘરમાં શૌચાલય હોવુ અતિ આવશયક માનવામાં આવે છે. આપણે આપણી અનેક ઉપલબ્ધિઓનું ગૌરવ લઈએ પણ સાથે શૌચાલયની આવશયકતા પણ એટલી જરૂરી માનવામાં આવે છે. શૌચાલયમાં આપણા શરીરની ગંદકી જાય છે. એટલા માટે તે મંદિરથી ઉતરતું નથી. છેવટે મંદિરમાં આપણે આપણી બૂરાઈઓ દૂર કરવાની પ્રાથમિક તો કરીએ છીએ. શૌચાલય તો આપણા શરીરની ગંદકી ગ્રહણ કરે છે તો તે અપવિત્ર કેવી રીતે હોય શકે. દેશમાં મંદીરો ઘણા છે પણ શૌચાલયો ઓછા છે. દરેક ભારતવાસી ત્યારે ગર્વ લઈ શકશે કે જયારે દેશમાં દરેક મહિલા નસીબમાં શૌચાલય હોય એ વાત સાચી છે કે શૌચાલયોનું નિર્માણ કરવું એ સરકારનું કામ છે પણ બધુ જ સરકાર પર છોડી દેવાનું ? આપણી કોઈ જવાબદારી નથી. છેવટે આપણે તો આ સમાજના પાયાના એકમો છીએ માટે એ ભૂલવું ન જોઈએ કે મંદિર બનાવવા આપણા ખિસ્સામાંથી પૈસા નીકળે છે તો

શૌચાલય માટે પૈસા નીકળવા જોઈએ. તેની પાછળ કદાચ એવા વિચારો હોય શકે કે મંદીરમાં પૈસા આપવાથી પુણ્ય મળે, સ્વર્ગ મળે. આપણું ભવિષ્ય સુધરશે પણ સ્ત્રીઓ ખુલ્લામાં શૌચક્રિયા કરશે તો વાસ્તવમાં આપણું ભવિષ્ય સુધરશે? આપણને તો શર્મ આવવી જોઈએ. કારણ કે જયાં ગંદકી પથરાયેલી હોય ત્યાંથી પસાર થવાથી નર્કયાત્રાથી પણ ખરાબ અનુભવ થાય. આપણે નવરાત્રી, હોળી, દુર્ગાષ્ટમી, ગણેશચર્તુથીના પ્રસંગોમાં ડોનેશન, દાન ઉઘરાવીએ છીએ પણ કોઈ દીવસ શૌચાલય માટે દાન ઉઘરાવાય છે જેની મંદિર કરતા વધુ જરૂર છે. જે આપણી બૂરાઈઓ ગ્રહણ કરી તે આપણી ર્દષ્ટિમાં મહાન છે પણ જે આપણી ગંદકીનો સ્વીકાર કરે તે મહાન નથી?

શૌચાલય સંબંધી આપણી સમજ બદલાઈ રહી છે. તેના વિના જીવન સંભવ નથી આથી નવી વિચારસરણી આપણા જીવનની સંસ્કૃતિનો ભાગ બની ચૂકી છે. લોક સંસ્કૃતિ બની ચૂકી છે. શૌચાલયના અનેક ફાયદાઓ લોકોએ અનુભવ્યા છે અને તેના માઠા પરીણામો પણ અનુભવ્યા છે તેના પરિણામે સમાજમાં અનેક પરિવર્તનોની સાથે સામાજિક પરિવર્તનો આવ્યા છે આ સામાજિક પરિવર્તનો પાછળના અનેક પરિબળોએ કામ કર્યુ છે અને તે થકી પરિવર્તનો આવ્યા છે.

સ્વચ્છતા અને શૌચાલયના સામાજિક પરિવર્તન લાવનાર પરિબળો

પ્રસ્તાવના પરિવર્તન એ એક પ્રક્રિયા છે. પરિવર્તન કયારેક એકાએક કે અચાનક આવી જતું નથી. તે માટે સમય અને પ્રયત્નો જરૂરી બની જાય છે. નવા પરિવર્તન આવે ત્યારે તેનો જલ્દીથી સમાજ સ્વીકાર કરતો નથી. કયારેક લોકો પરિવર્તનો જ ખર્ચાળ ગણતા હોય. શંકાથી જોતા હોય અને નકારાત્મક પ્રતિભાવ દર્શાવતા હોય. પરિવર્તનો લાંબા સમયે ફાયદાકારક લાગતા હોય તો પણ ઉદાસીનતા દાખવતાં હોય. કેટલાક લોકો નવા પરિવર્તનોને પહોંચી વળવા આર્થિક રીતે સક્ષમ હોય તો પણ પોતાના રૂઢિગત ખ્યાલો છોડતા હોતા નથી. કદાચ પરંપરાગત માન્યતામાં તેઓને સુરક્ષા અને સલામતી લાગતી હોય.

જયારે નવા પરિવર્તનો સમાજના લાભમાં હોય. સમાજના વિશાળ વર્ગના લોકોન એવું લાગતુ હોય કે આવુ પરિવર્તન જરૂરી છે. સમાજના હિતમાં છે ત્યારે ઝડપથી સામાજિક પરિવર્તન બની જાય છે. આવા સામાજિક પરિવર્તનો આવવા પાછળ અનેક પરિબળો કામ કરતાં હોય છે. શૌચાલય અને સ્વચ્છતા એ સામાજિક પરિવર્તનનું માધ્યમ બન્યું છે. આવા સામાજિક પરિવર્તન પાછળ અનેક પરિબળો જવાબદાર હોય છે. જે નીચે મુજબ ગણાવી શકાય.

(૧) સંચાર માધ્યમો, (૨) શિક્ષણ, (૩) આર્થિક વિકાસ. (૪) સંસ્કૃતિકરણ, (૫)શહેરીકરણ, (૬) આધુનિકીકરણ (૭) મનોવૈજ્ઞાનિક પરિબળો (૮) સુલભ આંદોલન.

૧) સંચાર માધ્યમો શોચાલયનું મહત્વ અને તેની ઉપયોગીતા પાછળ સંચાર માધ્યમો જેવા કે, ટેલિવિઝન, રેડિયો, સિનેમા, નાટક, પ્રદર્શન, વાર્તાલાપ, વર્તમાનપત્રો, સામાયિકો, કોમ્પ્યુટર, ઈન્ટરનેટ વગેરે જેવા સાધનોનો ફાળો છે. ટેલિવિઝન પર ફીલ્મી કલાકારો કે મહાન હસ્તિઓનો વાર્તાલાપ કે પ્રચાર લોકોના વિચારો અને વલણોમાં પરિવર્તન લાવી શકે છે. શૌચાલય અને તેની ઉપયોગિતા અપનાવવાનો હેતુપૂર્વકનો પ્રયાસ આ માધ્યમો કરે છે. જેથી આજે સ્વચ્છતાની સાથે શૌચાલયનો ઉપયોગ વધ્યો. રોગચાળો, માંદગી અને ગંદકી પાછળ શૌચાલયનો અભાવ જવાબદાર છે એવું લોકો સમજવા લાગ્યા છે. લોકોએ સાંભળેલુ અને જોયલું

વધુ અસરકારક બને છે. આથી સંચાર સાધનો શૌચાલયનો પ્રચાર કરી લોકોમાં સભાનતા વધારી છે.

૨) શિક્ષણ સમાજમાં પરિવર્તન લાવવાનું શ્રેષ્ઠ અને ઉતમ પરિબળ તરીકે શિક્ષણ ગણવામાં આવે છે. શિક્ષણ ઔપચારિક અને અનૌપચારિક રીતે અપાય છે. આ બે રીતે શૌચાલય અંગેનું જ્ઞાન, સમજ ઉપયોગીતા, મહત્વ દર્શાવી લોકોના શૌચાલય સંબંધી વિચારો, વલણો, વર્તનો અને વ્યવહારોમાં બદલાવ લાવી શકાય. નાના બાળકો શૌચાલયની તાલીમ સામાજીકરણના શિક્ષણમાં જ અપાય છે. શાળાઓમાં ઔપચારિક શિક્ષણની સાથે સ્વચ્છતા અને શૌચાલયનું જ્ઞાન આય છે. કુટુંબના દરેક સભ્ય નાના બાળકોને શૌચાલય અંગે તેની સ્વચ્છતા અંગે પોતાની શારીરિક સ્વચ્છતા અંગેનું અનૌપચારિક રીતે શિક્ષણ આપી પ્રેરણા આપે છે. વ્યકિત સ્વયં પોતાની જાતે સ્વચ્છતા અને શૌચાલય સંબંધે જાગૃત બને તો પણ સ્વયં શિક્ષણ બની રહે.

૩) આર્થિક વિકાસ આજે સાર્વત્રિક રીતે આર્થિક વિકાસ જોવા મળે છે તેથી લોકો આર્થિક જીવનધોરણ ઉંચું આવ્યું છે. લોકો પોતાના માટે ખર્ચ કરતાં ખચકાટ અનુભવતો નથી. ' પહેલુ સુખ તે જાતે નર્યા ' આ કહેવતને નાણાં ખર્ચીને સાર્થક બનાવી પોતાના ઘરે કે જાહેર સ્થળોએ શૌચાલય હોવા જોઈએ એ વાતને સ્વીકારવામાં આવે અને તેના માટે નાણાં ફાળવવામાં પણ આવે છે. આજે ગ્રામ સમુદાયોમાં સ્વચ્છતાની સાથે ઘરે શૌચાલય બનાવવા રસ લે છે. સરકારી નાણાં મેળવી પોતાના ઘરે શૌચાલય બાંધે છે. જાહેર શૌચાલયનો ઉપયોગ અને તે અંગેનું બાંધકામ અનિવાર્ય માનવામાં અનેક લોકો પાસે નાણાં આવવાથી શૌચાલય બાંધવામાં કસર રાખતા નથી અને વિકાસ સાથે સ્વચ્છતા અને શૌચાલયને આવકારે છે.

૪) સંસ્કૃતિકરણ સંસ્કૃતિકરણનો ખ્યાલ સૌ પ્રથમ ડો. એમ.એન.શ્રીનિવાસને આપ્યો હતો આ સંસ્કૃતિકરણ એ એક પ્રક્રિયા છે. શ્રીનિવાસે શરૂઆતમાં સંસ્કૃતિકરણના બાહણીકરણ નામ રાખેલું. કારણ કે પ્રભાવી જ્ઞાતિ તરીકે બાહમણ જ્ઞાતિનું નિર્માણ. જ્ઞાતિના લોકો અનુકરણ કરતા હતાં પણ પછી એવું જોવા મળયું કે દરેક પ્રભાવી જ્ઞાતિનું અનુકરણ નિમ્નજ્ઞાતિના લોકો કરે છે. આ સંસ્કૃતિકરણની પ્રક્રિયામાં સમાવાની પ્રભાવી જ્ઞાતિના શૌચાલય અને સ્વચ્છતાનો ઉપયોગ તે અંગેના વિચારો વલણ, વ્યવહારોને નિમ્ન ગણાતી જ્ઞાતિઓએ અપનાવવાનું – સ્વીકારવાનું શરૂ થયું અને સંસ્કૃતિકરણની પ્રક્રિયા વેગવંતી બની. આથી શૌચાલયોનું માત્ર નિમ્ન જ્ઞાતિઓ જ નહી પરંતુ દરેક જ્ઞાતિના લોકો અનુકરણ થવા લાગ્યું. આથી અનેક પરિબળો થકી આ પ્રક્રીયા દ્વારા શૌચાલયનો આવિષ્કાર થયો.

૫) શહેરીકરણ શહેરીકરણ એક એવી પ્રક્રિયા છે કે જેમાં ગ્રામીણ સમાજનાં લોકો સ્થળાંતર કરીને શહેરમાં વસવાટ કરવા માટે આવે છે. આથી શહેરની વસ્તી અને કદમાં પરિવર્તનો આવે. શહેરી સંપર્કોના લીધે ગ્રામીણ લોકોના પરંપરાગત શૌચાલય સંબંધી ખ્યાલો, ખુલ્લામાં શૌચક્રિયા કરવી વગેરેમાં શહેરી સંસ્કૃતિની અસરો થઈ. જૂના મૂલ્યો, વિચારો છોડવા પડયા. ગ્રામીણ સંસ્કૃતિના મૂલ્યો બદલાય. શહેરી જીવનશૈલી ફરજીયાત અનાવવી પડે અને સ્વચ્છતાની સાથે શૌચાલયનો ઉપયોગ અને તે સ્વીકાર્ય બને છે.આમ સ્થળાંતરથી શહેરીકરણ થાય છે અને શહેરીકરણથી નવા મૂલ્યો સ્વીકારાય છે, જેથી સામાજિક પરિવર્તન આવે છે.

૬) આધુનિકીકરણ આધુનિકીકરણની પ્રક્રિયા દ્વારા શિક્ષણ, રાજય, ધર્મ, કુટુંબ, કાનૂન, સ્ત્રીજીવન, સંસ્કૃતિ અર્થવ્યવસ્થા, વિચારસરણી, વલણો જેવા ક્ષેત્રોમાં આધુનિક મૂલ્યોનો સ્વીકાર થાય છે અને તે દ્વારા નવું જ્ઞાન પરિવર્તન આવે છે. જૂના

મૂલ્યો છોડીને નવા મૂલ્યો – આધુનિકતા અપનાવવાની આ પ્રક્રિયા છે. આથી લોકોના મનમાં સ્વચ્છતા અને શૌચાલય પ્રત્યેની વ્યકિતગત અને સામૂહિક કક્ષાએ રહેલી માન્યતાઓમાં પરિવર્તનો આવ્યા. આધુનિક મૂલ્યોથી બુધ્ધિવાદનો વિકાસ થયો. કોઈપણ બાબત કાર્યકારણ સંબંધની દૃષ્ટિએ મૂલવવાનો વૈજ્ઞાનિક દષ્ટિકોણનો વિકાસ થયો.આથી નિમ્નજ્ઞાતિના લોકો કે જે પરંપરાગત જ્ઞાતિગત વ્યવસાયો કરતાં હતાં તેઓએ જ વ્યવસાય છોડયો નવા વ્યવસાયો કરવા લાગ્યા આમ લોકોએ પણ પોતાના ઘરે શૌચાલય શરૂ કર્યા તેની સ્વચ્છતાની જવાબદારી પોતે સ્વીકારી. આમ આધુનિકરણથી સમાજમાં શૌચાલય અને સ્વચ્છતાથી સામાજિક પરિવર્તન આવ્યું.

૭) મનોવૈજ્ઞાનિક પરિબળો વ્યકિતની જૈવિક જરૂરીયાતોની માફક તેને મનોવૈજ્ઞાનિક જરૂરીયાતો પણ હોય છે. દરેક વ્યકિતને સ્વચ્છ રહેવું ગમે પોતાના ઘરમાં સ્વચ્છતા હોય, શૌચાલય હોય જેનાથી સામાજિક પ્રતિષ્ઠા મળે. મોભ્ભો મળે આ બધી મનોવૈજ્ઞાનિક જરૂરીયાતો છે. જો શૌચાલય નહીં હોય તો પ્રતિષ્ઠાને હાનિ પહોંચશે, મોભ્ભો નીચો રહે જે વ્યકિતને ગમતું નથી સ્વીકૃતિની જરૂરીયાત, સન્માનની જરૂરીયાત મેળવી પોતાના ઘરથી સ્વચ્છતા અને શૌચાલયને અપનાવશે. આવી મનોવૈજ્ઞાનિક જરૂરીયાત મેળવવા નાણાં ખર્ચવામાં પાછળ પડતો નથી આ એવી જરૂરીયાત માનવામાં આવે છે કે નાણાં ઉછીના લાવી. લોન લઈને પણ મેળવવામાં આવે છે આથી શૌચાલય અને સ્વચ્છતા થકી સામાજિક પરિવર્તનો આવ્યા છે.

૮) સુલભ આંદોલન સુલભ ઈન્ટરનેશનલ સોશ્યલ સર્વિસીસ, ન્યુ દિલ્હી દ્વારા અનેક સમાજસેવાના કાર્યો કરવામાં આવે છે. સ્વચ્છતા, પર્યાવરણ, શૌશાલય સંબંધી અનેક કાર્યો તથા અસ્પૃશ્ય ગણાતી જ્ઞાતિના લોકોને સફાઈકર્મીના કાર્યોમાંથી મુકિત અપાવી નવા રોજગાર આપવાનું કાર્ય કરે છે. ગ્રામ વિસ્તારોમાં શૌચાલય બાંધવાની પ્રેરણા આપવાનું, બાંધકામ કરી આપવાનું, નાણાકીય મદદ કરવા, સરકારી સહાય અંગેની જાણકારી આપવાનુ શૌચાલયના ઉપયોગ અંગેની માહિતીનો પ્રચાર અને પ્રસાર કરવાનુ વગેરે જેવી સામાજિક સેવાની પ્રવૃતિ કરે છે તેમજ શહેરી સમુદાયલમ જાહેર સુલભ શૌચાલયનું બાંધકામ કરી તેના ઉપયોગ કરવા અંગેનું કાર્ય સુલભ સંસ્થાના ડો. બિન્દેશ્વર પાઠક કરી રહયા છે. જેનાથી દેશ–વિદેશોમાં સ્વચ્છ અને શૌચાલય અંગેનું જનઆંદોલન શરૂ થઈ ચૂકયું છે. આ આંદોલને લોકોના માનસને વિચારો અને વલણોને બદલવાની ફરજ પડી છે. કારણ કે ખુલ્લામાં શૌચક્રિયા કરવી તે માનવ ગરીમાને ઠેસ પહોંચાડવાનું કાર્ય છે. આવી સુલભ નીતિ પ્રવૃતિઓથી અનેક લોકોને રોજગારી મળી છે, માથે મેલું ઉપાડવા પર પ્રતિબંધ મુકાયો અને આવુ કાર્ય કરાવુ એ ગેરકાનૂની છે એવું પ્રસ્થાપિત કરનાર આ સંસ્થાનું આંદોલન જ છે.

આમ કોઈપણ સામાજિક પરિવર્તન આવે ત્યારે તેની પાછળ અનેક પરિબળો સીધા કે આડકતરી રીતે સંકળાયેલા હોય છે કયારેક કોઈ પરિબળો વધુ કે ઓછી અસર કરે પણ આવા પરિબળો સામાજિક પરિવર્તનના માધ્યમ બની રહે છે.

સ્વચ્છતા અને શૌચાલય : એક સામાજિક પરિવર્તનના સાધન તરીકે

ભારતીય સમાજમાં સામાજિક પરિવર્તનો લાવનારા અનેક પરિબળો પૈકી સમાજમાં પરિવર્તન આવતુ હોય છે. સ્વચ્છતા અને શૌચાલય એ એક સામાજિક પરિવર્તન લાવનારૂ સાધન છે. જેના દ્વારા સમાજજીવનના ઘણા ક્ષેત્રોમાં સામાજિક પરિવર્તનો આવ્યા છે. આવા પરિવર્તનોમાં તો કેટલાંક પરિવર્તનો કાયમી બન્યા છે. તો કેટલાક પરિવર્તનો આવી રહયા છે. શૌચાલય એ એક એવું પરિબળ કે સાધન છે કે કેટલાક લોકો ન સ્વીકારવા તૈયાર થાય તો પણ અનિવાર્યપણે ખર્ચાળ સાધન તરીકે પણ

સ્વીકારવું પડે છે. શૌચાલય સામાજિક પરિવર્તનો લાવે છે એવું પ્રત્યક્ષ અને પરોક્ષપણે જોઈ શકાય છે. જેને નીચે મુજબ દર્શાવી શકાય.

સ્વચ્છતા અને શૌચાલયથી જુદા જુદા ક્ષેત્રોમાં આવેલા પરિવર્તનો :

૧) લોકોની વિચારસરણીમાં પરિવર્તન : સામાન્ય રીતે લોકો પોતાની રૂઢિગત વિચારસરણીને વળગી રહે છે. કારણ કે તેમાં સલામતી અને સુરક્ષા રહેલી હોય છે. પરંતુ સ્વચ્છતા અને શૌચાલયથી રૂઢિગત અને પરંપરાગત વિચારસરણીમાં અને વર્તનપ્રણાલીમાં આમૂલ પરિવર્તનો લાવી દીધા છે. લોકો પોતાના મકાનમાં સ્વચ્છતા અને શૌચાલયનો આગ્રહ રાખતા થયા છે. જાહેર શૌચાલયોનો ઉપયોગ કરતા થયા છે. ગ્રામ સમુદાયોમાં પાણીની તકલીફના કારણે ખુલ્લામાં શૌચક્રિયા કરવા જતાં સંકોચ થતો ન હતો. પરંતુ હવે આ વિચારસણીમાં પરિવર્તનો આવ્યા છે. કારણ કે લોકો સ્વચ્છતા – શૌચાલય તરફ વૈજ્ઞાનિક વલણ દાખવતા થયા છે. શૌચાલય ખર્ચાળ છે પણ લોકો તે ખર્ચ કરવા તૈયારી દર્શાવે છે પોતાનાં ઘરે શૌચાલય ન હોવુ એ શર્મ અને પ્રતિષ્ઠાનો વિષય માનવામાં આવે છે આમ શૌચાલયથી લોકોની વિચારસરણીમાં પરિવર્તન આવ્યું છે.

૨) નવી રોજગારીની તકો વધી સ્વચ્છતા અને શૌચાલયના આવિષ્કારથી તેનો વ્યવહારમાં બહોળા પ્રમાણમાં ઉપયોગ પણ શરૂ થયો આથી તે અંગેના નવા સાધનોનાં સંદર્ભમાં નવી વસ્તુઓ, સાધનોનું ઉત્પાદન અનિવાર્ય બન્યું તેમજ નવી ઉત્પાદન પધ્ધતિ પણ જરૂરી બની જેથી નવા ઉદ્યોગો શરૂ થયા જુના ઉદ્યોગોનું નવીનીકરણ થતાં નવી ટેકનોલોજી આવવાથી અનેક લોકોને શૌચાલય સંબંધી સાધનોનું ઉત્પાદન કરતાં ઉદ્યોગોમાં રોજગારી મળવા લાગી. સફાઈ કર્મીઓને માથે મેલુ ઉપાડવાનું કામ કરવું પડતુ હતુ તે કાયદાઓ દ્વારા પ્રતિબંધ મુકાયો તેથી તેઓના પુર્નવસનથી પણ તેઓને નવા રોજગારો કે સ્વરોજગારી મળી. રોજગારના સ્થળો પર અસ્પૃશ્યતાના ભેદભાવ રખાતા હતા તે દૂર થયા. કેન્દ્ર રાજય સરકારો દ્વારા સફાઈકર્મીઓને શિક્ષણ અને નોકરીઓમાં રોજગારી – નોકરીની અનામત બેઠકો મળવાથી રોજગારી મળી અને શૌચાલયે આર્થિક ક્ષેત્રે લોકોને રોજગારી આપી. સમાજમાં સામાજિક પરિવર્તન લાવવાનુ કાર્ય કર્યુ છે.

૩) લગ્ન સંબંધી ખ્યાલોમાં પરિવર્તન ખાસ કરીને ગ્રામીણ સમાજમાં સ્વચ્છતા અને શૌચાલયનો ગંભીર પ્રશ્ન જોવા મળે છે. શિક્ષણ અને બીજા અનેક પરિબળોથી લોકોનાં પરિવર્તનો આવ્યા છે. લોકો હવે એવુ પણ માનવા લાગ્યા છે કે પોતાની દીકરીને એવા ઘરે લગ્ન કરવા કે જેના ઘરે પોતાનું શૌચાલય હોય. ઘરે પુરતી સ્વચ્છતા હોય. આમ જીવનસાથીની પસંદગીના માપદંડોમાં પરિવર્તનો આવ્યા. ગ્રામ સમાજમાં જે ઘરે શૌચાલય, બાથરૂમ હોય તે ઘર પ્રતિષ્ઠાવાળુ ગણવામાં તેમજ જે ઘરના સભ્યો જાહેરમાં ખુલ્લામાં શૌચક્રિયા કરવા જતાં હોય તેઓ સંતાનોના લગ્નમાં મુશ્કેલીઓ પડવા લાગી અથવા પુત્રવધૂઓ પોતાના મા–બાપ ઘરે પાછી જતી રહે છે. આવા કારણોસર લોકો પોતાના ઘરે શૌચાલય બનાવવા લાગ્યા અને તેનું મહત્વ પણ સમજાવવા લાગ્યું. આમ શૌચાલય અને સ્વચ્છતાએ લોકોના લગ્ન કે જીવનસાથીની પસંદગીના ધોરણોમાં પરિવર્તન લાવવાનું કામ કર્યુ છે.

૪) વ્યવસાયિક સ્તરરચનામાં આવેલુ પરિવર્તન ભારતના રાજય બંધારણમાં સૌને સમઅધિકારો આપવામાં આવ્યા છે. જેમાં વ્યવસાય પસંદગીની સ્વતંત્રતાનો અધિકાર પણ સૌને સમાનતાના ધોરણે પ્રાપ્ત થાય છે. પરંપરાગત શુદ્ર – પછાત ગણાતી જ્ઞાતિઓને શૌચાલય અને સ્વચ્છતાના કાર્યો જ કરવા પડતા હતા. સમાજે આવી જ્ઞાતિગત વ્યવસાયો કરનારાઓની એક સ્તર રચના ઉભી કરી હતી જે આડી સ્તરરચના હતી જેમાં કયારેય બદલાવ આવી શકતો નહીં. પરંતુ સ્વચ્છતાના કાર્યો કરનારા માથે મેલુ ઉપાડનારાઓનું પુર્નવસન થતા. આધુનિક શૌચાલયનો આવિષ્કાર થતાં અન્ય વ્યવસાયોમાં જવાની તકો અને લાભો મળવા લાગ્યા. દરેક જ્ઞાતિના વ્યવસાયો પર તેઓની ઈજારાશાહી હતી. જ્ઞાતિઓમાં ગતિશીલાના અવરોધો હતા તેમાં શૌચાલયની વિચારસરણીથી પરિવર્તનો આવ્યા. ખાસ કરીને પછાત – નિમ્ન જ્ઞાતિઓના લોકોના નિમ્ન વ્યવસાયથી તેઓનું જ્ઞાતિગત સ્થાન કે સ્તર નીચુ ગણાતુ હતુ. તેમાં વિશેષ સામાજિક પરિવર્તનો આવ્યા છે.

૫) ગ્રામ્ય સમુદાયના સ્વરૂપમાં પરિવર્તનો પરંપરાગત ગ્રામીણ સમાજોમાં લોકો રૂઢિચુસ્તતા. પરંપરાગત માન્યતાઓ વહેમ, શંકા, જ્ઞાતિભેદ, અસ્પૃશ્યતા જેવા ખ્યાલો પ્રર્વતતા હોય છે. શૌચાલય સંબંધી અને સ્વચ્છતા સંબંધી કાર્ય અને સફાઈ કર્મીઓને અનેક રીતે ભેદભાવ, શોષણ અને ઉપરોકત ખ્યાલો સંબંધી સમસ્યાઓનો ભોગ બનવુ પડતુ હતું. તેઓને મંદિર પ્રવેશ, કૂવા તળાવના પાણીનો વપરાશની મનાઈ હતી. અલગ ગામ બહાર વસવાટ અલગ સ્મશાન શાળા પ્રવેશ વગેરે જેવી બાબતો પ્રત્યે ભેદભાવ રખાતો હતો. પ્રભાવી જ્ઞાતિઓનું જોહુકમીપણું હતું આ બધી જ બાબતોમાંથી શૌચાલય સંબંધી નિયમો કાયદાઓથી સફાઈકર્મીઓને સ્વતંત્રતા મળી છે. સ્વચ્છતા અને શૌચાલયે પરોક્ષ રીતે ગ્રામીણ સમુદાયનું સ્વરૂપ અને લોકોના સંબંધો, વ્યવહારોમાં પરીવર્તન લાવી દીધુ છે.

૬) લોકોના આરોગ્યના ક્ષેત્રે પરિવર્તનો શૌચાલયના કારણે લોકોના આરોગ્ય વિષયક પ્રશ્નો ટળવા થઈ ગયા. લોકોએ પોતાના જીવનમાં સ્વચ્છતા અને શૌચાલયને જીવન એક ભાગ બનાવી દીધો. ખુલ્લામાં શૌચક્રિયા માટે જવાને બદલે સ્વચ્છ શૌચાલયનો ઉપયોગ કરવો. સ્વચ્છ અને સુઘડ રહેવું. ખાનપાનની આદતો બદલાઈ. સ્વચ્છતાની ટેવો લોકોએ અપનાવી લીધી છ. લોકો આરોગ્યના પ્રશ્નોને હવે ગંભીરતાથી લેતા થયાં છે. લોકો સ્વચ્છતા અને શૌચાલય સંદર્ભે કોઈ બાંધછોડ કરવા માગતો નથી. આવી લોકજાગૃતિ ના લીધે લોકોનું આરોગ્યનું સ્તર ઉચુ આવ્યું છે. રોગચાળો, માંદગી જેવા પ્રશ્નો હવે હળવા થયા છે આ બધા પરિવર્તનો પાછળ શૌચાલયનાં ઉપયોગ અને સ્વચ્છતાનો સ્વીકાર રહેલા છે.

૭) શૌચાલય સામાજિક પ્રતિષ્ઠાના સ્વરૂપમાં સ્વચ્છતા અને શૌચાલય સામાજિક પરિવર્તનનું માધ્યમ બને છે. બંનેનો લોકોએ સ્વીકાર કર્યો છે. બીજા શબ્દોમાં કહીએ તો સ્વીકાર કરવો પડયો છે. કારણ કે તેની ઉપયોગીતા ની સાથે પોતાના ઘરે શૌચાલય હોવું એ એક સામાજિક પ્રતિષ્ઠારૂપ ગણાય એવી માન્યતા જોવા મળતી થઈ છે. શૌચાલયનો ઉપયોગ લોકોની જીવનશૈલીનાં એક ભાગ બની ચૂકી છે. જેમ પ્રતિષ્ઠામાં મિલ્કત, જમીન, ઘરેણાંનો સમાવેશ થાય છે તેમ શૌચાલય પણ પ્રતિષ્ઠાનો એક ભાગ છ. શૌચાલયવાળુ મકાન એ આબરૂદાર કે પ્રતિષ્ઠા કુટુંબ તરીકે

ગણના આજે પણ સમુદાયોમાં ગણાય છે. જો ઘટના સ્ત્રી સભ્યો કે આવેલા મહેમાનો ખુલ્લામાં શૌચ માટે જાય તો નાનપ અનુભવાતી આથી લોકો પોતાની પ્રતિષ્ઠા વધારવા કે બનાવી રાખવા શૌચાલય બનાવવા લાગ્યા છે.

૮) સ્થળાંતર અટકયું લોકો અનેક કારણોસર સ્થળાંતર કરતા હોય છે તેમાંનુ એક કારણ સ્વચ્છતા અને શૌચાલયનો અભાવ છે. કેટલાય ગ્રામીણ સમુદાયોમાં આજે દરેક અને જાહેર શૌચાલયો નથી સૌ કોઈ ખુલ્લામાં, ખેતરમાં કે જંગલમાં શૌચક્રિયા માટે જતાં હોય છે, અને તે માટે કોઈ સંકોચ હોતો નથી. પરંતુ આજે શિક્ષણ અને સંચાર માધ્યમો એ શૌચાલયની અગત્યતા અને ઉપયોગીતા સાબીત કરી દીધી છે. લોકો બન્યા છે. તેના આરોગ્યને લગતા પ્રશ્નોની વાકેફ બન્યા છે.આથી પરંપરાગત જુની વિચારસરણીવાળા નિરક્ષર લોકો શૌચાલય બનાવતા નથી. આથી નવી પેઢીના ગ્રામ અને કુટુંબ છોડીને શહેરોમાં સ્થળાંતર કરવા લાગ્યા છે. આવા સ્થળાંતરના વૃધ્ધો એકલવાયા બન્યા. પોતાની નવી પેઢી અલગ પડવા લાગી. સંબંધોમાં અંતર થવા લાગ્યું. વિભકત કુટુંબો બનવા લાગ્યા. પરીણામે નાછૂટકે જૂની પેઢીના લોકો ધીમે ધીમે શૌચાલયની અનિવાર્યતા સ્વીકારવા લાગ્યા અને સ્થળાંતર પણ થવા લાગ્યું જે સામાજિક પરિવર્તન સૂચક છે.

૯) સ્ત્રીઓના દરજજામાં પરિવર્તન શૌચાલયના ઉપયોગ સંબંધમાં ગ્રામ સમુદાયોમાં સ્ત્રીઓનું સ્થાન નીચું છે. કારણ કે સ્ત્રીઓ સહીત બધા જ કુટુંબના સભ્યો જાહેર ખુલ્લામાં શૌચક્રિયા માટે જતાં હોય છે. ઉપરાંત સ્ત્રીઓના ભાગે ઘરની સફાઈ, ગૃહસજાવટ, બાળઉછેર, રસોઈકામ, કપડાની ધોલાઈ વગેરે ભૂમિકા ભજવવાની હોય છે. અને આવા કાર્યો એ જ સ્ત્રીની ભૂમિકા ગણાતી હતી આથી સ્ત્રીની સ્થિતી દયાજનક હતી. પરંતુ અનેક પરિબળોથી સ્ત્રીનું સ્થાન ઉચું આવ્યું છે. સ્ત્રીઓનો સન્માનજનક દરજજો બન્યો છે. સ્ત્રીઓ સ્વયં જાગૃત બની છે. સમાજ પાસે પોતાનાં હકકનો આગ્રહ રાખે છે. શૌચાલયના આગ્રહમાં સ્ત્રીઓ સંદર્ભ ભૂમિકા રહેલી છે. સ્ત્રીઓને હવે શરમ કે સંકોચ રાખવાનો પ્રશ્ન રહયો નહીં. સ્ત્રીઓના કારણે સમાજે શૌચાલયને સ્વીકૃત કર્યુ પરીણામે સ્ત્રીઓના દરજજામાં વધારો થયો જે સામાજિક પરિવર્તન સૂચવે છે.

૧૦) નવા કાયદાઓનો ઉદ્દભવ સામાજિક નિયંત્રણ ઔપચારિક અને અનૌપચારિક માધ્યમોથી લાવી શકાય જયારે અનૌપચારિક માધ્યમો નબળા પડે ત્યારે ઔપચારિક માધ્યમો સક્રીય કરવા પડે એટલે કે રીવાજ, પરંપરા, રૂઢિ, લોકરીતી, માન્યતાઓથી નિયંત્રણ ન આવે ત્યારે કાયદા અને નીતિઓ જેવા ઔપચારિક માધ્યમો સક્રીય બનાવવા પડે. શૌચાલયની જરૂરીયાત અને ઉપયોગ માટે અનૌપચારીક રીતે ન સમજાય ત્યારે શૌચાલય સંબંધી નવા કાયદાઓ, પોલીસતંત્ર, દંડ, સજા, ન્યાય જેવા તંત્રોને સક્રીય થવું પડે. આજે સ્થાનિક સત્તામંડળો એ શૌચાલય સંબંધી ખુલ્લામાં શૌચક્રિયા ન કરવા અંગે ઘણાં કાયદાઓ બનાવ્યા છે અને જુના કાયદામાં સુધારા કર્યા છે. આમ કાયદાઓના પીઠબળના કારણે શૌચાલય સંબંધી લોકજાગૃતિ.

આમ શૌચાલય અને સ્વચ્છતા એ વિષેની જરૂરીયાતની સાથે સાર્વત્રિક રીતે સ્વીકૃતિ બની છે. શૌચાલયને ખર્ચાળ ગણવામાં આવે છે પરંતુ લોકો હવે એવું માનવા લાગ્યા છે કે આ ખર્ચ મૂડીરોકાણ છે. લાંબાગાળે ઘણા ખર્ચાઓને રોકે છે એવું સમજવા

પણ લાગ્યા છે. રૂઢિવાદી માન્યતાઓ અને વિચારસરણી બદલાતી જાય છે. લોકોને હવે શૌચાલયના ફાયદા અનુભવવા મળે છે. શૌચાલય વિનાની જિંદગી જીવવી કપરૂ બન્યું છે. અને જીવનમાં તેની ઉપયોગીતા અનિવાર્ય બની ચૂકી છે. આમ સ્વચ્છતાની સાથે શૌચાલયે સામાજીક ક્રાંતિનું કાર્ય સામાજિક પરિવર્તનનું કાર્ય કર્યુ છે.

શૌચાલયના લાભો

શૌચાલયનો ઉદ્ભભવ અથવા આરંભ ઘણી બધી મુશ્કેલીઓ નિવારવાના પરીણામ સ્વરૂપ છે. દુર્ગંધનો પર્યાય શૌચાલય તરીકે ઓળખવામાં આવે છે તો તેની સાથે તેની સ્વચ્છતા પણ એટલી જરૂરી બની જાય છે. શૌચાલય ન હતુ ત્યારે લોકો અનેક રીતે મળ–મૂત્રનો ત્યાગ કરતાં હતાં. તેનાં વ્યકિતગત અને સામૂહિક કે સામાજિક પ્રશ્નો ઉભા થયા હતા તેથી શૌચાલયનો અભાવ એ 'એવી સામાજિક સમસ્યા બની હતી અને આજે પણ ગ્રામ સમુદાયોમાં અને શહેરોની ગંદા વસવાટોની વસાહતોમાં આ એક ગંભીર પ્રશ્ન છે. આજે લોકો આ સમસ્યાને દુઃખદ ગણાવે છે. અને તે હલ થાય એવું ઈચ્છી રહયા છે.

શૌચાલયની જરૂરીયાત જેટલી રહેવા માટે મકાનની જરૂરીયાત છે તેના કરતાં વધુ છે. કારણ કે તે નિત્ય દૈનિક ક્રિયા પુરતી જ નથી પરંતુ તેની સાથે અનેક બાબતો જોડાયેલી છે તેના લાભો એટલા બધા છે કે લોકોને તેની એક આદત પડી છે. જેના વિના ચાલી શકે તેમ નથી.

શૌચાલયના લાભો શૌચાલયના અનેકવિધ લાભો છે જેને નીચે મુજબ દર્શાવી શકાય.

૧) શારીરિક જરૂરીયાત વ્યકિતની શારીરિક જરૂરીયાતોમાં ભૂખ, તરસ, આરામ, નિંદ્રા અને મળમૂત્ર ત્યાગની જરૂરીયાત રહેલી છે. જેમ ભૂખ, તરસ વિના વ્યકિત વધુ સમય સુધી જીવી ન શકે તેમ આ જરૂરીયાત પણ એટલી મહત્વની છે કે તેના વિના વ્યકિત શારીરીક રીતે હેરાન પરેશાન થઈ જાય. આથી આ માટે વ્યકિતને એક પ્રકારની રાહત મેળવવા માટે શૌચાલય જરૂરી છે. આ એક એવી પ્રક્રિયા છે કે જેમાં વ્યકિતને શાંતચિતે અને એક સ્થળ જરૂરી છે તેમજ આ પ્રક્રિયામાં કોઈ દખલગીરી કે મુશ્કેલીઓ પડે તો વ્યકિત શારીરીક તકલીફો શરૂ થાય અને હેરાન પરેશાન થઈ જાય માટે આ શારીરીક જરૂરીયાત સંતોષવા શૌચાલયનો આશરો જરૂરી બની જાય છે. વ્યકિતગત રીતે જોઈએ તો વ્યકિત રોજ જયાં અને જેવી રીતે અને જે શૌચાલયનો ઉપયોગ કરતો હોય તેનાથી એટલો ટેવાય ગયો હોય કે બીજી જગ્યાએ શૌચાલય જવામાં મુશ્કેલી અનુભવે છે આમ આની શારીરીક જરૂરીયાત અન્ય જરૂરીયાતો કરતા પણ વધુ મહત્વની ગણી શકાય.

૨) કુટુંબની પ્રતિષ્ઠા વ્યકિતની સામાજિક જરૂરીયાતોમાં કુટુંબની પ્રતિષ્ઠા પણ સમાયેલી હોય છે દરેક પોતાના કુટુંબની પ્રતિષ્ઠા વધે તે માટે પ્રયત્નશીલ હોય છે. ખાસ કરીને ગ્રામ સમુદાયોમાં જે ઘરે શૌચાલય હોય તે કુટુંબની સામાજિક પ્રતિષ્ઠા હોય છે. શ્રીમંત, ખેડૂતો, જામીનદારો પોતાના ઘરે શૌચાલય કરાવતા હતા. તેમજ લોકો પોતાની દિકરીને એવા કુટુંબમાં પરણાવતા થયા છે કે જયાં શૌચાલય હોય. આવી સામાજિક જરૂરીયાત કુટુબની પ્રતિષ્ઠા વધારે એવી માન્યતાથી લોકો પોતાના ઘરે શૌચાલય બનાવતા થયા. પોતાના ઘરે મહેમાન આવે ત્યારે તેઓને શૌચક્રીયા માટે સંકોચ, શરમ ન અનુભવવી પડે. બીમાર કે રોગી વ્યકિતને પણ મુશ્કેલીઓ ન અનુભવવી પડે માટે વ્યકિતગત કુટુંબમાં શૌચાલય અનિવાર્ય બન્યું છે. ખાસ કરીને સ્ત્રી સભ્યો કે સ્ત્રીઓ મહેમાન બનીને આવે ત્યારે પણ શૌચાલય કુટુંબની આબરૂ પ્રતિષ્ઠાને આંચ આવવા દેતુ નથી.

૩)		આર્થિક ફાયદો પોતાના કુટુંબમાં શૌચાલય હોય તો લાંબાગાળે તો આર્થિક ફાયદો તો કરાવે છે. કુટુંબના સભ્યોને શૌચાલય હોવાથી માંદગીના સમયે તેને તકલીફ પડતી નથી. પેટના રોગોમાં શૌચાલય આર્શીવાદરૂપ બને છે. પેટ પુરતુ સાફ આવતુ હોવાથી માંદગી આવતી નથી અને ડોકટર પાસે જવું પડતું નથી. પુરતુ પાણી મળતું હોય ત્યારે તને સફાઈના પ્રશ્નો ઉદ્દભવતા નથી. વ્યકિતગત રીતે લોકોએ સ્વચ્છતાને સ્વીકાર્ય કરેલ હોવાથી શૌચાલય સંબંધી અન્ય પ્રશ્નો પણ રહેતા નથી. શૌચાલય બાંધવામાં જે ખર્ચ થાય છે તેના કરતાં ડોકટરોને વધુ ફી આપવી પડતી હોય તો શૌચાલયનો ખર્ચ એ બચતનું સાધન પણ ગણી શકાય. આજે નવી ટેકનોલોજી અને યંત્રોના માધ્યમથી શૌચાલય સાથે સેફટી ટેંકનું જોડાણ, બાયોગેસનું જોડાણ કરવામાં આવે છે જેથી રાંધણગેસ મળી શકે છે. બાયોગેસ બાદ ખાતર પણ બને છે. જેનાથી ખેતરોમાં પણ સારો પાક લઈ શકાય છે. ગંદા પાણીનો રીસાયકલીંગ કરી પાણીનો પુનઃઉપયોગ પણ કરી શકાય છે ખાસ કરીને જયાં વધુ વસ્તી હોય, જાહેર શૌચાલયો હોય ત્યાં આ બધુ શકાય બની શકે છે. જે સુલભ ઈન્ટરનેશનલ સોશ્યલ સર્વિસીસ ન્યુ દિલ્હી ખાતે આવેલી સંસ્થા બહુ જ સારી રીતે આ કાર્ય કરી રહી છે. આમ શૌચાલય આર્થિક રીતે ફાયદો પણ કરાવે છે.

૪)		રોજગારીની તકો શૌચાલય અને રોજગારીને સીધો સંબંધ હોય એવું ન જોઈ શકાય પરંતુ પરોક્ષ રીત અનેક લોકોને રોજગારી પ્રાપ્ત થઈ શકે છે જેમ કે આધુનિક ટેકનોલોજીની મદદથી તૈયાર થતાં શૌચાલયોના નવીનતમ સાધનોની જરૂરીયાત ઉદ્યોગોમાં તૈયાર થાય છે. શૌચાલયમાં પાણી, પેપર, ગટરકામ વગેરેમાં સાધનો અને માણસોની જરૂરીયાત ઉભી થાય. આથી આવા સાધનો બનાવતા કારખાના, ફેકટરીઓમાં અનેક લોકોને રોજગાર મળે. શૌચાલય બાંધકામ તેની સાથે ગટરનું કામકાજમાં પણ અનેક લોકોની જરૂર પડે જયાં પણ અનેક રોજગારીની તકો રહેલી છે. શૌચાલયમાં જે જે સાધનોની જરૂર પડે તે સાધનો બજારમાં તેની એજન્સીઓ, નાના મોટા વ્યાપારીઓ, છૂટક વેપારીઓ પણ વેચાણ કરી પોતાનું ગુજરાન ચલાવતા હોય છે. સુલભ સંસ્થા શૌચાલય બનાવવાની તાલીમ આપી તે અંગેની સ્વરોજગારી અપાવવાનું કાર્ય સારી રીતે કરે છે.

૫)		પર્યાવરણીય લાભો શૌચાલયે તો પર્યાવરણને અનેક રીતે બચાવવાનું કાર્ય કર્યુ છે. ખુલ્લામાં ગમે ત્યાં મળમૂત્ર ત્યાગ કરતા હવાનું, જમીનનું અને પાણીનું પર્યાવરણ ખરાબ થાય છે. તેની દુર્ગંધથી હવાનું પ્રદુષણ ફેલાય છે. લોકો બિમાર પડે અને કયારેક રોગચાળો ફાટી નીકળે, લોકો જયાં શૌચક્રિયા કરે છે ત્યાં મળમાં અનેક વિષાણુઓ અને બેકટેરીયા હોવાના લીધે જમીન ખરાબ થઈ જાય કયારેક તો નર્ક સમાન બની જાય એવી સ્થિતિ ઉદ્દભવે છે. ગ્રામ સમુદાયોમાં ખુલ્લામાં શૌચક્રિયા કરનારાઓનું પ્રમાણ વધુ હોવાથી નદી, તળાવ કાંઠે લોકો જતાં હોય છે અને પાણી ગંદુ કરતા હોય છે. પશુઓ પણ પાણીમાં જ મળમૂત્ર ત્યાગે છે તેની સફાઈ પણ ત્યાં જ કરવામાં આવતી હોય છે. તેથી પાણીનું પ્રદુષણ વધે. આમ જળ, જમીન અને હવાનું પ્રદુષણ થાય છે. પરંતુ શૌચાલયના ઉપયોગના લીધે લોકો હવે ખુલ્લામાં જતા નથી તેથી જળ, જમીન અને હવાનું પર્યાવરણ ખરાબ થતું અટકયું તેના લીધે માંદગી કે રોગચાળાનો ભોગ બનવું પડતું નથી. નદી, તળાવોના પાણી પણ પીવાલાયક થવા લાગ્યા. લોકો પણ સ્વચ્છતાનો આગ્રહ રાખતા થયા છે. જયાં સમજ ત્યાં શૌચાલય એવી વિચારસરણી જોવા મળતી થઈ છે તેનો સીધો લાભ પર્યાવરણને થયો છે.

આજે પર્યાવરણ જાગૃતિના અનેકવિધ પ્રયત્નો થઈ રહયા છે. સમગ્ર વિશ્વ પર્યાવરણને બચાવવા માટે પ્રચાર અને પ્રસાર કરી રહયું છે ત્યારે આ શૌચાલય અને તેની ઉપયોગીતાએ પર્યાવરણના રક્ષક તરીકે કામ કર્યુ છે.

૬) આરોગ્યના પ્રશ્નો હલ થયા શૌચાલય સારૂ સ્વાસ્થ્ય પુરૂ પાડે છે. શારીરીક અને માનસીક રીતે રાહત આપે છે. શૌચાલયથી શરીરની જરૂરીયાત મુજબનું વાતાવરણ મળે છે. પેટની સફાઈ પૂર્ણ રીતે થઈ શકે છે. આથી પેટના રોગો કબજીયાત, હરસ, ઝાડા, કૃમિજન્ય રોગો થતા અટકે છે. જાહેર આરોગ્ય પણ સચવાય છે લોકો તાવ, કોલેરા, ઝાડા, ઉલ્ટી, ડેન્ગ્યુ, મેલેરીયા જેવા રોગોથી બચી શકે છે. કારણ કે શૌચાલયથી ગંદકી ફેલાતી અટકે છે. મચ્છરો અને બેકટેરીયાનો ઉપદ્રવ થતો નથી. આથી જાહેર આરોગ્ય પણ સારૂ બની રહે છે. શૌચાલય હોય અને તેની સ્વચ્છતા પણ જરૂરી છે. લોકો આ અંગે જાગૃત બન્યાં છે. આવી સમજણથી શૌચાલયોએ લોકોનું શારીરીક અને માનસિક આરોગ્ય સાચવવાનું કાર્ય કર્યુ છે.

૭) સ્વચ્છતાની આદતો શૌચાલયો વધ્યાં, લોકોએ તેનો ઉપયોગ પણ શરૂ કર્યો તો તેની સાથે સ્વ્ચ્છતાની અનેક આદતો, સુટેવો પણ શરૂ થઈ જેમ કે મકાનના બાંધકામ સાથે જ શૌચાલયને એવી જગ્યાએ સ્થાન અપાયું કે તેની મુશ્કેલી ન રહે. ત્યારબાદ શૌચાલયમાં સ્વચ્છતા માટે લાઈટ, હવા ઉજાસ, પાણીનું પ્રમાણ, ફલશઃ આવ્યું. પેપર નેપકીન, બ્રશ સફાઈના પ્રવાહી દ્રવ્યો, સાવરણા, વોશીંગ પાઉડર વગેરે જેવા સાધનોની જરૂર પડી તેમજ તેનો ઉપયોગ કરવાનું મહત્વ પણ વધ્યું. લોકો શૌચાલયનો ઉપયોગ કરી સ્વ્યં સ્વચ્છ બનવું, સાબુથી હાથ બરોબર ધોવા, શૌચાલયના સાધનોની સફાઈ બરાબર થાય તેની તકેદારી રાખતા થયા છે તેમજ લોકોમાં દેવાલય જેવું શૌચાલય એવી માન્યતા દઢ થતી જાય છે. જાહેર શૌચાલયો કે રેસ્ટ રૂમમાં પણ સ્વચ્છતા માટેની પુરતી તકેદારી હવે સામાન્ય બાબત બનતી જાય છે. બાળકોને પણ શૌચાલયના ઉપયોગ, સ્વચ્છતાની સમજ, હાથ ધોવાની સુટેવ કુટુંબ દ્વારા સામાજીકરણની તાલીમ દ્વારા અપાય છે.

૮) શરમ અને સંકોચનો ત્યાગ શૌચક્રિયા એ એક અંગત બાબત કે વ્યકિતગત બાબત ગણાય છે. તેમજ આ ક્રીયા માટે વ્યકિતએ સ્વયં રીતે શૌચાલયનો ઉપયોગ કરવાનો આગ્રહ રાખે છે. માટે તેને આ ક્રીયા માટે શરમ અને સંકોચ રહેતો નથી. યોગ્ય જગ્યાએ યોગ્ય રીતે અને સ્વીકૃત કરેલ શૌચાલયના ઉપયોગથી વ્યકિત નાનપ અનુભવતો નથી. તેમજ શૌચાલયના યોગ્ય ઉપયોગથી લોકો પણ સહજ બાબત ગણે છે. જયાં શૌચાલય છે. ત્યાંના લોકો પણ પરસ્પર ઉપયોગથી શર્મ અને સંકોચ અનુભવતા નથી કારણ કે શૌચાલયનો ઉપયોગ એ સહજ બાબત બની છે. ગ્રામ સમુદાયો અને શહેરી ઝુંપડપટ્ટીઓમાં શોચાલયનો ઉપયોગ નહીવત થાય છે. લોકો ખુલ્લામાં શૌચક્રિયા કરતા જોવા મળે છે. સ્ત્રી સભ્યોને પણ લાચારીવશ ખુલ્લાંમાં જવું પડે છે. જેથી સ્ત્રી પ્રત્યેની ગૌરવની લાગણી હણાય છે. સ્ત્રીઓ શર્મ, સંકોચ અને હીનતા અનુભવે છે. સ્ત્રીત્વનું અપમાન થાય છે આથી શૌચાલયની કેટલી અનિવાર્યતા છે તેનું મહત્વ કેટલું છે તે સમજી શકાય છે.

૯) સફાઈકર્મીઓને લાભ શૌચાલયના સ્વીકારથી જે માથે મેલુ ઉપાડનારા, શૌચાલય સફાઈનું કાર્ય કરનારા કે તે સંબંધી કાર્યમાં રોકાયેલા સફાઈ કર્મીઓને ગંદકીનું કામ કરવામાંથી મુકિત મળી માનવતાભર્યુ જીવન જીવવાનું મળ્યું. સરકારના કાયદાઓથી ગંદકીના કામમાંથી મુકિત મળી તેમજ તેઓના પુર્નવસન માટે રાજય અને કેન્દ્ર સરકારના તેમજ સ્વૈચ્છીક સંસ્થાઓના પ્રયત્નોથી સ્વરોજગારી અને રોજગારી મળી. રહેઠાણ માટે, નોકરી ધંધા માટે તાલીમ માટે, રોજગાર માટે, શિક્ષણ માટે અન્ય સામાજિક પ્રસંગો માટે લોન તથા આર્થિક રાહતો આપવામાં આવી. હિનતાભર્યુ કામ કરવામાંથી મુકિત મળતાં તેઓ સામાન્ય નાગરિકોની જેમ જીવન જીવવાનું મળતાં તેઓ મુકિત અનુભવવા લાગ્યા અને પુર્નવસન થતા બીજા આર્થિક પ્રશ્નો હલ થયા આથી શૌચાલયે આવા કામદારોને મુકિત અપાવવાનું કાર્ય કર્યુ. હાલમાં શૌચાલયની

ગંદકી સાફ કરવી, માથે મેલુ ઉપાડવા મજબુર કરનાર પ્રત્યે કાનુની કાર્યવાહી કરવામાં આવે છે. આવુ ગેરકાનુની કાર્ય કરાવનારને જેલ અને દંડની જોગવાઈ થવાથી સફાઈ કર્મીઓનું શોષણ બંધ થયુ. લાચારી પણ દુર થઈ અને આઝાદ ભારતના નાગરિકના અધિકારો ભોગવવાના મળ્યાં. આમ શૌચાલયે સામાજિક રીતે પછાત ગણાતા લોકોને તેઓના પરંપરાગત વ્યવસાયો કે જે મજબુરીથી કરતા હતા તેમાંથી મુકત બનાવ્યા.

૧૦) શૌચાલય એટલે શ્રેષ્ઠ સોચનાલય : 'શૌચ' શબ્દ એ વિચાર પ્રક્રિયા સાથે સંકળાયેલાં છે. તેના પરથી 'શૌચાલય' એવું નામ મળ્યું. આ જગ્યા એવી છે કે વ્યકિતને શારીરીક રીતે તો રાહત મળે છે. પરંતુ માનસીક રીતે પણ સ્વસ્થતા પ્રાપ્ત કરે છે. વ્યકિત શૌચાલયમાં એકાંત અનુભવે છે, સ્વચ્છતા અનુભવે છે, જયાં તેને કોઈ દખલ કરતું નથી. પોતાના સિવાય કોઈ નથી માટે વ્યકિત ત્યાં ભૂતકાળ, વર્તમાન અને ભવિષ્ય યાદ આવે છે. ત્યાંનું વાતાવરણ નવા વિચારો માટે પ્રેરે છે. ભૂતકાળની બાબતોને યાદ કરી વર્તમાન સાથે સરખાવી ભવિષ્યની સારી સ્થિતિ બનાવવાનું આયોજન કરે છે. કદાચ વ્યકિતના જીવનના શ્રેષ્ઠ વિચારો આ શૌચાલયમાંથી જ પ્રાપ્ત થતાં હશે. વ્યકિતને રાહત મળવાથી નવી સુઝ મેળવી શકે છે માટે નવા અને શ્રેષ્ઠ વિચારો માટે શૌચાલય એ સોચનાલય બની જાય છે.

વ્યકિત દોડધામ, ઘોંઘાટ અને ધમાલયુ જીવન જીવતો થયો છે તેને ઘડીયાળના કાંટે જીવન જીવવાનું છે. સતત તનાવપૂર્ણ સ્થિતિનો સામનો કરવો પડતો હોય તરે શૌચાલય આ બધી બાબતોથી રાહત આપે છે આથી શૌલય વ્યકિતને વ્યકિતગત રીતે ઉપયોગી બને છે.

૧૧) જાહેર શૌચાલયો – સામાજિક સેવા ખાસ કરીને શહેરો અને મોટા ગ્રામ સમુદાયોમાં બજારો, ધાર્મિક સ્થળો, હવા ખાવાના સ્થળો કે જાહેર સ્થળોએ લોકોની શૌચાલયની જરૂરીયાતો અનિવાર્ય હોય છે. માટે જાહેર શૌચાલય અને પેશાબઘરનું આયોજન મ્યુનીસીપાલીટી, મહાનગરપાલીકાઓ અને સ્વૈચ્છિક સંગઠનો દ્વારા (સુલભ ફાઉન્ડેશન) 'પે એન્ડ યુઝ' દ્વારા જાહેર શૌચાલયની વ્યવસ્થા કરવામાં આવતી હોય છે. જયાં હજારો લોકોની ભીડ થતી હોય, અવર જવર રહેતી હોય ત્યાં આવી વ્યવસ્થા ન હોય તો કેવી સ્થિતિ ઉભી થાય તે કલ્પના કરી શકાય છે. લોકોની શૌચક્રીયાની જરૂરીયાત માટે લોકો આડેધડ, ગમે ત્યાં શૌચક્રીયા કરે તો અનેક પ્રશ્નો ઉભા થાય અને મુશ્કેલીઓમાં વધારો થાય. પરંતુ જાહેર શૌચાલયની વ્યવસ્થા થવાથી લોકોને થોડાક ખર્ચમાં મોટી વ્યવસ્થા મળી જાય છે. અને રાહત અનુભવે છે. ચિંતા અને તનાવમાંથી મુકિત મળે છે. પર્યાવરણના પ્રશ્નો હલ થઈ જાય છે. રોગચાળા અટકાવે છે. જાહેર આરોગ્યને જાળવી રાખવાનું કામ પણ થાય છે. સાચા અર્થમાં તો સમાજની સેવા કરવાનું કાર્ય જાહેર શૌચાલયોની વ્યવસ્થા કરનારાઓ કરી રહયા છે એમ કહીએ તો ખોટું નથી.

આવા જાહેર શૌચાલયો તૈયાર કરવામાં આવે છે પણ જયાં તેની સાર સંભાળ અને સ્વચ્છતાનું કોઈ આયોજન કે વ્યવસ્થા હોતી નથી ત્યાં ઉલટું બનતું હોય છે. લોકો શૌચાલયનો ઉપયોગ કરતા જાય પણ સ્વચ્છતા જ ન થાય તો તેના દુષ્કર્ષ પરિણામો લોકોએ ભોગવવા પડતા હોય છે માટે જાહેર શૌચાલયનો ઉપયોગ સ્વચ્છતા સાથે વિવેકપૂર્ણ રીતે થાય તો જ સાચા અર્થમાં સમાજસેવા ગણી શકાય.

આમ લોકોમાં સાચી સમજ આવતા શૌચાલયનો ઉપયોગ વધવા લાગ્યો. લોકોની જીવનશૈલીનો ભાગ બની ચૂકયો છે. વ્યકિતગત અને સામૂહિક રીતે તેના લાભો છે. આજે શૌચાલય માટે સરકાર અને 'સુલભ' જેવી અનેક સંસ્થાઓ સ્વાર્થ વગર તન, મન અને ધનથી પ્રચાર અને પ્રસાર દ્વારા પ્રયત્નો કરે છે. જેટલી દેવાલયો

અને મોબાઈલ ફોનની જરૂરીયાત છે તેના કરતા શૌચાલયોની સંખ્યા ઓછી હોવાથી તેમજ ગ્રામ્ય વસ્તીમાં ખુલ્લામાં શૌચક્રિયા જવાની લાચારીએ તેઓને શૌચાલયના લાભોથી વંચિત રહેવા પામ્યા છ. અનેક એવા કારણો એવા રહયા છે કે જેનાથી શૌચાલયો સાર્વત્રિક બની શકયા નથી. તેથી તેના સંપુર્ણ લાભો પ્રાપ્ત થઈ શકયા નથી.

યુનિટ-૭

વાતાવરણીય સ્વચ્છતા
(Environmental Sanitation)

'વાતાવરણ' અને 'સ્વચ્છતા' આ બંને શબ્દો આપણા રોજબરોજના જીવનમાં વપરાતાં શબ્દો છે. સામાન્ય રીતે વાતાવરણને આપના આસપાસના આવરણ તરીકે પરિભાષીત કરીએ છીએ, તો બીજી બાજુ 'સ્વચ્છતા' ને આપણે જીવનના એક ઉપયોગી મૂલ્ય તરીકે સ્વિકાર્યુ છે. પરંતુ વિકાસની યાત્રા સાથે આ બંને ખ્યાલો/શબ્દો વધુ ધ્યાન ખેંચનારા બન્યા છે. કારણ કે સ્વચ્છતા સંબંધી આપણી બદલાતી માનસિકતા અને પ્રદૂષણ ફેલાવતા તત્વોના સ્વરૂપ અને સંખ્યામાં સતત થતાં વધારાએ વાતાવરણીય સંતુલન જોખમમાં મૂકયું છે. આજે આ બન્ને શબ્દો તરફ યોગ્ય ધ્યાન આપવું એ આજના સમયની તાતિ જરૂરિયાત બની ગઈ છે.

'વાતાવરણીય સ્વચ્છતા' એ નવો વિકાસ પામેલો ખ્યાલ છે. જેમાં 'સ્વચ્છતા' અને 'વાતાવરણ' એ બંનેને વૈજ્ઞાનિક રીતે તપાસવાનો પ્રયત્ન થાય છે. સરળ ભાષામાં કહીએ તો " Environmental Sanitation " means the art and science of appliying sanitary, biological and physical science principles and knowledge to impre and control the Environment and factor therein for the protection of the health and welfare of the public.

અર્થાત, વાતાવરણીય સ્વચ્છતા એ લોકોના સ્વાસ્થ્ય અને કલ્યાણની સુધારણા અને સંરક્ષણ માટે પર્યાવરણ અને તેના ઘટકો કે તત્વોને નિયંત્રિત કરવા માટે સેનેટરી, જૈવિક અને ભૌતિક વિજ્ઞાનોના જ્ઞાન તેમજ સિધ્ધાંતોને લાગુ પાડવાની કળા કે વિજ્ઞાન છે. અથવા તો વાતાવરણીય સ્વચ્છતાની અવધારણા લોક–કલ્યાણને પ્રભાવિત કરનારી મૂળભૂત પર્યાવરણીય પરિસ્થિતિઓના એકમોમાં સુધાર તેમજ સાતત્ય જાળવી રાખવાના હેતુ સાથે સંબંધિત છે જેમાં સ્વચ્છ અને સુરક્ષિત જળનું વિતરણ, સ્વચ્છ અને સુરક્ષિત વાયુ, ઔદ્યોગિક કચરાનો નિકાલ ઉપરાંત જૈવિક – રાસાયણિક તત્વોથી ખોરાકનું સંરક્ષણ વગેરે બાબતોનો સમાવેશ કરી શકાય.

વર્તમાન સમયે જયારે આપણે વાતાવરણીય સ્વચ્છતાનો ઉલ્લેખ કરીએ છીએ ત્યારે એ પણ જાણવું ઘટે કે વાતાવરણીય સ્વચ્છતા માટે વાતાવરણીય શબ્દ પણ વાપરવામાં આવે છે. આ સ્વચ્છતા એટલે 'સ્વાસ્થ્યનાં સંરક્ષણનું વિજ્ઞાન' અથવા જીવનના દરેક ક્ષેત્રોમાં સ્વચ્છતાથી જીવવાનો માર્ગ જેના આધારે વ્યકિત રોગોથી બચવા અને સ્વાસ્થ્યનું સંવર્ધન કરી શકે છે. આમ, વાતાવરણ અને સ્વાસ્થ્ય પરસ્પર ગાઢ રીતે સંકળાયેલા છે.

WHO અનુસાર વાતાવરણીય સ્વાસ્થ્ય મનુષ્યના ભૌતિક વાતાવરણના એ તમામ ઘટકોનું નિયંત્રણ છે કે જે તેના શારીરિક વિકાસ, સ્વાસ્થ્ય અને અસ્તિત્વ પર નુકશાનકારક પ્રભાવ પાડે છે, ડો. ઘોષ જણાવે છે કે જીવ, માનવ વ્યવહાર તેમજ સમાજના જીવન તથા વિકાસ પર પ્રભાવ પાડનારી સંપૂર્ણ બાહય પરિસ્થિતિઓ તેમજ એકમ પર્યાવરણ છે અર્થાત મનુષ્યની આસપાસ રહેલ સજીવ – નિર્જીવ, ભૌતિક – અભૌતિક જેવા તમામ તત્વો પર્યાવરણમાં સમાયેલ છે. આથી એ સ્પષ્ટ થાય છે કે મનુષ્યનું સ્વાસ્થ્ય પર્યાવરણના પ્રત્યેક ઘટક સાથે જોડાયેલ છે. તેથી પર્યાવરણીય પરિસ્થિતિમાં આવેલ કોઈપણ પરિવર્તનથી સ્વાસ્થ્ય અસરમુકત રહી શકતું નથી. આમ, કહી શકાય કે સ્વચ્છ પર્યાવરણ જ સારા સ્વાસ્થ્યનો આધાર છે. આ વાતને વધુ સારી રીતે સમજવા માટે નીચેની બાબતો ઉપયોગી બની રહેશે.

(i) **ભૌતિક પર્યાવરણ અને સ્વાસ્થ્ય.**

ભૌતિક પર્યાવરણ એવા તત્વોનો સમુચ્ચય છે કે જેના સંપર્કમાં રહીને વ્યકિતએ પોતાનું જીવન પસાર કરવાનું હોય છે તેમજ જેનો પ્રત્યક્ષ પ્રભાવ વ્યકિતના સ્વાસ્થ્ય, વિકાસ, જીવન ધોરણ પર પડે છે. જેમાં વાયુ, જળ, અન્ન, પ્રકાશ, માટી, મકાન વગેરેનો સમાવેશ કરી શકાય.

(ii) **જૈવિક પર્યાવરણ અને સ્વાસ્થ્ય.**

આ પ્રકારના જૈવિક પર્યાવરણમાં ખાસ કરીને જીવાણુ, વિષાણુ, વનસ્પતિ, પશુ, પરજીવી, સુક્ષ્મજીવ વગેરેનો સમાવેશ કરી શકાય. વિવિધ પ્રકારના સંક્રમણ, રોગો, વિકાર વગેરે પાછળ જૈવિક પર્યાવરણ જવાબદાર છે. આમ, જૈવિક પર્યાવરણ માનવ સાથે અભિન્ન રીતે જોડાયેલ છે.

(iii) **સામાજિક પર્યાવરણ અને સ્વાસ્થ્ય.**

વ્યકિત તેમજ સમુદાયના સામાજિક સ્વાસ્થ્યને પ્રભાવિત કરતી તમામ સામાજિક પરિસ્થિતિ અને પરિબળોનો સમાવેશ આ પર્યાવરણમાં થાય છે. જેમ કે, સામાજિક પ્રથાઓ, સાંસ્કૃતિક મૂલ્યો, ટેવો, વિશ્વાસ, માન્યતાઓ, ધાર્મિક પશ્વાદભૂમિકા, આર્થિક સ્થિતિ વગેરે જે વ્યકિતની રહેણી કરણી, જીવનસ્તર અને સ્વાસ્થ્ય પર અસર કરે છે. અર્થાત જયાં સામાજિક પર્યાવરણ સારૂં ત્યાં સ્વાસ્થ્યનું સ્તર પણ સારું જોવા મળે છે.

આમ, બાહય પર્યાવરણ અર્થાત જૈવિક સામાજિક તથા ભૌતિક ઉપરાંત આંતરિક પર્યાવરણ વ્યકિતના શારીરિક તેમજ માનસિક સ્વાસ્થ્યના વિકાસમાં મહત્વપૂર્ણ ભૂમિકા ભજવે છે.

પર્યાવરણીય સ્વાસ્થ્ય / સ્વચ્છતાના ઉદ્દેશ્યો.

પર્યાવરણીય સ્વાસ્થ્યને એક વિજ્ઞાન કે કળા તરીકે ઓળખાવવામાં આવ્યું છે માટે દરેક વિજ્ઞાનની જેમ પર્યાવરણીય સ્વાસ્થ્ય પણ પોતાના ચોકકસ ઉદ્દેશ્યો અને તેની પરિપૂર્તિ સાથે જોડાયેલું છે. આવા સામાન્ય ઉદ્દેશ્યો નીચે પ્રમાણે વર્ણવી શકાય.

- પર્યાવરણ પ્રદૂષણ પર નિયંત્રણ તેમજ પર્યાવરણ સંરક્ષણ કરવું.
- વ્યકિતગત તેમજ સામુદાયિક સ્વાસ્થ્ય સ્તરમાં વૃધ્ધિ કરવી.
- રોગોથી બચાવ કરવો.
- સ્વાસ્થ્યપ્રદ પર્યાવરણ પુરૂ પાડવું.
- પર્યાવરણ સ્વાસ્થ્ય શિક્ષણને પ્રોત્સાહન આપવું.
- પર્યાવરણ સ્વાસ્થ્ય સંગઠનોના કાર્યોનો સમન્વય કરવો.

પર્યાવરણીય સ્વાસ્થ્યનું મહત્વ અને પર્યાવરણીય પ્રદૂષણનાં કારણો.

પર્યાવરણીય સ્વાસ્થ્ય વિશાળ પ્રકૃતિ અને જટીલ સમાજને સ્પર્શતું હોવાથી તેનું મહત્વ વ્યકિતથી શરૂ કરી સમાજના અનેક સ્તરો તેમજ પ્રકૃતિના તત્વો સુધી વ્યાપ્ત છે. પર્યાવરણીય સ્વાસ્થ્યના પરિણામે સ્વાસ્થ્ય સંબંધિત કાર્યક્રમો અને પ્રવૃતિઓના આધારે વ્યકિતગત તેમજ સામુદાયિક સ્વાસ્થ્ય સ્તરમાં વૃધ્ધિ થાય છે તેઓનું સ્વાસ્થ્ય સ્તર સુધરે છે. પર્યાવરણીય પ્રદૂષણ ઘટાડવાની યુકિતઓ ઘડવાથી પર્યાવરણનું સંરક્ષણ થાય છે. જેના પરિણામે સામાન્ય લોકો સ્વાસ્થ્યપ્રદ પર્યાવરણનો અનુભવ કરે છે.તેઓ વિવિધ પ્રકારની બિમારીઓ અને રોગોથી પોતાની જાતને બચાવી શકે છે.

ઉપરાંત પર્યાવરણીય સ્વાસ્થ્ય સતત સ્વાસ્થ્ય શિક્ષણ પર ભાર મૂકતું હોવાથી લોકો પર્યાવરણ અને સ્વાસ્થ્ય સંબંધી સજાગતા/જાગૃતતા કેળવે છે. આ ઉપરાંત સમાજમાં કાર્યરત વિભિન્ન મંડળો અને સંગઠનો કે જે સ્વાસ્થ્ય અને પર્યાવરણ સુરક્ષા સંબંધી કાર્યો સાથે સંકળાયેલા છે તેમના કાર્યોનો સમન્વય કરી તેને ચોકકસ દિશા અને ગતિ અર્પે છે. આ રીતે પર્યાવરણીય સ્વાસ્થ્ય એ અનેક રીતે મહત્વનું બની રહે છે.

આમ, છતાં વર્તમાન સમયે પર્યાવરણીય સ્વાસ્થ્ય જોખમાયું છે જેની પાછળ પર્યાવરણીય સંતુલન સાથે જોડાયેલા તત્વો અને તેમાં થયેલ વિપરીત પરિવર્તનો જવાબદાર છે. જેને નીચે પ્રમાણે સમજાવી શકાય.

(૧) સુરક્ષિત જળ પૂર્તિ (Safe water supply).

જળ એ માનવીની પ્રાથમિક જરૂરીયાત છે તેના ઉપર મહતમ જીવોના અસ્તિત્વનો આધાર રહેલો છે. માનવ શરીરમાં ૫૭% ભાગ માત્ર પાણીનો છે માટે તેના વિના માનવી વધુમાં વધુ ત્રણ દિવસ જ જીવી શકે છે. માટે જ ગામ હોય, નગર હોય કે પછી આદિવાસી સમુદાય તે મહતમ રીતે પાણીના સ્ત્રોતોની આસપાસ જ આકાર પામે છે.

અનેક અહેવાલોના આધારે એ જાણવા મળ્યું છે કે અલ્પવિકસિત દેશોમાં ઘણાં બધા રોગો પ્રદૂષિત પાણીથી થતા હોય છે. જો તેઓને સુરક્ષિત અને પ્રદૂષણ રહિત પાણી આપવામાં આવે તો આ રોગોનું પ્રમાણ ઘટાડી શકાય છે. આમ, સ્વચ્છ અને સુરક્ષિત પાણીની પ્રાપ્તિ માટે કરવામાં આવેલ ખર્ચ એ એક પ્રકારનું મૂડી – રોકાણ જ છે. જે રાષ્ટ્રના સંપૂર્ણ વિકાસ માટેનું એક કાર્યાત્મક પગલુ ગણાવી શકાય.

આ સુરક્ષિત પાણી / જળ એટલે શું? તેના સ્ત્રોતો કયાં કયાં છે ? જળ પ્રદૂષણ કોને કહેવાય અને તેનું શુધ્ધિકરણ કઈ રીતે શકય છે ? આ બધાં પ્રશ્નોના જવાબ નીચેની સમજૂતી આધારે મેળવી શકાશે.

સુરક્ષિત જળનો અર્થ.

સુરક્ષિત તેમજ સ્વાસ્થ્યપ્રદ જળ તેને કહેવાય કે જે હાનિકારક રોગાત્મક જીવાણુઓથી મુકત હોય, હાનિકારક રાસાયણિક પદાર્થોથી મુકત હોય. જેનો સ્વાદ સુખકર તેમજ ઘરેલું ઉપયોગ માટે યોગ્ય હોય. આમ, ઉપરોકત ગુણોનો સમાવેશ જે જળમાં થતો હોય તેવા જળને સુરક્ષિત જળની શ્રેણીમાં મૂકી શકાય.

પાણીનો ઉપયોગ.

(i) **ઘરેલું ઉપયોગ.**

ઘરેલું ઉપયોગમાં પીવામાં વપરાતું પાણી, ખોરાક બનાવામાં વપરાતું પાણી, કપડા ધોવામાં, વાસણ ધોવા અને નહાવામાં વપરાતા પાણીનો સમાવેશ કરી શકાય. આમ, ઉપરોકત પાણીનો ઉપયોગ ઘર વપરાશ માટે થતો હોવાથી તેને ઘરેલું ઉપયોગ માટે વપરાતા પાણીમાં સમાવિષ્ટ કરવામાં આવે છે.

(ii) **સાર્વજનિક ઉપયોગ.**

આ પ્રકારના પાણીનો ઉપયોગ વ્યકિતગત ઉપયોગ માટે નહી પરંતુ જાહેર ઉપયોગ માટે થતો હોવાથી તેને સાર્વજનિક ઉપયોગ ગણી શકાય. દા.ત., બગીચામાં વપરાતુ પાણી, આગ ઓલવવામાં વપરાતુ પાણી, શેરી સાફ કરવામાં કે મકાન બનાવવામાં વપરાતું પાણી વગેરે.

(iii) **ઔદ્યોગિક જરૂરીયાત.**

મહતમ ઉત્પાદન કાર્યમાં પાણી એ કેન્દ્રિત બાબત છે, જે ઉદ્યોગના ઉત્પાદન અને સંચાલન માટે મહત્વનું બની રહે છે. દા.ત., કાગળ ઉદ્યોગમાં વપરાતું પાણી.

(iv) **ખેતીમાં જરૂરિયાત.**

ખેત ઉત્પાદન માટે પુરતું પાણી એક અનિવાર્ય શરત બની રહે છે. તેના વિના ખેત ઉત્પાદન શકય બનતું નથી. દા.ત., વિભિન્ન પ્રકારના અન્ન ઉત્પાદન અને શાકભાજી ઉગાડવા માટે પાણી મહત્વનું બની રહે છે.

જળના સ્ત્રોતો.

સામાન્ય રીતે પાણી એ કુદરતી રીતે પ્રાપ્ય બને છે આમ છતાં વ્યકિત દ્વારા તેને કયાંથી મેળવવામાં આવે છે. તેના આધાર પર પાણીના સ્ત્રોતોને નીચેના વર્ગીકરણ આધારે સમજાવી શકાય.

(૧) **વરસાદનું પાણી.**

વરસાદ એ દરેક પ્રકારના પાણીનો મુખ્ય સ્ત્રોત છે. આ પાણી જો યોગ્ય રીતે એકત્ર કરવામાં આવે તો તે સ્વચ્છ અને સર્વોતમ છે. તે દેખાવે સાફ, પ્રકાશમય અને ચમકદાર હોય છે. રાસાયણિક રૂપે તે અત્યંત સાદું પાણી છે આમ છતાં તેમાં અસંખ્ય સૂક્ષ્મ તત્વો ભળેલા હોય છે. જીવાણુશાસ્ત્ર ભારપૂર્વક જણાવે છે કે આ પાણી હાનીકારક રોગાત્મક જીવાણુઓથી મુકત હોય છે. પરંતુ જયારે વરસાદનું પાણી વાતાવરણ સાથે મળીને પૃથ્વી સુધી પહોંચે છે ત્યારે તે અસ્વચ્છ બની જાય છે કારણ કે તેમાં ધૂળ અને જીવાણુ મિશ્રિત બને છે. આમ, તે સીધી રીતે પીવાલાયક રહેતું નથી.

(૨) **પૃથ્વીની સપાટી પરનું પાણી.**

જયારે વરસાદનું પાણી ધરતી પર પહોંચે છે ત્યારે તે સપાટી પરના પાણી તરીકે ઓળખાય છે. ભારત તેમજ વિશ્વના અનેક નગરો અને મહાનગરો આ પાણીના સ્ત્રોતો જેવા કે કુત્રિમ ઝરણા, નદીઓ, નહેરો અને તળાવો પર નિર્ભર છે. અને તે આધારે પોતાની પાણીની જરૂરીયાત પૂરી કરે છે. આ સ્ત્રોતોને વિગતે સમજીએ તો......

(A) **કૃત્રિમ ઝરણાં/નહેરો.**

આ પ્રકારના ઝરણાનું નિર્માણ વરસાદના પાણીને એકત્રિત કરવા માટે કરવામાં આવે છે અથવા તો એકત્રિત કરેલા પાણીને આ ઝરણાંના આધારે જરૂરિયાતવાળા વિસ્તારમાં પહોંચાડવામાં આવે છે. આ કાર્ય માટે ઉંચી જમીન સપાટીવાળો વિસ્તાર આદર્શ માનવામાં આવે છે. અહી એકત્રિત થયેલ પાણી સ્વચ્છ રહે તે માટે પશુઓના ચારણ અને લોકોના વસવાટ પર પ્રતિબંધ મૂકવામાં આવે છે, તેઓને માટે નકકી કરેલા વિસ્તારમાં પ્રવેશનિષેધ કરવામાં આવે છે. દા.ત., જયપુરમાં રામગઢનો બંધ, ભરતપુરમાં આવેલ બંધ વગેરે તેના ઉતમ ઉદાહરણો છે. આ ઉપરાંત મદ્રાસ અને નાગપુરમાં આવા અસંખ્ય કૃત્રિમ ઝરણાઓ દ્વારા જળ પ્રાપ્ત કરવામાં આવે છે.

(B) **નદીઓ.**

'નદી' એ જળ પ્રાપ્તિનો પ્રમુખ સ્ત્રોત છે. ભારત જેવા દેશમાં અનેક નદીઓ પાણીના સ્ત્રોત સ્વરૂપે હોવાથી તેમાંથી અનેક રાજયો, શહેરો અને ગામડાઓ પાણી મેળવે છે. જો કે નદીઓનું પાણી થોડા પ્રમાણમાં દૂષિત હોવાથી તેના વીતરણ પહેલા શુધ્ધ કરવામાં આવે છે અને ત્યારબાદ તે લોકભોગ્ય બને તેવી વ્યવસ્થા કરવામાં આવે છે.

(C) **તળાવ.**

તળાવ એ બંધ પ્રકારનો પાણીનો સ્ત્રોત છે. ભારતમાં અસંખ્ય ગામડાઓ આ સ્ત્રોતનો ઉપયોગ કરી પોતાની જરૂરિયાત સંતોષે છે. અહિં લોકો સ્નાન કરે છે, કપડાઓ ધૂવે છે તેમજ પશુઓની સફાઈ અને તેના પીવા માટે પણ આ પાણીનો ઉપયોગ કરવામાં આવે છે માટે આ પાણી સ્વચ્છતાની દ્રષ્ટિએ નીચું સ્તર ધરાવે છે. ખાસ કરીને તેની અશુધ્ધિ પાછળનું મુખ્ય કારણ તેની બંધ પ્રકારની રચનાને ગણાવી શકાય. કારણ કે તળાવના દૂષિત પાણીના નિકાલની કોઈ વ્યવસ્થા હોતી નથી.

(૩) **ભુમિગત જળ / ધરાતળનું જળ.**

ભુમિગત જળ જમીનની અંદરથી પ્રાપ્ત થતું જળ છે. જમીન સપાટી પર એકત્રિત થયેલ વરસાદી પાણી સમય જતા જમીનની અંદર ઉતરે છે. જેથી તેનું આપોઆપ શુધ્ધિકરણ થઈ જાય છે. ભુમિગત જળને શુધ્ધતાની દ્રષ્ટિએ સર્વશ્રેષ્ઠ ગણવામાં આવે કારણ કે તે રોગોના જીવાણુઓથી મુકત હોય છે. આ ભુમિગત જળની પ્રાપ્તિ મુખ્ય બે રીતે પ્રાપ્ત થાય છે. (૧) કૂવાઓ દ્વારા અને (૨) ઝરણાં આધારે. જેને વિગતે નીચે પ્રમાણે સમજાવી શકાય. બોરીંગ દ્વારા

(A) **કૂવાઓ.**

ભારત એ ગામડાઓનો દેશ છે અને આ ગામડાંઓમાં પાણીના સ્ત્રોત તરીકે તળાવ ઉપરાંત કૂવાનો ઉપયોગ કરવામાં આવે છે. જેને તેની ઉંડાઈ આધારે બે વિભાગમાં વહેંચી શકાય.

(i) **છીછરા કૂવાઓ.**

આ પ્રકારના કૂવાની ઉંડાઈ ઓછી હોવાના લીધે તેને છિછરા કૂવા તરીકે ઓળખાવી શકાય. જેનું પાણી માટી નીચેથી અર્થાત પૃથ્વીના પ્રથમ અભેદ સ્તર ઉપરથી મળતું હોવાથી તેનું શુધ્ધિકરણ કરવાની જરૂરીયાત રહે છે. ઉપરાંત તેની સમયાંતરે સફાઈ પણ કરતાં રહેવું પડે છે. ટૂંકમાં આ પ્રકારના કૂવાનો પાણી મહતમ રીતે પીવાની પાણી તરીકે ઉપયોગમાં ન લેતા સામાન્ય ઘરેલું વપરાશ માટે કરવામાં આવે છે.

(ii) **ઊંડા કૂવાઓ.**

આ પ્રકારના કૂવાઓની ઊંડાઈ છિછરા કૂવાની ઊંડાઈ કરતા વધુ હોય છે. કારણ કે તે પૃથ્વિના પ્રથમ અભેદ સ્તરને ભેદીને બનાવવામાં આવેલો હોય છે અને તેમાંથી મળતું પાણી તે સ્તરની નીચેથી આવતું હોવાથી વધુ શુધ્ધ હોય છે. જેને નીચેની આકૃતિ આધારે વધુ સારી રીતે સમજી શકાશે.

સ્વાસ્થ્યપ્રદ કૂવો/આદર્શ કૂવો અને તેની લાક્ષણિકતાઓ.

સામાન્ય રીતે આદર્શ કૂવો એટલે ઉચીત સ્થાન અને ઉચિત પધ્ધતિએ બનાવેલો કૂવો કે જેનું પાણી શુધ્ધ હોય. જેની વધુ સ્પષ્ટ સમજૂતી નીચે પ્રમાણે સમજાવી શકાય.

(૧) **આદર્શ સ્થાન.**

આદર્શ કૂવો ત્યારે જ બની શકે ત્યારે તેના સ્થાનની પસંદગી સમયે નીચેની કેટલીક બાબતો ધ્યાનમાં રાખવામાં આવેલી હોય.

(૧) કૂવાની આસપાસ ૫૦ ફુટ સુધીના ક્ષેત્રમાં પ્રદૂષણનો કોઈપણ સ્ત્રોત હોવો ન જોઈએ.

(૨) કૂવાનું સ્થાન નાળા, દૂષિત ખાડાઓ અને સડક વગેરેથી ઉચું હોવું જોઈએ.

(૨) **ઉતમ નિમાર્ણ.**

કૂવાનું ઉતમ નિર્માણ ત્યારે જ થયું કહેવાય કે જયારે તે કૂવો ઉપરથી નીચે ૨૦ ફુટ સુધી ઈંટ કે પથ્થર અને સિમેન્ટથી વ્યવસ્થિત રીતે બંધાયેલો હોય જેના પરિણામે વરસાદનું જમીનમાં ઉતરેલું પાણી કૂવાના પાણી સાથે ન મળે.

(૩) **કૂવાની દિવાલ.**

કૂવાની દિવાલ પણ આદર્શ કૂવા માટેનું એક મહત્વનું પાસું છે. કૂવાના ઉપરના ભાગ પર સપાટીથી અઢી ફુટ ઉંચાઈ ધરાવતી દિવાલ બનાવેલ હોવી જોઈએ. જે અંદર અને બહાર સિમેન્ટથી બનેલ હોય તે જરૂરી છે. કારણ કે આ રીતે બનેલ દિવાલથી જમીન સપાટી પરનું દૂષિત પાણી કૂવામાં જતું રોકી શકાય છે.

(૪) **ચબુતરો.**

કૂવાની ચારે તરફ ઓછામાં ઓછો એક મિટર પહોળો સિમેન્ટ કોંક્રિટથી બનેલો ચબુતરો હોવો જોઈએ. જેનો ઢોળાવ કૂવાની વિરૂધ્ધ દિશામાં હોય ઉપરાંત હોય ઉપરાંત બહારની પાણી નિકાલ વ્યવસ્થા સાથે જોડાયેલો હોય તે જરૂરી છે.

(૫) પાણીની નિકાલ – વ્યવસ્થા.

આદર્શ કૂવાની લાક્ષણિકતા સાથે પાણીની નિકાલ વ્યવસ્થા આપોઆપ જોડાય જાય છે. કારણ કે કૂવામાંથી વપરાયેલું અને ચબુતરા પર ઢોળાયેલ અસ્વચ્છ પાણી કૂવાથી દૂર વહી જાય તે જરૂરી છે. જેના માટે ચોકકસ પ્રકારની ચબુતરાને અડકીને નિકાલ વ્યવસ્થા બનાવવી જરૂરી છે.

(૬) કૂવાનું ઢાંકણ.

કૂવાની ઉપરનું ઢાંકણ એ પાણીની સ્વચ્છતા સાથે જોડાયેલું અંગ છે. જો કૂવાનું મુખ ખુલ્લુ રહે તો તેમાં ધૂળ, માટી, વૃક્ષના પાંદડાઓ અને અન્ય કચરો પડવાની સંભાવના રહે છે અને પરિણામે પાણી દુષિત બને છે પરંતુ જો કૂવાના મુખને ઢાંકવા માટે જાળીવાળું કે સિમેન્ટનું બનાવેલ ઢાંકણ ઢાંકવામાં આવે તો પાણીને દુષિત થતું અટકાવી શકાય છે. અથવા તો તેના પ્રમાણમાં ઘટાડો કરી શકાય છે.

(૭) હેન્ડ પંપ.

હેન્ડ પંપ પણ આદર્શ કૂવાની લાક્ષણિકતા સાથે જોડાયેલું મહત્વનું અંગ છે. કૂવામાંના પાણીને બહાર કાઢવા માટે ઓછામાં ઓછા બે હેન્ડ પંપ હોય તે જરૂરી છે. આમ કરવાથી પાણી ખેંચવામાં ઓછી મુશ્કેલી પડે છે તેમજ પ્રદૂષણને ઘટાડી શકાય છે.

(૮) પ્રયોગશાળામાં જળ પરિક્ષણ.

સામાન્ય રીતે કૂવાનું પાણી લોકો પીવા માટે કે અન્ય ઘરેલું વપરાશ માટે ઉપયોગમાં લેતા હોવાથી તેનું પ્રયોગશાળામાં પરીક્ષણ સમયાંતરે થતું રહેવું જોઈએ કે જેથી પાણીના બદલાતા ગુણોથી પરિચીત રહી શકાય અને પાણી વપરાશલાયક છે કે કેમ? તે અંગેનો નિર્ણય કરી શકાય. આ પરિક્ષણ મુખ્યત્વે ત્રણ પ્રકારે કરવામાં આવે છે.

(૧) ભૌતિક પરિક્ષણ.

(૨) રાસાયણિક પરિક્ષણ અને

(૩) જીવાણું વિજ્ઞાન સંબંધી પરિક્ષણ.

(૯) સ્વાસ્થ્ય શિક્ષણ.

કૂવા અને તેમાં રહેલા પાણીની સ્વચ્છતા માટે સ્વાસ્થ્ય શિક્ષણ ફરજિયાત બની રહે છે. જેમાં કૂવાની સંભાળ અને તેની સ્વચ્છતા સંબંધી વિભિન્ન નિયમો અને ફરજોનો સમાવેશ કરી શકાય. દા.ત., કૂવાની પાસે સ્નાન ન કરવું, કપડા ન ધોવા, પશુઓને પાણીથી દૂર લઈ જઈ પાણી આપવું, દૂષિત વાસણ કૂવામાં ન નાખવું વગેરે જેવી બાબતોનો સમાવેશ કરી શકાય.

જળમાં અશુધ્ધિઓ અને પ્રદૂષણ.

રાસાયણિક અર્થ પ્રમાણ પાણી કયારેય પણ વિશુધ્ધ રહેતું નથી. અર્થાત પાણીમાં અનેક પ્રકારની અશુધ્ધિઓ રહે છે જેનું કાર્બનિક અને અકાર્બનિક અશુધ્ધિઓમાં વિભાજીત કરી શકાય.

(૧) **કાર્બનિક અશુધ્ધિઓ :** એમોનિયો, વૃક્ષોના પાંદડાઓ, જીવાણુ, કીડા – મકોડા વગેરે.

(૨) **અકાર્બનિક અશુધ્ધિઓ:**વિભિન્ન પ્રકારના વાયુઓ, કેલ્શિયમ, મેગ્નેશીયમ, સોડિયમ, લોહ, શીશું, રેતી, માટી વગેરે.

જળથી ફેલાતા રોગો.

(૧) **વાયરસથી ફેલાતા રોગો :** પોલિયો, માઈલાઈટિસ, ઈન્ફેકિસયસ, હેપેટાઈટિસ.

(૨) **જીવાણુથી ફેલાતા રોગો** : ઝાડા, ઉલટી, તાવ વગેરે.

(૩) **અમીબાથી ફેલાતા રોગો :** અમીવાયસિસ.

(૪) **કૃમિથી ફેલાતા રોગો :** પેટના જંતુ, ધાધર, સુન્નકૃમિ, હક વર્મ.

(૫) **અન્ય રોગો :** ગિની વાર્મ.

સાદું અને કડક પાણી.

સાદી પધ્ધતિ પ્રમાણે કોઈપણ પાણીને કડક ગણવું કે સાદું તે માટે સાબુમાંથી વળતા ફીણ સાથે જોડવામાં આવે છે. અર્થાત જે પાણી સાબુના ફીણ બનાવવામાં નિષ્ફળ જાય કે ઓછા ફીણ ઉત્પન્ન કરે છે તેને કડક પાણી કહેવાય અને જે પાણીથી સાબુના ફીણનું પ્રમાણ વધે તેને સાદા પાણી તરીકે પરિભાષીત કરી શકાય. કડક ગણાતા પાણીમાં તરલ પદાર્થોના રૂપમાં નીચે દર્શાવેલ કેટલાક ખનીજ પદાર્થો મિશ્રિત હોય છે.

૧) કેલ્શિયમ અને મેગ્નેશિયમ બાઈકાર્બોનેટ.

૨) કેલ્શિયમ અને મેગ્નેશિયમના સલ્ફેટ અને કલોરાઈડ.

૩) લોહતત્વ, રેતી વગેરે.

જળનું અસ્થાયી કડકપણું.

જળનુ અસ્થાયી કડકપણું એ એક એવી સ્થિતિ છે જેને ઉષ્ણતામાન દ્વારા દૂર કરી શકાય છે. આ કડકપણા પાછળ જળમાં રહેલા કેલ્શિયમ અને મેગ્નીશિયમ કાર્બોહાઈડ્રેટો જેવા તત્વો જવાબદાર છે. જયારે જળને ગરમ કરવામાં આવે છે ત્યારે કાર્બન હાઈડ્રોકસાઈડ બહાર નીકળી જાય છે તેમજ કેલ્શિયમ અને મેગ્નેશીયમના અધુલનશીલ કાર્બોહાઈડ્રેટ અવક્ષેપીત થઈને નીચે બેસી જાય છે. આ રીતે જળમાં રહેલ અસ્થાયી કડકપણાને કે કઠોરતાને ઉષ્ણતામાનની પ્રક્રિયા આધારે કે ઉકાળવાથી દુર કરી શકાય છે. આ પ્રક્રિયાને નીચેના સમીકરણ આધારે દર્શાવી શકાય.

$$Ca(HCO)_2 \longrightarrow CaCo_2 \longrightarrow H_2O = CO_2$$

જળનું સ્થાયી કડકપણું.

જળનું સ્થાયી કડકપણું એટલે એવું કડકપણું કે જે પાણીના ઉકાળવાથી દૂર થઈ શકતું નથી. આ સ્થાયી કડકપણા પાછળ જળમાં મળેલ ગંધક, કલોરાઈડ તેમજ કેલ્શિયમ તથા મેગ્નેશીયમ નાઈટ્રેડ જવાબદાર છે.

સ્થાયી અને અસ્થાયી કડકપણાને દૂર કરવાના ઉપાયો.

(i) **અસ્થાયી કડકપણાને દૂર કરવાના ઉપાયો.**

(A) પાણીને ઉકાળવાથી.

(B) પાણીમાં ચૂનો મિશ્રિત કરીને.

(C) સોડિયમ કાર્બોનેટ મિશ્રિત કરીને.

(D) પરમ્યૂટિટ પધ્ધતિ દ્વારા.

(ii) **સ્થાયી કડકપણાને દૂર કરવાના ઉપાયો.**

(A) સોડિયમ કાર્બોનેટ મિશ્રિત કરીને.

(B) પરમ્યૂટિટ પધ્ધતિ દ્વારા.

જળનું શુધ્ધિકરણ.

'જળ' એ માનવીની મૂળભૂત જરૂરિયાતોમાંની એક જરૂરીયાત છે. માટે તેનું શુધ્ધિકરણ કરવું ખૂબ જ જરૂરી છે. ગામડું હોય, શહેર હોય કે કસ્બો તેઓને માત્ર પાણી મળી રહે તે પુરતું નથી પરંતુ તેમાં યોગ્ય શુધ્ધતા સમાયેલી હોય તે પણ જરૂરી છે. આ શુધ્ધિકરણને મુખ્ય બે પ્રકારોમાં વહેંચી શકાય. (૧) નાના પાયા પરનું શુધ્ધિકરણ અને (૨) મોટા પાયા પરનું શુધ્ધિકરણ.

(૧) નાના પાયા પરનું જળ શુધ્ધિકરણ.

(A) **શુધ્ધિકરણની ઘરગથ્થું પધ્ધતિઓ.**

(i) **જળને ઉકાળવું.** પાણી/જળને ગરમ કરી તેનું શુધ્ધિકરણ કરવું એ ઘરગથ્થું ઉપયોગ માટેની અત્યંત સરળ પધ્ધતિ છે. કારણ કે આ પધ્ધતિમાં માત્ર પાંચ કે દસ મિનીટ સુધી પાણીને ઉકાળવાથી તેમાં રહેલ જીવાણું, બીજાણું, કૃમિકોષ તેમજ આંતર પરજીવીઓના કીટાણુ નાશ પામે છે. પાણીને ઉકાળવાથી પાણીમાં રહેલો કાર્બન ડાયોકસાઈડ બહાર નીકળી જાય છે. તેમજ તેનું કડકપણું નષ્ટ થાય છે. આમ, જળને ઉકાળીને તેનું કડકપણું નષ્ટ કરવાની પધ્ધતિ એ ઘરગથ્થું અને સરળ પધ્ધતિ ગણી શકાય.

(ii) **રાસાયણિક પદાર્થો દ્વારા જળ શુધ્ધિકરણ.** આ પ્રકારની શુધ્ધિકરણ પધ્ધતિમાં વિભિન્ન પ્રકારના રાસાયણિક પદાર્થોનો ઉપયોગ કરવામાં આવે છે જેમ કે ફટકડી, બ્લિચીંગ પાઉડર / વિરંજક ચૂર્ણ, પોટેશીયમ પરમેંગેનેટ તેમજ કલોરીનની ગોળીઓ – આ વિભિન્ન પદાર્થો દ્વારા જળશુધ્ધિકરણ કરવામાં આવે છે. રાસાયણિક પદાર્થ તરીકે વાપરવામાં આવતી ફટકડી દ્વારા પાણીનું ગંદાપણું દુર થાય છે. વિરંજક ચૂર્ણ દ્વારા ૧૦૦૦ ગૈલન પાણીને વિસંર્કમીત કરી શકાય છે. (૩૦ ગ્રામ વિરંજક પાઉડર દ્વારા) ઉપરાંત પોટેશીયમ પરમેંગેનેટનો ઉપયોગ જળમાં રહેલા હૈજા (એક પ્રકારનો રોગ)ના જીવાણુનો નાશ કરવામાં આવે છે. તેમજ કલોરિનની ગોળીઓ પાણીનું શુધ્ધિકરણ કરે છે. આમ, ઉપરોકત વિવિધ રાસાયણિક પદાર્થો દ્વારા જળનું શુધ્ધિકરણ કરવામાં આવે છે. જે ઘરબેઠા થઈ શકતું હોવાથી તેનો સમાવેશ ઘરગથ્થુ શુધ્ધિકરણની પધ્ધતિમાં કરી શકાય.

iii) **ઘરેલું જળ શુધ્ધિકરણ યંત્ર.** વર્તમાન સમયે જયારે લોકોમાં જળના શુધ્ધિકરણ પરત્વે જાગૃતિનો સંચાર થઈ રહયો છે ત્યારે ઘરેલું જળ શુધ્ધિકરણ યંત્ર વસાવવા પર વધુ ભાર મૂકાવા લાગ્યો છે કે જેના થકી પરિવારના સભ્યોનું સ્વાસ્થ્ય સુધારી શકાય. આજે જયારે આ પ્રકારના યંત્રોની બનાવવા માટેની કંપનીઓ વચ્ચે સ્પર્ધા વધી રહી છે ત્યારે સામાન્ય લોકો પણ ઓછા ખર્ચે વધુ સારૂ યંત્ર મેળવી શકે તેવી સંભાવનાઓ વધતી રહી છે. આમ, આ યંત્ર થકી થતું જળ શુધ્ધિકરણ પણ એક મહત્વની પધ્ધતિ બની રહે છે.

(B) **કૂવાના જળનું શુધ્ધિકરણ.**

કૂવાના જળના શુધ્ધિકરણને નાના પાયા પરના શુધ્ધિકરણમાં સમાવી શકાય. કારણ કે, આ પ્રકારની પધ્ધતિ દ્વારા શુદ્દ થતા જળનો જથ્થો ખૂબ ઓછો હોય છે. આ શુધ્ધિકરણ પધ્ધતિ નીચેના તબકકાઓ આધારે સમજી શકાય.

(૧) **કૂવાનું માપ લેવું.**

કૂવાના જળનું શુધ્ધિકરણ કરતી વખતે પ્રારંભિક સોપાન તરીકે કૂવાનું માપ લેવું જરૂરી બને છે. જેમાં કૂવાનો વ્યાસ અને ઉંડાઈ માપવામાં આવે છે. અહિં ઓછામાં ઓછા બે વ્યકિતઓ અને માપન માટે દોરડાનો ઉપયોગ કરવામાં આવે છે.

કર) **જળનું પ્રમાણ તપાસવું.**

બીજા તબકકામાં કૂવામાંના પાણીનું પ્રમાણ તપાસવાનું કાર્ય હાથ ધરવામાં આવે છે. જેના માટે નીચેના ગાણિતીક સમીકરણનો ઉપયોગ કરવામાં આવે છે.

5D2h = જળ ગૈલન

D = Diameter of the well (કૂવાનો વ્યાસ)

h = Height of the water Column (કૂવાના જળની ઉંચાઈ કે ઉંડાઈ)

ઉપરોકત સમીકરણ આધારે કૂવામાંના પાણીનો જથ્થો માપી શકાય છે.

(૩) **બ્લિચીંગ પાઉડરનું પ્રમાણ નકકી કરવું.**

આ તબકકામાં કૂવામાંના પાણીનું પ્રમાણ નકકી થયા બાદ તેના આધારે બ્લિચીંગ પાઉડરનું પ્રમાણ નકકી કરવામાં આવે છે. આપણે આગળ જોયું તે પ્રમાણે ૧,૦૦૦ (એક હજાર) ગૈલન પાણીને શુધ્ધ કરવા માટે ત્રીસ (૩૦) ગ્રામ બ્લિચીંગ પાવડરની /વિરંજક ચૂર્ણની જરૂરીયાત રહે છે. આમ જળના પ્રમાણ પ્રમાણે બ્લિચીંગ પાઉડરનું પ્રમાણ નકકી કરવામાં આવે છે.

(૪) **બ્લિચીંગ પાઉડરનું મિશ્રણ તૈયાર કરવું.**

કૂવાના પાણીના માપન બાદ બ્લિચીંગ પાઉડરનું મિશ્રણ બનાવવામાં આવે છે. આ મિશ્રણ નીચે મુજબ તૈયાર કરવામાં આવે છે.

– મિશ્રણમાં ૩/૪ પાણી નાખી લાકડા દ્વારા ખૂબ હલાવવામાં આવે છે.

– ત્યારબાદ તેને ૧૦ મિનીટ સુધી શાંત રાખવામાં આવે છે જેથી એ સમય દરમિયાન ચૂનો પાત્રના તળિયે બેસી જાય છે અને કલોરીનયુકત સાફ દ્રવ્ય ઉપર તરવા માંડે છે.

– સાફ દ્રવ્યને અન્ય પાત્રમાં લઈ લેવામાં આવે છે. જેનો ઉપયોગ આગળના તબકકામાં કરવામાં આવે છે.

(૫) મિશ્રણને કૂવાના પાણીમાં મેળવવું.

આ તબકકા દરમિયાન કલોરિનયુકત મિશ્રણને એક ડોલમાં લઈ તેને કૂવામાં ડુબાડવામાં આવે છે. આ મિશ્રણ કૂવાના પાણીમાં સારી રીતે ભળી જાય તે માટે ડોલને વારંવાર ડૂબાડવામાં આવે છે. આ ક્રિયાનું થોડા સમય સુધી પુનરાવર્તન કરવામાં આવે છે.

(૬) સંપર્ક અવધિ.

તૈયાર કરેલા મિશ્રણને પાણીમાં મેળવ્યા બાદ એક કલાક સુધી પાણી ન પીવાનો નિર્દેશ કરવામાં આવે છે. માટે આ સમયગાળા દરમિયાન મિશ્રણ અને પાણી વચ્ચે રાસાયણિક પ્રક્રિયા થતી હોવાથી તેને સંપર્ક અવધિ તરીકે ઓળખવામાં આવે છે. સામાન્ય કિસ્સાઓમાં આ શુધ્ધિકરણ પધ્ધતિનો યોગ રાત્રિ દરમિયાન કરવામાં આવે છે કે જેથી કૂવાના પાણીના ઉપયોગ સંબંધી ભાવિ મુશ્કેલીઓનો સામનો ન કરવો પડે.

(૭) ઔસ્થોટોલ્યુડિન તપાસ કરવી.

કૂવામાંના પાણીની શુધ્ધિકરણની તપાસ કરવાનું આ અંતિમ સોપાન છે. જેમાં શુધ્ધિકરણની પ્રક્રિયા પૂર્ણ થયા બાદ એક કલાક અથવા સંપર્ક અવધિ બાદ પાણીમાં રહેલ કલોરીનની માત્રા તપાસવામાં આવે છે. અહિં કલોરિનની માત્રા પ્રતિ લિટર ૦.૫ મિલિગ્રામ (0.5 P.P.D.) હોય તે ઈચ્છનીય મનાય છે.

ક૨) મોટા પાયા પરનું જળ શુધ્ધિકરણ.

(A) **જૈવિક ફિલ્ટર.**

જૈવિક ફિલ્ટર જેને Slow Sand filteration પણ કહેવામાં આવે છે. આ પધ્ધતિનો ઉપયોગ સૌ પ્રથમ ઈ.સ. ૧૮૦૪ સ્કોટલેન્ડમાં જળ શુધ્ધિકરણ માટે કરવામાં આવેલો જેને વર્તમાન સમયે વિશ્વસ્તરે સ્વીકૃત આદર્શ પ્રણાલી ગણવામાં આવે છે.

આ પધ્ધતિમાં શરૂઆતમાં જળસ્ત્રોતના દૂષિત પાણીને તળાવ કે ખેતરમાં એકત્રિત કરવામાં આવે છે. જેથી પ્રાકૃતિક રીતે જ શુધ્ધિકરણ થઈ જાય છે અને અશુધ્ધિઓ તળાવની નીચેની સપાટીએ બેસી જાય છે. નીચેની સપાટીએ અશુધ્ધિઓ જમા થતા સાફ થયેલા પાણીને રેતી દ્વારા બનાવેલ ફીલ્ટર પ્લાનમાંથી પસાર કરી પાણીને શુધ્ધ તેમજ પીવાલાયક બનાવવામાં આવે છે.

(B) **યાંત્રિક ફિલ્ટર.**

આ પ્રકારની જળ શુધ્ધિકરણ પધ્ધતિનો/ની સૌ પ્રથમ ઉપયોગ/શરૂઆત ઈ.સ. ૧૮૮૫ માં અમેરિકામાં કરવામાં આવ્યો હતો.

આ પ્રકારની પધ્ધતિમાં સૌ પ્રથમ જળ પ્રબંધ કરી તેને પાઈપ દ્વારા જળ શુધ્ધિકરણ પ્રણાલી સુધી લાવવામાં આવે છે. ત્યારબાદ તેમાં ફટકડી મેળવવામાં આવે છે. તૈયાર થયેલ મિશ્રણને યંત્ર પાત્રમાં ઝડપથી મોકલવામાં આવે છે જેથી ફટકડી અને પાણીનું સારી રીતે મિશ્રણ થઈ શકે. ત્યારબાદ તેને રેતીથી બનાવેલ શુધ્ધિકરણ

વ્યવસ્થામાંથી પસાર કરવામાં આવે છે. સમયાંતરે રેતીની શુધ્ધિકરણ વ્યવસ્થાને સાફ કરવામાં આવે છે. આમ, અહિં જળનું ૭૭% શુધ્ધિકરણ થઈ જાય છે.

વાયુ સંયોજન અને વાયુ પ્રદૂષણ.

વાયુ એ સજીવ માત્ર માટે જીવીત રહેવાનો એક આધાર છે. દરેક જીવ કોઈને કોઈ રીતે વાતાવરણમાંના જરૂરી વાયુનું શ્વસન કરી જીવીત રહેવાનો પ્રયાસ કરે છે. માણસ ખુબ ઓછા સમય સુધી ઓકિસજન વિના રહી શકે છે. તે માત્ર શ્વાચ્છોસ્વાસ માટે જ નહિ પરંતુ અન્ય કેટલાક કાર્યો સાથે પણ જોડાયેલ છે. વાયુથી જ માણસનું શરીર ઠંડુ રહી શકે છે ઉપરાંત માનવીની કેટલીક ઈન્દ્રિયોનો આધાર અથવા તો તે ઈન્દ્રિયોની કાર્યભૂમિકા વાયુના આધાર પર રહેલી છે. જેમ કે નાકની સુંઘવાની શકિત હવા વિના શકય નથી. ઉપરાંત તેની શ્વસન શકિતનો આધાર પણ ઓછા વતા અંશે વાયુ સાથે જોડાયેલ છે. તદ્ઉપરાંત માનવ સ્વાસ્થ્ય ઉપર પણ વાયુનો આધાર રહેલો છે. અર્થાત જો હવામાંનો વાયુ શુધ્ધ હોય તો માનવ સ્વાસ્થ્ય શુધ્ધ રહે છે. તો બીજી બાજુ અસ્વચ્છ વાયુ અનેક રોગોનું કારણ બની શકે છે. હવામાં રહેલા આ વાયુઓમાં કયાં કયાં વાયુ સંકળાયેલા છે, જોડાયેલા છે તે નીચે પ્રમાણે સમજી શકાય.

વાયુ સંયોજન.

આપણી આસપાસ રહેલ વાયુ જેને આપણે નરી આંખે જોઈ શકતા નથી, પરંતુ તેનો અનુભવ શકય છે. જેને આપણે શ્વસન ક્રિયામાં ઉપયોગમાં લઈએ છીએ તે માત્ર કોઈ એક વાયુ નથી પરંતુ બીજા અન્ય વાયુઓનું મિશ્રણ છે. આ વાયુઓ કેટલા પ્રમાણમાં હોય છે તે નીચે પ્રમાણે સમજી શકાય.

નાઈટ્રોજન	–	૭૮.૧૦%
ઓકિસજન	–	૨૦.૯૩%
કાર્બન ડાયોકસાઈડ	–	૦૦.૦૩%
અન્ય વાયુ	–	૦૦.૯૪%

આમ ઉપરોકત વાયુ સંયોજન આપણી આસપાસના વાતાવરણમાં જોવા મળે છે. તેમજ અન્ય વાયુઓમાં જેનું પ્રમાણ ૦૦.૯૪% છે તેમાં ઓર્ગન, નિયોન, ક્રિપ્ટન, જેનોન અને હિલીયમનો સમાવેશ થાય છે એ ઉપરાંત વરાળ, એમોનીયાના કણો, ધૂળ, જીવાણું વગેરે પણ સમાવિષ્ટ થાય છે.

વાયુ સંયોજન બનાવતા તત્વો.

આપણે આગળ જોયું તે પ્રમાણે વાયુ સંયોજનમાં અનેક પ્રકારના વાયુઓ રહેલા હોય છે. પરંતુ આ સંયોજન આપોઆપ નિર્માણ પામતું નથી કે સ્થાઈ રહી શકતું નથી. પરંતુ અન્ય કેટલાક તત્વો આધારે આ પ્રક્રિયા સક્રિય રહે છે જેને વાયુ સંયોજન બનાવતા તત્વો તરીકે ઓળખાવી શકાય.

(i) **સૂર્યપ્રકાશ.**

સૂર્યપ્રકાશ વાયુ સંયોજનમાં વધતી જતી અશુધ્ધિઓનું ઓકિસકરણ કરે છે તેમજ વાયુ વધતા જીવાણુઓને નિયંત્રિત કરે છે.

(ii) **વાયુ પ્રવાહ.**

વાયુ પ્રવાહનું કાર્ય પોતાના પ્રવાહ આધારે સંયોજનમાં રહેલી અશુધ્ધિઓને દૂર કરી તેને શુધ્ધ કરવાનું છે. વાયુ પ્રવાહનું મુખ્ય કાર્ય અશુધ્ધિઓને છૂટી પાડવાનું છે. વાયુ પ્રવાહ જેટલો ઝડપી તેટલી ઝડપથી અશુધ્ધિઓને છૂટી પાડી શકાય છે. અને પ્રમાણ વધુ સ્વચ્છ વાતાવરણનું નિર્માણ કરી શકાય છે.

(iii) **વરસાદ.**

વરસાદ પણ વાયુ સંયોજનના સાતત્ય માટેનું અગત્યનું તત્વ છે. તે વાતાવરણમાં ભળેલા પદાર્થો અને વાયુની અશુધ્ધિઓને દૂર કરી વાતાવરણને સ્વચ્છ બનાવે છે.

(iv) **લીલી વનસ્પતિ.**

લીલી વનસ્પતિ દ્વારા વાતાવરણમાં ઓકિસજનનું ઉમેરણ કરાય છે તે કાર્બન ડાયોકસાઈડને ગ્રહણ કરી ઓકિસજન ને બહાર છોડે છે. પરીણામે વધતા જતા કાર્બન ડાયોકસાઈડ અને ઘટતા જતા ઓકિસજનના પ્રમાણને સંતુલીત કરી શકાય છે.

વાયુ પ્રદૂષણ અથવા પર્યાવણ પ્રદૂષણ.

વાયુ પ્રદૂષણ એ વાયુમાં વધતા જતા પ્રદૂષકો દ્વારા ઉભી થતી હાનિકારક પરિસ્થિતિનો નિર્દેશ કરે છે. અર્થાત જયારે બાહય વાતાવરણમાં વાયુ પ્રદૂષકોનું પ્રમાણ અત્યંત વધી જાય અને વાતાવરણ દૂષિત બને તો તે પરિસ્થિતિને વાયુ પ્રદૂષણ કહી શકાય.

આધુનિક ઔદ્યોગિક યુગમાં વાયુ પ્રદૂષણ એ વિશ્વ સમક્ષ ઉભી થયેલ એક ગંભીર સમસ્યા છે. વાયુ પ્રદૂષણ એ અનેક પ્રદૂષણ સ્ત્રોતોનું પરિણામ છે, જેમાં ઘરગથ્થુ પ્રદૂષણ ઉત્સર્જીત કરતી પ્રવૃતિઓ (લાકડા બાળવા, બીન જરૂરી કચરો બાળવો, છાણાં બાળવા, બજારમાં અવ્યવસ્થિત રીતે કરતા નાખવો), યંત્રોનું વધતું જતું પ્રમાણ, ઉત્પાદન પ્રવૃતિઓ, વિભિન્ન સ્ફોટક પ્રવૃતિઓ વગેરે આ ઉપરોકત પ્રવૃતિઓના આધારે વાયુમાં કાર્બન ડાયોકસાઈડ, હાઈડ્રોજન સલ્ફાઈડ, કાર્બન મોનોકસાઈડ, સલ્ફર ડાયોકસાઈડ, કલોરીન વગેરે ઉમેરાય છે, પરિણામ સ્વરૂપં વાતાવરણ દૂષિત બને છે.

વાયુ પ્રદૂષણ અને પર્યાવરણ પ્રદૂષણનો સ્વાસ્થ્ય પર પ્રભાવ.

માનવ સ્વાસ્થ્ય પ્રત્યક્ષ રીતે પર્યાવરણ સાથે જોડાયેલું છે. માટે પર્યાવરણમાં થતો ફેરફાર માનવ સ્વાસ્થ્ય પર અસર કરે છે. પરંતુ જયારે પર્યાવરણમાં થતો ફેરફાર દૂષિત સ્વરૂપનો હોય ત્યારે તેની માનવ સ્વાસ્થ્ય પર વિઘાતક અસર પડે છે. પર્યાવરણ પ્રદૂષણ એટલે બીજુ કંઈ જ નહી પરંતુ પર્યાવરણમાં થતો દૂષિત ફેરફાર જે માનવ શરીર માટે અનેક રોગોના દ્વારો ખોલી આપે છે. વાયુમાં સતત ફેલાતા દૂષિત દ્રવ્યો અને પદાર્થો ઉપરાંત ધુમ્રપાન, વાહનનો ધુમાડો, માનવ શરીરને હાની પહોંચાડે છે. ખાસ કરીને માનવીની આંખો, ગળુ, ચામડી, ફેફસા વગેરે અંગો ઝડપથી પ્રભાવિત થાય છે. આમ, કહી શકાય કે વાયુ પ્રદૂષણ અને પર્યાવરણ પ્રદૂષણ માનવ સ્વાસ્થ્ય પર પ્રભાવી બને છે.

વાયુ પ્રદૂષણ પર નિયંત્રણ.

આપણે આગળ જોયું તે પ્રમાણે પર્યાવરણ પ્રદૂષણ માનવ અને સજીવ માત્ર માટે હાનીકારક સાબિત થતું હોવાથી તેને નિયંત્રીત કરવું ખૂબ જરૂરી છે. આ માટે નીચેના પગલાઓ હાથ ધરી શકાય.

– વિભિન્ન પ્રકારના વાહનોનું ચેકઅપ કરવું.

– પ્રદૂષણ ઉદ્ગમ સ્થાનો પર નિયંત્રણ મૂકવું.

– કોલસા અને ગેસના સ્થાને વિદ્યુતનો ઉપયોગ કરવો.

– ઔદ્યોગિક ક્ષેત્રો પર નિયંત્રણ મૂકવું.

– વૃક્ષોના વાવેતર અને ઉછેર પર ભાર મૂકવો.

– પ્રદૂષણ ઉત્સર્જન પર કાનૂની નિયંત્રણ મૂકવું.

વાયુ સંવાતન અને તેના પ્રકારો.

સંવાતનનો (Vantilation) સાદો અર્થ હવામાંના તાપમાન, ભેજ, ગતી અને અશુધ્ધિને નિયંત્રિત કરવું એવો કરી શકાય. બીજી રીતે કહીએ તો સંવાતન એટલે ઓરડાની બહાર અને અંદરની હવાનું વીનીમય કરવું કે પરિવર્તન કરવું.

સંવાતનના પ્રકારો.

(૧) **કુદરતી સંવાતન (હવાની મુકત અવર – જવર).**

ભારત એક વિકાસશીલ દેશ છે. તદઉપરાંત વિજ્ઞાન અને ટેકનોલોજીની દૃષ્ટિએ અન્ય વિકસીત દેશોની તુલનાએ પાછળ છે.આ ઉપરાંત કુદરતી સંધાનોથી ભારરૂપ હોવાથી ભારતની મોટાભાગની જનમેદની કુદરતી સંવાતનનો ઉપયોગ કરે છે.

(૨) **કૃત્રિમ સંવાતન.**

(A) **બહાર હવા કાઢતા સંવાતન.**

આ પ્રણાલીમાં નિર્ગમ પંખા દ્વારા ઓરડાની હવાને બહાર કાઢવામાં આવે છે. પંખા ચલાવવા માટે વિદ્યુત શકિતનો ઉપયોગ કરવામાં આવે છે. આ પધ્ધતિ દરમિયાન જયારે નિર્ગમ પંખા દ્વારા ગરમ હવા ફેંકી દેવામાં આવે છે ત્યારે અન્ય બારી – બારણાઓ વગેરે દ્વારા નવી શુધ્ધ અને ઠંડી હવા ઓરડામાં પ્રવેશે તેવી વ્યવસ્થા કરવામાં આવે છે. ખાસ કરીને ઉદ્યોગો, રસોઈ ઘર, સીનેમા ઘર, ઓપરેશન ખંડ તેમજ નાટયભવન વગેરે જેવા સ્થાનોએ આ પ્રકારના સંવાતનો જોવા મળે છે.

(B) **હવા ખેંચતું સંવાતન.**

આ પ્રકારના સંવાતનમાં ઉપર દર્શાવેલ સંવાતન કરતા બીલકુલ વિરૂધ્ધ પધ્ધતિ લાગુ પડે છે. અર્થાત હવા ફેંકવાને બદલે ઓરડા કે અન્ય સ્થાને હવા ઝડપથી ખેંચવામાં આવે છે. ખાસ કરીને આ પ્રકારનું સંવાતન ઉદ્યોગોમાં ઉપયોગી બને છે.

(C) **સંતુલિત સંવાતન.**

આ સંવાતન પ્રણાલીમાં ઉપરોકત બંને પ્રણાલીનું મિશ્રણ જોવા મળે છે અને તે બંને પ્રણાલી વચ્ચે સંતુલન જળવાય એ જ મુખ્ય હેતુ રહેલો છે. મોટા સભાગૃહો માટે આ સંવાતન પધ્ધતિ વધુ યોગ્ય પુરવાર થાય છે.

(D) વાતાનુકૂલન સંવાતન.

વર્તમાન સમયે સૌથી વધુ ઉપયોગમાં લેવાતી કૃત્રિમ સંવાતન પ્રણાલી એટલે વાતાનુકૂલન સંવાતન પ્રણાલી. અહિં વાતાવરણને શુધ્ધ અને અનુકૂળ બનાવવા માટે યાંત્રિક પધ્ધતિ દ્વારા હવાના તાપમાન, તેની શુષ્કતા અને ગતિને અનુકૂલિત કરવામાં આવે છે. વર્તમાન સમયે વધતી જતી ટેકનોલોજીના પરિણામ સ્વરૂપ આ પ્રણાલીમાં ધરખમ ફેરફાર થયો છે. કહેવાનો અર્થ એ છે કે આ પ્રણાલી હેઠળ વ્યકિત પોતાના ઓરડામાં ઈચ્છા મુજબ તાપમાન, હવાની શુષ્કતા નકકી કરી શકે છે અને તેને સ્થાયી પરિસ્થિતિમાં મૂકી શકે છે.

(૩) ઘરેલૂં કચરો અને અન્ય કચરાનો નિકાલ.

સામાન્ય અર્થ મુજબ માનવીના ઘરોમાંથી, શેરીમાંથી અને અન્ય સફાઈ પ્રવૃતિઓમાંથી નીકળતો પદાર્થ, ઉદ્યોગ તેમજ ખેતીમાંથી નીકળતાં બિનજરૂરી તત્વોને કચરા તરીકે ઓળખાવી શકાય, જે સામાન્ય રીતે નીચેના કાર્યો સાથે જોડાયેલ હોય છે.

– વાતાવરણને દૂષિત કરવું.

– મચ્છર અને માખીના પ્રમાણમાં વધારો કરવામાં સહાયક.

– ઉંદર તેમજ કીડા–મકોડાને આકર્ષિત કરવા.

– અનિચ્છનીય દશ્ય ઉભું કરવું.

કચરાની નિકાલ પધ્ધતિઓ.

આપણે આગળ જોયું તે પ્રમાણ કચરો એ અનેક દૂષિત અને અનિચ્છનીય કાર્યો સાથે જોડાયેલ છે. જો તેનો તત્કાલ નિકાલ કરવામાં ન આવે તો તેના વિપરીત પરિણામોનું ભોગ બનવું પડે છે. માનવીએ વિકાસની સાથો–સાથ કચરાના પ્રમાણ અને સ્વરૂપને ધ્યાનમાં રાખી વિભિન્ન પ્રકારની કચરા નિકાલ પધ્ધતિ શોધી કાઢી છે જેને વિગતે નીચે પ્રમાણે સમજી શકાય.

(A) કચરાને આગ ચાંપવી/બાળી નાખવો.

કચરાના નિકાલની સર્વોતમ પધ્ધતિ એટલે તેને બાળવો અથવા તો દહન કરવું. ખાસ કરીને દવાખાનાનો કચરો સૌથી વધુ સંક્રામક હોય છે માટે તેનું દહન કરવું જરૂરી બને છે. આ પ્રકારની નિકાલ પધ્ધતિના ઉપયોગ સમયે કચરામાંથી રેતી, ધૂળ, કાંચ જેવા તત્વોને દૂર કરવા હિતાવહ છે.

(B) કચરાને જમીનમાં દાટવો.

કચરા નિકાલની આ ખૂબ સરળ પધ્ધતિ છે. આ પધ્ધતિમાં જમીનમાં ખાડો બનાવી કચરાને તેમાં નાખી ત્યારાદ તેના પર માટી પાથરી દેવામાં આવે છે. અહીં આ પધ્ધતિમાં કચરાના સ્વરૂપ અને કદને ધ્યાનમાં રાખી ખાડાની ઉંડાઈ અને સ્થળ નકકી થાય તે જરૂરી છે. કારણ કે કેટલોક કચરો માનવી માટે ઘાતક પરિણામો નોતરી શકે છે માટે આ કચરો માનવ વસવાટ અને પાણીના સ્ત્રોતોથી દૂર દાટવામાં આવવો જોઈએ.

(C) કચરાને નિયંત્રિતરૂપે સડવા દેવો.

કચરા નિકાલની આ પધ્ધતિને મહત્વની પધ્ધતિ માનવામાં આવે છે. આ પધ્ધતિમાં કચરાને ત્રણ થી છ માસ સુધી ત્રણ ફુટ ઉંડા ખાડામાં દાટી દેવામાં આવે છે.

તેમજ કચરાને રાસાયણિક પરિવર્તનની પ્રક્રિયા દ્વારા ખાતરમાં પરિણમે તેવા પ્રયત્નો કરવામાં આવે છે જે સમય અવધિ બાદ પુનઃ તેનો ઉપયોગ ખેતરમાં ખાતર સ્વરૂપે કરવામાં આવે છે. આ પધ્ધતિનું મહત્વ એ છે કે તે માખી કે મચ્છર વગેરેને વધારવામાં કે તેને આકર્ષવામાં પોતાની ભૂમિકા અદા કરતી નથી. ટૂંકમાં તે સ્વચ્છતાને પોષે છે.

(D) **વનસ્પતિ ખાતર બનાવવું.**

આ પ્રકારની કચરા નિકાલ પધ્ધતિમાં ત્રણ ફુટ ઉંડો ખાડો ખોદવામાં આવે છે જેમાં દર ત્રીજા દિવસે માનવ મળ અને અન્ય કચરાનું અનુક્રમે ૨ અને ૬ ઈંચ જાડાઈવાળુ પડ બનાવવામાં આવે છે જેમાં ઉપરનું પડ/સ્તર કચરાનું હોય છે. જયારે આ સ્તર જમીન સપાટીથી ઉપર આવી જાય છે ત્યારે તેને ઢાંકી દેવામાં આવે છે.

આ પ્રક્રિયા દરમિયાન જિવાણુ ક્રિયાને પરિણામે ખાડામાં અત્યંત ગર્મી ઉત્પન્ન થતી હોવાથી બધા જ જીવાણુઓ નાશ પામે છે. આમ, ધીરે ધીરે ખાડાનું તાપમાન નીચે ઉતરે છે. ૪ થી ૬ માસના અંતે આ સડવાની ક્રિયા સમાપ્ત થાય છે. અને તેમાંથી ઉત્પન્ન થતા કે આકાર પામતા વનસ્પતિ ખાતરને ખેતીમાં વાપરવામાં આવે છે. ખેતી વિષયના નિષ્ણાંતો આ ખાતરને શ્રેષ્ઠ ખાતર માને છે પરંતુ અહિં આ પધ્ધતિમાં માનવ મળને માનવ શ્રમ દ્વારા ઉપાડવામાં આવતું હોવાથી તેના તરફી ઉપેક્ષા સેવવામાં આવે છે.

આમ, ઉપરોક્ત વિભિન્ન પધ્ધતિઓ દ્વારા વાતાવરણને દૂષિત કરતા કે ગંદકી ફેલાવતા કચરાનો નિકાલ કરવામાં આવે છે.

(૪) **મળમૂત્રનો નિકાલ.**

મળમૂત્ર ત્યાગની ક્રિયા એ માનવીની દૈનિક ક્રિયા છે ઉપરાંત તેને યોગ્ય નિકાલ થાય તે પણ જરૂરી છે. જો આ કિંયા ખુલ્લી જગ્યામાં કરવામાં આવે તો તેનાથી ગંદકી અને અનેક પ્રકારના જીવાણુઓ ઉત્પન્ન થાય છે. માટે તેનો યોગ્ય નિકાલ થાય અને જીવાણુઓને ઉત્પન્ન થતા રોકી શકાય તે માટેની પધ્ધતિઓ વિચારવામાં આવી છે. જેને મુખ્ય બે વિભાગમાં વહેંચી શકાય.

(i) જળરહિત મળ પ્રણાલી કે પધ્ધતિ.

(ii) જળ પરિવહન મળ પ્રણાલી કે પધ્ધતિ.

સમજૂતી.

(i) **જળરહિત મળ પ્રણાલી.**

આ પ્રકારની પધ્ધતિનો ઉપયોગ પાણીની અછતવાળા વિસ્તારો માટે કરવામાં આવે છે. ભારત સિવાય વિશ્વના અનેક એવા દેશો કે સ્થળો છે જયાં પાણીની અછત જોવા મળે છે. તેમજ મળમૂત્રનો નિકાલ કરવો તે પણ જરૂરી છે માટે આ પ્રકારની પધ્ધતિનો ઉપયોગ અનિવાર્ય બને છે. જેને વિગતે નીચે પ્રમાણે સમજી શકાય.

(A) **સફાઈવાળા શૌચાલય.**

આ પધ્ધતિનો ઉપયોગ પ્રાચીન ભારતમાં કરવામાં આવતો હતો. જેમાં એકત્ર થયેલા મળમૂત્રને નીચી જ્ઞાતિના લોકો દ્વારા પાત્રોમાં ભરી તેને માથા પર લઈ દૂર ફેંકવા જવાની વ્યવસ્થા હતી. તેને 'મેલુ ઉપાડવાની પ્રથા' તરીકે પણ ઓળખવામાં

આવતી. આ પધ્ધતિમાં માનવ – મળ માખી અને મચ્છર તેમજ અન્ય જીવાણુઓ માટે ખુલ્લુ રહેતું, પાણીનું અને જમીનનું પ્રદૂષણ પણ વધતું, ઉપરાંત વાતાવરણ દૂષિત થતું અને જરૂરી મજૂરોની હંમેશા તંગી રહેતી. માટે આ પધ્ધતિ અસંતોષકારક સાબિત થતા સમયાંતરે તે લુપ્ત બની.

(B) **બોર હોલ શૌચાલય.**

આ પધ્ધતિમાં ખોદવામાં આવતો ખાડો બોર દ્વારા કરવામાં આવત હોવાથી તેને બોર હોલ શૌચાલય તરીકે ઓળખવામાં આવે છે. જેમાં છ મીટર ઉંડો અને ત્રીસથી ચાલીસ સે.મી.ની વ્યાસના છેદવાળો ખાડો ખોદવામાં આવે છે. ત્યારબાદ તેના પર બેઠક વ્યવસ્થા ગોઠવવામાં આવે છે. સામાન્ય રીતે આ પધ્ધતિથી બનાવેલ શૌચાલય પાંચ થી છ સભ્યોની સંખ્યા ધરાવતા કુટુંબ માટે એક વર્ષ સુધી ઉપયોગમાં લઈ શકાય છે.

(C) **ડગ વેલ શૌચાલય.**

આ પ્રકારની શૌચાલય પધ્ધતિની શરૂઆત ઈ.સ.૧૯૪૯–૫૦ માં પશ્ચિમ બંગાળના સિંગૂરમાં થઈ હતી. સામાન્ય રીતે આ પધ્ધતિએ ખોદવામાં આવેલ ખાડાનો વ્યાસ ૩૦ ઈંચ અને ઉંડાઈ ૧૦ થી ૧૨ ફુટ હોય છે. આ પ્રકારનું શૌચાલય નાના પરિવાર માટે ૫ વર્ષ સુધી ચાલી શકે છે જો કે તે ભરાઈ જતા તેને બંધ કરી દેવું હિતાવહ છે.

(D) **R.C.A. શૌચાલય.**

આ પ્રકારનું શૌચાલય સસ્તુ અને સ્વચ્છતાપૂર્ણ હોવાથી ગ્રામિણ સમુદાયો અને કસ્બાઓ માટે અત્યંત ઉપયોગી છે તે સામાન્ય રીતે જળસ્ત્રોતોથી આશરે ૫૦ ફુટ દૂર હોય તે ઈચ્છનીય છે. કારણ કે તેનાથી ભાવિ જળપ્રદૂષણને રોકી શકાય છે.

(E) **સેપ્ટિક ટેન્ક.**

આવાસીય તેમજ લઘુ સંસ્થાઓના મળમૂત્ર નિકાલ માટે આ પધ્ધતિથી બનાવેલ શૌચાલય વધુ મહત્વનું માનવામાં આવે છે. સાર્વજનિક જળમળ પધ્ધતિના અભાવમાં આ પધ્ધતિનો ઉપયોગ કરવામાં આવે છે. આ પધ્ધતિમાં એક ટાંકી બનાવવામાં આવે છે જેની લંબાઈ તેની પહોળાઈ કરતાં બમણી હોય છે. ટાંકીની ઉંડાઈ સામાન્ય રીતે ૫ થી ૭ ફુટ હોય છે જેમાંથી માત્ર ૪ ફુટ મળમૂત્ર માટે હોય છે અને ઓછામાં ઓછી ૧ ફુટ જગ્યા હવાની અવર જવર માટે રાખવામાં આવે છે. ટાંકીની ઉપર એક મુખ્ય મળદ્વાર રાખવામાં આવે છે અને ઉપયોગ બાદ તેના પર ઢાંકણ ઢ ાંકવામાં આવે છે.

(F) **છિછરા શૌચાલય.**

આ પ્રકારના શૌચાલયનું નિર્માણ શિબીર, મેળાઓ કે ત્યોહારો દરમિયાન કરવામાં આવે છે. સામાન્ય રીતે આ પ્રકારના શૌચાલયની પહોળાઈ ૩૦ સે.મી. અને ઉંડાઈ ૯૦ થી ૧૫૦ સે.મી. રાખવામાં આવે છે. શૌચાલયના ઉપયોગ પહેલા લોકોને મળને ઢાંકી દેવાનું (માટી દ્વારા) કહેવામાં આવે છે તેમજ હાથ સાફ કરવા માટે અલગ વ્યવસ્થા કરવામાં આવે છે.

(G) **ઉંડા શૌચાલય.**

આ પ્રકારના શૌચાલયોનું નિર્માણ લાંબો સમય ચાલતી શિબીરો માટે કરવામાં આવે છે. શૌચાલયની પહોળાઈ અને ઉંડાઈ અનુક્રમે ૭૫ થી ૯૦ સે.મી. અને ૨ થી ૨.૫ મીટર સુધીની રાખવામાં આવે છે. જો કે શૌચાલયની પહોળાઈ અને ઉંડાઈનો આધાર લોકોની સંખ્યા પર પણ હોય છે.

(ii) **જળ પરિવહન મળ પ્રણાલી.**

જળ પરિવહન મળ પ્રણાલી મોટા શહેરો અને ગીચ વસ્તી ધરાવતા મહાનગરો માટે વધુ ઉપયોગી છે. અહિં પાણીની પૂરતી સગવડતા હોવી અનિવાર્ય છે. કારણ કે મોટા પ્રમાણમાં મળના જથ્થાને નગર કે મહાનગરોની બહાર લઈ જવા માટે તે પૂર્વશરત છે. વિભિન્ન પ્રકારની ગટર વ્યવસ્થા જેમ કે ઘર કે વસવાટ સ્થળેથી મુખ્ય બજારમાં મળમૂત્ર લઈ જતી ગટર વ્યવસ્થા, બજારમાંથી વિસ્તારને જોડતી ગટર વ્યવસ્થા અને અંતે શહેરી બહાર જતી મુખ્ય અને અંતિમ ગટર વ્યવસ્થા, જેને કાર્યરત રાખવા માટે પાણી પૂરતો જથ્થો ફરજિયાત બને છે.

જરૂરી સાધનો.

– ઘરેલુ સાધનો તરીકે પાણીથી ચાલતુ શૌચાલય, પેશાબઘર, હાથ – મોં ધોવાનું પાત્ર વગેરે જે મોટાભાગે ચિનાઈ માટીથી બનાવવામાં આવે છે.

– ઘરમાંથી બહાર જતી પાઈપ આ પ્રકારની પાઈપનો વ્યાસ આશરે ૪ ઈંચ હોવો જોઈએ તેમજ તે જમીન સપાટીથી ૬ ઈંચ નીચે હોવો જોઈએ. આ પાઈપનું મુખ્ય કાર્ય એકત્ર થયેલ મળ–મૂત્રને શેરીના મુખ્ય પ્રવાહ સાથે જોડવાનું છે.

– શેરીની મુખ્ય ગટર વ્યવસ્થા – આ વ્યવસ્થા શેરીનો સંપૂર્ણ મળ સંગ્રહ કરી તેને મુખ્ય નિકાલ વ્યવસ્થા સાથે જોડે છે.

– સંપૂર્ણ ગટર વ્યવસ્થા કે જળ પરિવહન મળ પ્રણાલીમાં જરૂરી સથાનો પર ઢાંકણ વ્યવસ્થા ગોઠવવામાં આવે છે જેથી ગટરમાંનો વિકૃત ગેસ બહાર આવી શકે ઉપરાંત પાણીના પ્રવાહને કાર્યરત રાખી શકાય. આ ઉપરાંત સમયાંતરની સફાઈમાં પણ આ ઢાંકણ ઉપયોગી બને છે.

Levels of Sanitation

(સ્વચ્છતાના સ્તરો / વિભિન્ન સ્તરે સ્વચ્છતા)

(A) વ્યકિતગત સ્તરે.... (Individuals)

'સ્વચ્છતા' એ એક માનવમૂલ્ય છે. માટે સ્વચ્છતા સંબંધી આદર્શો વ્યકિતગત સ્તરે પણ એટલાં જ મહત્વના રહયા છે. વ્યકિતગત સ્તરની સ્વચ્છતા એ સ્વચ્છતાનું પાયાનું એકમ હોવાથી તેનું મહત્વ આપોઆપ વધી જાય છે.

વ્યકિતગત સ્તરની સ્વચ્છતા એ વ્યકિતના અંગત સ્વાસ્થ્ય, સંરક્ષણ અને સંવર્ધન તેમજ ભોજન સુરક્ષિત રાખવા માટે મહત્વની બની રહે છે. ઉપરાંત જયારે ભોજન તૈયાર કરવાનું હોય ત્યારે સ્વચ્છ સપાટી, સ્વચ્છ સાધનો અને યોગ્ય પધ્ધતિનો ઉપયોગ થાય તે પણ જરૂરી છે. માનવીઓમાં જોવા મળતાં રોગો જેવા કે કફ, ફલૂ, ઉલટી, ગળાની બળતરા વગેરે ભોજનથી ફેલાય છે. માટે જો દૂષિત કે ઈજાગ્રસ્ત

હાથથી ખોરાક બનાવવામાં આવે તો અનેક રોગો થવાની સંભાવના રહે છે. આ વ્યકિતગત સ્વચ્છતામાં સામાન્ય રીતે નીચેની બાબતોનો સમાવેશ કરવામાં આવે છે.

હાથ સાફ કરવા.

કોઈપણ વ્યકિત જયારે ખોરાક બનાવે ત્યારે તેણે વારંવાર હાથ ધોવા જરૂરી બને છે આ માટે હાથને ૨૦ સેકન્ડ સુધી ઘસવા, ગરમ પાણી અને સાબુનો ઉપયોગ તેમજ સ્વચ્છ ટુવાલનો ઉપયોગ થાય તે ઈચ્છનીય છે. આ ઉપરાંત નીચે દર્શાવેલ વિભિન્ન ક્રિયાઓ સમયે હાથ સાફ કરવામાં આવે તે પણ એટલું જ જરૂરી છે.

- **કોઈપણ કાર્યની શરૂઆત કરતાં પહેલાં** ...... જયારે કોઈ નવા કાર્યનો આરંભ કરવાનો હોય ત્યારે તેની પહેલા હાથ ધોવા જરૂરી છે. કારણ કે ઘણી વખત પૂર્વ થયેલા કાર્યની ચાલુ કાર્ય પર ીવ્ઘાતક અસર થવાની સંભાવના રહે છે.
- **દરિયાઈ ખોરાક જેવો કે માછલી ઉપરાંત મરઘાં અને ઈંડાનો ઉપયોગ કરી બનાવાતી રસોઈ સમયે અને ત્યારબાદ** ..... જયારે પણ કોઈ દરિયાઈ ખોરાક બનાવવામાં આવે અથવા તો મરઘાં અને ઈંડાનો ઉપયોગ કરી ખોરાક બનાવવામાં આવે ત્યારે હાથ સાફ કરવાં જરૂરી બને છે કારણ કે આ ખોરાક (માછલી, મરઘાં, ઈંડા) જયાંથી લાવવામાં આવે છે તે સ્ત્રોતો ખૂબ દૂષિત સ્વરૂપના હોય છે, ત્યાં સ્વચ્છતાનો ઘણો અભાવ જોવા મળે છે. માટે તેમાંથી બનતો ખોરાક પણ દૂષિત બને છે. તદઉપરાંત ખોરાક બનાવ્યા બાદ પણ પ્રદૂષણ આગળ ન વધે તે માટે ફરી હાથ ધોવા જરૂરી બને છે.
- **બાથરૂમના ઉપયોગ બાદ**..... બાથરૂમના ઉપયોગ બાદ પણ હાથ ધોવાય તે જરૂરી છે. કારણ કે બાથરૂમનાં વિભિન્ન પાત્રો, દરવાજાનું હેન્ડલ વગેરે કોઈને કોઈ રીતે દૂષિત બન્યા હોય છે જેનો સ્પર્શ આપણા માટે અનિવાર્ય બને છે તેથી જો શકય હોય તો બાથરૂમના ઉપયોગ બાદ હાથ ધોવાય તે જરૂરી છે.
- **ભોજન કર્યા બાદ** ..... સામાન્ય રીતે આજના સમયે ભોજન માટે ચમચી – કાંટા વગેરેનો ઉપયોગ થાય છે. આમ છતાં ઘણી વખત જાણે – અજાણે ભોજનના અમુક તત્વો આપણા હાથ પર ચોંટે છે. જે વ્યવસ્થિત રીતે સાફ ન થાય તો તે બિમારીને નોતરી શકે છે આ ઉપરાંત આજે પણ ભારતમાં અસંખ્ય લોકો ભોજન ચમચી – કાંટાનો ઉપયોગ ટાળે છે તેમજ પોતાના હાથની સફાઈ અંગે પૂરતું ધ્યાન આપતા નથી. જે ઉપેક્ષીત ગણવામાં આવે છે.
- **દૂષિત વસ્તુની હેરફેર બાદ**.... દૂષિત વસ્તુની હેર–ફેર કરવાથી કે તેને સ્થાનાંતરીત કરવાથી દૂષિત તત્વો આપણાં હાથને પણ દૂષિત બનાવે છે. આ ઉપરાંત શરીરના અન્ય અંગો પણ દૂષિત થવાની સંભાવનાઓ રહેલી છે. આમ, દૂષિત વસ્તુની હેરફેર બાદ હાથ સાફ કરવા જોઈએ.
- **ઉધરસ અને છીંક આવ્યા બાદ** ..... આપણે સૌ જાણીએ છીએ કે જયારે આપણને ઉધરસ કે છીંક આવે છે ત્યારે આપણે નાક અને મોં પર હાથ રાખીએ છીએ કે જેથી અન્ય લોકોને કોઈ ચેપ કે જંતુઓ ન સ્પર્શે. પરંતુ આપણે આપણા દૂષિત થયેલા હાથ તરફ ધ્યાન આપતા નથી. પરંતુ ખરી

રીતે જોઈએ તો આપણા સ્વાસ્થ્ય ખાતર આપણે પણ ઉધરસ અને છીંક આવ્યા બાદ આપણા હાથ સાફ કરવા જોઈએ.

o **વાળ, ચહેરા અને શરીરના સ્પર્શ બાદ.....** સ્વચ્છતા સંબંધી થયેલા વૈજ્ઞાનિક સંશોધનોના ફળસ્વરૂપ આપણને અનેક પ્રકારની વૈજ્ઞાનિક સમજૂતીઓ લભ્ય બની છે. સ્વાસ્થ્ય વિજ્ઞાન પ્રમાણે જયારે પણ આપણે વાળ, ચહેરા અને શરીરના અન્ય અંગોને સ્પર્શીએ છીએ ત્યારબાદ હાથ સાફ કરવા જરૂરી છે. કારણ કે દૂષિત હાથ અને સ્વાસ્થ્ય વચ્ચે સીધો સંબંધ રહેલો છે.

– ભોજનમાં ઉપયોગમાં આવતી સપાટી અને વાસણોને વ્યવસ્થિત સાફ કરવા.

o **ભોજન સંબંધિત સપાટી સાફ કરવી....**

વ્યકિતગત સ્વાસ્થ્યનાં ભોજન સંબંધી સ્વચ્છતાનો પણ સમાવેશ થાય છે. જયારે કોઈ ભોજન બનાવવામાં આવે ત્યારે તે ભોજન જે સપાટી (પ્લેટફોર્મ) પર બનાવવાનું હોય તેને સાફ કરવી જરૂરી છે. કારણ કે તે વાતાવરણમાંના રજકણો અને અન્ય તત્વોથી દૂષિત બની હોવાની સંભાવના રહે છે.

o **સંબંધિત વાસણો સાફ કરવા.....**

ભોજન બનાવવાની સપાટી જ નહિ પરંતુ તેની સાથે સંબંધીત કે ઉપયોગમાં લેવાના હોય તે દરેક વાસણો પર સાફ કરવા જોઈએ. જેથી પ્રદૂષણનો ભય ન રહે.

o **ભોજન સપાટીની સફાઈ માટે કાગળ કે સ્વચ્છ કાપડનો ઉપયોગ કરવો....**

આપણે આગળ જોયું તે પ્રમાણે ભોજન સપાટીની સફાઈ જરૂરી છે. ઉપરાંત તે સફાઈ કાગળ કે સ્વચ્છ કાપડ દ્વારા થાય તે પણ જરૂરી છે કે જેનાથી ભોજન પ્રદૂષિત ન થાય.

o **સમુદ્રી ખોરાક ઉપરાંત ઈંડા અને મરઘાં જેવા ખોરાકને રાંધવા બાદ અનિવાર્ય રીતે સપાટી સાફ કરવી......**

દરિયાઈ ખોરાક /સમુદ્રી ખોરાક, ઈંડા, મરઘાં વગેરે જેવા ખોરાક સામાન્ય રીતે વધુ પ્રદુષિત હોય છે. માટે તેનો રાંધવામાં ઉપયોગ થાય તે પછી સપાટીને વ્યવસ્થિત રીતે સાફ કરવી જોઈએ.

o **ગરમ પાણીમાં કપડાં ધોવા .....**

ભોજન સમયે હાથ સાફ કરવાં, વાસણ લૂંછવા વગેરે માટે નાના – મોટા કપડાંનો ઉપયોગ થતો હોય છે. જે વારંવારની સફાઈ બાદ પ્રદૂષિત થાય છે ઉપરાંત અલગ – અલગ પ્રકારના પદાર્થો તેના સંપર્કમાં આવ્યા હોય છે તેથી તેને ધોતી વખતે ગરમ પાણીનો ઉપયોગ ઈચ્છનીય મનાય છે.

o **કાપેલા શાકભાજીને અનિવાર્ય રીતે ગરમ પાણીમાં ધોવા ....**

સામાન્ય રીતે આપણે રસોઈ માટે કાપેલા શાકભાજીને ઠંડા પાણીમાં ધોઈએ છીએ. પરંતુ અહિં ઠંડા પાણીની જગ્યાએ ગરમ પાણીનો ઉપયોગ કરવો જોઈએ. જેથી વાસણ કે છરી–ચપ્પુના સંપર્કથી શાકભાજીને લાગેલા પદાર્થોને દૂર કરી શકાય.

આમ, ઉપરોકત સમગ્ર ચર્ચા આધારે આપણે વ્યકિતગત સ્તરની સ્વચ્છતાને કોને કહેવાય તે સમજવા. ઉપરાંત માનવ સ્વાસ્થ્યના સંરક્ષણ, સંવર્ધન અને સાતત્ય માટે પણ તે કેટલું મહત્વનું છે તે પણ સમજી શકાય.

(B) **ઘરેલું સ્તરે. (Household)**

ઘરેલું સ્વચ્છતા એ એવી પ્રક્રિયા સાથે સંબંધિત છે જે રોગોને અટકાવે છે કે ઓછા કરે છે. ઉપરાંત અન્ય સ્થળોએ તેનો પ્રસાર થતો પણ અટકાવે છે. ગૃહ સ્વચ્છતામાં હાથ ધોવા, શ્વાસની સ્વચ્છતા, ખોરાક અને પાણીની સ્વચ્છતા, પાલતું પ્રાણીઓની સંભાળ અને ઘરમાં આરોગ્ય સંભાળ વગેરે બાબતોનો સમાવેશ થાય છે.

સ્વચ્છતા સાથે જોડાયેલા વિભિન્ન તત્વો કે સ્તરો અંતે તો ચેપનો પ્રસાર કરતી સાંકળને તોડવાના કાર્ય સાથે જોડાયેલ છે. સામાન્ય રીતે ઘરમાં ચેપના પ્રસાર માટેના મુખ્ય સ્ત્રોતોમાં લોકો (ચેપગ્રસ્ત લોકો), ખોરાક, પાણી તેમજ પાલતું પ્રાણીઓનો સમાવેશ થાય છે. ઉપરાંત નળ, શૌચાલય, નકામી પાઈપો, સફાઈના સાધનો વગેરે કે જેના દ્વારા પાણીનો પ્રવાહ એકઠો થાય છે તે જીવાણુઓના વિકાસને પ્રોત્સાહન આપે છે તેમજ ચેપના દ્વિતિય કક્ષાના સંગ્રાહક બની રહે છે.

આ ઉપરાંત ઘરમાં વાપરવામાં આવતા શણના કાપડ પણ રોગોના પ્રસાર માટે મહત્વના બની રહે છે. માટે શકય હોય તો તેના ઉપયોગને ટાળવો જોઈએ. બિમારીગ્રસ્ત લોકો દ્વારા ચેપનો પ્રસાર ન થાય તેની કાળજી લેવી જોઈએ.

૦ ઘરમાં પાણીની વ્યવસ્થા અને સલામત સંગ્રહ.

ઘરમાં રહેલી પાણીની વ્યવસ્થા અને સલામત સંગ્રહ એ સામુદાયિક પરિવારો દ્વારા ઘરોમાં વપરાતી એક એવી પધ્ધતિ છે જે ખાતરી આપે છે કે ઉપયોગમાં લેવાતું પાણી સુરક્ષિત છે. માત્ર વિકાસશીલ દેશોમાં જ નહિ પરંતુ વિકસીત દેશોમાં પણ ગુણવતાસભર પાણી એક પ્રશ્ન છે યુરોપના દેશોમાં પણ અંદાજિત ૧૨૦ મિલિયન (૧ કરોડ ૨૦ લાખ) લોકોને સુરક્ષિત પીવાનું પાણી ઉપલબ્ધ નથી.

ઘરેલું સ્વચ્છામાંના એક ભાગરૂપ પાણીને સ્વચ્છ અને સુરક્ષિત કરવાના નીચે મુજબના રસ્તાઓ અપનાવી શકાય.

— રાસાયણિક જંતુરોધક કલોરિન અથવા આયોડિનનો ઉપયોગ.

— પાણીને ઉકાળવું.

— ચિનાઈ માટીના ફિલ્ટર દ્વારા નિસ્પંદન વગેરે.

૦ રસોડા, સ્નાનાગાર અને શૌચાલયમાં સ્વચ્છતા.

વિવિધ પ્રકારના રોગના જંતુઓ ન ફેલાય તે માટે ગૃહ સ્તરે રસોડા, સ્નાનાગાર અને શૌચાલયમાં પણ સ્વચ્છતા જળવાવી જોઈએ. ખાસ કરીને શૌચાલય બેઠક, ફલશ માટેનું હેન્ડલ, દરવાજો, નળ, બાથરૂમ તેમજ બેસનની સપાટી વગેરે નિયમિત સાફ થાય તે જરૂરી છે. આ ઉપરાંત પૂર્ણ સ્વચ્છતા માટે ચેપી ફુગના પ્રસારને અટકાવવું પણ ખૂબ મહત્વનું છે. ફૂગ એ દિવાલ, જમીનની ટાઈલ્સ, નિર્જીવ સપાટી, ગાલીચો, નરમ રાચરચીલું, વગેરે પણ આકાર લે છે, જેનો યોગ્ય નિકાલ કરવો પણ જરૂરી છે.

○ કપડાની સ્વચ્છતા.

કપડાની સ્વચ્છતા પણ ઘરેલું સ્વચ્છતામાં સમાવિષ્ટ બાબત છે. સામાન્ય રીતે આપણે કપડાંનાં સીધા સંપર્કમાં હોવાથી કપડાની સ્વચ્છતા અનિવાર્ય બની જાય છે. આ ઉપરાંત કપડાની સ્વચ્છતા માટેની નીચેની બાબતો ધ્યાનમાં લેવી ઘટે.

— ૬૦° સે કે તેથી વધુ તાપમાને કપડા ધોવા કે ઈસ્ત્રી કરવા.

— બ્લીચ આધારિત ઉત્પાદનોનો ઉપયોગ કરવો વગેરે.

○ ઘરમાં તબીબી સ્વચ્છતા.

ઘરમાં તબીબી સ્વચ્છતાને મહત્વની બાબત ગણવામાં આવે છે જો ઈજાગ્રસ્ત કે નબળું આરોગ્ય ધરાવતી વ્યકિત સંબંધી કાળજી લેવામાં ન આવે તો તેનો પ્રભાવ પરિવારના અન્ય સભ્યો પર પણ થઈ શકે છે.

○ ઓછી આવક ધરાવતા પરિવારોમાં ગૃહ સ્વચ્છતા.

ઓછી આવક ધરાવતા પરિવારો અપર્યાપ્ત સુવિધાઓવાળા ઘરોમાં રહેતા હોય છે. માટે ત્યાં અસ્વચ્છ વાતાવરણ અનિવાર્યપણે આકાર પામે છે. સંશોધનો દર્શાવે છે કે જો સફાઈકાર્યમાં અને શરીરની સફાઈ માટે સાબુનો ઉપયોગ કરવામાં આવે તો ઓછી આવક ધરાવતા પરિવારોમાં પણ ઘણા અંશે સ્વચ્છતા જાળવી શકાય છે.

○ ઘરમાં ચેપમુકત અને જંતુરોધક સ્વચ્છતા.

સમયાંતરે ઘરમાં ચેપમુકત અને જંતુરોધક સ્વચ્છતા થાય તે પણ જરૂરી છે. વર્તમાન સમયે અનેક દવાઓ અને જંતુરોધક પદાર્થો બજારમાં ઉપલબ્ધ છે. તેમજ તેના વપરાશ સંબંધી સૂચનાઓ પણ આપેલી હોય છે. આ સૂચના અનુસાર જંતુનાશકોનો ઉપયોગ કરવાથી વધુ વૈજ્ઞાનિક સ્વચ્છતા થાય છે.

આમ, ઘરેલું કે ગૃહ સ્વચ્છતા વિભિન્ન રોગોની અટકાયત અને તેના પ્રસાર પર નિયંત્રણ મૂકતી પ્રક્રિયા છે. જેમાં તબીબી સ્વચ્છતા, કપડાની સ્વચ્છતા, રસોડા, સ્નાનાગાર અને શૌચાલયની સ્વચ્છતા વગેરે જેવી અનેક ઘરેલું સ્વચ્છતાનો સમાવેશ કરી શકાય.

(C) કચરાનું વ્યવસ્થાપન

(Waste Management)

આધુનિક ઔદ્યોગિક યુગમાં લોકોની વધતી જતી વસ્તી તેમજ તેની વિશિષ્ટ જરૂરીયાતોના સંતોષ માટે વિપુલ પ્રમાણમાં ઉત્પાદન થઈ રહયું છે. અને લોકોની જરૂરીયાતો સંતોષાય છે. તો બીજી બાજુ ઉત્પાદન કાર્ય સમયે નિકળતો કચરો પર્યાવરણ માટે પ્રશ્નાર્થ બનતો જાય છે. વધતો જતો કચરો અનેક વિકટ પરિસ્થિતિના નિર્માણ માટેનું કારણ બને છે. માટે તેનો નિકાલ અનિવાર્ય બની જાય છે. સરળ ભાષામાં કહીએ તો આ કચરાનો નિકાલ કે તેનો યોગ્ય પુનઃઉપયોગ એટલે જ કચરાનું વ્યવસ્થાપન.

વધુ વિસ્તારપૂર્વક કહીએ તો સંગ્રહ, પરિવહન ગટર અને અન્ય ઉત્પાદનો જે પર્યાવરણીય સંતુલન માટે અવરોધરૂપ હોય તે પદાર્થોનું યોગ્ય નિયંત્રણ તેમજ

સંબંધિત તમામ પ્રક્રિયાઓ અને સાધનોના સંચાલનનો સમાવેશ કચરાના વ્યવસ્થાપનમાં થાય છે. આ કચરાને સામાન્યતઃ બે વિભાગમાં વર્ગીકૃત કરી શકાય.

(૧) હાનિકારક કચરો

(૨) બિનહાનિકારક કચરો.

(૧) હાનિકારક કચરો.

સામાન્ય રીતે હાનિકારક કચરો તેના સ્વરૂપ અને ગુણધર્મના આધારે સજીવ અને વાતાવરણીય સંતુલન માટે જોખમી હોય છે જેને વિગતે નીચે પ્રમાણે સમજાવી શકાય.

(A) **સડો પેદા કરે તેવો કચરો.**

આ પ્રકારના કચરાનો સમાવેશ હાનિકારક કચરામાં કરી શકાય. કારણ કે આ કચરાથી જે તે વસ્તુ કે પદાર્થમાં સડો ઉત્પન્ન કરી શકાય છે કે થાય છે. જો તેનો સંભાળપૂર્વક ઉપયોગ કરવામાં ન આવે તેમજ તેના વિપરીત પરિણામોને નજરઅંદાજ કરવામાં આવે તો વિકટ પરિસ્થિતિનું નિર્માણ થઈ શકે છે. દા.ત. એસિડ – જેના ઉપયોગ સમયે કે તેની સંપર્કમાં આવતા કેટલીક કાળજીઓ લેવી જરૂરી બને છે. જેમ કે હેરફેર સમયે કાચના પાત્રનો ઉપયોગ કરવો વગેરે.

(B) **સળગી ઉઠે તેવો કચરો.**

આ પ્રકારનો કચરો સરળતાથી આગ પકડી લે છે અને ઝડપથી આગળ પણ વધે છે માટે તે અંગે સાવચેતી રાખવી જરૂરી બની જાય છે. દા.ત. બેન્ઝીન.

(C) **ઝેરી કચરો.**

આ પ્રકારનો કચરો શ્વાસોચ્છ્વાસની પ્રક્રિયા અને પીવાના પાણી થકી સજીવ શરીરમાં પ્રવેશે છે. અને અંતે શરીર માટે હાનિકારક સાબિત થાય છે.

(D) **પ્રતિક્રિયાશીલ કચરો.**

આ પ્રકારનાં કચરામાં મહત્વની વાત એ છે કે તે અન્ય કચરાં કે પદાર્થોના સંપર્કના અભાવમાં નિષ્ક્રિય રહે છે પરંતુ જયારે તે આવા પદાર્થોના સંપર્કમાં આવે છે ત્યારે સક્રિય બની રાસાયણિક પ્રક્રિયાના અંતે સજીવો અને વાતાવરણીય તત્વો માટે હાનિકારક સ્વરૂપ ધારણ કરી લે છે માટે આવા પદાર્થો પરસ્પરના સંપર્કમાં ન આવે તે ધ્યાનમાં રાખવું ઘટે.

(E) **ચેપી પદાર્થ.**

આ પ્રકારના કચરામાં વિભિન્ન ચેપ ફેલાવતા પદાર્થોનો સમાવેશ થાય છે.

(૨) **બિનહાનિકારક કચરો.**

ઉપરોકત વિભિન્ન પ્રકારના કચરાઓ ઉપરાંતના કચરાનો સમાવેશ બિનહાનિકારક કચરામાં થાય છે. જે સામાન્ય રીતે સજીવો અને વાતાવરણ માટે ઓછા હાનિકારક હોય છે. આ પ્રકારના કચરાના અસ્તિત્વ કે અભાવ દરમિયાન માનવ કે સજીવો અને વાતાવરણમાં કોઈ ફેરફાર થતો નથી. આમ, આવા કચરાને બિનહાનિકારક કચરા તરીકે ઓળખાવી શકાય.

કચરાના અન્ય પ્રકારો.

૧) પ્રવાહી કચરો.

પ્રવાહી કચરામાં વિભિન્ન પ્રકારના માનવસર્જિત પ્રવાહી કરતાં તેમજ ગંદાપાણી (વરસાદી પાણી, પુરનું પાણી) 'ઔદ્યોગિક ક્ષેત્રોમાંથી નિકળતું પાણી તેમજ અન્ય સ્ત્રોતોમાંથી નિકળતાં દૂષિત પાણીનો સમાવેશ થાય છે વર્તમાન સમયે માનવ દ્વારા ઉત્સર્જિત પ્રવાહી કચરાને (મળ–મૂત્રને) બ્લેક વોટર (Blackwater) તરીકે ઓળખવામાં આવે છે. તો બીજી બાજુ પુર, નદી,અન્ય કુદરતી પાણીના પ્રવાહ દ્વારા દૂષિત થયેલ પાણીનો સમાવેશ ગ્રે–વોટર (Greywater) માં કરવામાં આવે છે. જો કે રસોઈમાં સફાઈ સમયે ઉપયોગમાં લેવાતા પાણી તેમજ કપડા ધોવામાં વપરાતા પાણીન સમાવેશ માનવસર્જિત પ્રવાહી કચરામાં થતો નથી.

૧.૧) બાયોગ્રેડેબલ પ્રવાહી કચરો અને બિન–બાયોગ્રેડેબલ પ્રવાહી કચરો.

અહીં આ પ્રકારના કચરામાં ઘન અને પ્રવાહી એમ બંને પ્રકારના કચરાનો સમાવેશ થાય છે આ બાયોગ્રેડેબલ કચરો એટલે એવા પ્રકારનો કચરો કે જે સજીવ દ્રવ્ય (બેકટેરીયા કે જંતુઓ) દ્વારા વિઘટનક્ષમ હોય. આ પ્રકારના કચરાનું વિઘટન બેકટેરીયા દ્વારા શકય બને છે જયારે અન્ય બિન બાયોગ્રેડેબલ કચરામાં અવિઘટનક્ષમ કચરાનો સમાવેશ થાય છે, તેનું વિઘટન કરવુ બેકટેરીયા માટે શકય નથી.

૨) ઘન કચરો.

ઘન કચરો સામાન્ય રીતે સૂકા/શુષ્ક સ્વરૂપનો હોય છે તેમજ માનવસમૂહ દ્વારા અનિચ્છનીય રીતે છોડવામાં કે મુકત કરવામાં આવતો હોય છે આ કચરાને તેમના સ્વરૂપ, સ્ત્રોત અને નુકશાનકારકતા આધારે નીચેના કેટલાક વિભાગોમાં વહેંચી શકાય.

૨.૧) રહેઠાણ સંબંધી/ઘરેલું કચરો.

રહેઠાણ સંબંધી કચરાનો સ્ત્રોત માનવીની દૈનિક પ્રવૃતિ છે. માનવી પોતાની સામાન્ય જરૂરીયાતોની પૂર્તિ માટે કેટલીક દૈનિક પ્રવૃતિઓ કરતો હોય છે. અને તેની આડપેદાશરૂપ આ પ્રકારનો કચરો નિષ્પાદિત થાય છે આ પ્રકારનો ઘન કચરો મોટાભાગે બિનજોખમી સ્વરૂપનો હોય છે. દા.ત. પેકેજિંગ સામગ્રી, રસોઈમાંથી વધેલો કચરો, રાખ વગેરે.

૨.૨) કૃષિ ઘન કચરો.

આ પ્રકારના કચરાનો ફેલાવો કૃષિ પ્રવૃતિ આધારિત થતો હોવાથી તેને કૃષિ ઘન કચરો કહેવામાં આવે છે. જેમાં ખોરાકના અવશેષો, પ્રાણીઓના છાણ, પાકના અવશેષો, ઘાસ અને પાંદડા વગેરેનો સમાવેશ થાય છે. આમાંનો મોટાભાગનો કચરો બાયોગ્રેડેબલ હોય છે જો કે કાલગ્રસ્ત (Out of date) જંતુનાશકો કૃષિઘન કચરામાં જ સમાવિષ્ટ થાય છે. જે જોખમી હોવાથી તેનો યોગ્ય સમયે નિકાલ થવો જરૂરી બને છે.

૨.૩) વાણિજયક કચરો.

વિભિન્ન પ્રકારની વેપાર – વાણિજયક પ્રવૃતિના પરિણામ સ્વરૂપ ફેલાતાં કચરાનો સમાવેશ આ પ્રકારના કચરામાં કરવામાં આવે છે. જેમાં પેકેજિંગ કાગળ, કાર્ડબોર્ડ, ઈલેકટ્રોનિક વાયર્સ, ઈમારતી લાકડા, ધાતુ, પ્લાસ્ટિકની બેગ, ટીનના ડબ્બા

વગેરેનો સમાવેશ કરી શકાય. આમ, આ પ્રકારના કચરાનાં સ્ત્રોતો તરીકે વેપારીગૃહો, ખોરા અને સેવા સંસ્થાઓ, દૂકાનો, ખુલ્લા બજારો વગેરેનો નોંધી શકાય.

૨.૪) ઔદ્યોગિક કચરો.

વિભિન્ન ઉદ્યોગોમાંથી ફેલાતા કચરાને ઔદ્યોગિક કચરો કહી શકાય. આ ઉદ્યોગો નાના, મધ્યમ કે મોટા સ્વરૂપના હોઈ શકે. આ પ્રકારના કચરાનો આધાર ઉત્પાદન માટે જરૂરી કાચો માલ અને તેના પર કરવામાં આવતી પ્રક્રિયા પર રહેલો છે. જે હાનિકારક કે બિનહાનિકારક બંને સ્વરૂપનો હોઈ શકે. દા.ત. રાસાયણિક કચરો, લાકડાં, ધાતુ, ચિનાઈ માટી વગેરે.

૨.૫) સંસ્થાકીય ઘન કચરો.

સાર્વજનિક અને સરકારી સંસ્થાનો, કાર્યાલયો, સ્કુલો, કોલેજો, ધાર્મિક સંસ્થાઓ, રમત – ગમતના મેદાનો વગેરે દ્વારા ઉત્પન્ન થતા કચરાને સંસ્થાકીય ઘન કચરા તરીકે ઓળખાવી શકાય. આ કચરો સામાન્ય રદ્દી કે પસ્તી સ્વરૂપનો હોવાથી મોટાભાગે સ્થાનિક સ્તરે જ બાળી નાખવામાં આવતો હોય છે.

૨.૬) આરોગ્ય વિષયક કચરો.

આ પ્રકારના કચરામાં ચેપી અને બિનચેપી પદાર્થોનો સમાવેશ થાય છે જે વિભિન્ન પ્રકારના આરોગ્યકેન્દ્રો થકી ફેલાય છે. જો આરોગ્ય કેન્દ્રો દ્વારા કાળજી લેવામાં ન આવે અને જોખમી કચરાનો યોગ્ય નિકાલ કરવામાં ન આવે તો તેનાથી આરોગ્ય વિષયક પ્રશ્નો ઉભા થવાની સંભાવનાઓ વધી જાય છે.

આમ, ઉપરોકત વિભિન્ન પ્રકારના કચરાની સમજ મેળવી શકાય. ઉપરાંત ઘન કચરાના પ્રમાણ અને સ્વરૂપનો આધાર જે તે સમાજ, તેની સંસ્કૃતિ, શહેરીકરણ અને વાતાવરણીય તેમજ ભૌગોલિક પરિસ્થિતિ પર રહેલ છે.

(૪) જાહેર શૌચાલય : તેની સાથે જોડાયેલા સંગઠનો અને તેના કાર્યો.

જાહેર શૌચાલય એ સ્વાસ્થ્યપ્રદ વાતાવરણ ઉભુ કરવા માટે લીધેલ એક મહત્વપૂર્ણ પગલું છે. તે અસ્થાઈ વસ્તી માટે શૌચક્રિયાનો એક આગવો માર્ગ છે. ખાસ કરીને શહેરી સમુદાયમાં પોતાના રહેઠાણથી દૂર એવા વિસ્તારોમાં રહેલા લોકો માટે તે એક જરૂરીયાત બની જાય છે. ઉપરાંત ગ્રામીણ વિસ્તારો કે જયાં ખુલ્લામાં હાજતે જવાની રીત જોવા મળે છે ત્યાં સ્વચ્છતાનું સ્તર સુધારવા અને લોકોની સરળતા આકાર પામે તે માટે જાહેર શૌચાલયો મહત્વના બની રહે છે.

આજે વિશ્વ સ્તરે આ બાબતને મહત્વની ગણવામાં આવી છે અને આ તરફી ધ્યાન આપવું જરૂરી છે તે વાતનો પણ સ્વિકાર થયો છે આજે વિશ્વસ્તરે 'શૌચાલય' ને કેન્દ્રમાં રાખી સંમેલનો પણ યોજવામાં આવે છે. છેલ્લું World Toilet Summil 2013 સીંગાપુરમાં આયોજિત કરાયું હતું જેમાં પ્રત્યક્ષ અને પરોક્ષ રીતે ૨.૬ અરબ લોકો જોડાયેલ હતા. આ અગાઉ સિયોલ, તાઈપે, બેઈજિંગ, શંઘાઈ, મેસ્કિો, બેંકાંક, મકાવ, નઈ દિલ્હી અને ફિલાડેલ્ફિયા વગેરે જેવા દેશોમાં પણ આ શિખર સંમેલનો યોજાયા હતા. જે મુખ્યત્વે જાહેર સ્વાસ્થ્ય અને શૌચાલયને એકબીજા સાથે જોડે છે.

વર્તમાન સમયે ભારતમાં પણ શૌચાલયની ઉપયોગીતાને ખૂબ મહત્વ આપવામાં આવી રહયું છે. ભારતના ગ્રામીણ વિકાસમંત્રી જયરામ રમેશ જણાવે છે કે આજે પણ ભારતના ૬૪% લોકો ખુલ્લામાં હાજતે જાય છે જે એક વિશ્વ રેકોર્ડ છે. તેમજ ભારતમાં રહેલી કૂપોષણની સમસ્યા પાછળનું તે મહત્વનું કારણ છે.

(૫) સ્વચ્છતા અને સુરક્ષીત પિવાનું પાણી.

પાણી એ સજીવ માત્રની ઉત્પતિ પાછળનું મહત્વનું કારણ છે. ઉપરાંત જો સજીવે પોતાનું અસ્તિત્વ ટકાવી રાખવુ હોય તો પણ પાણી મહત્વનું પરિબળ બની રહે છે. આ જળનો વિપુલ જથ્થો કે જયાંથી જળ પ્રાપ્ત થઈ શકે તે છે સમુદ્ર. આ સમુદ્રની સપાટીના પ્રતિ વર્ગ મીલમાંથી પ્રત્યેક મિનિટમાં ૩૫૦૦ લીટર પાણીનું બાષ્પીભવન થાય છે જે તાપમાનની ભિન્નતાઓ આધારે વરસાદ, બરફ, ઝાકળ વગેરે સ્વરૂપે પૃથ્વીને પ્રાપ્ત બને છે.

ઉપરોકત પ્રક્રિયા દરમિયાન જયારે પાણી પૃથ્વીને પ્રાપ્ત થાય છે ત્યારે પાણીના સ્ત્રોત તરીકે તે નવા સ્ત્રોતો સાથે જોડાય જાય છે. હવે તે ત્રણ પ્રકારના સ્ત્રોતોમાં વિભાજીત થઈ જાય છે.

(૧) વરસાદનું પાણી.

(૨) પૃથ્વવીની સપાટી પરનું પાણી.

(૩) ભૂમિગળ પાણી.

ઉપરોકત વિભિન્ન જળસ્ત્રોતો સમુદ્ર સપાટી પરની બાષ્પીભવનની પ્રક્રિયા આધારે જ આકાર પામ્યા હોવા છતાં તેમની શુધ્ધતા – અશુધ્ધતા અને પ્રદૂષકતા વચ્ચે ભેદ સર્જાય છે આમાંથ ખાસ કરીને ભૂમિગત જળ કે જે જમીન સપાટીની વધુ પડતી ઉંડાઈએથી ખેંચવામાં આવે છે તેને વધુ શુધ્ધ પાણી ગણવામાં આવે છે. આમ, છતા શુધ્ધ અને સુરક્ષિત પાણી કોને કહેવું તે અંગે નીચેની બાબતો સમજવી જરૂરી બને છે.

૦ સુરક્ષિત અને સ્વાસ્થ્યવર્ધક જળ.

જળ એ જીવનું મૂળભૂત આવશ્યક તત્વ છે. વિના જળની કલ્પના કરવી અસંભવ છે. પરંતુ જયારે માનવીય ઉપયોગ હેતુ જળની વાત કરવામાં આવતી હોય ત્યારે તે શુધ્ધ અને સ્વચ્છ હોવાની સાથોસાથ સ્વાસ્થ્યવર્ધક પણ હોવું જરૂરી છે. આ સ્વાસ્થ્યવર્ધક અને સુરક્ષિત જળ એટલે શું? તેમાં કેવા ગુણધર્મો હોવા જરૂરી છે? વગેરે જેવા પ્રશ્નોના ઉત્તર તેની નીચેની વિશેષતાઓ આધારે સમજી શકાય.

– આ પ્રકારનું જળ રોગ ઉત્પન્ન કરતા કારકોપી મુકત હોવું જોઈએ.

– તે સ્વાસ્થ્ય માટે હાનિકારક તત્વોથી મુકત હોવું જોઈએ, અર્થાત તેમાં બિનજરૂરી અને ઘાતક રાસાયણિક તત્વોનું ઉમેરણ થયેલું હોવું જોઈએ નહિ.

– તે સ્વાદમાં સારું હોવું જોઈએ એટલે કે તેની ગંધ પ્રીતિકર, રંગ અને તાપમાન યોગ્ય હોય.

– તે ઘરેલું કાર્ય માટે ઉપયોગમ લઈ શકાવું જોઈએ.

આમ, ઉપરોકત વિભિન્ન વિશેષતાઓ પાણીમાં સમાયેલી હોવી જોઈએ. અહિં એક વાત નોંધનીય છે કે ઘરેલું કાર્ય માટે અર્થાત પીવામાં, રસોઈ કાર્યમાં અને વ્યકિતગત સ્વચ્છતા જાળવી રાખવામાં ઉપયોગી થવું જોઈએ. આમ, ઉપર દર્શાવેલ વિશેષતાયુકત પાણીને સ્વચ્છ અને સુરક્ષિત પાણી કહી શકાય અને આ વિશેષતા ન ધરાવતા પાણીને પ્રદૂષિત પાણીની શ્રેણીમાં મૂકી શકાય.

પાણીનું મહત્વ અને જરૂરીયાત.

જળ એ જીવનનો આધાર અને શરીરને સૌથી મોટો ઘટક છે. સુરક્ષિત અને સ્વચ્છ પાણીના અભાવમાં સર્વોતમ સ્વાસ્થ્યની પ્રાપ્તિ અસંભવ છે. સંશોધનો આધારે જાણવા મળ્યું છે કે વિકાસશીલ દેશોમાં ૫૦% થી વધારે બિમારીઓ પ્રદૂષિત જળના કારણે થાય છે. માટે જનવિકાસ અને લોક સ્વાસ્થ્યમાં શુધ્ધ અને સુરક્ષિત પાણી પહોંચાડવું જરૂરી બને છે. આ ઉપરાંત જળનું શું મહત્વ છે તે નીચેના મુદ્દાઓ આધારે સમજી શકાય.

(૧) **વ્યકિતગત મહત્વ.**

આપણે જાણીએ છીએ તે પ્રમાણે માનવ શરીરમાં ૬૦ થી ૭૦ પાણી હોય છે. ઉપરાંત શરીરનું તાપમાન, રકત પરિભ્રમણ અને શરીરના યોગ્ય સંચાલન માટે પાણી અત્યંત આવશ્યક છે. જો માનવ શરીરને જરૂરી માત્રામાં પાણી પ્રાપ્ત ન થાય તો તે પોતાની કાર્યક્ષમતા ગુમાવવા માંડે છે. આમ, પાણી વ્યકિતગત રીતે મહત્વનું સાબિત થાય છે.

કર) **ઘરેલું મહત્વ.**

સામાન્ય રીતે જો આપણે પાણી વગર ઘરનું સંચાલન કઈ રીતે થઈ શકે? — આ પ્રશ્નનો વિાર કરીએ તો પાણીનું મહત્વ આપોઆપ સમજાઈ જશે. ટૂંકમાં રસોઈ, પિવા માટે અને અન્ય કેટલીક પ્રાથમિક જરૂરીયાત માટે પાણી મહત્વનું પરિબળ બની રહે છે.

(૩) **સાર્વજનિક મહત્વ.**

પાણીનું મહત્વ જેમ વ્યકિતગત સ્તરે છે તેવી જ રીતે સાર્વજનિક સ્તરે પણ પાણીનું મહત્વ સ્વિકાર્યુ છે. જેમાં સડકોની સફાઈ, ગટરોની સફાઈ, બાગ–બગીચાની દેખભાળ વગેરેને નોંધી શકાય.

(૪) **વ્યાવસાયિક મહત્વ.**

વ્યાવસાયિક માળખું બનાવતી વખતે જ પાણીનું મહત્વ આપણી નજરે આવે છે. માત્ર અહિં જ નહી પરંતુ ઉદ્યોગ કે વ્યવસાય વિકાસ અને સાતત્ય માટે પણ એ એટલું જ મહત્વનું છે. ઉપરાંત કેટલાક વ્યવસાયો તો એવા છે કે જયાં સતત પાણીની જરૂરીયાત રહે છે. દા.ત., હોટલ, ડેરી વગેરે.

(૫) **કૃષિ સંબંધી મહત્વ.**

કૃષિ સંબંધિત કાર્ય માટે પાણી એક પૂર્વશરત બની રહે છે. અર્થાત પાણી વિના કૃષિ વિષયક પ્રવૃતિઓ શકય બનતી નથી. તેમાં પણ જયારે ભારત જેવો દેશ કે જયાં ગ્રામીણ અર્થવ્યવસ્થા પર મહતમ આધાર રહેલો હોય ત્યાં કૃષિના વિકાસ માટે પાણી અનિવાર્ય બની રહે છે.

(૬) **સાંસ્કૃતિક મહત્વ.**

ભારતીય સમાજમાં જળની સામાજિક અને આર્થિક જરૂરીયાત આધારે તેને સાંસ્કૃતિક બાબતો સાથે પણ જોડી દેવામાં આવ્યું છે. વિવિધ પ્રકારની વિધિઓ સમયે સ્વચ્છ અને શુધ્ધ પાણીનો આગ્રહ રાખવામાં આવે છે. આ ઉપરાંત પાણીને ધર્મ સાથે પણ જોડી દેવામાં આવ્યું છે. દા.ત., વરૂણા દેવતા, ગંગાજળ વગેરે.

○ **પાણીની જરૂરીયાત.**

આપણે આગળ જોયું તે પ્રમાણે પાણીનું મહત્વ ખૂબ ઉચું આંકવામાં આવે છે. પરંતુ જયારે તેની જરૂરિયાતની વાત કરવામાં આવે ત્યારે વ્યકિતગત રૂચિ–અરૂચિ, જળની ઉપલબ્ધતા, મૌસમ તથા કાર્યની વિવિધતા જેવી બાબતો મહત્વની બની રહે છે. આ ઉપરાંત પાણીની જરૂરિયાત નીચેના વિધાનો આધારે સમજી શકાય.

– વ્યકિતગત રીતે માનવીને પ્રતિદિન ૧૫૦ થી ૨૦૦ લીટર પાણીની જરૂરીયાત રહે છે.

– દવાખાનાઓમાં આ પ્રમાણ પ્રતિદિન વધીને ૨૦૦–૨૫૦ લિટર પ્રતિ વ્યકિત આંકવામાં આવે છે.

– ગ્રામીણ ક્ષેત્રો પ્રતિ વ્યકિત ૪૦ લીટર પિવાનું પાણી મળવું જોઈએ.

– શહેરોમાં જયાં પાણીની વ્યવસ્થા નળ આધારિત હોય ત્યાં વ્યકિતદિઠ ૧૨૫ લિટર પિવાનું પાણી મળવું જોઈએ.

– આ ઉપરાંત ૨૦ પરિવારો માટે ૧૦૦ મીટરનાં ગાળામાં એક પાણીનો સ્ત્રોત હોવો જોઈએ.

સામુદાયિક સ્તરે સ્વચ્છતા.

પર્યાવરણીય સ્વચ્છતાના વિભિન્ન સ્તરોમાં સામુદાયિક સ્તરનું સ્વાસ્થ્ય પણ મહત્વનું બની રહે છે. આ પ્રકારનું સ્વાસ્થ્ય વ્યકિતગત સ્તર કરતાં વધુ વિસ્તાર ધરાવે છે, કારણ કે તેના કેન્દ્રમાં 'સમુદાય' રહેલ છે. અહિં સ્વાસ્થ્યને સામુદાયિક ધોરણે તપાસવામાં આવે છે. જો કે, વ્યકિતગત સ્વાસ્થ્ય આપોઆપ સામુદાયિક સ્વાસ્થ્યમાં પરિણમે છે. આમ છતાં જયારે વ્યકિતગત સ્વાસ્થ્ય નિમ્ન સ્વરૂપનું હોય કે ઉપેક્ષિત હોય ત્યારે તેના ઝડપી સુધાર માટે સામુદાયિક સ્વાસ્થ્યનો માર્ગ અપનાવાય છે. આ સામુદાયિક સ્વાસ્થ્યની વધુ સમજૂતી નીચે પ્રમાણે મેળવી શકાય.

સામુદાયિક સ્વાસ્થ્યનો અર્થ.

સામુદાયિક સ્વાસ્થ્યમાં સમુદાયના સભ્યોની દેખરેખ રાખવી, સ્વાસ્થ્ય સંબંધી સમસયાઓની શોધ કરવી, સ્વાસ્થ્ય સંબંધી જરૂરિયાતોની યાદી બનાવવી તેમજ સમુદાયની અપાતી સ્વાસ્થ્ય સેવાનો સમાવેશ થાય છે.

સામાન્યતઃ સ્વાસ્થ્ય સમુદાયનો ખ્યાલ ખુબ વિસ્તૃત છે જેમાં વ્યકિતગત, પારીવારિક કે તેમજ સામુદાયિક ધોરણે અપાતી સ્વાસ્થ્ય સંબંધી સેવાઓ, તેનું નિયંત્રણ અને ઉપચાર જેવી અનેક બાબતોનો સમાવેશ થાય છે. જો કે આ ખ્યાલ વ્યકિતગત સ્વાસ્થ્ય કરતા વિશાળ અને વધુ વ્યવસ્થા માગી લે છે.

આ અંગે WHO જણાવે છે કે સામુદાયિક સ્વાસ્થ્યનો સંબંધ સમુદાયના લોકોના સ્તર, તેના સ્વાસ્થ્યને પ્રભાવિત કરતી સમસ્યાઓ તેમજ સમુદાયને અપાતી સ્વાસ્થ્ય સેવાઓની સંપૂર્ણતા સાથે છે.

સામુદાયિક સ્વાસ્થ્ય એટલે શું તે અંગે અન્ય ચર્ચાઓ પણ થયેલી છે. જેમાં નીચેની બાબતોનો સમાવેશ કરી શકાય.

– સામુદાયિક સ્વાસ્થ્ય ઉપચાર, સુરક્ષા તેમજ સ્વાસ્થ્ય સંબંધી સેવાઓનું સંગઠિત રૂપ છે.

— સામુદાયિક સ્વાસ્થ્ય એવાં કાર્યક્રમો છે જેનો આધાર સંપુર્ણ સમુદાયની સ્વાસ્થ્ય સમસ્યાઓ હોય છે.

— સામુદાયિક સ્વાસ્થ્યનો હેતુ પ્રાથમિક સ્વાસ્થ્ય સુવિધા પ્રદાન કરવાનો છે જેનુ અંતિમ લક્ષ્ય સૌના માટે સ્વાસ્થ્ય છે.

આમ, ઉપરોકત સમગ્ર સમજૂતી આધારે આપણુ સામુદાયિક સ્વાસ્થ્યની સમજ મેળવી પરંતુ આ સામુદાયિક સ્વાસ્થ્ય સેવાઓ ત્યારે જ સફળ બની શકે કે જયારે તેમાં નીચેની બાબતો પર ધ્યાન કેન્દ્રીત કરાય.

(૧) સામુદાયિક નિદાન અને

(૨) સામુદાયિક ઉપચાર.

સામાન્યતઃ સામુદાયિક નિદાનનો સંબંધ રોગોના પ્રકાર, વિભિન્ન તથ્યો, આંકડાઓ એકત્રીત કરવા, ઉપરાંત સમુદાયની સ્વાસ્થ્ય સેવાઓ તથા જરૂરીયાતો સાથે રહેલો છે તો બીજી બાજુ સામુદાયિક ઉપચાર સમુદાયની સ્વાસ્થ્ય સંબંધીત જરૂરીયાતોની ઉપલબ્ધ સાધનો થકી પૂર્તિ કરવા સાથે જોડાયેલ છે. આમ, સામુદાયિક ઉપચારને સામુદાયિક ચિકિત્સા કાર્ય તરીકે પણ ઓળખવામાં આવે છે.

સામુદાયિક નિદાન સ્વાસ્થ્ય સેવાઓનો આધારસ્તંભ છે તેને સ્વાસ્થ્ય સંબંધિત કાર્યક્રમોના પ્રથમ ચરણ તરીકે પણ નોંધવામાં આવે છે આ સામુદાયિક નિદાન સમુદાયના સ્વાસ્થ્યને સ્પષ્ટરૂપ આપવા માટે અગત્યનું બની રહે છે. સામાન્યતઃ આ નિદાન પ્રક્રિયા ત્રણ તબકકામાં વહેંચાયેલી છે.

(૧) સમુદાયના સભ્યોનું ઉંમર અને લિંગ આધારિત વિભાજન કરવું.

(૨) ગુણાત્મક અને સંખ્યાત્મક હકીકતોની ઓળખ અને તેનું વર્ગીકરણ.

(૩) સમુદાયમાં વ્યાપેલ મહત્વપૂર્ણ રોગોનું પ્રભાવ ક્ષેત્ર અને તેની વ્યાપકતા જાણવી.

આમ, આ ત્રણ તબકકાના આધારે સામુદાયિક નિદાન પ્રક્રિયા પૂર્ણ થાય છે.

સામુદાયિક ઉપચાર કે સામુદાયિક સ્વાસ્થ્ય કાર્ય એ નિદાન પછીનું વધુ કાર્યાત્મક અને ઉપયોગી ચરણ છે. આ તબકકામાં સામુદાયિક નિદાન આધારે ધ્યાને આવેલ સમસ્યાના નિરાકરણ માટે ઉપલબ્ધ સંસાધનો અને લોકોની જરૂરીયાત પ્રમાણે સુવિધાઓનું વિતરણ કરવામાં આવે છે. જો કે આ તબકકામાં નીચેની બાબતો તરફી ધ્યાન અપાય તે જરૂરી છે.

૧) ઉપલબ્ધ સંશાધનોનો ઉચિત અને પ્રભાવી ઉપયોગ.

૨) અન્ય સંસાધનો અને સંગઠનોના કાર્યો વચ્ચે આંતરસંબંધ અને સમન્વય.

૩) સમુદાયને સ્વાસ્થ્ય કાર્યક્રમો માટે સહયોગ આપવા પ્રોત્સાહીત કરવું.

ટૂંકમાં સામુદાયિક સ્વાસ્થ્યની સ્થિતિ સુધારવા માટે સામુદાયિક નિદાન અને સામુદાયિક ઉપચાર મહત્વની બાબતો બની રહે છે. ઉપરાંત સંબંધિત જરૂરી બાબતોને ધ્યાનમાં રાખવામાં આવે તો તેનું વધુ સારૂ પરિણામ મેળવી શકાય છે.

સામુદાયિક સ્વાસ્થ્ય સેવાઓનું પ્રશાસન/ વ્યવસ્થા/માળખું.

વિશ્વ આરોગ્ય સંગઠનના ઉદ્દેશ્ય "ઈ.સ. ૨૦૦૦ સુધીમાં સૌ માટે સ્વાસ્થ્ય " ને ધ્યાનમાં રાખી ભારત સરકારે પોતાના માટે રાષ્ટ્રીય સ્વાસ્થ્ય નીતિનું ઘડતર કર્યુ. જેને સંસદ દ્વારા ઈ.સ. ૧૯૮૩ માં સ્વીકૃતિ મળી. આ સ્વાસ્થ્ય નીતિના આધાર પર સ્વાસ્થ્ય પ્રશાસનનું નિર્માણ કરવામાં આવ્યું. જેને મુખ્ય ચાર સ્તરો આધારિત સમજી શકાય જેમાં (૧) સામુદાયિક સ્વાસ્થ્ય કેન્દ્ર (૨) પ્રાથમિક સ્વાસ્થ્ય કેન્દ્ર, (૩) ઉપ–સ્વાસ્થ્ય કેન્દ્ર અને (૪) **ગ્રામીણ સ્વાસ્થ્ય કેન્દ્ર વગેરેનો સમાવેશ થાય છે. જેને વિગતે સમજીએ.**

(૧) **સામુદાયિક સ્વાસ્થ્ય કેન્દ્ર.**

સામુદાયિક સ્વાસ્થ્ય કેન્દ્ર એ એક મહત્વનું કેન્દ્ર છે. ભારતમાં પ્રત્યેક સામુદાયિક વિકાસ ખંડ સ્તરે એક સામુદાયિક સ્વાસ્થ્ય કેન્દ્રની સ્થાપના કરવામાં આવી છે. જેમાં લગભગ એક લાખ લોકોને સ્વાસ્થ્ય સેવાઓ પ્રદાન કરવામાં આવે છે. ભારતમાં આવા સ્વાસ્થ્ય કેન્દ્રોની સંખ્યા ૧૯૯૦ સુધીમાં ૧૮૫૩ હતી. ખાસ કરીને ગ્રામીણ લોકોને વિશેષજ્ઞ ડોકટરોની સ્વાસ્થ્ય સુવિધાઓ મળે તે માટે આ કેન્દ્રોમાં પરિવર્તનો કરવામાં આવ્યા. અહિં દરેક કેન્દ્રોમાં રોગીઓની ભરતી કરવા માટે અને સ્વાસ્થ્ય સેવાઓ આપવા માટે ૩૦ પલંગની વ્યવસ્થા હોય છે આ કેન્દ્રોમાં વિભિન્ન પ્રકારની ચિકિત્સાત્મક સેવાઓ ઉપરાંત એકસ–રે અને પ્રયોગશાળાની સુવિધા પણ હોય છે. ઉપરાંત વરીષ્ઠ વિશેષજ્ઞ ડોકટરને આ કેન્દ્રના મુખ્ય વડા ગણવામાં આવે છે.

ક૨) **પ્રાથમિક સ્વાસ્થ્ય કેન્દ્ર.**

ભારતમાં પ્રાથમિક સ્વાસ્થ્ય કેન્દ્ર ગ્રામિણ સ્વાસ્થ્ય સેવા પ્રદાન કરતું મહત્વનું એકમ છે. વર્તમાન સમયે નવી સ્વાસ્થ્ય નીતિ અનુસાર મેદાની પ્રદેશોમાં ૩૦,૦૦૦ ની વસ્તીએ અને પર્વતીય આદિવાસી અને પછાત વિસ્તારોમાં ૨૦,૦૦૦ ની વસ્તીએ એક પ્રાથમિક સ્વાસ્થ્ય કેન્દ્ર સ્થિત છે. ઈ.સ. ૧૯૯૦ સુધીમાં ભારતમાં કુલ ૨૦૫૨૩ પ્રાથમિક સ્વાસ્થ્ય કેન્દ્રો સ્થાપવામાં આવ્યા હતા તેમજ ઈ.સ.૨૦૦૦ સુધીમાં તેને ૨૩૦૦૦ ની સંખ્યા સુધી પહોંચાડવાનો હેતુ હતો. આ પ્રાથમિક સ્વાસ્થ્ય નીચેના જેવા કાર્યો સાથે જોડાયેલ છે.

પ્રાથમિક સ્વાસ્થ્ય કેન્દ્રોનાં કાર્યો.

- ચિકિત્સા અને નર્સિંગ સેવા આપવી.
- માતૃ તેમજ બાળ સ્વાસ્થ્ય સેવાઓ પ્રદાન કરવી.
- કુટુંબ કલ્યાણ સેવાઓ આપવી.
- વાતાવરણીય સ્વચ્છતા અને સુરક્ષિત જળ વિતરણ.
- સંક્રામક રોગોથી બચાવ અને તેના પર નિયંત્રણ મૂકવું.
- શાળા સ્વાસ્થ્ય સેવાઓ.
- સ્વાસ્થ્ય સંબંધી શિક્ષણ.
- સ્વાસ્થ્ય સંબંધી આંકડાઓ એકત્રિત કરવા.
- રાષ્ટ્રીય સ્વાસ્થ્ય કાર્યક્રમોને અમલી બનાવવા.

– નર્સો અને દાયણોને તાલિમ આપવી.

– પ્રાથમિક સ્વાસ્થ્ય કેન્દ્રો જાળવણી, પ્રયોગશાળા અને એકસ–રે સુવિધા આપવી.

(૩) ઉપ – સ્વાસ્થ્ય કેન્દ્ર.

ઉપ – સ્વાસ્થ્ય કેન્દ્ર ગ્રામિણ સ્વાસ્થ્ય સેવાઓનું અગત્યનુ એકમ છે. આ પ્રકારનું કેન્દ્ર મેદાની પ્રદેશોમાં દર ૫૦૦૦ ની વસ્તીએ સ્થાપવામાં આવે છે. તેમજ આદિવાસી વિસ્તારોમાં પ્રતિ ૩૦૦૦ ની વસ્તીએ બનાવવામાં આવે છે. પ્રત્યેક ઉપ – સ્વાસ્થ્ય કેન્દ્ર પર એક પુરૂષ અને એક મહિલા સ્વાસ્થ્ય – કાર્યકર્તાનારૂપે હોય છે. જેના મુખ્ય કાર્યોમાં પ્રાથમિક સ્વાસ્થ્ય સેવાઓ આપવી, ગામડાઓમાં પ્રસૂતિ કરાવવી, રોગીઓને દવાઓ આપવી, વિવિધ દવાઓ થકી પાણીના સ્ત્રોતોને શુધ્ધ કરવા, માતૃ તેમજ બાળ સ્વાસ્થ્ય સેવાઓ આપવી, પરિવાર કલ્યાણ સેવાઓ તેમજ રસીકરણ ઉપરાંત સ્વાસ્થ્ય સંબંધી માસિક આંકડાઓ પ્રાથમિક સ્વાસ્થ્ય કેન્દ્રના મુખ્ય અધિકારીને પહોંચાડવા વગેરેનો સમાવેશ કરી શકાય.

(૪) ગ્રામીણ સ્વાસ્થ્ય કેન્દ્ર.

ગ્રામીણ સ્વાસ્થ્ય કેન્દ્રની સ્થાપના દર ૧૦૦૦ ની વસ્તી એક એવી રીતે કરવામાં આવે છે. આ કેન્દ્રનું મુખ્ય કાર્ય છેવાડાના ગ્રામિણ સમુદાયો અને તેના લોકો સુધી સ્વાસ્થ્ય સેવા પહોંચાડવાનું છે ગ્રામિણ સમુદાયનો દરેક વયકિત સ્વાસ્થ્ય સેવા મેળવે તે હેતુથી આ કેન્દ્ર સ્થાપવામાં આવ્યું છે. આ પ્રકારના કેન્દ્ર પર મુખ્યત્વ બે કર્મચારીની નિયુકિત કરવામાં આવે છે.

(૧) ગ્રામીણ સ્વાસ્થ્ય માર્ગદર્શક.

ગ્રામીણ સ્વાસ્થ્ય માર્ગદર્શક એક એવી સમાજ સેવિકા હોય છે કે જે સ્વેચ્છાએ સ્વાસ્થ્ય સેવાઓ આપે છે. તે સરકારી કર્મચારી હોતી નથી. આમ છતાં નીચેના કેટલાક માપદંડો આધારે તેની લાયકાત નકકી કરવામાં આવે છે કે લાયક ગણવામાં આવે છે.

– તે સ્થાનિક વ્યકિત હોય.

– તે ઓછામાં ઓછુ ધો. ૯ પાસ હોય

– તે સંપૂર્ણ સમુદાય દ્વારા સ્વીકૃત અને આદરણીય હોય.

– તે ઓછામાં ઓછું ૨ – ૩ કલાક / દિવસ સ્વાસ્થ્ય સેવાઓ આપી શકવા સક્ષમ હોય.

આ માર્ગદર્શક અનેક સ્વાસ્થ્ય સંબંધિત કાર્યો હાથ ધરે છે. જેમાં નાની – મોટી બિમારીઓનો ઉપચાર કરવો, પ્રાથમિક સારવાર, કુટુંબ કલ્યાણ સેવાઓ, સ્વાસ્થ્ય શિક્ષા, માતા અને બાળ સેવાઓ ઉપરાંત ગ્રામીણ સ્વાસ્થ્યની દેખરેખ વગેરેનો સમાવેશ થાય છે.

(૨) સ્થાનિક તાલિમી દાયણ.

ગ્રામીણ સ્વાસ્થ્ય કેન્દ્રમાં બીજા કર્મચારી તરીકે સ્થાનિક તાલિમી દાયણનો સમાવેશ થાય છે. જેને સ્થાનિક વિસ્તારમાંથી પસંદ કરી ૩૦ દિવસ સુધી તાલિમ આપવામાં આવે છે અને તાલિમ બાદ તેને એક પ્રમાણપત્ર ઉપરાંત ડિલીવરી – કીટ

આપવામાં આવે છે. ટૂંકમાં તેનું મુખ્ય કાર્ય સુરક્ષિત પ્રસૂતિ કરાવી માતા અને બાળકના સ્વાસ્થ્યની સંભાળ રાખવાનું છે.

આમ, ઉપરોકત સમગ્ર ચર્ચાના આધારે એ વાત સ્પષ્ટ થાય છે કે સામુદાયિક સ્વાસ્થ્ય એક વિશાળ ખ્યાલ છે જેમાં વ્યકિતગત સ્વાસ્થ્ય અને પારિવારીક સ્વાસ્થ્યનો પણ સમાવેશ થાય છે. ભારત જેવા દેશમાં પણ સ્વાસ્થ્ય નીતિના આધારે સ્વાસ્થ્ય સ્તર સુધારવા હેતુ એક પ્રશાસનીય વ્યવસ્થા ગોઠવવામાં આવી છે. જેનો મૂળ હેતુ છેવાડાના વિસ્તાર સુધીના લોકોને સ્વાસ્થ્ય સંબંધી સેવાઓ પહોંચાડવાનો છે. અને અંતે સ્વાસ્થ્ય રાષ્ટ્ર કે સૌના માટે સ્વાસ્થ્યની પરિભાષાને સાકાર કરવા સાથે તે સંકળાયેલ છે.

ભારતમાં વાતાવરણીય સ્વચ્છતાની સમસ્યાઓ.

'સ્વચ્છતા' એ દરેક સમાજ અને તેના લોકોએ સ્વીકારેલો મહત્વનો આદર્શ છે, તેને દરેક સમાજમાં મહત્વ અપાયું છે. ઉપરાંત લોકો તેની સાથે સંકળાયેલા રહે તેવો આગ્રહ પણ રખાય છે. પરંતુ આદર્શ અને વાસ્તવિકતા વચ્ચે ખૂબ મોટો તફાવત રહેલો છે. વિશ્વના અનેક દેશોમાં આ પરિસ્થિતિ જોવા મળે છે. તેમજ ભારત દેશ પણ તેમાંથી બાકાત નથી.

ભારત આજે આવી અનેક વાતાવરણીય સ્વચ્છતાની સમસ્યાઓથી ઘેરાયેલો છે. આ વાતાવરણીય સ્વચ્છતાની સમસ્યાઓ વાતાવરણની આદર્શ સ્થિતિમાં થયેલો અનિચ્છનીય ફેરફાર સૂચવે છે. અર્થાત જયારે પર્યાવરણ તેની મૂળ સ્થિતિમાં (કે જે યોગ્ય હોય) રહી શકતું નથી ત્યારે તેવી પરિસ્થિતિને વાતાવરણીય સ્વચ્છતાની સમસ્યા ગણાવી શકાય. જેમાં વાયુ પ્રદુષણ, જળ પ્રદુષણ, ધ્વનિ પ્રદુષણ વગેરેનો સમાવેશ કરી શકાય. ઉપરોકત વિભિન્ન વાતાવરણીય સ્વચ્છતાની સમસ્યાઓને નીચે પ્રમાણે વર્ણવી શકાય.

(૧) વાયુ પ્રદૂષણ.

'વાયુ' ને જયારે સજીવ માત્રના જીવનનો આધાર માનવામાં આવે છે ત્યારે તેમાં સ્વચ્છતાનો ગુણ હોય તે જરૂરી છે. જો આ સ્વચ્છતાનો વાયુમાં અભાવ હોય તો સજીવ જીવન જોખમમાં મુકાવાની સંભાવના વધી જાય છે. વર્તમાન સમયે વિશ્વ સમક્ષ વાતાવરણીય સ્વચ્છતાની સમસ્યા તરીકે વાયુ પ્રદુષણ એક મહત્વની અને ધ્યાન ખેંચે તેવી સમસ્યા બની રહી છે. જેને વાયુ પ્રદુષણ તરીકે પણ ઓળખાવી શકાય.

સામાન્ય શબ્દોમાં કહીએ તો વાયુ પ્રદૂષણ એટલે વાયુની મૂળ સંરચનામાં થતો વિઘાતક ફેરફાર કે જેના પરિણામે વાયુ પોતાની કાર્યાત્મક ભૂમિકા ભજવવામાં નિષ્ફળ જાય છે કે પોતાની કાર્યાત્મક ક્ષમતા ગુમાવે છે. અને તેના પરિણામે સજીવ સ્વાસ્થ્ય કથળે છે.

વાયુ પ્રદૂષણના કારણો.

સામાન્યતઃ વાયુ પ્રદુષણના કારણોમાં માનવ મસ્તિષ્કના વિકાસની સાથે ઉદ્ભવ – વિકાસ પામેલી માનવીની વિવિધ પ્રકારની પ્રવૃતિઓ અને ઉત્પાદન પધ્ધતિઓનો સમાવેશ કરી શકાય. અર્થાત માનવીએ પોતાની વિચારશકિતનો વિકાસ થતા પોતાની જરૂરીયાત ઝડપી અને વધુ સારી રીતે પરિપૂર્ણ કરવા માટે જે વ્યવસ્થા ગોઠવી છે તેનાથી અનેક પ્રકારની પર્યાવરણીય પ્રશ્નો ઉદ્ભવ્યા છે જેમાં વાયુ

પ્રદૂષણનો પણ સમાવેશ થાય છે. સારાંશ રૂપે કહીએ તો માનવી પ્રવૃતિઓના વિકાસથી વાયુ સંબંધીત સ્વચ્છતામાં ખામી ઉત્પન્ન થઈ છે.

વાયુ પ્રદૂષણસંબંધી કારણોને નીચે પ્રમાણે વર્ણવી શકાય.

૧) ઉદ્યોગો સાથે જોડાયેલા કારણો.

ઉદ્યોગ અને તેની સાથે જોડાયેલી અનેક પ્રવૃતિઓએ વાયુ પ્રદૂષણના પ્રમાણમાં વધારો કર્યો છે. જેમાં વિભિન્ન પ્રકારના રાસાયણિક ઉદ્યોગો, તેલશોધક કારખાનાઓ, ખાદ્ય અને કીટનાશક ફેકટરીઓ, ધાતુના યંત્રો વગેરે દ્વારા નિકળતો ધૂમાડો, ધૂળ, ગેસ વગેરે દ્વારા વાયુ પ્રદૂષિત થાય છે. આ ઉપરાંત ઉદ્યોગોમાં થતી દહનક્રિયાઓ આ પ્રકારના પ્રદૂષણ માટે મહત્વનું કારણ બને છે.

વર્તમાન સમયે વિભિન્ન નીતિઓ અને કાયદાઓ થકી વાયુ પ્રદૂષણ પર નિયંત્રણ મૂકાય તેવા પ્રયત્નો ચાલુ છે છતાં ઈચ્છનીય સુધારણા શકય બની નથી.

૨) ઘરેલું કારણો.

ઘરેલું કારણો પણ વાયુ પ્રદૂષણ માટે જવાબદાર કારણો છે. કારણ કે ભોજન અને અન્ય ઘરેલું કાર્ય માટે ઈંધણના રૂપે વપરાતાં લાકડાં, કોલસો, તેલ, ગેસ વગેરે દ્વારા અનેક પ્રકારના ધુમાડાઓ ફેલાય છે અને તે વાયુ સંરચનાને પ્રભાવિત કરે છે.

૩) વૈજ્ઞાનિક શોધ.

વર્તમાન સમયે જયારે વૈજ્ઞાનિક શોધખોળોને વધુ મહત્વ અપાઈ રહયું છે ત્યારે બીજી બાજુ તેના અનેક દુષ્પરિણામો વાતાવરણને અસર કરે છે. જેમ કે અણુઉર્જા, અંતરિક્ષ યાત્રા, ઉપરાંત પરમાણુ ઉર્જાના વિકાસ સંબંધી થતા વિસ્ફોટથી વાતાવરણીય પ્રભાવી બન્યું છે. આ સાથે વિભિન્ન અંતરિક્ષ યાનો, તેની નષ્ટ થવાની ઘટનાઓ વગેરે દ્વારા વાતાવરણીય તત્વો કે આવરણો વિઘાતક અસરો અનુભવી રહયા છે.

૪) પરિવહન સંબંધી કારણો.

આજે પરિવહન સંબંધી વ્યવસ્થા અને પરિવહન સાધનોનો વિકાસ ઘોડાપૂરે આગળ વધી રહયો છે ત્યારે વાયુ પ્રદૂષણ પણ અનિયંત્રિત રીતે આગળ વધી રહયું છે. ખાસ કરીને નગરો – મહાનગરોમાં આ પરિસ્થિતિ જોવા મળે છે. નગરોમાં વધતા જતા પરિવહન સાધનો સ્થાનિક સ્તરે રહેલી વાયુ સંરચનાને તોડે છે. પરિણામે માનવીએ અનેક બિમારીઓનો ભોગ બનવું પડે છે. સતત વધતાં જતાં પરિવહન સાધનોના લીધે માનવ સ્વાસ્થ્યનું સંરક્ષણ કરવું પણ મુશ્કેલ બને છે. કારણ કે સ્વાચ્છોશ્વાસની પ્રક્રિયા જીવન જરૂરી પ્રક્રિયા છે તેમજ વાતાવરણમાં ફેલાયેલ દૂષિત વાયુઓ અનિવાર્ય રીતે માનવ શરીરમાં પ્રવેશે છે જેનાથી માનવ સ્વાસ્થ્ય કથળે છે.

ભારતનું દિલ્હી શહેર વિશ્વના સૌથી વધુ પ્રદૂષણવાળા શહેરોમાં ચોથો ક્રમ ધરાવે છે જો કે સર્વોચ્ચ અદાલતના સૂચન પ્રમાણ આજે દિલ્હીમાં મહતમ રીતે CNG વાહનોનો ઉપયોગ થતા તેના પ્રદૂષણ પ્રમાણમાં ઘટાડો થયો છે.

(૨) જળ પ્રદૂષણ.

જળ પ્રદૂષણ એ ભારતની એક વાતાવરણીય સ્વચ્છતાની સમસ્યા છે જે સમયની સાથે વધુ નુકશાનકારક સ્વરૂપ ધારણ કરી રહી છે. સામાન્ય રતે જળ પ્રદૂષણને જળની ગુણવતાના સંદર્ભમાં માપવામાં આવે છે અર્થાત એવા જળને પ્રદૂષિત જળ ગણવામાં આવે છે કે જેમાં રાસાયણિક પદાર્થ, ઔદ્યોગિક કચરો, પરજીવીકારક, જળમળ તથા અન્ય દ્રવ્ય સમાવિષ્ટ હોય. આવા અનેક તત્વો અને પદાર્થોના લીધે જળનો રંગ, ગંધ અને પૈયતામાં પરિવર્તનો આવે છે તેમજ જળની ભૌતિક અને રાસાયણિક ગુણવતા પ્રભાવિત થાય છે. ટૂંકમાં કહીએ તો કોઈપણ અશુધ્ધિઓના પરિણામે જળની ગુણવતામાં નિમ્નગામી ફેરફારોને જળ પ્રદૂષણ કહી શકાય.

જળ પ્રદૂષણના કારણો.

જળ પ્રદૂષણ પાછળ અનેક કારણો જવાબદાર છે. તેને જળ પ્રદૂષણના સ્ત્રોતો તરીકે પણ ઓળખાવી શકાય. આ કારણોને મુખ્યત્વે ૨ શ્રેણીમાં વહેંચવામાં આવે છે. જેમાં,

(A) **પ્રાકૃતિક અશુધ્ધિઓ.**

ધૂળ અને ગૈસઃ કાર્બન ડાઈ—ઓકસાઈ, હાઈડ્રોજન સલ્ફાઈડ, નાઈટ્રોજન'અમોનિયા વગેરે.

ખનિજ : કેલ્શિયમ, મૈગ્નીશિયમ, સોડિયમ, લોહ, સીસું વગેરે.

વનસ્પતિક અશુધ્ધિઓ : સુક્ષ્મ છોડવાઓ, શેવાળ, સુકા પાંદડાઓ વગેરે.

રોગોત્પાદક જૈવ અશુધ્ધિઓ : જીવાણુ, વાઈરસ/વિષાણુ, અણ્ડાણું, કૃમિ, કોષ—કીડા વગેરે.

અજૈવ અશુધ્ધિઓ :રેતી, માટી, કાદવ વગેરે.

(B) **માનવસર્જિત / અર્જીત અશુધ્ધિઓ.**

આ પ્રકારની અશુધ્ધિઓનો મૂળ સ્ત્રોત માનવ પ્રવૃતિઓ છે. વધતાં જતા ઉદ્યોગો અને શહેરીકરણના લીધે જળપ્રદૂષણ ગંભીર સ્વાસ્થ્ય સમસ્યા બની જાય છે. આ અશુધ્ધિઓને નીચે પ્રમાણે વિગતે સમજી શકાય.

(I) **માનવમળ.**

માનવમળ જળ પ્રદૂષણ ફેલાવતો માનવસર્જિત અશુધ્ધિઓમાંની એક અશુધ્ધિ છે આ માનવમળમાં રહેલ જૈવ પદાર્થ પાણીમાં ભળતાં પાણીમાં રહેલ ઓકિસજનને શોષે છે, માછલીઓ તેના થકી મૃત્યુ પામે છે અને જળમાં દુર્ગન્ધ પણ ઉત્પન્ન થાય છે. માનવમળમાં રહેલ સંક્રામક જીવાણુ પાણીના સંપર્કમાં આવતા તે ઝડપથી ફેલાય છે અને અનેક રોગો ફેલાવે છે.

(II) **ઔદ્યોગિક કચરો.**

ઔદ્યોગિક કચરો જયારે પાણીમાં મળે છે કે સંપર્કમાં આવે છે ત્યારે જળ પ્રદૂષિત બને છે. કાગળ, કપડાં, રંગો વગેરે જેવા તત્વો તેમાં સમાવિષ્ટ છે. ખાસ કરીને ઔદ્યોગિક વસાહતોમાંથી નિકળતું દૂષિત પાણી જળસ્ત્રોતોમાં ભળતાં તે પોતાની ગુણવતા છોડી દે છે અને પાણીમાં રંગ, સ્વાદ, ગંધ વગેરે બાબતમાં અનિચ્છનીય ફેરફારો થાય છે. આજે ભારતમાં અનેક એવા જળસ્ત્રોતો છે કે જે આ વાતને સમર્થન આપે છે. દા.ત. ગંગા નદી.

(III) **કૃષિજન્ય પ્રદૂષણ.**

વર્તમાન સમયે વધતી જતી વસ્તી અને તેની જરૂરીયાતોને પહોંચી વળવા માટે ખેત ઉત્પાદન વધારવાના અનેક માર્ગો અપનાવવામાં આવે છે. જેમાંનો એક માર્ગ એટલે રાસાયણિક ખાતરનો ઉપયોગ. આજે વિપુલ ઉત્પાદન મેળવવા માટે મોટા પ્રમાણમાં રાસાયણિક ખાતરનો ઉપયોગ થાય છે. જે પાણીની સાથે વહી જતા જળસ્ત્રોતોને પ્રદૂષિત કરે છે.

(IV) **ભૌતિક પ્રદૂષણ.**

આજે અનેક પ્રકારના ભૌતિકીય અને તાપીય પ્રદૂષણ જળમાં ભળતા જળ પ્રદૂષણને આગળ વધારે છે. આ પ્રદૂષણ તત્વોમાં તેજાબી વર્ષા, રેડિયોધર્મી પદાર્થો વગેરેનો સમાવેશ કરી શકાય.

(V) **અયોગ્ય સામાજિક પ્રથાઓ.**

આપણી અનેક ધાર્મિક, સામાજિક પદાર્થો જાણે અજાણે જળ પ્રદૂષણને આગળ ધપાવે છે જો કે મૃતકોની જળ સમાધિ, મૃત પશઓને જળમાં મૂકવાં, સામૂહિક તિર્થ સ્નાન, જળમાં પૂજા–પાઠની સામગ્રીને વહેતી મૂકવી વગેરે થકી જળ પ્રદૂષણ તીવ્ર બને છે.

આમ, ઉપરોકત વિભિન્ન પ્રકારની કુદરતી અને માનવસર્જિત અશુધ્ધિઓના લીધે જળ પ્રદૂષિત બને છે અને તેના લીધે પર્યાવરણીય સમતુલન પણ જોખમાય છે. ઉપરાંત માનવ સ્વાસ્થ્યને લગતી અનેક સમસ્યાઓ કે રોગો પાછળ પણ જળ પ્રદૂષણ જવાબદાર બને છે.

(૩) **ધ્વનિ પ્રદૂષણ.**

માનવ સ્વાસ્થ્ય માટે તીવ્ર અવાજ કે ધ્વનિ પ્રદૂષણ એક ગંભીર સમસ્યાનું રૂપ ધારણ કરી રહયું છે. આ પ્રકારનું પ્રદુષિત વાતાવરણ ઉતમ સ્વાસ્થ્ય માટે અવરોધરૂપ બને છે. સામાન્ય રીતે ધ્વનિ પ્રદૂષણની માત્રા નકકી કરવી મુશ્કેલ છે. એટલે કે કેટલાં પ્રમાણનાં અવાજને પ્રદૂષણના રૂપમાં નકકી કરવા તે મુશ્કેલ છે. કારણ કે દરેક વ્યકિતની અવાજ સાંભળવાની ક્ષમતા અને અવાજ પ્રત્યેનો પસંદગીનો દષ્ટિકોણ જુદો હોય છે. આમ છતાં તીવ્ર અવાજ એક એવો ધ્વનિ છે એની અયોગ્યતાનું નિર્ધારણ સમય અને સ્થાન આધારે નકકી થાય છે. અર્થાત અયોગ્ય સમય અને

અયોગ્ય સ્થાન પર એક અનિચ્છીત ધ્વનિ તીવ્ર અવાજ છે. જેને આજના સમયે ધ્વનિ પ્રદૂષણના રૂપે પરિભાષિત કરવામાં આવે છે.

ધ્વનિ પ્રદૂષણના સ્ત્રોત.

(૧) ઘરેલું સ્ત્રોત.

રસોડાની ખટપટ, રેડિયો, ટેલિવિઝન, ટેપરેકોર્ડર, ગૃહ કંકાસ, ચીસો પાડવી, રોવું, રાડો પાડવી વગેરેનો સમાવેશ આ સ્ત્રોતમાં કરી શકાય.

(૨) ઔદ્યોગિક સ્ત્રોત.

કારખાનાઓ અને વ્યાવસાયિક સંસ્થાનો આધારે ઉત્પન્ન થતો અવાજ.

(૩) રાજનૈતિક સ્ત્રોત.

પ્રદર્શન, નારેબાજી, ચૂંટણી પ્રચાર, સરઘસ, રેલી વગેરે આધારે ઉત્પન્ન થતો તીવ્ર અવાજ ધ્વનિ પ્રદૂષણનું કારણ બને છે.

(૪) પરિવહન સ્ત્રોત.

સડક પર ચાલતા વાહનો, ટ્રેન, હવાઈ જહાજ વગેરે જેવા પરિવહન સાધનો આધારે ઉત્પન્ન થતો અવાજ ધ્વનિ પ્રદુષણનું કારણ બને છે.

ધ્વનિ પ્રદૂષણના કુપ્રભાવો.

– સ્થાયી કે અસ્થાયી ધોરણે શ્રવણ શકિતની ક્ષીણતા.

– વાર્તાલાપમાં અવરોધ, ખીઝ અને ચિડીયાપણું ઉત્પન્ન થવું.

– કાર્યક્ષમતામાં ઘટાડો અને તણાવમાં વધારો.

– અનિંન્દ્રા, ઉચ્ચ બ્લડ પ્રેશર, દષ્ટિદોષ, ચકકર આવવા, વધુ પરસેવો વળવો, થકાવટ વગેરે.

આમ, ઉપરોકત વિભિન્ન કુપ્રભાવો ધ્વનિ પ્રદુષણના લીધે માનવ સ્વાસ્થ્ય પર અનુભવાય છે. જેનો ઉકેલ લાવવો પણ જરૂરી બને છે.

યુનિટ-૮
સ્વચ્છતા અને ભારતના રાજયો

૧. સ્વચ્છતા સંબંધી ભારતની નિતીઓ, યોજનાઓ , કાર્યક્રમો અને ટીકાઓ.

૨. ગ્રામ્ય અને નગર સમુદાયોમાં સ્વચ્છતા અંગેના કાર્યક્રમોનું અમલીકરણ અને ઉપયોગીતા.

૩. ગંદકી ઉપાડનારાઓની (Scavengers)મુકિત અને પુનર્વસન.

પ્રસ્તાવના

કોઈ પણ દેશની આરોગ્ય વિષયક નિતીઓમાં પીવાલાયક સ્વચ્છ પાણી, આરોગ્યરક્ષણ અને સ્વચ્છતા મહત્વતા ધરાવે છે. કેમકે કોઈ પણ દેશ કે દેશના રાજયો ની પ્રગતી તેમા રહેતા નાગરીકોની સુખાકારી પર નિર્ભર હોય છે. પોતાના રાજયમાં રહેતા લોકોના જન આરોગ્યની સુખાકારીમાં વધારો કરવાના પ્રયત્નો દરેક રાષ્ટ્ર તેમજ તેના રાજયો સતત કરતા હોય છે. આ માટેની નિતીઓ , વિવિધ આરોગ્ય વિષયક યોજનાઓનું સમયાતરે ઘડતર તેમજ તેઓની પુનઃ ચકાસણી અને મૂલ્યાંકન કરી તેઓ જન આરોગ્યને સતત બેહતરીન બનાવવાની કોશિશ કરતા હોય છે. જેમા જેતે દેશના આરોગ્ય ખતાનાં પદાધિકારીઓ , તજજ્ઞો , સંશોધનકારો પ્રયત્નશીલ હોય છે.અને જો જન આરોગ્યની સુખકારીમાં વધારો કરવામાં કે બહેતરીન બનાવવામાં તેઓને સફળતા મળે તો તેના સુખદાયી લાભો જે તે રાષ્ટ્ર કે રાષ્ટ્રનાં રાજયો મેળવી શકતા હોય છે. જેનો છેવટનો લાભ એક તદુંરસ્ત અને તેજસ્વી રાષ્ટ્ર નિર્માણમાં શકય બને છે.

પરતું દુ:ખની વાત એ છે કે આજની આ કહેવાતી ભૈતિક સાધનોથી સજજ અને સંપન દુનિયામાં હજુ પણ વિશ્વ વસ્તીના ૨.૪ બિલીયન લોકો યોગ્ય સ્વચ્છતા સંબંધી સવલતો મેળવી શકયા નથી. તેમજ ૧.૧ બીલીયન લોકોને આજની તારીખે પણ પૂરતૂ તેમજ પીવાલાયક સ્વચ્છ પાણીથી વંચિત રહેવું પડે છે જે ઘણીજ દયનીય બાબત ગણાય.

સામાન્ય રીતે ઉપર દર્શાવાયેલ દુર્દશા વિશ્વનાં ખાસ કરીને ગરીબ અને વિકાશશીલ દેશોનાં શહેરો અને ગામડાઓમાં વધુ જોવામાં આવી છે. WHO – વિશ્વ સ્વાસ્થય સંગઠનનાં મત મુંજબ હજુ પણ વિશ્વના ૮૦ % લોકોની બિમારી કે તેના

કારણ પાછળ સ્વચ્છ અને ચોખ્ખા પીવાના પાણીની તંગી, અયોગ્ય અને અપૂરતૂ સેનીટેશન – સ્વચ્છતા અને આરોગ્યરક્ષણની ખુબજ નબળી સવલતો જવાબદાર છે.

જેમા ખાસ કરીને અપૂરતા અને સ્વચ્છતાના અભાવ વાળા શૌચાલયો , પીવાના પાણીના હેન્ડપંપ કે સ્ટેન્ડ પોસ્ટ આસપાસ ફેલાતી ગંદકી , રસાયણયુકત પાણી જમીનનાં તળમાં ઉતરવા , ખુલ્લી જગાઓમાં શૌચ કરવા જવું , સ્વચ્છતાનો અભાવ , પ્લાસ્ટીક જન્ય ઘન કચરાનો અયોગ્ય અને અપૂરતો નીકાલ વગેરે બાબતોનો સમાવેશ કરી શકાય.

૧. સ્વચ્છતા સંબંધી ભારતની નિતીઓ , યોજનાઓ , કાર્યક્રમો અને ટીકાઓ.

નેશનલ અર્બન સેનીટેશન પોલીસી (દગક.)

સેનીટેશન – સ્વચ્છતાનો જો સીધો સાદો અર્થ કરીએ તો કહી શકાય કે માનવો તેમજ પશુઓ દ્વારા ઉત્સર્જીત વિષ્ટા (જેમા. માનવીઓ અને પશુઓનું મળ , ઘન તેમજ પ્રાવાહી કચરો , બાયોલોજીક વેસ્ટનો સમાવેશ થાય છે) નો યોગ્ય નિકાલ થવો જાઈએ.

ઉદ્દેશો સામુદાયીક પ્રયત્નો દ્વારા સંપૂર્ણ સ્વચ્છ , તદુંરસ્ત તેમજ સ્વચ્છ વાતાવરણ આધારીત વસવાટ કરી શકાય તેવા ભારતીય શહેરો અને નગરોનો કાયાકલ્પ કરીને વિકાસ કરવો જેમા નીચે મુજબ બાબતોનો સમાવેશ થાય છે.

૧. જનજાગૃત્તિ ફેલાવી અને લોકમાનસને બદલવું ભારતીય શહેરો અને નગરોના વિવિધ વર્ગ , જ્ઞાતી, જાતિ આધારીત સમુદાયોને સ્વચ્છતા અંગે માહિતીગાર કરીને તેનાથી થતા લાભ અને આરોગ્યની સુખાકારી સંબંધીત જાગૃત્તિલાવવા માટેના પ્રય્તનો કરવા. જેમા જરૂર પડયે શહેરોના વિવિધ સંગઠનો અને જાહેર સાહસો, સ્વૈચ્છીક સંસ્થાઓ , બિન સરકારી સ્વૈચ્છીક સંસ્થાઓ , ખાનગી સાહસો ની ભાગીદારીથી લોકભોગ્ય કાર્યક્રમો દ્વારા સ્વચ્છતા અંગેની જાગૃત્તિ લાવીને લોકોને સ્વચ્છતા જાળવવા પ્રતિબધ કરવા. તેમજ તેઓની કુટેવો અને બિનઆરોગ્ય પદ ક્રિયાઓના લોકમાનસ ને બદલવા માટેના સફળ પ્રયત્નો કરવા.

૨. ભારતીય શહેરો અને નગરોના નાગરીકોને ખુલ્લામાં શૌચ કરતા અટકાવી રોગ મુકત અને આરોગ્યપ્રદ વાતાવરણની હિમાયત કરવા માટેના પ્રય્તનો કરવા જેમ કે. ઘરમાંજ શૌચાલયો બનાવવાની સગવડતા કરી આપવી તેમજ ઘરમાં બનેલા શૌચાલયમાંથી નીકળતી ગંદકીનો યોગ્ય નીકાલ કરવાની યોગ્ય સવલત પૂરી પાડવી. સમુદાયના સહીયારા પ્રયાસોથી વસાહતો , મીલની ચાલીઓ , ગંદા વસવાટોમાં કે જયાં ઘરમાં શૌચાલયો બનાવવા મુશ્કેલ છે તેવા વિસ્તારોમાં સર્વ રહીશોને મંજુર હોય તેવા ખુલ્લા અને સરળતાથી ઉપયોગમાં લઈ શકાય તેવી જગ્યાએ સામુહિક શૌચાલયો બાંધી આપવા અને તેની જાળવણી અને સાફ સફાઈ અંગેની જવાબદારી પણ સમુદાય દ્વારા નકકી થયા મુજબ સભ્યો કે વ્યકિતઓ દ્વારા નિયમીત કરાવવી.

૩. આ ઉપરાંત શહેરોમાં જે જગ્યાઓએ ગંદકીના થરો વર્ષભર રહયા કરે છે તેવા વિસ્તારોમાંથી ઘન તેમજ પ્રવાહી કચરાનો યોગ્ય નીકાલ થાય તેની વ્યવસ્થા કરવી જેમા ઘન કચરાને શહેરમાં મ્યુનિસપલ કોર્પોરેશનની મદદથી ચાલતા કચરો ભરવાના વાહનો દ્વારા આવા કચરાને એકત્રીત કરીને સરકારે નકકી કરેલ શહેરનાં બાહારના વિસ્તારોમાં યોગ્ય જગ્યાએ નીકાલ કરવો તેમજ શોષ ખાડા કરીને પ્રવાહી કચરાનો નાશ કરવો.

NUSP નાં મુખ્ય અંગો

૧. લોક જાગૃત્તિ કેળવવી

માહિતી , શિક્ષણ અને સંદેશા વ્યવહારના સાધનોનો ઉપયોગ કરીને જાહેર સુખકારીના હેતુરૂપ સ્વચ્છતા વિષયક તેમજ પર્યાવરણીયરક્ષણ માટે તેમજ ટકાઉ વિકાસના સંદર્ભે લોકોમાનસમાં સજાગતા અને જાગૃત્તિ લાવવના સફળ પ્રયત્નો કરવા. સમાજીક અને સાંસ્કૃત્તિક બાબતો મોટે ભાગે સ્વચ્છતા સંબંધીત કાર્યોના જાગૃત્તિ માટે અડપણરૂપ બનતી હોય છે ત્યારે આવા સંજોગોમાં આવી અડચણરૂપ બાબતોનો નીકાલ કરવા માટે લોકમાનસને જાગૃત્તકરવાના સામુહિક પ્રયાસો કરવા. લોકોને અસ્વચ્છતા અંગેની ગંભીર બાબતો અને તેમાથી ઉભા તથા ખતરા વિષેની સહજતાથી સમજણ આપીને જરૂર લાગેતો શહેરના મુખ્ય આગેવાન , સરકારી અધિકારી અથવા સામાજિક કાર્યકર , ગણમાન્ય કે પ્રતિષ્ઠિત વ્યકિતને સ્વચ્છતાના કેમ્પેઈનીંગ કરવા માટે ભલામણ કરવી અને તેઓનો સાથ સહકાર મેળવી સફળ પ્રયત્નોનુ સંચાલન કરવું.

૨. ઉપેક્ષીત અને ગરીબ વિસ્તારનાં લોકોને મદદ કરવી

અત્યાર સુધી શહેરો અને નગરોમાં કેટલાય વિસ્તારો એવા હતા કે જે સ્વચ્છતાના મામલે તેમજ વિકાસની દ્રિષ્ટીએ પછાત રહયા છે પરતૂ આ પોલીસી આધારિત અને પોલીસી અમલમાં આવ્યા બાદ પોલીસીના ભાગરૂપે સરકાર જ અવા ઉપેક્ષીત તેમજ ગરીબ લોકોના વિસ્તારો સુધી પોતે અથવા તો પોતાન કાર્યકરોને મોકલીને સ્વચ્છતા સંબંધીત બાબતોથી લોકોને માહિતગાર કરશે અને તેટલુજ નહી પરતું જરૂર પડયે આવા ઉપેક્ષીત તેમજ ગરીબ વિસ્તારની તમામ સ્વચ્છતા વિષયક જવાબદારી પોતાના શીરે લઈને સમગ્ર વિસ્તાર કે શહેરને સ્વચ્છતા જાળવવામાં મદદ રૂપ થવાના આશય થી જે જગ્યાએ શૌચાલયો નથી તેવા વિસ્તારોમાં **' સીટી સેનીટેશન પ્લાન'** હેઠળ શૌચાલયો સરકારી ખર્ચે બનાવી આપવાનો નિર્ધાર કર્યો છે. કે જેથી ઉપેક્ષીત તેમજ ગરીબ સ્લમ વિસ્તારોમાં લોકની આરોગ્ય વિષયક સુખકારીમાં વધારો થાય અને જાહેર જનતાની સુખાકારીમાં પણ વધારો થવાથી રાષ્ટ્રીય સુખકારીમાં વધારો નોંધી શકાય.

૩. કેપેસીટી ડેવલપમેન્ટ દ્વારા

ભારત સરકાર ભારતના તમામ રાજયોમાં **'નેશનલ લેવલ સ્ટેટેજી ઓન કેપેસીટી બીલ્ડીગ અને ટ્રીઈનીંગનુ'** ખાસ આયોજન કરીને સ્વચ્છતા અને સેનીટેશનની જાણકારી નું પ્રત્યાયન રાજયમાં કરશે અને દરેક રાજય તેના શહેરો અને નગરોમાં વસતા સામાજિક કાર્યકરો , સરકારી અધિકારીઓ , તજજ્ઞો અને આરોગ્ય અધિકારીઓ ને તાલીમ આપશે જેથી તેઓ આ તાલીમનો ઉપયોગ કરીને જાહેર જનતાની સુખકારી અને આરોગ્ય વિષયક બાબતોમાં સૂચારુ રીતે પરિવર્તન લાવી શકે અને આરોગ્યપ્રદ રાજયની અને રાષ્ટ્રની રચના કરવામાં પોતાનો ફાળો નોધાવી શકે.

૪. આર્થિક સહાય દ્વારા

ભારત સરકાર જયાં જરૂર લાગે ત્યાં **' શહેરી સેનીટેશન પ્લાન '** અંર્તગત ચાલતી સ્કીમો જેવીકે.. **JNNURM, UIDSSMT , 10% Lump Sum for NE States , Satelite Twonship Scheme** વગેરે દ્વારા સેનીટેશન ઈન્ફાસ્ટકચર્સ અને સર્વીસને પ્રમોટ કરવાનું કાર્ય આર્થિક સહાય આપીને કરી રહી છે કે જેથી શહેરો અને નગરોમાં સ્વચ્છતા જળવાઈ રહે અને તેના સ્તરમાં સુધારો લાવી શકાય.

ટોટલ સેનીટેશન કેમ્પેનીંગ (TSC)

વ્યકિતગત સ્વાસ્થ્ય અને સ્વચ્છતા નો આધાર પીવાના પાણીની પૂરતી સુવીધા અને યોગ્ય સનીટેશન પર કોઈ પણ દેશમાં જોવામાં અને નોંધવામાં આવ્યો છે. તેથી તો આપણે કહી શકીએ છીએ કે લોકોની આરોગ્ય વિષયક સુખાકારીનો આધાર સ્વચ્છ પીવાના પાણી ની ઉપલ્બધતા , યોગ્ય સેનીટેશન સાથે સંકળાયેલી છે. પરતૂ એ બાબત પણ નકારી શકાય નહી કે ભારત અને ભારત જેવા બીજા ઘણા વિકાસશીલ દેશોમાં સેનીટેશન અંગેની અપૂરતી સુવીધા, અસ્વચ્છ પીવાના પાણીનો વપરાશ તેમજ માનવીય વિષ્ટાનો અયોગ્ય નિકાલ જન આરોગ્યને બદલામાં ઘણી ગંભીર અને અસાધ્ય રોગની ભેટ પણ આપે છે. જેમકે વારંવાર લોકને કોલેરા , મરડો , મચ્છર જન્ય રોગો , ચીકનગૂનિયા , મેલેરીયા , ફલૂ , ડેંગ્યૂ વગેર રોગોનો શિકાર બનાવે છે અને કયારે – કયારેક તો આ રોગ એટલા ભયંકર સ્વરૂપ ધારણ કરી લે છે કે ગામનો ગામ કે રાજયનો અનેક શહેરોમાં તેનો કાળો કેર વર્તાવે છે અને હજારો નિદોર્ષ લોકોને પોતાનો ભોગ બનાવે છે. ભારતમાં ઉંચા બાળમૃત્યુનાં કારણમાં સેનીટેશન અંગે સેવાતું દુર્લક્ષ્ય જવાબદાર ગણવામાં આવ્યું છે. આથી વર્ષ ૧૯૮૬ **TSC** - ટોટલ સેનીટેશન કેમ્પેનીંગ ના બેનર હેઠળ **CRSP** – સેન્ટ્રલ રૂરલ સેનીટેશન પ્રોગ્રામ અર્તગત ભારતીય ગામડઓમાં રેહેતા લોકોની આરોગ્ય વિષયક બાબતો ની સુખકારી વધે અને ગામડામાં રહેતી મહિલઓને શૌચક્રિયા માટે અનૂકુળતા અને તેમના માન મર્તબમાં વધારો થાય અને શરમ સંકોચ હેઠળ ન રહેતા યોગ્ય સલામતીના પગલા રૂપ તેઓને સેનીટેશનની યોગ્ય સવલત મળે તે હેતુંથી આ કાર્યક્રમનું આયોજન અને સંચલાન કરવામાં આવી રહયું છે.

TSC નો ઉદ્દેશ

૧. ભારતીય ગામડાઓમાં રહેતી પ્રજાની આરોગ્યવિષયક બાબતોમાં સુધારો લાવવાની સાથે વધુ સરળતાથી આરોગ્યલક્ષી સવલતો લોકભોગ્ય બનાવવાનો પ્રયાસ કરવો.

૨. ભારતના દરેક ગામડાઓમાં વર્ષ ૨૦૧૨નાં અંત સુધીમાં ઘરે ઘરમાં જાજરૂ બનાવી આપવા માટે સહાય કે પ્રાયાસો થકી ભારતીય ગામડોઓને સ્વચ્છ અને રોગ મુકત બનાવવા.

૩. ગામડાની પંચાયત અને તેના સભ્યો દ્વારા સમૂદાયોને ગામડામાં સ્વચ્છતા જળવાઈ રહે અને તેમા વધારો થાય તે માટે પ્રોત્સાહીત કરવા અને તેઓમાં જાગૃત્તિ ફેલાય તેવા પ્રય્તનો કરવા.

૪. વર્ષ ૨૦૦૮ના અંત સુધીમાં ભારતનાં ગામડાઓની દરેક સ્કૂલ અને વર્ષ ૨૦૦૯ના અંત સુધી આંગવાડીમાં , બાલવાડીમાં યોગ્ય સેનીટેશન અંગેની સુવિધાઓ કરી આપવી કે આ સુવિધાઓમાં વધારો કરવો તેમજ તેમા કામ કરતા કર્મચારીઓ , શિક્ષકો – શિક્ષિકાઓ અને બાળકોને સ્વચ્છતા અંગે જાગૃત્ત કરવા અને સુટેવોનો વિકાસ કરવો.

૫. મર્યાદિત ખર્ચ સાથે યોગ્ય ટેકનોલોજીના સથવારે તેમજ પર્યાવરણીય સુમેળ થાય તે રીતે સુરક્ષિત અને ટકાઉ સેનીટેશનની સુવિધાઓ ગામડઓમાં પ્રાપ્ત કરાવવી.

૬. ગામડાનો લોકના સમુદાયોના સધિયારા પ્રયાસોથી જ પર્યાવરણીય સુમેળતા વાળી સેનીટશન પધ્ધિતીનો વિકાસ કરવો અને તેઓ દ્વારા જ ઘન અને પ્રવાહી કચરાનો યોગ્ય નીકાલ થાય તેવી વ્યવસ્થાઓ ગોઠવવી.

TSC નાં મુખ્ય અંગો

૧. શરૂઆતી પ્રવૃત્તિઓ

શરૂઆતની પ્રવૃત્તિમાં લોકોની સેનીટશેન પ્રત્યેની કાળજી , ટેવો , અભિરૂચી તેમજ સેનીટેશન અંગેના અંગત મંતવ્યોની એક બેઈઝ લાઈન સર્વે અથવા ઈમ્પલીમેન્ટેશન પ્લાન હેઠળ મોજણી કરવામાં આવે છે તમેજ આરંભીક ટ્રઈનીગ પ્રોગ્રામનું આયોજન જિલ્લા સ્તરે કરવામાં આવે છે. તેમજ આ માટે જિલ્લા સ્તરે તકહ પ્રોજેકટ પ્રોપોઝલ તૈયાર કરવામાં આવે છે અને તેનું તમામ ફડીગ ભારત સરકાર દ્વારા કરવામાં આવે છે.

૨. IEC પ્રવૃત્તિઓ

ભારતીય ગામડાઓમાં સેનીટેશન એક અંગભૂત અને પાયાની જરૂરીયાત માનવામાં આવી છે કારણકે ભારતીય ગામડાઓમાં હજુ પણ સ્વચ્છતા તેમજ આરોગ્યને લગતી બાબતો વિષે દુર્લક્ષ્ય સેવવવામાં આવી રહયું છે. ત્યારે આ પ્રકિયા દ્વારા ગામડાનો લોકોનો સાથ અને સહકારથી તેઓને સેનીટશેન અને સ્વચ્છતા તેમજ આરોગ્યની બાબતોની કેવી જરૂરીયાત છે ?, કઈ જગ્યાએ સામૂહીક શૌચાલયો બનાવવા જોઈએ કે જેથી તેનો ઉપયોગ ગામડામાં રહેતો દરેક નાગરીક યોગ્ય અને સરળતાથી કરી શકે , બાળવાડી , આંગણવાડી , પ્રા.સ્કૂલ વગેરેમાં કેવા પ્રકારીની સેનીટેશની સુવિધા હોવી જાઈએ અથવા તો બનાવવી જાઈએ કે જેથી ગામડાનું જન આરોગ્ય સચવાય તે દરેક બાબત પર ગામડાનો લોકો સાથે ચર્ચા વિચારણા કરી અને તેનું આયોજન અકાશ કે જમીન પર ન કરતા યોગ્ય ઈન્ફરમેશન , એજયુકેશન અને કોમ્યુનિકેશન દ્વારા પદ્ધિતિસર અને યોગ્ય આયોજન કરવા માટે TSC પ્રયત્નો કરે છે. આ માટે ભારત સરકારની વેબ સાઈટ www.ddsw.g.in નો ઉપયોગ કરીને પણ યોગ્ય માહિતી મેળવી ને ગામડાની સેનીટેશનની જરૂરીયાતો ને કેવી રીતે પૂરી કરી શકાય તેમજ તેઓની જરૂરીયાત અનૂરૂપ સાધનો અને ફંડ કેવી રીતે અને કેટલા પ્રમાણમાં મળી શકે વગેરે બાબતોનો વિસ્તાર પૂર્વક અભ્યાસ કરીને ગામડાની સેનેટશનની જરૂરીયાત સંતોષી શકાય.

૩. રૂરલ સેનીટરી માર્ટ અને પ્રોડકશન સેન્ટર

આ પ્રકારનું માર્ટ એ વ્યકિતગત લોકો માટે તેઓન ઘરમાં જાજરૂ બનાવવા માટેના સાધનોનું વેચાણ તો કરે જ છે પણ સાથો સાથ શોષખાડાઓ , કમ્પોઝડ પીટ , વર્મી કમ્પોઝટીંગ , વોશીંગ પ્લેટફોર્મ બનાવવા માટેના સાધનો , ડીઝાઈન વગેરે તેમજ સર્ટીફાઈડ ઘરગથ્થૂ ઉપયોગમાં લઈ શકાય તેવા વોટર ફિલ્ટરનું વેચાણ એક છત્ર નીચે કરે છે. જેથી ગામડાનો પરિવારો તેઓની સેનટેશન અને સ્વચ્છ પીવાલાયક પાણીની જરૂરીયાતો સંતોષી શકે. RSM નું મુખ્ય ધ્યેય કહીએ તો કહી શકાય આ માર્ટ અને પ્રોડકશન સેન્ટર દ્વારા ટેકનોલોજીની દ્રિષ્ટિએ યોગ્ય અને નાણાકિય રીતે પોષણક્ષમ હોય તેવા સંડાસ અને અન્ય સેનેટરીની જરૂરીયાત સાથે સંકળાયેલા સાધનો , મટીરીયલ , સહુલિયતો મેળવવા માટેનું જનસમાન્યને જ્ઞાન અને માર્ગદર્શન પૂરૂ પાડે છે. કે જેથી તેઓ ઓછા ખર્ચે અને ટકાઉ સેનીટશેનનું વ્યવસ્થાપન કરી શકે અને તેઓની સેનીટશેનની જરૂરીયાત સંતોષી શકે.

૪. ઘરોમાં વ્યકિતગત ધોરણે જાજરૂ બનાવવામાં સહાય

આ પ્રકિયા દ્વારા ગામડામાં રહેલા દરેક ઘરના બકેટ જાજરૂને એક સુપર સ્ટ્રકચર જાજરૂ તરીકે વિકસીત કરવાની યોજના અમલમાં મૂકવામાં આવી છે. ખાસ કરીને ગામડમાં રહેતા અને ગરીબી રેખા હેઠળ જીવતા પરિવારોને આ સ્કિમથી લાભ આપવાનો નિર્ણય ભારત સરકાર દ્વારા કરવામાં આવ્યો છે. આ યોજના અર્તગત જો ગરીબી રેખા હેઠળ જીવતો પરિવાર પોતાના ઘરમાં જો પોતાની જાત મહેનતથી જો ઈંટ સીમેન્ટનો ઉપયોગ કરીને યોગ્ય સ્ટ્રકચમાં જાજરૂ બનાવે અને તેનો ઉપયોગ કરે તો તે જાજરૂ બનાવવા પાછળ થયેલ ખર્ચને પોહચી વળવા માટે જે તે પરિવારને અમૂક પ્રમાણમાં ભારત સરકાર દ્વારા રોકડ સહાય આપવામાં આવે છે.

૫. સામુદાયિક સનેટરી કોમ્પલેક્ષ

સામુદાયિક સનેટરી કોમ્પલેક્ષ એ આજના યુગની ગામડાની મુખ્ય સ્વચ્છતાના ભાગ રૂપે આકાર લઈ રહેલું નવુ સોપાન કહી શકાય. આવા સેનેટરી કોમ્પેલક્ષો સામાન્ય રીતે જે જગ્યાએ લોકોનો આવારો જવારો વધુ રહેતો હોય તેવી જગ્યાએ જેવીકે શાકમાર્કેટ નજીક , જાહેર કોમ્પુનિટ હોલ આસપાસ , બસ સ્ટેશન , રેલ્વે સ્ટેશન , સીનેમા હોલ વગેરે જગ્યાએ બનાવવામાં અવાતા હોય છે અને આવા સેનેટરી કોમ્પલેક્ષમાં યોગ્ય સંખ્યમાં જાજરૂ , નાહવા માટેના બાથરૂમ , કપડા ધોવા માટેનાં વોસીંગ પ્લેટફાર્મ , વોસ બેસન વગેરેનો સમાવેશ થાય છે જેનો ઉપયોગ મહિલાઓ , પુરૂષો અને આબલ – વૃધ્ધો તેમજ જેમની પાસે જમીન નથી અને ઘર વિહોણાં છે તેવા નિરાધાર લોકો સરળાતાથી ઉપયોગ કરી શકે છે. ગામડાઓમાં આવા સનેટરી કોમ્પેલક્ષ બનાવવામાં ભારત સરકાર તેમજ રાજય સરકાર પણ નાણાંકીય સહાય પૂરી પાડે છે જેનો ફાળો ૬૦ : ૨૦ : ૨૦ છે એટલે કે ભારત સરકારના ૬૦ % નાંણાકિય સહાય ૨૦% રાજય સરકારની નાંણાકિય સહાય અને બાકીના ૨૦% જેતે ગામના સ્થાનીક લોકો અથવા તો પંચાયત પાસે રહેલી જમા રકમ જે જનકલ્યાણ માટે એકત્રીત થયેલ હોય તેનો ઉપયોગ આવા સેનેટરી કોમ્પલેક્ષ બનાવવામાં કરી શકાય

૬. સંસ્થાગત જાજરૂ બનાવવા માટે પ્રયાસો

ભારતના ભાવી એવા બાળકો આજે ગામડાઓમાં આવેલી સ્કૂલો તેમજ શહેરી સ્કૂલોમાં તાલીમ તેમજ શિક્ષણ મેળવી રહયા છે. જો બાળકોને નાનપણથી જ સેનીટેશન અને સ્વચ્છતાના યોગ્ય પાઠ ભણાવવામાં આવે અને આદતો વિકસાવવામાં આવે તો મોટે ભાગે ભારતમાં થતા બાળમૃત્ય દરમાં ઘટાડો કરી શકાય તેમ છે. કારણકે બાળક નું સમાજિકરણ મોટે ભાગે તેના કૌટુબિક પરિવારમાં અને ત્યાર બાદ તે જયાં શિક્ષણ મળવે છે અટલે કે સ્કૂલમાં થાય છે. TSC ના પ્રયાસના ભાગરૂપે તેઓ આવી સ્કૂલો અને આંગણવાડીઓમાં યોગ્ય સેનીટેશનની સુવિધાઓ મળી રહે તે હેતુ થી સંસ્થાગત લો બજેટ – કોસ્ટ જાજરૂ બનાવવા માટે ની સહાય કરે છે. આ માટેનું ભારત સરકાર અને રાજય સરકારનું નાણાકિય ફંડિગ ૭૦ : ૩૦ રાખવામાં આવ્યું છે. અને આ યોજના અર્તગત દરેક ગર્વમેન્ટ સ્કૂલમાં કે જયાં કો – એજયુકેશન છે ત્યાં વિદ્યાર્થી અને વિદ્યાર્થીનીઓ માટે અલગ જાજરૂ અને બાથરૂમની સગવડતા કરી આપવામાં આવે છે. આ ઉપરાંત આંગણવાડીઓ કે જયાં નાના બાળકો પૂર્વ પ્રાથમિક શિક્ષણ મેળવી રહયા છે ત્યાં બેબી ફેન્ડલી ટોઈલેટ બનાવવી આપવાની સુવિધા કરવામાં આવી છે. આ યોજના અન્વયે દરેક આગંણવાડી કે બાલવાડીમાં રૂ.૫૦૦૦/– ની મર્યાદા સુધીમાં યોગ્ય સવલતો વાળુ જાજરૂ બનાવી આપવાની પહેલ TSC દ્વારા કરવામાં આવી છે. આમ કહી શકાય કે તકહ દ્વારા ખુબજ મહત્વનું અને સુદ્દઢ ભારતનું ભાવી ઘડવામાં સહયોગ મળી રહયો છે.

૭. સોલીડ તેમજ લીકવીડ વેસ્ટ મેનેજમેન્ટ

ભારતના ગામડાઓમાં હજું પણ સ્વચ્છતા અને ચોખ્ખાઈ અંગે દુર્લક્ષ્ય સેવાઈ રહયું છે. ગામડામાં રહેતા પરિવારો સાથે તેઓના પાલતું પુશઓ અને ઢોર ઢાખરો પણ રહે છે અને મળ – મૂત્રનો ત્યાગ કરતા હોય છે. તદ્‌ ઉપરાંત ઘણા લોકોના ઘરોમાં નાહવાની સગવડતા ન હોવાથી તેઓ ફળીયમાં આવેલી ચોકડી કે કુવા પાસેની જગ્યામાં સ્નાન ઈત્યાદી કરતા હોવાથી તેનું ગંદું પાણી ગામડાઓની જાહેર શેરીઓમાં નદીઓન સ્વરૂપે જોવામાં આવે છે જે અનેક રોગોનું ઉદ્‌ભવ સ્થાન ગણાવી શકાય. આવી ગંદકી તેમજ ઢોર ઢાખરના મળ મુત્ર જાહેર ગલીઓમાં ન ફેલાય અને પ્રાવહી તેમજ ઘન કચરાનો યોગ્ય નીકાલ થાય તે માટે TSC દ્વારા સહયોગ આપવામાં આવે છે જે અનુંસંધાને લો કોસ્ટ ડ્રેઈનેજ , શોષખાડાઓ , ઘરગથ્થૂ કચરાનો યોગ્ય નીકાલ થાય તે માટે ગામડાની પંચાયત દ્વારા યોગ્ય સ્થાન નકકી કરીને પ્રવાહી તેમજ ઘન કચરાનો યોગ્ય નીકાલ કરવાની સહાયતા કરવામાં આવે છે. આ યોજના અંર્તગત ઉપર દર્શાવેલી સવલતો તૈયાર કરવા માટે ભારત સરકાર , રાજય સરકાર તેમજ સ્થાનીક લોકો અને ગ્રામ પંચયાત દ્વારા ૬૦ : ૨૦ : ૨૦ ના અનુપાતમાં આર્થિક સહાયતા મેળવવમાં આવે છે. જેનો ઉપયોગ કરીને નિર્મળ ગામનું નિર્માણ કરી શકાય.

નિમર્ળ ગ્રામ પુરસ્કાર યોજના (NGP)

ભારત સરકાર દ્વારા ગામડઓમાં વસતા નાગરીકો વઘુ ને વઘુ આરોગ્યપ્રદ રહી શકે તે માટે સરળતાથી તેઓની સેનીટેશન અંગેની જરૂરીયાતો સંતોષાય તેમજ ભારતીય નાગરીક ની તદુંરસ્તી જળાવઈ રહે તે હેતુ થી જે ભારતીય ગામડઓ સપૂર્ણ વર્ષ દરિમ્યાન પોતાના ગામને સ્વચ્છ અને ગંદકી મુકત તેમજ તેના નગરજનોને ખુલ્લામાં શૌચ જતા અટકાવીને યોગ્ય સેનીટેશનની વ્યવસ્થા જાળવી શકે તેન ભારત સરકાર દ્વારા નિર્મળ ગ્રામ પુરસ્કાર આપીને તે ગામની ગ્રામ પચાયતને સરકારે નકકી કરેલી રોકડ સહાય આપવાની પહેલ કરી છે. અને તે ગામને " **નિર્મળ ગ્રામ** " એવુ સન્માન પત્રક આપીને પુરસ્કૃત્ત કરશે. આ યોજનનાની શરૂઆત વર્ષ ૨૦૧૧માં મનીસ્ટરી ઓફ ડ્રીન્કીંગ વોટર એન્ડ સેનીટેશન , ભારત સરકાના નેજા હેઠળ કરવામાં આવી છે.

NGP યોજનાનો ઉદ્દેશય

૧. સ્વચ્છ અને આરોગ્યપ્રદ જીવન જીવવાના ઉદ્દેશ સાથે ભારતીય ગામડાઓમાં સુરક્ષિત સેનીટશેન અને ચોખ્ખું પર્યાવરણીય વાતાવરણ બની રહે તેવા પ્રયત્નો કરવા.

૨. ગામડાઓમાં રહેલા પંચાયતી રાજ સંસ્થાઓ (પી.આર. ઈન્સટીટયુશનો) ને તેઓના નાગરીકો ખુલ્લામાં શૌચ જતા અટકાવવાની સાથે તેમની સેનીટશેનની જરૂરીયાતો યોગ્ય રીતે સચવાઈ રહે તે માટેની પહેલ કરતા અને વ્યવસ્થાનું નિમાર્ણ કરવા માટે પ્રોત્સાહિત કરવા.

૩. પયાર્વરણીય સ્વચ્છતા અને ટકાઉ વિકાસ આઘારિત સનેટેશનને પ્રોત્સાહન પૂરુ પાડવું.

૪. સંસ્થાઓને સામુદાયક સંગઠનના કાર્ય તેમજ તેના ઉદ્દીપક તરીકે પ્રોત્સાહિત કરીને નિમર્ળ ભારત અભિયાનના સોપાનોને સફળ બનાવવુ.

NGP યોજનાનો હેઠળ આપવામાં આવતી નાણાકિય સહાય

ધોરણો / રકમ	ગ્રામ પંચાયત				
વર્ષ ૨૦૧૧ ની વસ્તીગણતરી મુજબની ગામડાની વસ્તી	૧૦૦૦ લોકો કરતા ઓછી વસ્તી	૧૦૦૧ થી ૧૯૯૯ સુધીની વસ્તી	૨૦૦૦ થી ૪૯૯૯ સુધીની વસ્તી	૫૦૦૦ થી ૯૯૯૯ સુધીની વસ્તી	૧૦૦૦૦ અને તેની વધુ વસ્તી
પુરસ્કુત રોકડ સહાય ની રકમ (લાખમાં)	૧.૦	૨.૦	૪.૦	૮.૦	૧૦.૦

(Source :- Ministry of Drinking Water and Sanitation , Gt. of India, Niramal Gram Purashkar – Guidelines , December – 2012)

સ્કૂલ સેનીટેશન એન્ડ હાયજીન અજયુકેશન પ્રોગ્રામ (SSHE)

આ એક વ્યાપ ફલક પર ફેલાયેલ પ્રોગ્રામ છે જેનો ઉદ્દેશ્ય ભારતીય સ્કૂલમાં અભ્યાસ કરતા વિદ્યાર્થીઓમાં સ્વચ્છ પીવાના પાણીની યોગ્ય અને પૂરતી સ્પ્લાઈ , જાજરૂ અને વિદ્યાર્થીઓમાં સ્વચ્છતા સંબંધી આદતોનો વિકાસ કરવાની તેમજ સ્વચ્છતાના આગ્રહી બને તે માટેના યોગ્ય વાતાવરણીય પરિબળો પંર ભાર આપવાનો છે. SSHE નો ઉદ્દેશ માત્ર શાળામાં અભ્યાસ કરતા વિદ્યાર્થીઓ ને માત્ર સ્વચ્છતા સભર વાતાવરણ માળી રહે તે હેતુ સાથો સાથ શાળમાં અભ્યાસ કરતી વિદ્યાર્થીનીઓમાં કૃમિ જન્ય રોગોને અટકાવવા તેમજ આવા રોગની સારવાર અર્થે ગામડામાં આવેલી પી.એચ.સી ના માધ્યમથી યોગ્ય સારવાર કરાવવાના હિતમાં કામ કરે છે. આ પ્રોગ્રામની શરૂઆત વર્ષ ૧૯૯૯માં TCS ના નેજા હેઠળ કરવામાં આવી છે. ઉપર મુજબ ના કાર્યો સાથો સાથ આ પ્રોગ્રામ સ્વચ્છતા સંબંધી આદતો અને ટેવો વિકસાવવા સંબંધી શિક્ષકો – વિદ્યાર્થીઓ , કુટુંબો – સમૂદાયો ને સાકંળીને કે જયાં બાળકો પોતાની મહત્વની ભૂમિકા અદા કરીને સ્વચ્છતા ફેલાવવા સંબંધી કાર્યોને પ્રોત્સાહન પૂરૂ પાડે છે.

સ્વચ્છતા સંબંધીત ટીકાઓ

૧. ભારતમાં સનીટેશન અને હાયજીન અંગે વર્ષોથી ઉપેક્ષા થતી આવી છે અને થાય છે. તેમજ ભારત માટે અતી મહત્વના ગણાતી બાબતોમાં તેનો સમાવેશ થતો હોવા છતા તેન અગ્રતાક્રમ અપાતો નથી જેના કારણમાં લોકોનું સ્વચ્છતા અને સેનીટેશને અવગણવાનું તથા આવી મહત્વની બાબતો વિષે ઓછી લોકજાગૃત્તિ જવાબદાર ગણાવી શકાય.

૨. નોકરીના સ્વરૂપે તેમજ સફાઈ કર્મચારીઓની જ જવાબદારીના ભાગ રૂપે જોવાતું કાર્ય પણ સ્વચ્છતા તેમજ સેનીટેશન પાછળ સેવાતા દુલર્ક્ષ માટે જવાબદાર ગણાવી શકાય. કારણકે ભારતમાં અમુક જ્ઞાતીના લોકોની જ ફરજ તેમજ કાર્ય માની બેઠેલા લોકમાનસથી ભારતમાં ગંદકીનું સામાજય ચોતરફ ફેલાયેલું રહે છે અને ગંદકી ઉપાડનારોની દશા દિવસે ને દિવસે બદ માંથી બદતર તરફ ધકેલાતી જાય છે. ખરેખર ગાંધીજી જેવા મહાત્માના દેશમાં ગંદકી સાફ કરવી એ દરેક જ્ઞાતી અને વર્ગના લોકોનું પ્રાથમિક અને અગ્રીમતાનું કામ હોવા છતા આ દુદર્શા પાછળ નબળું રાજકારણ અને લોકમાનસની ઉદાશીનતા જવાબદાર ગણાવી શકાય

૩. સંસ્થાઓનું ભંગાણ અને તેઓની નબળી ભૂમિકા અને બેજવાદારી પણું પણ ભારતમાં સ્વચ્છતા અને સેનીટેશનની ખરાબ દશાનું એક કારણ છે. કારણકે જે સંસ્થાઓ આવા કાર્યામાં રોકાયેલી છે તેઓની વચ્ચે કામ કરવા માટેની હુશાતુસી તેમજ તાલમેલ ના અભાવે ભારત માટે યક્ષ પ્રશ્ન સમાન સેનીટેશનની યોગ્ય વ્યવસ્થા અને કાર્ય થઈ શકતા નથી પરિણામે જનસામાન્યને તેનો અવાર નવાર ભોગ બનવાનો વારો આવ્યો છે.

૪. ભારતીય શહેરોની સફાઈ અને સ્વચ્છતા તેમજ સેનીટેશન અંગેની બાબતોમાં આંખ આડા કાન કરવાની નીતી પણ નબળી સ્વચ્છતા અને સેનીટેશન પાછળ જવાદાર ગણાવી શકાય ખરેખરતો ભારતના અનેક રાજયોએ ભેગા મળીને સ્વચ્છતા સંબંધી તેમજ સેનીટેશન સંબંધી યોગ્ય રણનિતી કે વ્યુહરચના અપનાવીને સહમતીથી પોતાના રાજયોમાં રહેલી ગંદકી જેમા પ્રવાહી તેમજ ઘન કચરાનો સલામત અને યોગ્ય નીકાલ માટેની રચનાઓ , જગ્યાઓ તેમજ ફરી ઉપયોગમાં લઈ શકાય તેવા કચરામાંથી યોગ્ય વસ્તુઓ બનાવવાની બાબતમાં પહેલ કરવી જાઈએ જેથી ભારતના દરેક રાજયને વ્યવસ્થિત અને ટકાંઉ યર્યાવરણીય વાતાવરણની ભેટ આપી શકાય. જેનો લાભ જનસમાન્યની આરોગ્ય વિષયક સુખકારીમાં પલટાવી શકાય.

૫. સ્વચ્છતા અને સેનીટશેનની યોગ્ય જરૂરીયાતો સંતોષવા માટે ઓછી અને યોગ્ય ટેકનોલોજીનો અભાવ પણ ભારતમાં ગંદકી અને સ્વચ્છતાના અભાવને દર્શાવે છે. પશ્ચિમિ દેશોની સરખામણીમાં ભારતમાં ઘન તેમજ પ્રવાહી કચરા તેમજ તેના રીસાઈકલીંગ પ્રોસેસ માટે કોઈજ અત્યાધુનિક ટેકનોલોજી અપનાવવામાં આવી નથી કે વિકાસ થઈ શકયો નથી જે ખુબ ખેદ દર્શાવતી બાબત ગણાવી શકાય.

૬. વધતા જતા શહેરીકરણ અને તેમા પણ વધતા ગંદા વસવાટો કે જેમા અસ્વચ્છતા તેમજ સેનીટેશનની અયોગ્ય અને અપૂરતી સગવડ, ભારતમાં ગંદકી અને અ હાયજીનને વધારો આપે છે. આ ગંદકી અને બિનસલામત અવસ્થાઓ ભારતમાં બાળ મૃત્યુ દરના પરિણામમાં કાઠુ કાઢયું છે જે વિકસતા અને સાધન સંપન દુનિયાની વરવી બાબત ગણાવી શકાય. જો આ શહેરી કરણ અને ગંદા વસવાટોમાં યોગ્ય સ્વચ્છતા અને સેનીટેશન પાછળ દુલક્ષ હજુ પણ સેવવવામાં આવશે તો કદાચ આવનારા વર્ષોમાં ભારતની સ્થિતી કંગાળ દેશ જેવાકે મ્યાનમાર , બાંગ્લાદેશ કે કેન્યા જેવી થતા જરા પણ વાર નહી લાગે.

૨. ગ્રામ્ય અને નગર સમુદાયોમાં સ્વચ્છતા અંગેના કાર્યક્રમોનું અમલીકરણ

સ્વચ્છતા દિવસની ઉજવણી (Sanitation Day Celebration)

ભારતની દરેક ગ્રામ પંચાયત નીમર્ળ ભારત અભિયાનના કાર્યક્રમ અર્તગત મહિનાના કોઈ પણ એક દિવસ ગામડાની પંચાયતના સભ્યોની તેમજ ગામના લોકોની અનુકુળતા અનુસાર “ **સ્વચ્છતા દિવસ** ” તરીકે ઉજવે છે. આ દિવસ ઉજવવા પાછળનાં કારણો નીચે મુજબ ની બાબતોનું અમલીકરણ થાય છેકે નહી તેની ચકાસણી માટે શકય બને છે .

૧. દરેક મિહનાના અત સુધિમાં ગામમાં કેટલા શૌચાલયો બન્યા તેનો પ્રોગ્રસ રીપોટ પંચાયતના સભ્યો સમક્ષ શૌચાલયો બનાવવાની કાર્યવાહી જે કમીટીને સોપવામાં આવેલી હોય તે સમિતી સમક્ષ રજુ કરે છે. આ ઉપરાંત હજુ કેટલા શૌચાલયો બનાવવાનો ટાર્ગેટ બાકી રહયો છે તેમજ તેમા કેવા અને કયાં પ્રકારના માલ

સામન , સાધનોની જરૂરીયાત પડશે તેની વિગતવાર યાદી પંચાયત સમક્ષ રજુ કરવામાં આવે છે. તેમજ IEC –ઈન્ફરમેશન, એજયુકેશન અને કોમ્પુનિકેશન તેમજ HRD – હયુમન રીશોર્સ ડેવલ્પમેન્ટ અને SLWM એટલેકે સસ્ટેનેબલ લેન્ડ અને વોટર મેનેજમેન્ટની અંગેની ગામડામાં શું સ્થિતી છે તેનો ખ્યાલ મેળવવામાં છે.

૨. વ્યકિતગત શૌચાલયોની હજુ કેટલી માંગ છે અને ભવિષ્યમાં ગામડાની વધતી વસ્તી માટે કયા સ્થળે અને કયા વિસ્તારોમાં સામુહિક શૌચાલયોની જરૂર વર્તાશે તેની માંગ સંતોષવા માટે કેટલું નાણાંકીય ભંડોળની જરૂર રહેશે અને તેની પૂરી કરવા માટેના જરૂરી સાધનો કયાંથી મળી શકશે તેનો વિચાર કરવામાં આવે છે.

૩. દર મહિનામાં કટેલા જાજરૂ બનશે તેનો ટાર્ગેટ નકકી કરવામાં આવે છે તેમજ આવા જાજરૂ આંગણવાડી, બાલવાડી કે ગામડાની પ્રા. શાળામાં કેટલા પ્રમાણમાં બનાવવા વગેરેનો એકશન પ્લાન પંચાયત સમક્ષ રજુ કરવામાં આવે છે.

૪. દરેક મહિનાઓમાં જાજરૂ બનાવવા પાછળ થયેલ ખર્ચ , સાધનોનો વપરાશ , જાજરૂ બનાવા પાછળ ફળવાયેલી રકમનો હિસાબ પંચાયત સમક્ષ રજુ કરવામાં આવે છે.

આમ ઉપરની બાબતોની ચર્ચા ગામડાની પંચાયત સમક્ષ અને સભ્ય સમક્ષ ખુલ્લી રીતે દરેક સવલતો અને સાધનો પાછળ થયેલ ખર્ચની વિગતવાર રજુ કરવામાં આવે છે જેથી પંચાયત અને ગામના સભ્યો દર મિહિનાના અંતે ગામડામાં જાજરૂ બનાવવા પાછળના આ નવતર પ્રોયોગનાં અમલીકરણમાં રહેલ ખામીઓ , સુધારો અને તેના સારા પાસાઓની પારદર્શક માહિતી મેળવી શકે છે.

વોટરઅને સેનીટેશન સર્પોટ ઓર્ગેનાઈઝેશન (WSSO)

ભારતવર્ષના દરેક રાજયોમાં યોગ્ય અને ઈફેકટીવલી સનેટેશન અને પીવાના પાણીની સ્વચ્છતા જાળવાઈ રહે અને જનસામાન્યનું આરોગ્ય સ્વાસ્થયપ્રદ રહે તેની તકેદારી રાખવાના હેતુસર WSSO ની રચના કરવામાં આવી છે. આ ઓર્ગેનાઈઝેશન IEC –ઈન્ફરમેશન, એજયુકેશન અને કોમ્યૂનિકેશન તેમજ HRD – હયુમન રીશોર્સ ડેવલ્પમેન્ટ તેમજ મોનીટરીગ અને ઈવેલ્યુએશન દ્વારા રાજયમાં કાર્યરત વોટર અને સેનીટેશનની કામગીરીનું તકેદારી રાખવાનું કાર્ય WSSO કરે છે. WSSO દ્વારા રાજયમાં થતા સેનીટેશન અને પીવાના પાણીની કામગીરીમાં યોગ્ય રીતો નીતીઓનું પાલન થાય તેમજ તેની સુવિધા કરવામાં વપરાતા સાધનો , નાણાંકીય ખર્ચ , માનવીય પ્રયત્નોની યોગ્યતા અને સંશાધોનોની જાળવણી અને કરસર ભર્યો ઉપયોગ થાય તેની નીતીઓ , વ્યુહરચનાઓ ઘડે છે અને તેનું સક્ષમ અમલી કરણ થાય તેની તકેદારી પણ રાખે છે. આ ઉપરાંત WSSO દરેક રાજયમાં બે રીતે કામગીરી કરે છે. એક તો રાજયનું CCDU – કોમ્યુનિકેશન અને કેપીસીટી ડેવલ્પમેન્ટ યુનીટ (સેનીટેશન) WSSO સાથે સકંળાઈને લોકની સ્વચ્છતા અને શૌચ સંબંધી યોગ્ય ટેવોનો વિકાસથાય તે માટેના મેન્યુઅલ , ચોપાનીયાઓ , પોસ્ટરો તેમજ જન કાર્યક્રમોનું આયોજન અને સંચાલન કરે છે. તેમજ બીજી બાબત સ્વરૂપે કોમ્યૂનિકેશનના તજજ્ઞો , હયુમન રીશોર્સ ડેવલ્પમેન્ટના તજજ્ઞો અને મોનીટરીંગ અને ઈવલ્યુએશનના તજજ્ઞોને સાથે રાખીને શહેરો અને ગામડઓની સ્કૂલો , બાળવાડીઓ , આંગણવાડીઓ વગેરેમાં સ્વચ્છતા અને સેનીટેશન અંગેના અમલીકરણના ભગીરથ પ્રયાસો કરે છે.

બ્લોક રીસોર્સ સેન્ટરર્સ (BRC)

ખચહ નું કાર્ય ગ્રામ પંચાયત હસ્તક રહેલ પાણી અને સ્વચ્છતાના વિભાગની કામગીરીનાં યોગ્ય અમલી કરણ માટે જરૂરી માર્ગદર્શન , સધીયારો તથા ગ્રામની સ્વચ્છતા અને ચોખ્ખાઈ જળવવાઈ રહે તે માટેની દેખરેખ રાખવાનું કાર્ય કરે છે. ગામનું બ્લોક રીસોર્સ સેન્ટર એ ગ્રામ પંચાયતને યોગ્ય માર્ગદર્શન અને સ્વચ્છતા અને ચોખ્ખાઈ બાબતોનું પાલન થાય તે હેતુસર યોગ્ય નીતિ ઘડતર માટેની વ્યુહરચના તથા કાર્યક્રમોનું અયોજન કરી આપે છે. આ માટે બ્લોક રીસોર્સ સેન્ટર મીનસ્ટરી ઓફ ડ્રિકીંગ વોટર અને સેનીટેશનની ગાઈડ લાઈન મુજબ ગામડાની પંચાયતમાં યોગ્ય સેટઅપ કરી આપવાની સાથે સાથે તેનું સંચાલન ગ્રામ પંચાયતના સભ્યો દ્વારા યોગ્ય રીતે થઈ શકે તેનું ગહન માર્ગદર્શન પણ આપે છે. આ માટે ગામડામાં સ્વચ્છતા અને યોગ્ય સેનીટેશનની અને પૂરતા પીવાના પાણીની યોગ્ય જોગવાઈ થઈ શકે અને રખાવટ થાય તે માટે અવારનાવર ગામડાના જાહેર સ્થળોએ સ્વચ્છતા સંબંધી જનકાર્યક્રમો , લોકજાગૃત્તિ કેળવાઈ તે માટે ભીત પર સ્લોગનો લખવા – સ્વચ્છતા અને સેનીટેશન સંબંધી ભિતચિત્રો દારોવા તેમજ સેનીટેશનની જાગૃત્તિ અર્થે કાર્યોક્રમો અને વ્યુહરચના ઘડવામાં ઉપયોગી સધીયારો આપે છે. આ ઉપરાંત ખચહ ગ્રામ પંચાયતોનું ડીસ્ટ્રીકટ વોટર અને સેનીટેશન મીશન તેમજ ગામડાના સમુદાયને સાકળતી કડી સમાન કાર્ય ભૂમિકા અદા કરે છે.

નોન ગર્વમેન્ટલ ઓર્ગેનાઈઝેશનની ભૂમિકા

એન.જી.ઓની સૌથી વધારે જરૂરિયાત આ ક્ષેત્રમાં હાલ ભારતમાં વર્તાઈ રહી છે. અને કેટલાય આવા બીન સરકારી સ્વૈચ્છીક સંસ્થાઓ ભારતના ગામડા અને શહેરોના લોકોની શૌચ આધારિત નબળી માનસીકતા અને આ અંગે લોક જાગૃત્તિ લાવવાના યોગ્ય સ્તરે પ્રયાસો કરી રહી છે. આ બીન સરકારી સ્વૈચ્છીક સંસ્થાઓ સેનીટેશન અને સ્વચ્છતા સંબંધી નીતીઓ અને કાર્યક્રમોનું યોગ્ય અમલીકરણ કરાવવાન હેતુસર બેઈઝ લાઈન સેર્વેથી માંડી પી.આર.એ સુધીની કામગીરી સંભાળે છે અને લોક માનસને સ્વચ્છતા અને સેનીટેશનની યોગ્ય જાણકારી આપે છે. આ ઉપરાંત તેઓ જાજરૂ બનાવવાના સાધનો યોગ્ય અને વ્યાજબી ભાવે ગામડા અને શહેરોના લોકને મળી રહે તે માટે સનેટરી માર્ટની સહુલીયત તેમજ પ્રાપ્તીસ્થાનોની જાણકારી પણ આપવાનું કાર્ય કરે છે.

કોર્પોરેટજગતની ભૂમિકા

ભારતમાં ૨૧મી સદીની શરૂઆતમાં ઔધોગીક વિકાસ ઝડપથી વિકસી રહયો છે. જેના કારણે શહેરોનો વિકાસ થવાની સાથે સાથે ગંદા વસવાટો અને સેનીટેશનનો પ્રશ્ન પણ વિકટ સ્થિતિએ પોહચ્યો છે. આ પ્રશ્નને હળવો કરવા માટે ભારતસરકાર તેમજ જે તે રાજય ની રાજય સરકાર અને બિન સરકારી સ્વૈચ્છીક સંસ્થાઓ તેમજ સ્થાનિક લોકો ભગીરથ પ્રયત્નો કરતા થયા છે. પરતું જયારે ભારતને ઔધીગકરણથી વિશ્વની સાથે બાથ ભીડવવા માટે સજજ કરેલ ભારતીય અર્થતંત્રને સક્ષમતા બક્ષનાર કોર્પોરેટ જગત એટલેકે ભારતમાં કામ કરતી વિવિધ મલ્ટીનેશનલ કંપનીઓ , ફેટટરીઓ , પ્રોડકશન ગૃહો , સ્થાનિક કંપનીઓ , કારખાનોઓએ પણ ભારતના લોકોની સ્વચ્છતા અને સેનીટેશન સંબંધી સમસ્યાઓ હળવા કરવાના ભાગ રૂપે તેમજ જે સમાજ પાસેથી તેઓ કામગીરી અથવા તો મદદ લે છે તેઓને સધીયારો તેમજ સહકાર આપવાના આશયથી **" કોર્પોરેટ સોશ્યલ રીસપોન્સીબીલીટી "** ના નેજા હેઠળ સમાજ ઉપયોગી કામગીરી કરીને સમાજનું ઋણ ઉતારવાનુ ભગીરથ કાર્યનો આરંભ કર્યો છે. જેમા તેઓ ભારતીય જનતાને પ્રત્યક્ષ તેમજ પરોક્ષ રીતે ફાયદો થાય તે માટે

અને ભારતની મોટમાં મોટી સમસ્યા સેનીટેશન અને હાયજીન તેમજ પીવાના ચોખ્ખા પાણીની જરૂરીયાત યોગ્ય રાહે પૂરી કરી શકાય તે માટે યોગ્ય સંસાધનનું ઓછા ભાવે કે વ્યાજબી ભાવે વેચાણ અથવાતો સ્વચ્છતા અને સેનીટેશનની જરૂરીયાત પોતાના શીરે લે છે. આ ઉપરાંત યોગ્ય સ્થળોએ સેનીટશેનની જરૂરીયાત સમજાવવા અને પૂરી કરવાના ઉદ્દેશ્યથી સેનીટેશન એકઝીબીશન શો , મીટીંગ અને વ્યાખ્યાન માળઓનું આયોજન કરે છે. આ ઉપરાંત ગામડાઓ અને શહેરોમાં આવેલા પછાત તેમજ ગંદા વસવાટોમાં ચાલતી આંગણવાડીઓ , બાળવાડીઓ તેમજ પ્રા.શાળાના બાળકોને સેનીટેશન તેમજ વ્યકિતગત સ્વચ્છતા સંબંધી યોગ્ય જાણકારી આપવાના પ્રયાસો કરે છે. તેમજ જયાં લોકોનો આવરો જાવરો વધુ હોય તેવા ગીચ વિસ્તારો જેવાકે બસ સ્ટેશન , રેલ્વે સ્ટેશન , શાકમાર્કેટ , ટાઉનહોલ , સીનેમાગૃહો આસપાસ ગંદકી અને લોકો ખુલ્લામાં શૌચ ન કરે તે હેતુ થી શૌચલય કોમ્પેલક્ષ , જાહેર મૂતરડીઓ , સ્નાન ઘાટ વગેરે બંધાવી આપવાનું તેમજ તેનું સંચાલન કરવાનું તેમજ ચોખ્ખાઈ રાખવાનું કાર્ય પણ કરી રહી છે. આ ઉપરાંત ભારતના અંતરીયાળ ગામડાઓ અને વિસ્તારોમાં કે જયાં પ્રાથમિક સુવિધાઓનો અભાવ જોવામાં આવ્યો છે તેવા ગામડાઓ અને વિસ્તારોને દત્તક લઈને તે વિસ્તારની સેનીટેશન અને સ્વચ્છતા સંબંધી વિવિધ જરૂરીયાતો ને પૂરી કરવાનું કાર્ય પણ કરે છે.

આમ ઉપરોકત બાબતોથી સેનીટશેન અને સ્વચ્છતાનાં અમલીકરણનાં ભાગરૂપે અને ઉપયોગીતા સંબંધી ગ્રામ અને નગર સમુદાયોની સ્વચ્છતા અંગેના કાર્યક્રમોનું યોગ્યતા આધારીત નીરૂપણ કરી શકાય

૩. ગંદકી ઉપાડનારાઓની (Scavengers) મુકિત અને પુનર્વસન.

સ્કેવેન્જર્સનો અર્થ એવી વ્યકિતઓ કે જે માનવીય તેમજ પશુઓની વિષ્ટા (મળ – મુત્ર) અને ગંદકી પોતાના માથ પર ઉપાડવાના ધૃણિત અને અમાનવિય કામોમાં આંશિક અથવા તો પૂર્ણ પણે લાગેલા છે.

ભારતીય રાષ્ટ્રીય શરમના વરવા ઉદાહરણ રૂપ વર્ષ ૨૦૧૧નાં ફેબ્રુઆરી માસ થી ૨૦૧૨ ડિસેમ્બર સુધીનાં ગાળમાં ૧૯ દલીતો કે જેઓ તાલીમનાડું રાજયમાં સફાઈકામદાર તરીકે તેમજ ગંદકી ઉપાડનારા તરીકે કામ કરતા હતા કે જેઓને ગટર સાફ કરવા માટે ગટરમાં ઉતારાતા અને ગુગળાઈ જવાથી મોતનો ભેટો થવાનો ચોકવાનારો કિસ્સો ભારતની આમ જનતાને જાણવા મળ્યો હતો. આ ઉપરાંત તાલીમનાડુની જ એક ખાનગી હોટલની મળ પાણીથી ઉભરાતી ગટર સાફ કરતા ગુંગળાઈ જવાથી મોતને ભેટવા વાળા ૪૫ વર્ષીય શેખર અને ૪૭ વર્ષીય રોબર્ટ ની દુર્દશા કંઈક આવી જ થઈ હતી. આ ચોકવાનારી ઘટના તો ભારતના અખબારોમાં પ્રસિધ્ધ થવાથી ભારતની આમ જનતાને ગંદકી ઉપાડનારા અને પોતાના માથે કર્તવ્ય રૂપ કામગીરી સમજીને કામ કરતા દલિતોની ભયાવહ દશાનો ચિતાર આટલા વર્ષો પછી જાણમાં આવ્યો હતો. આ સીવાય ભારતમાં આઝાદી મળ્યા પછી હજુ પણ દલીતો અને ગંદકી ઉપડનારોની દશામાં કંઈ ખાસ સુધારો કે તેઓને તેઓની પરિસ્થિતી સુધારવા માટે યોગ્ય ન્યાય મળ્યો નથી. જે ઉપરની બાબતોથી સત્ય સાબિત થાય છે.

પરતુ ભારત સરકાર દલિતો અને ખાસ કરીને મેલું ઉપાડનારા અને જાતે ગંદકી સાફ કરવા વાળા , સફાઈ કામદાર તરીકે કામ કરતા લોકની સામાજિક અને આર્થિક પરિસ્થિતીમાં સુધારો થાય અને તેઓને આ જઘન્ય અપરાધ સમા કામમાથી મુકિત મળે અને તેઓનું પુનર્વસન થાય તે માટેના ભગીરથ પ્રયાસો કરવા માટે અથાગ પરિશ્રમ ભારતના દરેક રાજયમાં કરી રહી છે. જેમા સરકારને થોડે ઘણે અંશે સફળતા

પણ મળી છે. આવી જ બાબતોની જાણકારી સ્વરૂપે નીચે જણાવેલ કેટલીક બાબતો ગંદકી ઉપાડવાના વ્યવાસાય સાથે સકંળાયેલા લોકો તેમજ સફાઈકામદાર તરીકે કામ કરતા લોકોની દશામાં સુધારો કરવાના હેતુથી નોધવામાં આવી છે. જેમા સફાઈ કામદારોના પુનર્વસન અને મુકિત સંબંધી કામગીરીની ચર્ચા કરવામાં આવી છે.

૧. પૂજય ઠકકરબાપા સફાઈ કામદાર પુન : સ્થાપન યોજના

રાષ્ટ્રીય સફાઈ કર્મચારી અને નાંણા વિકાસ નિગમ નવી દિલ્હીની સીધી ધિરાણ યોજના હેઠળ નિગમ દ્વારા અપાયેલ ધિરાણનાં માર્જીનની રકમ એટલે કે લાભાર્થીને મળતો ફાળો બિન વ્યાજકિય લોન પેટે આ સહાયતા આપવામાં આવી છે. ઉપરાંત આ જોગવાઈ માંથી નિગમ દ્વારા કરેલ ધિરાણનાં યુનિટ કોસ્ટની મર્યાદામાં રહીને ઓછામાં ઓછા રૂ. ૧૦૦૦૦/– અને વધુમાં વધુ રૂ. ૭૫૦૦૦/– સુધી સબસીડી આપવામાં આવે છે.

આ યોજના અર્તગત મહાનગર પાલિકા તેમજ નગરપાલિકા દ્વારા સફાઈ કામદારને માલિકીના ધોરણે ફાળવેલા વ્યકિતત મકાનોના રીપેરીંગ માટે સંબંસધિત મહાનગર પાલિકા તેમજ નગર પાલિકા દ્વારા દરખાસ્ત કર્યેથી સફાઈ કામદારને વ્યકિતગત બિન વ્યાજકિય લોન આપવામાં આવે છે. આ ઉપરાંત આવી વસાહતોના મકાનોની સીડી , કઠોડો , ધાબાની પારાપીટ તથા કોલોનીના સાર્વજનીક જાજરૂના રીપેરીંગ માટે તથા સફાઈ કામદારોની વસાહતોના વાતાવરણમાં સુધાર કરવા માટે સહાયતા આપવામાં આવે છે.

રાજયના સંગઠિત અને અસંગઠિત ક્ષેત્રના સફાઈ કામદારો માટે વિમા કવચની જોગવાઈ પણ આ યોજના હેઠળ કરવામાં આવી છે. જેમા વ્યકિતગત રૂ.૧૦૦૦૦૦/– નાં અકસ્માત વીમા કવચ આપવામાં આવે છે. તા. ૦૧/૦૪/૨૦૦૮ થી નાણાં વિભાગ દ્વારા સમગ્ર રાજયના એક સમાન ધોરણે વિમા કવચની યોજનાઓ અમલ કરવામાં આવે છે. આ યોજના હેઠળ ૮૦૦૦૦ સફાઈ કામદાર માટેનું વીમા પ્રિમીયમ નિગમ દ્વારા ચૂકવવામાં આવે છે.

આવાસ યોજના : ગુજરાત સફાઈ કામદાર વિકસ નિગમ દ્વારા પુજય ઠકકરબાપા સફાઈ કામદાર પુનઃ સ્થાપન યોજના અર્તગત પ્રસ્થાપિત આ યોજનાને ' **ડૉ. આંબેડકર આવાસ યોજના '** તરીકે ઓળખવામાં આવે છે.

આ યોજનાનો હેતુ

આ યોજનાનો હેતુ સફાઈ કામદાર કે તેઓના આશ્રિતો પૈકીના નબળી આર્થિક સ્થિતિ ધરાવતા અને ખાસ કરીને ગરીબી રેખા નીચે જીવતા ઘર વિહોણા લોકોને સમયબધ્ધ કાર્યક્રમ રૂપે તબ્બકાવાર આવસો પુરા પાડવાનો છે.

૨. મેન્યુઅલ સ્કેવેન્જર્સના પુન : સ્થાપન માટે સ્વરોજગાર યોજના (SRMS Self Employment Scheme for Rehabilitation of manual scavenger's)

ભારત સરકારે રાષ્ટ્રીય અગ્રતાના ધોરણે સફાઈ કામદારોના પુનર્વસન સ્વરોજગારની નવી કેન્દીય ક્ષેત્રે યોજના અમાલમા મુકેલી છે.

યોજનાનો ઉદ્દેશ્ય

બાકી રહેલા મેન્યુઅલ સ્કેવેન્જર્સ અને તેમનાઆશ્રિતો કે જેઓને હજી મદદ આપવાની બાકી છે અથવા તો કોઈ પણ આર્થિક મદદ મળી નથી તેવા લોકોને સમયબધ્ધ રીતે માર્ચ – ૨૦૦૯ સુધીમાં પુનઃ સ્થાપન કરવાનો છે.

યોજનાના મુદ્દાઓ

૧. આ યોજના હેઠળ સર્વે કરાયેલ સ્કેવેન્જર્સ તથા તેમના આશ્રિતોને સ્વરોજગારની પ્રવૃત્તિઓ માટે લોન અને સબસીડી આપવામાં આવ છે તેમજ લાભાર્થીઓને કૌશલ્યના વિકાસ માટે એક વર્ષ સુધી તાલીમ પણ મફત આપવામાં આવશે.

૨. લોન બેંક દ્વારા આપવામાં આવશે જેનું નિર્ધારીત વ્યાજ લાભાર્થી એ સમય મર્યાદામાં રહીને ચૂકવવાનું રહેશે.

૩. લાભાર્થીને જો જરૂર હોયતો ફરીવાર અથવા તો ભવિષ્યમાં લોન આપવાની પરવાનગી , વગર મૂડી , સબસીડી વ્યાજ સબસીડી તથા યોજના હેઠળ અન્ય અનુદાન વગર આપી શકાય છે.

યોજનાનો પ્રકાર

લાભાર્થીને પોષણક્ષમ આવક અપાવતી નીચે જણાવાયેલી યોજનાઓમાંથી કોઈ પણ યોજના ચૂટવાની છૂટ હોય છે. નીચે જણાવાયેલી યાદી સુચિત પરિયોજનાનું એક મહત્વનું અંગ છે. જે નીચે મુજબ દર્શાવી શકાય.

ક્રમ	પરિયોજના	પરિયોજનાઓનો અંદાજીત ખર્ચ
૧	ફળ તથા શાકભાજી વેચાણ , પાનની દુકાન , ઘડીયાળ રીપેરીંગની દુકાન , અનાજ દળવાની ઘટી (વેટ ગ્રાઈન્ડર)	દર એકમે રૂ. ૨૫૦૦૦/– સુધી
૨	હજામની દુકાન , દરજીની દુકાન , અનાજ દળવાની ઘંટી , સાયકલ રીપેરીંગની દુકાન , કતમ.હફ બુથ	દર એકમે રૂ. ૨૫૦૦૧/– થી રૂ. ૫૦૦૦૦/– સુધી
૩	ઓટરીક્ષા (પેટ્રોલ) , ઓટોમોબાઈલ રીપેરીંગની દુકાન , .હફ / ફોટોકોપી બુથ , સામાન્ય પરચૂરણ સ્ટોર , બ્યુટી પાર્લર તથા મ્યુઝીક સ્ટોર	દર એકમે રૂ. ૫૦૦૦૧/– થી રૂ. ૧૦૦૦૦૦/– સુધી
૪	પરિવહન , ગાડીઓની ડેટીંગ – પેટીંગ તથા ઘર ઉપયોગી ઉપકરણો , લોડ્રી તથા ડ્રાઈકલીનિંગની દકાન , સેનેટરી તથા હાર્ડવેર શોપ , વિજળી ઘરના ઉપયોગી ઉપકરણોની સર્વિસિંગ તથા મરામત , ટેન્ટ હાઉસ , મ્યુઝિક બેન્ડ , તૈયાર વસ્તુઓની દુકાન , ભૂમિગત કૃષિ આધારિત તથા તેની સંબંધિત પ્રવૃત્તિઓ જેમ કે ટ્રેકટર , ટ્રોલી , મરઘા ઉછેર કેન્દ્ર વગેરે	દર એકમે રૂ. ૧૦૦૦૦૧/– થી રૂ. ૫૦૦૦૦૦/– સુધી

યોજના માટે સ્ટાઈપેન્ડ અને તાલીમ ની વ્યવસ્થા

અસ્વચ્છ વ્યવસાયમાંથી મુકત થયેલા સ્કેવેન્જર્સને બિનપાંરપારીક વ્યવસાયોમાં લેવામાં આવશે એટલે કે એમને નવું કૌશલ્ય અને ઉદ્યમશીલતાની ક્ષમતા મેળવવા તાલીમની જરૂર પડશે આ તાલીમ સરકારી સંસ્થાઓ દ્વારા પ્રખ્યાત અને વિશિષ્ટ તાલીમ સંસ્થાઓ દ્વારા આપવામાં આવે છે. ચુનંદા ઉદ્યોગો વેપારી પ્રતિષ્ઠાનોમાં તાલીમાર્થીઓને લાભદાયક રોજગારને સરળ બનાવવા માટે પ્રોત્સાહિત કરવામાં આવશે.

યોજના માટે પ્રચાર જાગૃત્તિ શિબિર

મેન્યુઅલ સ્કેવેન્જર્સઅને તેમના આશ્રિતોમાં જાગૃત્તિ લાવવા માટે તેમની વસ્તીમાં જાગૃત્તતા શિબિરોનું આયોજન કરવામાં આવશે.

૩. શૈક્ષણિક લોન યોજના

૧. સફાઈ કામદારો અને તેમના આશ્રિતોને સ્નાતક તથા ઉચ્ચકક્ષાનું વ્યાવસાયિક અથવા ટેકનિકલ શિક્ષણ પ્રાપ્ત કરવા માટે લોન આપવી.

૨. સફાઈ કામદારો અને તેમના આશ્રિતોને શિક્ષણની વધુ સારી તકો પૂરી પાડવી અનેવ્યાવસાયિક અથવા ટેકનિકલ શિક્ષણ સફાઈ કામદારો માટે સમભાવ બનાવવુ.

૩. આ લોન સુવિધા દ્વારા સફાઈ કામદારો પૈકીના લાયકાત પાત્ર સભ્યોને ઈજનેરી , તબીબી , વ્યવસ્થાપન , કાયદો વગેરેના ઉચ્ચ શિક્ષણનું ખર્ચ ઉપાડવા સક્ષમ બનાવવા.

લોનની વિગતો

૧. ભારતમાં અભ્યાસ માટે ૧૦૦૦૦૦૦/– અને વિદેશમાં અભ્યાસ માટે ૨૦૦૦૦૦૦/– ની લોન આપવાની જોગવાઈ કરવામાં આવી છે.

૨. લોનનો વ્યાજદર વિદ્યાર્થીઓ માટે ૪% અને વિદ્યાર્થીનીઓ માટે ૩.૫% નકકી કરવામાં આવ્યો છે.

૩. લોનની રકમ મા સંબંધિત સંસ્થા / કોલેજ મારફત જ મળશે.

૪. જે અભ્યાસક્રમ માટે લોન લીધી હોય તે અભ્યાસક્રમ પૂરો થયા બાબદ એક વર્ષ પછી લોનની પરત ચૂકવણી કરવાની રહશે.

આમ ઉપરમુજબ આપણે કહી શકીએ છીએ કે ભારતમમાં મોડે મોડે પણ આ અમાનવીય અને ધૃણિત કાર્યમાં સીધા કે આડકતરી રીતે સંકળાયેલા લોકો ની દુદર્શા નિવારવાના હેતુના ભાગ રૂપે તેમજ ભારતની આમજનતાને સેનીટેશન અને સ્વચ્છતા તેમજ આરોગ્યલક્ષી સભાનતા કેળવવાના હેતુથી વિવિધ યોજનાઓનું સક્ષમ અમલીકરણ પાછળ ભારત સરકાર તેમજ રાજયસરકાર , ગ્રામ સમાજ સાથો સાથ આમ નાગરિક પણ હવે જાગૃત્તિ આવી છે. જેના સારા પરિણામો મળવાની થોડેઘણે અંશે શરૂઆત પણ થઈ ચૂકી છે.

સ્કેવેનજર્સ અને તેઓનાં આશ્રિતોની મુકિત અને પુનર્વસન માટેની રાષ્ટ્રીય યોજનાઓ

૧. નેશનલ સ્કીમ ઓફ લીર્બેશન એન્ડ રીહેબીલીટેશન સ્કેવેનજર્સ એન્ડ ધેર ડીપેડન્ટસ.

૨. સફાઈકર્મચારીઓને નાણાંકીય સહાય આપતી એજન્સીઓ–NSKFDC, SCDCs.

૩. યોજનાઓની પ્રસિદ્ધિ માટેની વ્યુહરચના.

૪. અમલીકરણ માટેની એજન્સીઓ / દેખરેખ કરતી કમીટીઓનું આયોજન.

૫. સૂચનો.

પ્રસ્તાવના

ભારતમાં સ્કેવેનજસને અમાનવીય દશા અને આ ગંદા કામમાંથી મુકિત અપાવવાનાં હેતુસર તેમજ તેઓના પુનર્વસન સંદર્ભે ભારત સરકાર દ્વારા વર્ષ

૧૯૯૨નાં માર્ચ મહિનામાં એક યોજના અમલમાં મુકાવમાં આવી છે જે '**નેશનલ સ્કીમ ઓફ લીબૅશન એન્ડ રીહેબીલીટેશન સ્કેવેનજર્સ એન્ડ ધેર ડીપેડન્ટસ**' તરીકે ઓળખાય છે. જેનો મુખ્ય ઉદ્દેશ્ય **સ્કેવેનજર્સ** અને તેઓના આશ્રિતોને આ અમાનવીય તેમજ ધૃણિત કાર્યથી મુકિત અપાવીને બીજા કોઈ સારા વ્યવસાયો તેઓ અપનાવી શકે તે હેતુ થી તેઓને સમાજ માન્ય અને સ્વીકાર્ય તેવા અન્ય વ્યવસાયો જેવાકે હજામની દુકાન , ટેલીફોન બૂથ , શાકભાજીની લારી , પાનના ગલ્લા , કડીયા કામ વગેરે જેવા વ્યવસાયોની તાલીમ આપીને તેઓની જીવન શૈલીને બહેતર બનાવવાનાં પ્રયત્નો કરવામાં આવે છે.

આ યોજના અંતર્ગત ગંદકી ઉપાનારા વ્યકિતઓ અને તેઓના આશ્રિતોની દશા સુધારવાના ઉદ્દેશ્યથી સૌ પ્રથમ તો એક સર્વેનું આયોજન હાથ ધરવામાં આવે છે. સમાન્ય રીતે આવા સર્વેનું આયોજન ડીસ્ટ્રીકટ મેજીસ્ટ્રેટ / ડેપ્યુટી કમિશ્નર , અર્બન લોકલ બોડીના સભ્યો તેમજ બીજી સરકારી એજંન્સીઓ જેવીકે.. રાજયનું શીડયુઅલ કાસ્ટ ડેવલપમેન્ટ કોર્પોરેશન વગેરે દ્વારા સર્વે હાથ ધરવામાં આવે છે અને આવા ધૃણિત કાર્યમાં ન છૂટકે રોકાયેલા વ્યકિતઓ અને તેઓના આશ્રિતોની મોજણી કરીને તેઓ બહેતર જીંદગી અપનાવી શકે તે હેતુથી જુદા જુદા જનસમાન્ય માન્ય વ્યવસાયોની તાલીમ આપીને તેઓની અવદશામાં સુધારો કરવાનાં પ્રયત્નો કરવામાં આવે છે. આ અંતર્ગત ભારત સરકાર દ્વારા ૮ મી પંચવર્ષીય યોજનામાં અંદાજે રૂ. ૪૬૪ કરોડ ફાળવવામાં આવ્યા છે.

NSSની કેટલીક ગર્ભીત બાબતો

સ્કેવેનજર્સ ૦ ગંદકી ઉપાનારાઓ અને તેમના આશ્રિતોને આવા ધૃણિત કામમાંથી મુકિત આપવાના અને પુનર્વસનના ઉદ્દેશ્યથી આ યોજનાના કેટલાક હેતુઓ નીચે મુજબ દર્શાવી શકાય.

૧. ટાઈમ બાઉન્ડ સર્વેનું આયોજન કરીને ગંદકી ઉપાનારાઓ અને તેમના આશ્રિતો કેટલા પ્રમાણમાં આ કામમાં રોકાયા છે તેની ચોકકસ માહિતી મેળવી અને તેઓની બીજા સમાજમાન્ય રોજગાર ધંધા પ્રત્યે તેઓની રૂચી કેળવવાનો અને તેને અપનાવવાની તકનો અભ્યાસ કરવો.

૨. અન્ય ધંધા રોજગાર અપનાવવા પ્રત્યે તેઓને પ્રોત્સાહીત કરવા માટુ અને તે બાજુ વાળવા માટે તેઓને જરૂરી તાલીમ મળી રહે તે માટેની વ્યવસ્થા કરવી અને તે માટે તેઓ જયાં નિવાસ કરતા હોય તેની આજુબાજુના વિસ્તારની પસંદગી કરીને તેઓને જાણીતી અને સક્ષમ ટ્રેઈનીંગ આપતી સંસ્થાઓ મારફત કે પછી કેન્દ્ર સરકાર / રાજય સરકાર / એન.જી.ઓ દ્વારા તાલીમ આપવાનું અયોજન કરવું.

૩. **સ્કેવેનજર્સ** અને તેઓના આશ્રિતો દ્વારા જયારે બીજા ધંધા રોજગાર અપનાવવાની શરૂઆત કરવામાં આવે ત્યારે તેઓને આર્થિક મદદના ભાગ રૂપે ધંધા રોજગાર અર્થે સબસીડી – માર્જીન મની લોન કે ઓછા વ્યાજની બેંક લોન સરળતાથી મળી રહે તે માટેની પૂરતી જોગવાઈઓ કરવી.

ઉપર મુજબ બાબતોનું સક્ષમરીતે સંચાલન થાય તે માટે અને સમયાંતરે તેનું યોગ્ય મૂલ્યાકન તેમજ સરળતાથી આ યોજનાના અમલી કરણ કરવા માટેના હેતુથી આ યોજનાનું પ્લાનીંગ અને ઈમ્પલીમેન્ટેશન રાષ્ટ્રીય , રાજય , જિલ્લા તેમજ શહેરોના તબ્બકે થવું અનિર્વાય છે. જે વર્ષના દરેક મહિનાના અંતે તેનું યોગ્ય મૂલ્યાકન કરવાની સાથે સાથે તેમા રહેલી ખામીઓ દૂર કરવાનું તેમજ તેમા શકય સરળતા લાવવાનું કાર્ય કરે છે.

ફેર માર્ગદર્શીકા

ભારત સરકાર દ્વારા આ સ્કીમ ૨૨ માર્ચ ૧૯૯૨ થી અમલમાં મૂકાયા બાદ અને સતત ચાર વર્ષ સુધી તેનું મૂલ્યાકંન અને દેખરેખ બાદ તેમા કેટલાક ફેરફારો કરવાની જરૂર જણાતા સ્કીમના કેટલાક પેરામીટરો અને નિતીઓમાં ફેરફારો કરવામાં આવ્યા છે. આ પેરામીટરોમાં ૧લી એપ્રિલ ૧૯૯૬થી સુધારા કરવામાં આવ્યા હતા જેમાં **સ્કેવેનજર્સ** અને તેમના આશ્રિતોને અપાતી તાલીમના માળખામાં પણ ફેરફારો કરવાની જરૂર જણાંતા આ યોજના ફેરફારને આધીન બની હતી.

નવી વ્યાખ્યા

સ્કેવેન્જર્સનો અર્થ એવી વ્યકિતઓ કે જે માનવીય તેમજ પશુઓની વિષ્ટા (મળ – મુત્ર) અને ગંદકી પોતાના માથ પર ઉપાડવાના ધૃણિત અને અમાનવિય કામોમાં આંશિક અથવા તો પૂર્ણપણે લાગેલા છે.

ડીપેન્ડન્ટ સ્કેવેનજર્સના કૌટુંબીક સભ્યો કે જેઓ પરિવારના મુખ્ય સભ્ય સાથે સીધો અથવા તો આડકતરી રીતે કૌટુંબીક સંબંધ ધરાવતા હોય અને માનવીય તેમજ પશુઓની વિષ્ટા (મળ – મુત્ર) અને ગંદકી પોતાના માથ પર ઉપાડવાના ધૃણિત અને અમાનવિય કામોમાં આંશિક અથવા તો પૂર્ણ પણે રોકાયેલા હોય.

મુળભુત રીત શીડીયુઅલ કાસ્ટના સમુદાયના લોકો આ કામમાં રોકાયેલા હતા જેઆને આ યોજના અર્તગત ગંદકી ઉપાડવાના આવા ધૃણિત અને અમાનવીય કામમાંથી મુકત કરાવવા અને તેઓનું પુનર્વસન કરવું તે મુખ્ય બાબત હતી સાથે સાથે એવા લોકો કે જેઓ કે જેઓ શીડીયુઅલ કાસ્ટના ન હોવા છતા આ કામમાં રોકાયેલા હતા તેઓને પણ આ યોજનનો લાભ આપવો અને તેઓની જીંદગી બહેતરીન બનાવવા માટે તેઓને આર્થિક સહયોગ આપવો કે જેથી તેઓ પોતાના કુટુંબ માટે અને તેઓના આશ્રિતોને યોગ્ય અને સુરક્ષીત જીંદગી જીવવાના પ્રયાસો કરવામાં સહાયક થઈ શકે.

સર્વે

આ યોજના અર્તગત જિલ્લા કલેકટર શ્રી તેમજ જે તે જિલ્લાનાં અફિસરોની નિમણૂંક જિલ્લા સ્તરે સર્વે કરવા માટે થતી હોય છે. આ ઉપરાંત જિલ્લા કક્ષાએ SCDC એ નોડલ આફિસર તરીકે ફરજ બજાવવાની હોય છે તેમજ આ ધૃણિત કામમાં રોકાયેલા અને ગંદકી ઉપાડનારાઓ અને તેઓના આશ્રિતોની યોગ્ય મોજણી થઈ શકે તેની તકેદારી રાખવાની હોય છે. જયારે શહેર કક્ષાએ અર્બન લોકલ બોડીના કર્મચારીઓ , જિલ્લાના સોશ્યલ વેલ્ફેર ઓફિસરો , જિલ્લા શહેરી વિકાસ એજંન્સીઓ તેમજ જિલ્લા કક્ષાનાં એસ.સી અને એસ.ટી ડેવલપમેન્ટ કોર્પોરેશન દ્વારા આ સર્વેમા સહયોગ આપવાનો થતો હોય છે અને ફાળે આવતી સર્વેની વિવિધ જવાબદારીઓ નીભાવવાની હોય છે. જયારે ગામડાઓમાં રેવન્યું ડીપાર્ટમેન્ટ અને રૂરલ ડેવલપમેન્ટ ડીપાર્ટમેન્ટના કર્મચારીઓ દ્વારા આ સર્વેની કામગીરી થતી હોય છે.

આ ઉપરાંત ભારતના કેટલાક રાજયો જેવાકે.. આસામ , હરિયાણાં , પંજાબ અને કેરેલાએ આ સર્વે કરવાની કામગીરી રેપ્યુટેડ વેલ્ફેર અને રીર્સચ એજન્સીઓ ને સોપી દિધી છે તો કેટલા રાજયો જેવાકે.. હિમાચલ પ્રદેશ , પશ્ચિમ બંગાળ , ઉત્તર પ્રદેશ , રાજસ્થાન અને ઓરિસ્સાએ આ સર્વેની કામગીરી SCDCs નાં હસ્તક જેતે પ્રદેશની લોકલ બોડીને સોંપી દીધેલ છે. જયારે ભારતનાં મહારાષ્ટ્ર રાજયએ અને દિલ્હી જેવા કેન્દ્ર શાસીત રાજય એ આ સર્વેને કામગીરી રેપ્યુટેડ રીર્સચ અને મેનેજમેન્ટ સંસ્થાઓને

સોપેલ છે. જયારે ગુજરાતમાં આ સર્વેની કામગીરી ગુજરાતમાં કામ કરતી અનુભવી સ્વૈચ્છીક સંસ્થાઓને સોંપાયેલી છે. જયારે મધ્યપ્રદેશમાં આ સર્વેની કામગીરી શીડયુઅલ કાસ્ટના કમિશ્નર હસ્તક કરાવવામાં આવી રહી છે. આમ આ સંપૂર્ણ ભારતમાં કેન્દ્ર સરકાર , રાજય સરકારના વિવિધ સરકારી ખાતાઓ અને સ્વૈચ્છીક સંસ્થાઓ મારફતે **સ્કેવેનજર્સ** અને તેઓના આશ્રિતોની દશામાં સુધારો કરવાના હતુથી સફળતાથી કરવામાં આવી રહી છે જેનો મુખ્ય આશય આવા કામમાં રોકાયેલ લોકોની જીવન શૈલીને બદલવી તેમજ તેઓની કફોડી આર્થિક સ્થિતિમાં શકય સુધારો કરવાનો છે. એક અંદાજ મુજબ નજીકના ભૂતકાળમાં ગંદકી ઉપાડવાના કામમાં રોકયેલા લોકોની સંખ્યા સંપૂર્ણ ભારતમાં ઘટાડા સાથે નોંધવામાં આવી હતી. (૮ લાખમાંથી અંદાજીત ૬ લાખ લોકો જ હવે આ ધૃણિત કાર્ય સાથે સંકળાયેલા રહેલા છે.) જે આ યોજનાની સફળતા સૂચવી જાય છે.

તાલીમ

આઈડેન્ટીફાઈડ થયેલા સ્કેવેનજર્સ લોકોને આ યોજના અંતંગત લાભ આપવા માટે અને તેઓને બીજા ધંધા રોજગાર અપનાવવા માટે તાલીમ આપવાની ખુબજ મહત્વની બાબત છે. આ હેતુને સિધ્ધ કરવા માટે તેઓ જયાં કાયમી નિવાસ કરતા હોય તેની આજુ બાજુની તેઓ અપનાવી શકે તેવા ધંધા રોજગાર માટે ઉપલબધ સંશાધનો , સ્થાનિક સહયોગ , જરૂરીયાત તેમજ વાતાવરણને પારખવું પણ તેટલુજ અગત્યનું હોય છે. આ માટે જરૂરીયાત જણાય તો રાજય સરકાર તેમજ કેન્દ્ર શાશીત પ્રદેશોની સરકારો જે તે પ્રદેશમાં કામ કરતી પ્રમાણીક અને અનુભવી સ્વૈચ્છીક સંસ્થાની નિમણુંક તાલીમ આપવાના આશયથી નકકી કરી શકે છે. ઘણી વખત નહેરૂ રોજગાર યોજના , શહેરી ગરીબી યોજના , સંકલીત ગ્રામ વિકાસ પ્રોગ્રામ તેમજ ખાદી અને ગ્રામ ઈન્ટસ્ટ્રીઝ કમિશન , સ્મોલ સ્કેલ ઈન્ડસ્ટ્રીઝના નેજા હેઠળ પણ તાલીમનું આયોજન કરે છે. જેનો સીધો લાભ સ્કેવેનજર્સ અને તેઓના આશ્રિતોને મળતો હોય છે. સામાન્ય રીતે આવી સરકારી એજન્સીઓ તેમજ સ્વૈચ્છીક સંસ્થાઓ મારફત અપાતી તાલીમામાં ૧૫ થી ૫૦ વર્ષ મર્યાદા ધરાવતા લોકોને તાલીમ માટે પસંદગી કરવામાં આવતી હોય છે પણ કેટલાક સંજોગો તેમજ ધંધામાં કે જયાં સઘન તાલીમ ની જરૂરીયાત જણાતી હોતી નથી જેવીકે સાયકલ પંચર કરવાની દુકાન , શાકભાજીની લારી માટે વગેરે ની તાલીમ આપવા માટે ૫૦ વર્ષની વય મર્યાદા કરતા વધુ ઉંમરના લોકોની પણ પસંદગી તાલીમ અર્થે કરવામાં આવતી હોય છે. આ યજના અંતંગત ભાગ લેનાર દરેક તાલીમાર્થીને તેની તાલીમના કુલ રૂ. ૫૦૦/— ના સંદર્ભે દર મહિનાના અંતે રૂ. ૧૫૦/— સ્ટાઈપેન્ડ તરીકે ચૂકવાતા હોય છે. પરતું મીનીસ્ટ્રી ઓફ સોશ્યલ જસ્ટીસ અને એમ્પાવારમેન્ટ દ્વારા નવી ગાઈડ લાઈન મુજબ ૧ એપ્રિલ ૧૯૯૬ થી TRYSME — ટ્રેઈનીંગ ફોર રૂરલ યુથ ઓફ સેલ્ફ એમ્પલોયમેન્ટ ના નોર્મ મુજબ તેમજ મીનીસ્ટ્રી ઓફ રૂરલ એરીયા અને એમ્પાવરમેન્ટના નેજા હેઠળ અમુક નિશ્ચિત જૂથનાં લોકોને તાલીમ આપવાના સંદર્ભે જો તેઓ ધંધા — રોજગાર અંગેની તાલીમ રાજય સરકાર કે પછી સરકાર માન્ય કોઈ સેન્ટરમાં કે તેઓ દ્વારા માન્યતા પ્રાપ્ત કોઈ રેપ્યુટેડ સંસ્થાઓમાંથી મેળવે છે તો તેઓને સ્ટાઈપેન્ડ રૂ. ૩૦૦/— દર મહિનાના અંતે ચૂકવવાનું નકકી કરવામાં આવ્યું છે. તેમજ જો તેઓ TRYSME અંતંગત નોર્મસ મુજબ તાલીમ મેળવે તો દર મહિનાના અંતે તેઓને રૂ. ૫૦૦/— ચૂકવવાનું નકિક કરવામાં આવ્યું છે. આ ઉપરાંત TRYSME અંતંગત ૩ મહિનાથી લઈ ને ૧ વર્ષની તાલીમ મેળવનાર તાલીમાર્થીને રૂ. ૮૦૦/— ના નજીવા દરથી ધંધા રોજગાર શરૂ કરવા માટે જોઈતી ટુલ કીટ પણ આપવામાં આવે છે.

પુનર્વસન

જુના સર્વેની મોજણી આધારિત તેમજ એક અંદાજ મુજબ વર્ષ ૧૯૯૫–૯૬ માં સ્કેવેનજર્સની સંખ્યા લગભગ ૭,૭૭,૦૦૦ આસપાસ હતી જે ઘટીને પાછલા વર્ષોમાં ૫,૭૭,૨૨૮ રહી જવા પામી છે. આ યોજના અંર્તગત નીચે જણાવેલા આંકડાકીય માહિતીના આધારે કેટલા ગંદકી ઉપાડનારાઓએ વિવિધ વર્ષોમાં બીજા ધંધા રોજગાર અંગેની તાલીમ મેળવી છે તેમજ કેટલા લોકોનું પુનર્વસન કરવામાં સરકારને સફળતા મળી છે તેની સારણી દ્વારા જાણકારી પ્રાપ્ત કરી શકાય છે.

વર્ષ	તાલીમ પ્રાપ્તી કરેલા લોકોની સંખ્યા	પુનર્વસનનો લાભ મેળવેલા લોકોની સંખ્યા
1992-93	16,220	18,411
1993-94	22,241	41,160
1994-95	25,272	62,269
1995-96	26,493	80,016
1996-97	21,779	60,565
1997-98	15,359	27,887
Total	127,364	290,308

આમ ઉપરના કોઠમાં દર્શાવ્યા મુજબ પાછલા વર્ષોમાં નોધાયેલા સ્કેવેનજસની સંખ્યા જે૫,૭૭,૨૨૮ રહી જવા પામી હતી તેમાથી ૧,૨૭,૩૬૪ (૨૨.૪%) લોકોએ તાલીમ અને ૨,૯૦,૩૦૮ (૫૦.૩%) લોકોનું પુનર્વસન વર્ષ ૧૯૯૮ ના માર્ચ માસ સુધીમાં નોધી શકાય છે. આમ આટલા પ્રપ્તનો પછી પણ ગંદકી ઉપાનારાઓનું પુનર્વસન માત્ર ૫૦% સફળ રહયું હતું તે નોંધી શકાય છે. આમ ઉપરાંત વર્ષ ૧૯૯૭–૯૮માં ૨૭,૮૮૭ સ્કેવેનજર્સનું પુનર્વસન વર્ષ વર્ષ ૧૯૯૬–૯૭ ની સરખામણીમાં ઓછું થયેલ છે જે નોધી શકાય. તેમજ વર્ષ ૧૯૯૬– ૯૭માં ૪૧.૮% કે જે વર્ષ ૧૯૯૭–૯૮ કરતા વધુ છે તેમા સ્કેવેનજર્સ બીજા ધંધા ઉધોગ અર્થે તાલીમ મેળવેલી છે તે નોધી શકાય.

ભારત સરકાર દ્વારા વર્ષ ૧૯૯૧ થી કુલ રૂ. ૫૨૫.૧૭/– કરોડ આ યોજનાના અમલીકરણ પાછળ સમયાંતરે રાજયસરકરાને ખર્ચ પેટે ચૂકવવામાં આવ્યા છે. જેની નોંધ નીચે મુજબ કરી શકાય.

વર્ષ	રૂ.
1991-92	50.50
1992-93	60.73
1993-94	70.97
1994-95	73.00
1995-96	89.96
1996-97	90.01
1997-98	90.00
Total	525.17

આ ઉપરાંત નોધાયેલા સ્કેવેનજર્સને આ વ્યવસાયમાંથી મુકત કરાવવાના ઈરાદથી તેઓ બીજા ધંધા રોજગાર અપનાવે અને બહેતર જીંદગી પોતે તથા પોતાના આશ્રિતોને અપાવી શકે તે આશયથી દરેક નોધાયેલા ગંદકી ઉપાડનારાઓને રૂ. ૫૦૦૦૦/– આર્થિક સહાય પણ ચૂકવવામાં આવ છે. આટલું પૂરતુ ન હોય વધારાના કેટલાક લાભો જેવાકે.. પ્રોજેકટ ખર્ચનાં રૂ. ૫૦૦૦૦/– માંથી રૂ. ૧૦૦૦૦/– સબસીડી તરેકે પણ ચૂકવવામાં આવે છે. સ્ટેટ શીડયુઅલ કાસ્ટ ડેવલપમેન્ટ કોપો. દ્વારા માર્જીન મની લોન સ્વરૂપે રૂ. ૩૨,૫૦૦/– ની જોગવાઈ જેતે સરકારી બેંકોમાંથી આપવામાં આવી છે. આ લોન કુલ પ્રોજેકટ કોસ્ટના ૧૫% માંથી ૪% સુધીનાં વ્યાજ દરે તેઓને આપવામાં આવે છે. આ ઉપરાંત બેંકમાંથી રૂ. ૬૫૦૦/– લોન પર પણ ૪%ના દરથી વ્યાજ વસુલવામાં આવે છે. અને જો તેઓએ બીજા કોઈ ધંધા રોજગાર શરૂ કરવા માટે રૂ. ૬૫૦૦/– કરતા વધારે રકમની લોન લીધી હોય તો રીઝર્વ બેંક ઓફ ઈન્ડીયાની માર્ગદર્શીકા મુજબ તેઓની પાસેથી વ્યાજ લેવામાં આવે છે. અને આમ તેઓને આર્થિક સહાય આપવામાં આવે છે.

નાણાં ચૂકવતી એજન્સીઓ

ભારતમાં ખાસ કરીને સફાઈ કામદરોની જીવનશૈલી ને બહેતરીન બનાવવામા અને આર્થિક રીતે સધ્ધર બનાવવા માટે તેઓને આર્થિક અનુદાન આપનારી ફાઈનાન્સ એજન્સીઓની ભૂમિકા પણ મહત્વનો ભાગ ભજવે છે. જે અંગે ભારત સરકાર તેઓને વિવિધ સબીસીડીઓ જુદી જુદી યોજના અર્તગત આપતી હોય છે તેમજ તેઓની તાલીમનું આયજન પણ કરે છે. કે જેથી તેઓ પોતાનો સ્વાયત ધંધો રોજગાર શરૂ કરી શકે અને આર્થિક રીતે સક્ષમ થઈ શકે. આ બાબતમાં ખાસ કરીને NSFDC – National scheduled cast and scheduled tribes financial development corporation. દ્વારા તેઓની આર્થિક જરૂરીયાતો સંતોષવામાં સહાયક બની રહી છે. આમ છતા NSKFDC – National safai karmachari finance and development corporation દ્વારા પણ તેઓની આર્થિક જરૂરીયાતો સંતોષવામાં સહાયક ભૂમિકા અદા કરે છે. તેમજ SCDCs - Scheduled caste development corporation અને ભારતની બીજી ઘણી જાહેરક્ષેત્રની બેંકો તેઓને નાંણાકીય મદદ કરવાની ભૂમિકા ભજવે છે.

NSKFDC – National safai karmachari finance and development corporation

National scheduled cast and scheduled tribes financial development corporation. નું ગઠન વર્ષ ૧૯૮૯ ના ફેબ્રુઆરી માસમાં કરવામાં આવ્યું હતું જેનો વિકાસ સરકારી કંપની તરીકે થયો હતો. જેનો મુખ્ય ઉદ્દેશ્ય ભારતના તમામ કહ અને કત તેમજ સફાઈ કામદારોને આર્થિક રીતે સધ્ધર તેમજ પોતાના પગભર ઉભા કરવાનો હતો. આમ છતા ભારત સરકારે ખાસ કરીને સફાઈ કામદરોને આર્થિક રીતે સધ્ધરતા બક્ષવા માટે તારીખ ૨૪/૦૧/૧૯૯૭ નાં રોજ એક નવુંજ કોર્પોરેશન બનાવ્યું જેમાં પ્રારંભીક રૂ.૨૦૦/– કરોડ થી આ કોર્પોરેશનની શરૂઆત થઈ આ કર્પો. નું રીજીસ્ટ્રેશન ભારતીય કંપનીધારા મુજબ કરવામાં આવ્યું હતું જેનું ખરેખર કામ તારીખ ૦૧/૦૧/૧૯૯૮ થી ભારત ભરમાં શરૂ કરવામાં આવ્યું હતુ.

NSKFDC નાં મુખ્ય ઉદ્દેશ્યો

૧. સફાઈ કર્મચારી અને તેઓના આશ્રિતોનો આર્થિક વિકાસ કરવા પર ભાર મૂકવો.

૨. સફાઈ કર્મચારી અને તેઓના આશ્રિતોને પોતાના પગભર ઉભા કરવાના આશયથી તેઓ પોતાની જાતે પોતાના સ્વાયત ધંધા રોજગાર શરૂ કરી શકે તે માટે સહયોગ તેમજ તેઓને આર્થિક લાભ અપાવવા.

૩. સફાઈ કર્મચારી અને તેઓના આશ્રિતોને વ્યકિતગત કે પછી સમૂહમાં લાભ અપાવવાના ઉદ્દેશ્યથી State Scheduled caste development corporation તેમજ બીજી નાણાંકીય સહાય આપતી એજન્સીઓ કે જે તે રાજય સરકાર અથવા તો કેન્દ્રશાશીત પ્રદેશો દ્વારા નકકી કરવામાં આવી હોય કે લાભ લેવા માટે સૂચવવામાં આવી હોય તેઓના દ્વારા સફાઈ કર્મચારી અને તેઓના આશ્રિતોને ગ્રાંન્ટ , સબસીડી , લોન કે એડવાન્સ વગેરેની જોગવાઈ કરાવી આપવી કે જેથી તેઓની અવદશામાં સુધારો લાવી શકાય.

૪. તેઓને અસરકરતા પ્રોગ્રામની મારફત સફાઈ કર્મચારી અને તેઓના આશ્રિતોને આર્થિક અનુદાનમાં કન્સેશન અપાવવું તે પણ વ્યકિત અથવા તો સમૂહમાં જેનો આધાર કેન્દ્રીય ભારત સરકારની વિવિધ મીનીસ્ટ્રી તેમજ ખાતાઓની અથવા જે તે રાજય કે કેન્દ્રશાસીત પ્રદેશોની માર્ગદર્શીકા મુજબ હોય.

૫. સફાઈ કર્મચારીઓના બાળકો જો લોન લઈને અભ્યાસ કરતા હોય તો આ લોન લંબાવી આપવી તેમજ તેઓ જો હાલમાં કોઈ વ્યાવસાયિક કોર્ષ કે ટેકનીકલ કોર્ષનો સ્નાકત કક્ષા એ કે પછી અનુસ્નાતક કક્ષાએ અભ્યાસ કરતા હોય તો તેઓને લોનની બાબતોમાં વિશેષ છૂટછાટ આપવી.

૬. સફાઈ કર્મચારી કે તેઓના આશ્રિતો દ્વારા જો કોઈ અન્ય કામ ધંધા અંગેનું સર્વિસ યુનિટ કે અન્ય વસ્તુઓનું ઉત્પાદનકાર્ય સાથે સંકળાયેલ ટેકનોલોજીક જ્ઞાન તેમજ એન્ટરપ્રેનીયોર તરીકેના વધારાનું જ્ઞાન મેળવવા સંબંધી બાબતો માટે સહાય આપવાનું સુચવવામાં આવ્યું છે.

૭. સફાઈ કર્મચારી કે તેઓના આશ્રિતો દ્વારા જો કોઈ કામ ધંધા અંગે સ્વાયત રીતે કે સમૂહના માધ્યમ દ્વારા જો કોઈ નવું યુનિટ શરૂ કરવામાં આવ્યું હોય તો આ યુનિટમાંથી ઉત્પાદીત થતા માલ સામાનની માટે જોઈતો કાચો માલસામાન સંબંધી તેમજ તૈયાર થયેલા માલના વેચાણ સંબંધીત તેમજ તેના માર્કેટીંગ સંબંધીત સેવાઓ આપવી.

૮. તેઓ દ્વારા શરૂ કરવામાં આવેલા ધંધા રોજગારમાં જરૂરી તાલીમ , કવોલીટી કન્ટ્રોલ , ટેકનીકલ અપગ્રેડેશન , કોમન ફેસીલીટી તેમજ સનીટેશનની બાબતોનું માર્ગદર્શન પુરુ પાડવું અને તેને પ્રમોટ પણ કરવું.

૯. જે તે રાજયની રાજય સરકારના ઓર્ગેનાઈઝેશન દ્વારા સફાઈ કર્મચારી કે તેઓના આશ્રિતોને આર્થિક સહયોગ આપવાના આશયથી સરળાતાથી તેઓની નાણાંકિય જરૂરીયાતો સંતોષાય તેમજ તેઓને વ્યાપરીક અનુદાન મળી રહે તેમજ મળ્યું હોય તો ફરીવાર સરળતાથી મળી રહે તેવા પ્રયત્નો કરવા.

૧૦. સફાઈ કર્મચારી કે તેઓના આશ્રિતોની આર્થિક હાલત સુધારવાના ઈરાદાથી દરેક રાજયના તેમજ કેન્દ્રશાસીત પ્રદેશોની એજન્સીનાં કોર્પોરેશનો વતી એક એપેક્ષ ઈનસ્ટીટયુશન તરીકે કામ કરવું તેમજ સહયોગને બઢાવો આપવો.

NSKFDC નાં ગૌણ ઉદ્દેશ્યો

યોજનના કેટલાક ગૌણ ઉદ્દેશ્યો નીચે મુજબ જણાવી શકાય. જયારે આ યોજનાનું ભારતીય કંપની ધારા મુજબ સંચાલન થતું હોય ત્યારે પૂર્વાપેક્ષિત ઉદ્દેશ્યો પણ પોતાની મહત્વની ભૂમિકા ભજવે છે.

૧. યોજનામાં આડે આવતા આર્થિક તેમજ વ્યાવસાયિક ઓબ્લીગેશનોનું નિવારણ કરવું.

૨. ભારત ભરમાં શાખઓ , ઓફિસો તેમજ કંપની માન્ય એજન્સીઓ ખોલવી અને તેનું સફળ સંચાલન કરવું.

૩. આ યોજના અંર્તગત યોજનાનું સક્ષમ મૂંલ્યાકન થાય અને અમલીકરણ થાય તે હેતુથી એડવાઈઝરી બોર્ડ તેમજ અન્ય પંચોની નિમણુંકી રાજય સરકાર તેમજ કેન્દ્ર સરકાર શાસીત પ્રદેશોમાં કરવી.

૪. આ યોજનામાં જરૂર લાગે ત્યારે વધારાનાં નાણાંની જોગવાઈ કરવી વગેરે બાબતોનો સમાવેશ આ યોજનનાં ગૌણ ઉદ્દેશ્ય તરીકે કરી શકાય.

Scheduled caste development corporation

Eારતમાં કુલ ૨૩ શીડયુઅલ કાસ્ટ ડેવલપમેન્ટ કોર્પોરેશનો આવેલા છે જેનો મુખ્ય આશય કહ કેટીગરી ના લોકો તેમજ સ્કેવેનજસ ને કનસેસન રેઈટથી લોન તેમજ ઓછા વ્યાજ દરની લોન અપાવીને તેઓની આર્થિકહાલતમાં સુધારો કરવાનો છે. તેમજ તેઓને આર્થિક લાભ સરળાતાથી અને તેઓના નજીકના સ્થળેથી મળી રહે તે માટેના વિવિધ સ્ત્રોતોની જાણકારી તેઓને આપે છે. ભારતના કેટલાક રાજયો તેમજ કેન્દ્રશાસીત પ્રદેશો જેવાકે આંધ્ર પ્રદેશ , આસામ , બિહાર , ગોવા , ગુજરાત , હરિયાણાં , હિમાચલ પ્રદેશ , જમ્મુ અને કશ્મિર , કર્ણાટક , કેરેલા , મધ્ય પ્રદેશ, ચંદીગઢ , પોંડેચરી , દમણ અને દીવ અને દાદરાનગર હવેલીમાં ચાલી રહયા છે. વર્ષ ૧૯૯૭ – ૯૮ બાદ આ કોર્પો. બોર્ડ દ્વારા સીધાજ પોતના નેજા હેઠળ જાઈતી રકમ તેના માન્ય સભ્યો એટલે કે કહ તેમજ રજીસ્ટર્ડ થયેલા ગંદકી ઉપાનારા તરીકે તેમજ સફાઈ કર્મચારીઓને મળતો થયો છે.

આ યોજના અંતર્ગત બેંકોની ભૂમિકા

આ યોજના સરળતાથી આગળ જઈ શકે અને તેનો લાભ વધુમાં વધુ સફાઈ કર્મચારીઓ તેમજ ગંદકી ઉપાડનારા અને તેઓના આશ્રિતો લઈ શકે તે આશયથી આ યોજનામાં સહયોગ આપતી બેંકોની ભૂમિકા નગણ્ય આંકી શકાય નહી. સામાન્ય રીતે બેંકો આવા લોક જયારે લોનની માંગણી કરતા હોય છે ત્યારે તેઓ આ લોન તેમજ તેનું વ્યાજ ભરી શકશે નહી તેવી માનસિકતાના આધારે તેઓની લોનની અરજીઓ ખારીજ કરતી હોય છે. પરતું જયારથી આ યોજના અંર્તગત ભારત સરકારના શીડયુઅલ કાસ્ટ ડેવલપમેન્ટ કોર્પોરેશને આવા લોકોની જવાબદારી સભાંળી છે ત્યારથી તેઓને ખુબજ સસ્તાદરે અને વ્યાજબી વ્યાજ દરે લોન બેંકો દ્વારા મળતી થઈ છે જે આ યોજનાનું એક જમા પાસુ ગણાવી શકાય. આ માટે આ યોજનાનો લાભ લેનાર લોકોને સરકાર દ્વારા સંચાલિત એવી કોઈનુ કોઈ યોજનામાં સહભાગી થવા તેમજ એક નિશ્ચિત ટાર્ગેટ એચીવ કરવાનું સુચવવામાં આવે છે અને જો તેઓ તેમા સફળ રહેતો તેઓને આ યોજનાનો લાભ સરળતાથી મળી શકે છે.

આ યોજના અંતર્ગત રીઝર્વ બેંક ઓફ ઈન્ડીયાની ભૂમિકા

રીઝર્વ બેંક ઓફ ઈન્ડીયાએ તારીખ ૨૦/૦૩/૧૯૯૩ નાં રોજ એક ગાઈડલાઈન જાહેર કરીને ભારતનાં તમામ રાજયો અને કેન્દ્રશાસીત પ્રદેશોમાં કામ કરતી દરેક બેંકોને એક પરિપત્ર મોકલીને આ યોજનમાં સહભાગીતા નોંધાવવા જણાવાયું હતું. જેનો આશય ગંકદી ઉપાડનારાઓ અને સફાઈકર્મચારીઓને આર્થિક અનુદાન સરળતાથી મળી શકે તે માટેનો હતો. જેમા તેઓને પાસે હયાત મિલ્કત પર હાયપોથીકેશન લોન , સબસીડી વગેરે આપીને તેઓને સધીયારો આપવાનો મુળ આશય છે. જેમા નીચેની કેટલીક બાબતોનો સમાવેશ થાય છે.

૧. સ્કેવેનજસ નું પુનર્વસન થાય અને તેઓ નવા રોજગાર ધંધાઓ અપનાવતા થાય તે માટે તેઓને સબસીડી, માર્જીન મની લોન વિવિધ બેંકોના સહયોગથી અપાવવી.

૨. આ યોજનમાં શીડયુઅલ કાસ્ટમાં આવતા દરેક સ્કેવેનજર્સ નો સમાવેશ કરવો અને આ કાસ્ટ ઉપરાંતના બીજી જ્ઞાતિ અથવા તો જાતિના લોકો કે જેઓ આ ધૃણિતકાર્ય કરી રહયા છે તેઓનો સમાવેશ પણ આ યોજના અંર્તગત કરવો.

૩. શીડયુઅલ કાસ્ટ ડેવલપમેન્ટ કોર્પોરેશન દ્વારા કુલ પ્રોજેકટના રૂ. ૫૦૦૦૦/– માંથી રૂ. ૧૦૦૦૦/– સબીસીડી તરીકે અને રૂ. ૭૫૦૦/– માર્જીનમની તરીકે આપવા તેમજ બાકીના રૂ. ૩૨૫૦૦/– ની બેંક લોનની સહાય કરાવી આપવી તેમજ આ બાકી રકમની લોન બેંકો દ્વારા ૩૬ માસમાં ભરાઈ તેવી બાહેંધરી સાથે આપવી તેમજ આ યોજનમાં બેંકો તરફથી મળેલ સહાયતા અંગે પ્રથમ હપ્તો લોન પ્રાપ્ત થયા બાબ ૬ માસે ભરાવવો.

૪. આ યોજના અંતર્ગત લોન ની સગવડતા મેળવતા લોકોના ગેરંટર તરીકેની જવાબદારી Small Loans Guarantee Scheme of Deposit Insurance Credit Guarantee Corporation દ્વારા વહન કરવી અને લોન પર થતો ગેંરટી ચાર્જ લોન લેનાર વતી ભરવો.

આમ માટેની વધુ જાણકારી તેમજ આ યોજનાની ઉપયોગીતા અને સફળતા નીચેની સારણી પરથી જાણી શકાય છે.

વર્ષ	મંજુર થયેલા કેસ	રકમ	ખરેખર લાભ મેળવેનારા લોકોની સંખ્યા	રકમ	ટકાવારી
1993-94	13332	1485.35	7330	793.12	55.0
1994-95	30593	3560.86	22147	2273.48	72.4
1995-96	55356	6350.03	41616	4531.50	75.2
1996-97	59081	6767.36	44797	4795.37	75.2
Total	158362	18163.65	115890	12393.47	277.8

યોજનાઓની પ્રસિદ્ધિ માટેની વ્યુહરચના

શીયડયુઅલ કાસ્ટની કુલ વસ્તીમાં ગંદકી ઉપાડવાના વ્યવસાય સાથે સંકળાયેલા તેમજ સફાઈ કામદાર તરીકે કામ કરતા લોકોની સંખ્યા ભારતમાં વધુ નોધવામાં આવી

છે. તેમજ તેઓનો દરજજો ભારતીય જાતિ અને જ્ઞાતિ માળખામાં સૌથી નીચો આદી કાળથી જોવામાં આવ્યો છે. સામાન્ય રીતે આવા લોકો અભણ તેમજ સમાજની મુખ્ય ધારામાંથી અળગા રહેલા હોય છે. તેથી ભારત સરકાર દ્વારા તેમજ જે તે રાજય દ્વારા વખતો વખત જાહેર થતી કલ્યાણકારી યોજનાઓની જાણકારી તેઓને મળી શકતી નથી અને જો જાણકારી મળે છે તો તેનો લાભ લેવા માટે ખુબજ મોડુ થઈ ગયું હોય છે. માટે તેઓના ઉત્કર્ષ અને જીવનને બહેતરીન બનાવવાના ઉદ્દેશ્યથી કમીશને ભારતના દરેક રાજય અને કેન્દ્રશાસીત પ્રદેશને તેઓના પ્રદેશો અને વિસ્તારોમાં કે જયાં આવા લોકોની વસ્તી વધુ નોધવામાં આવી છે ત્યાં તેઓને લગતી વિવિધ યોજનાઓનું પબ્લીસીટીનું કરવા માટેના સનિષ્ઠ પ્રયાસો કરવા માટેની સુચના આપવામાં આવી છે.

આ બાબતના સનિષ્ઠ પ્રયાસરૂપે મહારાષ્ટ્ર સરકારે ગંદકી ઉપાડનારાઓ અને સફાઈકામદારો જે વિસ્તારોમાં રહે જે જેવાકે હરિજનવાસ , વણકરવાસ ગામડાનાં અને શેહરોના પછાત તેમજ સ્લમ એરિયામાં સરકાર દ્વારા તેઓને આર્થિક પગભર તેમજ બીજા વ્યવસાયો તરફ વાળી શકતી યોજનાઓના પેમ્ફલેટ છપાવીને વીતરણ કરેલ. તેમજ આસામ રાજયમાં સ્ટેટ ડેવલપમેન્ટ કોર્પો. ફોર શીડયુઅલ કાસ્ટ લી. , સબ ડીવીઝનલ વેલ્ફેર ઓફિસર , જિલ્લા વ્યવસ્થાપક , ડાયરેકટર ઓફ ઈન્ફો. એન્ડ પબ્લીક રીલીશન , બ્લોક ડીવીઝનલ ઓફિસર , મ્યુન્સીપલ બોર્ડ / ટાઉન કમિટીસ તેમજ સફાઈ કામદારોના મુખ્ય લીડર દ્વારા વિવિધ યોજનાઓની જાણકારી આપવાનું કામ સોપવામાં આવ્યું છે. કર્ણાટક રાજયનાં SC અને ST ડેવલ્પમેન્ટ કોર્પો. દ્વારા તઓનાં રાજયની સ્થાનિક ભાષામાં વિવિધ કલ્યાંણકારી યોજનાઓની જાણકારી દર્શાવતા તેમજ તેઓની માર્ગદર્શિકાઓની જાણકારી આપતા પેમ્ફલેટ છપાવીને સફાઈકામદારોની કોલોનીઓમાં વિતરીત કરવામાં આવેલા છે. દિલ્હી શીડયુઅલ કાસ્ટ ફાઈનાંન્સ એન્ડ ડેવલપમેન્ટ કોર્પો લી. દ્વારા વર્ષ ૧૯૯૭ નાં માર્ચ માસથી ઓગષ્ટ માસ સુધી દરરોજ દિલ્લીના લોકલ અખબારોમાં સફાઈકામદારો અને ગંદકી ઉપાડનારોઓ માટે રજુ કરાયેલ અને ઘડાયેલ વિવિધ યોજનાઓનો બહોળો પ્રચાર કરવામાં આવ્યો હતો. તેમજ બીજા રાજયોની જેમ વિવિધ યોજનાઓના લાભાર્થીઓ તેમજ યોજનાઓના વિવિધ લાભોની જાણકારી દર્શાવતાં પેમ્ફલેટ છપાવીને વીતરણ કરેલ. આ ઉપરાંત એક સ્પેશ્યલ ટાસ્ક ફોર્સનું ગઠન કરીને લાભાર્થીઓને વિવિધ યોજનાઓના ફાયદાઓ અને તે કયાંથી મેળવી શકાય તેની જાણકારી પણ પોહચાડવામાં આવી હતી. આ માટે ભારતના ઈલેકટ્રોનીક પ્રસારરણ માધ્યમો અને ભારતની દરેક જનતા સુધી પોહચ ધરાવતા દુરદર્શન તેમજ ઓલ ઈન્ડીયા રેડીયોના માધ્યમ દ્વારા જનહિતમાં જારી કરવામાં આવ્યા હતા.

આ ઉપરાંત કોર્પોરેશન દ્વારા **' નેશનલ સ્કૂલ ઓફ ડ્રામા '** ના સહયોગથી ગામે ગામ શેરી નાટકો દ્વારા સફાઈકર્મચારીઓ અને ગંદકી ઉપાડવાના ધૃણિત કાર્યમાં રોકયેલા લોકોને વિવિધ યોજનાઓની જાણકારી આપવામાં આવી હતી તેમજ યોજનાઓના ફાયદાઓ જણાવવામાં આવ્યા હતા. તેમજ માહાત્મા ગાંધીજીની જન્મજંયતિના દિવસે ગંદકી ઉપાડનારાઓની કોલોનીઓ અને અન્ય પછાત તેમજ સ્લમ વિસ્તારોમાં સ્પેશ્યલ અવેરનેસ કેમ્પનું આયોજન કરીને પણ બહોળા પ્રમાણમાં વિવિધ યોજનઓની જાણકારી અને ફાયદાઓ લોકો સુધી પોહચતા કરવામાં આવ્યા હતા.

હિમાચલ પ્રદેશ તેમજ સાલોન જિલ્લાનાં સઘીયારા પ્રયાસોથી NSS યોજનાનું બહોળા પ્રમાણમાં પસિધ્ધ કરવા માટે તેના રાજયના SC તેમજ ST ડેવલ્પમેન્ટ કોર્પો. ને સાથે રાખીને કુલ ૨૩ કેમ્પોનું અયોજન કરીને આ યોજના તેમજ બીજી સહાયક યોજનાઓના પેમ્ફલેટ – માર્ગદર્શીકાઓ – યોજના પ્રસિધ્ધી માટનું સાહિત્ય ગંદકી

ઉપાડનારોના વિસ્તારોમાં તેમજ જયાં તેઓના સમૂદાયોની મોટા ભાગની વસ્તી રહે છે ત્યાં પોહચાડવામાં આવ્યા હતા કે જેની તેઓ વિવિધ યોજનાઓનો સરળતાથી લાભ લઈ શકે અને તેઓની તેમજ તેઓના આશ્રિતોની જીંદગીને બહેતરીન બનાવી શકે. જયારે ગુજરાત રાજયમાં સ્થાનિક સરકાર દ્વારા ગુજરાત શીડયુઅલ કાસ્ટ ડેવલ્પમેન્ટ કોર્પો. નાં મેનેજીંગ ડાયરેકટર અને રાજયના સોશ્યલ વેલ્ફેર ડાયરેકટરને યોજનાની પ્રસિધ્ધિ માટે જવાબદારી સોંપવામાં આવી હતી.

આમ જુદા જુદા પ્રચાર માધ્યમોનો ઉપયોગ કરીને સફાઈકામદારો અને સ્કેવેનજસ તેમજ તેઓના આશ્રિતોની જીંદગી બહેતર બને તેમજ તેઓ આર્થિક સધ્ધરતા કેળવે તે હેતુથી વિવિધ રાજયો અને તેની સ્થાનિક સરકારોએ પ્રય્તનો કર્યા હોવા છતા પણ કોઈક ત્રુટીના કારણોસર હજી પણ વિવિધ કલ્યાણંકારી યોજનાઓ તેઓના છેવાડના સમૂહોના નાગરીકો સુધી પોહચવામાં નિષ્ફળ રહી ન જાય તે માટે કમિશને ડાયરેકટર ઓફ એર્ડવટાઈઝીંગ એન્ડ વીઝયુઅલ પબ્લીસીટી, મીનીસ્ટ્રી ઓફ ઈન્ફો. એન્ડ બોર્ડકાસ્ટીંગ દ્વારા ભારત ભરના તેમજ રાજય તેમજ સ્થાનિક લેવલના અખબારોમાં જનહિતમાં જારી વિવિધ યોજનાઓની પ્રસિદ્ધિ કરવાના પ્રયાસો પણ કરયા હતા.

પ્રસિદ્ધિ માટે કોન્ફોરન્સો અને સેમીનારોનું આયોજન

યોજનાની પ્રસિદ્ધિ માટે કમિશન દ્વારા ભારતનાં દરેક રાજયો ની રાજય સરકાર, SCDCs , સફાઈ કર્મચારીઓનું એસોશીયેશન વગેરેનો સાથ મેળવ્યા છતાં તેઓની ઉન્નતી કરતી યોજનાઓનું યોગ્ય મૂલ્યાંકન કરતા કમિશનને માલૂમ પડયુ કે હજી તો સમાજનો અને ભારતનાં રાજયોનો મોટા ભાગનો આ ધૃણિત વ્યવસાય સાથે સંકળાયેલો ભાગ (લોકો) હજુ પણ દયનીય દશામાં પોતાનું જીવન વ્યતિત કરી રહયા છે. તેમજ ઘણાં લોકોને આવી યોજનાઓ કે સહાયની હજુ પણ જાણકારી મળી નથી કે નથી લાભ મળ્યો જેના મૂળમાં યોજનાઓ પાછળ કરવામાં આવતી પ્રસિદ્ધિની ઉણપ હોવી જાઈએ ૧ તેથી કમિશનના આ નવતર પ્રયોગ દ્વારા છેવડાનાં લોકો સુધી વિવિધ કલ્યાંણકારી યોજનાઓ પોહચે અને તેની જાણકારી મેળવી અને તેનો તેઓ લાભ લેતા થાય તેમજ તેઓ પોતાનું તેમજ તેમના આશ્રિતોનું પુનર્વસન કરી શકે તે માટે કમિશન દ્વારા કોન્ફોરન્સો તેમજ સેમીનારોનું આયોજન કરવાનું સુચવ્યું.

આ માટે ભારતના રાજયોમાં આવેલા વિવિધ જિલ્લાઓનાં કલેકટરશ્રીઓ દ્વારા તેઓનાં જિલ્લા મુખ્યાલયમાં અનુકુળ સમયે આ યોજનાઓની પ્રસિદ્ધિ અર્થે સેમ્પોઝીયમનું અયોજન કરવું જેમા સ્કેવેનજસ ની અવદશા તેમજ સફાઈ કર્મચારીઓને નડતા પ્રશ્નો તેમજ તેનું નિરાકરણ સંબંધી કોન્ફોરન્સોમાં અને સેમીનારોમાં વિવિધ તજજ્ઞો , સામાજિક કાર્યકરો , શહેરશ્રેષ્ઠીઓ હાજર રહીને તેની પર પોતા પોતાના પ્રતિભાવો , સફાઈ કામદારના અને ગંદકી ઉપાડનારોના પ્રશ્નોનું નિરાકરણ આપી શકે અને તેઓની અવદશાને સુધારા માટેના યોગ્ય સૂચનો તેમજ નિયમો જણાવી અને તેનો યોગ્ય અમલીકરણ દ્વારા શકય સુધારાઓ કરી શકાય.

અમલીકરણ માટેની એજન્સીઓ / દેખરેખ કરતી કમીટીઓનું આયોજન

ભારતમાં જયારે કોઈ પણ યોજના કે કાયદો ઘડવામાં આવે છે અને જયારે તેને પ્રજા સમક્ષ રજુ કરવામાં આવે છે ત્યારે તેની યોગ્યતા અને તેની પાછળ નિશ્ચિત કરવામાં આવેલા હેતુઓ લોકો સુધી બરાબર પોહચે તે માટે તેના સક્ષમ અમલીકરણ અને દેખરેખ માટે એજન્સીઓ તેમજ કમીટીઓનું સક્ષમ માળખું પણ ઉભુ કરવામાં આવતું હોય છે. આ એજન્સીઓ તેમજ કમીટીઓ વખતો વખત જે તે યોજના અથવા

તો કાયદાઓનું યોગ્ય અમલીકરણ તેમજ તેના હેતુઓ આધારીત લોકોને લાભ મળે છે કે નહિં તેની દેખરેખ તેમજ જે તે યોજનાઓનું કેટલી હદ સફળ સંચાલન થઈ રહયું છે તેની નોંધ રાખતી હોય છે. ખાસ કરીને **'નેશનલ સ્કીમ ઓફ લીબેંશન એન્ડ રીહેબીલીટેશન સ્કેવેનજર્સ એન્ડ ધેર ડીપેડન્ટસ '** અર્તગત કેન્દ્ર , રાજય , જિલ્લા તેમજ સ્થાનિક અને મોહલ્લા સ્તરે આ યોજનાના અમલીકરણ અને દેખરેખ માટેની એજન્સીઓ તેમજ કમીટીઓનું આયોજન કરવામાં આવ્યું છે.

કેન્દ્ર (દેશ) સ્તરે કેન્દ્ર સ્તરે મીનીસ્ટ્રી ઓફ સોશ્યલ જસ્ટીસ એન્ડ એમ્પાવરમેન્ટ એ ગંદકી ઉપાડનારાઓ તેમજ સફાઈકામદારો માટે ઘડાયેલી યોજનાઓનું અમલી કરણ યોગ્ય રીતે થાય છે કે નહિં તેમજ યોજનાના સતત મૂંલ્યાકન માટે નોડલ એજન્સીની ભૂમિકા અદા કરે છે. આ ઉપરાંત કેન્દ્ર સ્તરીય મોનીટરીંગ માટે કમીટનાં ચરમેનસીપ હેઠળ રહેલ સેક્રટરી યોજનાની દેખરેખ રાખે છે. તેમજ યોજનાના કલ્યાંણ અધિકારીઓ તરીકે મીનીસ્ટ્રી / ડીર્પા. ઓફ અર્બન ડેવલપમેન્ટ , રૂરલ ડેવલપમેન્ટ , લેબર ડીર્પા. , એજયુકેશન ડીર્પા., બેન્કીંગ ડીર્પા., સ્મોલ સ્કેલ ઈન્ડસ્ટ્રીઝ , પ્લાનીંગ કમિશન તેમજ રાજય સરકાર પોતાને સોપાયેલી જુદી જુદી જવાબદારીઓ અદા કરે છે. કેન્દ્ર સ્તરે રહેલી મોનીટરીંગ કમીટી દર ૩ માસે એકવાર મળીને યોજનામાં રહેલ અર્પૂતતા – ખામીઓ તેમજ તેનું મૂંલ્યાકન કરે છે અને જરૂરી પગાલાઓ ભરીને યોજનાનો અસરકારક અમલ થાય તેની તકેદારી રાખે છે. જેમા યોજનાને અસર કરતા કેન્દ્ર , રાજય સરકારના વિવિધ વિભાગોનો સહયોગ ઈચ્છે છે.

રાજય સ્તરે રાજય સ્તરે આ યોજનામાં રહેલ રાજય હસ્તકની મોનીટરીંગ કમીટીના ચેરમેન તેમજ મુખ્ય સેક્રેટરી ઉપરાંત રાજયનાં કલ્યાંણ અધિકારીઓ તરીકે મીનીસ્ટ્રી / ડીર્પા. ઓફ અર્બન ડેવલપમેન્ટ , રૂરલ ડેવલપમેન્ટ , લેબર ડીર્પા. , એજયુકેશન ડીર્પા., બેન્કીંગ ડીર્પા., સ્મોલ સ્કેલ ઈન્ડસ્ટ્રીઝ, પ્લાનીંગ કમિશન, નાણાંકિય વિભાગ તેમજ બે રીપેઝન્ટેટીવ સ્કેવેનજર્સ તેમજ સફાઈકર્મચારીઓના સમુદાયના તેમજ ભારતની લીડીંગ બેંકના અધિકારીઓ પોતાને સોપાયેલી જુદી જુદી જવાબદારીઓ અદા કરે છે. આ કમીટી દર ૩ માસે એકવાર મળવાનું લક્ષ્ય ધરાવે છે. જેનો ઉદ્દેશ્ય દકક નો પ્રોગેસ જોવાનો તેમજ તેનું મૂંલ્યાકન કરવાનો હોય છે. રાજય સરકાર જો ઈચ્છેતો ઉપર દર્શાવેલે અધિકારીઓ અથવા તો કમીટીમાં સ્થાનિક લોક સમૂહોના વાતાવરણ તેમજ જરૂરીયાત મુજબ ફેરફાર કરી શકે છે. જેમા સેક્રેટરી તરીકે તેમજ યોજનાના ઈન્ચાર્જ તરીકે રાજયનું શીડયુઅલ કાસ્ટ વેલ્ફેર બોર્ડ આ યોજનાનું અમલીકરણ કરાવી શકે છે. આમ જુદા જુદા ભારતીય રાજયોમાં આ યોજનાઓના અમલીકરણ હેતુ જુદા જુદા કોર્પોરેશનો , બોર્ડ તેમજ નિગમો પોત પોતાને સોંપાયેલ જવાબદારીઓ કુશળતા પૂવર્ક યોજનાઓનું સંચાલન કરે છે.

જિલ્લા સ્તરે જિલ્લા સ્તરે જિલ્લા કલેકટરશ્રી , જિલ્લા મેજીસ્ટ્રેટશ્રી , ડે. કમિશનરશ્રી આ યોજનાનું સર્પૂણ માર્ગદર્શન તેમજ ઓવર ઓલ ઈમ્પલીમેન્ટેશન માટે જવાબદાર ગણાય છે. આ ઉપરાંત સ્થાનિક સમિતિઓમાં સ્કેવેનજર્સ તેમજ સફાઈકામદાર સમુહના બે પ્રતિનિધી સભ્યો પણ આ યોજનાના યોગ્ય ઈમ્પલીમેન્ટેશન થાય તે માટે પોતાની જવાબદારી નીભાવે છે. તેમજ રોજ બરોજની આ યોજનાની કાર્યવાહી પર દેખ રેખ રાખવાનું કાર્ય રાજયસ્તરના કમકહ(માં ફરજ બજાવતા મેનેજર / આસિ. મેનેજર વગેરેને સોપવામાં આવ્યું હોય છે.

આ ઉપરાંત પ્રાપ્ત માહિતી મુજબ જિલ્લા સ્તરે દેખરેખ રાખવાનું કાર્ય અને મૂલ્યાંકન કરવાનું કાર્ય ભારતના જે તે જિલ્લામાં રચાયેલ જિલ્લા મોનીટરીંગ કમિટિનાં સભ્યો દ્વારા કરવામાં આવતું હોય છે. બિહાર રાજયમાં આવેલા ૫૪ જિલ્લાઓ પૈકી

૩૦ જિલ્લાઓમાં જિલ્લા મોનીટરીંગ કમિટિ દ્વારા આ યોજનાની દેખરેખ રાખવામાં આવે છે. ઓરિસ્સા રાજયમાં ૨૯ જિલ્લાઓ પૈકી ૧૦ જિલ્લાઓમાં , તામીલનાડુ રાજયમાં ૨૭ જિલ્લાઓ પૈકી ૧૦ જિલ્લાઓમાં સ્થાનિક જિલ્લાઓની મોનીટરીંગ કમિટીઓ દ્વારા આ યોજનાની દેખ રેખ રાખવામાં આવે છે.

સ્થાનિક સ્તરે આ યોજના અંર્તગત જે શહેરોમા કે તાલુકાઓમાં ૧૦૦ કે તેથી વધુ ગંદકી ઉપાડનારઓની તેમજ સફાઈકર્મચારીઓની સંખ્યા હોય તે શહેર કે તાલુકાઓમાં આ યોજનાનું દેખરેખ કરવાનું કાર્ય લકોક બોડી મોનીટરીંગ કમિટી દ્વારા થતું હોય છે. આ કમિટીમાં રીપેઝન્ટેટીવ તરીકે ગંદકી ઉપાડનારાઓ તથા સફાઈકર્મચારીઓમાંના કોઈ વ્યકિતઓ હોઈ શકે છે. તેમજ લોકલ બોડી મોનીટરીંગ કમિટીમાં ચેરપર્શન તેમજ કન્વેયર તરીકે જે તે જિલ્લાના સક્ષમ અધિકારી ફરજ બજાવતા હોય છે.

મહોલ્લા સ્તરે ઉપરોકત કેન્દ્ર સ્તરે , રાજય સ્તરે , જિલ્લા સ્તરે તેમજ સ્થાનિક સ્તર બાદ છેલ્લી મોનીટરીંગ કમિટી તરીકે મહોલ્લા સ્તરની કમિટીનો સમાવેશ આ યોજનાની દેખરેખ માટે થાય છે. આ યોજનામાં જિલ્લાના કોઈ સક્ષમ અધિકારી દ્વારા આવી સ્થાનિય કમિટીની રચના કરવામાં આવતી હોય છે. જેમા રાજય સરકાર કોઈ પણ જાતની દખલગરી આ લેવલે કરતી જોવામાં આવતી નથી.

સૂચનો

૧. આ યોજનામાં કરવામાં આવતા સર્વેનો મુખ્ય ઉદ્દેશય એ માત્ર સર્વે કરીને બેસી રહેવાનો નથી પરતું આ સર્વે આધારીત યોજનામાં જણાતી ત્રુટીઓને શકય હોય ત્યાં સુધી તેમા સુધાર લાવવાનો તેમજ તેમજ જે હેતુ થી આ યોજનાનો પ્રાદુભાવ થયો છે તેના નિશ્ચિત ધ્યેયો સુધી પોહચાડવાનો છે.

૨. કમિશન આ યોજનાનું સક્ષમ અમલીકરણ અને તેના ધ્યેય સિદ્ધિ માટે યોગ્ય તાલીમનું આયોજન કરતું હોય છે જેનો સમય ગાળો સામાન્ય રીતે ૬ માસ નો હોય છે પરતું જો કમિશનને જરૂર જણાંય તો આ સમયમાં વધારો કરીને ૧ વર્ષ સુધી કરવાનો અબાધિત અધિકાર ધરાવે છે.

૩. શકય હોય ત્યાં સુધી આ યોજના અંગેની વિવિધ તાલીમ ખ્યાતનામ તમેજ સરકાર હસ્તક અથવા તો કોઈ ખાનગીં રેપ્યુટેડ તેમજ રજીસ્ટર્ડ સંસ્થાઓ દ્વારા પુરી પાડવી જોઈએ કે જેથી સફાઈકર્મચારીઓ અને ગંદકી ઉપાડનારોઓને યોગ્ય તાલીમ મળી શકે.

૪. રાજય સ્તરની દેખરેખ કમિટીએ અચૂક ૩ માસ દરમ્યિાન એક વાર આ યોજનાનું રીવ્યુ માટે મળવું જાઈએ જેથી કરીને આ યોજનાના ઈમ્પલીમેન્ટેશનમાં આવતી રૂકાવટો તેમજ ત્યાં સુધી દુર કરી શકાય અને યોજનાનો વિગતવાર અહેવાલ કેન્દ્ર સ્તરની કમિટીને મૂંલ્યાકન કરવામ માટે મોકલી શકાય.

૫. સમાન્ય રીતે આ યોજનાના લાભાર્થી કે જેઓ સફાઈકર્મચારીઓ તેમજ સ્કેવેનજર્સ છે તેઓ જયારે આ ધૃણિત કાર્યમાંથી બીજા કોઈ કામ ધંધા અપનાવવા માટે બેકોંમાથી લોન લેવાની ગતીવિધી હાથ ધરે છે ત્યારે તેઓની બેંકોની લોન આપવાની વિવિધ આટીધૂટીઓની સમજના અભાવે અને યોગ્ય જાણકારીના અભાવે લોન સરળતાથી મળી શકતી નથી તેથી તેઓ બેંકોના વારંવાર ચકકરો ખાતા રહે છે અને અંતે લોન લેવાનું માંડી વાળે છે. આવું ન થાય અને તેઓને

સરળતાથી લોન મળી રહે તે માટે આ યોજનાનું કમિશન યોગ્ય જાણકારી તેઓને પૂરી પાડે તો વધારે વ્યાજબી ગણાશે.

૬. ગંદકી ઉપાડવાના વ્યવસાયમાં સ્ત્રીઓની સંખ્યા જેટલીજ નોંધવામાં આવી છે. આવી સ્થિતિમાં ખરેખર આ ધૃણિત કાર્યમાંથી તેઓની મુકિત માટે વધારે પ્રપ્તનો થવા જોઈએ તેમજ તેઓની જીંદગીને સુધારતી અને લાભ આપણી યોજનાઓનું વહેલી તકે નિર્માણ થઈને લાભ કરતા કરવા જોઈએ.

૭. ભારત સરકાર દ્વારા નેશનલ સફાઈ કર્મચારી ફાઈનાંન્સ એન્ડ ડેવલપમેન્ટ કોર્પો. ની શરૂઆત કેન્દ્રીય સ્તરે થઈ ચૂકી છે પરતું આવા કોર્પો. જો રાજય સ્તરે શરૂથાય તે માટેની કમિશને સૂચનો તેમજ જોગવાઈઓ કરી છે.

આમ ઉપરમુજબ આપણે કહી શકીએ છીએ કે ભારતમમાં કેન્દ્ર સ્તરે , રાજય સ્તરે , જિલ્લા સ્તરે , સ્થાનિક સ્તરે તેમજ મોહલ્લા સ્તરેગંદકી ઉપાડનારા અને સફાઈકર્મચારીઓ તેમજ તેઓનાં આશ્રિતોની મુકિત અને પુનર્વસન માટેની વિવિધ યોજનાઓ તેમજ ગંદકી ઉપાડવાના ધૃણિત કાર્યોમાંથી મુકિત આપવાના પ્રયાસના ભાગરૂપે યોગ્ય આયોજનો તથા એજન્સીઓના સહયોગથી તેઓની દયનીય સ્થિતિને સુધારવાના ભગીરથ પ્રયાસો થઈ રહયા છે.

યુનિટ-૯
ભારતમાં સ્વચ્છતા આંદોલનની ઐતિહાસિક પૃષ્ઠભૂમિ

પ્રસ્તાવના

ભારતનાં ઈતિહાસમાં સ્વચ્છતા માટેના આંદોલનો અનેક સામાજિક સુધારકોએ ચલાવ્યા છે. જેમાં મુખ્ય મહાત્મા ગાંધીજી, ડો.બાબાસાહેબ આંબેડકર, સંત ગાડગે બાબા, સુર્યકાંત પરીખ ગેરે છે જેમણે સ્વચ્છતા અને સ્વાસથ્ય સુધાર અસ્પૃશ્યતા નિવારણ, શૌચાલય અને સ્નાનઘરની સફાઈ, શૌચાલયના કચરાના નિકાલ વ્યવસ્થા અને ગુણવતા પીવા માટેનું શુધ્ધ પાણી, આંગણ અને ઘર વાડાની સાફ, સફાઈ વગેરે બાબતોમાં જાગૃત કરવાનો કર્યા છે. મહાત્મા ગાંધીજી એ તો સ્વચ્છતા અને અસ્પૃશ્યતા નિવારણને તો સ્વતંત્રતા આંદોલનનો એક ભાગ બનાવ્યો. ડો. બાબાસાહેબ આંબેડકર સ્વચ્છ પોશાક પહેરવો, સ્વસ્થ ઘરમાં રહેવુ, સ્વચ્છ કામો કરવા વગેરે બાબતો અંગે જાગૃત કર્યા છે. સંત ગાડગે બાબા એ સ્વચ્છતા અભિયાન દ્વારા ગ્રામીણ વિસ્તારો સાફ સફાઈ અંગે જાગૃતતા, શૌચાલય સુવિધાનો ઉપયોગ, સ્વચ્છ વાતાવરણ જાળવવા માટે જાગૃત કર્યા છે. સુર્યકાંત પરીખ જાહેર સ્વચ્છતા વધુ સારી બનાવવા પે એન્ડ યુઝ સામુદાયિક વ્યવસ્થાઓ ઉભી કરી છે. ગામડાઓમાં શૌચાલયની સુવિધાઓ ઉભી કરવી અને લોકોમાં તેની જાળવણી જાગૃતિ પણ આપે છે. ડો.બિન્દેશ્વર પાઠક અસ્પૃશ્ય જ્ઞાતિના લોકોને જાજરૂની સાસફાઈ અને માથે મેલુ ઉપાડવામાંથી મુકત કરવા. ડબલાવાળા શૌચાલયનું સુલભ શૌચાલયોમાં રૂપાંતર, સફાઈકર્મીઓને શિક્ષણ અને પ્રશિક્ષણ તાલીમ, જાગૃતિ અભિયાનો, સામાજીક ઉત્થાન, માનવ અધિકાર અને ગૌરવ માટે વગેરે ક્ષેત્રોમાં ખૂબ મોટા પ્રમાણમાં કાર્ય કર્યુ છે. ભારત સરકાર અને રાજય સરકારો પણ આઝાદી પછી અને પંચવર્ષિય યોજના દ્વારા સ્વચ્છતા માટે જાગૃતિ કાર્યક્રમો અને અભિયાનો ચલાવ્યા છે જેમ કે નિર્મળ ભારત અભિયાન, ટોટલ સેનિટેશન કમ્પેઈન (TSC) બ્લોબલ સેનિટેશન ફન્ડ પ્રોગ્રામ, નેશનલ રૂરલ હેલ્થ મીશન, વાસ્મો વગેરે દ્વારા સ્વચ્છતા જાગૃતિ અને સુધાર, શુધ્ધ પીવાનું પાણી, વ્યકિતગત અને જાહેર સ્વચ્છતા, શૌચાલયો અંગે જાગૃતતા, શૌચાલયો બનાવવા, જાળવણી, ઉપયોગ વગેરે અંગે કામગીરી થાય છે. આ પ્રકારના જાગૃતિ કાર્યક્રમો અને

અભિયાનો, સ્વચ્છતા આંદોલનના અંગો છે જેના દ્વારા સ્વચ્છતા, સ્વાસ્થ્ય, શૌચાલય, વગેરે સારૂ સુધારો થયો છે અને તેને કારણે માનવીને થતા રોગોનું પ્રમાણ ઘટયું છે. તથા આમુખનું સ્તર ઉંચુ ગયુ છે. ઉપરાંત સ્વચ્છતા આંદોલન દ્વારા ઘણાં ક્ષેત્રોમાં ગુણાત્મક પરિવર્તનો પણ આવ્યા છે.

હડપ્પા અને મોહેં—જો—દંડો નગરમાં સ્વચ્છતા વ્યવસ્થા

કદાચ જ કો સભ્યતામાં સ્વચ્છતા અને સાસફાઈ ઉપર એટલું ધ્યાન આપવામાં આવ્યું હશે જેટલો હડપ્પા અને મોહેં—જો—દડોના નગરવસિયોએ આપ્યું છે. હડપ્પામાં ઘરેલું શૌચાલય અને નિકાલ વ્યવસ્થાની ગુણવતામાં ખૂબ જ સુઆયોજિત અને ઉંડા વિચાર વિમર્શની ઝલક જોવા મળે છે તેમજ મોહે—જો—દડોના નગર વ્યવસ્થાના ઘરમાં આંગણું અને સ્નાનાઘરની સ્વચ્છતાની વ્યવસ્થા જરૂરથી રાખવામાં આવતી હતી. આ નગરોમાં ઘરેલું શૌચાલય, સ્નાનઘર, નિકાલ વ્યવસ્થા, ઘરના આંગણાની સ્વચ્છતા અંગેનાં આયોજનો અને વિચારો અંગેની માહિતી હડપ્પા અને મોહેં—જો—દંડોનાં પ્રાચીન અવશેષોનાં આધારે મળે છે તથા ઘણા પૂરાતત્વવિદો અને ઈતિહાસકારોની શોધો અને ગ્રંથોમાં પણ તેનાં ઉલ્લેખો છે.

મહાત્મા ગાંધીજી અને સ્વચ્છતા આંદોલન

મહાત્મા ગાંધીજી સફાઈ કર્મીઓની સમસ્યાઓ અને અસ્પૃશ્યતા નિવારણ માટે સ્વચ્છતા આંદોલન ચલાવનારા સૌ પ્રથમ હતા. ગાંધીજીએ સફાઈકર્મી અને અસ્પૃશ્યો માટે ''દલિત '' એવો શબ્દ આપી સફાઈ કર્મીઓ પ્રત્યેની સૂગ હળવી કરવાનો પ્રયાસ કર્યો. ગાંધીજી સફાઈ કર્મીની સમસ્યાઓ, અસ્વચ્છતા, અસ્પૃશ્ય વ્યવહાર વગેરે સ્થિતિ જોઈને ખૂબ જ દુ:ખ અને પીડા અનુભવતા હતા. ગાંધીજી જીવન પર્યત અનેક પ્રયાસો કરવા છતાં દલિતોને સફાઈકર્મીના વ્યવસાયમાંથી સંપુર્ણ મુકિત અપાવવામાં અસફળ રહયા ગાંધીજીના અનેક પ્રયાસો છતાં પણ સમાજમાં સફાઈકર્મીઓની પરંપરાગત વ્યવસાય માથે મેલુ ઉપાડવાનું કાર્ય શરૂ જ રહયું.

ગાધીજી અસ્વચ્છ કાર્ય (સફાઈ કાર્ય) અને અસ્પૃશ્યતાને ઈશ્વર અને માનવતા સામેનું પાપ ગણાવ્યું છે. અને હિન્દુ ધર્મ ઘરનું મોટામાં મોટું કલંક કહયું. આ કાર્યને સ્વરાજ પ્રાપ્તિની આવશ્યક શરત ગણાવી. ગાંધીજી અસ્વચ્છતા અને અસ્પૃશ્યતા નિવારણ સ્વરાજ પ્રાપ્તિ ચળવળમાં તેને સ્થાન આપ્યું.

ગાંધીજી અસ્પૃશ્યોની સેવા અને કલ્યાણ માટે રાત દિવસ તૈયાર રહેતા સફાઈ કર્મીઓનાં નિવાસ મુલાકાત લેવી. તેમની સાથે ભોજન કરતા, દલિતવાસની સાફ સફાઈ કરતા તેમના કલ્યાણ માટે ગામેગામથી ફંડફાળો એકત્ર કરતાં ગાંધીજીએ સફાઈકર્મીઓની મુકિત અને અસ્પૃશ્યતા નિવારણને રચનાત્મક કાર્યક્રમ બનાવ્યો. તેમાં દલિત સાથેનાં લગ્નોને પ્રાધાન્ય આપ્યું. દલિત બાળાને દતક લીધી, સવર્ણ યુવકોને દલિત કન્યા સાથે સાથે લગ્ન કરવા સમજાવતા આ પ્રકાર ઘણા યુવક— યુવતીઓએ લગ્ન પૂર્ણ કર્યા. ગાંધીજીએ સફાઈકર્મીઓમાં શિક્ષણ પ્રસાર માટે પ્રયાસ કરી તેમના સાંસ્કૃતિક સ્તરમાં સુધારા કરવા પ્રયત્નો કર્યા. તેઓ સફાઈ કર્મીઓને સ્વચ્છતા જાળવવા અને દારૂની બદીથી દૂર રહેવા સમજાવતા. આ રીતે ગાંધીજીએ સફાઈકર્મીઓ પ્રત્યેની સવર્ણ લોકોની સુગ ઓછી કરવાના પ્રયાસો કર્યા.

ગાંધીજી સ્વચ્છતા સાથે વ્યકિતગત સ્વચ્છતામાં પણ ખૂબ માનતા હતા. સ્વચ્છતા સાર્વજનિક સ્વચ્છતા, શોષણ, માનવ ગરિમા અને શિક્ષણ સાથે સીધો સંબંધ ધરાવે છે. ગાંધીજીએ એકવાર કહયું હતું કે સ્વચ્છતા, સ્વતંત્રતા કરવા પણ વધુ મહત્વપુર્ણ છે.

ગાંધીજી સાફ સફાઈ અને સ્વચ્છતાને જીવનનું અભિન્ન અંગ ગણતા હતા. તેથી તેમનું સ્વપ્ન હતું કે સમાજમાં દરેકને પૂર્ણ સ્વચ્છતા પ્રાપ્ત થાય.

મહાત્મા ગાંધીજીએ સ્વચ્છતા આંદોલનની શરૂઆત ૧૯૨૦ થી કરી હતી ગાંધીજી મુખ્ય બે લક્ષ્યો અસ્પૃશ્યતા નિવારણ અને માથે મેલું ઉપાડનાર અને તેની સાફ સફાઈ કરવાના કાર્યની સમાપ્તિ કરવાનું હતું. ગાંધીજી ઘરો, શૌચાલય બનાવી શકાય તેના માટે એક ઉકેલ આપ્યો હતો જે ૬ કિલોમીટરનાં વિસ્તારમાંથી સ્થાનિક સ્તર ઉપર ઉપલબ્ધ સામગ્રીથી બનાવી શકાય. જેમ કે, સુલભ શૌચાલય માટે ઈંટ, પથ્થર, પાણી, જમીનમાં ઉતર માટે લાકડી, પાન વગેરે.નો વ્યવસ્થિત ઉપયોગ કરીને પણ શૌચાલય તૈયાર થઈ શકે છે. તે પર્યાવરણ સ્વચ્છતા અને સાફ સફાઈની દષ્ટિએ ખૂબ જ અનુકુળ છે. ગાંધીજીએ આ પ્રયોગ દક્ષિણ આફ્રિકાનાં ફીનિક્સ આશ્રમમાં કર્યો હતો. ગાંધીજી આ પ્રમાણે શૌચાલય બનાવવા લોકોને જાગૃત કરતા, સમજાવા અને અસ્પૃશ્યતા નિવારણ, સફાઈ કર્મીઓ સાથેનો અસ્વચ્છ વ્યવહાર ઘટાડવા અને હરિજનોને સમાજમાં સન્માન મળે તે માટે સમજાવતા.

ગાંધીજી સફાઈકર્મી વર્ગનાં લોકોને સ્વચ્છતા જાળવવા, દારૂ ન પીવા, પાયખાના સાફસફાઈ, માથે મેલુ ઉપાડવાની અમાનવીય પ્રથાનું નિવારણ કરવાનાં પ્રયત્નો પોતાનાથી જ શરૂ કર્યા અને પછી લોકોને સમજાવી તે દૂર કરવાનો પ્રયાસ કર્યો છે.

ડૉ.બાબાસાહેબ આંબેડકર અને સ્વચ્છતા આંદોલન

ડૉ. બાબાસાહેબ આંબેડકર એ મહાર જ્ઞાતિનાં મહાન નેતા હતા. તેમણે મહર લોકોની સુધારણા માટે ઘણાં પગલા લીધા. તેમણે મહાર લોકોને સ્વચ્છ પોશાક (કપડા) પહેરવા, મદ્યપાન બંધ કરવા, મરેલા ઢોર ઢસડી જવા અને માંસ ખાવાથી દૂર રહેવા જણાવ્યું. સફાઈ કર્મીઓની જીવનશૈલી સુધારવા તેમજ સ્વમાન જાળવવા સૂચવ્યું.

ડૉ. આંબેડકર અસ્પૃશ્ય લોકોના કલ્યાણ અને ઉત્કર્ષ માટે વિશિષ્ટ કાર્યો કર્યા છે. તેમણે ઘણા પુસ્તકો લખ્યા જેમાં તેમણે પોતાના વિચારો રજૂ કર્યા. અસ્પૃશ્યો માટે કૉંગ્રેસ અને મહાત્મા ગાંધીજીએ શું કર્યુ તેનું વિવરણ પુરતું પુસ્તક ૧૯૨૫માં લખ્યું. ૧૯૪૩ માં ગાંધીજી અને અસ્પૃશ્યોની મુકિત, ૧૯૪૬ માં શુદ્રો કોણ હતા. અસ્પૃશ્યો કોણ હતા અને શા માટે તેઓ અસ્પૃશ્યો બન્યા તેમની સમજુતી આપતું પુસ્તક લખ્યું ઘણા આમ લખાણોમાં તેમણે શુદ્ર અને અસ્પૃશ્યોના ઉદ્ભવ, તેમની હાડમારી, તેમનું સામાજિક – સાંસ્કૃતિક પછાતપણું, સવર્ણોનો તેમના પ્રત્યેનો વ્યવહાર, તેઓનું વંચિતપણું વગેરે વિશેનાં પોતાના વિચારો રજૂ કર્યા. આ વિચારો અને લખાણો દ્વારા સફાઈકર્મી (અસ્પૃશ્યો)ઓમાં જાગૃતિ લાવવા પ્રયાસ કર્યો. તેમણે અસ્પૃશ્યોને શિક્ષણનું ધોરણ સુધારવા અને તેમનો રાજકીય દરજ્જો સુધારવા ઉપર ધ્યાન કેન્દ્રીત કરવા કહયું. ડો આંબેડકરે જ્ઞાતિપ્રથા નાબુદી માટે ઘણા આંદોલનો ચલાવ્યા છે. ડૉ.આંબેડકરની રાહબરી નીચેનો પીવાના પાણીનો હકક માટેનો મહર સત્યાગ્રહ સમાન સામાજિક અધિકાર મેળવવા માટેનું અછૂતવર્ગની લડતોનું એક જવલંત ઉદાહરણ છે. તેમજ દલિતવર્ગોની ચળવળ અને દક્ષિણ ભારતની સ્વમાન રક્ષણ ચળવળ મુખ્ય છે.

ડૉ. આંબેડકરે કચડાયેલા દલિતવર્ગની પરંપરાગત જ્ઞાતિ વ્યવસ્થામાં વ્યવસાયનાં સ્તરો નકી કરવામાં ધાર્મિક દષ્ટિકોણ અને શુધ્ધિ–અશુધ્ધિના ખ્યાલને બદલવા માટે અર્થપૂર્ણ વિચારો રજૂ કર્યા એ વેઠવી પડતી અસમર્થતાઓને ઘટાડવાનો પ્રયાસ કર્યો.

ડો. આંબેડકરે પ્રત્યક્ષ સ્વચ્છતા પાસા ઉપર નકકર કાર્ય કર્યુ નથી. પરંતુ તેમનાં વિચારો, લખાણો, ભાષણો વગેરેમાં અસ્પૃશ્યતા નિવારણ, સફાઈ કર્મીઓએ સ્વચ્છ પોશાક પહેરવા, પીવાના પાણીનો હકક જ્ઞાતિગત અસમાનતા, શૈક્ષીણક નીચું સ્તર, આરોગ્યનું નબળુ સ્તર, ગંદા વસવાટો, દુષિત જીવન, પાયખાનાની સાફ સફાઈ, માથે મેલુ ઉપાડવાની પ્રથા વગેરે અંગેના જ જોવા મળે છે. તેમાંથી તેઓ અસ્પૃશ્યોને તેમાંથી બહાર કાઢવા માંગતા હતા. ડો.આંબેડકર દ્વારા કરવામાં આવેલ પીવાના પાણીનો હકક માટે મહર સત્યાગ્રહ, સ્વમાન રક્ષણ ચળવળ, દલિતવર્ગોની ચળવળ, જ્ઞાતિપ્રથા વિરોધી ચળવળ વગેરે ચળવળોમાં સ્વચ્છતા આંદોલનના વિભિન્ન પાસાઓની ઝલક જોવા મળે છે.

૩) સંત ગાડગે બાબા/મહારાજ અને સ્વચ્છતા આંદોલન

સંત ગાડગે બાબા ૧૯મી સદીના મહારાષ્ટ્ર અને તેના ગામડાઓ ગ્રામ સ્વચ્છતા આંદોલન ચલાવનારા મહાન સમાજ સુધારક હતા. તેમણે મહારાષ્ટ્ર અને તેના ગામડાઓમાં સ્વચ્છતા સુધાર માટે, સ્વચ્છતા અને પર્યાવરણીય જાગૃતિ, ગટર અને રસ્તાઓની સાફ સફાઈ, ઉર્જાની બચતવાળા સાધનોનો ઉપયોગ, બીમારી પાછળની અંધશ્રધ્ધાઓમાં જાગૃતિ, દવાખાના – હોસ્પિટલો બનાવવી વગેરે જેવા અનેકાનેક કાર્યો કર્યા હતા. આ સ્વચ્છતા અભિયાન દ્વારા ગ્રામીણ સમાજમાં લોકો સ્વસ્થતા અને સ્વાસ્થ્યનાં ક્ષેત્રમાં સુધારો પણ થયો હતો. આવા કાર્યો કરવા પાછળની પ્રેરણા ધાર્મિક અંધશ્રધ્ધા, સામાજિક રિવાજો અને અન્ય સામાજિક દૂષણોમાંથી મળી હતી.

સંત ગાડગે બાબાનું અસલ નામ ડેબુજી ઝીંગરાજી જાનોફીકર હતું. તેમનો જન્મ ૨૩ ફેબ્રુઆરી ૧૮૭૬માં મહારાષ્ટ્રના મરાવતી જીલ્લાના શકેગાઓન ગામમાં ધોબી પરિવારમાં થયો હતો. તેમણે પોતાની જમીન ગુમાવ્યા બાદ તેઓ રોજીંદા વેતન આધારિત મજૂર કરતા હતા. તેઓ ગરીબીમાં જીવન જીવતા હતા. તેઓ જે પણ મજૂરી મળે તે કરતા હતા. તેમાં તેઓ એક વખત અનાજની રખેવાળી કરવાનું કામ કરતા હતા. તેમના આ કામને ત્યાંથી પ્રસાર થતા એક સાધુએ જોયું. અને સાધુએ તેને અનાજની માલિકી વિશે પૂછતાછ કરી અને પછી તે સાધુએ ડબુજી ભનોરકરની ઠેકડી ઉડાડી. આ અનુભવે ડેબુજીને ક્ષણભર દુઃખી કરી દીધા. અનાજની માલિકીપણાની આ ઘટનાએ તેમનાં ઉપર ઘણી અસર કરી. ધોબી પરિવાર જન્મેલા અને રોજીંદી મજૂરી તથા ગરીબીમાં આવી ઘણી ઘટના તેમની સાથે બનતી. જેના કારણે તેઓ દુઃખની પરિસ્થિતિ અનુભવ કરતા હતા.

ગ્રામીણ સમુદાયનાં અનેક નીમ્ન સામાજિક રીવાજો, ધાર્મિક અંધશ્રધ્ધાઓ, સામાજિક ભેદભાવો અને વિઘટન, મહિલાઓ અને ગરીબોનું પરાવલંબીપણું, ગ્રામીણ ગંદકી વગેરે જેવા અનેક મુદ્દાઓને લઈને સંત ગાડગે બાબાએ ગ્રામીણ સ્વચ્છતા આંદોલન ચલાવ્યું. ગ્રામીણ સમસ્યાઓ દૂર કરવા બાબા નિરક્ષર અને અંધશ્રધ્ધાળુ પ્રજાને "કિર્તન" ના માધ્યમથી જાગૃતિ લાવવાના પ્રયાસો શરૂ કર્યા. તેમણે "કિર્તનો" દ્વારા ધર્મ અને રીવાજોમાં રહેલી અંધશ્રધ્ધામાં સુધારો કરવાનું શરૂ કર્યુ. તેઓ "કિર્તન" રૂપી માધ્યમ દ્વારા ભાણો આપી લોકશિક્ષણ અને જાગૃતિનું કાર્ય થયું. તેઓ લોકોને માનવતા અને દયા (કરૂણા)રૂપી સેવાની કિંમત સમજાવી. તેઓએ ગામડાઓમાં સ્વચ્છતા અને ચળવળ લોકસહકારથી ઉભી કરી. જેમાં તેઓ ગ્રામીણ લોકો પાસેથી ફાળો ઉઘરાવતા અને પોતાના વિસ્તારમાં ગટર વ્યવસ્થા, રસ્તાઓની સાફ સફાઈ, શૈક્ષણિક સંસ્થાઓ, દવાખાનાઓ, ધર્મશાળાઓ અને પ્રાણીઓ માટેના આશ્રયસ્થાનો બંધાવ્યા.

તેમણે ગ્રામીણ લોકોને ધાર્મિક વિધીવિધાન આધારીત પ્રાણીઓની બલિ ન ચડાવવા અને અટકાવવા સમજાવતા તથા દારૂના દુષણ દૂર રહેવા જણાવતા. ગરીબો સ્વચ્છ ઘરમાં રહે તે માટે તેઓ તેમને સખત મહેનત અને સરળ સ્વચ્છ વસવાટ કરવા જણાવતા. તેઓ સમાજનાં ઉચ્ચ વર્ગને ગરીબોની નિ:સ્વાર્થ સેવા કરવા કહેતા. તેઓ જીવનભર સ્વચ્છતા આંદોલન દ્વારા સમાજ સુધારની પ્રવૃતિ કરતા રહયા. અને બાબા ૨૦ નવેમ્બર ૧૯૫૬ ના રોજ સંત ગાડગે બાબાનું મૃત્યુ પામ્યા. તેઓએ કરેલી કામગીરીને લીધે "મહાન સંત" ના નામથી ઓળખાય છે.

ભારત સરકારે તેમના નામનો ૨૦૦૦–૨૦૦૧ માં ગાડગે બાબા સ્વચ્છતા અભિયાન એવો એક સ્વચ્છતા કાર્યક્રમ બનાવ્યો અને પાછળથી આવા જ પ્રકારનો અન્ય એક સ્વચ્છતા કાર્યક્રમ મહારાષ્ટ્ર સરકારે પણ બનાવ્યો. ભારત સરકાર "ગાડગેબાબા સ્વચ્છતા અભિયાન" કાર્યક્રમ અંતર્ગત જે ગામ સ્વચ્છતા જાળવવામાં સફળ રહે છે તે ગ્રામવાસીઓને ઈનામો અને એવોર્ડ પણ આપે છે. મહારાષ્ટ્રમાં અમરાવતી યુનિવર્સિટીને સંત ગાડગે બાબા યુનિવર્સિટીનો દરજજો આપી એક મહાન સમાજ સુધારક સંત ગાડગે બાબાને આ યુનિવર્સિટીને નવું મળ્યું છે.

૪) ડો. બિન્દેશ્વર પાઠક અને સ્વચ્છતા આંદોલન

ડો. બિન્દેશ્વર પાઠકનો જન્મ ૨ એપ્રિલ ૧૯૪૩ ના રોજ બિહારના વૈશાલી જિલ્લાના રામપુર બાઘેલ નામના નાનકડા ગામના અતિચુસ્ત મેથિલ બ્રાહમણ પરિવારમાં થયો હતો. ડો. બિન્દેશ્વર પાઠકને બાળપણમાં "સ્વશુધ્ધિકરણ" દાદીમાએ ગાયનું છાણ ખવડાવ્યું હતું. અને ગંગાજળ પાયેલું. કારણ તેઓ પોતાના ઘરમાં સાફ સફાઈ માટે આવતી કામવાળી મહિલાને અડી ગયા હતા ત્યારે પવિત્ર થવા માટે "સ્વશુધ્ધિકરણ" ની પ્રક્રિયામાંથી પસાર થવુ પડેલું.

ડો.બિન્દેશ્વર પાઠક ૧૯૬૮ માં માસ્ટર ડીગ્રી મેળવવા માટે મધ્યપ્રદેશની સાગર યુનિવર્સિટી જવા ટ્રેનમાં નીકળ્યા. રસ્તામાં હાજીપુરૂ જંકશને ચા પીવા ઉતર્યા ત્યાં તેમના પિત્રાઈ ભાઈ સ્ટેશને મળ્યા. ટીકીટ જોય તો લખનૌની. સાગર યુનિવર્સિટી દક્ષિણમાં અને તેઓ નીકળ્યા પૂર્વમાં. તેમના પિત્રાઈ ભાઈ અને તેમના મિત્ર વકીલે નાની મોટી નોકરી અપાવવાની ગેરંટી આપી તેથી તેઓ ત્યાં રોકાયા. તેમના પિત્રાઈભાઈએ બિહાર ગાંધી જન્મ શતાબ્દી સમિતિનની ગાંધી સંદેશ પ્રચાર નામની પેટા કમિટીમાં કાર્યકર્તા તરીક કામ અપાવ્યુ. આ સમિતિના પ્રમુખ સરયુ પ્રસાદને તેઓ મળ્યા. તેમણે ગાંધીજીના સ્વપ્ન "દલિતઉદ્ધાર" માં કામ કરવા કહયું. એ જમાનામાં બિહારમાં હરિજનો રોજ ઘેર ઘેર ડબા લઈને આવતા અને મળ ઉઠાવી જતા ઘરમાં ખાડો હોય, તેના પર પગથિયા હોય એ ખાડામાં જે ડબો હોય તેમાં બધા મળ વિસર્જન કરે અને નિશ્ચિત સમયે ગામમાંથી મેલુ ઉચકનાર (દલિત લોકો) આવીને એ ખાડો અને ડબો સાફ કરી જાય તે એક સમસ્યા સાથે વ્યવસ્થા હતી. અને આ સમસ્યાનું નિવારણ કરવાનું કામ સરયુ પ્રસાદ ડો.બિન્દેશ્વરને સોંપ્યું હતું.

ડો.બિન્દેશ્વર પાઠક આ સમસ્યાને સમજવા માટે બેલિયા નામની દલિત કોલોનીમાં રહેવા ગયા. આ કોલોનીમાં બનેલી બે ઘટનાએ તેમને ગાંધીજીના સ્વપ્નને સાકાર કરવા પ્રોત્સાહીત/પ્રેરણા પૂરી પાડી. જેમાં એક ઘટના આ પ્રમાણે હતી. કોલોનીમાં નવી પરણેલી વહુ લગ્ન કરીને આવી. લગ્નના પ્રથમ દિવસે જ સાસુ, સસરા તથા પતિ તરફથી લોકોનું "મેલુ ઉચકવા" જવા માટે તેની પર દબાણ કરવામાં આવ્યું. વહુએ ઘણી આનાકાની કરી છતાં અંતે કૌટુંબિક ધંધાની માંગણીને વશ થવું પડયું.

બીજી ઘટનામાં એક માતેલાં સાંઢે બારેક વર્ષના છોકરાને શિંગડે ચઢાવ્યો. છોકરાને બચાવવા બજારમાં ઉભેલા લોકો બચાવવા દોડયા. તેવા કોઈએ બૂમ પાડી કે "અલ્યાઓ દૂર રહો, દલિત છે " લોકો એકાએક વિખેરાઈ ગયા. કોઈએ તેને બચાવવા પ્રયત્ન ન કર્યો. તેવામાં બિન્દેશ્વર અને તેમના મિત્ર ત્યાં આવી પહોંચ્યા. રસ્તા પર પડેલી ઈંટો અને પત્થરો મારી છોકરાને સાંઢની પકકડમાંથી બચાવ્યો. હોસ્પિટલ સુધી પહોંચતા પહેલા રસ્તામાં જ છોકરો મરી ગયો. આ ઘટનાથી બિન્દેશ્વર ખૂબ જ દુઃખી થયા ત્યારથી ગાંધીજીના સ્વપ્નને સાકાર કરવાની ધૂન સવાર થઈ અને આજ સુધી ચાલુ જ છે.

ડો. બિન્દેશ્વર પાઠકે અસ્પૃશ્ય લોકોને પાયખાના સાસફાઈ અને માથે મેલુ ઉપાડનાર પાંચ હજાર વર્ષો જૂની પ્રથામાંથી મુકત કરવા માટેના પ્રયત્નો શરૂ કર્યા. ૧૯૭૦ મા ડો.બિન્દેશ્વર પાઠકે સ્વચ્છ આંદોલન અસરકારક બનાવવા માટે "સુલભ સ્વચ્છતા સંસ્થા" ની સ્થાપના કરી. આ સંસ્થા મુખ્ય ઉદ્દેશ સફાઈકર્મી (દલિત) લોકોને તેમના પરંપરાગત વ્યવસાયમાંથી મુકત કરવા અને પુનઃવર્સન માટેવ્યાવસાયિક શિક્ષણ – પ્રશિક્ષણ આપી તાલીમો આપી સામાજિક – આર્થિક સ્તર/દરજજામાં સુધારો કરવો, ગ્રામીણ અને શહેરી લોકોમાં માટે સ્વચ્છતા અને શૌચાલય માટે જાગૃત કરવા. પર્યાવરણીય સુધારણા અને સંરક્ષણ માટે સુલભ ટેકનોલોજી સાર્વજનિક બનાવવી.

ડો.બિન્દેશ્વર પાઠકે સ્વચ્છતા સુલભ આંદોલન ચલાવીને ભારત અને વિશ્વના દેશોમાં સ્વચ્છતા અને સ્વાસ્થ્યતાના ક્ષેત્રમાં ક્રાંતિ સર્જી છે. સુલભ સ્વચ્છતા આંદોલન દ્વારા દેશમાં અગ્રગણ્ય સંસ્થાઓ પર ૮૦૦૦ થી વધુ સાર્વજનિક શૌચાલયો બનાવ્યા છે. અને તેમાં 'પે એન્ડ યુઝ" ની લોક સ્વીકૃત પધ્ધતિ દાખલ કરી છે. જેનો ઉપયોગ દરરોજ સરેરાશ ૧.૫ કરોડ લોકો કરે છે તેમાંથી ૨૦૦ શૌચાલયોને બાયોગેસ પ્લાન્ટ સાથે જોડવામાં આવ્યા છે. અને તેમાંથી વિજળીનું ઉત્પાદન રસ્તાઓ પર વિજળી, કૃષિ ઉત્પાદન વધારવા ખાતરનો પણ ઉપયોગ થાય છે. આ સ્વચ્છતા આંદોલનને દેશભરના ૧૩ લાખ ટબલા/ડોલવાળા શૌચાલયોને સુલભ શૌચાલયોમાં પરિવર્તન કરી દીધા છે. ૧૦ લાખથી વધુ સફાઈકર્મીઓ આ કામમાંથી મુકિત અપાવી છે. ૬૪૦ શહેરોમાંથી તેઓ મુકત થયા છે. બિહારના એક નાના જીલ્લામાંથી શરૂ થયેલું સુલભ સ્વચ્છતા આંદોલન આજે દેશના ૨૫ રાજયો, ૪ કેન્દ્ર શાસિત પ્રદેશો, ૫૦૬ જિલ્લાઓ અને અફઘાનિસ્તાન, ભુટાન વગેરે જેવા વિશ્વનાં દેશમાં પણ સ્વચ્છતાનું ઉચું સ્તર પ્રાપ્ત કરવા માટે ચાલી રહયું છે.

ડો. બિન્દેશ્વર પાઠક છેલ્લા ૪ વર્ષોથી સફાઈકર્મીઓને માથે મેલુ ઉપાડવામાંથી મુકિત, વ્યાવસાયિક પુનવર્સન સામાજીક ઉત્કર્ષ, માનવ ગૌરવ અને માનવ અધિકારો આવવા માટે અથાગ પ્રયાસો કર્યા છે. જેમાં વિવિધ કાર્યક્રમ, અભિયાનો ચલાવ્યા છે અને જેમ કે મુકિત કાર્યક્રમ સુલભ પબ્લિક સ્કુલ, સામાજિક સ્વીકૃતિ અને જાગૃત અભિયાન, વ્યાવસાયિક પુનવર્સન અને પ્રશિક્ષણ કે તાલીમ કેન્દ્રો, સુલભ ગામડાઓ તરફ, મિશન સેનિટેશન, સામુહિક ભોજન વગેરે છે. આ સ્વચ્છતા અને સ્વાસ્થ્ય ક્ષેત્રમાં સુધારાલક્ષી કાર્યો મોટી ક્રાંતિ ઉભી કરી છે.

ડો. બિન્દેશ્વર પાઠકે ૧૯૭૦ સુલભ સ્વચ્છતા સંસ્થાની સ્થાપના ઉપરાંત સફાઈ કર્મીઓનાં બાળકોને અંગ્રેજી માધ્યમનું શિક્ષણ આપવા ૧૯૯૨ માં "સુલભ પબ્લિક સ્કુલ" ની સ્થાપના કરી, સુલભ ઈન્ટરનેશનલ સ્વાસ્થ્ય અને સ્વચ્છતા સંસ્થા" ૧૯૯૪ થી સ્વાસ્થ્ય અને સ્વચ્છતાની સારસંભાળ માટે પર્યાવરણીય સ્વચ્છતા, પોષણયુકત ભોજન, સ્વચ્છ પાણી, પરિવાર નિયોજનના સાધનોનો વિકાસ કરવા માટે કરી છે.

૧૯૮૪ માં સુલભ ઈન્ટરનેશનલ પર્યાવરણીય સ્વચ્છતા એકેડેમી અને જન સ્વાસ્થ્ય અને ૧૯૯૪ માં સુલભ ઈન્ટરનેશનલ મ્યુઝીયમ ઓફ ટોયલેટ (શૌચાલય સંગ્રહાલય) કરવામાં આવી. મહિલાઓનાં વ્યાવસાયિક પુનવર્સન માટે શિક્ષણ અને પ્રશિક્ષણ માટે ૨૦૦૩ માં "નવી દિશા" વ્યાવસાયિક પ્રશિક્ષણ તાલીમ કેન્દ્રની સ્થાપના કરી. ઉપરોકત દરેક સંસ્થાઓ સ્વચ્છતા અને સ્વાસ્થ્ય, પર્યાવરણીય ટેકનોલોજીની શોધ અને વિકાસ, સફાઈકર્મીઓની મુકિત અને વ્યાવસાયિક પ્રશિક્ષણ તાલીમ, સફાઈ કર્મીઓના બાળકોને શિક્ષણ, સામૂહિક ભોજન અને સામાજીક ઉત્થાન, માનવીય ગૌરવ અને માનવી અધિકારો માટે કાર્ય કરે છે.

ડો.બિન્દેશ્વર પાઠક અને સુલભ ઈન્ટરનેશનલ કર્મચારીઓએ બિહાર અને ભારતમાં જ નહિ પરંતુ વિશ્વમાં સ્વચ્છતા અને સ્વાસ્થ્યના સ્તરને ઉચુ લઈ જવા અથાગ પ્રયત્નો કર્યા છે જેના મીઠા ફળ ગ્રામીણ અને શહેરી વિસ્તારોમાં સુલભ શૌચાલય અને સાર્વજનિક શૌચાલય દ્વારા લોકો આજે મેળવી રહયા છે.

– સુર્યકાંત પરીખ અને સ્વચ્છતા આંદોલન

જાહેર સ્વચ્છતાને બહેતર બનાવવા માટે ૮૬ વર્ષના સૂર્યકાંતભાઈ પરીખે સફાઈ અને સ્વચ્છતા માટે એક અનોખુ અભિયાન ચલાવ્યું છે. સુલભ ઈન્ટરનેશનલમાંથી પ્રેરણા લઈને ૧૯૮૮ માં નહી નફો, નહીં ખોટ/નુકશાનના ધોરણે નાસા ફાઉન્ડેશન સ્થાપના કરી. પાલિતાણા, અંબાજી, સોમનાથ જેવા તીર્થસ્થાનોથી કુંભમેળા સુધી નાસા ફાઉન્ડેશનના કાર્યકરોએ 'પે એન્ડ યુઝ' ધોરણે સામુદાયિક શૌચાલયની સુવિધા કરી આપી છે. સુર્યકાંત પરીખે ૧૯૮૮ માં મિત્રોની મદદથી નેશનલ સેનિટેશન એન્ડ એન્વાયર્નમેન્ટ ઈમ્પ્રુમેન્ટ ફાઉન્ડેશનની સ્થાપના કરી. નાસા ફાઉન્ડેશને જાહેર શૌચાલયો સ્થાપીને એના સંચાલન અને જાળવણીની જવાબદારી લીધી છે. હવે તો અનેક તીર્થસ્થળો, હોસ્પિટલો, સરકારી સ્કુલો અને આશ્રમોમાં તેમણે જાહેર શૌચાલય અને સ્નાનાગૃહોની વ્યવસ્થાઓ ઉભી કરી આપી છે.

તમને કોઈએ પ્રશ્ન પૂછયો કે સમાજસેવા જ કરવી હતી તો હજાર વસ્તુઓ હતી. પસંદ કરી કરીને શૌચાલયની લાઈન પસંદ કરી? સૂર્યકાંત ભાઈએ કહયું કે "સાચી વાત છે દરેકના જીવનની આ હકીકત હોય તો પણ શૌચ કે ટોયલેટની જાહેર ચર્ચા લોકો સૂગ ઉપજાવે છે એને લગતા કેટલાંક શબ્દ પ્રયોગથી લોકોને ચીતરી ચડે છે. ઈશ્વર મને કુદરતી રીતે જ આ કાર્ય તરફ લઈ ગયો. ૧૯૮૨–૮૫ દરમ્યાન ગુજરાત ઉર્જા વિકાસ સંસ્થાના વ્યવસ્થાપક મંડળનો તેઓ સભ્ય હતા. તેઓ પારંપરિક ઉર્જાના પર્યાયનો અભ્યાસ કરી રહયા હતા. માનવમળમાંથી બાયોગેસ બનાવી શકાય. સુલભ ઈન્ટરનેશનલ નામની બિહારમાં આવેલી સંસ્થાએ પટનામાં સફળતાપૂર્વક આ કાર્ય પાર પાડેલું. જેની ચકાસણી કરવા સંસ્થા વતી તેમને પટના મોકલવામાં આવ્યો.

એ પછી સુલભ ઈન્ટરનેશનલને જ ગુજરાત ઉર્જા વિકાસ સંસ્થાએ બાયોગેસના પ્લાન્ટ નાખવાનો પ્રોજેકટ આપ્યો જેનું નેતૃત્વ સૂર્યકાંતભાઈને સોંપ્યું. ત્રણ વર્ષના ગાળામાં ગુજરાતમાં ચાર માનવમળ આધારિત બાયોગેસ પ્લાન્ટનુ નિર્માણ કરવામાં આવ્યું. એ દરમ્યાન સુલભ ઈન્ટરનેશનલે સુર્યકાંતભાઈને ગુજરાત ડીવીઝનનાં કાર્યપાલક અધ્યક્ષ પણ નીમ્યા. આ રીતે સામુદાયિક શૌચાલય અને સ્નાનગૃહ સાથે તેમનો સંબંધ વધારે ગાઢ બન્યો. આગળ જતા સુલભ ઈન્ટરનેશનલે તેમની હરિયાણા રાજયમાં બદલી કરતા તેમણે એ કામ છોડી દીધું. તે પછી તેમનું ધ્યાન સફાઈક્ષેત્ર પર ગયું. ગુજરાતમાં સફાઈકામ નેતૃત્વ વગર ચાલતુ હતું. તેમાં ઘણું કામ કરી શકાય તેમ છે. એટલે છેક ૬૩ વર્ષની ઉમરે તેમણે નાસા ફાઉન્ડેશનની સ્થાપના કરી. નાસા

ફાઉન્ડેશન સ્વચ્છતા અને પર્યાવરણીય સુધારો કરવાનું કાર્ય શરૂ કર્યુ. આજે આ સંસ્થા ૮૫ જગ્યાઓ પર ચાલે છે.

સૂર્યકાંતભાઈએ જે કામ ઉપાડેલુ એની લોકોમાં તાતી જરૂરીયાત તો હતી જ. બસ આજ સુધી કોઈને વિચાર આવ્યો ન હતો કે કોઈએ આ તરફ ધ્યાન જ આપ્યું જ ન હોતું. એટલે કે સંસ્થાની શરૂઆતમાં જ એને ચારે બાજુએથી સારી પ્રસિધ્ધી મળી, સ્વચ્છતા અને સફાઈ ક્ષેત્રમાં કામ કેવી રીતે કરવું તેમનો પૂરતો અનુભવ સુર્યકાંતભાઈને સુલભ ઈન્ટરનેશનલમાંથી મળેલો. દાતાઓના દાનથી ગંગાથી અને સરકારી સહાયથી કામ તો ઘોડાવેગે આગળ વધ્યું. શરૂઆત કરી દાહોદની એક આશ્રમશાળાથી જેમાં છાત્રાલયોમાં શૌચાલયો સાથે બાયોગેસ પ્લાન્ટને પણ જોડવામાં આવેલો. એ પછી ભાવનગર મ્યુનિસીપલ કોર્પોરેશને પણ સંસ્થાને કેટલાંક પ્રોજેકટો પર કામ આવ્યું. નવા શૌચાલયો બાંધવાની સાથે સ્વચ્છતા અને કુદરતનું સંવર્ધન કરવા વિશે સ્વચ્છતા આંદોન પણ સાથે ચલાવ્યું.

અમદાવાદમાં તેમણે હોસ્પિટલો, એસ.ટી. બસ ડીપો, ગાર્ડનો એમ મ્યુનિસિપલ કોર્પોરેશનને આપેલા ૨૬ સ્થળોએ આધુનિક સ્વચ્છતા શૌચાલયો સંકુલો ઉભા કર્યા છે. આ સિવાય દ્વારકા, પાલિતાણા, અંબાજી, ડાકોર, સોમનાથ, સતાધાર અને બહુચરાજી એમ ગુજરાતના સાત મોટી તીર્થોમાં સ્વચ્છતા શૌચાલય સંકુલ ઉભા કર્યા છે. નંદીગ્રામ પાસે આવેલા આદિવાસી ગામોમાં પણ સેંકડો ઘરોમાં શૌચાલયો બનાવવામાં આવ્યા છે.

વર્તમાન સમયમાં પણ ગુજરાતના ગામડાઓમાં શૌચાલયોની સુવિધા ન હોવાથી ઘણી બહેનો અને વૃધ્ધજનો મુશ્કેલીનો સામનો કરતા હતા. આ પ્રકારની વ્યવસ્થા ઉભી થવાના કારણે તેમને ઘણી શાંતિ મળી છે. ઘણા લોકોના સુર્યકાંતભાઈને આર્શિવાદ પણ મળ્યા છે. લોકોને સુવિધા મળે, પર્યાવરણ બચે અને આરોગ્ય દષ્ટિએ પણ સુરક્ષિત રહેવાય. આમ જાહેર શૌચાલયનાં અનેક લાભો છે. એ વાત હવે લોકોને સમજાય રહી છે. દાતાઓ તરફથી તેમને ખૂબ મદદ મળે છે. નાસા ફાઉન્ડેશનના કાર્યકરો પણ જાહેર સ્વચ્છતા અને સફાઈ અભિયાન ખૂબ સહયોગ આપી રહયા છે. આજે નાસા ફાઉન્ડેશનની બહેનો ગુજરાતની અદાલતોની સફાઈ રાખવાનું કાર્ય કરે છે. સંસ્થા હંમેશા પ્રયત્નશીલ છે કે નવા સુલભ શૌચાલય સંકુલોનું નિર્માણ થાય અને તેની પુરતી જાળવણી થાય અને સ્વચ્છતા જળવાય.

આમ સુર્યકાંતભાઈ અને નાસા ફાઉન્ડેશનના કાર્યકરો સ્વચ્છતા આંદોલન ચલાવી રહયા છે તેઓએ ગુજરાતમાં સફાઈ અને સ્વચ્છતા ક્ષેત્રે ઉલ્લેખનીય કાર્ય કર્યુ છે.

કેન્દ્ર સરકાર અને સ્વચ્છતા આંદોલન

ઈ.સ.૧૯૪૭ માં સ્વતંત્રતા મળ્યા બાદ સ્વચ્છતા અને સફાઈકર્મીઓની સ્થિતિઓને સુધારવા માટે, સફાકર્મીઓને સહાય આપવા માટે કેન્દ્ર સરકાર અને રાજય સરકારોએ કેટલાંક પગલાઓ લીધા છે. સ્વચ્છતા અને સફાઈ કર્મીઓની મુકિત, પૂનવર્સન, સામાજિક–ધાર્મિક સુધારણા, માનવ અધિકાર અને માનવીય ગૌરવ અપાવવા માટે સમિતિઓ અને કમીશનોની રચના કરવામાં આવી છે જેમ કે રાષ્ટ્રીય અનુસૂચિત જાતિ આયોગ, રાજકીય સફાઈ કર્મચારી આયોગ, રાજકીય સફાઈકર્મચારી ..... અને ડેવલોપમેન્ટ કોર્પોરેશન વગેરે ખૂબ ઉપયોગી સૂચનો આપ્યા અને તેની પ્રસંશા કરી. ભારત સરકારના લોક કલ્યાણ મંત્રાલય (હાલ સામાજીક ન્યાય અને અધિકારીતા (સશકિતકરણ) મંત્રાલય) એ કેટલાંક સામાજિક જનકલ્યાણ કાર્યક્રમોની શરૂઆત કરી. ૧૯૯૧–૯૨ માં સફાઈકર્મી અને તેમના આશ્રિતોની મુકિત

તેમજ પુનવર્સનની રાષ્ટ્રીય યોજના, સ્વચ્છ વ્યવસાયમાં કાર્યરત બાળકોની મેટ્રીક પૂર્વે શિષ્યવૃતિ, મેટ્રીક પછી શિષ્યવૃતિ, ઉચ્ચ અભ્યાસ માટે શિષ્યવૃતિ, રાજીવ ગાંધી રાષ્ટ્રીય શિષ્યવૃતિ માટે કેન્દ્ર સમર્પિત યોજનાઓ બનાવવા આવી છે અને તેનો લાભ પણ સફાઈ કર્મીઓના બાળકો આપવામાં આવે છે. ડબલાવાળા શૌચાલયોને સુલભ સ્વચ્છતા શૌચાલયોમાં પરિવર્તિત કરવાની યોજના, નાગરિક હક સંરક્ષણ અધિનિયમ, અનુસૂચિત જાતિ અને અનુસૂચિત જનજાતિ (અત્યાચાર નિવારણ અધિનિયમ) તથા લોકો માટે શિક્ષણ અને રોજગારીમાં અનામત નીતિ બનાવી છે. ઈ.સ. ૧૯૯૩ માં સરકારે ડબલાવાળા શૌચાલયોની સફાઈને માટે રાષ્ટ્રીય આયોગની રચના કરી છે. આ બધા પ્રયાસોથી સફાઈ કર્મીઓને નિસંદેહરૂપથી લાભો આપવામાં આવી રહયા છે. જેનાથી તેઓ રાહત અનુભવે છે, કેન્દ્ર સરકાર દ્વારા અનેક કાર્યક્રમો, યોજનાઓ, અભિયાનો ચલાવવામાં આવ્યા હોવા છતાં પણ સંપૂર્ણ રીતે સફાઈકર્મીઓ અમાનવીય પરંપરાગત વ્યવસાયમાંથી મુકત થયા નથી. તેમના પુનવર્સનની સમસ્યા અને માથે મેલુ ઉપાડવાની પ્રથાઓ આજે પણ કેટલાંક વિસ્તારો પ્રત્યક્ષ, પરોક્ષ રીતે ચાલતી જોવા મળે છે. કેન્દ્ર સરકાર દ્વારા ભારતભરમાં સંપુર્ણ સ્વચ્છતા ઉભી કરવા અને સફાઈકર્મીઓની સ્થિતિ સુધારવા સતત પ્રયાસો કરવામાં આવી રહયા છે.

કેન્દ્ર સરકાર સ્વચ્છતા ચળવળને વધુ અસરકારક ચલાવવા માટે ભારત નિર્મળ અભિયાન, ટોટલ સેનિટેશન કમ્પેઈન (TSC) વોટર એન્ડ સેનિટેશન મેનેજમન્ટ ઓર્ગેનાઈઝેશન (WASWO) વગેરે કાર્યક્રમો અને યુએનડીપીનો "મિશન સેનિટેશન" અભિયાન દ્વારા સ્વચ્છતા, સ્વાસ્થ્ય, પર્યાવરણીય વગેરે ક્ષેત્રોમાં સુધારાલક્ષી કાર્યો કરવામાં આવ્યાં છે જેનું પરિણામ માનવ સમુદાયમાં જોઈ શકાય છે.

રાજયો અને સ્વચ્છતા આંદોલન

ભારતનાં વિભિન્ન રાજયોએ પણ સ્વચ્છતા માટે આંદોલનો ચલાવ્યા છે. આ ઓદોલનો એટલે રાજય સરકાર દ્વારા ચલાવેલા સ્વચ્છતા માટેનાં કાર્યક્રમો – અભિયાનો છે. વિભિન્ન રાજયોની શહેરી અને ગ્રામ્ય ઘરોની શૌચાલય સુવિધાઓ માટેની સ્થિતિઓ અલગ અલગ છે. તેમજ રાજયની સામાજિક – સાંસ્કૃતિક, શારીરીક, માનસિક બાબતે ધ્યાનમાં રાખીને અભ્યાનો ચલાવવા પડે છે.

ભારત સરકાર દ્વારા દરેક રાજયોમાં નિર્મળ ભારત અભિયાન, ટોટલ સેનિટેશન કમ્પેઈન, વાસ્મો, તે સાર્વજનિક શૌચાલય નિર્માણની યોજનાઓ વગેરે ચાલે છે. આ કાર્યક્રમોમાં રાજય કક્ષાએ દરેક પરિસ્થિતિને ધ્યાનમાં રાખીને તેનું આયોજન અમલીકરણ, દેખરેખ, મુલ્યાંકન વગેરે થાય છે. બિહારમાં બિહાર સરકાર અને સુલભ ઈન્ટરનેશનલ સંસ્થા દ્વારા સાર્વજનિક શૌચાલયો, સ્વચ્છતા, પર્યાવરણીય જાગૃતિના કાર્યક્રમ ચાલે છે. તે જ રીતે મહારાષ્ટ્રમાં પણ સંત બાડગે, બાબા સુલભ સ્વચ્છતા અભિયાન ચલાવવામાં આવે છે. મહારાષ્ટ્ર સરકારે ગ્રામીણ ક્ષેત્રોમાં લોકોની અસ્વચ્છતાની પરિસ્થિતિ સુધારી છે. અને સ્વચ્છતા અંગે લોકોમાં જાગૃતિ પણ ફેલાવી છે. ગુજરાતમાં પણ નિર્મળ ગુજરાત શૌચાલય યોજના ચલાવવામાં આવે છે. આ યોજના અંતર્ગત ગુજરાત રાજયના સમગ્ર શહેરી અને ગ્રામીણ વિસ્તારોમાં શૌચાલયો ઉભા કરી ગુજરાતને સ્વચ્છ અને નિર્મળ બનાવવાનું કાર્ય શરૂ જ છે. ગુજરાત રાજયે ૨૦૦૮ માં નિર્મળ વર્ષ પણ ઉજવ્યું છે.

વિભિન્ન રાજયોમાં કાર્ય કરતી સ્વૈચ્છિક સંસ્થાઓ સુલભ ઈન્ટરનેશનલ સફાઈ વિદ્યાલય, નાસા ફાઉન્ડેશન, હરિજન સેવક સંઘ, સીટીઝન ફાઉન્ડેશન, કેર ઈન્ડીયા હુડકો, અવાસ (એસોસિયેશન ફોર વોટર, સેનિટેશન એન્ડ હાઈજીગ) વગેરે એ સ્વચ્છતા આંદોલનને અસરકારક બનાવવામાં મહત્વની ભૂમિકા ભજવી. આ સંસ્થાઓ

અને તેમના સ્થાપકો, કાર્યકર્તાઓને મહત્વની ભૂમિકા ભજવી. આ સંસ્થાઓના પ્રયાસોથી ગ્રામીણ અને શહેરી વિસ્તારોમાં (ઝુંપડપટ્ટી વિસ્તારમાં) સ્વચ્છતા જાગૃતિ અભિયાન સફાઈકર્મીઓની મુકિત અને પુનર્વાસ, જાહેર શૌચાલયોનું નિર્માણ – ઉપયોગ – જાળવણી, સ્નાનઘરોનું નિર્માણ સફાઈકર્મીઓનો મંદિર પ્રવેશ અને ભેદભાવરહિત પૂજા, સહભોજન, માનવી ગૌરવ અને માનવ અધિકારો, આરોગ્ય સ્તર સુધારણા, પર્યાવરણીય છે. સુરક્ષા સુધારણા ઉભી થઈ છે. સંસ્થાઓ પણ સામુદાયિક આરોગ્ય અને સ્વચ્છતાના સ્તરને સુધારવાનું ઉત્કૃષ્ટ કાર્ય કર્યુ છે.

ઉપસંહાર

"મિશન સેનિટેશન" એ સામુદાયિક સ્વચ્છતા અને આરોગ્ય માટે ખૂબ જરૂરી બાબત છે. સ્વસ્થ બાળ સ્વચ્છ રાષ્ટ્ર" ના સુત્ર સાથે ભારતમાં સ્વચ્છતા આંદોલન ચાલી રહયું છે. આજે આપણે જે સ્વચ્છ પર્યાવરણમાં રહીએ છીએ તે પાછળ મહાત્મા ગાંધીજી, ડો.બાબાસાહેબ આંબેડકર સંત ગાડગે બાબા જેવા સમાજ સુધારકો, તો ડો. બિન્દેશ્વર પાઠક અને સુર્યકાંત પરીખ જેવા કાર્યકરો અને ભારત સરકાર અને રાજય સરકારોનો સિંહ ફાળો છે.

સુલભ ઈન્ટરનેશનલ

પ્રસ્તાવના

"સુલભ ઈન્ટરનેશનલ" એ સ્વચ્છતા માટેનું સુલભ આંદોલન છે. તેના પ્રણેતા ડો.બિન્દેશ્વર પાઠક છે. "સુલભ ઈન્ટરનેશનલ" એ ટૂંકું નામ છે. તેનું પુરૂ નામ "સુલભ ઈન્ટરનેશનલ સોશિયલ સર્વિસ ઓર્ગેનાઈઝેશન (સુલભ ઈન્ટરનેશનલ સામાજિક સેવા સંસ્થાન) છે. તેની સ્થાપના ડો.બિન્દેશ્વ પાઠક દ્વારા ૧૯૭૦ ના માર્ચ મહિનામાં કરવામાં આવી છે જ તે સફાઈ કર્મી સમુદાય (દલિત સમુદાય)ના માનવ અધિકારો અને તેમના ગૌરવને પુનઃસ્થાપિત કરવા માટે પ્રતિબધ્ધ છે. આ સંસ્થા માનવ મળને હાથથી સાફ કરવા અને તેને માથા પર ઉપાડનારના અભિશાપિત જીવનથી તેમને મુકિત અપાવવા માટે કાર્ય કરે છે. તેમના માટે ડો.બિન્દેશ્વર પાઠકે ઓછા ખર્ચેના સ્વચ્છતા ટેકનોલોજીની શોધ કરી છે. તેનો પ્રયોગ સમગ્ર ભારતના ઘરો અને સમુદાયોમાં થઈ રહયો છે. અન્ય વિકાસશીલ દેશોમાં પણ પર્યાવરણીય પ્રદુષણના ઉકેલ માટે મહત્વપૂર્ણ સાબિત થયો છે. સુલભ ટેકનોલોજીને વિભિન્ન દેશોમાં પ્રસારિત કરવા માટે આ સંસ્થાએ કાર્યશાળાઓ સેમિનાર, સંમેલનો અને પ્રશિક્ષણ કાર્યક્રમોમાં ભાગ લીધો છે. જેમ કે બોલીવિયા, આર્જેટીના, ચીન, ઘાના, યુગાંડા, કેન્દ્રા, બાંગ્લાદેશ, દક્ષિણ આફ્રિકા, ઈન્ડોનેશીયા વગેરે તેમજ આ સંગઠનમાં વિશ્વ બેંક, યુ.એન.ડી.પી., ડબલ્યુ.એસ.ઓ., યુનિસેફ, ભારત સરકાર, રાજય સરકાર વગેરેના વિભિન્ન વિભાગોના સહયોગથી કેટલીય યોજનાઓ – કાર્યક્રમોને પૂરા કરવામાં આવ્યા છે. અને ભારત સરકાર અને રાજય સરકારોએ સુલભ ટેકનોલોજી ને 'રાષ્ટ્રીય સ્વચ્છતા" તે એક મુખ્ય કેન્દ્ર બિન્દુ રૂપ માન્યતાઓ આપી છે.

સુલભના સ્વચ્છતા કાર્યક્રમોને ગ્રામીણ અને અન્ય ક્ષેત્રોમાં પર્યાવરણીય, વ્યકિતગત અને સામુદાયિક સ્વાસ્થ્ય (આરોગ્ય) તેમજ પરિસ્થિતિજન્ય સ્વચ્છતાને વધુ ઉતમ બનાવવા માટેની મહત્વપુર્ણ શોધ માટે સન્માનિત કરવામાં આવ્યા છે. સુલભને પ્રેરણાદાયક અને નવીન કાર્યક્રમો માટે છેલ્લા વર્ષોમાં ઘણા પુરસ્કારો મળ્યા છે. જે તેમની ઉત્કૃષ્ટ કામગીરીનું પ્રતિબિંબ પાડે છે.

સુલભ ઈન્ટરનેશનલ – ઉદ્ગભવ.

" સુલભ ઈન્ટરનેશનલ" સંસ્થાના ઉદ્ગભવ પાછળ ઘણી ઘટના રહેલી છે. આ દરેક ઘટનાઓએ સુલભ ઈન્ટરનેશનલની સ્થાપના માટેનું કડીરૂપ કાર્ય કર્યુ છે. પહેલી ઘટના સંસ્થાના સ્થાપકના બાળપણની છે.

મારા ઘરમાં એક "દલિત" મહિલા એઠાં વાસણો સાફ (ધોવા) કરવા આવતી હતી. જયારે તે કામ કરીને જતી રહેતી ત્યારે મારી દાદીમાં પોતાના જ ઘરની જગ્યાને સાફ કરી પાણી છાંટતી હતી. તેઓ આ જાણવા માટે ઉત્સુક હતા કે તે સિવાય પણ તેમના ઘરમાં ઘણાં લોકો આવતા હતા. તેમના ગયા પછી દાદી પાણી છાંટતી ન હતી, પણ તે મહિલાના જ આવવા પર તે દરેક વખતે આવું શા માટે કરતી હતી? લોકો તેમને કહેતા કે તે અસ્પૃશ્ય છે અને જે પણ તેને અડશે તે ગંદો (અપવિત્ર) થઈ જશે. બાળ સહજ ઉત્સુકતાને કારણે જયારે તેમની દાદી આસપાસ ન હોય ત્યારે તે જોવા માટે તે મહિલાને અડી લીધું. શું હું ગંદો થઈ ગયો અને શું તેને અડવાથી મારા શરીરનો રંગ તો નથી બદલાય ગયોને ? જયારે ત મહિલા વાસણ ઘરમાં મુકવા આવી અને પાછી જતી હતી ત્યારે તેમની દાદીએ પાણી છાંટવાનું અને સફાઈ કરવાનું શરૂ કર્યુ ત્યારે હું તેમને અડી ગયો. તે મારી દાદીએ જોઈ ગઈ. તેના ગુસ્સાના કારણે હું ત્યાંથી ભાગી ગયો. પાડોશના બાળકોને બોલાવી મને પકડીને લાવવા માટે કહયું. પછી મારી દાદીએ મને જબરદસ્તીથી છાણ અને ગૌમૂત્ર પીવડાવ્યું અને મને ગંગાજળ પીવા માટે આપ્યું કારણ કે હું પવિત્ર બની જાઉ. બાળપણમાં બનેલી આ ઘટના એક સદમાંરૂપ હતી.

બીજી ઘટના ડો.બિન્દેશ્વર જયારે દલિત કોલોનીમા રહેતા હતા તે દરમ્યાન બની. એક નવોઢા પરણીને દલિત કોલોનીમાં આવી હતી. લગ્નના પ્રથમ દિવસે જ સાસુ, સસરા તથા પતિ તરફથી લોકોનું 'મેલું ઉચકવા" જવા માટે તેની પર દબાણ કરવામાં આવ્યું. નવોઢા રડવા લાગી અને આંખમાંથી આંસુ આવી ગયા. જો કે તેના સાસરીયાવાળા માન્યા જ નહીં અને તે કૌટુંબિક ધંધાની માગણીને વશ થવું જ પડયું.

ત્રીજી ઘટના ધૃણા ઉપજાવે તેવી છે બજારમાં એક માતેલા સાંઢે બારેક વર્ષના એક છોકરાને શિંગડે ચઢાવ્યો. બજારમાં ઉભેલા ઘણા લોકો તે છોકરાને બચાવવા દોડયા... એવામાં કોઈક બોલ્યું "અલ્યાઓ દૂર રહો દલિત છે? " એકાએક ઘાસલેટ પડેને કીડીઓનું કટક વિખેરાઈ જાય તેમ બધા દુર ભાગી ગયા. ડો.બિન્દેશ્વર પાઠક અને તેમના મિત્રએ રસ્તા પર પડેલી ઈંટો અને પથરા મારીને સાંઢની પકકડમાંથી છોકરાને છોડાવ્યો પણ તેને ઘણી ઈજાઓ થયેલી હતી. તેઓ છોકરાને હોસ્પિટલે પહોંચાડે તે પહેલા જ રસ્તામાં જ મરી ગયો.

આ બે ઘટનાઓ પછી તેમણે નકકી કર્યુ કે ગાંધીજીનું સ્વપ્નું મારે સાર્થક કરવું જ છે. આ દેશમાંથી ઉંચનીચ અને આભડછેટ દૂર થવા જ જોઈએ એવા મકકમ વિચાર સાથે કામની શરૂઆત કરી.

ગાંધીજીનું સૌથી પ્રિય અને સર્વોચ્ચ સામાજીક રીતે મહત્વનું આ કાર્યક્રમમાં ડો.બિન્દેશ્વર પાઠકે પોતાનું સંપૂર્ણ જીવન તેની સાથે જોડયું. તે માથે મેલુ ઉપાડનાર લોકો સાથે ચાર મહિના સુધી રહયા. તેમની સાથે ભોજન કર્યુ અને તેમના જીવનમાં સામેલ થઈ ગયા. સામાન્ય રીતે પ્રત્યક્ષ રીતે તેમણે પોતાને જાતિ – પૂર્વગ્રહથી મુકત કર્યો. ટેકનોલોજી અને સામાજિક રૂપથી પોતાને સક્ષમ અને ઉન્નત કર્યા. તેઓ માત્ર સફાઈની વ્યવસ્થાના ઉકેલોના વિકલ્પો શોધવામાં જ સફળ નથી થયા. પરંતુ મહત્વપૂર્ણરૂપથી સફાઈકર્મીઓ (દલિતો)ના માનવ અધિકારો તેમજ ગૌરવને પણ પ્રસ્થાપિત કર્યુ છે.

ડો.બિન્દેશ્વર પાઠક સફાઈકર્મીઓની કોલોનીમાંથી સંપુર્ણ પરિવર્તિત થઈ પાછા આવ્યા અને સંકલ્પ કર્યો કે હવે તે પોતાનું જીવન સફાઈકર્મીઓની સમસ્યાઓના ઉકેલ માટે અપર્ણ કર્યુ. પરંતુ જયાં સુધીમાં પ્રશિક્ષણ અને પ્રદર્શન માટેનો કોઈ આવશયક કાર્યક્રમ થાય તે પહેલા જ ગાંધી શતાબ્દી ઉજવણી સમિતિને રદ કરી દીધી. કેમ કે બિહાર સકારે તેને બંધ કરવાનો નિર્ણય લઈ લીધો હતો. પરંતુ બિહારના દૂરદર્શી મુખ્યમંત્રીશ્રી સ્વ.દારોગા પ્રસાદરાયને અન્ય સંસ્થાઓના માધ્યમથી "સફાઈકર્મી મુકિત કાર્યક્રમ" ને ચલાવવાનો નિર્ણય કર્યો. તેમનો વિચાર એવા હતો કે સામાજીક મહત્વ ધરાવતા કાર્યક્રમોને સરકાર એકલી ચલાવી શકતી નથી. પરંતુ યોગ્ય પરિણામો માટે સરકાર અને બિનસરકારી સંસ્થાઓએ સાથે મળીને કાર્ય કરવું જોઈએ. આ કાર્યક્રમોને વ્યવસ્થિતરૂપે ચલાવવા માટે યોગ્ય સંસ્થાની શોધ શરૂ થઈ. અને આ કાર્ય માટે ડો.બિન્દેશ્વર પાઠકને તેની સંપૂર્ણ જવાબદારી આપવામાં આવી. ડો.બિન્દેશ્વર પાઠકે ૫ માર્ચ, ૧૯૭૦ નાં રોજ કોઈપણ નફા વગર કાર્ય કરતી સ્વયમસેવી સામાજિક સંસ્થા "સુલભ સ્વચ્છતા શૌચાલય" ની સ્થાપના કરી. અને શરૂઆતમાં આ સંસ્થાનું નામ "સુલભ સ્વચ્છતા શૌચાલય પ્રશિક્ષણ સંસ્થા" હતું. ત્યાર પછી "સુલભ શૌચાલય સંસ્થા" ના નામથી પરિવર્તિત કરવામાં આવ્યું. હવે તેનું "સુલભ ઈન્ટરનેશનલ" (સુલભ ઈન્ટરનેશનલ સોશિયલ સર્વિ ઓર્ગેનાઈઝેશન) ના નામથી ઓળખવામાં આવે છે.

સુલભ ઈન્ટરનેશનલ વિકાસ

૧૯૭૦ માં "સુલભ ઈન્ટરનેશનલ" સંસ્થાની સ્થાપના થઈ ત્યારથી આજદિન સુધી અનેક વિકાસલક્ષી સિધ્ધિઓ હાંસલ કરી છે જેમાં સુલભ શૌચાલયોએ સ્વચ્છતા અને સ્વાસ્થ્ય (આરોગ્ય) સુધારણાના ક્ષેત્રે મહત્વની ભૂમિકા ભજવી છે. તેમજ સુલભે સફાઈ કર્મીઓની ૫૦૦૦ વર્ષ જુની પ્રથામાંથી મુકિત અને તેમના પુનવર્સન, સામાજિક ઉત્થાનની ચળવળ ચલાવી છે.

સુલભ શૌચાલય એ તદન સરળ ટેકનોલોજી છે, સસ્તી છે અને પાણીનો વપરાશ તદ્દન ઓછો કરે છે તેમજ મળમાંથી ખાતર બને છે. શૌચાલય ખૂબ જ ઝડપથી બાંધી શકાય છે. અને તેની સફાઈ માટે સફાઈકર્મીની જરૂરીયાત ઉદ્દભવતી નથી. સાદી ભાષામાં સહીએ તો 'સુલભ" એટલે બે ખાડાવાળા હાથેથી ફલશ કરી શકાય તેવાં ઉંડા ઢાળવાળા આકારની ચેનલવાળા શૌચાલય છે. એક ખાડો ભરાઈ જાય પછી મળ બીજા ખાડામાં ભરાય એટલે ત્યાં સુધીમાં ભરાયેલું મળ પહેલા ખાડામાં ભરાયેલ મળનું ખાતરમાં રૂપાંતર થઈ જાય છે. જો કે એક ખાડાને સંપૂર્ણપણે ભરાતા મહિનાઓ કે વર્ષ, બે વર્ષ જેટલો સમય ાગે છે. અને તેમાં વાસ આવવાનો કે જંતુ – જીવાત થવાનો પ્રશ્ન ઉદભવતો નથી.

સુલભ ઈન્ટરનેશનલ સમગ્ર ભારતમાં અને વિશ્વના અન્ય રાષ્ટ્રોમાં મહત્વની ભૂમિકા ભજવી છે. તે સાર્વજનિક શૌચાલયની પ્રયોગની જાગૃતતા છે. જે "વપરાશ અને ઉપયોગ" ના આધાર પર ચાલે છે. પણ બંગાલ, મ્યુનિસિપલ એકટ ૧૮૭૬ જેને ૧૮૭૮ માં અમલીકૃત કરવામાં આવ્યો હતો. તેમાં સાર્વજનિક શૌચાલયને સ્થાન આપવામાં આવ્યું હતું. જેમાં "સાર્વજનિક શૌચાલય" ને "વપરાશ અને ઉપયોગ" ના આધાર પર સંચાલિત કરવામાં આવતું હતું. પરંતુ તે સમયે આ સાર્વજનિક શૌચાલયનો પ્રયોગ સફળ ના થયો. અને તે વિચાર એક વિચાર જ બનીને રહી ગયો.ડો.બિન્દેશ્વર પાઠકે સર્વપ્રથમ ઈ.સ. ૧૯૭૪ માં "વપરાશ અને ઉપયોગ" ના આધાર ઉપર બિહારમાં સાર્વજનિક શૌચાલયની શરૂઆત કરવાનો પ્રયોગ કર્યો. સ્વચ્છતાનાં ક્ષેત્રમાં તે એક ઉતમ નમૂનારૂપ સાબિત થયો. જયારે પટનામાં એક સાર્વજનિક શૌચાલયમાં

મૂત્રાલય અને સ્નાન ઘરની સુવિધા પણ ઉભી કરવામાં આવી. તેની વિશેષતા એ હતી કે આ સાર્વજનિક શૌચાલયની કોઈપણ વ્યવસ્થાનો બોજ (ખર્ચ) સરકારી બજેટ ઉપર ન હતો. તેની શરૂઆત ઉત્સાહજનક હતી. તેમજ આવતા વર્ષોમાં પટનાનો આ પ્રયોગ સમગ્ર દેશ લાગુ કરવામાં આવ્યો.સાર્વજનિક શૌચાલય સિવાય સ્નાનઘર અને મુત્રાલયની સુવિધા તો હતી જ પણ સાથે કેટલાંક શૌચાલયો સંકુલોમાં સાર્વજનિક ટેલિફોન, પીવાનું પાણી, પ્રાથમિક આરોગ્ય, સારવારની સુવિધાઓ પણ ઉભી કરવામાં આવી હતી.

સુલભ ઈન્ટરનેશનલ દ્વારા આજે સુલભ સંકુલોમાં ૨૪ કલાક વીજળી અને પૂરતા પાણીની વ્યવસ્થાઓ છે. ઉપયોગકર્તાને શૌચક્રિયા બાદ હાથ ધોવા માટે મફતમાં સાબુ આપવામાં આવે છે. શૌચાલય સંકુલોમાં પુરૂષો અને મહિલાઓ માટે અલગ અલગ વ્યવસ્થાઓ ઉભી કરવામાં આવી છે. બાળકો, વિકલાંગો, ગરીબો માટે સુલભ શૌચાલયનો ઉપયોગકર્તા જે પૈસા આપવામાં અસમર્થ છે તેમને સુલભ દ્વારા મફત સુવિધા આપવામાં આવે છે. મોટા ભાગે આવા સાર્વજનિક શૌચાલયોની સુવિધાઓ બસ સ્ટેન્ડ, રેલ્વે સ્ટેશનો, હોસ્પિટલ, બજારોના મુખ્ય રસ્તાઓ ઉપર વધુ ઉપલબ્ધ કરવામાં આવે છે.

દેશના અગ્રગણ્ય સ્થળો ઉપર સુલભ ઈન્ટરનેશનલ દ્વારા ૮૦૦૦ થી વધુ સાર્વજનિક શૌચાલયો બનાવવામાં આવ્યા છે. જેનો ઉપયોગ દરરોજ સરેરાશ ૧.૫ કરોડ લોકો કરે છે. તેમાંથી ૨૦૦ શૌચાલયોને બાયોગેસ પ્લાન્ટ સાથે જોડવામાં આવ્યા છે. બિહારના એક નાના જીલ્લામાં શરૂ કરવામાં આવેલી સંસ્થા આજે દેશના ૨૫ રાજયોમાં, ૪ કેન્દ્રશાસિત પ્રદેશોમાં, ૫૦૬ જિલ્લાઓમાં અને ૧૬૨૯ શહેરોમાં કાર્યરત છે. સુલભ ઈન્ટરનેશનલે અફઘાનિસ્તાન અને ભુટાન જેવા દેશોમાં પણ કાર્ય કર્યુ છે. સુલભ દ્વારા કાબુલમાં ૫ સુલભ શૌચાલય સંકુલોનું નિર્માણ કર્યુ છે અને તે બધાને બાયોગેસ પ્લાન્ટ સાથે જોડવામાં આવ્યા છે. અને હવે સુલભ ઈન્ટરનેશનલ દ્વારા એવું જ કાર્ય યુગાન્ડા તેમજ ૫૦ અન્ય દેશોમાં કરવાની યોજના છે.

મહાત્મા ગાંધીજીનું જે સ્વપ્નું હતું તે ડો.બિન્દેશ્વર પાઠકે પૂર્ણ કર્યુ છે. અને તે હતું હરિજનોને અમાનવીય વ્યવસાયમાંથી મુકત કરાવવા અને સમાજમાં તેમને પુનઃસ્થાપિત કરી મુખ્ય પ્રવાહમાં જોડવા એટલે જાતિ – જ્ઞાતિ વચ્ચે ઉભા થયેલા ભેદભાવોરૂપ અસ્પૃશ્યતાનું નિવારણ કરવું. અને ડો. બાબાસાહેબ આંબેડકર પણ તેમની વ્યાવસાયિક પરિસ્થિતિમાં પરિવર્તન અને સામાજીક ઉત્થાન કરવા ઈચ્છતા હતા. ડો.બિન્દેશ્વર પાઠકે આ બંને મહાનુભાવોનું કાર્ય આગળ વધારીને છેલ્લા ૪૩ વર્ષોથી સફાઈકર્મીઓ અમાનવીય વ્યવસાયમાંથી મુકિત અને તેમના વ્યાવસાયિક પૂનર્વાસ, સામાજિક સુધારણા, માનવીય ગૌરવ અને માનવ અધિકારો અપાવવા માટે અનેક પ્રકારના કાર્યક્રમો ચલાવી રહયા છે. જેમાં " મુકિત કાર્યક્રમ", "વ્યાવસાયિક પુનવર્સન અને પ્રશિક્ષણ કેન્દ્ર", "સુલભ પબ્લિક સ્કુલ", "સામાજિક સ્વીકૃતિ અને જાગૃતિ અભિયાન", "સુલભ ગામડાઓ તરફ" અભિયાન" મહિલા પ્રશિક્ષણ કાર્યક્રમ", "મિશન ટેકનોલોજી", " સામૂહિક ભોજન" વગેરે જેવા કાર્યક્રમો અને અભિયાનો ચલાવવામાં આવી રહયા છે. આ બધા કાર્યક્રમો અને અભિયાનો દ્વારા સુલભ સ્વચ્છતાના ક્ષેત્રમાં વિશાળ આંદોલન બની ગયું છે.

સુલભ ઈન્ટરનેશનલે "મુકિત કાર્યક્રમ" ૧૯૭૩ માં અરાહ નગરપાલિકામાં સાર્વજનિક શૌચાલય સફાઈકર્મી (પાયખાના સાસફાઈ કરનારા અને માથે મેલું ઉપાડનારા) ની મુકિત અભિયાન ચલાવ્યું છે. જેના દ્વારા સમગ્ર દેશમાં ૧૩ લાખ ડોલવાળા/ડબ્બાવાળા શૌચાલયોને સુલભ શૌચાલયોમાં પરિવર્તિત કરીને ૧૦ લાખથી

વધુ સફાઈકર્મીઓને આ કાર્યમાંથી મુકિત અપાવી છે. અને ૬૪૦ શહેરોમાંથી તેઓ મુકત થયા છે. સફાઈકર્મી મહિલાઓના પૂનર્વાસ અને પ્રશિક્ષણ કાર્યક્રમ ચલાવવામાં આવે છે. આ કાર્યક્રમ અંતર્ગત પ્રો. બિન્દેશ્વર પાઠકે ૨૦૦૩ માં "નવી દિશા" નામના સંગઠનની રચના કરી છે. આ સંગઠન દ્વારા ખાદ્ય પદાર્થો પાપડ, મસાલા, નુડલ્સ, જામ–જૈલી વગેરે બનાવવાની તાલીમો આપવામાં આવી છે અને આજે તે મહિલા આ વસ્તુઓ બનાવે છે અને વેચાણ કરીને રોજગારી પણ મેળવે છે. તે ઉપરાંત બ્યુટીપાર્લર અને સિવણકામની તાલીમકારો રોજગારી મેળવતી થઈ છે. પ્રશિક્ષણ દ્વારા આ મહિલાઓનો આત્મવિશ્વાસ વધ્યો છે અને ગૌરવભેર રોજગારી મેળવે છે. તેમજ સફાઈકર્મીઓના બાળકો માટે સુલભ દ્વારા ૧૯૯૨માં "સુલભ પબ્લિક સ્કુલ" અંગ્રેજી માધ્યમની શરૂ કરવામાં આવી છે. જેથી તેઓ પણ ઉચ્ચ અને ગુણવતાયુકત શિક્ષણ મેળવી શકે. આ બાળકોને સામાન્ય સૈધ્ધાંતિક શિક્ષણ, વ્યાવસાયિક (કમ્પ્યુટર, ટાઈપીંગ વગેરે) શિક્ષણ અને વૈકલ્પિક વ્યાવસાયિક (સુથારીકામ, કડીયાકામ, મોટર ડ્રાઈવીંગ, મિકેનિકસ વગેરે વ્યવસાયોમાં સઘન તાલીમ) શિક્ષણ આપવામાં આવે છે. જેનો મુખ્ય ઉદ્દેશ એ છે કે આ બાળકોને રોજગારી/નોકરી માટે લાંબી લાઈનોમાં ઉભુ ના રહેવું પડે અને સ્વરોજગારી તથા નોકરી જાતે મેળવી શકે. આ પૂનર્વાસ અને પ્રશિક્ષણ કાર્યક્રમો દ્વારા મહિલાઓ અને બાળકોનું સશકિતકરણ થાય અને સમાજમાં સામાજિક ભેદભાવ વગર માનભેર જીવન જીવી શકે તે છે.

સુલભ ઈન્ટરનેશનલ દ્વારા ૧૯૮૮ સામાજિક–ધાર્મિક સ્વીકૃતિ અને ૧૯૯૨ માં જાગૃતિ અભિયાન ચલાવ્યા છે. જેમાં રાજસ્થાનના ઉદેયપુરના નાથદ્વારા મંદિરમાં સફાઈકર્મીઓનો (અસ્પૃશ્યોનો) મંદિર પ્રવેશ અને મૈથિલ બાહમણો સાથે પૂજાવિધી તથા ભોજન કરીને જ્ઞાતિગત ભેદભાવોને દૂર કરવાની પહેલ કરી. તેમજ અસ્પૃશ્ય લોકોએ પવિત્ર ગંગા નદીમાં સ્નાન કરીને ૨૦૦ બાહમણો સાથે ભોજન કર્યુ. અને આ ઉપરાંત આ લોકોને અજમેર શરીફની દરગાહ, દિલ્લીનું ચર્ચ અને રકાળગંજના ગુરૂદ્વારા સાહેબને ત્યાં મુલાકાત લઈને બીજા ધર્મોની જાણકારી આપીને જાગૃત કર્યા. વર્ષ ૨૦૦૭ માં નવી દિલ્લીમાં આયોજિત વિશ્વ શૌચાલય શિખર સંમેલન સંયકત રાષ્ટ્ર અમેરિકાનાં કાર્યક્રમોમાં અસરકારક ભુમિકા ભજવી અને વિશ્વ પ્રસિધ્ધ મોડલો સાથે રૈપ પર કૈટ વોક કરીને સફાઈકર્મી મહિલાઓએ પોતાના આગવા ગૌરવની પ્રતિતિ કરાવી અને ફ્રાસમાં આયોજિત વિશ્વ શિખર સંમેલનમાંપણ ભાગ લીધો. દક્ષિણ આફ્રિકાના ડરબનમાં મહાત્મા ગાંધીનો ફિનિકસ આશ્રમ જોયો અને તેમણે ઘોષણા કરી કે "બાપુ તમારે જ કારણે અમે ૫૦૦૦ વર્ષોની અસ્પૃશ્યા અને સામાજિક ભેદભાવોના બંધનમાંથી મુકત થઈ શકયા છીએ." ભારતમાં તેમનો વધુ ને વધુ સ્વીકાર થાય તે માટે સુલભ ઈન્ટરનેશનલે સામાજિક સ્વીકૃતિ અને જાગૃતિ કાર્યક્રમો ચલાવ્યા છે. જેને કારણ આજે ૫૦૦૦ સફાઈકર્મીઓને ઉચ્ચ વર્ગ દ્વારા અપનાવવામાં આવ્યા છે.

સુલભ ઈન્ટરનેશનલ દ્વારા "મિશન સેનિટેશન" અભિયાન ચલાવવામાં આવી રહયું અને "સુલભ ગામડાઓ તરફ" જેવા કાર્યક્રમો દ્વારા શહેરી અને ગ્રામ્ય વિસ્તારોમાં સ્વચ્છતા અને સ્વાસ્થ્યની સુધારણા માટેના કાર્યક્રમો ચાલી રહયા છે. "મિશન સેનિટેશન" કાર્યક્રમ સંયુકત રાષ્ટ્ર અને ઈરીન સંસ્થાના સંયુકત નેજા હેઠળ ચલાવવામાં આવી રહયો છે. તેનો મુખ્ય હેતુ સમગ્ર દુનિયામાં .ચ્ચ સ્વચ્છતાની સ્થિતિને આગળ વધારવા જાગૃતતા ઉભી કરવાનો છે. સુલભ ઈન્ટરનેશનલ દ્વારા ઈ.સ.૨૦૦૦ માં આ કાર્યક્રમને "સુલભ ગામડાઓ તરફ" રાષ્ટ્રીય અભિયાન કાર્યક્રમ બનાવ્યો છે જેનો હેતુ પણ ગ્રામીણ સ્તર ઉપર સ્વચ્છતાનું સ્તર ઉચ્ચ લાવવા જાગૃતિ પેદા કરવાનું છે.

"સુલભ મોડલ" પર જ આધારિત સુલભ ઈન્ટરનેશનલ દ્વારા દેશભરમાં લગભગ ૨૦૦ બાયોગેસ પ્લાન્ટ વિભિન્ન સાર્વજનિક શૌચાલયો સાથે જોડવામાં આવ્યા છે. સુલભ દ્વારા આ એક નવી ટેકનોલોજીનો વિકાસ કરવામાં આવ્યો છે. સુલભ ટેકનોલોજી દ્વારા માનવ મળ (શૌચક્રિયા) ને હાથેથી સાફ કરવાની જરૂર નથી. તે સિવાય પણ આ માનવ મળનું ઉર્જામાં રૂપાંતર કરીને તેને બાયોગેસને ભોજન પકાવામાં, મેટલ લેપ દ્વારા વીજળી મેળવવામાં કે વીજળીનું ઉત્પાદન અને સડકો – રસ્તાઓને પ્રકાશિત કરવામાં ઉપયોગ કરવામાં આવી રહયો છે. છતાં પણ હાલમાં માનવ મળ ઉપર આધારિત બાયોગેસ ટેકનોલોજી પર વિશેષ ધ્યાન એટલા માટે નથી દેવામાં આવતું કે ઉપલબ્ધ ટેકનોલોજીને સામાજીક સ્વીકૃતિ પ્રાપ્ત થઈ નથી. પરંત ઘણે અંશે તેના પ્રયોગ સફળ થયા છે. કારણ કે બાયોગેસ એકદમ રંગહીન દુર્ગંધરહીત અને બેકટેરીયા રહિત આમ પકાવી શકાય છે. એટલે જ ખેતીની ઉત્પાદકતા વધારવા માટે આ માનવ મળરૂપી ખાતરનો ઉપયોગ કરી શકાય છે.

સુલભ ઈન્ટરનેશનલે દેશ – વિદેશમાંથી અનેક પ્રશિક્ષણ લેનારાઓમાં એન્જીનીયરો, ઓફિસરો, ભવનોના સ્થાપકો, વિદ્યાર્થીઓ, વગેરે સુલભ ટેકનોલોજીની તાલીમો મેળવી છે. આ દેશોમાં દ.આફ્રિકા, ઈથોપિયા, મોજીમ્બિક, યુગાન્ડા, કેમરૂન, બુરકીના ફાસો, કીનિયા, તજાનિયા, માલી, ઘાના રવાંડા, સેનેગલ વગરેના પ્રતિનિધિઓ તાલીમાર્થીઓ પ્રશિક્ષણ આપવામાં આવ્યું છે. તેમાં સ્વચ્છતાનું સહસ્ત્રાબ્દી વિકાસ લક્ષ્ય પાણી, સ્વચ્છતા સ્વાસ્થ્ય અને સ્વાસ્થ્ય વિજ્ઞાનના વિષયો ઉપર તાલીમો યોજી છે.

સુલભ મોડલને કેટલાય દેશો જેમ કે અફઘાનિસ્તાન, ઘાના, ભૂટાન, ચીન, બાંગ્લાદેશ, કીનિયા, નાઈજીરીયા, જાંબિયા, તેજાનિયા, બુરકિના, ફ્રાંસો, માલી, સેનેગલ સ્વચ્છતા સુવિધા (સુલભ ટેકનોલોજી) ઓનો ફેલાવો કરવામાં આવ્યો છે.

સુલભ ઈન્ટરનેશનલ દ્વારા ૧૯૮૪ માં "સુલભ ઈન્ટરનેશનલ ઈન્સ્ટીટયુટ ઓફ ટેકીનકલ રિસર્ચ એન્ડ ટ્રેનીંગ" (સુલભ ઈન્ટરનેશનલ ટેકનોલોજી અને સંશોધન અને પ્રશિક્ષણ સંસ્થા)ની સ્થાપના કરી. ત્યારબાદ તેનું નામ બદલીને "સુલભ ઈન્ટરનેશનલ એકેડમી ઓફ એન્વોયરન્મેંટલ સેનિટેશન એન્ડ પબ્લિક હેલ્થ" (સુલભ ઈન્ટરનેશનલ પર્યાવરણીયો સ્વચ્છતા એકેડમી અને જનસ્વાસ્થ્ય) એવું રાખવામાં આવ્યું છે. તે પર્યાવરણીય સ્વચ્છતા સંબંધી સંશોધન, તાલીમ યોજનાઓનું આયોજન દેખરેખ, અમલીકરણ, સમતા નિર્માણ (સશકિતકરણ) અને સલાહકાર તરીકેનું કાર્ય કરે છે.

ત્યારબાદ સુલભ ઈન્ટરનેશનલ દ્વારા બીજી એક સંસ્થા સ્થાપવામાં આવે છે તેનું નામ છે "સુલભ ઈન્ટરનેશનલ ઈન્સ્ટીટયુટ ઓફ હેલ્થ એન્ડ હાઈજીંગ (સુલભ ઈન્ટરનેશનલ સ્વાસ્થ્ય અને સ્વચ્છતા સંસ્થા) પ્રો. બિન્દેશ્વર પાઠક દ્વારા ૧૯૯૪ માં તેની સ્થાપના કરવામાં આવી છે. તેનો મુખ્ય ઉદ્દેશ સંબંધિત પાસાઓની સાથે સ્વાસ્થ્ય અને સ્વચ્છતા ઉપર સોફટવેયર અને હાર્ડિયેયર ટેકનોલોજીનો વિકાસ કરી તેની પ્રાપ્તિ કરવી. તેમાં મહિલાઓ, બાળકો અને શહેરી તેમજ ગ્રામીણ વિસ્તારોમાં રહેનાર ગરીબ યુવાનો પર કેન્દ્રિત સંપુર્ણ સ્વાસ્થ્ય કાર્યક્રમ સંચાલન કરવામાં આવે છે. સતત સમુદાયના વિકાસ માટે વિભિન્ન રાષ્ટ્રીય અને આંતરરાષ્ટ્રીય ફન્ડિંગ એજન્સીઓની સાથે મળીને એસ.આઈ.આઈ.એમ.એચ. ને એવી ઘણી યોજનાઓનું સંચાલન કર્યુ છે જેમ કે મહિલા સ્વસહાય જૂથ યોજના, સ્કુલ છાત્રોની યોજના, શિક્ષણ – પ્રશિક્ષણ કાર્યક્રમ સુરક્ષિત/શુધ્ધ પીવાના પાણી યોજના, સ્વાસ્થ્ય તપાસ કેમ્પ, ગ્રામીણ સ્વચ્છતા અભિયાન જન ભાગીદારી કાર્યક્રમ વગેરે.

ત્યારબાદ સમગ્ર વિશ્વમાં એક અનોખા મ્યુઝીયમ " સુલભ ઈન્ટરનેશનલ મ્યુઝીયમ ઓફ ટોયલેટ" (સુલભ ઈન્ટરનેશનલ શૌચાલય સંગ્રહાલયો) ની સ્થાપના પણ ૧૯૯૪ માં સુલભ ઈન્ટરનેશનલના ડો.બિન્દેશ્વર પાઠકે કરી છે. તે દિલ્લીમાં આવેલું છે. આ મ્યુઝીયમમાં ઐતિહાસિક સુલભ શૌચાલયના નમૂના મુકવામાં આવ્યા છે. તેમાં વિભિન્ન કલા, ચિત્રો, પોસ્ટરો અને અન્ય ઉપલબ્ધ સામગ્રી આધાર પરના શૌચાલયોના ઉત્કૃષ્ટ નમૂનાઓ ઐતિહાસિક વાર્તા સમાન છે. આ મ્યુઝીયમ વિશ્વનું સૌ પ્રથમ શૌચાલય મ્યુઝીયમ છે અને વિશ્વનું તે આકર્ષણ છે.

સુલભ ઈન્ટરનેશનલે ૪૫ વર્ષની યાત્રા પૂરી કરી છે. આજે સુલભમાં ૫૦૦૦૦ લોકો સ્વૈચ્છિક રૂપથી સેવા આપી રહયા છે. સુલભ દ્વારા લાખો, કરોડો લોકોના જીવનમાં પરિવર્તન લાવવાનું કાર્ય કર્યુ છે અને તે ગરીબી નિવારણ સામાજીક ભેદભાવોને ઘટાડવામાં, અસ્પૃશ્યતા નિવારણ, સફાઈકર્મીઓને માનવ અધિકાર અને માનવ ગૌરવ અપાવવામાં મહત્વની ભૂમિકા ભજવી છે. જે "સુલભ સ્વચ્છતા આંદોલન" એ "મિશન સેનિટેશન" નું ઉત્કૃષ્ટ ઉદાહરણ છે.

સુલભ ઈન્ટરનેશનલના ઉદ્દેશ્યો

સુલભ ઈન્ટરનેશનલની સ્થાપના ઈ.સ.૧૯૭૦ માં ડો. બિન્દેશ્વર પાઠક દ્વારા કરવામાં આવી તેની પાછળનો મુખ્ય ઉદ્દેશ એવો હતો કે સફાઈકર્મી સમુદાય (હરિજન સમુદાય) ને માનવ અધિકારો અને તેમના ગૌરવને પુનઃસ્થાપિત કરવા સાથે માનવ મળને હાથથી સાફ કરવા અને તેને માથા પર ઉપાડનારાના અભિશાપિત જીવનમાંથી મુકિત અપાવવી સામાજીક સમીકરણોને સુનિશ્ચિત કરવા અને ગરીબીનું નિવારણ કરવું તેમજ પર્યાવરણીય પ્રદુષણ ઘટાડવું. સ્વચ્છતા, સ્વાસ્થ્ય અને સાસફાઈને પ્રોત્સાહન આપી વધારો કરવો.

છેલ્લા ૪૩ વર્ષોમાં સુલભ ઈન્ટરનેશનલે માથે મેલું ઉપાડનારા (પાયખાના સાફ કરનારા) સફાઈકર્મીઓને આ કાર્યમાંથ મુકિત અપાવી છે અને તેમનું યોગ્ય પુનઃસ્થાપન પણ કરાવ્યું છે. સુલભ ટેકનોલોનજી દ્વારા " મિશન સેનિટેશન" માં સુધારાત્મક કાર્ય કર્યુ છે.

ઉદ્દેશ્યો

૧) માથે મેલુ ઉપાડવાના (પાયખાના સાફસફાઈ કરનારા) અમાનવીય વ્યવસાયમાંથી મુકત કરવા અને તેમનું પુનવર્સન કરવું.

૨) સફાઈકર્મીના વ્યવસાય સાથે જોડાયેલી મહિલા, પુરૂષો, બાળકોનું સામાજીક ઉત્થાન (સુધારણા) કરવી.

૩) સ્વદેશી ટેકનોલોજીને પ્રોત્સાહન આપી આગળ વધારવી.

૪) માનવ અપશિષ્ટ (મળ)થી બિન પરંપરાગત ઉર્જા સ્ત્રોતો વિકસાવવા અને જંગલો અને પાણીને પ્રદુષણ અટકાવવું.

૫) ખુલ્લામાં મળ ત્યાગ ન કરવા માટે લોકોને જાગૃત કરવું. અને પર્યાવરણીય પ્રદુષણ રોકવું.

૬) સુલભ શૌચાલયોનાં ખાતરમાંથી સારૂ અને વધુ અન્ન પ્રાપ્ત કરવા કૃષિ ઉત્પાદન વધારવાનાં પ્રયોગો કરવા.

૭) લોકોના ડોલવાળા શૌચાલયોને સુલભ શૌચાલયોમાં પરિવર્તિત કરવા અને પોતાના ઘરમાં સુલભ શૌચાલય બનાવવા માટે જાગૃત કરવા.

૮) સાર્વજનિક સ્થાનો ઉપર સ્નાન કરવા, કપડા ધોવા અને પેશાબ ઘરની સુવિધાની સાથે સામુદાયિક શૌચાલયનો શુલ્ક સહિત પ્રયોગ માટે નિર્માણ કરવું.

૯) વ્યાવસાયિક પ્રશિક્ષણ અને પ્રાથમિક સ્વાસ્થ્યની સાર–સંભાળમાં વધારો કરવો.

૧૦) સમતોલ ગ્રામીણ વિકાસ માટે પરિવર્તન કાર્યકર્તાને પ્રશિક્ષણ આપીને નવી રોજગારીનું નિર્માણ કરવું.

૧૧) ટેકનોલોજી અને સામાજીક ક્ષેત્રમાં સલાહ કેન્દ્ર, સંશોધન અને વિકાસને વધારવો.

૧૨) જળસંચારના માધ્યમો દ્વારા જનજાગૃતિ વધારવી.

સુલભ ઈન્ટરનેશનલ એકેડમી ઓફ એન્વાયરમેન્ટ સેનિટેશન એન્ડ પબ્લિક હેલ્થ

ઉદ્દેશો

૧) પાણી, સ્વચ્છતા, સ્વાસ્થ્ય અને વિજ્ઞાનને સંબંધિત પર્યાવરણીય સ્વચ્છતાની યોજનાઓને સુવ્યવસ્થિત બનાવવી. દેખરેખ (મોનીટરીગ) કરવી અને તેનો પ્રયોગ કરવો.

૨) ખેડુતો બિનસરકારી સંસ્થા, વ્યાવસાયિક ક્ષેત્રો અને વિદ્યાલયો સહિત સ્થાનિક સરકાર અને શૈક્ષણિક સંસ્થાઓના વ્યાવસાયિકોને માટે રાષ્ટ્રીય અને આંતરરાષ્ટ્રીય સ્તરો પર ક્ષમતા નિર્માણ અને પ્રશિક્ષણ અભ્યાસક્રમોનું નિર્માણ, અહેવાલો તૈયાર કરવા તથા નેટવર્કીગ કરવું.

૩) દેશમાં પર્યાવરણીય સ્વચ્છતા સંબંધિત સામાજીક, વાતાવરણ સંબંધી અને ટેકનોલોજી વિકાસ જેવા વિષયો પર વ્યવહાર અને મૌલિક સંશોધનની સાથે સાથે પ્રશિક્ષણ અને સલાહ પરામશ કરવું.

* સુલભ ઈન્ટરનેશનલનાં કાર્યો

૧) જળ અને સ્વચ્છતાનાં વિષયો ઉપર રાષ્ટ્રીય તેમજ આંતરરાષ્ટ્રીય પ્રખ્યાત સરકારી અને બિનસરકારી સંસ્થાઓના વ્યાવસાયિકોને તૈયાર કરવા.

૨) સ્વચ્છતાના ફેલાવા (વિસ્તાર) માટે સુલભ સ્વચ્છતા ટેકનોલોજીનો વૈશ્વિકરણમાં સવિશેષ સંપર્ક અને વિકાસશીલ દેશોમાં ફેલાવો કરવો.

૩) સ્વદેશી, સામર્થ્યને અનુકુળ પરિસ્થિતિને અનુકુળ અને સાંસ્કૃતિકરૂપથી સ્વીકાર્ય સ્વચ્છતા ટેકનોલોજીનો વિકાસ અને સંશોધન કાર્ય કરવું.

૪) સ્થાનિક પદાધિકારીઓ અને સમૂદાય આધારિત સંગઠનોને સંબંધિત સ્વચ્છતાના પ્રમાણો વધારવા માટે ગ્રામીણ સ્વચ્છતા અને સામાજિક સક્રિયતા માટે રાષ્ટ્રીય સ્તરે પ્રચાર કરવો.

૫) સ્વચ્છતા અને સ્વાસ્થ્ય તપાસ (વોશ કૈમ્પઈન) માટે પરિવર્તન કાર્યકર્તા (ચેન્ઝ એજન્ટ)ના રૂપમાં શાળાઓને માધ્યમ બનાવવી તેમજ નબળા વર્ગની મહિલાઓ તથા બાળકોના પુર્નવસવાટને માટે શિક્ષણ તથા વ્યાવસાયિક પ્રશિક્ષણને માધ્યમ બનાવવું.

૬) સફાઈ કર્મીઓની મુકિત અને આજીવિકાના વૈકલ્પિક સ્ત્રોતના રૂપમાં કૌશલ્ય સુધાર અને સતત વિકાસને માટે ક્ષમતા નિર્માણ દ્વારા તેમનું ઉત્થાનનું કાર્ય કરવું.

૭) સામુદાયિક સહભાગીતા અને સહભાગી લોકતંત્ર દ્વારા સુરક્ષિત જળ તેમજ સ્વચ્છતા માટે સામુદાયિક સ્તર ઉપર જાગૃતતાની શરૂઆત કરવી અને તેની માંગ ઉભી કરવી.

ઉપસંહાર

ડો. બિન્દેશ્વર પાઠક દ્વારા સ્થાપિત સુલભ ઈન્ટરનેશનલે સફાઈકર્મીઓની મુકિત અને પુનર્વાસ માટે તથા સ્વચ્છતાના સ્તરને ઉંચું લઈ જવામાં પ્રસંશનીય કામગીરી કરી છે. ૧૩ લાખ ડોલવાળા શૌચાલયોને સુલભ શૌચાલયોમાં પરિવર્તિત કર્યા છે. ૨૦૦ બાયોગેસ પ્લાન્ટને સાર્વજનિક શૌચાલયો સાથે જોડીને વીજળી ઉત્પાદન કરીને રસ્તાઓને પ્રકાશિત કર્યા છે. સુલભે દેશ–વિદેશના અનેક ઉચ્ચ દરજજાના અધિકારીઓને શિક્ષણ અને પ્રશિક્ષણ આપીને સુલભ ટેકનોલોજી પ્રત્યે જાગૃત કર્યા છે. ૫૦૦૦૦ થી વધુ લોકોનાં સુલભમાં જોડાઈને સુલભ સ્વચ્છતા આંદોલનને વિશાળ સ્તર ઉપર પહોંચાડી દીધું છે. અને ગ્રામીણ અને શહેરી વિસ્તારોમાં પણ સ્વચ્છતા અંગેની જાગૃતિ જોર પકડતી જાય છે, આજે સમગ્ર ભારત અને વિશ્વના દેશોમાં "મિશન સેનિટેશન" નો ફેલાવો થઈ રહયો છે.

યુનિટ-૧૦

સ્વચ્છતા અને વૈશ્વિકરણ

(1) પ્રસ્તાવના:

સ્વચ્છતા હવે ગંદો શબ્દ રહ્યો નથી. દાયકાઓથી પાણી અને સ્વચ્છતાના ક્ષેત્રે કાર્ય કરતી સંસ્થા અને વ્યક્તિઓની ફરિયાદ હતી કે સ્વચ્છતા સંદર્ભે ઉપેક્ષા થઇ રહી છે. રાજકીય પ્રચારમાં પણ થોડાં મત માટે થઇ શૌચાલયોને ચુંટણીનો મુદદો બનાવવાનું ચુકતા નહિ અને સમાજ મૂળ સ્વચ્છતાથી બાકાત રહેતો તો બીજી તરફ સ્વેછીક સંસ્થાઓ કહે છે કે તેઓ રાષ્ટ્રીય સરકારની પ્રાથમિકતાનું પાલન કરે છે. પરિણામ સ્વરૂપ વૈશ્વીક આંકડાઓ પરથી દેખાઈ આવે છે કે વિશ્વની કુલ વસ્તીના ૨.૪ અબજ લોકો અથવા ૪૦% સંખ્યા કોઈપણ જાતની સ્વચ્છતાની સુવિધાઓ મેળવ્યા વગર નવી સહસ્ત્રાબ્દી એટલે કે ૨૧મી સદીમાં પ્રવેશી ગઈ છે. એશિયાના ૧.૯ અબજ લોકો સ્વચ્છતાની સુવિધા વગર રહે છે એટલેકે એશિયાના ક્ષેત્રની અર્ધી જનસંખ્યા પાસે યોગ્ય સુવિધાનો અભાવ છે. શહેરી અને ગ્રામ્ય બંને વિસ્તારોમાં સ્વચ્છતાના અભાવના કારણે લાંબા સમયે નકારાત્મક અસર વિકાસ પર પડે છે. છેલ્લા થોડા વર્ષોથી સ્વચ્છતા વિશેનો મિજાજ બદલાયો છે અને સ્વચ્છતાની ભૂમિકા વિશે સશક્ત દલીલો કરવામાં આવે છે. ગરીબી ઘટાડવા, શિક્ષણનું સ્તર સુધરવા, પર્યાવરણ રક્ષણ અને માનવ વિકાસ પર

૨૦૦૨માં ટકાઉ વિકાસની વર્લ્ડ સમીટ દવારા સંચાર માધ્યમોએ ખુબ ધ્યાન ખેચ્યું છે અને તેથી વિશ્વ શિખર સંમેલન બેઠકના સીધા પરીણામ રૂપે એક મહત્વપૂર્ણ સ્વચ્છતા લક્ષાંકને મિલેનિયમ ડેવલપમેન્ટ ગોલ સાથે જોડવામાં આવ્યા. એમ.ડી.જી.-૭ના લક્ષ્ય-૧૦ અંતર્ગત સરકારો પાસે આગ્રહ રાખે છે કે "૨૦૧૫ સુધીમાં વિશ્વના અડધા લોકોને સુરક્ષીત અને ટકાઉ વપરાશ માટે પાણી અને સ્વચ્છતા મૂળભૂત રીતે આપવા." પ્રવર્તમાન સમયમાં સ્વચ્છતાએ વિકાસના મુદ્દાઓમાં સૌથી ઉપરની પ્રાથમિકતા બની ગઈ છે. આ માત્ર પાણી કે સ્વચ્છતાના મુદદે કામ કરતા વિશેષજ્ઞોનું કહેવું નથી પરંતુ બ્રિટીશ મેડીકલ જર્નલના એક સર્વેક્ષણના મતદાનમાં પણ સ્વીકારાયું છે કે "છેલ્લા ૧૫૦ વર્ષોના તબીબી – આરોગ્ય ક્ષેત્રના મહત્વના માઈલસ્ટોન સમાન છે."

વર્ષ ૨૦૦૪ દરમિયાન દુનિયાની કુલ વસ્તીના ૫૯% લોકો માત્ર સ્વચ્છતાનો ઉપયોગ કાર્યો હતો. એટલે કે ૧૦ માંથી ૪ વ્યક્તિઓ સુધી સ્વચ્છતા અને સુધાર હજી સુધી પહોચ્યા નથી કે જેઓ ગંભીર જોખમો સાથે ખુલ્લામાં અથવા ગંદા સંસર્ગ વાળી મળત્યાગ ના જોખમો વ્હોરી રહયા છે. જેનાથી સ્વચ્છતા સંદર્ભે રોગો થઇ શકે છે. વિશાળ ક્ષેત્રના સંદર્ભમાં સ્વચ્છતા ૧૯૯૦ માં ૪૯% જેટલી હતી પરંતુ MDG-7 ના લક્ષ્ય આધારે ૭૫% નો વધારો કરવા માટે બુનિયાદી પાયાપર લાંબા આયોજન, રણનીતિ, વ્યૂહરચના સાથેનું આયોજન જરૂરી છે. જો MDG ના સ્વચ્છતા લક્ષ્યાંકને પ્રાપ્ત કરવો હોય તો નવા અભિગમ વિકસાવવા માટે સમય અને નીતિઓનો ઘટાડો કરવો જરૂરી છે. ઘણા વિકસિત દેશો સ્વચ્છતાના આંકડાઓને છુપાવવાનો પ્રયત્ન કરે છે જ્યાં સ્વચ્છતાની ભયાનક પરિસ્થિતિ છે સામાન્ય અંદાજ મુજબ ૫૦% વિકસિત દેશોમાં બે વ્યક્તિઓએ એક વ્યક્તિ સામાન્ય તારવેલી સ્વચ્છતાના વપરાશમાં વધારો કરી રહી છે. સ્વચ્છતાનો સૌથી ઓછો વ્યાપ ધરાવતા દેશોમાં સહારા-આફ્રિકાના દેશો ૩૭%, દક્ષિણ એશિયાના દેશો ૩૮%,પૂર્વીય એશિયાના દેશો ૪૫% અને પશ્ચિમ એશિયાના દેશો ૮૪% વિકાસશીલ સ્વચ્છતાનો વિસ્તાર ધરાવતા દેશો છે.

સ્વચ્છતા અને પાણી એ જીવનની મોટા ભાગની આધારભૂત જરૂરીયાતમાં સમાવેશ થાય છે.છેલ્લા ૫૦ થી ૧૫૦ વર્ષોમાં યુરોપ, અમેરિકા અને થોડા અન્ય મૂડીવાદી શહેરો સ્વચ્છતા, પાણી અને માનવ કચરાને દ્રષ્ટિ બહાર જોઈ ના શકાય અને મનથી બહાર દુરના સ્થળે રાખીને વાસ્તવિક રીતે પગલા અને જોગવાઈઓ લઇ રહયા છે. આ એક ચમત્કાર પણ છે કે સામુહિક રાજકીય ઈચ્છા, શહેરી આયોજન અને ઈજનેરી તેજસ્વીતા તેમજ આરોગ્ય ઈજનેરો, આયોજકો અને નાગરિક સંચાલકો અને રાજકરણીઓ માટે એક જમા પાસુ બન્યું છે. પરંતુ ખરી રીતે તે આપણા તરફથી અસ્વીકાર્ય છે કારણ કે લાખો-કરોડો માણસો માટે પાણીનો સંઘર્ષ એક દૈનિક વાસ્તવિકતા છે. હજી પણ એક અજબ લોકો રેલના પાટા કે આજુ-બાજુ કે તેમના ઘરો પાછળ ઝાડી- ઝાખરા માં શૌચક્રિયા માટે જાય છે. સ્વચ્છતા અને શુધ્ધ પાણી ની પુરતી એ દુનિયાના લાખો લોકો માટે એક દૂરનું સ્વપ્ન છે. સંક્ષેપમાં એમ કહી શકાય કે પાણી સ્વચ્છતાને પ્રાપ્ત કરવા કરતા ગુમાવવાની તકો વધારે છે.

વિશ્વ આરોગ્ય સંસ્થા (WHO) અને યુનિસેફ દવારા જયારે ૨૦૦૮ માં અહેવાલ બહાર પાડવામાં આવ્યો ત્યારે વિશ્વની વસ્તી માત્ર ૬૭૫૦ કરોડ હતી. જેમાંથી અંદાજે ૨૬૦૦ કરોડ વિશ્વના લોકો કે જેમાં વિકાસશીલ દેશોનાં સમાવેશ સાથે પણ તેમની પાસે પ્રાથમીક સ્વચ્છતાનો અભાવ હતો. વિકાસશીલ દેશોના અંદાજે ૮૮૪ મિલિયન (કરોડ) લોકોને પાણીની સુવિધાઓમાં વધારો કરવાની જરૂર છે. અંદાજે ૧૧૦૦ મિલિયન લોકો પાસે સ્વચ્છતાની સુવિધાઓ નથી અને તેઓ ખુલ્લા માં શૌષક્રિયાઓ માટે જવું પડે છે.

વિકસિત દેશો અને આંતરાષ્ટ્રીય સંઘો (યુનાઈટેડ નેશન એજન્સીઝ, બહુપક્ષીય અને દ્રિપક્ષીય એજન્સીઓ, વિકાસ બેંક અને ધાર્મિક સખાવતી સંસ્થાઓ) ૧૮૮૦ થી સ્વચ્છતાને પહોચી વળવા માટે સ્વચ્છતા અને પાણી બધા વિષય પર કામ કરી રહી છે. જેમાંથી પહેલા આંતરાષ્ટ્રીય પેયજળ અને સ્વચ્છતા દશક (૧૯૮૧ થી ૧૯૯૦) બાદ સુરક્ષિત જળ ૨૦૦૦ (૧૯૯૧ થી ૨૦૦૦) ના શીર્ષક હેઠળ સ્વચ્છતા સાથે કામકરી રહી હતી અને હવે

મિલેનિયમ ડેવલપમેન્ટ ગોલ અંતર્ગત સ્વચ્છતા અને પાણીના સંદર્ભે ૧૯૯૦ ને આધારે વર્ષ રાખી ૨૦૧૫ સુધીમાં લોકોને પાણી અને સ્વચ્છતાની ઓછી મળતી સુવિધાઓ વધારવાના પ્રયત્ન કરી રહી છે. આ MDG ના લક્ષ્યને પૂર્ણ કરવા વિકસિત દેશો અને આંતરાષ્ટ્રીય સમુદાયો સ્વચ્છતા અને પાણીની કટોકટી ને દુર કરવા પ્રયત્ન કરી રહી છે પરંતુ તેને ૨૦૧૫ સુધીમાં પહોચી વળવું પણ અઘરું છે. અને તેના બાદ પણ મુશ્કેલ છે. સ્વચ્છતા અને પાણી ની સુધારણાનો ઉપયોગ ના કરી શકાય હોય તેવા લોકોની સંખ્યા ના આંકડાઓ પણ ચોંકાવનારા છે.

(2) સ્વચ્છતાના વર્તમાન આંકડાઓ (૨૦૧૩)

૧૯૯૦ થી ૨૦૧૦ સુધીમાં ૧.૮ અબજ લોકોને સ્વચ્છતાની સુવિધા પ્રાપ્ત થઇ છે. ૨.૫ અબજ લોકોને હજી પણ સ્વચ્છતા સુધારણા ની ઉણપ છે અને ૧.૧ અબજ લોકો હજીપણ ખુલ્લામાં શૌચક્રિયા કરે છે જે વિશ્વની ૧૫% વસ્તી છે. ૨૦૧૫ સુધી માં ૨.૪ અબજ લોકોને હજીપણ સ્વચ્છતાનો અભાવ રહેશે. દર ૨૦ સેકેન્ડે એક બાળક સ્વચ્છતાના અભાવે મૃત્યુ પામે છે. ૧૯૯૦ માં ૪૯% લોકોને સ્વચ્છતાની સુવિધા મળી હતી જે ૨૦૧૦ માં ૬૩% સુધી પહોચી અને ૨૦૧૫ સુધીમાં ૬૭% લોકોને સ્વચ્છતાની સુવિધાઓ મળશે.

(3) સ્વચ્છતા અને વૈશ્વિક કાયદા

A) Manual on the right to water and sanitation.

યુનાઈટેડ નેશનની સામાન્ય વિધાનસભા દ્વારા ૨૦૦૮નાં વર્ષને સ્વચ્છતા માટે આંતર રાષ્ટ્રીય વર્ષ જાહેર કર્યું કે જેનું લક્ષ્ય સ્વચ્છતા વિશેની જાગૃતિ વધારવી અને મિલેનિયમ ડેવલપમેન્ટ નાં લક્ષ્યને ફળીભૂત કરવા વેગ આપવાનો હતો. કારણકે વિશ્વના અડધા ઉપરના લોકો પર્યાપ્ત સ્વચ્છતા અને પાણીના અભાવે જીવે છે જે એક મહત્વનો પડકાર છે. માનવ અધિકાર નાં અભિગમ સાથે પાણી અને સ્વચ્છતા પર ધ્યાન આપવું, નિર્બળ વર્ગોને જાણકારી આપવી જરૂરી બને છે. આ ઉપરાંત પાણી અને સ્વચ્છતા એ માત્ર મિલેનિયમ ડેવલપમેન્ટનાં લક્ષ માત્ર નથી પરંતુ વિશેષ રીતે મિલેનિયમ

ડેવલપમેન્ટનાં ગોલ ને ચલાવવા અને અનુભૂતિ કરાવવાનો ભાગ પણ છે. સાથો-સાથ આરોગ્ય, શિક્ષણ, આર્થિક વિકાસ અને પર્યાવરણ માટે પણ જરૂરી છે. આથી પાણી અને સ્વચ્છતાના માનવ અધિકારની એક માર્ગદર્શિકા તૈયાર કરવામાં આવી. જે સ્વચ્છતામાં વધારો કરવા માટે સરકાર અને નીતિ ઘડવૈયાઓને ઉપયોગી બને તેમજ સ્થાનિક અને રાષ્ટ્રીય સ્તરે માર્ગદર્શિકા ઉપયોગી બને કે જેથી વ્યવહારુ, ટકાઉ વ્યૂહરચના, નીતિઓ અને શ્રેષ્ઠ ઉકેલોને પહોચી શકાય કે જેઓ પાણી અને સ્વચ્છતાનાં અધિકારનો સામનો કરી રહયા છે.

B) આર્થિક, સામાજીક અને સાંસ્કૃતિક અધિકાર પર આંતરાષ્ટ્રીય કરાર.

આર્થિક, સામાજીક અને સાંસ્કૃતિક અધિકારો પર આંતરાષ્ટ્રીય કરાર ૧૬ ડીસેમ્બર ૧૯૬૬ માં સયુંકત રાષ્ટ્રસંઘ મહાસભા દ્વારા અપનાવવામાં આવેલ એ બહુસંધી જે ૩ જાન્યુઆરી ૧૯૭૬ થી સક્રિય છે જેમાં ૭ દેશો અને ૧૬૦ પક્ષો દ્વારા સામાજીક, આર્થિક અને સાંસ્કૃતિક એટલે કે શ્રમ અધિકાર , સ્વાસ્થ્ય અધિકાર, શિક્ષણનો અધિકાર આપ્યો છે જે આંતરાષ્ટ્રીય માનવ અધિકાર બાદ ની પ્રથમ અને દ્વિતીય વૈકલ્પિક નિયમોની સંધી છે.

આર્થિક, સામાજીક અને સાંસ્કૃતિક અધિકાર પર આંતરાષ્ટ્રીય કરાર અને વિશ્વ બેંક ની લઘુ પુસ્તિકામાં અને રાજકીય પક્ષો પણ સામાન્ય નોંધ - ૧૫ અંતરગત હકારાત્મક સ્વીકાર કર્યો છે. પાણી અને સ્વચ્છતા પરની માર્ગદર્શિકામાં પણ પાણી અને સ્વચ્છતાને મહત્વની યાદીમાં પડકાર જનક રીતે સંબોધવામાં આવ્યા છે તેમજ આર્થિક ,સામાજીક અને સાંસ્કૃતિક અધિકાર ની જોગવાઈ નોધ-૧૧ અને ૧૨ માં પણ સ્વીકાર થયો છે. આ ઉપરાંત સ્વચ્છતાનાં સંદર્ભમાં વિશેષ પ્રભાવ માટે એક અગત્યનું પગલું જે હાલના એક રીપોર્ટમાં પણ મહત્વ પૂર્ણ ઘટનાના વિષય તરીકે માનવ અધિકાર અને માનવ અધિકાર ની જવાબદારી રૂપે શુધ્ધ પાણી અને સ્વચ્છતાનો ન્યાયસંગત ઉપયોગ કરવા માટે સયુંકત રાષ્ટ્રસંઘને પણ અનુરોધ કર્યો છે. આ માર્ગદર્શિકામાં વાસ્તવિકતાનો સામનો કરી રહેલા લોકો માટે કાયદાકીય જવાબદારીનો ઉલ્લેખ કરે છે.

(C) International health regulation-2005.

વિશ્વ આરોગ્ય સંસ્થા માટે એક કેન્દ્રીય અને ઐતિહાસિક જવાબદારી આવી છે. વૈશ્વિક શાસન વ્યવસ્થાપન અંતરગત રોગોનાં આંતરાષ્ટ્રીય પ્રસરણનાં નિયંત્રણ માટે વિશ્વ આરોગ્ય સંસ્થાને ૨૧(ક) અને ૨૨ અંતર્ગત વિશ્વની સ્વાસ્થ્ય સભા કરવાનો અધિકાર પ્રદાન કરે છે કે જે બીમારીના આંતરાષ્ટ્રીય સ્તર પર રોકવા માટે બનાવેલો છે જે દરેક સહભાગી દેશે અપનાવ્યા બાદ નિશ્ચિત સમય સુધી પાલન ફરજીયાત છે. આંતરાષ્ટ્રીય સ્વાસ્થ્ય અધિનિયમને ૧૯૬૯ ની સભામાં મુખ્યત્વે છ મહત્વના રોગોને ઘટાડવા માટેના હતા. જેમાં ૧૯૭૩ અને ૧૯૮૧ ની સભામાં સુધારા કરવામાં આવ્યા હતા. સમયાંતરે દેશો-દેશો વચ્ચેના પ્રવાસ, વિમાન, જહાજ, આહાર અને સ્વાસ્થયને લઈને ઘણી બધી જોગવાઈઓ અમલ માં આવી. ૨૦૦૩ નાં સભ્યો દ્વારા એક ડ્રાફ્ટ તૈયાર કરાયો હતો જે આંતરાષ્ટ્રીય સ્વાસ્થ્ય કાયદા સભાની ૫૮ મી સભા ૨૩ મેં ૨૦૦૫ માં આંતરાષ્ટ્રીય સ્વાસ્થ્ય નિયમો સ્વીકાર કરવામાં આવ્યા કે જેમાં તેનો હેતુ અને ઉદેશ્ય એ આંતરાષ્ટ્રીય સ્તરે રોગોનું નિયંત્રણ, અટકાવ અને રક્ષણ કરવાનો હતો. તેમજ આંતરાષ્ટ્રીય વ્યાપાર અને ટ્રાફિકનો બિનજરૂરી હસ્તક્ષેપ ટાળવા અને જાહેર આરોગ્યના જોખમોના પ્રતિબંધ માટે બનાવવામાં આવ્યો જેને "આંતરાષ્ટ્રીય સ્વાસ્થ્ય નિયંત્રણ કાયદો-૨૦૦૫ " નાં બિજા સુધારા તરીકે ઉલ્લેખવામાં આવ્યો.

(D) World water day-sanitation theme

યુનિસેફ અને WHO નાં સયુંકત ઉપક્રમે ૨૦૦૮ માં વર્લ્ડ વોટર ડે નું આયોજન થયું હતું. જેમાં સ્વચ્છતાની સામાન્ય જાહેર જાગૃતિમાં વધારો કરવા તેમજ જાહેર અભીપ્રયોમાં હકારાત્મક પરિવર્તન લાવવાના પ્રયત્નો કરશે. અને બાદ માં નીતિ ઘડતરમાં પણ પ્રભાવ ઉભો કરશે. વર્લ્ડ વોટર ડે સરકારો, આંતરાષ્ટ્રીય સમુદાયો, નાગરિક, સમાજ અને વ્યક્તિઓના ધ્યાન ખેચવા માટે અને સ્વચ્છતાની પ્રવૃતિને વેગ આપવા માટેની અનોખી તક છે. જેમાં વિશ્વમાની ઘણી સંસ્થાઓ ભાગ લેશે અને સ્વચ્છતાના સંદર્ભે પોતાના વિચારો

મુકશે તેમજ તે પોતાના દેશમાં પોતાની રીતે વર્લ્ડ ડે ની અપેક્ષિત્ ઉજવણી કરશે. વર્લ્ડ વોટર ડે નિમિતે નીચેનાં ૫ પગલાઓ નીચ્શિત કરવામાં આવ્યા. જેમાં-

(૧) માહિતીનું એકત્રીકરણ અને વિશ્લેષણ.

ઉપરોક્ત શીર્ષક હેઠળ સ્થાનિક માહિતી એકઠી કરવી જેમાં સરકારી આંકડા, આરોગ્ય સર્વેક્ષણ, સ્વચ્છતા માટે ભંડોળ આપતી સંસ્થાઓ, શૈક્ષણિક અભ્યાસો, મીડિયા અને રોગચાળા પર નિયંત્રણ પગલાઓ તેમજ વિશ્લેષણમાં ક્યાં વિસ્તારના ૫૦% થી ઓછી સ્વચ્છતા છે ? ક્યાં વિસ્તારમાં વધારે રોગોના કિસ્સાઓ છે ?ક્યાં વિસ્તારમાં વધારે રોગો છે વગેરે પગલાઓ નીચ્ચિત થયા.

(૨) સ્વચ્છતા સંદેશનો વિકાસ.

યુએનના સામાન્ય વિધાનસભાના ઠરાવ મુજબ સામાજીક ગતિશીલતા મજબુત કરવા અને વૈશ્વિક અને રાષ્ટ્રીય સ્તરે સંદેશા વ્યવહાર વિકસાવવા માટે પાંચ સંદેશાઓ વિકસાવવામાં આવ્યા. (૧) સ્વચ્છતા માનવ આરોગ્ય માટે મહત્વપૂર્ણ છે. (૨) સ્વચ્છતાથી આર્થિક લાભ થાય છે. (૩) સ્વચ્છતા પ્રતિષ્ઠા અને સામાજીક વિકાસમાં ફાળો આપે છે. (૪) સ્વચ્છતા પર્યાવરણમાં ફાળો આપે છે. (૫) સ્વચ્છતામાં વધારો કરવો જરૂરી છે.

(૩) યોજનાઓ અને અન્ય લોકોનું સંચાલન કરવું.

વર્લ્ડ વોટર ડે નો અભિગમ સ્થાનિક ભાગીદારોના સહયોગ અને પ્રવૃતિઓ ચલાવવા રૂપરેખા નક્કી કરવી. જેમાં, સ્વચ્છતા માટેની નીતિઓ, કાયદા અને વ્યક્તિ તેમજ જવાબદાર સરકારની ઓળખ કરવી. ઉચ્ચ સ્તરે ધ્યાન દોરવા માટે સ્વચ્છતા વિશેની જાણકારી મેળવી આકારણી કરવી અને અગ્રતાના મુદ્દાઓને ઓળખવા. જોખમી કામ કરતા હિસ્સેદારોમાં સ્વચ્છતા સબંધી રોગો, આપતી, અર્થતંત્ર પર અસર, આરોગ્ય, માનવ અધિકાર વગેરે સંદર્ભે જાગૃતિ લાવવી. વ્યક્તિગત રીતે એવા વ્યક્તિઓ જેને સમાજ, દેશ

સ્વીકારતો હોય અને હકારાત્મક અભિગમ ધરાવતા હોય તેવી વ્યક્તિઓને બોલાવવા.

(૪) મીડિયા સાથે કામ.

સંભવિત સંદેશાઓ આપવા મીડિયા એ સૌથી અસરકારક સાધન છે પરંતુ મીડિયાનો ઉપયોગ કેમ થાય તેનો ખ્યાલ હોવો જોઈએ. પત્રકારો વિશેષ સમાચારોમાં રસ દાખવતા હોય છે આથી વર્લ્ડ વોટર ડે નિમિતે મીડિયા કવરેજ મેળવે તેવા સમાચારો, વાર્તા, કેસ સ્ટડી તૈયાર કરવી.

(૫) પ્રયત્નો અને અસરોનું મુલ્યાંકન.

વર્લ્ડ વોટર ડે નિમિતે દિવસ દરમિયાનની ઘટના, અનુભવોનું મુલ્યાંકન કરવું. આયોજન સમિતિ સાથે મળી સફળતા અને પડકારોની ચર્ચા કરવી. કાર્યક્રમમાં ભાગીદારો અને અન્ય જૂથો વચ્ચે ચર્ચા-સંવાદોનો વ્યાપક પ્રસાર કરવો.

આમ, વિશ્વ જળ દિવસ ૨૦૦૮ નિમિતે ઉપરોક્ત મુદ્દાઓ અને કાર્યક્રમનો પાણી અને સ્વચ્છતામાં વધારો કરવા વિશ્વ સ્તરે સ્વીકારવામાં આવ્યા.

(4) વૈશ્વીક સંગઠનો અને સ્વચ્છતા

A) વિશ્વ સ્વાસ્થય સંગઠન **(WORLD HEALTH ORGANIZATION)**

વિશ્વ સ્વાસ્થય સંગઠનએ સયુંકત રાષ્ટ્રની એક વિશિષ્ઠ એજન્સી છે જે આંતરરાષ્ટ્રીય સાર્વજનિક સ્વાસ્થય સાથે સબંધ ધરાવે છે. ૧૯૪૮ની ૭ એપ્રિલનાં તેની સ્થાપના કરવામાં આવી જેનું વડુંમથક સ્વીત્ઝર્લેન્ડનું જીનીવા શહેર છે. વિશ્વ સ્વાસ્થય સંગઠનએ સંયુકત રાષ્ટ્ર વિકાસ સમુહની સભ્ય છે જે પહેલા લીગ ઓફ નેશનની પુરોગામી એજન્સી હતી.

વિશ્વ સ્વાસ્થય સંગઠનનું ગઠન ૨૪ જુલાઈ ૧૯૪૮માં સંયુક્ત રાષ્ટ્ર સંઘનાં બધાજ ૬૧ દેશોનાં હસ્તાક્ષર સાથે વિશ્વ સ્વાસ્થય સભાની પ્રથમ બેઠકમાં નિર્માણ પામી ત્યારે શીતળા નાબુદી માટેની એક મહત્વની ભૂમિકા ભજવી

હતી. વર્તમાન સમયમાં તે બિન સંક્રમિત રોગોના શમન, યૌન અને પ્રજનન સ્વાસ્થય, વિકાસ, વૃધ્ધો, પોષણ, સ્વસ્થ ભોજન અને ખાધ સુરક્ષા, માદક દ્રવ્યો, પાણી અને સ્વચ્છતા અને વૈશ્વીક સ્તરે આંતર રાષ્ટ્રીય સ્તરે સંચાલન, પ્રકાશન અને સર્વેક્ષણનું કાર્ય કરે છે. વિશ્વના ૧૯૧ સભ્ય દેશોમાં સ્વાસ્થય પ્રણાલીઓ સંદર્ભે ધ્યાન આપે છે.

(B) JOINT MONITERING PROGRAME- WHO AND UNICEF

૧૯૯૦થી પાણી અને સ્વચ્છતાની આપૂર્તીની વૈશ્વીક સ્થિતિ રિપોર્ટએ WHO દવારા દરેક દેશના આરોગ્ય વિભાગ મંત્રાલય અને એજન્સીઓ પાસેથી નિયમિત રૂપે મંગાવવામાં આવેલા. ૧૯૮૧થી ૧૯૯૦ સુધીમાં આંતર રાષ્ટ્રીય પાણી અને સ્વચ્છતા દશક અંતર્ગત સંયુક્ત સંઘ અને WHOને પ્રગતિ રીપોર્ટ બનાવવા અનિવાર્ય હતા. દશકના અંત સુધીમાં દેશોના સ્તરે સ્વચ્છતા અને પાણીની પ્રગતી નિયંત્રણ અને વિકાસના ક્ષેત્રને પ્રભાવપૂર્ણ બનાવવા માટે WHO અને યુનિસેફ દવારા ૧૯૯૦માં પાણીની પુરતી અને સ્વચ્છતા માટે થઈને સંયુકત નિયંત્રણ માટેના કાર્યક્રમ JMPનો શુભારંભ કર્યો.

જોઇન્ટ મોનીટરીંગ પ્રોગ્રામના ઉદ્દેશ્ય WHO અને યુનિસેફ દવારા તૈયાર કરાયેલ એક નવી રણનીતિ રૂપે મિલેનિયમ ડેવલપમેન્ટ ગોલનાં લક્ષ્યને ૨૦૧૫ સુધીમાં પૂર્ણ કરવા માટે બનાવવામાં આવ્યુંકે જેમાં ૨૦૧૫ને લક્ષ્ય બનાવી અને ૨૦૨૫ સુધીમાં શુધ્ધ પાણી અને સાર્વભૌમિક રીતે પૂર્ણ કરી શકાય. જોઇન્ટ મોનિટરિંગ પ્રોગ્રામનું લક્ષ્ય સરકાર, દાતા, આંતર રાષ્ટ્રીય સંગઠનો અને નાગરિકોને સ્વચ્છતાના ટકાઉ ઉપયોગ માટે સક્ષમ કરવા અને સ્થાનિક આંતર રાષ્ટ્રીય વૈશ્વીક સ્તરે વિશ્વનીય સ્ત્રોતો અને આંકડાઓને એકત્રિત કરવાનું છે. JMP વૈશ્વીક સ્તરે, આંતર રાષ્ટ્રીય સ્તરે સંગઠનો સાથે સંકલન કરી સ્વચ્છતાના ક્ષેત્રે નિર્દેશનનું કાર્ય કરે છે. આ શરૂઆત સંયુક્ત રાષ્ટ્રનાં પાણીનું વૈશ્વીક આકારણી (GLAAS) અને MDGનાં પાણી અને સ્વચ્છતા કાર્યક્રમોનાં નેતૃતવમાં કાર્ય કરે છે.

(C) UN-HABITAT (સંયુક્ત રાષ્ટ્ર-માનવ વસાહત કાર્યક્રમ)

સંયુક્ત રાષ્ટ્ર માનવ વસાહત કાર્યક્રમ એ માનવ વસાહતો માટેની સંયુક્ત રાષ્ટ્રની એજન્સી છે. સંયુક્ત રાષ્ટ્રની મહાસભા દવારા પર્યાપ્ત આશ્રય પ્રદાન કરવાના લક્ષ્ય સાથે સામાજીક અને પર્યાવરણીય દ્રષ્ટિકોણથી શહેરો અને નગરોના ટકાઉ વિકાસનું કાર્ય કરે છે. શહેરો અને નગરો સારા અને ખરાબ બંને રીતે સામાજીક, રાજનેતિક, સાંસ્કૃતિક અને પર્યાવરણની પ્રવૃતિઓમાં અભૂતપૂર્વ વધારો થઇ રહ્યો છે. ૧૯૫૦માં દુનીઅમાં એક તૃતીયાંશ લોકો શહેરોમાં રહેતા હતા જે છેલ્લા પચાસ વર્ષ બાદ વિશ્વના અરધા લોકો શહેરોમાં વસે છે અને ૨૦૫૦ સુધીમાં બે તૃતીયાંશ અથવા ૬ અબજ લોકોનો શહેરોમાં વધારો થશે જયારે આજે શહેરોમાં માનવ વસ્તી માટે અરધાજ મકાનો છે.

શહેરોમાં રાષ્ટ્રીય ઉત્પાદન અને વપરાશ કેન્દ્ર વધારે છે. આર્થિક અને સામાજીક તકો અને સમૃધીઓના અવસર વધારે છે પરંતુ તે બધા સાથે-સાથે રોગ, અપરાધ, પ્રદુષણ, ગરીબી અને સામાજીક અશાંતિ પેદા કરે છે. ઘણા બધા શહેરોમાં અને વિશેષ વિકાસશીલ દેશોના શહેરોમાં રહેતા લોકોમાંથી ૫૦% લોકો પાસે મકાન નથી અથવા નાણા ઝુપડામાં વસવાટ કરે છે. પાણી અને સ્વચ્છતા, શિક્ષણ અને સ્વાસ્થય સેવાઓ મળતી નથી અથવા અપર્યાપ્ત છે. આથી નીતિ વિષયક રાષ્ટ્રીય વિકાસ માટે કાર્ય કરતા લોકોને આં વિશે સમજવું જરૂરી છે કે ૨૧મી સદીમાં ટકાઉ શહેરીકરણ એ વૈશ્વીક સમુદાયો માટે એક પડકાર છે. UN-HABITATનાં કાર્યક્રમોનું ઘડતર નીતિ ઘડનારાઓ અને સ્થાનીય સમુદાયોની વસાહતો શહેરીકરણના મુદ્દાઓને ઉકેલવા-સમજવા તેમજ સ્થાયી સમાધાન શોધવા માટે મદદરૂપ બને છે.

આ સંસ્થાના આદેશોને માનવ વસાહતોની વેનકુવર ઘોષણા, આવાસ એજન્ડા અને માનવ વસ્તી પરની ઈસ્તંબુલ ઘોષણામાં પણ વર્ણવવામાં આવ્યા છે. નવા સહસ્ત્રાબ્દી શહેરો અને અન્ય માનવ વસ્તીઓ પરના ઠરાવ ૫૬/૨૦૬માં પણ ઉલ્લેખ થયો છે. UN-HABITAT નું સીધું કાર્ય સંયુક્ત રાષ્ટ્રના

સહસ્ત્રાબ્દી ઘોષણા સબંધીત લક્ષ્યો સાથે જોડાયેલ છે જેમાં MDG-7 અને 11 લક્ષ્યને લઈને ૧૦૦ મિલિયન ઝુંપડપટ્ટીઓની સુધારણા ૨૦૨૦ સુધીમાં કરશે તેમજ MDG-7 નાં અનુસંધાનને પાણી અને સ્વચ્છતાની ઉપયોગીતાને વધારવાના પ્રયત્નો કરી શકાય.

સંદર્ભ સૂચિ

- ચાકલે ક એમ, ચોથી આવૃતિ (૨૦૦૨), હેલ્થ વર્કર કે લિયે પાઠય પુસ્તક (પ્રથમ ૨૦૦૩) એન.આર. બ્રધર્સ, ઈંદોર.
- ચાકલેએ કમ (૨૦૦૨), હેલ્થ વર્કર કે લિયે પાઠય પુસ્તક, એમ. આર. બ્રધર, ઈંદોર.
- ઓમબેટ ગેલ (૨૦૦૬) દલિત ઔર પ્રજાતાન્ત્રિક ક્રાન્તિ, રાહત પબ્લિકેશન્સ, જયપુર.
- પરીખ સૂર્યકાન્ત, શૌચાલય (પરિચય પુસ્તીકા)
- સુલભ સ્વચ્છતા આંદોલન, સુલભ ઈન્ટર નેશનલ સૌરભ સર્વિસ ઓર્ગેનાઈઝેશન.
- સાંવલિયા (૨૦૦૫), પર્યાવરણ સાથી, અમદાવા.
- ઓમબેટ ગેલ (૨૦૦૬), દલિત ઔર પ્રબાતાન્ત્રિ ક્રાન્તિ, રાહત પબ્લિકેશન, જયપુર.
- શર્મા રામશરણ, પહલા સંસ્કરણ (૧૯૯૨) શુદ્રો કા પ્રાચીન ઈતિહાસ, રામકમલ પ્રકાશન, નવી દિલ્હી.
- પટેલ અર્જુન (૨૦૦૫), ગુજરાતમાં દલિત અસ્મિતા, સેન્ટર ફોર સોશિયલ સ્ટડીઝ, સુરત.
- મેકવાન માર્ટિન, ૨૦૦૦ વિશ્વભરમાં છવાયેલો દલિતોનો અવાજ, પરિવર્તન ટ્રસ્ટ, વડોદરા.
- શાહ એ. જી. દવે, જે. કે. ૧૯૯૦-૯૧, સામાજિક સમસયાએ, આદર્શ પ્રકાશન, અમદાવાદ.
- સ્વામી સચ્ચિદાનંદ, ૧૯૮૮, અધોગતિનું મૂળ વર્ણવ્યવસ્થા, ગુર્જર પ્રકાશન, અમદાવાદ.
- ગાંધીજી, પહેલી આવૃતિ (૨૦૦૦), વર્ણવ્યવસ્થા, જીવણજી ડાહયાભાઈ દેસાઈ, નવજીવન મૂદ્રણાલય,અમદાવાદ.
- શાહ એ.જી., દવે જે. કે., ૨૦૦૪-૨૦૦૫, ભારતીય સમાજમાં સ્ત્રીઓનો દરજજો, અનાડા પ્રકાશન,અમદાવાદ.